பாராட்டுரைகள்

'நக்பாவைப் பற்றி, இந்த நூலின் பக்கங்கள் வழியாக வாசகர், இதே பொருள் குறித்து வேறெந்த நூலைப் படிப்பதை விடவும், அதிகமாகக் கேட்கவும், உணரவும், அனுபவிக்கவும் மேலும் புரிந்து கொள்ளவும் முடியும்.'

— இராஜா ஷெகாதே, 'Going Home: A Walk Through Fifty Years of Occupation' நூலின் ஆசிரியர்.

'உருக்கமானது மேலும் ஆழ்ந்து யோசிக்க வைக்கக் கூடியது [...] கதை சொல்லலில், அவற்றின் மௌனங்கள், விடுபடுதல்கள் மற்றும் மன உளைச்சல்கள் ஆகியவற்றுடனான அகதியின் குரல்கள், நக்பாவின் வன்முறையால் துண்டு துண்டாகக் கிழிக்கப்பட்ட வாழ்க்கைகளை எண்ணிப்பார்க்க நம்மை அழைக்கின்றன.'

— லாலே கலிலி, இலண்டன் இராணி மேரி பல்கலைக்கழகம் மற்றும் 'Heroes and Martyrs of Palestine: The Politics of National Commemoration' நூலின் ஆசிரியர்.

'இந்தக் களத்தில் சிறந்து விளங்கும் தலையாய அறிஞர்களால் எழுதப்பட்ட, 1948க்கு முந்தைய பாலஸ்தீனத்தில் சாதாரண பாலஸ்தீனர்களின் அனுபவங்களையும், போர் மற்றும் நாடு கடத்தலின் அதிர்ச்சி தரத்தக்க அனுபவத்தையும் மீண்டும் உயிர்ப்பிக்கிறது. இந்தத் தொகுதியில், காவல்துறையின் பணி மேலும் எழுச்சி பற்றிய கதையாடல்கள் ஆகியவற்றை விளக்குகின்ற, 'ஆட்சி அதிகாரக் கட்டளை' காலத்தில் கட்டுப்பாடு மற்றும் எதிர்ப்பு குறித்த 'பிரிவு', தனித்த மதிப்பு மிக்கது.'

— சலீம் தமாரி, சமூக இயல் பேராசிரியர் (ஓய்வு பெற்ற கௌரவப் பேராசிரியர்), (Birzeit) பிர்ஸெய்ட் பல்கலைக்கழகம்.

‘உண்மையில் ஈர்க்கக் கூடிய ஒரு திரட்டு [...] பாலஸ்தீனியர்கள் எதிர்கொண்டது, காலனியத்துவத்தின் ஒரு நடவடிக்கை என்பதை விடவும் மாறாக, பெரும்பாதிப்புதான் என்பதை மறுபரிசீலனை செய்வதற்கான ஒரு வாய்ப்பு.’

– டான் ஜேட்டி, மானுடவியல் மற்றும் பலவந்தமான புலம் பெயர்தல் துறையின் கௌரவப் பேராசிரியர், ஆக்ஸ்ஃபோர்டு பல்கலைக்கழகம்.

‘அற்புதமாகத் தொகுக்கப்பட்டு, கட்டமைக்கப்பட்டது [...] பாலஸ்தீனியப் போராட்டத்தின் உண்மைத் தன்மையை இறுதியாகப் புரிந்துகொள்ளும் இந்தத் தருணத்தில் வந்த, தனித்துவமிக்க ஒரு பங்களிப்பு.’

– அடாஃபிப் சோயிஃப், ‘The Map of Love’இன் ஆசிரியர்.

‘இங்கே திரட்டப்பட்ட கதைகள், விடாமுயற்சி மிக்க திரட்டலின் வெற்றிகரமான விளைவு. அவற்றின் கவனம்மிக்க, ஆழ்ந்து ஆராய்ந்த, அர்ப்பணிப்புடனான மொழிபெயர்ப்பு, பாலஸ்தீனிய உயிர்வாழ்தலின் உணர்வையும், புலன் நுகர்இன்பங்களையும் கொண்டு வருகிறது. நக்பாவின் குரல்கள், எவ்வாறு மற்றும் ஏன், எதையும் மறக்காதவர்கள், என்றுமே மறக்கபபட யாட்டார்கள் என்பதைக் காட்டுகிறது.’

– ஃப்ரெட் மோடென், கலாச்சாரக் கோட்பாட்டாளர், ‘The Feel Trio’ நூலாசிரியர்.

‘காலனிப்படுத்தப்பட்ட மக்களின் வாய்மொழி வரலாறு, அதைக் கொடூரமாக அழித்த காலனியலாளர்களின் அதிகாரப்பூர்வ வரலாற்றுக்கு எதிரான உயிர் மூச்சு. இந்த மிகச் சிறப்பான நூல், பாலஸ்தீனியர்களின், அவர்களுடைய அனுபவங்களின் செறிவான, சிக்கலான வண்ணத் திரைச்சீலையைப் பிரதிபலித்தவாறு, ஒதுக்கப்பட்ட குரல்களை முன்னிலைப்படுத்துகிறது.’

– இப்திசாம் ஆஸெம், ’The Book of Disapperance’ நூலாசிரியர்.

'மேதைமையின் ஒரு விரிவான, மிகத் தெளிவான மற்றும் உருக்கமான பணி, அத்தோடு, முற்றிலும் சுருக்கமாக, ஒரு கலைப்பணி.'

- லிரன் மோர், துணைப் பேராசிரியர், ஒப்பிலக்கியத் துறை, கலிஃபோர்னியா பல்கலைக்கழகம், இர்வின்.

'ஒரு நினைவில் நிற்கத்தக்க சாதனை [...] ஓர் ஆராய்ச்சி முறையாக வாய்மொழி வரலாற்றின் பயனை அதிகரித்தவாறு, இந்த நூல், நக்பா ஆய்வுகளுக்கும், நவீன பாலஸ்தீனத்தின் வாழும் வரலாற்றுக்கும் ஒரு முக்கியமான கூடுதல் ஆவணமாகத் திகழ்கிறது. பாலஸ்தீனிய அகதிகள் பிரச்சினையின் மூல காரணங்களிலும், பாலஸ்தீனத்தின் ஒரு நியாயமான எதிர்காலத்திலும் ஆர்வமுள்ளவர்கள் படிக்க வேண்டிய ஒரு நூல்.'

- பேராசிரியர் நூர் மசால்லா, வரலாற்றாளர் மற்றும் மதம், வரலாறுக்கான மையத்தின் மேனாள் இயக்குநர், புனித மேரி பல்கலைக்கழகம், ட்விக்கென்ஹாம்.

நக்பா
பேரழிவின் பெருங்குரல்கள்

பாலஸ்தீன் வரலாறு

தொகுப்பு
டயானா ஆலன்

தமிழில்
நா. வீரபாண்டியன்

எதிர் வெளியீடு

நக்பா பேரழிவின் பெருங்குரல்கள்
பாலஸ்தீன் வரலாறு
டயானா ஆலன்

தமிழில்: நா. வீரபாண்டியன்
முதல் பதிப்பு: ஜூலை 2024

எதிர் வெளியீடு,
96, நியூ ஸ்கீம் ரோடு, பொள்ளாச்சி – 642 002
தொலைபேசி: 04259 226012, 99425 11302

விலை: ரூ. 699

Nakba PeRaliVin PeRunKuralkal: Palestine Varalaru
Voices of the Nakba: A Living History of Palestine
Edited by Diana Allan

Translations by Hoda Adra, Rayya Badran and Lindsay Munford
with the Assistance of Farah Atoui, Jessica Hollows and Cynthia Kreichati

'Voices of the Nakba: A Living History of Palestine' © Diana Allan, 2021.
First published by Pluto Press, London.

Translated into Tamil by Naa. Veerapandian
First Edition: July 2024

Published by
Ethir Veliyeedu, 96, New Scheme Road, Pollachi – 2
Email: ethirveliyedu@gmail.com
www.ethirveliyeedu.com

ISBN: 978-81-19576-91-3
Cover Design: Santhosh Narayanan
Printed at Jothy Enterprises, Chennai.

All rights reserved. No part of this book may be reprinted or reproduced or utilised in any form or by any electronic, mechanical or other means, now known or hereafter invented, including Photocopying and recording, or in any information storage or retrieval system, without permission in writing from the Publisher.

நா. வீரபாண்டியன்
மொழிபெயர்ப்பாளர்

ஓய்வுபெற்ற தொலைத்தொடர்புத் துறை அதிகாரி. நாற்பதாண்டுக் கால தொழிற்சங்கச் செயல்பாட்டாளர். இலக்கியம் மற்றும் அரசியல் தளங்களில் இயங்கி வருபவர். 'இவர்தான் ஸ்டாலின்', 'கிராம்சி பற்றிய சிறு அறிமுக நூல்', 'பேராசிரியர் நோம் சாம்ஸ்கி அறிமுகம்', 'நேரு மேல் இவர்களுக்கு ஏன் இந்தக் கோபம்?' ஆகியவை இவரது படைப்புகள். 'ஒரு தேசத்திற்கான கடிதங்கள்', 'எங்கள் நிலவின் நிறம் சிவப்பு' ஆகிய நூல்கள் இவரது மொழிபெயர்ப்பில் வெளிவந்துள்ளன.

இவரது சொந்த ஊர் பட்டுக்கோட்டை.

தொடர்புக்கு: 94861 03262
மின்னஞ்சல்: redstarinhorizon@gmail.com

ரோஸ்மேரி செய்க்-க்கு

மொழிபெயர்ப்பாளர் குறிப்பு

அக்டோபர் 7, 2023 மானிட நேயம் மிக்க எவரும் மறக்க முடியாத நாள். இஸ்ரேலுக்கு எதிரான மின்னல் வேகத் தாக்குதல் ஹமாஸ் தீவிரவாதிகளால் (?) தொடுக்கப்பட்ட நாள். அரிதினும் அரிதான பொருத்தமான நாளாக எனக்கு அமைந்தது. அன்று காலை இந்த நூலுக்கான மொழிபெயர்ப்பாளர் குறிப்பை எழுதத் துவங்கிய நேரம், தாக்குதல் பற்றிய தொலைக்காட்சி வழி செய்தி எனக்குப் பேரதிர்ச்சியைத் தந்தது. காரணம், இந்த நூல் முழுமையும் மொழிபெயர்க்கும்போது, 'நக்பா' பற்றிய கறுப்பு வரலாறை அறிந்துகொள்ளும் வாய்ப்பு எனக்குக் கிடைத்ததுதான். அதன் பிறகு எழுதும் மனநிலை வரவில்லை.

மீண்டும், நூல் முழுமையின் திருத்தப்பட்ட மெய்ப்பை சரிபார்த்து முடித்தபின் இன்று இக்குறிப்பை எழுதுகிறேன். மொழிபெயர்க்கும் வாய்ப்பும், இச்சூழலில் துவங்கிய போரும் பாலஸ்தீனம் பற்றிய வரலாறை ஓரளவு படிப்பதற்கான ஆவலைத் தூண்டியது. நம் சமகால உலகில் சுதந்திரம், சமத்துவம், சகோதரத்துவம் பற்றியும், மனித உரிமைப் பாதுகாப்பு பற்றியும் விதந்து பேசிவரும் வேளையில், இலட்சக்கணக்கான மக்கள் சமூகம் ஒன்று, ஐந்து தலைமுறைகளாக 'அகதிகள்' என்ற சொல்லுக்கு நிரந்தர எடுத்துக்காட்டாக, விலங்கினும் கீழாய் வாழ்ந்து மடியும் அவலத்தை என்னவென்று சொல்வது?

முதல் உலகப் போர் நடந்த வேளையில், 1917இல் பிரிட்டிஷாரால் அறிவிக்கப்பட்ட 'பால்ஃபோர் பிரகடனம்' (Balfour Declaration), செறிவான கலாச்சாரப் பின்னணியும், செழித்த வாழ்வும், அமைதியான தற்சார்பு வேளாண் சமூகமாக ஒருங்கே அமையப் பெற்று வாழ்ந்து வந்த பாலஸ்தீன மக்களின் எதிர்காலத்தில் இடியாக இறங்குமென்று அப்போது யாரும் அறியவில்லை. யூத இன மக்களுக்கான ஒரு நாடு உருவாக்கப்பட வேண்டும் என்று ஏகாதிபத்திய நாடுகள் எடுத்த முடிவால் விளைந்த பெருந்தீங்கு இது. இரண்டாம் உலகப் போருக்குப் பின்னர், பாலஸ்தீனத்தை 1922ஆம் ஆண்டு முதல் தனது கட்டுப்பாட்டுக்குள் வைத்திருந்த பிரிட்டிஷ் அரசாங்கம், தான் ஆள்வதற்கான கட்டளைக் காலம் (British Mandate) முடிவுக்கு வந்து அதை விட்டு வெளியேற வேண்டிய சூழ்நிலை வந்தது. அவ்வாறு வெளியேறிய 1948ஆம் ஆண்டு மே மாதம் 15ஆம் நாளுக்கு முதல் நாள் யூதர்களின் தலைவர் 'பென் குரியன்' இஸ்ரேல் நாடு உதயமானதாக அறிவித்தார். ஐக்கிய நாடுகளின் பொதுச் சபை தீர்மானமும், இஸ்ரேல் நாடு தங்களது பிறப்புரிமை என்ற குடியேற்ற யூத சியோனிசவாதிகளின் பிடிவாதமும்

இத்தகைய அவசர அறிவிப்புக்கு ஆதரவான பின்புலமாக அமைந்தன. வழக்கம்போல், சமாதானம் செய்வதாகத் தலையிட்டு 'கட்டப் பஞ்சாயத்து' செய்யும் முதலாளித்துவ நாடுகள், இஸ்ரேலிய நாட்டு உருவாக்கத்தில் கணிசமான அநீதியை மண்ணின் மைந்தர்களான பாலஸ்தீனியர்களுக்கு இழைத்தன. அதுவரையில் சிறுபான்மை குடியேற்றவாசிகளாக, பெரும்பான்மை பாலஸ்தீன அரபு, இஸ்லாமிய மற்றும் கிறித்துவ சமூக மக்களுடன் இயைந்து வாழ்ந்து வந்த யூத மக்களுக்கும், மண்ணின் மைந்தர்களுக்கும் பெரும் மோதல் வெடித்தது. முழு ஆயுத வலிமையுடன், நிராயுதபாணி மக்கள் மேல் தொடுக்கப்பட்ட 'இஸ்ரேலிய பாதுகாப்புப் படை'யின் தொடர் தாக்குதலால் ஆயிரக்கணக்கான பாலஸ்தீனியர்கள் கொலையுண்டனர். 7,50,000 பேர் அகதிகளாக்கப்பட்டு வாழ்ந்த மண்ணை விட்டு, சொத்து சுகங்களை விட்டுத் துரத்தப்பட்டனர். பாலஸ்தீன எல்லை நாடுகளான லெபனானிலும், ஜோர்டானிலும், எகிப்திலும் இன்றும் முகாம் வாழ்க்கை வாழ்ந்து வரும் அவலம் நீடித்து வருகிறது. ஏறத்தாழ 530 பாலஸ்தீன நகரங்களும், கிராமங்களும் முற்றாகத் தீக்கிரையாக்கப்பட்டு, 100 க்கும் மேற்பட்ட வெளி உலகின் கண்களுக்குத் தெரியாத 'படுகொலைகள்' (Massacres) நிகழ்த்தப்பட்டு அதன் விளைவாக பேரழிவுக்கு ஆளான சமூகத்தின் பெருங்குரல்கள் இந்த நூலில் 'வாய்மொழி ஆவணங்களாகப்' (Oral Documents) பதிவு செய்யப்பட்டுள்ளன.

பேரழிவைக் கண்டும், அதனால் பேராபத்துகளை சந்தித்தும் தப்பிவந்து, வாழ்விழந்த அகதிகளாய் பல்வேறு முகாம்களில் உயிர் வாழ்ந்து வரும் மக்களின் குரல்கள், அதிகார வர்க்கத்தால் எழுதப்பெற்ற உண்மைக்குப் புறம்பான 'வரலாற்று ஆவணங்களின்' போலித் தன்மையை தோலுரிக்கின்றன. அகத்தூய்மை நிறைந்த வாய்மையால் வெளிப்படும் இக்குரல்களை ஆவணப்படுத்தும் முயற்சியில் இறங்கி, அதில் வெற்றியும் பெற்ற நிகழ்வுகள் இந்நூலில் உயிர்த் துடிப்பான வரலாறாக மிளிர்கின்றன.

ஆவணப்படுத்த வேண்டிய அவசியம் பற்றி இந்த நூல் உருவாக்கத்தில் ஈடுபட்ட அனைவரும் எழுதியும் பேசியும் வருகின்றனர். காரணம் இந்த 'நக்பா' என்னும் பேரழிவு நிற்காமல் தொடர்கின்ற ஒன்று என அவர்கள் அவதானிக்கிறார்கள். அந்த நிதர்சன உண்மையின் நிரந்தர சாட்சியாகவே இன்று நம்முன் நிகழ்கின்ற இஸ்ரேல்– பாலஸ்தீன போர் விளங்குகிறது.

எட்டு மாதங்களாக நடைபெற்று வரும் இம்மோதலில் இரு தரப்பிலும் ஆயிரக்கணக்கான ஆண்கள், பெண்கள் மற்றும் எப்பாவமும் அறியா பிஞ்சு மழலைகள் செத்து மடிகின்ற காட்சி, கல்மனம் கொண்டோரையும் கரையச் செய்யும்.

என்று தணியும் இந்தக் கொடுங்குருதித் தாகம்!?

இந்நூலின் ஆக்கத்தில் பங்காற்றிய ஆய்வறிஞர் பெருமக்களுள் பெரும்பான்மையோர் பெண்கள் என்பது குறிப்பிடத்தக்கது. குறிப்பாக இந்நூலின் அர்ப்பணிப்புக்கு உரிய தகுதி பெற்ற 'ரோஸ்மேரி செய்க்' பிறப்பால் பிரிட்டன் நாட்டைச் சேர்ந்தவர். பத்திரிகையாளர். பாலஸ்தீன அரபுக் குடும்பத்தில் வாழ்க்கைப்பட்டு, கடினமான அரபு மொழி பயில்வதில் ஓரளவு வெற்றியும் பெற்றவர். பாலஸ்தீன மக்களின் பண்பாடுகளைக் கற்றும், கேட்டும் அறிந்து, முகாம் வாழ் மக்களின் நம்பிக்கைக்கும், தங்கள் குடும்பத்தவர் என்னும் அன்புக்கும் பாத்திரமாகி அதன் மூலம் அம்மக்களிடம் இருந்து அரிய தகவல்களை வெளிக் கொண்டு வந்தவர். மானுடக் கொடுமைகளை, இருளில் புதைந்த உண்மைகளை 'வாய்மொழி ஆவணங்களாகத்' திரட்டி அவற்றை தவிர்க்க இயலாத வரலாற்று உண்மைகளாக ஆக்குவதில் தன்னை அர்ப்பணித்துக் கொண்டவர் என்பது இங்கு குறிப்பிடத்தக்கது. புகழ் மிகு பல்கலைக்கழகங்களில் வரலாறு, மானிட இயல், மொழியியல் மற்றும் இனவரைவியல் (Ethnography) துறைகளில் ஆய்வுகளை மேற்கொண்டும், அரிய ஆவணப் படைப்புகளை வழங்கியும் தொடர்ந்து அரும்பணி ஆற்றிய, ஆற்றி வருகின்ற அறிஞர் பெருமக்களின் அரும் முயற்சியில் வெளிவந்துள்ள ஆங்கில வழி நூலை தமிழில் மொழிபெயர்க்கும் வாய்ப்பு கிட்டியமை குறித்து நான் பெரிதும் மகிழ்கிறேன். இறும்பூது எய்துகிறேன்.

மொழிபெயர்ப்பு வேலை முடிந்ததும், அவ்வப்போது பிரதியை மும்முறை படித்தும், சரிபார்த்தும் மெய்ப்பு முழுமை அடைவதில் உடன் நின்று உதவிய என் உற்ற துணைவியார 'கமலா'வுக்கு என் நன்றி! எஞ்சி நிற்கும் குறைகளுக்கு நானே பொறுப்பு!

இவ்வாய்ப்பை அளித்த 'எதிர் வெளியீடு' தோழர். அனுஷுக்கும், மெருகு குறையாத அழகுடன் அச்சிட்டு வெளிக் கொணர்வதில் பங்காற்றிய அனைவர்க்கும் மனமார்ந்த நன்றி!

தோழமை மிகு,

நா.வீரபாண்டியன்

பட்டுக்கோட்டை

05-06-2024.

பொருளடக்கம்

படங்களின் பட்டியல் — 15
பாலஸ்தீன நில வரைபடம் — 16
நன்றி — 17
மொழிபெயர்ப்பு, ஒலிபெயர்ப்பு மீதான குறிப்பு — 22
முன்னுரை–மஹ்மூத் ஷெய்டன் — 25
அறிமுகம்: நடந்துகொண்டிருந்தவை – டயானா ஆலன் — 35

பகுதி 1
1948க்கு முந்தைய பாலஸ்தீன வாழ்க்கை

1. பாலஸ்தீனத்தில் கிராம வாழ்க்கை — 75
   இராச்சேல் டேவிஸ்
2. பெரும் நிகழ்வுகளும் குறு நிகழ்வுகளும்: 1930களில் பாலஸ்தீன மாநகர வாழ்க்கை — 104
   ஷெரீன் செய்க்கலி
3. 1948க்கு முந்தைய பாலஸ்தீனத்தை விவரிப்பதில் விளிம்பும், மையமும் — 135
   அமீரா சில்மி
4. அதிகாரப்பூர்வ நினைவு: நிக்கோலா ஜியாதே மற்றும் அனீஸ் செய்க்கின் 1948க்கு முந்தைய நினைவுகளில் பாலஸ்தீனிய பள்ளிப் படிப்பு — 171
   தியாலா ஹம்ஸா

பகுதி 2
பிரிட்டிஷ் ஆட்சி அதிகாரமும் பாலஸ்தீனிய, அரேபிய எதிர்ப்பும்

5. பிரிட்டிஷ் ஆட்சியின் கீழ் பாலஸ்தீனிய காவல்துறைப் பணியின் முன்முயற்சிகளும், பதட்டங்களும் — 201
   அலெக்ஸ் விண்டர்

6.	மாபெரும் அரபுப் புரட்சியைக் கதைப்படுத்துதல்: 1936–39 காலத்திய எதிர்ப்பு பற்றிய கதையாடல்கள் *ஜேக்கப் நோரிஸ்*	235
7.	எதிர்ப்புக் கீதங்கள் *டெட் ஸ்வீடன்பர்க்*	267

பகுதி 3
போரும் இன அழித்தொழிப்பும்

8.	நக்பாவின் வேர்கள் *சல்மான் அபு சிட்டா*	305
9.	நான்கு கிராமங்கள், நான்கு கதைகள்: அல் - ஜலீலில் இன அழித்தொழிப்புப் படுகொலைகள் *சாலே அப்துல் ஜாவத்*	340
10.	போரினை நினைவு கூர்தல் *லெய்லா பார்சன்ஸ்*	385

பகுதி 4
தப்பியோடுதலும் நாடுகடத்தலும்

11.	லிட்டா (Lydda) உடைமைப் பறிப்பு *லீனா ஜெய்யூசி*	425
12.	மனதின் வடுக்கள்: அதிர்ச்சி, பாலினம் மற்றும் நக்பாவின் எதிர் – நினைவுகள் *ரூபா சாலிஹ்*	459
13.	உற்றுக் கேட்டலின் அரசியல் *சிந்தியா க்ரீச்செட்டி*	494
பின்னுரை: பாலஸ்தீனிய ஆய்வுகளில் வாய்மொழி வரலாறு *ரோஸ்மேரி செய்க்*		521
பங்களித்தோரும் மொழிபெயர்ப்பாளர்களும்		535
குறிப்புகள்		540

படங்களின் பட்டியல்

1. நேர்காணல் தருபவர்களின் பூர்வீகக் கிராமங்களையும், நகரங்களையும் காட்டுகின்ற, பாலஸ்தீனத்தின் 1940களின் ஒருங்கிணைந்த நில அளவை வரைபடங்கள் — 16
2. பாலஸ்தீனம், மடி இஸ்ஸா, அல் – பஸ்ஸா — 34
3. சுமார் 1920இல் பாலஸ்தீனம், யாஃபாவில் பிஃபி கோரியும் அவரது சகோதரியும் — 72
4. சுமார் 1945இல் பாலஸ்தீனம், ரனானா காவல் அலுவலகத்தின் முன் அப்துல்லா ஹுசைன் — 197
5. 1949, பாலஸ்தீனம், கமீல் அஹ்மது பலாவி — 302
6. சேத் ஆட்ரக், ஏப்ரல் 1948இல் 'அக்கா'வில் இருந்து புறப்பாடு — 421
7. சுமார் 1945இல் பாலஸ்தீனம் – ஃபவத் செய்க் நண்பர்களுடன் — 519

நேர்காணல் தருபவர்களின் பூர்வீகக் கிராமங்களையும், நகரங்களையும் காட்டுகின்ற, பாலஸ்தீனத்தின் 1940களின் ஒருங்கிணைந்த நில அளவை வரைபடங்கள்

நன்றி

கட்டாயமான பெரும் நாடு கடத்தல், நவீன மத்தியக் கிழக்கு நாடுகளின் வரலாற்றை விளக்குகிறது. மேலும் அந்த மக்களின் பண்புகளையும், அரசியல் யதார்த்தங்களையும் இன்று அது உருவாக்கி உள்ளது. 2011இல் சிரியாவில் உள்நாட்டுப் போர் துவங்கியதில் இருந்து, 12 மில்லியன் (1.2 கோடிப் பேர் - மொ.ர்) சிரியர்கள், வீடுகளில் இருந்தும், அவர்கள் தங்கள் சமூகங்களில் இருந்தும் வெளியேற்றப்பட்டனர்; அவர்களுள் பாதிப் பேர் இப்போது நாடு கடத்தப்பட்ட அகதிகள். தற்போதைய உலகளாவிய மக்கள் சமூகத்தின் நாடு கடத்தல் குறித்த கற்பனையில், அகதிகளின் உருவகமாக இருப்பது சிரிய நாட்டவர்கள். ஆயினும், இந்த வெகு சமீபத்திய 'நெருக்கடி' இந்தப் பகுதியில் ஒரு நீண்ட, அடுக்கடுக்கான கட்டாய 'நாடு கடத்தல்' வரலாற்றின் ஒரு பகுதியை உருவாக்குகின்றது. இருபதாம் நூற்றாண்டு, மாபெரும் சிரியா முழுவதும், உயிர் பிழைத்தோர் பலரையும் சிதறடித்தது. அது ஆர்மீனியர் படுகொலையுடன் துவங்கியது. 50 ஆண்டுகளுக்கு முன்னர், வடக்கு காக்கஸஸில் சண்டையில் தப்பி ஓடிய சர்க்காசியர்களைப் போல, ஆர்மீனிய அகதிகள், இனச் சிறுபான்மையினராக புதிய அடையாளங்களை ஏற்படுத்திக்கொண்டார்கள். தங்களை வரவேற்ற சமூகங்களுடன் அவர்களால் இரண்டறக் கலக்கவும் முடிந்தது. மத்தியக் கிழக்கில் வெளியேற்றப்பட்ட மற்ற மக்கள் பகுதியினர், அதிர்ஷ்டம் குறைந்தவர்களாக இருந்தனர். கடந்த ஒரு நூற்றாண்டுக்கும் மேல், காலனிய, ஏகாதிபத்தியப் போர்கள், இன அழித்தொழிப்பு மற்றும் நாடு கடத்தல் ஆகியவற்றால் அடைக்கலம் தேடிய குர்துக்கள், ஈராக்கியர்கள் மற்றும் பாலஸ்தீனியர்களுள் பலர், இன்னும் நாடற்றவர்களாக உள்ளனர். தங்களின் இப்போதைய எண்பதாண்டு நாடு கடத்தலில் இருக்கும் பாலஸ்தீனியர்கள், உலகின் மிகப் பழைமையான, மிகப் பெரிய அளவிலான அகதி-மக்கள் தொகுதியுள் ஒரு பகுதியாக இருக்கிறார்கள். 1948இல் இஸ்ரேல் அரசு நிறுவப்பட்ட போது, அவர்களின் துரிதமான மற்றும் கொடூரமான நாடு கடத்தலும், அதைத் தொடர்ந்து நடந்த நீண்ட வெளியேற்றமும் 'பேரழிவாக', அல்-நக்பா எனக்

குறிக்கப்படுகிறது. லெபனானில் உள்ள மூத்த அகதிகள் நினைவு கூர்ந்ததைப் போல, இதுதான் இந்த நூலின் ஆய்படு பொருள்.

நக்பாவின் குரல்கள், பலரால் பல காலங்களாகச் செய்த பணியின் மூலமாக உருவானது. அவர்களது அனுபவங்களை பதிவு செய்வதற்கு எங்களை அனுமதித்த முதியோர்களுக்கு நாங்கள் பெரிதும் கடன் பட்டிருக்கிறோம்: அவர்களுடைய குரல்கள் இந்தத் தொகுப்பின் ஆதாரங்களாகவும், உத்வேகம் தருவனவாகவும் இருக்கின்றன. மஹ்மூத் ஷெய்டனும் நானும் நக்பா 'ஆவணத் தொகுப்பை'த் துவங்கி, லெபனானில் இருந்த முகாம்களில் கதையாடல்களைப் பதிவு செய்யத் தொடங்கியதில் இருந்து, பெரும்பாலும் இருபது ஆண்டுகள் கடந்துவிட்டன. நக்பா ஆவணங்கள், லெபனான் முழுவதும் இருந்த முகாம்களில், பாலஸ்தீனிய ஆராய்ச்சியாளர்களின் குறிப்பிடத்தக்க ஒரு கூட்டினால், உருவாக்கப்பட்டது: இப்ரஹீம் அல்-அலி, அமிரா எல்வான், அஹ்மத் ஃபாவுர், அஹ்மத் க்னீம், சுஹைர் ஹத்தாத், சில்வியா ஹத்தாத், ரமி அபு ஹம்தே, ஜாபர் அபு ஹவாஷ், இனாஸ் அபு சம்ரா, ரானியா அல்-ஹஜ், ஜிகாத் இத்ரீஸ், கதா கத்தவுரா, அமீனா அல்-கதீப், முகம்மது அல்- மஸ்ரி, ஜலால் மர்ஜூக், கலீது மவாத், பஸ்ரா முக்ரபி, ரமீஸ் முகம்மது, நாதிர் முகம்மது, மெய்சூன் முஸ்தஃபா, நவல் முஸ்தஃபா, ரஷா நஜ்தி, அபிர் ஓமர், நுஹா குர்நிஹ், ரிஹாம் ஸ்ரிதே, ஷஃபீக் ஷம்மஸ், அஷ்ரஃப் ஷௌலி மற்றும் சோனியா ரிஃபாய். இந்தத் திட்டச் செயல்முறை *(project)*, நலச் சங்கம், ஃபோர்டு அறக்கட்டளை *(Foundation)* ஆகியோரின் தாராளமான ஆதரவாலும் மற்றும் தனியார் ஆதரவாளர்களின் பங்களிப்புகளாலும் செயல்படுத்தப்பட்டது. இத்தனை ஆண்டுகளாக நக்பா 'ஆவணத் தொகுப்புக்காக' அவர்கள் அளித்த அனைத்து உதவிகளுக்காகவும், மேலும் அவர்களது சொந்தக் குடும்ப ஆவணங்களில் இருந்து இந்த நூலின் முகப்பு அட்டைக்கு அழகான புகைப்படத்தைப் பயன்படுத்திக்கொள்ள எங்களை அனுமதித்ததற்காகவும், மஹ்மூத் ஷெய்டனின் குடும்பத்திற்கு நான் நன்றி சொல்ல விரும்புகிறேன்.

நக்பா ஆவணங்களும், இந்த நூலும் சக ஊழியர்கள் பலரிடமிருந்தும் நண்பர்களிடமிருந்தும் நேரடியான மற்றும் மறைமுகமான வழிகளில் வந்த ஆதரவாலும் கூடப் பயன் பெற்றது. காவ்காப் ஜெபரோ *(Kaoukab Chebaro)*, ஹனா சுலைமான் *(Hana Suleiman)* மற்றும் ரமி கோரி *(Rami Khouri)* ஆகியோர், நீண்ட காலமாகவே நக்பா ஆவணத் தொகுப்பின் ஆதரவாளர்களாக

இருந்து வருகின்றனர். மேலும் தற்போது இந்தத் தொகுப்புக்கு இடமளித்திருக்கும் பெய்ரூட் அமெரிக்கப் பல்கலைக் கழகத்தில் (*AUB*), பாலஸ்தீனிய வாய்மொழி வரலாற்று ஆவணக் காப்பகத்தை (*POHA-Palestine Oral History Archives*) நிறுவிட உதவி செய்தனர். '*POHA*' வில், மோனா அஸ்ஸி, சாரா ஸ்வெய்டன், ஹனா ஹைதர் மற்றும் நூரன் ஷெஹாப் ஆகியோர் இந்த நூலுக்கான உட்பொருளின் மூல ஆதாரங்களைத் திரட்டுவதில் விலைமதிப்பற்ற ஆதரவைத் தந்துள்ளனர். ரயான் எல்-அமின், சல்மான் அபு சிட்டா, டான் ஜெட்டி, மோட்டஸ் டஜானி, பெஷாரா தவுமனி, முனீர் ஃபாஷே, வெர்னா பெர்கர் க்ளக், எலெய்ன் ஹகோபியன், நாடியா மற்றும் நூஹத் ஹமாத், சுமயா அல்-ஹஜ், சாரி ஹனாஃபி, காலஞ்சென்ற பார்பரா ஹரேல்-பாண்ட், பெயன் நுவேஹெத் அல்-ஹவுத், கோலவுத் ஹுசைன், ஆன் லெஷ், சரீன் கரஜெரியன், ஹிஜம் கயெத், ரிபெக்கா முர்ரே, கர்மா நபுல்சி, மறைந்த ரோஜர் ஓவன், இலான் பாப்பே, லெய்லா பார்சன்ஸ், எம்மா பிளேஃபேர், மெஸ்னா கட்டோ, ஹிலாரி ராண்டிசி, யூஜின் ரோகன், சாரா ராய், அரீஜ் சபாக், அஹ்மத் சாதி, யாஸ்மின் ஈத்-சபாக், சாண்ட்ரா எல்-சலே, முஸேத் எல்-சலே, ரூபா சாலிஹ், யெஸித் செய்க், ஹலா சயெக், நாடியா ஸ்பெய்ட்டி, பஸேம் செர்ஹான், அவி ஷ்லெய்ம், ஜாபர் சுலைமான், மேஸ்ஸுன் சவுக்கரியே, சமியா தபாரி, சலீம் தமாரி, மறைந்த அடெல் யஹ்யா, லெய்லா ஸக்கரியா மற்றும் சவுஹத் ஸெண்டா ஆகிய அனைவருக்கும் அவர்களுடைய ஆதரவுக்காக நான் நன்றி சொல்ல விரும்புகிறேன்.

இந்த நூலை, அதன் பல்வேறு சிக்கல் நிறைந்த அம்சங்களுடன் கொண்டு வருவதைச் சாத்தியமாக்கிய, கல்வியாளர்கள் மற்றும் ஆசிரியர் குழுவின் உதவியாளர்கள் கொண்ட ஒரு சிறப்பான குழுவின் கடின உழைப்பிற்கு நன்றி. நேர்காணல்களில் பங்களித்தவர்களுக்கு இருந்த, அவர்களது உளமார்ந்த ஈடுபாட்டிற்கும், ஆழ்ந்த கவனத்துடன் ஆய்வு செய்யப்பட்டு, இதுபோன்ற தெளிவான அத்தியாயங்களை எழுதியதற்காகவும் இந்தக் குழுவிற்கும் நான் நன்றி சொல்லுகிறேன். ஃபாரா அட்டுய், ஒரு வியக்கத்தக்க ஆராய்ச்சி உதவியாளர், அவர் மொழிபெயர்ப்புகளை மறுஆய்வு செய்யவும், எழுதியவற்றைப் பல்வேறு வழிகளில் முறைப்படுத்தவும் உதவி செய்தார். ஜெஸ்ஸிகா ஹாலோஸ், தான் சிறப்பாகக் குறிப்பிடப்படுவதை விரும்பவில்லை என்ற போதிலும், இந்த நூலுக்கு அவரது பங்களிப்பு முக்கியமான ஒன்றாக இருக்கிறது: தனித்த கட்டுரைகள்

மீதான ஆழ்ந்த பார்வையும் அவரது விளக்கங்களும், மேலும் அவரது அசாதாரண இதழாசிரியத் திறமைகள் ஆகிய இரண்டின் மூலமாகவும் அது எண்ணற்ற வகையில் பயன் அடைந்துள்ளது. இந்தத் தொகுப்பிலுள்ள நேர்காணல்களுள் பலவற்றையும் மொழிபெயர்ப்பு செய்த ஹோடா அத்ராவும் கூட, இந்த வெளியீட்டிற்கு, ஒரு முக்கியப் பங்காற்றி இருக்கிறார். ஒரு மொழிபெயர்ப்பாளராக, அவரது கணிசமான திறமைகள், பாலஸ்தீன வட்டார வழக்கு மொழியை- மற்றும் அதன் தனித்தன்மை வாய்ந்த பேச்சு, சிந்தனை மற்றும் மனக்கிளர்ச்சிக்கு இடையேயான ஒருங்கிணைந்த உணர்வு லயங்களை- விளக்கமாகவும், இன்றியமையாத ஒன்றாகவும் ஆங்கிலத்தில் வழங்க உதவி செய்தன. ரய்யா பட்ரன், சுஹைலா நாஸர், தஹானி நாஸர், சல்மா மித்தாதி மற்றும் லிண்ட்சே மன்ஃபோர்டு ஆகியோரும் கூட, மொழிபெயர்ப்பிலும், படியெடுப்பதிலும் மதிப்பற்ற உதவியை அளித்தார்கள். பதிவுகளின் மொழிபெயர்ப்புகள் மீதான, 'சிந்தியா க்ரீச்சட்டி'யின் இறுதி விமர்சன ரீதியான ஆய்வும், அவரது கவனம் நிறைந்த உற்றுக்கேட்டலும் வேறுவகையில் இழக்கக் கூடிய நுணுக்கங்களையும், வேறுபாடுகளையும் இங்கே ஈர்த்துள்ளன. 'புளூட்டோ புக்ஸ்' *(Pluto Books)* ஐச் சேர்ந்த 'டேவிட் சூல்மென்' னுக்கு, நக்பா ஆவணம் குறித்த நூலில் பணிபுரிவதற்கு முதலில் என்னை அழைத்ததற்காகவும், மேலும் அதன் சிறிது சிறிதான வளர்ச்சியின் ஒவ்வொரு கட்டத்திலும் அவரது பொறுமை மற்றும் ஊக்கத்திற்காகவும் நன்றி தெரிவிக்கிறேன். அதனுடன் 'தெரேசே வாஸ்ஸிலி சாபா'வுக்கு, அவரது கவனம் நிறைந்த இதழாசிரியத் திறமை மிக்க உதவிக்காகவும் நான் நன்றி தெரிவிக்க விரும்புகிறேன். இந்த ஆராய்ச்சியையும், மொழி பெயர்ப்பையும் சாத்தியம் ஆக்கியதற்காக, 'கியூபெக் சமூக மற்றும் கலாச்சார ஆராய்ச்சி நிதி' அத்துடன் 'சமூக விஞ்ஞானங்கள் மற்றும் மனித நேயங்கள் குறித்த ஆராய்ச்சிக் குழு மற்றும் கனடா'வில் இருந்து வந்த மானியங்களுக்கும் நன்றி. அவர்களுடைய பங்களிப்புகளை, நன்றியுடன் ஏற்றுக் கொள்கிறோம்.

எனது குடும்பமும் சிறப்பான நன்றிக்கு உரியதாகிறது. எனது கணவர், 'கர்டிஸ் ப்ரவுன்', நக்பா ஆவணத்தையும், அதிலிருந்து வளர்ச்சி அடைந்த அனைத்தையும் பெரும்பாலும் கடந்த இருபது ஆண்டுகளாக ஆதரித்து வந்தார். அவர் பல உரைநடைகளின் நகல்களைப் பொறுமையுடன் படித்தார். மேலும் அவருடைய அறிவு மற்றும் பொருள் அடிப்படையிலான ஆதரவைத் தருவதில்

தாராளமாக இருந்து வந்தார். எனது புதல்விகள் லெய்லாவும், ஃப்ரேயாவும் நக்பா குறித்த, என்றும் முடிவுக்கு வராதது போல் தோன்றிய, எனது பணி மீதான சோர்வை வெளிப்படுத்தினர். அதே வேளையில், அவர்கள் பெரும்பாலும் ஊக்கப்படுத்தக் கூடிய உதவியாளர்களாகவும், மகிழ்ச்சிக்கும் உற்சாகத்திற்கும் ஓர் ஆதாரமாகவும் விளங்கினர்.

அத்துடன் ஒரு மதிப்பு மிக்க வழிகாட்டியும், இந்த நூலின் ஒரு பாகத்திற்குப் பங்களித்தவருமான 'ரோஸ்மேரி செய்க்'கிற்கு நான் நன்றி சொல்ல வேண்டியிருக்கிறது. அவர், லெபனானில் இருக்கும் 'சாதாரண' பாலஸ்தீனியர்களின்-அகதிகள், நகர மற்றும் கிராமப்புற ஏழைகள், மேலும் மிகமிக முக்கியமாகப் பெண்கள் ஆகியோரின் வரலாறுகளைப் பதிவு செய்வதில் பெற்ற அவர்களுடைய அனுபவங்கள், அதிகாரப்பூர்வ வரலாறுகளில் பதிவு செய்யப்படவில்லை. அவற்றின் முக்கியத்துவத்தை அங்கீகரித்த முதல் கல்வியாளர்களுள் ஒருவர். 'செய்க்', பாலஸ்தீனிய வாய்மொழி வரலாற்றின் துருவ நட்சத்திரம்; அவரது அறிவுத்திறன், அரை நூற்றாண்டுக்கும் மேலாக இந்த ஆய்வுக் களத்திற்கு ஒளியூட்டியதோடு, வழிகாட்டவும் செய்தது. மேலும் அது விவரிக்கின்ற வாழ்க்கைகளை உடைய மக்களுடன் கொண்ட ஓய்வொழிவற்ற, உறுதியான அர்ப்பணிப்பால் தனித்த சிறப்புடன் விளங்குகிறது. ஒரு பெண்ணிய அறிஞராக, பெண்களின் அனுபவங்களையும், பாலஸ்தீனிய வாழ்வைத் தக்க வைத்ததில் அவர்களின் முக்கியப் பணியையும் அங்கீகரிக்கிறார் செய்க். ஆயினும் அவரது பணி, பாலினம் குறித்த கருத்தியல்களையும் பாலஸ்தீனிய வரலாறு பற்றிய- அதை உருவாக்கிய, அதை விவரித்த, அதன் வடிவம் பற்றிய- எங்களது புரிதலையும் உருமாற்றியது. அவரது பெண்ணிய வழிமுறைகள், நக்பா ஆவணத்தின் பணியை முதலில் ஈர்த்த 'உற்றுக் கேட்டல் அரசியலுக்கான' *(Politics of Listening)* முன்மாதிரியை வடிவமைக்கின்றன. அத்துடன் இப்போது நாம் அவருக்கு அர்ப்பணித்திருக்கும் இந்த நூலுக்கு அவற்றை வழங்குகின்றன.

மொழிபெயர்ப்பு, ஒலிபெயர்ப்பு மீதான குறிப்பு

இந்தத் தொகுப்புக்கான, நேர்காணலைப் பாலஸ்தீனிய வட்டார வழக்குச் சொற்களில் இருந்து ஆங்கிலத்திற்கு மொழிபெயர்க்கும் போது, பேச்சுவழக்குச் சொல்லின் முழு ஆழத்தையும் பரிமாணத்தையும் எழுத்தில் எவ்வாறு கொண்டு வருவது என்பது பற்றிய முக்கியமான கேள்விகள் எழுந்தன. எங்களது நோக்கம், பாலஸ்தீனிய முதியோர்களின் குரல்களை ஆங்கில-மொழி வாசகர்களுக்குக் கேட்கும்படியும், புரிந்துகொள்ளும்படியும் செய்வதாகும். அதேவேளையில், அரேபிய பேச்சு வழக்கில் உள்ள அவற்றின் தோற்றத்தின் தனித்த சொற்றொடர்களின் குறியீடுகளைத் தக்க வைப்பதாகவும் இருக்கிறது. மொழிபெயர்ப்பாளர்கள், உரையாடலின் சொல் லயங்களைப் பாதுகாத்தும், தொகுப்பாசிரியத் தலையீட்டைக் குறைத்தும், வாய்மொழி வெளிப்பாட்டின் தெளிவற்ற இயல்புகளைத் தக்க வைக்கவும் முயன்றனர். முப்புள்ளிகள் (...) நேரக் குறியீட்டு நிறுத்தங்களையும், சொல் அமைதியையும் குறிக்கின்றன. பேட்டி அளிப்பவர்களின மொழியையும், அது விவரிக்கும் உலகையும் தத்ரூபமாகத் தக்க வைக்கும் ஒரு முயற்சியில், நாங்கள் அடிக்கடி, குறிப்புகளிலும், அருஞ்சொல் அகராதியிலும் விளக்கப்பட்டிருக்கின்ற அரேபிய ஒலிபெயர்ப்புகளைத் தக்க வைத்திருக்கிறோம். இந்தச் சொற்கள், பாலஸ்தீனிய வட்டார வழக்கு மொழியில், அவர்களது குரல் ஒலிகளைத் தெளிவாக ஆங்கில-மொழி வாசகர்கள் உணர்வதற்கேற்ப, சொல்லப்பட்டு இருக்கின்றன. இவ்வாறு *Ta' marbuta* என்பது *'eh'* என ஒலிபெயர்க்கப் பட்டிருக்கிறது; நெடில் உயிரெழுத்துகள், *waw* மற்றும் *ya'* ஆகியவை முறையே *'ou'* என்றும் *'ee'* என்றும் கொடுக்கப்பட்டுள்ளன.

சிறப்புப் பெயர்களின் ஒலிபெயர்ப்புகள், சில விதிவிலக்குகள் உடன், *'International Journal of Middle East Studies'* (IJMES) இன் எளிமைப்படுத்தப்பட்ட முறையைப் பயன்படுத்துகின்றன. ஒலிபேதக் குறியீடுகள், எழுத்துகள் *Ayn* (') மற்றும் *hamza* (') ஆகிய எழுத்துகளை மட்டும், அரேபியச் சொல் அழுத்தத்தை (*shadda*) குறிக்கும் வகையில் இரட்டை மெய்யெழுத்துகளுடன்

பயன்படுத்தப்படுகின்றன. *IJMES* விதியுடன் வேறுபடுகின்ற எழுத்துக் கூட்டுருக்கள் (*spellings*), படிப்பதை எளிமைப் படுத்துவதற்காகவும் (எடுத்துக்காட்டாக, *Bayrut* என்பதற்கு மாறாக *Beirut* எனவும்) மேலும் ஒரு நபரின் சுய விருப்பப்படி (எடுத்துக்காட்டாக, *Mahmoud* என்பது *Mahmud* க்குப் பதிலாகவும்) அவை வருகின்றன. நன்கு புரிந்துகொள்வதற்காக, அமைப்புகள் மற்றும் நிறுவனங்களின் பெயர்கள், அடைப்புக் குறிகளுக்குள் மொழி பெயர்க்கப்பட்டு உள்ளன. நேர்காணல் தருபவர்கள், பெரும்பாலும் '*ingleez*' என்ற பெயரடையை (*adjective*) ஆட்சி அதிகாரக் கட்டளைக் காலத்தில், அவர்களுடைய அந்நிய ஆக்கிரமிப்பாளர்களைக் குறிக்கப் பயன்படுத்தும் அதே வேளையில், தெளிவாகவும், இசைவாகவும் இருக்க வேண்டும் என்ற ஆர்வத்தில், நூல் முழுவதும் '*British*' என நாங்கள் பயன்படுத்தி இருக்கிறோம். பாலஸ்தீனிய கிராமங்கள் மற்றும் இடங்களின் பெயர்களுக்கு, 1948இல் அழிக்கப்பட்ட அல்லது மக்கள்தொகை இல்லாது செய்யப்பட்ட பாலஸ்தீனிய கிராமங்கள் மீது அதிகாரப் பூர்வமான ஆதாரக் குறிப்பாகத் தொடரும் பாலஸ்தீன ஆய்வுகளுக்கான நிறுவனம் (*Institute for Palestine Studies*) மற்றும் வாலித் கலிதியின் *All that Remains (1992)* ஆகியவற்றால் ஏற்றுக்கொள்ளப்பட்ட எழுத்துக் கூட்டுருக்களையே (*spellings*) நாங்கள் பின்பற்றி இருக்கிறோம். பாலஸ்தீனிய மற்றும் அரேபிய மாநகரங்கள் மற்றும் பிரதேசங்களைப் பொறுத்தவரை, பேசுபவர்களுக்குப் பயன்படும் வகையில், நேர்காணல்கள் முழுவதிலும், ஆங்கிலப் புறப்பெயர்களுக்கு (*exonyms*) மேல், அரேபிய இடப்பெயர்களுக்கே (*toponyms*) நாங்கள் முன்னுரிமை தந்திருக்கிறோம் (எடுத்துக் காட்டு: 'ஏக்கர்'க்குப் பதில் அக்கா, ஜெருசலேமுக்குப் பதில் அல்-குட்ஸ், நாசரேத்துக்குப் பதில் அல்-நசீரா, கலிலீக்குப் பதில் அல்-ஜலீல், டயருக்குப் பதில் சூர்). இந்தப் பல்பொருள் பெயரடைகளைப் (*multivocal*) பயன்படுத்தும் பணியில் தனிப்பட்ட பங்களிப்பாளர்களின் விருப்பங்களுக்கு ஏற்ப, ஆங்கிலப் புறப்பெயர்கள், கட்டுரைகளில் இடம் பெற்றிருக்கின்றன.

இந்த அக்கறைகள், குரல் மற்றும் வாய்மொழிச் செயல்பாட்டை உரைநடையில் கொண்டு வருவதில் உள்ள சவால்களில் சிலவற்றை பிரதிநிதித்துவப் படுத்துகின்றன. இந்த ஆசிரியர் குழுவின் முடிவுகளில், ஊடகச் சூழல் முக்கியமானதாக இருக்கிறது: எடுத்துக்காட்டாக, நக்பா ஆவண வலைதளத்தில், இந்த அதே நேர்காணல்களின் துணைத் தலைப்பிடுதல், பொதுவாக தயக்கம்,

கூறியவை கூறல் மற்றும் மறு வாசிப்பு ஆகியவற்றை இங்கே சேர்ப்பதற்கு நாங்கள் தேர்ந்தெடுத்ததை விடவும் அதிகமாக அது இணைத்துக்கொள்கிறது. இது போன்ற கேள்விகள் இந்த நூல் தலைப்பின் மையப் பொருளாக இருப்பதை வாசகர்கள் மனத்தில் கொள்ளவேண்டும்.

முன்னுரை

அகதி ஆவணங்களும் நக்பா ஆவணமும்

மஹ்மூத் ஷெய்டன்

வரலாற்றுடனான எனது தொடர்பு, கன்னாநைட்ஸில் இருந்து ஆட்டோமன் வரையிலான பகுதியின் மக்களைப் பற்றி நான் துவக்கப் பள்ளியில் கற்றதில் இருந்து துவங்கியது. கடந்த சமீப காலமாக, அதிலும் குறிப்பாகப் பாலஸ்தீனத்தில், நாங்கள் அதை வரலாறாக மட்டுமின்றி, இன்னும் சற்று அதிகமாகத் தற்போது முக்கியமான எழுச்சியூட்டும் கதைகளாகவும், நேரடி நிகழ்வுகளாகவும் பார்த்தோம். இந்தக் கதைகள் ஒன்று எங்களுடைய பெற்றோர்கள் மற்றும் தாத்தா பாட்டிகள் வழியாகவோ அல்லது எங்களின் நேரடி அனுபவங்கள் மற்றும் விவரிப்புகளில் இருந்து பாரம்பரியமாகவோ தொடர்ந்து வந்தவை.

ஒரு அகதிகள் குடும்பத்திற்குள், தெற்கு லெபனானில், அய்ன் அல்-ஹில்வே முகாமில் நான் பிறந்தேன். சியோனிசக் கும்பல்களால் சுமார் 80 பேர்களை இறக்குமாறு நடத்தப்பட்ட ஒரு படுகொலையைத் தொடர்ந்து, எனது மூத்த சகோதரனுக்கு இரண்டு வயதான போது, அவர்கள் சஃப்சாஃபிலிருந்து *(Safsaf)* பலவந்தமாக வெளியேற்றப் பட்டனர். அவர்களுள் பலரும் நிராயுதபாணியான விவசாயிகள். சஃப்சாஃபிலும், அதற்கு முன்னதாக டெய்ர் யாசினிலும் *(Dayr Yasin)* நடந்த அட்டூழியங்களைக் கேள்வியுற்ற பக்கத்துக் கிராமங்களில் வசித்தவர்களுடன் சேர்ந்து, எஞ்சி இருந்த மக்களும் அந்தக் கிராமத்திலிருந்து தப்பி ஓடினர்.

வரலாற்று நூல்களில் இந்த நிகழ்வுகள் பற்றியோ அல்லது இன்னும் கூட எங்கள் கிராமத்தைப் பற்றியோ நான் என்றும் படித்ததில்லை. அதைப் பற்றி அறிந்தவற்றை எப்படி நான் அறிந்து கொண்டேன் என்பது எனக்குத் தெரியாது. 'அய்ன் அல்-ஹில்வே' யின் வீடுகளைப் பற்றியும், அதன் சந்து பொந்துகளையும், அதன் மக்களையும் நான் அறிந்திருந்ததால், சஃப்சாஃபின் கதைகளையும் எனக்குத் தெரியும். முகாமில் இருந்த மற்ற பலரையும் போலவே இக்கதைகளை உள்ளுணர்வால் உணர்ந்தது போல நான் அறிந்திருக்கிறேன். அக்கதைகள், கடந்த காலத்தையோ அல்லது

கடந்த வரலாற்றையோ சார்ந்தவை எனக் கருத முடியாத அளவுக்கு எங்கள் தற்போதைய தினசரி வாழ்க்கையோடு இரண்டறக் கலந்துள்ளன. எந்த முனைப்போ அல்லது எந்தச் சந்தர்ப்பமோ இன்றி இயற்கையிலேயே அவைகள் தங்களைத் தாங்களே வழங்குகின்றன. ஒரு கேள்வியிலிருந்தோ அல்லது அனுமதி கோரியோ அவை வந்ததில்லை.

இந்தக் கதைகள், முகாமின் கூடாரங்களை அதிரச் செய்கின்றன. கடும் மழையாய்ப் பாய்ந்தோடுகின்றன. பிந்தைய ஆண்டுகளில், உணவின் நறுமணம் பரவுவதைப் போல, பக்கத்து வீட்டாரை, உறவுகளை மற்றும் வழிப்போக்கர்களைக் கவர்ந்த வண்ணம் அவை தகர வீடுகளுக்கிடையே முடிவின்றி அலைகின்றன. பெற்றோர்களையும், பக்கத்து வீட்டார்களையும், உறவினர்களையும், நேசிக்கக் கூடியவர்களையும் ஒன்றிணைக்கும் பல்வேறு சந்தர்ப்பங்களில், ஒரு வீட்டிலிருந்து இன்னொரு வீட்டுக்கு வளைந்து நெளிந்து செல்லும் சந்துகள் வழியே அவை கடந்துபோயின. தகர வீடுகளிலிருந்து நெருக்கமான கான்கிரீட் குடியிருப்புகள் மீது காலம் காலமாக அவை எதிரொலித்தன.

எங்கள் பக்கத்து வீட்டு ஹாசன் ஸக்மத் *(Hasan Zaghmut)* ஆறு வயதில் ஓர் அனாதையானது எப்படி என்பதை நான் அறிந்தேன். சஃப்சாஃபிலிருந்து *(Safsaaf)* தப்பி ஓடும்போது எவ்வாறு அவரது தந்தையின் தோள்களிலிருந்து தட்டிப் பறிக்கப்பட்டார் என்பதும் பிறகு அவரது தந்தை இறக்கும்படி சுடப்பட்டதை அவர் பார்த்துக் கொண்டிருந்தார் என்பதும் எனக்குத் தெரியும். ஊனமுற்ற எங்கள் பக்கத்து வீட்டு 'அபு கமீல் யூனிஸ்கான்'இன் வலது கரம் எப்போதும் ஏன் அவரது மார்பிலிருந்து விலகி நீட்டியவாறே இருக்கிறது என நான் அறிந்தேன். அவர் அந்தக் கிராம ஆலையில் இருந்து திரும்பிக்கொண்டிருந்த போது, சியோனிசச் சிப்பாய்களை எதிர்கொண்டார், அவர்கள், (சியோனிஸ்டுகளிடம் முன்னரே வீழ்ந்துவிட்ட அருகிலிருந்த கிராமங்களிலிருந்து சஃப்சாஃபுக்குத் தப்பி ஓடிவந்த சிலரையும் சேர்த்து) உறவினர்கள் மற்றும் பக்கத்து வீட்டார்கள் என வேறு நாற்பது பேர்களையும் அவரையும் ஒரு சுவருக்கு எதிராக நிற்க வைத்து அனைவரையும் சுட்டனர். அபு கமீல் கையில் அடிபட்டார், உயிரோடு எஞ்சியுள்ள அனைவரையும் கொன்றுவிட வேண்டும் என்று ஹீப்ரு மொழியில் அவர்கள் முணுமுணுத்ததை அவர் புரிந்துகொண்டார். சிப்பாய்கள் முணுமுணுத்ததை அவர் கேட்டபோது, இறந்ததாக நடித்து, இரண்டாம் சுற்றுக் கொலையிலிருந்து உயிர் தப்பினார்.

சிப்பாய்கள் சென்ற பின் அவர்களால் பலியானோரைப் புதைக்க வேண்டி கிராமத்தார் அங்கு வரும்வரை அவர் காத்திருந்தார். எங்கள் பக்கத்து வீட்டுக்காரர் ஜமீல், ஏன் தனது உடன் பிறந்தார் பிள்ளைகளை வளர்த்து வருகிறார் என்பதும் எனக்குத் தெரியும்; அவருடைய மூத்த சகோதரர் இதே படுகொலைச் சம்பவத்தில் கொல்லப்பட்டார்.

அந்தக் கதைகள், வீரதீரத்தையும், தோல்வியையும் பற்றிய விளக்கக் கதைகள். சொந்த நாட்டைப் பற்றிய இரங்கல் பாக்கள். நாடு கடத்தல் பற்றிய சோக கீதங்கள். கடந்த காலத்தையும் நிகழ்காலத்தையும் மற்றும் மகிழ்ச்சியையும் கசப்பையும் வேறுபடுத்திக் காட்டக்கூடிய நையாண்டிக் கதைகள் எனப் பல்வேறு வடிவங்களைக் கொண்டவை. இழப்பாலும், அவமானத்தாலும், மேலும் அமைதியிழந்தும் இறந்தவர்களை நினைவூட்டும் பேய்க் கதைகளும் அவற்றின் ஒரு பகுதியாக இருந்தன. முகாமின் இருளடர்ந்த சந்துகளில் இரவு உணவுக்குப் பின்னர் நான் நடந்தேன். நான் பிறப்பதற்கு நீண்ட காலத்திற்கு முன்னால் அப்போது சஃப்சாஃபில் எங்கள் வீட்டில் என் தந்தை உறங்கிக் கொண்டிருந்த போது எனது தந்தையை அச்சுறுத்திய ஒரு பேய் பற்றிய பயத்தில் நான் நடுங்கினேன். எங்கள் வீட்டுத் தோட்டத்தில் புதைக்கப்பட்ட ஒரு சமயப் பற்றாளரின் புதை குழியில் எனது தந்தை எடுத்ததில் இருந்து ஒரு பங்கை அதற்குத் திருப்பித் தர வேண்டும் எனக் கேட்டு அவரைப் பிடித்து மூர்க்கத்தனமாக அது உலுக்கியது.

குளிர்கால இரவுகளில், கணப்பு அடுப்பைச் சுற்றிலும் நெருக்கமாக அமர்ந்துகொண்டு, எங்கள் மூத்தோர்கள் சொல்வதைக் கேட்டு, நாங்கள் உரத்து நகைப்போம். அவர்களை நேசித்த மக்கள் முன்னிலையில் இந்தக் கதைகளைச் சொல்லுவார்கள்; அனைவரும் சிரிப்பார்கள். எங்கள் பக்கத்து வீட்டுக்காரர்களாகிய முஸ்தஃபா, கலீல் மற்றும் ஹாசன், கிணற்றடியில் பல்வேறு ஆட்டு மந்தைகள் வந்து கூடும்போது, சக கிராமத்தாரிடமிருந்து ஒரு சிறிய ஆட்டைத் திருடுவதை வழக்கமாகக் கொண்டிருந்தனர். அந்த ஆட்டை வேகமாகக் கொன்று, அது தொலைந்ததை உரிமையாளர்கள் கண்டறிந்து ஆட்சி நிர்வாகப் (Mandate) பொறுப்பு அதிகாரிகளிடம் தகவல் தெரிவிப்பதற்குள் இரவின் மறைவில் அதை வறுத்துவிடுவார்கள். எப்போதெல்லாம் ஓர் ஆடு காணாமல் போனாலும் உடனே அவர்கள் மீது குற்றம் சாட்டப்படும் அளவிற்கு அவர்கள் மீதான மரியாதை இருந்தது.

அவர்களுடைய உல்லாச விருந்துகளுள் ஒன்றுக்கு முன்னால், அந்த ஆட்டைக் கொல்லும் போது கலீல் திரும்பத் திரும்ப ஆட்டுக்குச் சொன்னான்: 'உன் சொந்தக்காரனோடு கூடவே நீயும் ஒழிந்து போ'. அடுத்த நாள் அவன் காலையில் எழுந்த போது, ஆட்டுத்தோலைப் பார்த்தபின், அந்த விலங்கு அவனுடையது என்பதை அடையாளம் கண்டான்; அவனுக்கு எதிராக அவனது இரண்டு தோழர்கள் சதி செய்துவிட்டனர்.

கதைகள், நெருக்கத்திற்கான ஓர் ஊடகமே. எனக்குப் பிடித்தவைகளுள் ஒன்று எனது தந்தையின் ஒரு வகை நகைச்சுவை. அதை 'தலாட்டா' (Dalata) கிராமத்திலிருந்து வந்த அவருடைய நண்பரைக் கிண்டல் செய்வதற்காக, அந்தக் கிராம மக்களின் அப்பாவித்தனத்தைக் கேலி பேசும் வண்ணம் சொல்லுவார். கிராமத்தின் நீர் ஊற்றில் தண்ணீரின் மேற்பரப்பில் பிரதிபலித்த நிலவொளியில் 'தலாட்டா' கிராம மக்கள் பார்த்தார்கள், அது பாலாடைக் கட்டியின் ஒரு துண்டு என நினைத்தார்கள், அதை மீட்டுக் கொண்டு வர, ஒரு பூனையை நீரூற்றுக்குள் தூக்கி எறிந்தனர். எனது தந்தை அவர்களுடைய மொழியில் இந்தக் கதையைத் தொடர்வார் : 'பெண்புலி பூனையே நீ மிதந்து போ! மிதந்து போ! எங்களுக்கு ஒரு துண்டும் உனக்கு ஒரு துண்டும் கொண்டு வா!' பூனை மூழ்கிவிட்டது.

எங்கள் வரலாறு இந்தக் கதைகளாலும், அவற்றை அழகு செய்த முகாமின் நினைவுச் சின்னங்களாலும் திசை மாறியது. இன்னொரு பக்கத்து வீட்டுக்காரர், அபு கலீல், 'நக்பாவுக்கு' முன்னதாக பெய்ரூட்டிற்கும், டமாஸ்கஸுக்கும் அடிக்கடி பலமுறை பயணம் செய்ததைக் காட்டுவதற்கு, எங்களுக்கு அவரது கடவுச் சீட்டைக் காட்டுவார். ஆட்சி அதிகாரக் கட்டளையின் (Mandate) போது, பிரிட்டிஷ் காவல்துறையில் பணிபுரிந்த போது எடுக்கப்பட்ட எங்கள் சித்தப்பா 'சலே'யின் புகைப்படம் சட்டமிடப்பட்டு, முக்கியமானதாக, எளிதில் பார்க்குமாறு வீட்டின் அமர்வுக் கூடத்தில் வைக்கப்பட்டிருந்தது; அது ஒரு கதையின் நடுப்பகுதியில், ஒருவகை வாய்மொழி அடிக் குறிப்பைப் போலச் சுட்டிக் காட்டப்பட்டது. அத்துடன் பல பக்கத்து வீட்டாரும் தத்தம் புகைப்படங்களை 'ஹைஃபா' மற்றும் 'அக்கா'விலும் வெளிக்காட்டினர். மேலும் அவற்றை சேதமடைவதிலிருந்து தடுக்க மிகவும் சிரமம் எடுத்துக்கொண்டனர்.

ஓர் இளம் வாலிபனாக, எனது சொந்த அனுபவங்களை அறிந்து வரத் துவங்கினேன். மேலும் எனது சொந்தக் கதைப்பாடல்களை உருவாக்கினேன். கதைகள் எந்த முனைப்பும் அல்லது உளப்பூர்வ விருப்பமுமின்றியே கூட எனக்கு வந்து சேர்ந்தன. 1982இல் இஸ்ரேலியப் படையெடுப்பில் இருந்தும் குண்டு வீச்சில் இருந்தும் உயிர் தப்பினேன். எனது பெற்றோர்கள் சஃப்சாஃபிலிருந்து அந்த எதிரியால் வெளியே விரட்டப்பட்டதையும், உலகின் ஒரு முனையிலிருந்து மறு முனைக்கு அவர்கள் சிதறடிக்கப்பட்டதையும் என் சொந்தக் கண்களால் பார்த்தேன். எனது குழந்தைப் பருவத்திற்கு முடிவு வந்தது. பின் நாள்களில் நாங்கள் 'அய்ன் அல்-ஹில்வே'யில் இருந்து 'செய்தா' நகருக்கு இடம்பெயரச் செய்யப்பட்டோம். நான் அங்கு பார்த்தவற்றையும், முகாமில் நான் பெற்ற அனுபவங்களையும் எனது சொந்த நாள் குறிப்பேட்டில் பதிவு செய்யத் துவங்கிய போது எனக்குப் பதிமூன்று வயதானது. 1985இல் ஓர் உயர்நிலைப் பள்ளி மாணவனாக, 'கிழக்கு செய்தா'வில் லெபனானியப் படைகளுக்கும், லெபனான் தேசிய இயக்கத்திற்கும் இடையே நடந்த சண்டைகளை நான் கண்டேன். அப்போது நாங்கள் பெய்ரூட்டுக்கு இடம்பெயரச் செய்யப்பட்டோம். இரண்டு ஆண்டுகளுக்குப் பிறகு பல்கலைக்கழகத்தில் எனது படிப்பை நான் தொடர முடியாமல் தடுத்த, பாலஸ்தீனியர்கள் மற்றும் 'அமல்' *(Amal Movement)* இயக்கத்தார்க்கும் இடையே நடந்த 'முகாம்களின் யுத்தத்தில்' (உட்குழுச் சண்டை- மொ-ர்) நான் உயிர் பிழைத்தேன்.

என் நண்பர்களும் நானும் ஒரே மாதிரியான கசப்பான விதியைப் பகிர்ந்துகொண்டோம். மேலும் எங்கள் பெற்றோர்களின் கதைகளிலிருந்து வேறுபட்டதாகத் தோன்றிய கதைகளைக் கொண்ட ஒரு தலைமுறையின் ஒரு பகுதியாக இவற்றை உணரத் தலைப்பட்டோம் : அவை புலம் பெயர்ந்த, பலமுறை இடம் பெயர்ந்த கதைகள், குண்டு வீச்சுகள் மற்றும் கண்ணி வெடிகள் பற்றியவை. ஆள்கடத்தல்கள் மற்றும் சோதனைச் சாவடிகளில் *(check points)* கொல்லுதல் பற்றியவை. சுவர்களை, தெருக்களை மற்றும் சந்துகளை நிரப்பியபடி இருக்கும் தியாகிகளின் படங்களை- அவர்களுள் சிலர் நண்பர்கள்- முகாமின் சுவர்களைக் கறுப்பாக்கிய - எடுத்துக்காட்டாக, 'உடன்பாடு வேண்டாம், பேச்சு வார்த்தைகள் வேண்டாம், சரணடைதல் வேண்டாம்' - என்ற அரசியல் முழக்கங்களை நாங்கள் காணத் துவங்கினோம்; கடந்த காலத்தில் இருந்த ஆர்வம் தேய்ந்தது; எங்கள் சொந்த யதார்த்தம்

மற்றும் அனுபவத்தின் பளுவால் நாங்கள் சுமை ஏற்றப்பட்டோம். எங்கள் பெற்றோர்கள் எப்படி வாழ்ந்தார்கள், நாங்கள் எப்படி வாழ்ந்துகொண்டிருக்கிறோம் என்பதற்கு இடையேயான ஆழமான தொடர்ச்சியை இன்னும் நாங்கள் உணரவில்லை.

எங்கள் தற்காலத்தையும் அவர்களுடைய கடந்த காலத்தையும் இணைப்பதற்கான எங்கள் பெற்றோர்களின் புத்திசாலித்தனமான திட்டம் என்பது கடந்த காலத்தை மிகவும் இனிமையான தாகவும், உணர்வு மயமானதாகவும் ஆக்குவதற்காகவே. எனது பல்கலைக்கழக ஆண்டுகளில், 'நக்பா' தலைமுறையின் மூத்தவர்கள் தேர்ச்சி பெற்றிருந்த கதை சொல்லும் நுட்பத்தில் நான் ஆர்வம் வரப் பெற்றேன். தினசரி செய்தி அறிக்கைகளை எனது தந்தை கவனிப்பார். அப்போது பாலஸ்தீனிய மக்களைக் காக்கத் தவறிய, அவர்களது வெளியேற்றத்தின் மீது பல பத்தாண்டுகளாக மௌனம் சாதிக்கும் அராபிய ஆட்சியாளர்கள் மற்றும் சர்வதேசச் சமூகத்தின் மீது, அவருக்கு வரும் கோபத்தைத் தவறாமல் ஆக்ரோஷமாக வெளிப்படுத்துவார். ஆனால் அவரது கோபாவேசத்தைக் கடந்த கால உணர்வைத் தூண்டும் பாடல்களாய்ப் புனைவார்.

அவரது தலைமுறைக்கு, கதை சொல்வது என்பது வெறும் கருத்துப் பரிமாற்றம் மட்டுமல்ல; வெளிப்படையாகவும், மன இறுக்கத்தைப் போக்கும் ஒன்றாகவும் கூட இருந்தது. அவர்களுடைய குழந்தைகளை நோக்கித் தொடர்ச்சியாகக் கதைகளை மட்டுமே அவர்கள் சொல்வதில்லை. மாறாக அவர்களுடைய இறுக்கத்திலிருந்தும், சுமையில் இருந்தும் தங்களை விடுவித்துக்கொள்ளவும் கூட அவைகளைச் சொன்னார்கள். அதற்குப் பிறகுதான் என் சகோதரனும், நானும் என் தந்தையின் கதைகளை, அவரை நினைவிற்கொள்ள ஒரு வழியாகப் பதிவு செய்யத் தொடங்கினோம். மரணம் விரைவில் அவரைத் தழுவிக் கொண்டது. மேலும் நாங்கள் அவருடைய குரலைச் சில ஒலி நாடாக்களில் பதிவு செய்ய மட்டுமே முடிந்தது.

நான் ஆய்வு செய்யத் தொடங்கினேன். தங்கள் சொந்த கிராமங்களைப் பற்றிய நூல்களை எழுத, காலத்திற்கு எதிராக ஓடிக் கொண்டிருந்த பல அகதிகளின்- முடிக்கப்பட்ட அல்லது சிதிலம் அடைந்திருந்த- கையெழுத்துப் பிரதிகளை நான் படித்தேன். என் சகோதரனும் நானும் 'சஃப்சாஃப்'பைப் பற்றிச் சொந்தமாக ஒன்றை எழுத முயன்றோம். கிராம முதியோர்களைத் தேடிக்

கண்டுபிடித்தோம். மேலும் ஐம்பது ஆண்டுகள் இடைவெளியிலான வாய்மொழி மற்றும் தொடர்புடைய எல்லா ஆவணங்கள் வழியிலான தடயங்களைத் தொகுக்கத் தொடங்கினோம் : ஒருவர் நிலம் மற்றும் கட்டடங்களின் சொத்து ஆவணங்களை வைத்திருந்தார், இன்னொருவர் ஓர் அடையாள அட்டையையோ அல்லது பிறப்புச் சான்றிதழையோ பெற்றிருந்தார், இன்னொருவர் ஒரு பழைய புகைப்படத்தை; பெயர் குறிப்பிடாத யாரோ ஒருவர் அவருடைய பள்ளி வகுப்புப் புத்தகங்களை வைத்திருந்தார், இன்னொருவர் ஒரு வரைபடத்தை அல்லது அவரது கிராமத்திற்கான திட்ட வரைபடத்தை வைத்திருந்தார், மேலும் சமையலறைப் பாத்திரங்களை வைத்திருந்த பலரும் அங்கே இருந்தனர். இந்தப் பொருள்கள் அனைத்தும் பெருங்கதைகள், சிறுகதைகள், பழமொழிகள், துணுக்குகள் மற்றும் சோக கீதங்கள் என ஓர் அரிய திரட்டோடு பிணைக்கப்பட்டிருந்தன.

எனது சித்தப்பா முகமது, சஃப்சாஃபிலிருந்து வந்த தனது சகாக்களுள் இருவரான ஷேக் ஹுசைன் மற்றும் முகமது மெர்ஹி ஆகியோருடன் ஹைஃபாவில் பிரிட்டிஷ் காவல்துறையில் பணியில் இருந்தபோது எடுத்த தனது படத்தை வைத்திருந்தார். அந்தப் புகைப்படம், எப்போதும் ஷேக் ஹுசைனின் சட்டைப் பையை விட்டுப் போனதே இல்லை. அது சுருக்கங்களோடும், தண்ணீரிலிருந்து அதைக் காக்கும் விதமாக உள்ளீடு வெளியே தெரியுமாறு ஒரு பிசினால் ஒட்டப்பட்டும் இருந்தது. ஆனால், வியர்வை உள்ளே கசிந்து அதற்கு ஒரு மஞ்சள் நிற சாயலைத் தந்தது. ஷேக் ஹுசைன் எப்போதும் அதை இரவல் தர மறுக்கிறார். ஆனால், சந்தர்ப்பம் வாய்க்கும் போதெல்லாம் அதைப் பெருமையாக வெளிக்காட்டுவார்.

1951இல் எனது சித்தப்பா குவைத்தில் வேலைக்குச் சென்றபோது, ஒரு நாள்குறிப்பேட்டை வைத்திருந்தார். கிராமத்தைப் பாதுகாத்த போது காயம் அடைந்ததையும், தெற்கு லெபனானில் ‘டயர்’ இல் இருந்த மருத்துவமனைக்குக் கொண்டு செல்லப்பட்டதையும் அவர் விவரித்திருந்தார். குவைத்தில் படுகொலைச் சம்பவத்தில் உயிர் பிழைத்தவர்களை அவர் சந்தித்தார். மேலும் அவர்களது அனுபவங்களையும் கூட எழுதி வைத்தார். அந்த நாள்குறிப்பு சுருக்கமாக இருந்தது. மேலும் அதன் பக்கங்கள் சிதிலமடைந்து விட்டன. ஆனால், ஆராய்ச்சியாளர்கள் மட்டுமே அதை ஆய்வு செய்ய முடியும் என்னும் வகையில் தனித்தன்மை வாய்ந்த ஒரு பதிவாக விளங்குகிறது.

அனுபவங்கள், கதைகள், புகைப்படங்கள், செய்தித் துண்டுகள் *(news clippings)*, கலைப் பொருள்கள் மற்றும் சிறுசிறு பரம்பரைச் சொத்துக்கள் ஆகியவற்றின் எஞ்சியிருந்த பல்வேறு வடிவங்கள், அகதிகளுக்கான வரலாற்று ரீதியான பாலஸ்தீனத்தை உருவாக்கியதுடன், அவைகள் அதைச் சார்ந்தவை என்பதையும் நிரூபித்தன. பெரும் நிகழ்வுகள் குறித்து வரலாறு உயிர்ப்புக் கொள்கிறது. பிறகு மறைந்து போகிறது. நாடு கடத்தப்பட்டு இருந்த அகதிகள் வாழ்வு பற்றிய யதார்த்தங்களைப் பிரதிபலிக்கும் வகையில் அது கலைக்கப்பட்டும், சிதைவுண்டு போயும் இருந்தது. இந்த வரலாற்றைத் தொகுக்கவும், பாதுகாக்கவும், வெளிப்படுத்தவும் துவக்க கால முயற்சிகள், தொழில் மற்றும் தொழில்நுட்ப அடிப்படையிலான வரையறுப்புகளின்படி செய்யப்படவில்லை.

2002இல் ‘டயானா ஆலன்’ஐ, அவர் தனது பெய்ரூட் முகாம்கள் பற்றிய முனைவர் பட்ட ஆய்வைத் துவங்கிய போது நான் சந்தித்தேன். இரு வகையில் எங்களது பாரம்பரியத்தைப் பாதுகாக்கவும், ஆய்வாளர்கள், கல்வியாளர்கள் மற்றும் மனித உரிமைப் பாதுகாவலர்கள் ஆகியோருக்கு ஓர் ஆதாரத்தை அளிக்கவும் விரும்பினோம். முதல் தலைமுறையின் வாய்மொழிச் சாட்சியங்களின் ஓர் ஆவணத்திற்கான தேவை பற்றிய ஒரே கருத்தை நாங்கள் பகிர்ந்துகொண்டோம். ஓர் ஒருமித்த முறைமையைப் பயன்படுத்தி, அந்த ஆவணம் கட்டமைக்கப்பட வேண்டும் என்பதை ஏற்றுக்கொண்டோம். முதலில் நாங்கள் எதிர்கொண்ட சவால், நான் அதற்கு முன்னர் கருத்தில் கொள்ளாத, கேள்விகளை முறைப்படுத்துவதுதான்.

துவக்கத்தில் சாதாரணச் சூழ்நிலையில், அகதிகள் அதிகக் கவனம் இன்றி பேசுவார்கள். இப்போது அவர்கள் அச்சத்தால் எச்சரிக்கை உணர்வுள்ளவராக ஆனார்கள்: ‘நீங்கள் ஏன் கேட்கிறீர்கள்?’, ‘இப்போது ஏன்?’, ‘இந்த விவரங்கள் எல்லாம் எங்கு பயன்படுத்தப்படும்?’. இது போன்ற சவால்கள் மற்றும் சந்தேகங்களின் சங்கிலிகள் நீண்டன. ஒரு நபர், ஐரோப்பாவில் இருக்கின்ற தனது குடும்பத்திற்காக அச்சப்பட்டு, பேசுவதற்குத் தயங்கியபடி இருந்தார்; இன்னொருவர், நாடு கடத்தப்பட்டு இருந்த தனது குழந்தைகள் பற்றிக் கவலையுடன் இருந்தார். மற்றவர்கள் கேள்விகளின் தன்மை பற்றியும், மேலும் யார் பேச வேண்டும் எனத் தீர்மானிக்கும் அளவுகோல்கள் பற்றியும் கூட வியப்பு அடைந்தனர்.

இடர்மிகு ஐந்து ஆண்டுகளுக்கும் மேலாக, யார் வெளியேற்றப் பட்டார்களோ, யாருடைய கிராமங்கள் துடைத்தெறியப்பட்டதோ அல்லது அழிக்கப்பட்டதோ, அவர்களிடமிருந்து நாங்கள் விவரங்களைத் திரட்டினோம். இன்று நம் கைகளில் தவழும் இந்த நூலே 'நக்பா' ஆவணமாகத் திகழ்கிறது. நாங்கள் நினைத்தது அனைத்தையும் திரட்டினோம் என நான் நடிக்க முடியாது. பாலஸ்தீனத்தின் நவீன கால வரலாற்றை மீண்டும் கட்டி எழுப்புவதில் எளிய உதவியாளனாக 'நக்பா ஆவணம்' இருக்கிறது. 'நக்பா' நடந்ததில் இருந்து எழுபது ஆண்டுகளுக்கும் மேலாக, மற்ற முயற்சிகளை ஊக்கப்படுத்துகிறது. மேலும் அவ்வாறு செய்வதைத் தொடர்கிறது.

பாலஸ்தீனத்தின் கலைக்கப்பட்ட மற்றும் அருகிவரும் வாய்மொழி வரலாற்றைத் திரட்டுவதற்கும், முன்னரே திரட்டப்பட்டவைகளைப் பாதுகாப்பதற்கும் ஓர் அதிகாரப்பூர்வ அமைப்பிற்கான அவசரத் தேவை இருக்கிறது. இந்த ஆவணம், தற்போதைய மற்றும் தொடர்ந்து வரும் அகதிகளின் தலைமுறையினருக்கு மட்டுமின்றி, அறிஞர்களுக்கும், ஆய்வு மையங்களுக்கும், பல்கலைக் கழகங்களிலுள்ள வரலாற்றுத் துறைகளுக்கும் கூட எட்டக்கூடியதாக இருக்க வேண்டும் என்பது அவசியமாகிறது. வெறும் கடந்த கால வரலாற்றை மட்டுமே அல்லாது குமுறுகின்ற ஒரு தற்கால வரலாற்றையும் இது போன்ற ஆதார நூல் பிரதிநிதித்துவப் படுத்துகிறது. பாலஸ்தீனத்தின் வரலாற்றையும் பாலஸ்தீனியர்களின் நோக்கத்தையும் புரிந்து கொள்ள, தீவிர ஆய்வாளர்கள் இதைப் பயன்படுத்தி முயற்சிகளை மேற்கொள்ள வேண்டும், ஏனெனில் அந்த 'நக்பா' தொடர்கிறது.

பாலஸ்தீனம், மடி இஸ்ஸா, அல் – பஸ்ஸா

அறிமுகம்: நடந்து கொண்டிருந்தவை

டயானா ஆலன்

1948இல், இஸ்ரேலிய நாடு உருவாகிய நேரத்தில் பாலஸ்தீனியர்களையும், அரேபியர்களையும் வீழ்த்திய பேரழிவை விவரிக்க முதன்முதலில் 'அல்-நக்பா' என்ற சொல்லை உருவாக்கியவர் சிரியாவின் அறிவு ஜீவியான 'கான்ஸ்டன்டைன் ஜுராய்க்' என்பவரே.¹

அவருடைய நுண்ணறிவு மிக்க சுருக்கமான நூல் 'மானா அல்-நக்பா'. அதாவது 'பேரழிவின் பொருள்'. ஜுராய்க் அதன் காரணங்களையும், தீர்வையும் விளக்க முயன்றார். மேலும் சியோனிச அச்சுறுத்தலை அடையாளம் காணவும், அத்தோடு அதற்கு எதிரான ஓர் ஒன்றுபட்ட முன்னணியை வளர்க்கவும் தவறியதற்காக அரபு நாடுகளைக் கடுமையாக விமர்சனம் செய்தார். மற்ற நவீன அரேபிய அறிவு ஜீவிகளைப் போல, ஜுராய்க், பாலஸ்தீனத்தின் இழப்பு, அரேபிய நாடுகளுக்கு இடையேயான ஒற்றுமையின்மையை மட்டுமின்றி, அரேபியச் சமூகத்தின் கலாச்சாரப் பின்னடைவையும் வெளிப்படுத்துவதாகப் பார்த்தார். அப்பின்னடைவுக்கு, அது சந்தித்த ஆபத்துக்களைப் பார்க்கவோ அல்லது எதிர்க்கவோ கூடிய அரசியல் விழிப்புணர்வு இல்லாததை அவர் உணர்ந்தார்.² இந்த நூலை அந்த ஆண்டின் கோடைக் காலத்தின் போது, வன்மங்கள் ஓரளவு தணிந்தும், அதன் வாய்ப்பு, முக்கியத்துவம் மற்றும் பின்விளைவு பற்றி அறியப்படாத காலத்தில் எழுதினார். ஆனால், அவருடைய இந்தத் தலைப்புத் தேர்வு அறிவார்ந்தது என்று இந்த நூல் நிரூபித்தது. அந்த நேரத்தில் 'அல்-நக்பா' அரேபிய தேசியவாத அறிவுஜீவிகளின் விரக்தியையும், குழப்பத்தையும் மேலும் தீவிரமான எதிர்க் குற்றச்சாட்டையும் பதிவு செய்தது. அத்துடன், சியோனிச ஆக்கிரமிப்பில் இருந்து அவர்கள் விடுவிக்கவில்லை என்றாலும், அதிலிருந்து விலகியதால் உண்டான கவனக்குறைவான விளைவையும் கூட அது பதிவு செய்தது.³ அது ஒரு கவனமுடன் திட்டமிடப்பட்ட 'வெளியேற்றல்' என்பதை விடவும், ஒரு பெரும் சக்தி அல்லது கடவுளின் ஒரு செயல் என்னும் பொருள்பட 'பேரழிவு, திடீர் விபத்து அல்லது பேரிடர்' என வழக்கம்போல் மொழிபெயர்க்கப்படுகிறது.

காலவரையறை என்பதும் தெளிவற்றதாக இருக்கிறது: 1948இல் 'இலியாஸ் சன்பார்' அதைச் சொல்வது போல், ஒரு நாடும் அதன் மக்களும் வரைபடங்கள் மற்றும் அகராதிகள் இரண்டிலும் இருந்து மறைந்தனர். அப்படி எனில், பாலஸ்தீனிய வாழ்வின் சிதைவு, உண்மையில் அங்கு இல்லாத (வெளியேறிய) நிலப் பிரபுக்களின் நிலங்கள் விற்கப்பட்ட போதும், பாலஸ்தீனத்திற்கு யூதக் காலனியக் குடியேற்றக்காரர்களின் முதல் அலைகள் வந்த போதும் தொடங்கியது. அதாவது பத்தொன்பதாம் நூற்றாண்டின் பிற்பகுதியில் பல பத்தாண்டுகளுக்கு முன்னதாகவே தொடங்கியது.[4] நாடு கடத்தலின் அதிகரிப்பு, பிரிட்டிஷ் காலனிய ஆட்சியின் கீழ் 1920 மற்றும் 1948க்கும் இடையே தீவிரம் அடைந்தது. மேலும் பாலஸ்தீனிய எல்லைப்புறங்களில் தோன்றிய இஸ்ரேலியக் குடியேற்றக் காலனியம், அவற்றுக்கு வெளியே வாழ்ந்த பாலஸ்தீனிய அகதிகளின் உரிமைப் பறிப்பு, ஓரம்கட்டுதல் மற்றும் சிறைபிடித்தல் ஆகிய இரண்டு வழிகளின் மூலம் அதற்குப் பிறகு பெரும் வலிமை பெற்றது. யூத மக்களுக்கு ஒரு தேசிய அளவிலான தாய் நாடு என்பதற்கு ஆதரவு தருதல் என்பது பிரிட்டிஷ் ஏகாதிபத்தியக் கொள்கையின் முக்கியக் கூறாக இருந்தது. பாலஸ்தீனத்திலும், ஜோர்டானுக்கு அப்பாலும் வாழும் யூதர் அல்லாத சமூகங்களின் உரிமைகளில் பாரபட்சம் காட்டக்கூடாது என்பதே (பாலஸ்தீனத்தில் ஒரு யூத நாட்டை நிறுவிட பாதுகாப்பை அளிப்பது அது) 1917 'பெல்ஃபோர்டு' பிரகடனத்தின் வாக்குறுதி. ஆனால், 'ஆட்டோமன்' (உதுமான்- மொ.ர்) பேரரசின் வீழ்ச்சியைத் தொடர்ந்து, அவ்வாக்குறுதி விரைவாக துரோகத்திற்கு ஆளானது.[5] பாலஸ்தீனர்களின் உரிமைகள் மற்றும் பாரபட்சமின்மை குறித்து அடிக்கடி உறுதிமொழிகளை அளித்தும், மீறியும் அமெரிக்க ஐக்கிய நாடுகளின் தலைமையின் கீழ் இருந்த சர்வதேசச் சமூகம், பிரிட்டிஷார் விட்ட இடத்தைப் பிடித்துக்கொண்டது.

இந்த நூல், பேரழிவுக்கான பொருள் பற்றி 'ஜுராய்க்' முதலில் எழுப்பிய கேள்விக்குத் திரும்புகிறது. மேலும் அப்போது வாழ்ந்தவர்களின் நினைவுகள் மூலம் ஒரு பதிலை முறைப்படுத்துகிறது. லெபனானுக்கு வெளியேற்றப்பட்ட பாலஸ்தீனியர்களைக் கொண்டு, 'நக்பா ஆவணத்தால்' பதிவு செய்யப்பட்ட கதைகளின் அடிப்படையில், இந்த நிகழ்வுகளை உண்டாக்கிய காலனிய சூழ்ச்சிகளை விவரிக்கிறது. அதிலிருந்து அந்நிகழ்வுகளை ஓர் அனுபவ ரீதியாகப் புரிந்துகொள்வது என்பதை நோக்கிய, ஒரு கவன மாற்றத்தை அது குறிக்கிறது.

1947-1948க்கு இடையே சியோனிசப் படைகளால் 531 அரேபிய கிராமங்கள் அழிந்தன. அதன் விளைவாக சுமார் 7,50,000 பாலஸ்தீனியர்கள் வேரோடு பிடுங்கி எறியப்பட்டனர். 1,10,000 பேர் லெபனானுக்கு உயிர் தப்பி ஓடினர், அங்கு ஐக்கிய நாடுகள் நிவாரணம் மற்றும் பணிகள் முகமையால் (United Nations' Rehabilitation and Works Agency- UNRWA) நிர்வாகம் செய்யப்பட்ட முகாம்களில் அவர்கள் தங்க வைக்கப்பட்டனர்.[6] இந்த முகாம்கள், குடியுரிமை மற்றும் உரிமைகள் இல்லாமல் வாழ்கின்ற குறைந்த பட்சம் ஐந்து தலைமுறை அகதிகளுக்கு இல்லங்களாக ஆனது. அவர்களுடைய விவரிப்புகள் நீண்டகால இடைவெளியில் செய்யப்பட்ட அடக்குமுறையையும், அநீதியையும் உண்மையென உறுதி செய்தன. மேலும் நக்பாவின் கால வரையறை மற்றும் அதன் வீச்சின் எல்லையை மறுபரிசீலனை செய்யக் கோரின. எங்கே பேரழிவு துவங்கியது, எங்கு முடிந்தது என்பதைத் தீர்மானிப்பது அறிவுப்பூர்வமாகத் தேவையானதும், அரசியல் அடிப்படையில் இன்றியமையாததும் ஆகும். 'நக்பா நிகழ்வை, கடந்த காலத்தில் நடந்து முடிந்த ஒன்று என அடையாளப்படுத்துவது, அதை வரையறுப்பதற்கு எந்த ஒரு போராட்டமும் இனி தேவையில்லை என்று வலியுறுத்துவதற்கே', என்று பாலஸ்தீனிய வரலாற்றாளர் 'ஜோசஃப் மஸாத்' எழுதுகிறார். 'வாழ்வின் ஓர் உண்மையாக, வரலாறு மற்றும் அரசியல் அடிப்படையிலான நியாயத்தை வழங்குவது மட்டுமன்றி அதன் தொடர்ந்த விளைவுகளை, அதன் இயற்கையான வெளிப்பாடாக காட்டுவதன் மூலம் அதற்கு ஓர் அனுகூலத்தை வழங்கவும்தான்.'[7]

ஓர் இன வெறியனாக, குடியேற்றக் காலனியத்தின் கருத்தியலாக இடப்பெயர்ச்சி மற்றும் உடைமை பறிப்பு செய்வது சியோனிசத்திற்கு இன்றியமையாததாக இருக்கிறது. அதேவேளையில், அதிகரிக்கும் தீவிரத்துடன் அழிவுக்கும், ஒடுக்குதலுக்கும் உள்ளாவது, ஆக்கிரமிப்பு மற்றும் நாடு கடத்தலின் கீழ் வாழ்கின்ற பாலஸ்தீனியர்களின் அனுபவம் ஆனது. இன்று நக்பாவை ஒரு தனித்த வரலாற்று நிகழ்வு என்பதை விடவும், நிரந்தரமாக நடந்துகொண்டிருக்கிற ஒரு முறைமை என்பது பொது வெளிப் பேச்சாக ஆகிவிட்டது. லெபனானிய முகாம்களில் போராடிக்கொண்டிருக்கும் அகதிகளுக்கு, நவீன பாலஸ்தீனிய வரலாற்றில் ஒரு வரையறுக்கும் நிகழ்வு மற்றும் அதன் இன்றைய வாழ்க்கை நிலை ஆகிய இரண்டையும் உள்ளடக்கிய ஒரு வாழ்க்கை முறையாக நக்பா இருக்கிறது.

1948இல் வெளியேற்றப்பட்டவர்கள், இந்த வலுக்கட்டாயமான இடப்பெயர்ச்சியின் வரலாறுகளை வலியுறுத்தியும், அவர்களுடைய நிலங்களுக்கும், வீடுகளுக்கும் திரும்பிச் செல்வதற்கான அவர்களது உரிமை மற்றும் சுய நிர்ணயத்தை வலியுறுத்தியும், நெடுங்காலமாகத் தொடரும் நாடு கடத்தலுக்குப் பதிலளித்து உள்ளனர். குடும்பங்கள் மற்றும் சமூகங்கள் வாயிலாக கைமாற்றிக் கொடுக்கப்பட்ட இந்தப் பெருந்திரள் வெளியேற்றம் மற்றும் நாடு கடத்தல் பற்றிய விவரங்கள், பாலஸ்தீனிய அனுபவத்தின் சட்டப்பூர்வ அழிப்புக்கும், பேசவிடாமல் தடுப்பதற்கும் சவால் விடுகின்றன.[8] அவற்றின் இருப்பை அவை உறுதி செய்கின்றன. தீர்வைக் கோருகின்றன மேலும் காண்பதற்கு நீதி எப்படி இருக்கும் என்பதை எண்ணிப் பார்க்கின்றன. 1949 இல்[9] பெரும்பாலும் 80% பாலஸ்தீனச் சமூகம் வேருடன் பிடுங்கப்பட்டது பற்றிய தெளிவான நினைவுக் குறிப்புகளாக அவை இருக்கின்றன. அத்தியாயம் 8இல், ‘சல்மான் அபு சிட்டா’ எழுதி இருப்பதைப் போல, இந்த விவரங்கள் திட்டமிடப்பட்ட, பாலஸ்தீனியச் சமூக அழிப்பு என்பது சியோனிசப் படைகளால் செய்யப்பட்ட பரப்புரையின் ஒரு மைய நோக்கமாக இருந்தது எனச் சொல்கின்றன. அதை விடவும் எதிர்பாராத விளைவு என்ற சியோனிச வாதங்களைக் கடுமையாக எதிர்க்கின்றன. உளவியல் அடிப்படையிலான போர் மற்றும் படுகொலையின் பயங்கரங்களால விரைவுபடுத்தப்பட்ட ‘இன அழிப்பு’, மக்களை இடமாற்றம் செய்வது, அரபு மயப்படுத்தல் நீக்கம் மற்றும் கலாச்சார இனப் படுகொலை ஆகியவற்றின் முறையாக நிறைவேற்றப்பட்ட கொள்கைகள் மூலமாகப் பாலஸ்தீனிய சமூகங்கள் மீதான வேகமான மற்றும் மூர்க்கத்தனமான தாக்குதல்களைக் கதை சொல்லிகள் விவரிக்கிறார்கள்.

‘சட்டப்பூர்வமாக ஆக்கிரமிக்கவோ அல்லது வசிக்கவோ கூடாத நிலம் (*Terra nullius*) பற்றிய சியோனிச அறிவிப்பு - அரேபியக் குடியிருப்போரின் ஒரு குழுவின் இந்த அறிவிப்பு - ஓர் எதிர்கால விருப்பத்தின் மூலம் - அந்த நிலம் அதிகத் தகுதியுள்ள ஓர் ஆட்சி அதிகாரத்தை உருவாக்குவதற்காகத் தரிசாக இருக்க வேண்டுமென்ற ஓர் உண்மையான யதார்த்தத்தை இரத்து செய்வதற்கும், புறம் தள்ளுவதற்கும் கோரியது’ என்று ஓர் அரை நூற்றாண்டுக்கும் முன்னதாக, எட்வர்டு சேத் கூறினார்.[10] சியோனிஸ்ட் இனவெறி மற்றும் ஒழுக்கப் படிநிலைகள், பாலஸ்தீனிய அரேபியர்களைப் (பெயரிடப்படாத ‘யூதர் அல்லாத பெரும்பான்மையினர்’)

பொறுத்தவரை, பிரிட்டிஷ் காலனியக் கொள்கைகளின் தடையற்ற ஒரு தொடர்ச்சியாகவே இருந்தன. இரு காலனிய அரசுகளுமே அவர்களின் இறையாண்மையை அங்கீகரிக்க மறுத்தன. 1948இல் பிரிட்டிஷ் ஆட்சி அதிகாரக் கட்டளை(*Mandate*) யின் முடிவு, அந்த இடத்தில் ஒரு குடியேற்றக் காலனிய (*settler-colonial*) ஆட்சியை அமைத்தது. அன்று முதல் இன்று வரை அது, பாலஸ்தீனிய வாழ்வை மனிதப் பண்பற்றதாக்கவும், அகற்றவும் செய்வதைத் தொடர்கிறது.[11]

இந்த நூல், இஸ்ரேல் நாட்டை உருவாக்குவதில் நடந்த வன்முறை நிகழ்வுகளை மறுவாசிப்பு செய்கிறது. மேலும் அழிக்கப்பட்ட பாலஸ்தீனிய வாழ்வுலகங்களை விளக்குகிறது. வேளாண் வாழ்வின் ஒத்திசைவை, அங்கிருந்த கல்வி மற்றும் அறிவுசார் நிறுவனங்களின் அமைப்புகளை, 'ஜஃப்பா'வின் கலாச்சார ஒற்றுமைத் தன்மையை, பாலஸ்தீனத்தில் இருந்த அரபு மற்றும் யூத சமூகங்களுக்கு இடையேயான உறவுகளை, பிரிட்டிஷாருக்குக் காவலர்களாக, காலனிய நிர்வாக அதிகாரிகளாகப் பணிபுரிந்ததில் கொண்ட ஊசலாட்டம் மிக்க பெருமையை, அழுத்தமான தேசிய உணர்வை, புரட்சி மற்றும் சண்டையை மூத்தவர்கள் நினைவு கூர்கின்றனர். முதலில், சாத்தியமாக்கிய பாலஸ்தீனிய எதிர்ப்பு இயக்கத்தை நசுக்கிய பிரிட்டிஷாரின் கைகளில், அந்தக் காலனிய ஆட்சிக்கு அடிபணிதல் பிறகு அதைத் தொடர்ந்து சியோனிசக் குடியமர்ந்தோர்க்கு அடிபணிதல் என்பது பரவலான ஒரு பேசுபடு பொருளாக இருக்கிறது. அகதிகளின் நினைவில் - பொதுமக்களை உள்ளங்கால்களில் அடித்தல், வேண்டுமென்றே பயிர்களையும், சொத்துக்களையும் அழித்தல், மதிப்பு மிக்க உணவுப் பண்டகச் சாலைகளை அழித்தல், ஆயுதங்களைப் பறிமுதல் செய்தல், எதிர்ப்பாளர்களைச் சிறையில் அல்லது தூக்கில் இடுதல், மேலும் கொள்ளையில் ஈடுபடுதல் மற்றும் குழு தண்டனை அளித்தல் ஆகியவற்றைச் செய்த - பிரிட்டிஷ் அதிகாரிகள் ஊடாடுகின்றனர். 'மோஷே கார்மல்'ஆல் (அப்போதைய சியோனிச கார்மெலி தரைப்படைப் பிரிவின் தளபதி) ஆணையிடப்பட்டு 1948 மே மாதத்தில் அல்-ஜிப் கிராமத்தின் மீது ஊர்-தீக்கிரை (*scorched-earth*) தாக்குதல் நடந்தது. இது பற்றிய 'அப்துல் ரஹ்மான் சா'அத் அல்-தீன்'இன், விவரிப்பு, புரட்சியாளர்களுக்கு எதிரான காலனிய தாக்குதல்கள் பற்றிய பரிச்சயமான எடுத்துக்காட்டுகளை உள்ளடக்குகிறது. அத்தியாயம் 6இல் 'ஜேக்கப் நோரிஸ்'ஸால் இது பற்றி விவாதிக்கப்படுகின்றது.

பேரரசு முழுவதும், காலனிய குடிமக்களைக் கீழ்ப்படியச் செய்யவும், கட்டுப்படுத்தவும் உருவாக்கப்பட்ட தந்திரங்களும், சித்திரவதைக்கான வடிவங்களும், அவர்களால் (பிரிட்டிஷாரால்) உருவாக்கப்பட்ட புதிய நாட்டில் சியோனிசத் தலைவர்களால், மீண்டும் மறுநிர்மாணம் செய்யப்பட்டன. பலவந்தப்படுத்தப்பட்ட வெளியேற்றம் மற்றும் சமூக அழித்தொழிப்பு ஆகியவற்றின் ஒருங்கிணைந்த தோற்றங்களைக் கண்டறிந்த வேளையில், மூத்தவர்கள் கொள்ளை, இழப்பு மற்றும் அச்சுறுத்தல் குறித்த அரிதான அனுபவங்களை விவரிக்கின்றனர். பெரும்பாலும் முகாம்களிலும், முறைசாரா கூட்டங்களிலும் பதிவு செய்யப்பட்ட, இந்த விவரங்கள் நாடு கடத்தலின் போதான வாழ்க்கையையும், உயிர் வாழ்வதற்குக் கொடுத்த விலைகளைப் பற்றியும் வரிசைக் கிரமமாக விளக்குகின்றன. நாடு கடத்தலில் 'நக்பா' பற்றிய ஒருங்கிணைந்த நினைவுகளைத் தக்கவைப்பதில், கதை சொல்லும் கலை முக்கியப் பங்காற்றுகிறது. மூத்தவர்கள், யதார்த்தங்களை மட்டுமின்றி வாழ்ந்து உணர்ந்த உண்மைகளையும் கூட, மேலும் தற்போதைய கதையாடல் காட்சிக்குக் கண்ணும், காதும் வைத்துத் தெரிவித்த வண்ணம், இந்த நிகழ்வுகளைக் கூர்மையாகவும், நிதானமாகவும் மறுவிளக்கம் தருகிறார்கள். அவர்களும், நேர்காணல் செய்பவர்களும் பாலஸ்தீனத்தின் உடனான தொடர்பின் ஓர் அமைப்புமுறையை, வெறும் தோற்றுவாயக்காவ இடமாக மட்டுமின்றி, சொந்தத் தளமாகவும், வாழ்க்கை முறையாகவும் கூட ஒன்றிணைக்கின்றனர். அதன் மூலம் பேரழிவை மறுவாசிப்பு செய்கின்றனர், மேலும் எஞ்சி நிற்பவைகளைப் பயனுள்ளதாக ஆக்குகிறார்கள்.

இந்த நூலில் உள்ள பெரும்பாலான நேர்காணல்கள், 'ஆஸ்லோ' ஒப்பந்தங்களின் தொடர்ச்சியாகச் செய்யப்பட்டன. பாலஸ்தீனத் தலைமை, ஒரு சுதந்திர நாடு வேண்டி, அகதிகளின் நாடு திரும்பும் உரிமையைப் பரிமாற்றம் செய்துகொள்ளும் விருப்பத்திற்கு மறைமுகமாக சமிக்ஞை கொடுத்த பிறகும் அகதிகளைக் கைவிட்டு விட்டதாகத் தோன்றிய போது, 2000-ஆவது ஆண்டுகளின் துவக்கத்தில் இவை பதிவு செய்யப்பட்டன.[12] இந்தத் துரோகங்களும், 2000ஆம் ஆண்டு 'கேம்ப் டேவிட்' உச்சி மாநாட்டின் தோல்விகளும் மக்களுடைய மனங்களில் இன்னும் பசுமையாகவே உள்ளன. 'நக்பா'வின் ஐம்பதாவது ஆண்டு நிறைவு, திரும்ப வருவதற்கான உரிமையை மீண்டும் உறுதி செய்வதற்கான தேவை, அகதியின் அடையாளத்திற்கு 1948ஆம் ஆண்டு

வெளியேற்றத்தை மையமாக்க வேண்டி, அதை மீட்டெடுப்பதற்கு அடையாளப் பூர்வமாகக் கூட்டு முயற்சி செய்தல் ஆகியவை எல்லாம் நினைவுபடுத்த நடக்கும் சூழலில், ஒருங்கிணைந்த ஒன்றாகும். 18 ஆண்டுகள் ஆக்கிரமிப்புக்குப் பின்னால் தெற்கு லெபனானின் விடுதலை, இஸ்ரேலிய வலிமை குன்றுவதற்கான நம்பிக்கைகளை வளர்த்தது. நக்பா ஆவணம் மற்றும் அது திரட்டிய சாட்சியங்கள் ஆகிய இரண்டும் அந்தக் காலத்தின் அரசியல் அவசரங்களாலும், அபிலாஷைகளாலும் உருமாற்றப்பட்டன. இருபது ஆண்டுகளுக்குப் பின், அவற்றின் கதை சொல்லிகள் பலரும் உயிருடன் இல்லாத போது, இந்த விவரங்களுக்குத் திரும்ப வருதலுக்கான நோக்கம், தற்போது மறைந்து போயிருக்கும் உற்சாக உணர்வையும், சாத்தியக் கூறுகளையும் நினைவு படுத்துவதற்காகவே ஆகும். கடந்து செல்லும் ஒவ்வொரு பத்தாண்டுகளிலும், தீர்க்கப்படாத பாலஸ்தீனிய அகதிகளின் அவலநிலை, உலகளாவிய உள்ளுணர்வில் சற்று மீண்டும் மேலெழுந்து வருகிறது. ஒரு புதிய பிராந்திய நெருக்கடியால் இது மறைக்கப்படுவதற்காகவே செய்யப்படுகிறது. ஆனால், அந்த விவரங்களுக்கு மீண்டும் திரும்புதல் என்பது, சொந்த நாட்டிலும், நாடுகடத்தல் காலத்திலும் தங்கள் வாழ்வு-உலகங்களை (*life-worlds*) நீடித்திருக்கச் செய்யும் அகதிகளின் தாங்கிக்கொள்ளும் திறனையும் கூட நினைவுபடுத்தவேதான்.

பெய்ரூட் அமெரிக்கப் பல்கலைக்கழக நூலகங்களில் உள்ள பாலஸ்தீனிய வாய்மொழி வரலாற்று ஆவணக் காப்பகத்திற்கு (*POHA*) 2010இல், நக்பா ஆவணங்களின் தொகுப்பு அன்பளிப்பாகத் தரப்பட்டது.[13] கடந்த பத்தாண்டுகளுக்கு மேலாக, இந்த நேர் காணல்கள் மறு எண்ணியல் (*redigitisation*) வடிவங்களாக மாற்றப்பட்டும், மறு அட்டவணை செய்யப்பட்டும் திறவுச் சொற்களால் (*passwords*) தேடக்கூடியதாக மாற்றப்பட்டும் வருகின்றன. நேர அடிப்படையிலான (*time-based*), கேட்பொலி-காட்சி ஊடகத்தின் வாய்மொழித் தரத்திற்கும், நம்பகத் தன்மைக்கும் சிறப்புரிமை தரும் ஒரு முயற்சியில், '*POHA*' வின் அட்டவணைப் படுத்துபவர்களும், ஆவணப் படுத்துபவர்களும் படியெடுத்தல் வேலையை விலக்கினர். மேலும் அதற்குப் பதிலாக விளக்கமான, இருமொழி விவரிப்புகளையும், குறியிடல் (*tagging systems*) அமைப்பு முறையையும் ஒவ்வொரு நேர்காணலுக்கும் உருவாக்கினர். பல முறைகளுக்கும் மேலாக, பதிவுகளை நூற்றுக்கணக்கான மணி நேரங்கள் ஊன்றிக்கவனித்த ஒரு

ஆராய்ச்சியாளர்களின் குழுவால் இந்த மேற்கொள்ளுதல் பணி வடிவமைக்கப்பட்டது. பயனாளர்களை, எழுத்து வடிவ தேடு சொற்களை இடுவதற்கும் மேலும் காணொளி நேர்காணல்களில் நேரக் குறியீட்டுவழி *(time-coded moments)* தருணங்களைத் தொடர்புபடுத்தி அடையாளம் காண்பதற்கும் அனுமதித்தனர். அவர்கள் திரட்டிய மீஉயர் தகவல்கள் *(metadata)* பிறகு ஒரு பரந்து விரிந்த அட்டவணையையும், 'தேடு பொறி'யையும் உருவாக்கப் பயன்படுத்தப்பட்டது.[14]

ஓர் ஆயிரம் மணிகளுக்கும் அதிகமான கேட்பொலி-காட்சிப் பதிவுகளைப் கொண்ட இந்தத் தகவல் களஞ்சியம், *2019* ஜூன் மாதம் திறந்த-அணுகல் *(open-access)* நிகழ்நிலை ஆவணமாக வெளியிடப்பட்டது. இந்த நேர்காணல்களை, *POHA* மற்றும் நக்பா ஆவணம் ஆகிய இரண்டு இணைய தளங்கள் வழியாகக் காண முடியும் (பிந்தைய ஆவண விளக்கம், ஆங்கில துணைத் தலைப்புகளோடு உள்ளது); ஒவ்வொரு நேர்காணலுக்கான, நேரக் குறியீட்டு மேற்கோள்கள், மூலப் பதிவுகளில் குறிப்பிட்ட பத்திகளின் இடத்தைக் கண்டறிய வாசகர்களை அனுமதிக்கின்றன.[15] மூத்தவர்கள் பேச்சினைக் கேட்பதும், பார்ப்பதும் வரலாற்றுப் பூர்வமான புரிதலை ஆழப்படுத்தவும், செறிவுபடுத்தவும் செய்கின்றன. முதலில் காண்பவர்களாக, இப்போது படிப்பவர்களாக, ஆழமான, பாதிப்பை நமது எதிர்வினை உண்டாக்குகிறது. இந்தத் திட்டப்பணி செய்வதைப் போலவே, அச்சிடப்பட்ட பக்கத்தை ஊடாடிச் செல்ல முயலும் மற்றொரு இனவியல் ரீதியான திட்டப்பணி பற்றி, ஒருமுறை 'ஜேம்ஸ் எஜீ', சொன்னதைப் போல, இன்னொரு மனித உயிரின் உண்மையான இருப்பில் இருக்கும் 'அளக்கமுடியாத சுமையை'யும், 'அப்படி இருப்பதன் கொடூரமான வனப்பையும்' புரிந்துகொள்வதில் இருந்து நம் எதிர்வினை மேலும் செல்கிறது.[16]

வாழும் வரலாறுகள்

மத்திய கிழக்கின் எழுதப்பட்ட வரலாற்றில், பாலஸ்தீனிய வாய்மொழி வரலாறும், அகதி கதையாடல்களும் சொற்ப இடத்தையே பிடித்துள்ளன. சியோனிச வரலாறுகள் மற்றும் புதிய வரலாற்றாளர்களின் மாற்றி எழுதும் படைப்புகள் என இரண்டிலும், பாலஸ்தீனத்தின் பேரழிவை விடவும், இஸ்ரேலின் உருவாக்கம் பற்றிய, அதிகக் கதைவழி முக்கியத்துவம் எடுத்துக் கொள்வது தொடர்கிறது. 'பாலஸ்தீனிய நக்பா'வின் ஒரு முழு

நிறைவான, பாலஸ்தீனியர்களால் சொல்லப்பட்டது போன்ற, வரலாறு இனி எழுதப்பட வேண்டும். பாலஸ்தீனம் பற்றி எல்லாம் எழுதப்பட்டிருந்த போதிலும், 'பாலஸ்தீனியர்கள் கிட்டத்தட்ட இன்னும் அறியப்படாமலே இருக்கின்றனர்'[17] என்று சேத் அவர்களே குறிப்பிடுகிறார். சில குறிப்பிடத்தக்க விதிவிலக்குகள் உடன், சாமானிய பாலஸ்தீனியர்களின் விவரிப்புகளால், நக்பாவின் சில ஆய்வுகள் செய்யப்படுகின்றன.[18] முழுமை அடையாத எழுதப்பட்ட பதிவுகளுக்கு, எவ்வாறு வாய்மொழி ஆதாரங்கள் ஈடு கொடுக்கின்றன என்பதற்கு அதிகமான அங்கீகாரம் இருக்கின்றது. (அடிக்கடி அவை அழிக்கப்படுவது அல்லது கலைக்கப்படுவதைப் போல, திட்டமிட்டு முறையாக அழிக்கப்படுகின்றன அல்லது கலைக்கப்படுகின்றன, அல்லது நாட்டின் ஆவணங்களில் எட்ட முடியாதவாறு அப்பால் இருக்கின்றன)[19] அவ்வாறு இருப்பினும் இந்தக் காலத்தின் மைய நீரோட்ட வரலாறுகள், உரைநடைகளைச் சார்ந்திருப்பது தொடர்கிறது. ஆர்வத்துடன் விவாதிக்கப்படும் சுய விவரங்கள், முக்கிய அரசியல் செயல்பாட்டாளர்களின் நினைவுக் குறிப்புகளாகவும், கடிதங்களாகவும் ஆகிவிடுகின்றன. இதற்கிடையில், படிக்க இயலாத அகதிகள் தரும் விவரங்கள், நம்ப இயலாததாகவும், ஒரு சார்பு உடையதாகவும், திசை திருப்புவதாகவும், அறிஞர் பலராலும் பார்க்கப்படுகின்றன (ஒரு பாலஸ்தீனிய வரலாற்றாளர், நக்பா ஆவணங்களில் உள்ள பதிவுகளைக் கேட்டுவிட்டு, அவைகள், குழப்பம் மிகுந்தும், கட்டுக்கடங்காத கால மாறுபாட்டுடனும், ஒன்றுக்கொன்று தொடர்பற்றதாகவும் இருப்பதாக விளக்கினார்). ஆதரவாளர்கள், வாய்மொழி வரலாற்றுக் கால இடைவெளிகளை நிரப்ப முடியும் என்றும், தொடர்ச்சியான மையக் கருத்துகள் மூலம், அது நிகழ்வுகளின் கூட்டு முக்கியத்துவத்தை விளக்க உதவுகின்றது என வாதிடுகின்றனர். அதே நேரத்தில், பேசப்படுவது, வரலாற்றின் நமது புரிதலையே - அதன் வடிவம், பொருள், நோக்கம், யார் அதைச் சொல்கிறார்கள் என்ற விஷயம் குறித்த புரிதலையே- எப்படி மாற்ற முடியும் என்பது அரிதாகவே கருத்தில் கொள்ளப்படுகிறது. உள்ளொளி பெருக்கி வரும் குரலையும் (அதைத் தத்துவ அறிஞர் 'இம்லேடன் டோலர்', 'குரல் கைரேகை' என அழைக்கிறார்) வாதங்களின் அடிப்படையிலான வெளிப்படுத்தும் வலிமையையும், ஆதரவாளர்களோ அல்லது எதிர்ப்பாளர்களோ கணக்கில்கொள்ள மாட்டார்கள்.[20]

1948இல் உயிர் தப்பி ஓடிய பெரும்பான்மையினர், படிக்கவோ அல்லது எழுதவோ தெரியாத வேளாண் குடிகளாக இருந்ததாலும், எந்த நினைவுக் குறிப்புகளையோ அல்லது எழுதப்பட்ட பதிவையோ விட்டுச் செல்லாததாலும், நக்பாவின் நமது புரிதலுக்கு, வாய்மொழி ஆதாரங்களின் மீதான இந்த அவநம்பிக்கை ஊறு செய்கிறது.[21] இந்த நூலை நிறைவு செய்யும் பின்னுரையை எழுதிய 'ரோஸ்மேரி செய்க்', விரட்டப்பட்டு நாடு கடத்தலுக்கு உள்ளான சாமானிய பாலஸ்தீனர்களின் அனுபவங்களைப் பதிவு செய்வதன் இன்றியமையாமை குறித்து அங்கீகரித்த முதல் அறிஞர்களுள் ஒருவராக இருந்தார். பரந்த அளவில் பகிரப்படாத அகதிகளின் வரலாறுகளை ஆவணப்படுத்துவதில், 'செய்க்'கின்' ஆர்வம் 1970களில் துவங்கியது. 'முகாம்களின் மக்களை'ச் சில பாலஸ்தீனிய மேட்டுக் குடியினர் சந்தேகத்துடன் பார்த்ததை அவர் நினைவு கூர்கிறார். அவர்கள், பின்தங்கிய, பழைமைவாத வேளாண்குடி மக்களாக, அதிகாரப்பூர்வ குடிமக்கள் என்பதை விடவும், இரக்கத்திற்கும், பரிவுணர்ச்சிக்கும் உரிய ஜடப் பொருள்களாக, அறியாமையிலும், மூடநம்பிக்கை கொண்டும் இருந்ததால் சேற்றில் சிக்கி உழல்பவர்களாகப் பார்க்கப்பட்டனர்.[22] மதச்சார்பற்ற அனைத்து அரேபிய நவீனத்துவத்தில் தத்துவார்த்த ரீதியாக வேரோடிப் போயிருந்தது பாலஸ்தீனம். அதன் அறிவுஜீவிகளின் முந்தைய தலைமுறை, வாய்மொழி ஆதாரங்களைத் தவறெனப் பார்த்தது. அது, பாலஸ்தீனிய நிருத்தல்வாதப் புலமையின்- அது மிக அதிகமாகத் தேவைப்படும் போது- சட்டப்பூர்வ தன்மையை அச்சுறுத்துகின்ற ஓர் இடர்ப்பாடு எனக் கருதியது. முற்போக்கான, 'ஜுராய்க்' (மூசா அலமா, ஹிசம் ஷராபி மற்றும் வேறு பலரும் கூட) போன்ற அரேபிய அறிவுஜீவிகள், அறிவினை விருத்தி செய்யும் பகுத்தறிவு மற்றும் அறிவியல் முறைகளை வளர்த்தெடுப்பது, காலனிய எதிர்ப்புப் போராட்டத்தின் ஒரு பரந்த சட்டகத்திற்குள், அரேபியச் சமூகத்தையும், அரசியல் அமைப்பையும் சீர்திருத்தவும், புரட்சிகரமானதாக ஆக்குவதற்குமான கருவிகளாகப் பார்த்தனர். மேற்கத்திய நவீனத்துவத்திலிருந்தும், 'முன்னேற்றப் பாதையில் நடைபோடுதல்'இல் இருந்தும், சமூகம் சார்ந்த தேக்கநிலை பாலஸ்தீனியர்களைப் பிரித்தது. அத்தேக்க நிலையின் அளவை விடவும், வாய்மொழி மரபுகள், திரட்டப்பட வேண்டிய ஒரு குறைவான ஆதாரமாக இருந்தன. கற்றறியாத அகதிகள் அவர்களை அறியாமலேயே, 'அரேபியத் தலைவர்கள், அவர்களுடைய இராணுவம் நுழைந்து சியோனிச வாதிகளைக் கொல்லப் போகிறார்கள். ஆகவே அவர்களை வெளியேறச் சொல்லி

விட்டனர்' என்ற இஸ்ரேலின் பரப்புரையை எதிரொலிக்கக் கூடும் என்று பலரும் அஞ்சினர்.[23] பின்னோக்கிய பார்வையில், துவக்கத்தில் அகதிகளின் சாட்சியங்களைத் தவிர்த்தலும், புறக்கணித்தலும் புரிந்துகொள்ளக் கூடியதே. அதே சமயம், வரலாற்றுச் சட்டகத்திற்கு வெளியே முகாம் சமூகங்களின் அனுபவங்களை வைக்கின்ற கவனக் குறைவான விளைவையும் அது ஏற்படுத்தியது.

அகதிகள் கதையாடல்களை ஓரங்கட்டுவது என்பது ஒரு பாரம்பரியமாகவே நீடிக்கிறது. 'ஆஸ்லோ ஒப்பந்தங்கள்' வந்ததிலிருந்து, முகாம் சமூகங்கள், அவர்களின் விதியைத் தீர்மானிக்கும் இராஜதந்திர விவாதங்களின் விளிம்பில் மிக மோசமாக அங்கும் இங்குமாக உழல்கின்றனர். தினசரி வாழ்வின் தேவைகளால் திகைப்பு அடைந்திருக்கும் அவர்கள், கடந்த காலத்தைப் பற்றியோ அல்லது ஓர் அரசியல் ரீதியான எதிர்காலம் பற்றியோ கற்பனை செய்யக்கூடிய கூரிய சிந்தனைத் திறம் இல்லாமல் இருப்பதாகக் கருதப்படுகின்றனர்.[24]

அந்தப் பிராந்தியம் முழுவதும் முகாம்களில் வாழ்வைச் சகித்துக் கொண்டு இருக்கிறார்கள். தீராத ஒரு பிரச்சினையின், சர்வதேசப் புறக்கணிப்பின், மேற்குலகக் குற்றத்தின், குரல் முடக்கப்பட்ட நினைவூட்டல்களாக அவர்கள் இருக்கிறார்கள். தப்பிப் பிழைத்தவர்கள் மற்றும் வரலாற்று சாட்சிகளின் துயரங்களை விட முற்றிலும் வேறான அவர்களது துயரங்கள், அவற்றை நம்ப முடியாதவைகளாக ஆக்கிவிட்டன. இந்தக் குரல்வளை நெறிப்பு (silencing), நிறுவன ரீதியாகவே ஏற்றுக்கொள்ளப்பட்டிருக்கிறது: அகதி இளைஞர்களுக்கு நக்பா வரலாற்றைக் கற்பிப்பதற்கு UNRWA பள்ளிக்கூடங்கள் அனுமதிக்கப்படவில்லை; அவர்களுடைய நாடுகடத்தலின் போது உண்டான நிலைமைகளுக்குக் காரணமான நிகழ்வுகள் பாடத் திட்டத்தின் பகுதியாக இல்லை. மேற்கத்திய உரைநடை ரீதியான பிடிவாதம் ஒரு புறம், மேலும் அரசியல் ரீதியான ஆபத்தைத் தவிர்த்தல் மற்றொரு புறம். இந்த இரண்டுக்கும் அடிபணிந்ததால் இழக்கப்பட்டது என்னவெனில், தீயிட்டு அழிக்கப்பட்ட நூற்றுக்கணக்கான கிராமங்களில் என்ன நடந்தது என்பது பற்றிய முக்கியத் தகவல் மட்டுமின்றி, 1948க்கு முந்தைய பாலஸ்தீனம், நக்பா மற்றும் அதன் பிற்காலத்திய வாழ்க்கை பற்றிய கடுமையான, அனுபவப் பூர்வமான யதார்த்த உண்மைகளும்தான். முரண்பாடாக, 1948இல் மிகமிக அதிகமாக இழந்தவர்கள் இன்னும் அர்த்தம்நிறைந்த அளவில் கணக்கில்

கொள்ளப்படவில்லை. அடிப்படையிலும், மீண்டும் திரும்ப முடியாத படியும் அவர்களுடைய வாழ்க்கை மாற்றப்பட்டது. பாலஸ்தீனியரின் ஒட்டு மொத்த உள்ளுணர்வின் இருத்தலுக்கான துவக்கப் புள்ளியை நக்பா அடையாளப்படுத்திய போதும், அதன் சிறுசிறு விவரங்கள் கூட இன்னும் ஆவணப்படுத்தப் படாமல் இருக்கின்றன. அதற்குப் பதிலாக, சிதைக்கப்பட்ட வடிவத்தில் வழிவழியாகத் தெரிவிக்கப்பட்ட குடும்பக் கதைகளின் பிளவுகளில் அவை மெல்லிய பிடிப்பை ஏற்படுத்தின. கடந்த இருபது ஆண்டுகளாக, 'அல்-ஜனா', 'பாலஸ்தீனம் நினைவுபடுத்தப் படுகிறது', மற்றும் 'பாலஸ்தீனியப் புரட்சி' போன்ற பல ஆவண ரீதியான முன்னெடுப்புகள் வரலாற்றுப் பதிவுக்காக, இந்த வரலாறுகளை மீட்டெடுக்கக் கோரின.[25] மதிப்புமிக்க காலம் வீணாக்கப்பட்டு மேலும் இந்தப் பணி பத்து ஆண்டுகளுக்குப் பிறகு தாமதமாக துவங்கியது. அதே வேளையில் மூத்தவர்களைக் கொண்டு நடத்திய வாய்மொழி வரலாற்று ஆய்வு மூலம் சில இடைவெளிகள் நிறைவு செய்யப்பட்டன. இது போலவே, மற்ற எதையும் விட அதிகமாக இல்லை என்றாலும், ஓரளவு மறதிக்கு எதிராக, வரலாற்று நினைவைத் தாங்குகின்ற இத்தகைய புரிதல் என்ற அனுமானத்தின் மீது 'நக்பா ஆவணம்' நிறுவப்பட்டிருக்கிறது.

நக்பா கதையாடல்களின் உள்ளடக்கத்தோடு மட்டுமின்றி, அவற்றின் வடிவம் பற்றியும் 'நக்பாவின் குரல்கள்' (*Voices of the Nakba*) அக்கறை கொள்கிறது. நூலின் ஆசிரியர்கள், குரலின் ஆற்றல்களையும், வெளிப்படுத்தி உணர்த்தும் திறனையும் மேலும் 1948இன் வரலாற்றை மீண்டும் எண்ணிப் பார்ப்பதற்காகவும், பேசப்பட்ட சொற்களின் தனித்துவம் மிக்க குணங்களையும், சாத்தியங்களையும் கருத்தூன்றிப் பார்க்கின்றனர். பேச்சு வடிவத்தில் மட்டுமே இருக்கும் கதைகளைச் சொந்தமாகக் கொண்ட முதியவர்களுக்கு, பழைய நினைவுகள் அவர்களின் குரலில் வந்து குடிகொள்கின்றன. மேலும் நினைவுகளைப் பகிர்வதால் உண்டாகும் பரஸ்பர உணர்வுகள் மூலம் அவை அழியாமல் பாதுகாக்கப்படுகின்றன. நாடு கடத்தப்பட்ட வாழ்வின் துயரங்களைப் பகிர்ந்துகொள்ளும் அதே வேளையில், இந்தக் கதைகள், நினைவுகூர்தலின் ஒன்றிணைந்த மனச்சுமையைச் சுமந்து செல்கின்றன. தங்களது பிறந்த ஆண்டு பற்றி அறிந்திராத மூத்தவர்கள், மிகவும் நுணுக்கமான விவரங்களுடன் அன்றாட பழக்க வழக்கங்களையும், அவர்களது கிராமங்களின் வடிவமைப்பு முறைகளையும் விவரிக்கின்றனர்- ஒவ்வொரு குடும்பமும் வாழ்ந்த

இடங்களில் வீடுகள், கிணறுகள், ஆலயங்கள் மற்றும் பள்ளி வாசல்களின் அமைப்பு முறை, சூழ்ந்திருந்த பழத்தோட்டங்கள், குத்தகை நிலப் படிவங்கள், வெவ்வேறு சமூக நிகழ்வுகளில் பாடப்படுகின்ற பாடல்கள், இயற்றப்பட்டவை மற்றும் திரட்டப்பட்டவை, 'ஆட்டோமன்' காலத்துத் துப்பாக்கிகளின் மாதிரிகள் மற்றும் தயாரிப்புகள். நினைவின் சோகமயமான சுமை- பெயர் சொல்லப்பட்ட மற்றும் கணக்கில் கொண்டு வரப்பட்ட பொருள்களின் பட்டியல்கள்- அடிக்கடி திகைக்க வைக்கிறது. நினைவு கூர்தல் என்பது, ஒன்றன் பின் ஒன்றாகக் கொண்டாடப்படக் கூடியது, ஈடுசெய்யக் கூடியது. உறவின் ஒரு வடிவம், ஒரு விமர்சன முறை, வழிவழிச் சொத்து, அன்பின் ஒரு பணி. பல கதைகளில், நினைவு படுத்தலைக் கட்டமைத்து நிலை நிறுத்தும் பொருள்கள், நமது உறவென்று உணரச் செய்யும் முத்திரையைச் சுமந்து செல்கின்றன. மேலும் அகதிகள் தங்கள் இழப்புக்களைத் தாங்கிக் கொள்வதைச் சாத்தியமாக்குகிறது: விளக்கம் தருவது என்பதே ஓர் அடைக்கலம்தான். கதை சொல்பவர்கள் எப்போதும் சீரான அடுத்தடுத்த கால வரிசையைப் பின்பற்றவில்லை என்றால், அவர்களது கதைகள், காலம் பற்றிய ஓர் உள்ளுணர்வின் அனுபவத்தையும், மேலும் ஒரு இடத்தில் மற்றும் ஒரு குழு மத்தியில் அமையப் பெற்ற அறிவின் வடிவங்களையும் தூண்டுகின்றன. விவரிப்பில், உலகங்கள் மறுஉருவங்கள் எடுக்கின்றன. இது, வாய்மொழி வரலாறுகளை, மிகவும் அதிகாரப் பூர்வமானவை அல்லது உண்மை என்று சொல்லி உணர்ச்சிமயமாக்குவதற்காக அல்ல. ஆனால், வெளியேற்றம் மற்றும் இழப்பின் வாழ்ந்த அனுபவத்தைப் புரிந்துகொள்வதற்கான, அவற்றின் தனித்துவமிக்க அறிவு மற்றும் இருப்பியல் ரீதியான மதிப்பை அங்கீகரிக்கவே. பாலஸ்தீனத்தை அதன் அனைத்து வாழ்வு அனுபவ தத்துவச் செறிவுடன் கற்பனை செய்வதில் இந்தக் கதைகள் அதன் மறைவுக்கான அர்த்தத்தையும் தருகின்றன. அவற்றை புறம் தள்ளுவது, தொடக்கக் காலத்தில் நடந்த உண்மையான உடைமைப் பறிப்பை நினைவுபடுத்துவதற்கும், புனிதப் படுத்துவதற்குமே.

1948க்கு முன்பு, அரேபியர்களுக்கும், யூதர்களுக்கும் இருந்த நட்பு பற்றிய சித்திரிப்புகளையும் சேர்த்து, இந்த விவரிப்புகளில், நெருக்கம் என்பது பல வடிவங்களை எடுக்கின்றன. ஃபிஃபி கோரி, ஜஃப்ஃபாவில் அவள் குடும்பம் சமூக உறவுகளோடு இருந்த, மகளிருக்கான தொப்பிகளைச் செய்து விற்கும், ஓர் ஐரோப்பிய

யூதக் குடும்பத்தால் செய்யப்பட்ட அழகிய தொப்பிகளை நினைவு கூர்கிறாள்; ஹம்தா ஜூம்மா, அவளைப் பாதுகாப்பதாக வாக்குறுதி தந்த (காக்கத் தவறிய) அவளது பக்கத்து வீட்டு ‘ஃபிஃபாட்டி’ உடனான அவளது சகோதரப் பிணைப்பை நினைவு கூர்கிறாள்; முகம்மது ஜமீல் அராபி, ‘மிகவும் நேசிக்கத் தக்க முறையில் ஒவ்வொருவரும் ஒன்று கூடிக் கலக்கும்’ திருமண விருந்துகளை ஏக்கத்துடன் எண்ணிப் பார்க்கிறார்.’ அராபி, அவரது பக்கத்து வீட்டு யூதரின் ‘ஒன்றி வாழ்வது பற்றிய பார்வையில் நட்பின் கூர்மையான வரையறைகள்’ பற்றி விவரிக்கிறார். யூதர், ‘நாங்கள் எல்லாம் மூளை, நீங்கள் எல்லாம் கை, மூளையும், கையும் ஒன்றிணைந்து நன்கு வேலை செய்யும்’ எனக் கூறியதை அராபி எடுத்துக்காட்டுகிறார். சமூக உறவுகளை இறுகப் பிணைத்திருக்கும் காலனிய மனநிலைக்குச் சாட்சியமாக, அமிரா சில்மிக்கு இது தோன்றுகிறது. இன்னொரு பக்கம், இந்தப் பாதிப்பை ஏற்படுத்திய உறவுகள், சில தருணங்களில், தனக்கும் மற்றவருக்குமான, காலனிப் படுத்தப்பட்டவர், காலனிப் படுத்தியவருக்குமான தெளிவான வேறுபாடுகளைச் சீர்குலைப்பதாகத் தோன்றுகிறது. ஒருவேளை, இந்தக் காரணத்திற்காக, தேசிய-இனப் பிரிவினை குறித்த அரசு-மையப்படுத்தும் கற்பனைகள் குலைந்துவிடக் கூடாது என்பதால், இந்த வேறுபாடுகள் பெருமளவில் இஸ்ரேலிய மற்றும் பாலஸ்தீனிய தேசியவாத வரலாறுகளில் அழிக்கப்பட்டிருக்கலாம். அகதிகள் கதைகளைச் சொல்பவர்களுக்கு, முற்காலத்தில் ஒத்தஉணர்வு, மற்றும் ஒருவரோடு ஒருவருக்கான இணைப்பு பற்றிய விவரிப்புகள், 1948இல் பாலஸ்தீனியர்கள் அனுபவித்த அதிர்ச்சியை, துரோகத்தை மற்றும் இயலாமையை முக்கியப்படுத்துவதாக இருக்கிறது. அவரது கிராமத்தை விட்டுத் தப்பியோட அவர் கட்டாயப்படுத்தப்பட்ட போது, அவர் என்ன உணர்ந்தார் எனக் கேட்கப்பட்ட போது, ‘ஹுசைன் முஸ்தபா தாஹா’ சந்தேகத்திற்கு இடமின்றி சொன்னது: ‘ஒரு விரக்தி உணர்வு, மற்றும் ஓர் அடிபணிந்த உணர்வு. அத்துடன் பிரிட்டிஷாரும், யூதர்களும் எங்களைத் தோற்கடித்து விட்டனர் என்ற உணர்வு. மேலும் அவர்களை எதிர்த்து நிற்க வலிமை இல்லை என்ற உணர்வு! அந்த உணர்வால்தான் நாங்கள் விட்டகன்றோம். நாங்கள் விட்டகன்றோம்’.

நாடு கடத்தலை ஆவணப்படுத்துதல்

2002இல் நான் மஹ்மூத் ஷெய்டனைச் சந்தித்தேன். மேலும் பாலஸ்தீனிய முகாம்களிலும் லெபனானிலும் நடந்த முறைசாரா

சந்திப்புக்களில் மூத்தோர்கள் உடனான நேர்காணல்களை நாங்கள் உடனே துவங்கினோம். விரைவாகத் தொடங்கிய அந்தச் சாதாரண புதிய திட்டம், மிகவும் விருப்பமுள்ள ஒன்றாக உருவானது. அடுத்த ஐந்து ஆண்டுகளுக்கு மேலாக, 135 கிராமங்களில் இருந்தும், நகரங்களில் இருந்தும் வந்திருந்த முக்கியமாக வடக்கு கலிலீ மற்றும் பாலஸ்தீனத்தின் கடற்கரைப் பகுதிகளிலிருந்து வந்த, அகதிகளிடம் 500க்கும் குறையாத நேர்காணல்களைப் பதிவு செய்தோம்.[26]

துவக்கத்தில் இருந்தே, இந்த முயற்சி அடித்தட்டு மக்களோடு இணைந்து நடத்திய ஒன்றாகக் கருதப்பட்டது, மேலும் 2005இல், அது 28 களப் பணியாளர்களையும், லெபனானில் இருந்த 12 அதிகாரப்பூர்வ UNRWA முகாம்களில் இருந்த ஆராய்ச்சியாளர்களையும் கொண்ட ஒரு வலைப்பின்னலை ஈடுபடுத்தியது. எங்களுடைய முழுமையான விரிவான நோக்கங்கள், மூத்தவர்களுக்கும், சமூக உறுப்பினர்களுக்கும் அவர்களது மொழிகளிலேயே அவர்களது வரலாறுகளைப் பிரதிநிதித்துவப் படுத்துவதற்கு ஒரு வாய்ப்பைத் தர வேண்டும் என்பதாக இருந்தன. மேலும் எங்களால் முடிந்த அளவுக்குக் கடந்து போய்க்கொண்டிருக்கும் தலைமுறையிடம் இருந்து எவ்வளவு முடியுமோ அவ்வளவுக்கு நேரில் கண்ட சாட்சி விவரங்களை ஆவணப்படுத்துவதாகவும் இருந்தது.[27] ஆராய்ச்சிப் பணிகள் மற்றும் நேர்காணல்கள் ஆகிய இரண்டும் எங்களுடன் பணியாற்றிய சமூக உறுப்பினர்களின் நீண்ட கால அர்ப்பணிப்பின் விளைவாக அமைந்தது.[28] நேர்காணல்கள், வெவ்வேறு சமூக, பூகோள, மதப் பின்னணிகளிலிருந்து வந்த ஆண்களுடனும், பெண்களுடனும் நடத்தப்பட்டன. மேலும், கிறித்துவர்கள், முஸ்லீம்கள், நிலமற்ற விவசாயத் தொழிலாளர்கள் (*fellahin*), மீனவர்கள், பாலைவன நாடோடி அரேபியர்கள் (*Bedouin*) மற்றும் ஏழை மாநகரவாசிகள் ஆகியோரும் உள்ளடக்கப்பட்டனர். அனுபவங்கள் மற்றும் முன்னோக்கிய பார்வைகளின் எல்லை, வரலாற்றை உருவாக்குவது எது, மேலும் சாதாரண வேலைக்கு மேலாக அரசியல் பணிகளைத் தன்னிச்சையாகப் பெரிதெனக் கருதும் உறுதியற்ற பாலினத் தர்க்கங்கள் மற்றும் குடும்பத்திற்குச் செய்யும் தியாகங்களை விட மேலாக நாட்டிற்காகச் செய்யும் தியாகங்கள் பற்றிய எங்கள் புரிதலை விரிவாக்குகிறது. பெரும்பாலான நேர்காணல்கள், முகாம்களிலுள்ள அகதி ஆராய்ச்சியாளர்களால் நடத்தப்பட்ட அதே சமயம், திட்டப்பணிகளின் பிந்தைய கட்டங்களில் முகாம்களுக்கு வெளியே இருந்த மேட்டுக் குடியினரிடம் -

வணிகர்கள், அறிவு ஜீவிகள், பாலஸ்தீனிய செல்வந்தர்கள் ஆகியோரிடம் - நாங்களும் நேர்காணல்களை நடத்தினோம். பதின்பருவத்தினராக (teenagers), இளைஞர்களாக (young adults) பாலஸ்தீனத்தை விட்டுச் சென்ற பெரும்பாலான குடிமக்கள், நேர்காணல் சமயத்தில், அவர்களுடைய பிந்தைய எழுபதுகளிலும், எண்பதுகளிலும் இருந்தனர்.

ஆவணக் காப்பகத்தைப் போல, இந்த நூலும் தொடர்ந்து கொண்டிருக்கும் காலனியப்படுத்தலின் பாரம்பரியங்களை முன்னிலைப்படுத்த முனைகிறது. அத்துடன் சியோனிச விவரிப்புகளின் தடுக்கும் (பிரச்சார வலிமைக்கு-மொ-ர்) வலிமைக்குச் சவால் விடுகிறது. அது, அகதி கதைசொல்லிகளை, அவர்களின் கடந்தகாலம் பற்றிய அதிகாரப் பூர்வமான வரலாற்று ஆசிரியர்களாக மீட்டெடுக்கவும், கொண்டாடவும் செய்கிறது, மேலும் 1948 இன் அனுபவ ரீதியிலான பின்விளைவுகளின் மீதான அக்கறையைக் காட்டுகிறது. பல பத்தாண்டுகளாக, 'பாலஸ்தீனிய அகதிகள் பிரச்சினை' பற்றிய பொதுமக்கள் விழிப்புணர்வு, இதுவரை அறியப்பட்ட 'அமைதிக்கான செயல்முறை'யாலும், மேலும் மிகச் சமீபத்தில், அதன் தோல்வியாலும், தொடர்ந்து வந்த 'இரு-நாடு' தீர்வின் சரிவாலும் இது வடிவமைக்கப்பட்டிருக்கிறது. இஸ்ரேலிய அதிகாரிகள், பாலஸ்தீனியர் கதையை, அதன் (இஸ்ரேலின்) இன ஒழிப்பு வரலாற்றை ஏற்கவும் (விபரம் மிக அதிகமாகத் தெரிந்த பார்வையாளர்களால் பரவலாக இப்போது ஒத்துக்கொள்ளப்படுகிறது), மேலும் அகதிகளின் திரும்பிச் செல்லும் உரிமையை (இந்த அங்கீகாரம் என்பது நாட்டின் முடிவு என்றாகிவிடும் என்ற அடிப்படைகளின் மீது) அங்கீகரிக்கவும் உறுதியாக மறுத்தனர். இதற்கிடையில், பாலஸ்தீனிய அதிகாரிகள், அகதிகளை ஓர் அரசியல் விளையாட்டில், தங்கள் இலாபத்திற்காக, பகடைக்காய்களாகப் பயன்படுத்துகின்றனர். இதில் அகதிகள் அதிகமாகச் சொல்வதற்கு ஏதும் இல்லை. மாறாக அவர்கள், ஒரு வரலாற்று அநீதியின் வாழும் அடையாளங்களாக, மனிதாபிமான உதவி தேவைப்படுகிற பேச்சிழந்த பாதிக்கப்பட்டவர்களாக, மேலும் 'அமைதிக்கு'ப் பரிதாபகரமான முட்டுக்கட்டைகளாய்க் காணப்படுகின்றனர். ஆனால் மிக அரிதாக மட்டும், குரல் எழுப்பும் உரிமை பெற்ற அரசு சார்ந்த குடிமக்களாக இருக்கின்றனர். இதுபோன்ற அரசமைப்பு (agency), அவர்களே ஒத்துக்கொள்வதைப் போல, யதார்த்தத்திற்குப் புறம்பானது, இறுக்கம் நிறைந்தது. மேலும் தெளிவற்ற அச்சுறுத்தலையும் செய்யக் கூடியது.

அதன் குணாம்சமும், பாதிப்பை ஏற்படுத்தும் பரிமாணங்களும் திரும்பிச் செல்வதற்கான உரிமையின் அரசியல் கோரிக்கைக்குள் அடங்குகின்றன. ஏனெனில் அதனுடைய பாத்திரம், வேண்டுகோள் விடும் போதே நடைமுறைக்கு ஒவ்வாதது மற்றும் அழிவு தரக் கூடியது என்று சொல்லி நிராகரித்துவிடுவதுதான். ஆவணம் மற்றும் இந்த நூல் இரண்டும், அகதிகள் பற்றிய விவாதங்களை, புள்ளிவிவர அடிப்படை, சிறு சிறு துணுக்குக் கதைகள் மற்றும் கற்பனை ரீதியான கதைகளுக்கும் அப்பால் நகர்த்திடச் செய்யும் ஒரு முயற்சியே ஆகும். மேலும் அவர்களுடைய வரலாறுகளையும், உரிமைகளையும், அரசியல் குறியீட்டால் அல்லது இராஜதந்திர நடைமுறையால், வரையறுக்கப்படாத, அல்லது குறைக்கக் கூடியதாக இல்லாத வழியில், கவனத்திற்குக் கொண்டு வரும் முயற்சியே ஆகும். அத்துடன் அவர்களை வரலாற்று ரீதியான குடிமக்கள் என மீண்டும் கருதச் செய்வதற்கான முயற்சியும் ஆகும்.

நானும் மஹ்மூதும் துவங்கிய போது, ஒப்பு நோக்கில், லெபனானில் பாலஸ்தீனியர்களுடன், சிறிய வாய்மொழி வரலாற்றுப் பணி மேற்கொள்ளப்பட்டது.[29] மேலும், அதில் ஒன்றுகூட படமாக்கப்படவில்லை. காணொளிக்குத் திரும்பிய போது, எங்களது நோக்கம், இந்தக் கதைகளில் உள்ளுறைகின்ற, நிகழ்வை வெளிப்படுத்தும் வலிமையைத் தீவிரமாக எடுக்க வேண்டும் என்பதாக இருந்தது. வாய்மொழி சாட்சியங்கள், வாய்மொழியற்ற பாதிக்கப்பட்ட அனுபவம் மற்றும் அறிவின் வடிவங்களை அறியச் செய்கின்றன, மேலும் அச்சுப்படிகளைப் படிப்பதில் இருந்து, மூத்தவர்கள் பேசுவது முற்றிலும் வேறாக இருப்பதைப் பார்க்கவும், கேட்கவும் செய்கின்றன. 'எனது மிகப்பெரிய ஆசை, எனது பெயரை எழுதுவதற்குக் கற்க வேண்டும் என்பதே. உண்மையில் ...நான் என்ன சொல்ல முடியும்? நான் சத்தியம் செய்கிறேன், நான் அழுவேன்-எனது பெயரை எழுதுவதற்கான திறனைப் பெற வேண்டி மனம் விட்டு ஆழ்ந்து அழுவேன்', என்று 'ஹஸ்னா மனா' எவ்வாறு இளம் பெண்கள், கல்வி மறுக்கப்பட்டார்கள் என்பதை நினைவு கூர்ந்து சொல்கிறார். 'நான் என்ன செய்ய வேண்டும்? நான் சுத்தம் செய்வேன், பெருக்குவேன்... வெளியில் இருக்கும் கல் அடுப்பின் மீது (*taboun*) ரொட்டி தயாரிப்பேன், 'அக்கா'வுக்கு நான் போக வேண்டும், என் தந்தையுடன் என் குடும்பத்திற்கான வேலைகளைச் செய்வேன். ஆனால், எனது ஆசை, எனது பெயரை நான் எழுதும் திறனைப் பெறுவதுதான்'. விரக்தி அவரது சொற்களில் வேகமாகப் பரவியது. ஆனால்,

சொற்களின் இடையிடையே குறுக்கிட்ட ஆற்றல் வாய்ந்த இடை நிறுத்தங்களில் மட்டுமே, அமிழ்ந்து கிடந்த, தோல்வியடைந்த ஆசையின் ஆழத்தை நாங்கள் உணர்கிறோம். ஒவ்வொரு குரலும், வெவ்வேறான பல்வேறு மனக் கவலைகளால் இயக்கப்படுகின்றது. மேலும் ஒவ்வொன்றும் உணர்வுகளைத் தூண்டும் மனோ லயங்களையும், மனோ திடங்களையும், மேலும் ஊக்கப்படுத்தும் கற்பனைத் திறன் மிக்க நேர்காணலையும் கொண்டுள்ளது. குரலின் ஏற்ற இறக்கம், தொண்டையை அடைக்கும் சொற்களின் ஒலி, திரும்பத் திரும்பக் கூறல்கள்- 'நாங்கள் விட்டகன்றோம், நாங்கள் விட்டகன்றோம்'- ஆகிய அனைத்தும், இந்தப் பக்கங்கள் முழுதும் ஓர் அலையைப் போல் கவர்கின்றன. மேலும், மௌனத்தைப் போல, அனைத்துக் கதைகளிலும் ஒரு கட்டமைக்கும் இருப்பை அர்த்தப் படுத்திட இன்றியமையாதவையாக இருக்கின்றன.

பேச்சு தோல்வி அடைகின்ற போதும் அல்லது ஏதோ ஒன்று வெளிப்படையாக நிறுத்தி வைக்கப்படும் போதும், அத் தருணங்கள் ஒரு நூலின் அர்ப்பணிப்பை எதிர்க்கின்ற அல்லது தவிர்க்கின்ற அனைத்தின் நினைவூட்டல்களாக இருக்கின்றன. 'லெய்லா பார்சன்ஸ்'ஸால் விவரிக்கப்படுகின்ற, 'மஹ்மூத் அபு அல்-ஹைஹஜா' உடனான நேர்காணலில், அல்-ஹைஹஜா, ஒரு வீரம் மிக்க போருக்குப் பின், அல்-பிர்வா கிராமத்தின் இழப்பை, விவரிக்கிறார். 'நீங்கள் ஒரு கற்றறிந்த இளைஞர், நீங்கள் உங்கள் ஆராய்ச்சியைச் செய்துவிட்டீர்கள் என்று நான் அனுமானிக்கிறேன்', என்று அவர் குரல் நடுங்கியவாறு, நேர்காணல் செய்தவரிடம் கூறுகிறார். 'இதுதான் வரலாறு, மேலும் வரலாறு கருணையற்றது!' அவர், இப்பவும் கூர்மையாக உணரப்படும் ஒரு துரோகத்தைப் பற்றிப் பேசுகிறார், ஆனால் தெளிவற்ற மற்றும் புதிரான அவரது குரலின் ஒலியும், அவரது கூரிய பார்வையின் தீவிரமும்தான் துக்கத்தைப் பதிவு செய்கின்றன. செவிவழி உணர்வுக்கும், விவாதத்திற்குரிய வெளிப்பாட்டிற்கும் இடையே அலைபாய்ந்தபடி, 'அல்-ஹெய்ஜா'வின் குரல் ஒரு நிலைத்த வலியைத் தெரிவிக்கிறது. நேர்காணல் செய்பவருக்கும், குடிமகன் மற்றும் பார்வையாளருக்கும் இடையேயான, வெளிக்காட்டுதலுக்கும் அந்தரங்கத்திற்கும் இடையேயான, போதாமைக்கும் உபரிக்கும் இடையேயான ஈடுபாட்டு விதிமுறைகளை முறைப்படுத்தி, கொண்டு கூட்டிப் பொருள் கொள்வதில் ஏற்படும் மன நிறைவுகளை, (போதிய விவரங்கள்- மொ.ர்) இல்லாமைகளும், இடைவெளிகளும்

தடை செய்கின்றன. பேச்சாளர் பின்வாங்குகிறார் - யதார்த்தம் பிரதிநிதித்துவத்தை அடக்கிக் கட்டுப்படுத்துகிறது.

நேர்காணல்கள், வெளியேற்றத்தின் அனுபவத்தை முன்னிறுத்திக் காட்டும் அதே வேளையில், பதிவுகள், அகதிகளின் ஐந்து தலைமுறைகளுக்கான அதன் பாரம்பரியத்தை ஆவணப் படுத்துகின்றன. காணொளி, நினைவுபடுத்தப்பட்ட கடந்த காலத்திற்கும், வாழ்கின்ற தற்போதைய நிலைக்கும் இடையிலான அப்பட்டமான வேறுபாட்டை, ஒன்றை மற்றொன்று இடமாற்றம் செய்தவாறு பதிவு செய்கின்றது. முகாம் இல்லங்கள்-நெருக்கடியாகவும், கும்பல் நிறைந்தும், வெளிச்சத்தின் போதாமையும், உறவுக்காரர்கள் மற்றும் அண்டை வீட்டார்களின் ஆரவாரச் சத்தத்தால் எழும் சலசலப்பும், 'மின் ஆக்கி'களின் *(Generators)* மந்தமான ஓசையும்- நினைவில் நிறுத்துதலுக்கு ஓர் அர்த்தத்தையும், அதற்கான சூழ்நிலையையும் அளிக்கின்றன. துவக்கத்தில், இந்தத் தொழில்நுட்ப ரீதியான கட்டுப்பாடுகளை, வருந்தத் தக்கவையாகவும், தவிர்க்க முடியாதவையாகவும் கருதினாலும், அவைகளின் முக்கியத்துவத்தையும், மதிப்பையும் நாங்கள் அங்கீகரிக்கத் தலைப்பட்டோம். நினைவுபடுத்தலை விரைவுபடுத்தவும், அதற்கு ஒரு வடிவத்தை அளிக்கவும் செய்கின்ற உறுதியான யதார்த்தச் சூழ்நிலைகளைக் காணக் கூடியதாக இந்தப் பதிவுகள் செய்கின்றன. அத்துடன் மட்டுமின்றி, எவ்வாறு அகதிகள் விவரிக்கிறார்கள் மேலும் எவ்வாறு கவனிக்கிறார்கள் என்பதை வடிவமைக்கின்றன. அவற்றை நீடிக்கச் செய்கின்ற சமூக மற்றும் உறவுமுறைகளின் எதிர்வினை ஆற்றும் இயக்கு விசைகளையும் காணச் செய்கின்றன. இந்தக் கதைகள், அப்போது அவர்களுடன் வாழ்ந்திருந்த இளைய தலைமுறையினருக்கு அனுபவங்களைத் தெரிவிப்பதற்கு மட்டுமின்றி, சமூகக் குழுக்களுக்கு இடையிலான உறழ்வுகளின் மற்றும் பொழுது போக்கின் ஒரு வடிவமாக, காலத்தைக் கழிப்பதற்கான ஒரு வழியாகவும், முகாம் வாழ்க்கையின் சோர்வைப் போக்கி மகிழ்ச்சியாக நேரத்தைச் செலவழிக்கவும் சொல்லப்படுகின்றன. விவரங்களையும், கதை சொல்வதில் திருப்பங்களையும் எப்போதும் கூர்மையாக வெளிப்படுத்தும் ஆற்றல் கைவரப் பெற்றவர்களாக மூத்த அகதிகள் திகழ்கிறார்கள். படம் பிடிக்கப்பட்ட சமூக மற்றும் யதார்த்தச் சூழ்நிலைகள், 'நக்பாவை' தலைமுறைகள் முழுவதும் வளருமாறு செய்கின்றன. அவை, நக்பாவை தொடரச் செய்யும் ஒரு நிபந்தனையாகவும், பாரம்பரியமாகவும், இனவிலக்கலை ஆழப்படுத்துகின்ற

சூழ்நிலைகளில், நிலைக்கச் செய்கின்றன. ஆசிரியர்களுள் ஒருவரான லெனா ஜெயூஸி, இந்த நூல் தொகுப்பின் வேறொரு இடத்தில் குறிப்பிடுவது போல, பாலஸ்தீனிய நினைவுகூரலின் ஒவ்வொரு செயலும், 'சமகாலத்திய பாலஸ்தீனிய நிலைமையைக் குறிக்கின்ற அழித்தல் மற்றும் புறக்கணித்தலின் தொடரும் எண்ணிக்கையுடனான' ஒட்டுமொத்த தொடர்பைக் கொண்டு, புரிந்துகொள்ளப்பட வேண்டும்.[30]

கடந்த மற்றும் தற்போதைய பாதிப்பை விளக்குவது, அகதிக் கதைகளின் ஒரு வரையறுக்கும் குணாம்சம் ஆகும். அத்தியாயம் 9இல், 'சலே அப்துல் ஜாவத்'தால் விவாதிக்கப்படுகின்ற, 'கமீலா அல்-அப்த் தாகிர்' இன் சாட்சியத்தில், 1948இல் 'சலிஹா'வில் நடந்த படுகொலையில், அவரது சகோதரர் இறப்பையும், அவள் தானாக, மயிரிழையில் உயிர் தப்பியதையும் விளக்குகிறாள். சியோனிச சிப்பாய்கள், எவ்வாறு கிராமப் பள்ளிவாசலில் கிராம மக்களைச் சுற்றி வளைத்துச் சுட்டு வீழ்த்தினர் என்பதையும், எவ்வாறு இறந்துகொண்டிருந்த அவளது சகோதரனின் முடியை வருடியவாறு, இறந்த உறவினர்களின் உடல்களால் சூழப்பட்டு பல நாள்கள் அவள் விழுந்துகிடந்தாள் என்பதையும் விவரிக்கிறாள். மேலும் 'இந்தக் கதைகளை எப்பொழுது நான் சொல்லும் போதும், எனது இதயத்திலிருந்து குருதி கொதித்துக் கொப்பளிக்கிறது' என நேர்காணலாளரிடம் சொல்கிறாள்.

நிகழ்காலத்தைப் பற்றிப் பேசும் முன், பாதியிலேயே, "நாங்கள் அழுதோம், நாங்கள் அழுதோம், எங்களால் முடிந்தது எல்லாம் அழுததுதான்" என்று அவள் நேர்காணலாளரிடம் கூறினாள். 'சலிஹா முழுமையான கவலைகளில் இருந்தது. என் அன்பானவரே, அது அவ்வாறு தான் இருந்தது'. இந்த வன்முறைக்குப் பின்விளைவாக, எவ்வாறு இறந்தவர்களைப் புதைக்கும் வேலையும், நினைவு கூர்வதும் பெரும்பாலும், பெண்கள் மேலேயே விழுந்தது என்பதையும் அவரது கதை நமக்கு நினைவுபடுத்துகிறது. ஆனால், இழப்பு என்பது கண்டுகொள்ளப் படாமல் போகும் போதும், அங்கே ஒருவர் கூட இல்லை என்னும் போதும் என்ன நேர்கிறது? 'அமினா ஹசன் பானத்'தின் விவரிப்பு பற்றி செய்யும் ஆய்வில், 'ரூபா சாலிஹ்', சியோனிசத் துணை இராணுவத்தால், 'செய்க் தனூன்' கிராமம் மிருகத்தனமாக அழிக்கப்பட்டதை விளக்குவதற்கு முன்பாக, 'செய்க் தனூன்' இல் வாழ்க்கை பற்றி ஒரு நாட்டுப்புற வழக்கிலான விவரிப்புடன் தொடங்குகிறார். லெபனான் உள்நாட்டுப் போரின் போது

இழந்தக் குழந்தைகளை நினைவுபடுத்திக் கொண்டிருக்கும் ஒரு சுவர் நிறைந்த புகைப்படங்களால் மனம் குன்றியபடி, 'பானத்', அவரது இரண்டு பெண் கைக்குழந்தைகளை ஒரு தட்டில் சீராகத் தலையில் சுமந்தவாறு, 1948இல், லெபனானுக்குச் சென்ற பயணத்தை நினைவு கூர்கிறார். அவரது விவரிப்பு, அவரது கணவர் கொல்லப்பட்டு, நான்கு மகன்களும் காணாமல் போனபோது, 1948இல் நடந்த பெய்ரூட் மீதான இஸ்ரேலியர்களின் படையெடுப்பைப் பற்றிய நினைவுகளுக்குள் தடையின்றிச் செல்கிறது. அவர், தனது காணாமல் போன மகன்களுடனும், முகாமின் சந்துகளில், அவர்களின் பேய்த் தோற்றங்களுடனான இரவு உரையாடல்களையும் விவரிக்கிறார். இந்தத் திசை மாறிய விவரிப்புகள், லெபனானில், ஒரு மனைவியாக, தாயாக, அவரது இழப்புகள், அவரது நக்பா கதையின் ஒரு பகுதியை உருவாக்குகிறது என்பதை மறைமுகமாக வலியுறுத்துகிறது. 'பானத்'தின் விளக்கம், சொந்த நாட்டின் நலனுக்காக, இழந்த மகன்களைத் தியாகிகளாக்கி மாவீரர்களாகப் பாவித்து செய்யும் தேசிய அளவிலான ஆரவாரப் பெருமைக்குச் சவால் விடுகிறது: 'எனது நாடு, அதை நான் என்றும் மறக்க முடியாது, அது எனது சிந்தனைகளில் இருக்கிறது, ஆனால் எனது மகன்களைப் போல அந்த அளவுக்கு அல்ல, 'அவர் சொல்கிறார். 'எனது குழந்தைகள் எனது இதயத்திலிருந்து பிறந்தவர்கள்.'[31] இந்தப் பரிமாற்றங்கள், நினைவு கூர்தல் என்பது வெளிப்படையாகவும், நிறைந்த வலியோடும் இருக்கிறது. பாலஸ்தீனியர்களுக்கு நக்பாவைப் போல, கடந்த காலம் பற்றிய நினைவுகூர்தலும் கூட, தரமிக்க வீர காவியமாக, தற்கால வாழ்வின் ஒரு பகுதியாகவே உணரப்படும் அளவுக்கு இருக்கிறது என்பதை வெளிக் காட்டுகிறது.

பேச்சில் நேரிடுகின்ற பெருவெளி மற்றும் காலத்தின் (space and time) சிக்கலான மாற்றத்தில், கால வரிசைக்கிரம முறையும் (chronology) காலத்தைப் போலவே அந்த அளவுக்கு உணர்வைச் சார்ந்து நிற்கிறது. ஒரு கேள்வி, மனதிற்குள் உடனே விரைந்தோடி வரும் எண்ணற்ற உருவங்களை, மென்மேலும் ஒன்றிணைக்கின்ற அல்லது தடம் புரளும் சிந்தனையை ஒன்றாக ஒளிரும் வண்ணம் வெளிக் கொணரலாம். ஒரு கட்டத்தில், வலிமிகுந்த ஒரு கிளைக்கதையில் இருந்து முறித்துக்கொள்ளும் அந்தக் குரல், இன்னோர் கட்டத்தில், இதுபோன்ற பல கிளைக் கதைகளை ஒன்றிணைக்கலாம். 1948இல் பாலஸ்தீனத்தில் இருந்து அவரது வெளியேற்றத்தை, 1982இல் லெபனானில், அவர் அடைந்த

இழப்புக்களுடன் ஒன்றாக்கிய 'பானத்'தின் பின்னிப் பிணைப்பு, அவருக்கு எதிரான வெவ்வேறு அரசியல் சக்திகளின் சரளமான ஒரு தொடர்ச்சியை வெளிப்படுத்தச் செய்கிறது. அத்தியாயம் ஏழில், 'டெட் ஸ்வீடன்பர்க்கால் விவாதிக்கப்படும் ஃபாத்திமா அப்துல்லாவின் சாட்சியம், இதுபோலவே புரட்சிகரமான தருணங்களை ஒன்றிணைக்கிறது: 1936இன் புரட்சியாளர்களுக்காகப் பாடப்பட்ட பாடலைப் பற்றிக் கேட்கப்பட்ட போது, அவர், பாலஸ்தீன விடுதலை அமைப்பின் (PLO) தலைவர், 'அபு அம்மர்' என்றழைக்கப்பட்ட 'யாசர் அராபத்'தைப் புகழுகின்ற ஒரு கவிதையுடன் பதிலிறுத்தார். (லெபனானில் புரட்சி பற்றி அவர் பேச வேண்டியிருக்கும் போது, பாலஸ்தீனத்தில் அவரது கிராமத்தில் மக்கள் அதைப் பாடிக் கொண்டிருந்ததைக் கேட்டதாகச் சொன்னார்)³². இதுபோன்ற மேலோட்டமான இடம், பொருள் சார்ந்த உணர்வுத் தாவல்கள், தனிநபர் வாழ்க்கையை வடிவமைக்கின்ற மற்றும் மாற்றுகின்ற வண்ணம், தொடர்ச்சியான கட்டமைப்பின் இயங்கியல் முறையை வெளிப்படுத்துகின்றன. வாசகருக்குச் சீரான குறிப்புகள் இல்லாமல், அவைகளைப் பின்பற்றுவது கடினமாக இருக்கும். ஆனால் 'பானத்' மற்றும் 'அப்துல்லா'வின் பதிவுகளைப் கவனித்தல் என்பது, இப்போதைய குரலில் பல பத்தாண்டுகளாக, எல்லைப்புறங்கள் முழுவதும் ஒன்றன்பின் ஒன்றாக மாற்றித்தரப்பட்ட- போர், புரட்சி, பறித்தல், உரிமை இல்லாமை, நாடற்ற தன்மை, குடும்ப எழுச்சி, பிறத்தல்கள் மற்றும் இறத்தல்கள் ஆகியவற்றின்- தொடர்ச்சிகளைக் கேட்பதாகும். அவர்களின் விவரிப்புகளில் உள்ள தடையற்ற குழப்பங்கள், மற்றவர்களின் விவரிப்புகளில், இடைவெளிகளாகவும், மௌனங்களாகவும் இருப்பதைப் போலவே, விளக்கம் தருவதாக இருக்கின்றன.

சில நேரங்களில், மூத்தோர் நேர்காணல்கள் செய்யப்படத் தயங்கினார்கள். மேலும் அவர்களது சாட்சியங்களைப் பதிவு செய்வதற்கான எங்களது நோக்கம் பற்றி சந்தேகத்தைத் தெரிவித்தார்கள். பலர் இதை மிகவும் சிறிதாகவும், மிகவும் தாமதமான ஒன்றாகவும் பார்த்தார்கள். ('எங்கள் நினைவுகள் இன்னமும் பசுமையாக இருந்தபோது, நீங்கள் ஏன் வரவில்லை?' எனக் கேட்டார்கள்) சில விஷயங்கள் மறையும்பொழுது மட்டுமே, ஆராய்ச்சியாளர்களாகிய நாங்கள் அதை ஆய்வு செய்ய வருகிறோம் என்று ஒரு முதியவர் ஒன்றைக் குறிப்பிட்டார்.

('இன வரைவியல் காப்பு' மீதான ஒரு நன்கறிந்த விமர்சனத்தை அவர் செய்தது போல, எதிரொலித்தார் - அந்த விமர்சனம், உதவிகரமான மற்றும் மன நிறைவான உணர்வில், தேய்ந்து வரும் உலகங்களை மீட்டெடுக்கிறது. அதே வேளையில் அவ்வுலகங்கள் எளிதாக விலகிச் செல்லவும் உதவுகிறது.) பாலஸ்தீனியர்களுக்கு எதிரான வன்முறை குறித்து கணிசமான ஆதாரங்கள் முன்னரே திரட்டப்பட்டும், அவற்றுள் எதுவும் நியாயத்தையோ, இழப்பீடுகளையோ கொண்டு வரவில்லை என்பதை, பெரும்பாலும் அனைவரும் சுட்டிக் காட்டினர். உண்மையில் அது அவர்களுடைய அதிகாரமற்ற தன்மையை மறு உறுதி மட்டுமே செய்தது. மேலும் அவர்களின் மனித உரிமைகள் பற்றிய எந்தப் பயனும் அற்ற ஆரவாரமான வற்புறுத்தல், இறுதியில் அவர்களது அரசியல் உரிமைகளை இரத்து செய்தது, அதே வேளையில் அந்த மனிதாபிமானத்தையே கேள்விக்குறி ஆக்கியது என்று அது உரைத்தது. மஹ்மூத் அபு அல்-ஹைஜாவின் நேர்காணலாளருக்கான சவால் - நடந்ததைப் பற்றி நீங்கள் ஆய்வு செய்கிறீர்கள்- இந்த சாட்சி அளிப்பதன் தார்மீக எண்ணங்களுக்கான எதிர்ப்புக்கு ஓர் எடுத்துக்காட்டு. அது உரிமை கோருகின்ற சுமையைப் பாதிக்கப்பட்டவர்கள் மீது வைக்கிறது. அகதிகளை, அவர்களுடைய பாதிப்பு பற்றி விவரிக்குமாறு கேட்கும் அதே வேளையில், அந்தப் பாதிப்பு தொடர்வதற்கான கட்டமைப்பு நிலைமைகள் குறித்துக் கொஞ்சமும் கவனிக்காமல் இருக்கும் ஆராய்ச்சியாளர்களுக்கும், செயல்பாட்டாளர்களுக்கும் ஓர் அறிவுரையாக அது (அந்தச் சவால்-மொ.ர்) நிற்கிறது. பார்சன்ஸும் கூட, அபு அல்- ஹைஜாவின், ஒரு சாட்சியாகவும், வேண்டுகோள் வைப்பவராகவும் அவருடைய பங்கில் தெளிவாகத் தெரியும் சோர்வைக் குறிப்பிடுகிறார். தயங்குவது மற்றும் மறுப்பதற்கான இந்தக் கணங்கள் முக்கியமானவை. ஆவணக் காப்பகங்கள் தேவையான ஒரு நல்ல விஷயம் என்பது பற்றியும், பாதிக்கப்பட்டவர்களுக்கு நீதியையும், தீர்வையும் உண்டாக்குவதில் நேரடி சாட்சியத்தின் மதிப்பு பற்றியும், சமமற்ற அதிகார உறவுகளை உண்டாக்கும் வக்காலத்து வடிவங்களின் தாராளமான நம்பிக்கைகள் பற்றியும் அகதிகள், கடும் முயற்சியால் வென்ற, பயனுள்ள சந்தேகத்தை வெளிப்படுத்துகிறார்கள். யார் ஆவணப்படுத்துகிறார், யார் ஆவணப்படுத்தப்படுகிறார் மேலும் இறுதியில் இது போன்ற திட்டப் பணிகளால் யார் பலனடைகிறார்?

ஆவணங்கள், அரசின் பாதுகாப்பில் இருப்பது என்றால், நாடு கடத்தல், அவைகளை அகற்றவும், கலைக்கவும் செய்து விடும். 'மெதுவாக எங்கள் வாழ்வும் - பாலஸ்தீனத்தைப் போலவே - ஏதோ ஒன்றாகக் கரைந்தது', என்று எட்வர்டு சேத் எழுதுகிறார். 'நீண்ட காலம் மையத்தைப் பிடித்தவாறு நாங்கள் இருக்க முடியாது'.³³ அவர் அதை எழுதியதில் இருந்து இந்த 35 ஆண்டுகளில், மையத்திலிருந்து வெளியே விலகச் செய்யும் வழுக்கல் (Centrifugal) போக்கு மட்டும் விரைவுபட்டிருக்கிறது. ஒரு மையம் இல்லாமல் ஓர் ஆவணம் என்பது என்ன? ஒரு நாடற்ற, சமூக உறவுகள் எல்லாம் அழிக்கப்பட்ட மக்களுக்கு, முற்றிலும் மையப்படுத்தப்பட்ட, நிறுவன ரீதியாக முடக்கி வைக்கப்பட்ட ஓர் அமைப்பு என்ன உறவைத் தர இயலும்? எந்த ஆவணக் காப்பகம், கலைக்கப்பட்ட, மாற்றப்பட்ட பாலஸ்தீனச் சமூகத்தை ஆவணப்படுத்தும்? அகதிகளின் விவரிப்புகளில் இருந்து உருவாக்கப்பட்ட ஆவணங்கள் என்பது, ஒரு வகையில், முகாம்களின் கதைகள் நிறைந்த உலகில், நக்பா அனுபவத்தில் வாழ்கின்ற, மாறுகின்ற தகவல் களஞ்சியங்களில் முன்னரே இருக்கிறது. அகதிகளின் விவரிப்புகள், பாலஸ்தீனம் பற்றிய, புள்ளியியல் ரீதியான திட்டப்பணிகளுக்கு ஏற்பச் சுற்றி வளைத்துச் சொல்லப்படும் கோணத்தில் அமைக்கப்பட்ட பாலஸ்தீனியனாக இருப்பதன் பொருள் என்ன என்பதன் ஒரு பரவலான பார்வையை அளிக்கின்றன. எப்போதும், நவீன அரசு முறைமைக்கு வெளியே விலக்கி வைத்தலுக்கு, அவர்கள மிகமிக உறுதியான விமர்சகர்கள் தான். 'ஷாய்ரா வடசரியா' அவதானிப்பதைப் போல், 'பாலஸ்தீனிய அகதிகள், இரு வகையில் குடியேற்றக் காலனிய தேச அமைப்பின் விலக்கப்பட்ட குடிகள் மற்றும் அதன் மிகப் பெரிய அச்சுறுத்தல் ஆவர்'.³⁴

எழுபது ஆண்டுகளுக்கும் மேலாக, நாடு கடத்தல், உரிமைகள் மற்றும் நீதி பற்றிய அதன் சொந்த மொழியை உறுதியாக உருவாக்கி இருக்கிறது. அவர்களை விலக்கி வைத்த காலனிய, சர்வ தேசச் சட்டக் குறியீடுகளில் இருந்து உருவானது போல் 1948இல் இழக்கப்பட்ட நிலங்கள் மற்றும் வீடுகளுடனான ஓர் உணர்வுப் பூர்வமான உறவிலிருந்து உருவாக்கப்பட்ட ஒன்று அது. அதன் மூலமாக, அகதிகள் அழித்தலையும், ஒதுக்குதலையும் எதிர்க்கின்றனர். ஐ.நா. தீர்மானம் 194 ஐ நடைமுறைப் படுத்துவதற்கு (இந்தப் பிரிவு சட்டப்பூர்வமாக அவர்களது 'நாடு திரும்பும் உரிமையை' உத்தரவாதப்படுத்தி உள்ளது) அரசியல்

விவாதத்தை அவர்கள் தொடர்ந்தனர். அதே வேளையில், உரையாடலில் தொடரும் அவர்களது கோரிக்கைகள் (claims), வெவ்வேறு வழிகளில் குடும்பப் பரம்பரைகளை, அவர்களுடைய 'நிலத்தின் மேற்பார்வையாளராக' (ahl al-ard) அவர்கள் வாழ்ந்த அனுபவத்தைப் பயன்படுத்திக்கொண்டன. மேலும் மக்களால் (ahaali) சூழ்ந்துள்ள, வகுப்பு சார்ந்த சமூகப் பிணைப்பின் நெருக்கங்களையும், குடியுரிமைக்கு (citizenship) முந்தைய மற்றும் பிந்தைய என்று மட்டுமின்றி சில வழிகளில் அதை நீக்கவும் கூடிய பிணைப்புகளையும் அக்கோரிக்கைகள் பயன்படுத்திக்கொண்டன. 'இரு- நாடு தீர்வின்' தோல்வி மற்றும் முன்னர் அழைக்கப்பட்ட அமைதிப் பேச்சு வார்த்தைகளுடன், பாலஸ்தீனியப் போராட்டம் என்பது காலனிய எதிர்ப்புப் போராட்டத்தின் ஆழமாய் வேரோடி இருந்த அமைப்பு முறைகளைப் புதுப்பித்தது. மேலும் படிப்படியாக, நாட்டை அமைப்பது என்றில்லாமல், காலனிய அகற்றல் என்ற அடிப்படையில் பார்க்கப்பட்டது. இது அகதிகள் நெடுங்காலமாகப் புரிந்துகொண்ட ஒன்று. தடுக்கத்தக்க நாடுகள் மற்றும் எல்லைகள் குறித்த காலனிய வாதங்களுக்கு எதிராக உள்ளார்ந்து ஒன்றிணைந்த அவர்களின் உரையாடல்கள், இப்போதைய அரசியல் நிலைக்குக் கட்டாயமான முரட்டு பதிலைத் தரும் ஒரு பார்வையை வெளிப்படுத்துகின்றன.

இந்த நூல்

'நக்பாவின் குரல்கள்' வாசகர்களுக்கு நக்பா பற்றிய முழுமையான ஆவணங்களை அறிமுகம் செய்வதுடன் கல்வி சார்ந்தும் அரசியல் சார்ந்தும் என இரண்டிலும் சாத்தியமான தலையீடுகளுக்கு உதாரணமாகவும் திகழ்கிறது. அத்தியாயங்கள், வெவ்வேறு சமூகப்- பொருளாதார மற்றும் பூகோள அடிப்படையிலான பின்னணியிலிருந்து வந்த ஆண்கள் மற்றும் பெண்களிடம் இருந்து பதிவு செய்யப்பட்ட சுமார் 30 நேர்காணல்களை வரிசைக் கிரமமாக ஒருங்கமைக்கின்றன. நேர்காணல்கள், வரலாறு சார்ந்தும், ஆய்வுப் பொருள் மற்றும் அழகுணர்வு சார்ந்தும் என இரண்டிலும், தேர்வு செய்யப்பட்டுள்ளன; 1947-48 இன் மற்றும் அதற்குப் பிந்தைய காலத்தின் நிகழ்வுகளில், 'பிரிட்டிஷ் ஆட்சி அதிகார அரசின்' கீழ் வாழ்வின் வெவ்வேறு வகைப்பட்ட அம்சங்களை நேர்காணல் அளிப்பவர்கள் பேசுகிறார்கள். அவற்றோடு இணைந்து வரும் சிறு கட்டுரைகள், வாசகர்களுக்கு விமர்சன அடிப்படையில், இடப்பெயர்ச்சி, நாடு கடத்தலின்

அனுபவம் மற்றும் விவரிப்புகள் பற்றி விவரிக்கின்றன. மேலும் நினைவுகூர்தலின் இந்தச் செயல்பாடுகளில், பேசுபவர்களுக்கு இருக்கின்ற உறுதியற்ற தன்மை பற்றியும் எண்ணிப் பார்ப்பதற்காகச் சூழ்நிலையையும், ஆய்வையும் அளிக்கின்றன. நெறிமுறை சார்ந்த அணுகுமுறைகளின் வரம்பிற்குள் இருந்து எழுதுகின்ற இந்த ஆசிரியர்கள், உலகியல் சார்ந்த பார்வை, அனைத்துத் தலைமுறையினர் பற்றியும், வர்க்க உறவுகள் பற்றியும் மேலும் அகதி நினைவை வடிவமைக்கின்ற மற்ற இயங்கியல் முறைகள் பற்றியும் விளக்குகின்றனர். எந்த வகையான விவரிப்பு வடிவங்கள் நமக்கு அவற்றைச் சொல்கின்றன என்பதில் அக்கறை செலுத்துகின்றனர். மேலும் அகதிகள் எவ்வாறு தங்களுடைய அனுபவங்களை அர்த்தம் உள்ளதாக ஆக்குகிறார்கள் என்பதைப் பரிசீலிக்கின்றனர். விரிவடைந்த நேர்காணலின் (பங்களிப்பவர்களால் தெரிவு செய்யப்பட்ட) பகுதிகளைச் சேர்ப்பது என்ற முடிவு, குரல் மற்றும் மரபு வழக்கின் நேர்மைத் தன்மையையும், மேலும் நினைவு கூர்தலின் ஒத்திசைவையும் பேணுவதற்கான விருப்பத்தால் தூண்டப்பட்டு இருக்கிறது.

ஒரு தொடர்ச்சியான உரையாடல்களாக அமைக்கப்பட்டு, இந்த நூல் ஒரு நோக்கத்துடனேயே, நேர்காணலின் இருவர் உரையாடும் அமைப்பு முறையை விரிவாக்குகின்றது: நேர்காணலாளர்கள் கேள்விகளை எழுப்புகிறார்கள், குடிமக்கள் பதிலிறுக்கிறார்கள், ஆசிரியர்கள் கவனித்து, கருத்துகளைச் சொல்கிறார்கள். அது, நினைவு கூர்தலின், ஒருவரோடு ஒருவர் உடன்படும் செயலுக்குள், ஒரு நீடித்த விசாரணையை விளக்குகிறது. மேலும் ஆழ்ந்த சமூகச் சிதைவு மற்றும் இழப்பு பற்றிய விவரிப்புகளை உட்படுத்துவதன் பொருள் என்ன என்பதைப் பிரதிபலிக்கிறது. அகதிகள், ஒரு குறிப்பிட்ட சமூக மற்றும் அரசியல் சூழலில் இருந்து இன்னொரு குறிப்பிட்ட சமூக, அரசியல் சூழலைப் பற்றிப் பேசுகையில், அவர்களுக்குத் துரோகம் இழைத்ததாக மற்றும் அவர்களுடைய வேண்டுகோள்களுக்கு வேண்டுமென்றே செவிடர்களாகத் தொடர்ந்த, அவர்களால் புரிந்துகொள்ளப்பட்ட ஓர் உலகத்திற்கு அப்பால் உள்ள உலகத்திற்கும் கூட வேண்டுகோள் விடுக்கிறார்கள். அவர்களைக் கவனித்து, பதிலிறுக்க வேண்டிய 'கற்பனை செய்யப்பட்ட பார்வையாளர்கள்' பற்றிய குறிப்புச் சொற்கள் மிகுதியாக உள்ளன - 'அவர்கள் சிரிப்பார்கள்', 'அவர்கள் இதைக் கேட்கட்டும்' - அல்லது அழுத்தமாகச் சொல்லக் கூடிய கட்டளைகளாக, 'என் வார்த்தைகளைக் கேளுங்கள்!'.

மற்ற தருணங்களில், தாங்களே பார்வையாளர்கள்: 'கடவுளே, என்னே ஒரு அப்பாவி நான்!' அவளது வாழ்க்கைப் பாதையில் புதிதாகப் பாதிக்கப்பட்ட, ஹம்தா ஜுமா கூச்சலிடுகிறாள். 'அரேபியர்கள் அப்பாவிகள். அல்லாஹ்வே என்னை மன்னியுங்கள், *(Astaghfirullah)*, அவர்கள் கழுதைகள் என நான் சொல்லுவதை அரேபியர்கள் கேட்க முடியும் என்பதற்கேற்ப இதையும் பதிவு செய்யுங்கள்.' பேசுகின்ற இந்தத் தருணங்களில் - அநீதி குறித்து அலட்சியமாக இருக்கின்ற ஒரு சர்வதேசச் சமூகத்தை நோக்கி, அவர்களைக் கைவிட்ட அரேபியச் சகோதரர்களை நோக்கி, ஒன்றும் அறியாத, அனுபவமற்ற தன்னை நோக்கிப் பேசுகின்ற தருணங்களில் - வாசகர்கள், அவற்றைக் கேட்பவர்களாக மட்டுமின்றி, பங்கெடுப்பவர்களாகவும், கருத்துப் பரிமாற்ற வட்டத்திற்குள் கொண்டுவரப் படுகிறார்கள். நூலின் வடிவம், கேட்பதன் செயல்பாடுகளைக் கோருகிறது, அவற்றில் மன உணர்வு தரும் எழுச்சி, முகத்தைச் சிவக்க வைத்து அதை வெளிப்படுத்துகிறது; சுய-அங்கீகாரம் என்பதே நேர்மை, அனுதாபம் மற்றும் விமர்சன அடிப்படையிலான நிகழ்வு ஆகியவற்றின் முன் நிபந்தனை ஆகும். வாசகரின் கவனத்தை ஈர்க்கக் கூடிய கதைகள் உண்டாக்கும் ஒழுக்க நெறிமுறைகள் சார்ந்த கூறுகளைப் பிரதிபலிக்கிறார், 'சிந்தியா க்ரீஜட்டி'. ஓர் 'இணக்கமான' வழிமுறை மூலமாக, 'அல்-ஜிப்' பில், 'ஃபாத்திமா ஷா பானு' வின் வாழ்க்கை பற்றிய விவரிப்பில், நம்மீது ஈர்ப்பை உண்டாக்குவதற்கும், அவர்களின் மூலங்களைத் தேடுவதற்கும் ஏற்ப, மக்களையும், இடங்களையும் நினைத்துப் பார்க்க நம்மை வற்புறுத்துகிறார்.

மூத்தவர்களை, வெறும் வரலாற்று 'ஆதாரங்களாக' மட்டும் இன்றி, வாய்மொழி மற்றும் உடல்மொழி அறிவின், வாழும் ஆவணக் காப்பகங்களாகவும் இந்த நூல் அணுகுகிறது. மேலும் வரும் தலைமுறைகளின் மீது பாதிப்பை ஏற்படுத்தும், 'நினைவின் சமூக அனுபவச் சூழல் இருப்பை' *(ecology of memory)* ஆய்வு செய்கிறது. கவித்துவமான விதிமுறைகள் இழப்பையும், ஏக்கத்தையும், புரட்சியையும், வாழ்வின் பழைய நிலைக்கு மீள்வதையும், வாய்மொழிக் கலாச்சாரப் பரிமாற்றத்தின் ஆற்றலையும், தன்னிலை மீள்தலையும் அடிக்கோடிட்டுக் காட்டுகின்றன. 'ஹுசைன் லுபானி' பாடல்கள், 'பிரிட்டிஷ் சிலிர்ப்புக்கு' எதிராக நடந்த 'மாபெரும் புரட்சி' பற்றி ஆத்திரம் கலந்த நையாண்டியுடன் பாடுகின்றன - 'மேகங்களின் மேலே தவழ்கிறது எங்கள் கொடி, பிரதிநிதியே,

உங்கள் நாட்டிற்கு போய்ச் சொல், இலண்டன் எங்கள் குதிரை இலாயம் என்று'. ஸ்வீடன்பர்க், நோக்குவதைப் போல, காலனிய எதிர்ப்புப் போராட்டங்களின் புகழ்மிக்க மக்கள் வரலாறுகளை வரிசைப்படுத்தும் இந்தப் பாடல்கள், அரசுக் கவிழ்ப்பு மற்றும் விமர்சனத்தின் ஓர் ஊடகமாகவும் விளங்குகின்றன. உணர்வுமிகு பாடல், வாளாகவும், கேடயமாகவும் இரு வழிகளில் வேலை செய்கிறது. மொழியியல் மற்றும் வாக்கிய அமைப்பு அடிப்படையில், முறைப்படுத்தப்பட்ட அரேபிய எழுத்து வழக்கில் இருந்து வேறுபடும் பாலஸ்தீனிய பேச்சு வழக்கு, கற்பனைத் திறனுடன் பேசுவதை, எதிர்மறை பொருள்படப் பேசுவதை, கேலி செய்யும் முறையில் பேசுவதை விரைவுபடுத்த உதவுகிறது. பேச்சு வழி கருத்தாடலின் உள்ளார்ந்த உணர்வுப் பூர்வ பண்பின் எழுச்சி வேகத்தைச் சாத்தியமாக்கிய வண்ணம், சாதாரண பேச்சு வழக்கிற்குள் ஊடுருவுகின்ற தெளிவான 'அடாபா' வின் (*ataba*- அரேபிய இசைப் பாடல்கள்-மொ.ர்) பழமொழிகள், வசைப்பாடல்கள் மற்றும் மனத்தை வசியப்படுத்தும் சம்பிரதாயப் புகழஞ்சலிப் பாடல்கள் ஆகியவை ஒரு தெளிவான வண்ணக் கலவையை உருவாக்குகின்றன. 'கடாஸ்' (*Qadas*) விமான நிலையத்தில், பிரிட்டிஷ் ஆட்சி அதிகார அரசிற்கான அவரது பணி பற்றி கேட்கப்பட்ட போது, 'ஹம்தா ஜுமா'வின் பதில் புதிராகவே இருந்தது: 'என் அன்புக்கு உரியவரே, நான் உங்களிடம் ஓர் ஆட்டுக் கடா பற்றிச் சொல்லுகிறேன், நீங்கள் என்னிடம், "நாம் அதனிடம் பால் கறப்போம் எனச் சொல்லுகிறீர்கள்!" மேலும் நான் வியாழக்கிழமையில் இருந்து வெள்ளிக்கிழமையை வேறுபடுத்திப் பார்க்க முடியாத ஒரு (குழப்பமான ஆள்) டால்டாமீஸ்!' (*taltamees-discombobulated person*). ஒரு சுவர் வழியே கேட்கப்படுகின்ற சொற்களின் பொருள்கள் காண முடியாமல் போகின்றன ஆனால், சொல் பரிமாற்றத்தின் வீரியம் தெளிவாகப் புரிகிறது. அது போலவே தலைமுறைகளுக்கு இடையேயான பதட்டங்கள் தெளிவாக இருப்பினும், இளம் நேர்காணலாளருடைய கேள்வியின் கூர்மையான சந்தேகமும், 'ஜுமா'வின் தந்திரமாகத் திசை திருப்பும் சுய-அவமதிப்பு பதிலும் தெளிவற்றதாகவே இருக்கின்றன. இந்த பொருத்தமற்ற சம்பவங்கள் துவக்கங்களில் இருந்ததைப் போன்று அந்த அளவுக்கு இடைவெளிகள் இல்லாமல் இருக்கின்றன. அவைகள், அகதிகள் வாழ்வை வடிவமைக்கும் பொங்கிவரும் மனக் கசப்புகளையும், உலகப் பொதுவான ஒழுக்க விதிகளையும் நாம் காணுமாறு செய்கின்றன.

மூத்தவர்கள் தங்கள் உள்ளுணர்வில் தொட்ட சொற்களும், சொற்றொடர்களும் கூட அறிவுக் களஞ்சியங்களாகவே இருக்கின்றன. 'ஹஸ்னா மனாவின்' விவரிப்பைக் கவனமுடன் ஆய்வு செய்யும் 'இராச்சேல் டேவிஸ்', பயன்பாட்டிற்கு அப்பால் வீழ்ந்த குறிப்பிட்ட சில சொற்களின் முக்கியத்துவத்தையும், பெரும் பூதங்களைப் போலத் திரும்பி வருவதையும் மதிப்பிடுகிறார். பேச்சு வழக்கில் புழங்கும் சொற்கள் - சில நேரங்களில் குறிப்பிட்ட கிராமங்களுக்கும் அல்லது மாவட்டங்களுக்கும் தனியே உரித்தான சொற்கள் - 1948க்கும் முந்தைய பாலஸ்தீனத்தில் நிலவிய யதார்த்தமான மற்றும் சமூகம் சார்ந்த வேலைகளை ஒட்டிய சூழ்நிலைகள், அதன் அழகியல் மற்றும் புலனுணர்வு அடிப்படையிலான பரிமாணங்களைத் தூண்டுகின்றன. 'மனா', புறவெளியில், மக்கள் கூட்டமாய்க் கூடுகின்ற ஒரு சமூகக் கதிரடிக்கும் களத்தை, 'பயாதிர்' *(bayadir)* பற்றிப் பேசுகிறார்; 'பய்யாரத்' *(bayyarat)*, கிராமத்தைச் சூழ்ந்திருக்கும் பழத்தோட்டம், 'ஷவாஹத்' *(shawahat)*, அறுவடைக்குப் பயன்படும் தட்டையான கூர்விளிம்புடைய கத்தி பற்றியும் பேசுகிறார். நினைவில் அழுத்தமாகப் பதிந்த இந்த சொற்கள், இப்போது புழக்கத்தில் இல்லாத, ஒரு சமூக மற்றும் வேளாண் வாழ்க்கையின் மொழியியல் சார்ந்த எச்சங்களாக இருக்கின்றன. வரைபடத்தில் பதிக்கும் ஊசிகளைப் போல, அவை இடம் மற்றும் காலத்தில் தங்கள் அனுபவத்தை நங்கூரம் இடுகின்றன மேலும் அதன் இடப் பெயர்ச்சிகளையும் பதிவிடுகின்றன. ஈத் கொண்டாட்டங்களின் போது அல்-சுமேரியாவில் இருந்து, கிராம மக்களால் ஓட்டி வரப்படும் பெரிய சக்கரங்களைக் கொண்ட குதிரை வண்டிகளை நினைவு கூர்கின்ற 'மனா', அவர் சொல்வது புரிகிறதா என நேர்காணலாளரை கேட்பதற்காகச் சற்று இடை நிறுத்துகிறார் - ஒரு 'கர்ரா' *(karra)* என்றால் என்னவென்று உங்களுக்குத் தெரியாது. இல்லையா?" - இது போன்ற சொற்கள் - அவற்றுள் பலவும், லெபனானில் வளர்ந்த பாலஸ்தீனியர்கள் அறியாத சொற்கள் - பிரதேசப் பேச்சு வழக்கில் சிக்கிய ஒரு தனித்தன்மை வாய்ந்த, அனுபவம் மற்றும் பண்பாடு சார்ந்த பாரம்பரியத்தின் விதைகள் ஆகும். மொழியும் கூட, ஆங்கிலத்தில் பேசப்படும் கடும் சொல் மற்றும் சொற்றொடரில் புலனாகுமாறு, காலனிய உறவுகளின் அழுத்தத்தைப் பதிவு செய்கிறது. முரட்டுத் தனமாகக் கவரப்பட்டு ஆனால் ஒரு விசித்திரமான விசுவாசத்தோடு, மொழியியல் சார்ந்த ஊடுருவல்களை அவை பதிவு செய்கின்றன. மற்றொரு காலத்திலிருந்து வந்த ஒலிப்பதிவில் சிலவற்றைத்

தவிர்த்தல் மற்றும் பிரிட்டிஷ் அதிகார வர்க்கத்தின் சுருக்கப்பட்ட கட்டளை வடிவங்கள் - 'அது முறையாக இல்லை', 'யார் இதைச் செய்தது?', 'வெளியே போ' - கேட்கத் தக்க ஒரு 'குரல் அரசியலின்' திகைப்பூட்டும் நினைவூட்டல்களாக விளங்குகின்றன.

குரல்

இந்த நேர்காணல்களின் மொழிபெயர்ப்பாளர்கள், இன்னொரு மொழியில் உள்ள வட்டார வழக்குச் சொற்களின் சிக்கலான இயல்புகளோடு அவற்றை மீட்டுருவாக்கம் செய்ய வேண்டும் என்பது மட்டுமின்றி, மற்றொரு ஊடகத்தில் அவற்றின் நெருக்கத்தையும் தெரிவிக்கும் வண்ணம் இருக்க வேண்டும் என்று பணிக்கப்பட்டார்கள். பேச்சு மொழியின் ஒத்திசைவையும், ஏற்ற இறக்க நயத்தையும் தக்க வைக்கும் அதேவேளையில், இந்தக் குரல்கள் ஆங்கில மொழி பேசுபவர்களுக்கு அடையக் கூடிய வகையில் இருக்க வேண்டும் என்பதே நோக்கமாகும். இந்த நூலில், கதைகளுள் பலவற்றையும் மொழி பெயர்த்த 'ஹோடா அத்ரா', கதைசொல்லிகளின், 'ஒரு செய்தித் தூதராக, பாதிப்பு ஏற்படுத்திய மன இறுக்கத்தில் இருந்து விடுவிக்கக் கூடியவராக' உதவி செய்ய வேண்டும் என்ற கதை சொல்லிகளின் தேவையை நிறைவேற்றினார். மேலும் தனி மனித மற்றும் நன்கறிந்த கதையை மறுக்கின்ற ஒரு சியோனிசக் கதையால் இந்த விவரிப்புகள் அழிக்கப்பட்டன. ஆயினும் இப்போது இந்த விவரிப்புகளில் மீண்டும் மேலெழுந்து வரும் 'அகதிகள் நினைவு கூர்தலின் 'நெருக்கமான உண்மைத் தன்மை'யைப் புரிந்தும், அறிந்தும் இருந்தார்.[35] 'அத்ரா'வின் மொழி பெயர்ப்புகள், நினைவுபடுத்தலையும், பேசுவதையும் ஒன்றுடன் ஒன்றை இணைப்பதிலும்,' அருகருகே பாய்கின்ற', தலைமை இல்லா பதட்டத்தில் எழும் ஒத்திசைவையும், உணர்வையும் ஒன்று போல் மற்றொன்றை ஆக்குவதிலும் உயிர்ப்புடன் இருக்கின்றன.[36] அவர் சித்திரிக்கும் 'கவனித்தல்', தனியான ஒன்று என்பதை விடவும் உள்வாங்கும் திறன் உடையது. அது, பொருள் சார்ந்த உள்ளடக்கம் மற்றும் உண்மைகளைப் பற்றி என்பதோடு மட்டுமின்றி, வாழ்ந்தும் உணர்ந்தும் அறிந்த உண்மைகள் பற்றியும் அக்கறை கொள்கிறது. உணர்வு வயப்பட்ட வெளிப்பாடுகளாக - ஒலியாக, ஒத்திசைவு நயமாக, அங்க அசைவு சைகைகளின் ஊடான குரலாக, அதை 'ரோலண்ட் பர்த்ஸ்' சொல்வதைப் போல, 'பொருள் பற்றிய பேச்சில், அவருடைய முழுமையான வரலாற்றை மீண்டும் மெய்ப்பிக்கிறது' - சொல்லப்படும் இந்த அர்த்தங்கள், 'இருப்பின்

ஓர் ஒலி சார்ந்த வெளிப்பாடுகளைப் போல, அந்த அளவுக்குச் சிந்தனையின் பின்- விளைவுகளாக இல்லை.[37]

'மேற்கத்திய உலகின் மீமெய்யியல் (*metaphysics*) பாரம்பரியத்தில், குரல், சொல்லைச் சாத்தியமாக்குகிறது, ஆனால் அதனுள் அது மறைந்து போகிறது. உண்டாக்கப்படுகின்ற அர்த்தத்தில், அது புதைந்து போகிறது' என்று 'டாலர்' (*Dolar*) வருந்துகிறார்.[38] 'குரல் கைரேகை' (*vocal fingerprint*) பற்றிய அவரது குறிப்பு, நேர்த்தியாக, பேச்சை ஒலியாக, குரலைத் தனிநபராக மறு உருவாக்கம் செய்கிறது, மேலும் அது, சுய வாழ்வுரிமையை உறுதி செய்வதன் மூலமாக, அரசதிகார நிர்ப்பந்த வழியிலான விலக்கலை எதிர்க்கிறது. மேலும் இடைமறி வினாவான பேச்சையும், ஒரு மறுப்பு நடவடிக்கையான பேச்சையும் வேறுபடுத்திக் காட்ட உதவுகிறது. 'ஆர்க்டிக் இனுயிட்' (வட ஆர்க்டிக்கில் வசிக்கும் தொல்குடி மக்கள்-மொ.ர்) ஒலிப்பதிவுகளில் இருப்பதைப் போன்ற குரலின் வலிமையைச் சுட்டிக் காட்டுகின்ற 'லிசா ஸ்டீவன்சன்', பேச்சு என்பது, 'தனக்கான அறைகூவல்... மானுடம் சார்ந்த உயிர்த் துடிப்புடன் இருப்பதற்கான வலிமையின் ஒரு பகுதி' என்று எழுதுகிறார். அதன் தலையாய பணி, 'புரிந்து கொள்ளல் என்பதல்ல; மக்களைத் தொடர்புபடுத்தும் போதும், அவர்களுக்கிடையே கடக்கும் போதும் மற்றும் அவர்களைப் பிணைக்கும் போதும் எழுப்பும் ஒலி' என்று புரிந்துகொள்ளப்பட வேண்டும் என்றும் எழுதுகிறார்.[39] குரல் என்பதன் கருத்தாக்கம், இருவகையில் அனுபவ அடிப்படையில் அறிவூட்டுவதும், அரசியல் அடிப்படையில் அவசியமானதும் ஆகும். அது, 'உள்ளடக்கம்', 'நம்பகத்தன்மை' மற்றும் 'உண்மை' பற்றிய கருத்துகளில் அறிவுப்பூர்வமான மாற்றத்தைச் செய்கிறது. அது, அகதிகள் தங்கள் கடந்த காலத்தை நினைவுபடுத்தும் போது, அவர்களுடைய அனுபவங்களை வரலாற்று ரீதியிலான பதிவுக்காகப் புதுப்பித்துக் கொள்கிறது. மேலும் அவர்களது இருப்பை, மனிதாபிமானத்தை மற்றும் அரசியல் குடிகளாக முடக்கப்பட்டிருப்பதை உறுதிப் படுத்துவதற்காகவும்தான் என்பதையும் நமக்கு அது நினைவு படுத்துகிறது. அகதிகள், அரசியல் ரீதியான விலக்கத்தை, அதன் பொருள் சார்ந்த, அது உள்ளடக்கிய அம்சங்களில் எதிர்க்கின்றனர்: குரல் என்பதை உள்ளடக்கமாகக் கொள்வதால் - அது நாடு கடத்தலின் ஒரு குறிப்பிட்ட சமூக மற்றும் அரசியல் அமைப்புகளின் தொடர்ச்சியை வெளிப்படுத்துவதால் - நடந்து கொண்டிருக்கின்ற 'நக்பா'வின் வாழ்க்கை நிலையை நாம் சிறப்பாகப் புரிந்துகொள்ளத் துவங்கலாம்.

கதை சொல்லுவதும், நினைவேட்டில் பதிவு செய்வதும் மறதியையும், இழப்பையும் உள்ளடக்கி இருப்பதைப் போலவேதான், எழுத்துப்படி எடுப்பதிலும், மொழிபெயர்ப்பிலும் இணக்கமாகப் போய்விடுவது மற்றும் துரோகத்திற்கான ஆபத்து இருக்கிறது. வாய்மொழிச் செயல்பாடு அதன் 'இலகுத் தன்மையால் வாழ்கிறது', அந்த இலகுத் தன்மை, உரைநடைக்கு மாற்றம் செய்யப்படுவதால், ஆபத்துக்கு உள்ளாக்கப்படுகிறது.[40] நக்பா ஆவணக் காப்பகத்தை உருவாக்கவும், அட்டவணைப் படுத்துவதற்காக *POHA* திட்டப்பணியை மேற்கொள்ளவும் எடுத்துக்கொண்ட இரு பணிகளும், அச்சு மற்றும் டிஜிட்டல் ஊடகங்கள் அவர்களது வலைகளில் பிடிக்கத் தவறிய அனுபவ ரீதியான அறிவு பற்றியும், வாழ்ந்த வாழ்க்கையிலிருந்து விலகிச் செல்ல கொடுக்கப்பட்ட விலை பற்றியும் விவரிக்கப்படுகின்றன. பதிவு செய்யப்பட்ட கதையான வாழ்க்கை வழியே தேடி எடுக்கக் கூடிய உரைநடையாக, வாழ்க்கையைச் சிந்திக்கவும் தூண்டுகின்றன. பல ஆண்டுகளாக, என் சொந்த நினைவில் எப்படி இந்த நேர்காணல்களை நான் பட்டியல் இட்டிருக்கிறேன் என்பதை நான் யோசிக்கும் வேளை, அது கிராமத்தால், தொழிலால், வயதால், அரசியல் நடவடிக்கை மற்றும் இவைகளைப் போன்றவைகளால் அல்ல. ஆனால் அவை வெளிக்கொணர்ந்த குறிப்பிட்ட விளைவால் என்பதை உணர்கிறேன். டிஜிட்டல் ஆவணக் காப்பகத்திற்கான நமது ஆர்வத்தில், ஓர் எச்சரிக்கை உணர்வுடனான குறிப்பு அவசியமாகிறது. இந்தப் பக்கங்களில், முக்கிய சொற்களை பிரிக்கவும், சேர்க்கவும் அல்லது பிரித்து சேர்க்கவும் உதவும் 'பூலியன் சொற்களால்' *(Boolean operators)* சலித்தெடுக்கப்பட முடியாத, அனுபவத்தின் தடயங்கள் காணப்படுகின்றன: 'ஹசன் அல்-ஹுசைனி' நினைவு கூர்கின்ற தன் இளமைக் காலத்திய, ஜெருசலேமை சூழ்ந்து பரவும் தேவாலயத்தின் மணிகள் எழுப்பும் ஓசை நயம். மேலும் ஷெரீன் ஷெய்க்கலி நம் கவனத்தை திருப்புகின்ற, உடனே நாடு திரும்புவதன் எதிர்பார்ப்பில், 'ஜஃப்பாவில்' தனது படுக்கை மேல், 'ஃபிஃபி கோரி' விரித்த, அழுத்தப்பட்ட உடையின் ஸ்பரிச உணர்வு ஆகியவையே அந்த அனுபவத்தின் தடயங்கள். 'அத்ரா'வின் ஆணையைத் தொடர்ந்து, பொலிவு குன்றும் ஓர் உலகின் மங்கிய நட்சத்திரங்களில் இருந்து அவை ஒளி உமிழ்வதைப் போல, இந்தத் தொகுப்பு, ஒளிர்கின்ற இந்த விவரங்களை வாங்கி பிரதிபலிப்பதை குறிக்கோளாகக் கொண்டுள்ளது.

***

‘ஜப்ரா இப்ராஹீம் ஜப்ரா’வின் *1978* புதினமான, ‘வாலித் மசூதைத் தேடி’யை *(In Search of Walid Masoud)* அலங்கரிக்கும், பல குரல்களுள் முதல் குரல், நினைவுகள் நம்மை எவ்வாறு ‘அலைக்கழிக்கின்றன, கசப்பை இனிப்பாக்குகின்றன, தவறாக வழி நடத்துகின்றன’, என்பதை விவரிக்கிறது. மேலும் அவைகளை ‘மனதின் பரந்த வெளியின் மேல் தவழும் மேகங்களுக்கும்’ மற்றும் ‘ஆன்மாவின் பிடிகளுக்குள் அழுத்தி வைக்கப்பட்ட விலை மதிப்பு மிக்க வைரங்களுக்கும்’ அது உவமைப்படுத்துகிறது. அந்த முதல் பிரிவு, ‘டாக்டர் ஜாவத் ஹஸ்னி ஒரு பெரும் மரபுக்கு வாரிசாகிறார்’ என்று கூறுகிறது. ஒரு வகை கவனம் மிக்க கலப்புணர்வுகளைப் போல, பக்கத்திற்குப் பக்கம் பாலஸ்தீனிய கதை சொல்லலில், அந்த நினைவில் நிற்க வைக்கும் மரபின் ஆறுதலும், சுமையும் மற்றும் கசப்புணர்வும் மையமான அம்சங்களாகத் திகழ்கின்றன. அனுபவத் தீயின் கங்குகளில் அழுத்தப்பட்ட இந்த வைரங்களை பத்திரமாகப் பாதுகாக்க, நெருக்கி வைக்கப்படுகின்றன. இவை இழப்பைச் சுட்டிக் காட்டும் கூர்மையான பொருளாகு பெயர்கள், தொடர்ந்து வர இருக்கும் காலத்தின் பளபளக்கும் வைரங்களை விளைவிப்பவை. பாரம்பரிய சொத்துக்கள் ஒரு சுமையாகவே இருக்கின்றது. பாலஸ்தீனிய வரலாற்று வரைவியலும், நினைவுகூர்தலும், ஆவணமாக்குவதற்கும், அழிவை வெல்வதற்கும் அரசியல் தேவையால் கட்டாயம் ஆக்கப்படுகின்றன. மேலும் குழப்பம் மற்றும் அலட்சியம் செய்யும் அழிவு சக்திகளுக்கு எதிராக உரிமைகளை உயர்த்திப் பிடிப்பதற்கும் அவை அவசியமாகின்றன. அவற்றைத் தெரியப்படுத்த வேண்டிய அவசரத் தேவை என்பது, அதிர்ச்சி தரத்தக்க ஒரு கடந்த காலத்தை உடனடியாக ஒழுங்கு படுத்துவதற்கான, அதை மாற்றுவதற்கான தேவையில் இருந்து எழுகிறது. அத்துடன் பெரும்பாலும் நிச்சயமற்ற நிகழ்காலத்தையும், எதிர்காலத்தையும் கட்டுக்குள் கொண்டு வருவதற்கான தேவையில் இருந்தும் எழுகிறது.

இந்த நூலுக்கான ‘மஹ்மூத் ஷெய்டன்’இன் முகவுரை, வாய்மொழி மற்றும் இலக்கியம் சார்ந்த அந்தப் பாரம்பரியத்தை விரிவு செய்கிறது, அதில், நினைவு என்பது நீங்கள் உள்ளிழுக்கும் காற்றில், நீங்கள் உண்டாக்கும் ஸ்வரங்களின் இராகத்தில், நீங்கள் வாழும் பெருவெளிகளில் இருக்கின்றது. ஷெய்டன், ‘செய்தா’வுக்குத் தெற்கே உள்ள ‘அய்ன் அல்-ஹில்வே’ முகாமை வரலாற்றுப் புகழ் மிக்க ஒன்றாக வருணிக்கிறார்: அதன் வரலாறு-மற்றும் ‘சஃப்சஃபா’வைப் போல, அதற்குள் தாக்கத்தை ஏற்படுத்திய,

பாலஸ்தீனத்தில் துடைத்தெறியப்பட்ட கிராமங்களின் வரலாறு-நோக்கம் கருதி எழுதப்பட்ட ஒன்று என்பதை விடவும், உணர்வுகள் வழியே உட்கிரகிப்பட்ட, மானுடச் சூழல் சார்ந்தது. அது குரல்களால் சமரசம் செய்யப்பட்ட ஓர் உலகம்:

> வரலாற்றுப் புத்தகங்களில்- இந்த நிகழ்ச்சிகளைப் பற்றி- எங்கள் கிராமத்தைப் பற்றிக் கூடவும்- நான் என்றும் படித்ததில்லை. அது பற்றி நான் அறிந்துகொண்டதை எப்படி அறிந்துகொண்டேன் என்பது எனக்குத் தெரியாது. 'அய்ன் அல்-ஹில்வே'யின் வீடுகளை, அவற்றிற்கு இடையேயான சந்துகளை, அதன் மக்களை அறிந்துகொண்டது போலவே, சஃப்சாஃபின் கதைகள் பற்றியும் அறிந்துகொண்டேன். முகாமில் இருந்த மற்றவர்கள் உள்ளுணர்வால் அறிந்துகொண்டதைப் போல இந்தக் கதைகளை நானும் அறிந்துகொண்டேன். இந்தக் கதைகள் முகாமின் கூடாரங்களில் இடையறாது ஒலித்தன, சுழன்றடிக்கும் பெருமழையாய்ப் பெருக்கெடுத்து ஓடின. தகர வீடுகளில், பிந்தைய ஆண்டுகளில் உணவின் மணத்தைப் போலப் பரவியும், பக்கத்து வீட்டாரையும், உறவினர்களையும், கடந்து போகின்றவர்களையும் கவர்ந்தவாறும் தொடர்ந்தன.

'சஃப்சாஃப்' படுகொலைக்கும், துடைத்தெறிதலுக்கும் ஒரு சில ஆண்டுகளுக்கு முன்னர், கதை சொல்லல் என்பது, 'தகவல் அல்லது ஓர் அறிக்கையைப் போலப் பிரச்சினையின் தூய சாரத்தைத் தெரிவிப்பதை நோக்கமாகக் கொண்டிருக்கவில்லை'; ஆனால் அது, 'கதை சொல்லியின் வாழ்வுக்குள், மீண்டும் அவரிடமிருந்து அதை வெளியே கொண்டு வருவதற்காக, அந்தப் பிரச்சினையை, சற்றே அமிழ்த்திவிடுகிறது என்று, 'வால்டர் பெஞ்சமின்' எழுதினார்.[41] கதை சொல்லியின் கலை மீதான மற்றும் 'நிக்கொலெய் லெஸ்கோவ்' படைப்பின் மீதான நேசிப்பாலும், ஏக்கத்தாலும் அவர் எழுதினார். ஆனால் அந்தச் சொற்களில் ஓர் எச்சரிக்கையும் கூட இருந்தது: தடுப்பதில் உடந்தையாக இருப்பதற்கு அதிக ஈடுபாடு காட்டுகிறோம்.[42] 'அவர் படித்துணர்ந்த, மரணத்துடன், நடுக்கமுறும் அவரது வாழ்வை இதமாக்கும் நம்பிக்கையில்' அவரது புதினத்தைப் பார்க்கின்ற, தனிமையில் உழலும் ஒரு வாசகரின் ஒழுக்க ரீதியான குழப்பமான ஈடுபாடின்மையை, நடுங்கவைக்கும் முக்கியமான மரணப்படுக்கை காட்சிக்கு எதிராக அவர் நிறுத்துகிறார். அதாவது 'பெஞ்சமினுக்கு', இது கதை சொல்லுவதில் திரும்பத் திரும்ப வரும் ஒரு காட்சி:

மனிதனுடைய அறிவு அல்லது ஞானம் மட்டுமின்றி மாறாக அனைத்திற்கும் மேலாக, அவனுடைய உண்மையான வாழ்க்கை, அவனுடைய இறக்கும் தறுவாயில், முதன்முதலாக, சொல்லக் கூடிய வடிவத்தைப் புனைந்துகொள்கிறது. இதுதான் கதைகள் உருவாக்கப்படுவதற்கான கரு. அவனது வாழ்க்கை முடிவுக்கு வருகின்றபொழுது, ஒரு மனிதனுக்குள், உருவங்களின் தொடர்ச்சி, சற்று நகர்ந்து வரச் செய்யப்படுவது போல - அவனுடைய பார்வைகளை, தானே எதிர்கொள்கிறோம் என்பதை அறியமாட்டாமல் விரித்து வைக்கிறான். திடீரென அவனுடைய பேச்சுக்களிலும், பார்வைகளிலும், மறக்கமுடியாதவை பல தோன்றுகின்றன. மேலும் அவற்றை, அந்த அதிகாரத்தை, அவன் மீது அக்கறை செலுத்தும் ஒவ்வொன்றுக்கும்-சாகக் கிடக்கும் பரம ஏழைக் கடையனும் கூடப் பெற்றிருக்கும் அதிகாரத்தை- அவனைச் சுற்றி வாழும் உயிர்களுக்கு அளிக்கின்றான். இந்த அதிகாரம் தான் கதையின் உடனடி ஆதாரமாக இருக்கிறது.[43]

இதுவே வாழ்வின் இடையே, நிலை நிறுத்தப்பட்ட இறப்பு என்பது. அது வாழ்வைச் சார்ந்தும், ஒன்றன் பின் ஒன்றாக அதைப் புதுப்பித்துக்கொண்டும் இருக்கிறது. இது சமூகப் பண்புகள், சமூக ஒற்றுமை மற்றும் திறன்மிக்க பரிமாற்றங்கள் ஆகியவற்றின் ஒரு காட்சியே. அது மறைகின்ற ஒன்று அல்ல.

2012இல், நக்பா ஆவணக் காப்பகத்திற்காக நான் படம் பிடித்த கடைசி நேர்காணல்களுள் ஒன்றின் போது, தைதபா கிராமத்திலிருந்து வந்து, பிறகு பெய்ரூட்டில் இருந்த 'பர்ஜ அல்-பரஜ்னே' முகாமில் வசித்து வந்த அவருடைய தொண்ணூறுகளில் இருந்த ஒரு மனிதர், தனது கிராமத்தை மீண்டும் பார்ப்பதற்கான எதிர்பார்ப்பு, அவருக்குக் கொஞ்சமும் இல்லை என்று முஹம்மது இடமும், என்னிடமும் சொல்லி முடித்தார். 'திரும்பிச் செல்வதற்கான நம்பிக்கை எனக்கு இல்லை' என்று மிகவும் சாவதானமாக அவர் சொன்னார். '1948இல் இருந்து பாலஸ்தீனியர்கள் இங்கு சாகிறார்கள். பாலஸ்தீனத்தில் நாங்கள் கனவு காண்கிறோம். எங்கள் கிராமங்களை நாங்கள் எண்ணிப் பார்க்கிறோம். அத்துடன் எங்கள் கனவுகளில் அவற்றுக்குத் திரும்புகிறோம். ஆனால் ஒரு நாள் இது கூட அனுமதிக்கப்படாமல் போகலாம்.' அவருடைய பதில், தோல்வி மனப்பான்மையும், அடங்காமையும் சம அளவில் இருப்பதாகச் சொல்கிறது. அதிகாரப்பூர்வமற்ற, அகதிகள் விவரிப்பின், எதிர்ப்பு அடிப்படையிலான மற்றும் விடுதலை

நோக்கிய வேகத்தில், அது நம்பிக்கையைப் பதிவு செய்கிறது: 1948இல் மறைந்தது, துடிப்பதையும், சுற்றிப் பரவுவதையும் தொடர்கிறது. ஓர் அடிப்படையான உணர்வில், தொடர்ந்து போய்க் கொண்டிருக்கும் பாலஸ்தீன அழிப்பிற்கான எதிர்ப்பும், இஸ்ரேலிய குடியேற்றக் காலனிய திட்டப்பணிக்கான' எதிர்ப்பும் மறத்தலுக்கு எதிரான, நினைவுபடுத்தலுக்கான போராட்டமாகவே இன்னும் இருக்கிறது. ஏனெனில், இஸ்ரேலிய குடியேற்றக் காலனிய திட்டப்படி, பாலஸ்தீனிய அக்கம் பக்கத்தாரை இன ரீதியாகத் துடைத்தெறிகிறது, நிலங்களைப் பறிக்கிறது, பாலஸ்தீனிய வீடுகளை, உள்கட்டமைப்பை மற்றும் ஆவணக் காப்பகங்களை அழிக்கிறது, அரேபியத் தெருப் பெயர்களை நீக்குகிறது. பாலஸ்தீனிய கிராமங்களின் அழிவின் மேலே தேவதாரு மரக் காடுகளை நட்டு வளர்க்கிறது, சமூகங்களை முடக்குகிறது, சிறையில் அடைக்கிறது, இடமாற்றம் செய்கிறது, பாலஸ்தீனியர்கள் உரிமைகளை, ஒன்றிப்பை மற்றும் மானிட நேசத்தை மறுக்கிறது.

ஆவணங்கள் பற்றிப் பேசுவது, இந்த நேர்காணல்கள் நடத்தப்பட்ட முகாம்களில் இல்லாமல் இருக்கிற தூரம் மற்றும் நிரந்தரம் குறித்த மாயையை (*illusion of distance and permanence- forced perspectives*-மொ.ர்) உருவாக்குகிறது. பாலஸ்தீனத்திற்கான உரிமைப் பறிப்புகள் ஆழமாகியதைப் போல, தகர்ப்பு மற்றும் சிக்கல்களின் சூழ்ச்சிகள், 1948இன் அழிப்புகளைப் புதுப்பிக்கின்றன என்பதுடன் திருத்தி அமைக்கின்றன. தற்காலத்தின அவசரத் தேவைகள், ஓர் அதிர்ச்சி தரத்தக்க கடந்த காலத்தின் தொடர்ச்சியாகவும், அருகி வரும் எதிர்காலம் சிலவற்றின் கடந்த கால நிகழ்வாகவும் உணரப்படுகின்றன. பாலஸ்தீனிய கடந்த காலங்கள், 'திரும்பத் திரும்பச் செய்யும் நுட்பமான ஆய்வுகளை'க் கோருகின்றன என்பதை நோக்குகின்ற போது, 'ஆனி ஸ்டோலர்', அதைச் சிறப்பாகப் பதிவு செய்கிறார்.[44]

பெய்ரூட்டில் உள்ள 'ஷட்டிலா' முகாமில் பிறந்து வளர்ந்த ஒரு நண்பர், இதே பார்வையை இன்னும் எளிதாக முன் வைக்கிறார்: 'நக்பாவை நான் அறிவேன் ஏனெனில் நான் ஷட்டிலாவில் வசிக்கிறேன்.'[45] 2011இல் இருந்து யார்மவுக்கில், 'டெர்ரா', 'நெய்யப்' மற்றும் சிரியாவில் வேறு முகாம்களில் இருந்து வெளியேற்றப்பட்ட பாலஸ்தீனிய அகதிகள், 'கிழக்கு ஜெருசலேம்' மற்றும் இஸ்ரேலின் 'நகாப்' இல், வெளியேற்றத்தை எதிர்க்கும் அந்த அகதிகளைப் போலவே, காஸாவில், மிருகத்தனமான சிறை வைப்பு போன்ற முற்றுகையைத் தாங்கிக் கொண்டு உயிர் வாழ்ந்து வருகின்றனர்.

மேலும் ஐரோப்பாவுக்கு, மறுகுடியேற்றத்தைத் தேடி முறையற்ற ஆபத்தான கப்பல் பயணங்களை மேற்கொள்கின்றனர்.

இஸ்ரேலின் மேற்குக் கரை மறு இணைப்பைப் பற்றி ஆழ்ந்து சிந்தித்தவாறு, உடைமைப் பறிப்பு, இடமாற்றம் மற்றும் நாடற்ற தன்மை பற்றிய பரந்து விரியும் நீண்ட வரலாற்றின் சமீபத்திய அத்தியாயங்களாக வாழ்ந்துகொண்டிருக்கிறார்கள். பேரழிவு தொடர்கிறது. ஆனால் அழிப்பதை எதிர்ப்பதற்குத் தெரிந்து கொள்ள வேண்டிய மற்றும் திரட்டப்படுவது பற்றிய வழிமுறையும், கடந்த காலத்தைப் போலவே, எதிர்காலம் பற்றிய ஒரு நோக்கு நிலையும் தொடர்கின்றன.

சுமார் 1920இல் பாலஸ்தீனம், யாஃபாவில் பிஃபி கோரியும் அவரது சகோதரியும்

பகுதி 1
1948க்கு முந்தைய பாலஸ்தீன வாழ்க்கை

1

பாலஸ்தீனத்தில் கிராம வாழ்க்கை

இராச்சேல் டேவிஸ்

பாலஸ்தீனத்தில், இருபதாம் நூற்றாண்டின் முதல் பாதியில், நிலம் கிராம மக்களின் பொருளாதாரம் மற்றும் அடையாளத்தின் ஆதாரமாக இருந்தது. கிராமங்கள், அதே பகுதியில் இருந்த மற்ற கிராமங்களுடனும், அருகிலிருந்த நகர மையங்களுடனும் நெருக்கமாக இணைக்கப்பட்டு இருந்தன. பிரிட்டிஷ் ஆட்சி அதிகாரக் கட்டளை பெற்ற அரசாங்கம் (British Mandate), கிராம வாழ்க்கையை வரி விதிப்பு, பல்வேறு விதமான பதிவுத் தேவைகள், பாதுகாப்புச் சுற்றுக்காவல்கள் (Patrolling) மற்றும் மிகக்குறைந்த அளவு பொதுச் சேவையை வழங்குதல் மூலமாக முறைப்படுத்தியது.[1] அதே நேரத்தில், கிராம வாழ்க்கை, நகர்ப்புற மயமாக்கலாலும், நகர்ப் பகுதிகளின் வளர்ச்சியாலும் முக்கியமான மாற்றங்களுக்கு உள்ளாகிக்கொண்டிருந்தது. 1921இல், ஆட்சி அதிகாரக் கட்டளை பெற்ற பிரிட்டிஷ் அரசு அதிகாரிகள், பாலஸ்தீனத்தின் முதல் மக்கள்தொகைக் கணக்கெடுப்பை நடத்திய போது, மூன்றில் இரண்டு பங்கு மக்கள்தொகை, கிராமங்கள் என வகைப்படுத்தப்பட்டது. 1944இல் மதிப்பீடு செய்யப்பட்ட மொத்த மக்கள்தொகை பதினேழு இலட்சம். (அதில் 11 இலட்சத்து 40 ஆயிரம் பாலஸ்தீன முஸ்லீம்களும், கிறிஸ்தவர்களும் இருந்தனர்). கிராமம் மற்றும் நகர்ப்புறம் வசிப்பவர்களைச் சமமான அளவில் கொண்டிருந்தது.[2] நகர்ப்புற மக்கள்தொகை, பெரும்பாலும் 100% அதிகரித்தது. அப்போது கிராம வளர்ச்சி 50 சதவீதத்திற்கும் சற்று அதிகமாக இருந்தது. அந்த அளவு, நகர்ப்புற வளர்ச்சி என்பது கிராமங்களிலிருந்து நகரங்களுக்கு வேலைக்காக மக்கள் இடம் பெயர்ந்ததன் ஒரு விளைவாகும்.

இந்த விரைவான நகர மயமாதல் நடந்தாலும், கிராம வாழ்க்கை, பொருளாதார வாழ்வாதாரத்திற்காகவும், உள்ளூர் மற்றும் தேசிய அளவிலான அடையாளத்தின் ஓர் ஆதாரமாகவும் நிலத்துடன் உறுதியாகப் பிணைக்கப்பட்டிருந்தது. பாலஸ்தீனம் முழுவதுமாக, கிராம வாழ்க்கை வேளாண்மை உற்பத்தியை மையமாகக்

கொண்டிருந்தது. தானியங்கள், புகையிலை, காய்கறிகள் மற்றும் பழங்கள் பயிரிடல் மற்றும் செம்மறி ஆடுகள், கறிக்காகவும், பாலுக்காகவும் வெள்ளாடுகள் வளர்த்தல் கிராம மக்களின் வாழ்வாதாரங்கள் மற்றும் பொருளாதார நடவடிக்கைகளின் முக்கியப் பகுதிகளாக இருந்தன.

'ஹஸ்னா மானா' *(Hasna Ma'na)*, 1948இல் 900க்கு மேலான குடியிருப்போர்க்கு இல்லமாக, 'அக்கா' *(Akka- Acre)* என்ற கடற்கரை நகரத்தின் கிழக்கே மூன்று கிலோ மீட்டர் தொலைவில் அமையப் பெற்ற 'அல்- மன்ஷியா' கிராமத்தில் பிறந்தாள். அவளுடைய தந்தையின் வேலை பற்றி கேட்கப்பட்ட போது, அவர் செம்மறி ஆடுகள் மற்றும் வெள்ளாடுகளின் மந்தைகளை வைத்திருந்தார், அத்துடன் ஒரு சமூக நலக் கூடத்தையும் *(diwan)* திறந்தார் என அவள் சொல்கிறாள். 'இப்ரஹீம் பிலேபில்' *(Ibrahim Blaybil)*, 'சஃபாத்' நகரத்திற்கு வடக்கில் தோராயமாகப் பத்து கிலோமீட்டர் தொலைவிற்கு, மலைப் பகுதிகளில் அமைந்த 600 பேருக்கு மேலாக மக்கள் வாழும் 'தைதபா' *(Taytaba)* என்ற கிராமத்தில் இருந்து வந்தவர். அவருடைய தந்தை ஒரு விவசாயி. இப்ரஹீம் கல்வியில் சிறந்து விளங்கினார். மேலும் இடைநிலைப் பள்ளியில் இருந்து பட்டம் பெற்றதற்குப் பிறகு ஓர் ஆசிரியராக ஆனார். கிராமங்கள் வழக்கமாக உள்ளூர் கருமார்களையும், டிரக் ஓட்டுநர்களையும் கொண்டிருந்தன, மேலும் மிக அதிக அளவில் கிராம மக்கள் தொகையினர், சிறிய கடை முதலாளிகளையும், மேலும் மற்ற திறன்மிக்க தொழிலாளர்க்கு இடையே இயந்திரப் பழுது பார்ப்பவர்களையும் உள்ளடக்கி இருந்தனர். கிராமப் பொருளாதாரங்கள் ஒன்று மற்றொன்றுடனும், அருகிலிருந்த நகரப் பொருளாதாரங்களுடனும் ஆழமாகப் பின்னப்பட்டு இருந்தன.[3]

கிராம மக்கள், தாங்கள் பயிரிட்டவைகளையும், அவர்கள் வளர்த்த கால்நடைகளையும் மற்ற கிராமங்களிடமும் அல்லது நகர வியாபாரிகளிடமும், ஆடைகளுக்காகவும், மற்ற பொருள்களுக்காகவும் பண்டமாற்றமாக விற்றார்கள். பெண்கள் மற்றும் ஆண்கள் ஆக இருபாலரும் அருகில் இருந்த நகர்ப் பகுதிகளுக்கு தாங்கள் உற்பத்தி செய்த, குறிப்பாக பழங்கள், காய்கறிகள் மற்றும் வீட்டில் தயாரிக்கப்பட்ட பாலாடைக் கட்டிகள் ஆகியவற்றை விற்பதற்குப் பயணம் செய்தனர். இப்ரஹீம், தர்பூசணிப் பழங்களையும், முலாம் பழங்களையும் உற்பத்தி செய்கிற கிராம மக்களைப் பற்றி விவரிக்கிறார். ஆனால் இவைகள் பணத்தை உருவாக்குபவை அல்ல; அரசாங்கத்தால்

கடுமையாக முறைப்படுத்தப்பட்ட ஒரு பயிரான புகையிலையும் தான். தக்காளி உற்பத்தியில் 'தைதபா' பெற்ற வெற்றியைப் பற்றி அவர் சொல்கிறார். முழுமையான நேர்காணலில், 'டெல் அவிவ்' இல் இருந்த சந்தைக்கு அவை கொண்டு செல்லப்பட்டதை அவர் விவரிக்கிறார். சஃபாத்தில் இருந்து வந்த ஒரு யூத மனிதனுடனான கிராம மக்களின் உறவையும் அவர் விளக்குகிறார். அந்த மனிதன் தைதபாவுக்குப் பால் உற்பத்தி பொருள்கள், மாமிசம், கம்பளி மேலும் செம்மறி ஆடுகள் மற்றும் வெள்ளாடுகளின் தோல்கள் ஆகியவற்றை வாங்குவதற்கு வருவார். அவர்கள் சம்பாதிக்கும் பணத்தைக் கொண்டு கிராம மக்கள், நகரச் சந்தைகளில் இருந்து, பொருள்களை வாங்க முடியும். கிராம மக்கள், துறைமுகங்களில் சரக்கு ஏற்றி இறக்குபவர்கள் ஆகவும், போலீஸ்காரர்கள் ஆகவும் பணி புரிந்தனர். அத்துடன் நகரத் தொழில்கள் மற்றும் உள்கட்டமைப்புகளுக்காகவும் தங்கள் உழைப்பைக் கூடத் தந்தனர். அல்-மன்ஷியாவில் வசிப்பதற்குப் பல்வேறு வகையான மக்கள் வந்தனர். ஏனெனில் 'அக்கா'வுக்கு மிக அருகில் அது இருந்தது என்று ஹஸ்னா சொல்கிறார். உண்மையில், நகரப் பகுதிகளுக்கு அருகிலிருந்த கிராமங்கள், நகரத்திற்கு வேலைக்காக மிகவும் தொலைதூரக் கிராமங்களில் இருந்து வரும் புலம்பெயர் தொழிலாளர்களுக்கு, பெரும்பாலும் படுக்கை அறை சமூகங்களாக (வேலைக்கு வரும் தொழிலாளர்கள் இரவு தங்கும் இடங்களாக-மொ.ர்) இருந்தன. அல்-மன்ஷியாவில் இருந்து வந்த ஹஸ்னாவின் கதைகள் காட்டுவது போல், கடற்கரைச் சமவெளி கிராமங்கள், இயந்திரமயப்படுத்தப்பட்ட வேளாண் தொழில்களை மேற்கொண்டன. ஏனெனில், தானிய அறுவடையாளர்கள் சமதள நிலப்பரப்பில், (தைதபாவைச் சுற்றியுள்ள மலைகளைப் போல் அல்லாமல்) வேலை செய்ய முடியும். மோட்டார் பொருத்தப்பட்ட நீர்ப்பாசன விசைக்குழாய், மேட்டு நிலங்களில் அரிதாகவே இருக்கும் என அவள் விவரிக்கிறாள். மேட்டு நிலங்கள், மானாவாரி விவசாயத்தையும், குறைந்த வெப்ப நிலைகளையும் சார்ந்து இருந்தன.

நகரச் சேவை மையங்களும் கூட, கல்வி மற்றும் பொழுது போக்கிற்கான மையங்களாக இருந்தன. கல்விக்கான சிறந்த வசதியுடன் இருந்த கிராமங்களில், வசிப்பதற்கு இமாம்களும் ஆசிரியர்களும் பெரிய நகரங்கள் மற்றும் நகர்ப்புறங்களில் இருந்தும் அடிக்கடி வந்தனர்; மேலும் குழந்தைகள், அவர்களுடைய சொந்தக் கிராமங்களில் ஒருமுறை படிப்பை முடித்துவுடன் தங்கள்

படிப்பைத் தொடர பெரிய கிராமங்களுக்கும், நகரங்களுக்கும் பயணம் செய்தனர். தைதபாவில் தொடக்கக் கல்வியை முடித்த பிறகு, தங்கள் படிப்பைத் தொடர்வதற்கு பதினான்கு வயது வரை, இப்ராஹீமும், வேறு சில பையன்களும் சஃபாத் நகரில் 'வார நாள்கள்' தங்குமிடத்தை வாடகைக்கு எடுத்தனர். அவர்கள் பிறகு அல்-பஸ்ஸா கிராமத்திற்கு மேல்-இடைநிலைப் பள்ளிக்காகப் பயணம் செய்ய வேண்டி இருந்தது. ஹஸ்னாவின் குழந்தைப் பருவ நினைவுகள், 'அக்கா'வில் பெரிய மற்றும் சிறிய 'ஈத்' விடுமுறைகளைக் கொண்டாடச் செல்வதையும் உள்ளடக்கி இருக்கிறது. அங்கே குழந்தைகள், அவர்களுடைய புதிய உடைகளில் கூட்டமாக ஒன்று திரள்வார்கள். ஊஞ்சலில் விளையாடியும், சிறப்பு விருந்தையும் உண்ணுவார்கள். அவள் சிறுமிகளுடனும், பெண்களுடனும் நகரத்தில் இருந்த சமூகக் குளியல் கூடத்திற்குச் சென்ற பயணங்களை, நினைவு கூர்கிறாள். பாலஸ்தீனம் முழுவதும் கிராம வாழ்க்கை சில வெற்று இடங்களை மையமாகக் கொண்டிருந்தது. கிராம மக்கள் போதுமான செல்வாதாரங்களை பெற்றிருந்ததால், பள்ளிகள், பள்ளி வாசல்கள் மற்றும் தேவாலயங்களைக் கட்டினர். தைதபாவில், 1920களின் பிற்பகுதியில், அவரும் மற்ற சிறுவர்களும், பள்ளிவாசலில் இருந்த பள்ளிக்குச் சென்று அங்கு கணிதம், அரபு மொழி, மதம், ஓவியம் மற்றும் விளையாட்டுகளைக் கற்றார்கள் என இப்ராஹீம் விளக்குகிறார். 1935இல் கிராம மக்கள் ஒரு பள்ளிக்கூடத்தைக் கட்டிய பின், பள்ளிவாசல் கட்டடம் ஒரு முழு நேர தொழுகை செய்யும் இடமாக ஆனது. அவரே 1940களில் ஆசிரியராக வந்தபோது, தைதபாவுக்கு வடக்கே, சுமார் 15 கிலோமீட்டர் தொலைவில் இருந்த 'அல்மா' கிராமத்தில், சிறுவர்களுக்கும், சிறுமிகளுக்கும் அரபு மொழி, ஆங்கிலம் மற்றும் கணிதப் பாடங்களைக் கற்பித்தார்.

ஒவ்வொரு கிராமத்திலும், ஒரு 'பைதார்' (*baydar*-கதிரடிக்கும் களம்) இருந்தது. தானியங்கள் (கோதுமை மற்றும் பார்லி) மற்றும் பருப்பு வகைகளை (அனைத்து வகை பருப்புகள், பீன்ஸ் மற்றும் கொண்டைக் கடலை) அறுவடை செய்து, பிரிப்பதற்கான நன்கு கெட்டிபடுத்தப்பட்ட ஒரு வெளிப்புறக் கதிரடிக்கும் களம் அது. திருமணங்கள் அடிக்கடி, சமமான, வழவழப்பான சமூக அரங்கங்களிலும் நடத்தப்பட்டன. கோடையின் பிற்பகுதியிலும், இலையுதிர்க் காலத்தின் முற்பகுதியிலும், தானியங்களும், பருப்பு வகைகளும் அறுவடை செய்யப்பட்டு தாள்களில்

இருந்து தனியாகப் பிரிக்கப்பட்டன. பருவகாலங்கள் முழுவதும், அனைவரும் பயிர்களை நட்டும், அறுவடை செய்தும் மேலும் கால்நடைகளைப் பராமரித்தும் வயல் வெளிகளில் வேலை செய்தனர். செம்மறி ஆடுகள் உடனும், வெள்ளாடுகள் உடனும் வேலை செய்வதை அவர் வெறுத்ததாக இப்ரஹீம் சொல்கிறார். சஃபாத்துக்கும், அல்- பஸ்ஸாவுக்கும் இடைநிலைப் பள்ளிக்காக ஒருமுறை அவர் சென்றபின், அவர் செய்யாமல் தப்பித்த ஒரு வேலை அது. வயல்கள், வீடு என இரண்டிலும் பெண்கள் குளிர்கால சேமிப்பிற்கான அறுவடையைத் தயார் செய்த வண்ணம் வேலை பார்த்தனர். தக்காளி, வெண்டை, மிளகு மற்றும் 'மல்லோ' மலர்கள் உலர வைக்கப்பட்டன. பால் தயிராகவும், பின்னர் அது 'லெப்னே' ஆகவும் மாற்றப்பட்டது. அது, உருண்டைகளாகத் தயாரிக்கப்பட்டு ஒலிவ எண்ணெய்யில் இடப்பட்டது அல்லது பெரிய அளவில் உடைத்த கோதுமையுடன் சேர்த்து உலர வைக்கப்பட்டது, 'கிஸ்க்' கின் கெட்டியான உருண்டைகள், பிறகு தூளாக்கப்பட்டு தானியங்களுடனும், பருப்புகள் உடனும் சமைக்கப்படுகிறது. இந்தக் குறைந்தபட்ச சுய தேவைக்கான வாழ்க்கை, பாலஸ்தீன கிராம வாழ்க்கையை வகைப்படுத்துகிறது.

பாலஸ்தீனத்தின் எதிர்ப்பு மீதான அவர்களது ஒடுக்கு முறையின் ஒரு பகுதியாக பிரிட்டிஷ் காலனிய அதிகார வர்க்கம், இந்தச் சுய தேவைக்கான குறைந்த பட்ச வாழ்வாதாரத்தை இலக்காகக் கொண்டனர். 1936-39 புரட்சியின் போது, பாலஸ்தீனியர்கள் மீதான பிரிட்டிஷ் ஒடுக்கு முறையின் வரலாற்று அடிப்படையிலான ஆவணம், பிரிட்டிஷ் சிப்பாய்கள், கிராம மக்களின் குளிர்காலச் சேமிப்பைப் பறிமுதல் செய்து தரையில் குவித்ததையும், ஒலிவ எண்ணெய் சேமிப்பு ஜாடிகளை உடைத்ததையும், மேலும் பொருள்களின் மீது மண்ணெண்ணெய் ஊற்றியதையும் விவரிக்கிறது. ஆளும் அதிகாரிகளின் இந்த நடவடிக்கைகள், ஒட்டு மொத்தக் குடும்பங்களின் தாங்கொணா துன்பத்திலும், உணவு பாதுகாப்பு இன்மையிலும் முடிந்தது. அவர்கள், தங்களுடைய அந்த ஆண்டின் வாழ்வாதாரங்களுக்காக, மற்ற கிராம மக்களைச் சார்ந்திருக்க வேண்டி வந்தது. பிரிட்டிஷ் படைகள், சந்தேகத்திற்குரிய புரட்சியாளர்களின் வீடுகளை எரித்ததையும், அல்-மன்ஷியாவில் உணவுப் பொருள்களை அழித்ததையும் பார்த்ததாக ஹஸ்னா விவரிக்கிறார்.

கூட்டுத் தண்டனையின், இந்த விவரங்கள் ஒவ்வொரு கிராமத்திலும் சொல்லப்பட்டன. பிரிட்டிஷ் ஆட்சி அதிகார அரசுக்கும், யூத சியோனிசக் குடியேற்றக்காரர்களுக்கும் எதிராக- அமைப்பைத் திட்டமிட்ட, திரட்டிய, சண்டையிட்ட- பாலஸ்தீனிய காலனிய எதிர்ப்பு மற்றும் தேசியவாத செயல்பாட்டாளர்களும் மறைந்து கொள்வதற்குக் கிராம மக்களைச் சார்ந்து இருந்தனர். மேலும் அவர்கள் மறைமுகமான எதிர்ப்பு முயற்சிகளில் பங்கு பெற்ற போது, அவர்களுக்கு உணவுப் பொருள்களை வழங்கினர். அரசியல் நடவடிக்கையும், ஆயுதம் தாங்கிய எதிர்ப்பும் அவரைச் சுற்றியும் நடந்துகொண்டிருந்ததாக ஹஸ்னா விளக்குகிறார். ஆனால், பிரிட்டிஷாருக்கு இரகசியங்களைக் கசிய விடக்கூடிய அச்சத்தால், ஒரு குழந்தையாக அது பற்றிப் பேசக்கூடாது என அறிவுறுத்தப் பட்டார். பள்ளியின் வாரத் துவக்கத்தில், அவருடைய கிராமத்தை விட்டு, சஃபாத்துக்குச் சென்ற கதையை இப்ரஹீம் சொல்கிறார். அந்தச் சமயத்தில், குதிரை மீது அமர்ந்திருந்த அவரையும், அவரது ஒன்றுவிட்ட சகோதரர் இருவரையும் பிரிட்டிஷ் சிப்பாய்கள் நிறுத்தினர். அந்தச் சிப்பாய்கள், இரண்டு இளைஞர்களையும், தைதபாவுக்கு வெளியே ஆழமான பள்ளத்தாக்குகளில் எங்கெல்லாம் கருவிகளும், தடுப்புச் சுவர்களும் அமைக்கப்பட்டு இருக்கின்றன என்பதைச் சொல்லுமாறு முதலில் கேட்டார்கள். பாலஸ்தீனிய, எதிர்ப்புப் போராளிகளின் ஒரு வேலையாக இருக்குமென்று இராணுவத்தினர் அனுமானித்தனர். அந்தச் சிறுவர்கள், பதில் ஏதும் தர முடியாத போது, சிப்பாய்கள் அவர்களை ஓர் இராணுவ வாகனத்திற்குள் கட்டாயப் படுத்தி ஏற்றி அவர்கள் கிராமத்திற்கே திரும்பவும் அழைத்துச் சென்றனர். அந்த வழியில், இன்னொரு ஒன்றுவிட்ட சகோதரனைக் கடந்து சென்றபோது அவர் இரண்டு காளைகளுடன் வயல் வெளியில் உழுதுகொண்டிருந்தார். பிரிட்டிஷ் துருப்புக்கள், அவரைக் கையசைத்துக் கூப்பிட்ட போது, அவர்களை அணுகுவதற்கு முன், இரண்டு காளைகளையும் அவிழ்த்து விட முயன்றார். ஆனால் ஒரு சிப்பாய், அவரைச் சுட்டுக் கொன்றான். ஹஸ்னா, அவருடைய கிராமத்தில் பிரிட்டிஷ் நடவடிக்கைகளின் இது போன்ற நினைவுகளைப் பகிர்கிறார். இந்தக் கதைகள், பாலஸ்தீனிய, காலனிய எதிர்ப்புச் செயல்பாடு கொடூரமாக அடக்கப்பட்ட முறைகளுக்குச் சாட்சியம் ஆகின்றன. அது கிராம மக்களுக்குக் காலனியப் படைகள் இழைத்த கூட்டு தண்டனையின் வடிவத்தைக் கொடுக்கிறது.[4]

கிராம மக்கள், தனிப்பட்ட அளவிலும் (அடையாள அட்டைகள் மற்றும் கடவுச் சீட்டுக்கள்; பிறப்பு இறப்பு மற்றும் திருமணச் சான்றிதழ்கள், ஓட்டுநர் உரிமங்கள்), பொருளாதார அளவிலும் (வரிகள் செலுத்தியதற்கான பற்றுச் சீட்டுகள், புகையிலை வளர்ப்பதற்கான உரிமங்கள், விலங்குகள் நோய்த் தடுப்புப் பதிவேடுகள், தசம பாக காணிக்கைப் பற்றுச் சீட்டுகள், நில ஆவணங்கள்)[5] என இரண்டிலும், கிராம மக்கள் இன்னும் தங்கள் பதிவேடுகளில் ஆதாரமாக வைத்திருக்கும் மற்ற வழிகளிலும், கிராம மக்களின் வாழ்க்கைக்குள் பிரிட்டிஷ் ஆட்சி அதிகார அரசு நிர்வாகம் ஊடுருவியது. பிரிட்டிஷ் ஆட்சி அதிகார அரசுத் துறைகள், ஆசிரியர்களைப் பணி அமர்த்தினர். ஒன்று அங்கீகரிக்கப்பட்ட பயிற்சி நிலையங்களில் பயிற்சி பெற்ற உள்ளூர் வாசிகள் அவர்களுடைய சொந்தக் கிராமங்களில் பணி செய்ய வாடகைக்கு அமர்த்தப்பட்டனர் அல்லது தேர்ச்சி பெற்ற ஆசிரியர்கள், நாட்டின் மற்ற பகுதிகளிலிருந்து கிராமங்களுக்கும் அனுப்பப்பட்டனர். இப்ரஹீமின் வாழ்க்கைக் கதை தைதபா கிராமப் பள்ளியிலிருந்து சஃபாத் மற்றும் அல்-பஸ்ஸா அங்கிருந்து அல்மா, பள்ளிகளுக்குச் சென்ற ஒரு நீண்ட பாதையைப் புலப்படுத்துகிறது, அங்கே இறுதியில் அவர் ஓர் ஆசிரியராகப் பணிபுரிந்தார். அதே நேரத்தில், கிராம மக்கள் பிரிட்டிஷ் ஆட்சி அதிகார அரசின் நிறுவனங்களை, தங்கள் சமூக உள் மோதல்களிலிருந்து தூரத்தே எப்படி விலக்கி வைத்திருந்தனர் என்பதை ஹஸ்னா விவரிக்கிறார். ஒரு மூத்தோர்களைக் கொண்ட குழுவின் மூலமாக, அவைகள் தீர்க்கப்பட்டன. அக்குழு, தவறுகளையும் தண்டனைகளையும் தீர்மானித்தது.

நக்பாவுக்கு முந்தைய கிராம வாழ்க்கை, ஓர் உணர்வுமயமிக்க வேளாண் வாழ்க்கையாக இருந்ததைப் பலருக்கும் நினைவு படுத்துகிறது. நக்பாவிற்குப் பிறகு அவர்கள் அகதிகளாக ஆக்கப்பட்ட பிறகு, சாத்தியமற்ற, கடினமான சூழ்நிலைகளை அவர்கள் வழக்கமாகச் சந்தித்தனர். அதனால், அப்போது வாழ்ந்தவர்கள், உணர்ச்சிமயமான அவ்வாழ்வைப் பற்றி அடிக்கடி சொல்கிறார்கள். அவர்கள் தாய் நாட்டை, கால்நடை மந்தைகளை மற்றும் வாழ்வாதாரங்களை இழந்தனர். மேலும் அகதி முகாம்களில், கௌரவமற்ற வாழ்க்கைக்குத் தாழ்த்தப்பட்டார்கள்; அதே வேளையில் கிராமத்தில் வாழ்ந்த போது, இடர்ப்பாடுகள் இருந்த போதும், அது அவர்களுடைய சொந்த மண்ணிலான வாழ்க்கை. அவர்களது சொந்த நாட்டிலான என்பதுடன், அவர்களது

சொந்த முறையிலான வாழ்க்கையாக அது இருந்தது. மற்றவர்கள் இடர்ப்பாடுகள் பற்றிய விவரங்களைப் பூசி மெழுகாமல், வெளிப்படையாக விவரிக்கின்றனர். வீட்டுக்குள் நீர்க்குழாய்கள் மற்றும் மின்வசதி இல்லை; குழந்தைகளுக்கு வரையறுக்கப்பட்ட கல்வி, அதிலும் பெண் குழந்தைகளுக்கு இன்னும் குறைவான கல்வி; மற்றும் உரிய நடத்தை பற்றிய ஆண் ஆதிக்க நியமங்களின் மேலாண்மை. கணவனுக்கும் மனைவிக்கும் அல்லது குடும்ப உறுப்பினர்களுக்கு இடையேயும் இருந்த தகராறுகள் எவ்வாறு தீர்க்கப்பட்டன என்பதையும், பெண்கள் எவ்வாறு சில வழிகளில் உடை அணிய வேண்டும் என்று வற்புறுத்தப்பட்டனர் என்பதையும் ஹஸ்னா விளக்குகிறார். மேலும் இன்று வீட்டுக்குள் நடக்கும் அத்து மீறல்களாக நாம் முத்திரை குத்துகின்றவற்றை எப்படிச் சமூக ஏற்பாகக் கொண்டனர் என்பதையும், ஹஸ்னா விளக்குகிறார். எப்படிக் காலங்கள் மாறி இருக்கின்றன? மேலும் அப்போது ஒத்துக் கொள்ளப்பட்ட செயல்களும் நம்பிக்கைகளும் இப்போது அவ்வாறு ஏற்கக் கூடியனவாக இல்லை என்பது தனக்குத் தெரியும் என்பதைச் சொல்கிறார். அதைக் காட்டும் வகையில், அவர் திரும்பத் திரும்ப நாம் அப்போது எப்படி அந்தச் செயல்களைச் செய்தோம் என்பதைச் சொல்கிறார். அவரது பெயரை எழுதுவதற்குக் கற்க வேண்டும் என்பதே ஹஸ்னாவின் குழந்தைப் பருவக் கனவாக இருந்தது. ஆனால், அவரது கிராமம், பள்ளிகளுக்குப் பெண் குழந்தைகளை அனுப்பவில்லை என்ற உண்மையைச் சொல்லி அவர் புலம்புகிறார்.

கிராம வாழ்க்கையை நினைவிற் கொள்வது, மாற்றம் மற்றும் தகர்வின் ஒரு தலைமுறை குறித்த ஆவணமாகவும் இருக்கிறது. ஹஸ்னா, குறிப்பாகப் பொருள்கள் மற்றும் நடைமுறைகளை வரையறுக்கிறார். இளைய தலைமுறைகளுக்கு அவை பழக்கம் ஆகாதவையாக இருக்கும் என நினைக்கிறார். அவர் தனது கதைகளைச் சொல்லும் போது, அவருடன் உரையாடலில் உதவ வந்தவரிடம் (interlocutor), அவர் லெபனானில் இருந்த ஒரு அகதி முகாமிலிருந்தும், துவக்கத்தில் பாலஸ்தீனத்தில் உள்ள ஒரு கிராமத்திலிருந்தும் வந்தவர் ஆயினும், ஹஸ்னா குறிப்பிடுவது என்னவென்று அவர் அறிந்திருக்கிறாரா என்று அவ்வப்போது வினவுகிறார். கடந்து சென்ற வாழ்க்கை முறைகளை விவரிக்க, அவர் பயன்படுத்தும் கருத்து விளக்கச் சொற்கள், இளைய பாலஸ்தீனர்களுக்கு எப்போதும் சொல்லப்படுவது இல்லை என்பதை அவர் அறிவார். காலம் கடந்த ஒன்று

என்பதால் மட்டுமன்றி, கிராம மக்களை அவர்களுடைய பாரம்பரிய வாழ்க்கையில் இருந்து பெயர்த்தெறிந்த, கட்டாய இடப்பெயர்ச்சி மற்றும் உடைமை பறிப்பு ஆகியவற்றால் ஏற்பட்ட தகர்வுகளும் அதற்கான காரணம். அவர்களுடைய கிராமங்கள், அவர்களிடமிருந்து பிடுங்கப்பட்ட பிறகு, *(bayyara)* சிறிய நீர்ப்பாசன வசதி உள்ள பழத்தோட்டம் மற்றும் *(shawahat)* அறுவடை செய்பவர் அரிவாள்கள் ஆகிய இந்தப் பொருள்கள் பாலஸ்தீனியர் வாழ்வின் அங்கமாக இருந்தது நின்றுபோனது. அதன் பின், ஒருவர் அவைகளைப் பற்றி அறிந்துகொள்ள என்ன தேவை இருக்கிறது? இந்த வகை அறிவு மறைந்துகொண்டிருக்கும் அதே வேளையில், அவர்கள் எங்கிருந்தாலும், பாலஸ்தீனியர்களுக்குக் கிராமவாழ்க்கை, ஒரு குறியீட்டு அடிப்படையிலான முக்கியத்துவத்தை எடுத்துக் கொள்கிறது. *(Tatreez)* குறுக்குத் தையல் உடனான பூ வேலைப்பாடு செய்யப்பட்ட *(thawb)* ஆடைகள், *(kaffiyeh)* கம்பளிக் கழுத்துப் பட்டிகள் தயாரித்தல் மற்றும் ஒலிவ மர வளர்ப்பு போன்ற கிராமியப் பாரம்பரியங்கள் பாலஸ்தீனர்கள் அனைவராலும் தழுவப்பட்டன- இந்தப் பழக்கங்களும், நடைமுறைகளும் குறைவாகப் பரவி இருந்த நகர்ப்புறங்களில் மற்றும் கடற்கரைச் சமவெளிகளில் இருந்து வந்தவர்களும் கூட இவைகளைத் தழுவினர். அவர்களுடைய ஏற்பு, பாலஸ்தீனிய கிராம வாழ்க்கை நக்பாவுக்குப் பிந்தைய காலத்தில் மாபெரும் பாலஸ்தீனியரின் கலாச்சாரம், பாரம்பரியம் மற்றும் தேசியப் போராட்டத்தின் அடையாளங்களாக எப்படி வந்தது என்பதை வெளிப்படுத்துகிறது.

இப்ரஹிம் பிலேபில்
1920இல் பாலஸ்தீனம், தெய்தபாவில் பிறந்தவர்
மஹ்மூத் ஷெய்டன் உடனான நேர்காணல்
அய்ன் அல் - ஹில்வே முகாம், செய்தா, 2004

4'07" - 7'03"

மஹ்மூத் ஷெய்டன்: பாலஸ்தீனத்தில் உங்கள் தந்தையின் தொழில் என்ன?

இப்ரஹிம் பிலேபில்: பாலஸ்தீனத்தில் எனது தந்தை வேளாண்மைப் பண்ணையில் வேலை செய்வது வழக்கம். அவர் கோதுமை, பருப்பு வகைகள், பீன்ஸ், சோளம், கொண்டைக் கடலை பயிர் செய்வது வழக்கம். தெய்தபாவில், அவைகளை களத்து மேட்டில் (bayadir) பதறு நீக்கி அவர்கள் சுத்தம் செய்வார்கள்.

வேளாண் பொருள் பற்றி பேசுவதற்கு முன், தெய்தபாவில் உங்களது குழந்தைப் பருவம் பற்றி நீங்கள் எனக்குச் சொல்ல வேண்டுமென விரும்புகிறேன்.

எனது குழந்தைப் பருவம்... 1920க்குப் பிறகு நான் பிறந்தேன். 1927 அல்லது 1928 வாக்கில் பள்ளிக்கூடத்தில் நுழைந்தோம். நாங்கள் குழந்தைகள், அந்தச் சமயத்தில் குழந்தைகள் அவர்களுக்கு ஆறு அல்லது ஏழு வயதை அடையும்போது, பள்ளிக்கூடம் போக மாட்டார்கள். அவர்கள் இன்னும் நீண்ட காலம் எடுத்துக் கொள்வார்கள். பிரிட்டிஷ் ஆட்சி அதிகார (British Mandate) அரசாங்கம் அப்போது தோன்றி இருந்தது. அது இன்னும் ஒரு பள்ளியை ஏற்படுத்தவில்லை. அங்கே ஒரு பள்ளிவாசல் இருந்தது, அங்குதான் குழந்தைகள் படிப்பார்கள். மேலும் அரசாங்கம் ஓர் இமாமை அனுப்பும். அவர்தான் ஆசிரியராக இருப்பார் அத்துடன் அது அவருக்குக் குழந்தைகளுக்குக் கல்வி கற்பிக்க ஓர் ஊதியத்தை வழங்கும். பிறகு 1935இல் அல்லது 1945இல், மாணவர்களுக்காக அவர்கள் ஒரு பள்ளிக்கூடத்தைக் கட்டினார்கள்.

இந்தப் பள்ளி தைதபா மக்களால் தோற்றுவிக்கப்பட்டதா இல்லை ஆட்சி அதிகார அரசாலா?

பள்ளி வாசலுக்கு ஒரு பெரிய சதுக்கமும், ஒரு தோட்டமும் இருந்தது, அதில் பின்னாளில் அவர்கள் பள்ளிக்கூடம் ஒன்றை

கட்டினர். அது அரசாங்கத்தின் முயற்சியில்தான் வந்தது, மேலும் அத்துடன் நகர மக்களும் உதவினார்கள்.

அங்கே எத்தனை வகுப்பறைகள் இருந்தன?

நான்கு அல்லது ஐந்து வகுப்பறைகள் அங்கே இருந்தன. சிமெண்டினால் கட்டிய நான்கு அல்லது ஐந்து வகுப்பறைகள் இருந்ததாக எனது நினைவு. தொழுகைக்காகப் பள்ளி வாசலை அவர்கள் வைத்திருந்தார்கள். ஆனால், பள்ளிக்கூடம் கட்டப்படுவதற்கு முன்பு, ஒவ்வொரு வெள்ளிக்கிழமையும், நாங்கள் தொழ விரும்பும் போது, நீள் இருக்கைகளையும் (Benches) மற்ற பொருள்களையும் வெளியே எடுத்துப்போட்டுவிட்டு, தரையைச் சுத்தம் செய்வோம், கம்பளத்தைத் தரையில் விரித்து, பள்ளிவாசலில் தொழுவோம். கிராமத்தின் இமாம், தொழுகை நேரத்தில் அதைத் திறந்துவிடுவார்.

சாதாரண நாள்களில் நீங்கள் எப்படி இருப்பீர்கள்...

சாதாரண நாள்களில், பள்ளிவாசலுக்குள் நீள் இருக்கைகளைத் திரும்பவும் அவர்கள் கொண்டு வந்து போடுவார்கள், நாங்கள் படிக்கச் செல்வோம்.

ஆக, சாதாரண நாள்களில் இந்தப் பள்ளிவாசலில் அவர்கள் தொழுகை செய்யமாட்டார்களா?

தொழுகை செய்வது இல்லை. வெள்ளிக் கிழமைகள் மற்றும் 'ஈத்' பெருநாள்களில் மட்டும்... மத விடுமுறைகளின் போதும் தொழுவார்கள். இல்லையெனில் மக்கள் அவர்கள் வீடுகளிலேயே தொழுவார்கள், அல்லது யாராவது ஓர் இடவசதியான வீடு வைத்திருந்தால், அங்கே அவர்கள் தொழுவார்கள்.

இந்தப் பள்ளிவாசல் மிகப் பெரியதா?

இல்லை, தோட்டத்தால் சூழப்பட்ட, ஐந்துக்கு ஐந்து மீட்டர்கள் பரப்பு கொண்ட வெறும் ஒற்றை அறைதான் அது.

10'04"–11'13"

அவர்கள் என்னென்ன பாடங்களைக் கற்பிப்பது வழக்கம்?

கணிதம், அரபுமொழி, மதம், ஓவியம், உடற்கல்வி...

விடுமுறை நாள்களுக்காக, அரசுப் பள்ளிகள் மூடும்போது, நாங்களும் மூடி விடுவோம். அரசுப் பள்ளிகள் பருவ விடுமுறையில் இருக்கும்போது, எங்கள் பள்ளியும் அவ்வாறு இருக்கும். அங்கே செல்லும் பிள்ளைகள் அவர்களுடைய பெற்றோர்களுக்குப் பண்ணையில், அறுவடையில் உதவி செய்வார்கள்... அதுவும் சுமார் மூன்று மாதங்களுக்கு. மேலும் பெரிய களத்து மேட்டிற்குக் கதிர்களைத் திரட்டிக்கொண்டு வந்து, சுத்தம் செய்து, மர இருக்கை *(nawraj)* கொண்டு கதிரடிக்கத் தயார்செய்வார்கள். பிள்ளைகள் அவர்களது பெற்றோர்களுக்கு உதவியாக இருப்பார்கள். வசந்த காலத்தின் போதும் நாங்கள், எங்கள் பெற்றோர்கள் தக்காளிகள், சுக்கினி, காட்டு வெள்ளரிக்காய் மற்றும் வெண்டைக்காய் நடுவதற்கு உதவுவோம்...

13'10"-16'25"

மக்கள் செம்மறி ஆடுகள், வெள்ளாடுகளைச் சொந்தமாக வைத்திருப்பது வழக்கம், மேலும் அவைகளை அவர்கள் கவனித்துக் கொள்ள வேண்டும், பசுக்களையும் கூட வைத்திருந்தார்கள். அதை நான் வழக்கமாக வெறுப்பேன். நான்காவது அல்லது ஐந்தாவது வகுப்புக்குப் போனபோது, நாங்கள் சஃபாத்துக்குச் சென்றோம். என்னுடைய நகரத்திலிருந்தும், அதுபோல் உங்களுடைய நகரத்திலிருந்தும் அதிக எண்ணிக்கையில் அங்கு மாணவர்கள் வந்திருந்தனர். நயீஃப் மற்றும் அல்- ஸக்மத் குடும்பங்களிலிருந்தும், ஹமாத் சகோதரர்களும், காசிம் ஹமாத், இப்ராஹீம் ஹமாத் மற்றும் அலி ஹமாத் (இல்லை, அவர்கள் ஒன்றுவிட்ட சகோதரர்கள்) வந்திருந்தனர். அவர்களுள் இருவர் சகோதரர்கள், ஒருவர் ஒன்றுவிட்ட சகோதரர். அவர்கள் சிரியாவிலிருந்து வந்தவர்கள். சஃபாத்தில் ஓர் இடத்தை நாங்கள் வாடகைக்கு பிடித்திருந்தோம், அங்கு நாங்கள் ஐந்து, ஆறு மற்றும் ஏழாவது வகுப்புகளில் படித்தோம். இடைநிலைப் பள்ளியில் நுழைந்த போது, 14 ஆண்டுகள் முடிந்து ஒரு மாதம் வயது நிரம்பிய எவரும், பள்ளியிலிருந்து பிரிட்டிஷ் உயர் ஆணையரால் விடுவிக்கப்படுவர். 1939இல் நாங்கள் விடுவிக்கப்படும் போது, இடைநிலை வகுப்பு ஒன்றில் இருந்தோம். அங்கு இடைநிலை ஒன்று மற்றும் இடைநிலை இரண்டு இருந்தது. பிறகு இடைநிலைப் பள்ளிக்கு நான் 'அல்-பஸ்ஸா'வுக்குச் சென்றேன். அல்- பஸ்ஸாவுக்கு இன்றும் உயிரோடிருக்கும் யூசுஃப் காவஷ், அல்-சம்முயீயிலிருந்து நயீஃப் முகம்மது இப்ராஹீம் கூட நான் அல்-பஸ்ஸாவுக்குச் சென்றேன்.

...முகம்மது நபியை இறைவன் வாழ்த்தட்டும்... ஆ, அது அல்-ஹுலாவிலிருந்து வந்த அலி சேத், அல்- பஸ்ஸாவில் ஓரிடத்தை வாடகைக்குப் பிடித்து, இடைநிலைப் பள்ளியில் நுழைந்தோம். பின்னாளில், அது பல்கலைக்கழகமாக ஆனது, நாங்கள் அங்கு படித்தோம்.

ஏன் பள்ளிக்கூட முறையிலிருந்து நீங்கள் விடுவிக்கப்பட்டீர்கள்?

ஏனெனில், 14 வயதை தாண்டியவர்களாக இருந்தோம். நீங்கள் 14 வயதை விட மூத்தவர் என்றால், உங்கள் பள்ளியிலிருந்து அவர்கள் உங்களை நீக்கிவிடுவார்கள். மக்களை ஒன்றும் தெரியாதவர்களாக வைத்துக்கொள்ள வேண்டும் என்பதால். மேலும் அந்த நேரத்தில், பிரிட்டிஷ் ஆட்சி அதிகார அரசு, விவசாயத் தொழிலாளர், விவசாயிகள் (*fellahin*) மீது கடும் நெருக்கடியைத் தந்தனர். எடுத்துக் காட்டாக, எங்களது பயிர்கள் வளரும் பருவத்தில், கோதுமை, சோளம் மற்றும் பருப்பு வகைகளைப் பாலஸ்தீனத்திற்குள் பாலஸ்தீன உள்ளூர் சந்தைகளுக்கு எதிராக, போட்டியாக வெளிநாடுகளில் இருந்து உள்ளே அவர்கள் கொண்டு வருவார்கள். பிரிட்டிஷ் நடவடிக்கைகளை மக்கள் வெறுக்கத் தொடங்கும் வரை இது நடந்தது. 1929 புரட்சியின் போது, பேரெழுச்சிகளுக்கு இது இட்டுச் சென்றது.[6] நான் அதை நினைவில் வைத்திருக்கிறேன், எங்கள் நகரின் மீது விமானங்கள் அங்கே பறந்துகொண்டிருந்தன. 1936இல் மேலும் இன்னொரு புரட்சி அங்கே நடந்தது, 'இஸ் அல்-தீன் அல்- குவாஸம்' அதில் தியாகி ஆனார் என நான் நினைக்கிறேன்.[7]

17'53"–18'21"

பள்ளிக்கூடப் படிப்பை ஏன் நீங்கள் முடித்தீர்கள், மேலும் அதற்குப் பிறகு என்ன செய்தீர்கள்?

நாங்கள் அல்-குட்சுக்கு இடம் பெயர வேண்டி வந்தது. ஆகவே நாங்கள் படிப்பைத் தொடர முடியாமல் போனது. இல்லையெனில் அங்கே இருந்த வேளாண்மைப் பள்ளிக்குப் போயிருக்க வேண்டும்: 'துல்க்காம்' இல் (*Tulkarm*) இருந்த 'மத்ரசாத் கடூரி அல்-ஜிரா இய்யா' (கடூரி வேளாண்மைப் பள்ளி). 'அல்-பஸ்ஸா'வில் இருந்த ஒன்றைப் போல், 'ஹைஃபா'வில் இடைநிலை வகுப்பு நான்கு வரை இருக்கும் ஒரு இடைநிலைப் பள்ளி இருந்தது.

30'0.5"–33'12"

நான் ஓர் ஆசிரியர் ஆனேன் மேலும் 1943 முதல் 1945 வரை நான் கற்பித்தேன்... அல்லது அது 1946 இலா? 1946, அதைப்போல ஏதோ ஒன்று. 1947இல், இடையூறு துவங்கியது.

நீங்கள் என்ன கற்பித்தீர்கள்?

மதம், அரபு மொழி, ஆங்கிலம், கணிதம் ஆகிய பாடங்களை நான் கற்பித்தேன்... 1944 அல்லது 1945க்கு நெருக்கமாக, சஃபாத்தில் இருந்து இயக்குநர் ஒருவர் வந்திருந்தார். அவரது பெயரை நான் நினைவுக்குக் கொண்டு வர முடியவில்லை, ...ஒரு துப்பாக்கியுடன் அவர்கள் விளையாடிக் கொண்டிருந்தனர். மேலும் ஒரு தோட்டா ஒருவரது பாதத்தில் தாக்கியது. பள்ளிக்கூடம் இரத்து செய்யப்பட்டது, நான் ஒருவன் மட்டுமே கற்பிப்பதற்காக அங்கே விடப்பட்டேன். பள்ளிக்கூடம் ஒன்று முதல் நான்கு வரைக்கும் சென்றது. மேலும் அங்கு இரண்டு அல்லது மூன்று அறைகள் இருந்திருக்கலாம். அவர்களுக்குக் கற்பிக்க நான் மட்டுமே இருந்தேன். நான் அங்கே கையெழுத்து பற்றி கற்பித்துக்கொண்டிருந்த போது, மிகச் சிறந்த மாணவர்கள், அங்கே மற்ற மாணவர்களை அவர்களுடைய பாடங்களை மனப்பாடம் செய்து ஒப்பிக்கச் செய்துகொண்டிருந்தார்கள். அந்த சிறந்த மாணவர்களைப் பொறுக்கி எடுத்து, வகுப்புகளுக்கு அனுப்பி மற்ற மாணவர்களுக்குக் கற்பிக்கச் செய்து, நான் மேற்பார்வை செய்து கொண்டிருந்தேன். நான் ஓர் அறையில், கரும்பலகையில் ஒரு கணக்கு வினாவையும், அதே கணக்கு வினாவை இன்னொரு அறையில் உள்ள இன்னொரு கரும்பலகையில் எழுதுவேன். மேலும் யார் அதைப் போட முடிகிறது என்பதை பார்ப்பேன். மூன்று, நான்கு வகுப்புகளுக்கு ஒரே நேரத்தில் இந்த அனைத்துப் பாடங்களையும் இப்படித்தான் நான் கற்பித்துக்கொண்டிருந்தேன்.

ஆக, அந்த இயக்குநர் இல்லாத போது, நீங்கள் மட்டும்தான் அந்தப் பள்ளியில் இருந்தீர்கள்?

நான் மட்டுமே இருந்தேன்.

மற்ற ஆசிரியர்கள் கூடவா இல்லை?

ஒருவரும் இல்லை. ஒரு விபத்துக்கு அவர்கள் காரணமானார்கள், ஒரு துப்பாக்கியுடன் அவர்கள் விளையாடிய போது, அவர்களுள் ஒருவர் சுடப்பட்டார். குழப்பத்தை நான் சரிசெய்ய வேண்டியதாயிற்று. விசாரணை செய்ய வந்தவர், ஜமீல் அல்-ஸராஸிரி. அவர், என்னை ஓர் அறிக்கையை எழுதுமாறு கேட்டார். நான் ஒன்றையும் எழுதவில்லை!

நீங்கள் மாணவர்களிடம் கடுமையாக இருப்பீர்களா?

ஆம், அப்படித்தான்! ரொம்பவும் கடுமையாக இருப்பேன். ஒருவரும் துணிய மாட்டார்கள்... அங்கு சுமார் 10 அல்லது 15 பெண்கள் இருந்தார்கள். ஆனால் பெரும்பாலும் மாணவர்களில் அதிகமானவர்கள் பையன்கள். நாங்கள் அவர்களிடம் மிகக் கடுமையாக இருந்தோம். ஓ ஆமாம்! ஒரு பையனிடம் நாங்கள் சொல்வோம்: 'நீ மிகவும் புத்திசாலி (Arif). பளிங்குக் கற்களை வைத்துக் கொண்டு பந்துகள் விளையாடியவர் யார் என எங்களுக்குச் சொல்'. நாங்கள் ஏன் கடுமையாக இருந்தோம்? அப்போதுதான் அவர்கள் படிப்பார்கள்! ஒரு மாணவன் மனப்பாடம் செய்யாவிட்டால், அவனை நாங்கள் அடிப்போம். பெற்றோர்கள் கூட எங்களை உற்சாகப்படுத்துவார்கள். அவர்கள் சொல்வார்கள், 'பிள்ளையின் மாமிசம் உங்களுடையது, எலும்புகள் எங்களுடையவை'. ஆம், நாங்கள் நன்கு கற்பித்தோம். நாங்கள் சில நல்ல ஆசிரியர்களைப் பயிற்றுவித்தோம். பேராசிரியர் ஆஜாவி, நீங்கள் அவரைப் பற்றிக் கேள்விப்பட்டிருப்பீர்கள். பள்ளியில் அவருக்குக் கற்பித்தவர்களுள் நானும் ஒருவன். எங்கள் கிராமத்தில் இருந்து வந்த 'அப்த் அல்-கரீம் டான்' கூட ரசிடிய்யாவில் (முகாமில்) ஒரு பள்ளி இயக்குநராக இருந்தார்... அவருக்கு நான் கற்பித்தேன்.

34'50"-35'43"

கிராமத்தினர் திருமணங்கள் செய்வார்கள். மேலும் நாங்கள் ஆசிரியர்கள் ஆகையால், எங்களையும் அவர்கள் அழைப்பார்கள். அத்துடன் கிராமத் தலைவரையும் (mukhtar) பார்க்க நாங்கள் செல்வோம். அவர் கல்வித் துறை ஆய்வாளர்களை ஓர் அழைப்புக்கு ஏற்பாடு செய்வார். அது அவருக்கான ஒரு வகை பொறுப்பு... மேலும் ஆசிரியர்களையும் அவருடன் மதிய உணவு அருந்த அவர் அழைப்பார். 'அல்மா'வுக்குப் போன முகம்மது ஃபாரிஸ், அவர் இன்னும் உயிருடன் இருக்கிறாரா என்று எனக்குத் தெரியாது, அங்கே இருந்தார். மற்றும் பலரும் அங்கு இருந்தனர். 'அல்மா'விலிருந்து சுலைமான் குடும்பம் வந்தது. கிராமத் தலைவரும் கூட சுலைமான் குடும்பத்திலிருந்து வந்தவர்தான்.

அந்தச் சமயத்தில் நீங்கள் அல்மாவில் உறங்கினீர்களா, அல்லது அங்கே வந்து போய்க் கொண்டிருந்தீர்களா?

ஃபாரிஸ் அல்- ஹஜ் குடும்பத்திலிருந்து வாடகைக்கு எடுத்துக் கொண்டிருந்தேன்.

தைதபா மக்கள் வேலைக்காக என்ன செய்தார்கள்?

அவர்கள் கோதுமை, பார்லி சாகுபடியும், சில காய்கறிகள் உற்பத்தியும் செய்தார்கள். ஒரு கட்டத்தில், அவர்கள் தர்பூசணி வளர்த்தார்கள், அது போதுமான அளவு விளையவில்லை மேலும் அதிக இலாபத்தையும் கொண்டு வரவில்லை. பிறகு, அவர்கள் முலாம் பழங்களைப் பயிர் செய்து அதை அறுவடை செய்தனர், அது நறுமணம் மிக்கதாக இருக்கும். தேனைப் போலச் சுவையாகவும் இருக்கும், ஆனால் அவர்கள், அதிலிருந்து அதிக இலாபம் கிட்டாது என உணர்ந்தனர். பிறகு, அவர்கள் புகையிலை சாகுபடி செய்தனர், அதுவும் அதிக இலாபத்தைக் கொண்டு வரவில்லை. இறுதியில், அவர்கள் தக்காளிகளைச் சாகுபடி செய்தனர், அவை அதிக விளைச்சலைத் தந்தன மேலும் அவற்றிலிருந்து ஒரு பேரளவிலான இலாபத்தைச் சம்பாதித்தனர்.

தைதபாவுக்கு பிரிட்டிஷார் எப்போதாவது வந்ததை நீங்கள் நினைவு வைத்துள்ளீர்களா?

ஒரு சமயம், எங்களோடு இப்போதும் இருக்கும் 'அபு ஆட்டிஃப் பிலேப்பில்' உடன் நான் சஃபாத்தில் இருந்த பள்ளிக்கூடத்திற்குப் போகும் வழியில் இருந்தேன். நாங்கள், 'அய்ன் அல்-சைதூன்'ஐ அடையும் போது, பிரிட்டிஷ் இராணுவத்தின் கார்கள் உள்ளே வருவதைப் பார்த்தேன். எங்கள் குதிரைகளில் சவாரி செய்து கொண்டிருந்தோம். நான் சவாரி செய்துகொண்டிருந்தேன், அபு அட்டிஃப் பொருள்களை வாங்குவதற்காகப் போகும் வழியில், இறங்கிக்கொண்டிருந்தான். பிரிட்டிஷ் துருப்புக்களை நாங்கள் அடையாளம் கண்டவுடனேயே, அய்ன் அல்-சைதூனுக்குள் போகும் பாதையில் சென்றோம். அதனால், அவர்கள் தங்கள் துப்பாக்கிகளை வெளியே எடுத்து எங்களுக்கு மேல் கொண்டு வந்தனர். நான் குதிரைகளை விடுவித்தேன், அவைகள் அங்கிருந்து நீங்கி அவைகளாகவே எங்கள் நகருக்குத் திரும்பிச் சென்றன. சிப்பாய்கள் எங்களைக் கேட்டார்கள், 'எங்கே போய்க் கொண்டிருக்கிறீர்கள்?' அவர்களுக்குச் சொன்னோம், 'நாங்கள் சஃபாத் பள்ளியின் மாணவர்கள்'. நான் ஆங்கிலத்தில் சொன்னேன், மேலும் நாங்கள் அங்கே படிக்கப் போய்க்கொண்டிருக்கிறோம் என்று சொன்னேன். 'யார் இதைச் செய்தார்கள்?'

சிப்பாய்கள், கருவிகளைப் பற்றியும், இந்த அளவுக்கு (கையைத் தலைக்கு மேல் உயர்த்துகிறார்) உயரமான மொட்டையான மேல் தளங்களைப் பற்றியும் கேட்டுக்கொண்டிருந்தனர். நாங்கள்

சொன்னோம்: 'எங்களுக்குக் கருத்து ஒன்றும் இல்லை' என நாங்கள் சொன்னோம். 'சஃபாத்திலிருந்து ஒவ்வொரு வாரமும் எங்கள் பெற்றோரைப் பார்ப்பதற்கு இங்கு வருவோம்'. நான் ஆங்கிலத்தில் அவரிடம் பேசினேன். பிரிட்டிஷ் படை வரிசையின் கடைசி காரில் எங்களை ஏற்றி வரச் செய்தார்கள். அந்தச் சிப்பாய், அவனுடைய துப்பாக்கியை வெளியே எடுத்து மீண்டும் எங்களை நோக்கிக் கத்தினான், 'எனக்குச் சொல், யார் இதைச் செய்தது!?'

1 மணி 01'19"–1 மணி 02' 11"

எங்கள் கிராமத்திற்கு திரும்பவும் எங்களை அழைத்துச் சென்றனர். எங்கள் கிராமம் முழுமையும் வேலை ஏதும் செய்யாமல் இருந்தது. ஏனெனில் அவர்கள் கிராம மக்களைக் கட்டாயப் படுத்தி வேலை செய்ய வைத்து, ஒவ்வொரு கிராமமும் பிரிட்டிஷ் இராணுவத்திற்காக, ஓர் இராணுவச் சாலையை அமைத்திட விரும்பினர், நாங்கள் மறுத்து விட்டோம்! உங்கள் கிராமத்திலிருந்து துவங்கி 'சாசா' வின் மேற்குப் பக்கம் வரை. அவர்கள் எங்களை வேலை செய்ய வைத்தார்கள்! ஆனால் படைவரிசையில் நாங்கள் கிராமத்தை அடைவதற்கு முன்பு, எனது ஒன்றுவிட்ட சகோதரர், 'யூசுஃப் அபு முகம்மது', இறைவன் அவரது ஆன்மாவுக்கு சாந்தி அளிக்கட்டும், வயலில் வேலை செய்துகொண்டிருந்தார். அவர்கள் அவர் பின்னால் ஓடினர்: 'இங்கே வா! இங்கே வா!' அவர் அவரது இரண்டு எருதுகளுடன் வயல் வேலை செய்துகொண்டிருந்தார். அவர்களை நோக்கி அவர் வருவதற்கு விரும்பினர், ஆனால் அவர் எருதுகளை அவிழ்த்துவிட வேண்டியிருந்தது. ஏனெனில் அவை ஏர் கலப்பையுடன் பிணைக்கப்பட்டிருந்தன. அவரை நோக்கி அவர்கள் சுடத் துவங்கினர். அவர்களுள் ஒருவன் அவரைத் தனது துப்பாக்கி கொண்டு தாக்கினான். இரத்தம் பொழியத் துவங்கி இருந்தது. அபு அட்டிஃப் அவனைச் சபிக்கத் துவங்கினார். நான் அவரிடம் சொன்னேன், 'நீ ஏன் சபிக்கிறாய்? அவர்கள் அவரைத் தாக்கி விட்டனர், அது முடிந்துவிட்டது'.

1 மணி 09'00"–1 மணி 11'22"

சிறுசிறு சண்டைகள் துவங்கும் முன்பு, யூதர்களுக்கும், அரேபியர்களுக்கும் உறவு எப்படி இருந்தது?

1939க்கு முன்பு உறவு நன்றாக இருந்தது ... உறவுகள், ஆம், நன்றாக இருந்தன. யூதர்கள் அதிகமாக இல்லை அத்துடன் மிகவும்

சுறுசுறுப்பாகவும் இல்லை. எடுத்துக்காட்டாக, சஃபாத்தின் மக்கள்தொகையில் கால் பகுதி யூதர்கள். ஆம், கால் பாதிக்கு நெருக்கமாக... எஞ்சியவர்கள் முஸ்லீம்கள், மேலும் அங்கே ஒரு கிறித்துவச் சிறுபான்மையும் இருந்தது.

இந்த யூதர்களில் யாரேனும் பொருள்களை வாங்குவதற்கு எப்போதேனும் தைதபாவுக்குப் போனார்களா?

ஆம், தாயத்துகளுக்கான அச்சு, மாமிசம், கம்பளி மற்றும் தோல்கள் வாங்குவதற்கு அவர்கள் வருவார்கள்... சுமுகமான நடவடிக்கைகள். வழக்கமாக மூடப்பட்ட தலைத்துணி (ghabaneh), சிவப்புக் கம்பளி, நூல் முடிச்சுத் தொப்பி (tarbush), தளர்வான மேலங்கி (qumbaz), நீளமான குறுஞ் சட்டையும் (long jacket) அணிந்து இருக்கும் சலீம் நிசான் என்றழைக்கப்பட்ட உயரமான மனிதர் ஒருவர் அங்கே இருந்தார். அவர் ஓர் அரேபியரைப் போல, உடை அணிந்திருப்பார். விவசாயிகள் அவரிடம் பணத்தைக் கடன் வாங்குவதும், அறுவடையில் இருந்து வரும் பணத்தைத் திருப்பிக் கொடுப்பதும் வழக்கம். ஆம், நாங்கள் ஒருவரை ஒருவர் நன்றாக நடத்தினோம். மேலும் அவர்களது மாமிசத்திலிருந்து நாங்கள் உண்டோம், எங்கள் மாமிசத்திடம் இருந்து அவர்கள் உண்டார்கள். ஏனெனில் அவர்கள் மாமிசத்தை நாங்கள் உண்ண அனுமதிக்கப்பட்டோம்.

இந்த யூதர்களுள் யாரையாவது தனிப்பட்ட முறையில் நீங்கள் அறிவீர்களா?

இல்லை, எனக்கு சலீம் நிசானை மட்டுமே நினைவில் இருக்கிறது. அவர் சுமார் இரண்டு அல்லது மூன்று மீட்டர்கள் உயரத்தில் ஒரு சேமிப்பு அறையைப் பெற்றிருந்தார். மேலும் அது மெத்தைகளிலிருந்து, விரிப்புகள் மற்றும் போர்வைகள் மேலும் ஆடைகள் என அனைத்து வகை பொருள்களையும் உள்ளடக்கி இருந்தது. மக்கள் அவரிடமிருந்து பணத்தைக் கடன் வாங்கிக் கொண்டு அவர்களுடைய கடைந்த தயிர் (labneh), பாலாடைக் கட்டி, கம்பளி மற்றும் தோல்களை வாங்க நகருக்குப் போவார்கள்... எங்களுக்கும் அவர்களுக்கும் இடையே எந்தத் தவறும் நிகழவில்லை. ஆனால் அவர்கள் புலம்பெயர்ந்து, வெளி நாட்டிலிருந்து வரத் துவங்கியதும் இந்த நிலைமை மாறத் துவங்கியது. மேலும் இங்கே வந்த யூதர்களுடன், நிகழ்வுகள் வித்தியாசமாக ஆனது. பரஸ்பர நடவடிக்கைகள் மாறின. அரேபியர்களும், யூதர்களும் ஒருவரிடம் மற்றவர் போவதையும் வருவதையும் நிறுத்தினர்.

ஹஸ்னா மனா' (திப் முனேஸில்)

சுமார் 1931இல் பாலஸ்தீனிய அல் - மன்ஷியாவில் பிறந்தவர். மஹ்மூத் ஷெய்டன் உடனான ஒரு நேர்காணல் அய்ன் அல் - ஹில்வே முகாம், செய்தா, 2003.

1'37" - 2'35'

மஹ்மூத் ஷெய்டன் : அல்- மன்ஷியாவுக்கு உங்கள் தந்தை எந்த ஆண்டு இடம் பெயர்ந்தார்?

ஹஸ்னா மனா': மகனே! உண்மையாகச் சொல்கிறேன், அது பற்றி எனக்கு எந்த எண்ணமும் இல்லை. நான் அல்- மன்ஷியாவில் பிறந்தேன், அல்- மன்ஷியாவில் நான் வாழ்ந்தேன், மேலும் என் குழந்தைகளும் அல்- மன்ஷியாவில் வாழ்ந்தார்கள். அல்- மன்ஷியாவைத் தவிர மற்ற எதுவும் எங்களுக்குத் தெரியாது. நிலம் தரிசாக இருந்தது, ஆனால் எங்களுக்கு அது சொந்தமாக இல்லை. நாங்கள் வீடுகளைச் சொந்தமாக்கினோம். ஆனால், நிலம் எங்களுடையது இல்லை. நாங்கள் 'மவாஷியை' (mawashi) சொந்தமாக்கினோம். மவாஷி என்றால் என்னவென்று உங்களுக்குத் தெரியுமா?

செம்மறி ஆடுகள், வெள்ளாடுகள்- அவைகள்தான் மவாஷி.

உங்கள் தந்தை என்ன வேலை செய்தார்?

எந்த வேலையும் இல்லை. இந்த இடத்தை விடச் செம்மறி ஆடுகளும், வெள்ளாடுகளும் முழுக்க முழுக்க இருந்த பெரியதொரு இடத்தை வைத்திருந்தார். அவர் அனைத்தையும் விற்றார்: அவைகளின் உரம், உரோமம், பால் மற்றும் அவைகளின் குட்டிகள். அது எனது தந்தையின் வேலையாக இருந்தது. அவர் ஒரு பெரிய சமூக நலக் கூடத்தைத் (diwan) திறந்து, மூத்தோர்களுக்கு, கசப்புக் காஃபியை பரிமாறினார். அதுவும் கூட, எனது தந்தையின் வேலையாக இருந்தது. அவ்வளவுதான்.

ஹஜ்ஜே, உங்களுக்கு எத்தனை சகோதர, சகோதரிகள் இருந்தார்கள்?

நாங்கள் இரண்டு சகோதரர்கள், நான்கு பெண்கள்.

2'49"-6'55"

உங்கள் பாரம்பரியங்களைப் பற்றி என்ன நினைவில் இருக்கின்றன? உங்கள் பெற்றோர்கள் உங்களுக்கு என்ன கற்பித்தார்கள்?

மகனே! நல்லது. ஒரு சிறுமியாக, நான் மறைந்தே இருப்பது வழக்கம்... சமூக நலக் கூடத்தை எந்த நோக்கமும் இன்றி, சுற்றி வந்தது எனக்கு நினைவில் இருக்கிறது. மேலும், மனிதர்கள் பேசிக் கொண்டிருப்பதை கவனித்துக்கொண்டு இருப்பேன். அவர்களுடைய உரையாடல்களை ஒட்டுக் கேட்பேன்! அந்த ஆண்டு 1936. நான் மறைந்திருந்து அவர்களுள் புரட்சியாளர்கள் யார் என்பதைக் கவனிப்பேன். என் தாய் என்னிடம் சொன்னார்: 'யாரிடமும் தைரியமாக எதையும் சொல்லாதே'. ஒரு சமயம், அவர்கள் ஒரு கண்ணி வெடியைக் கொண்டு வந்தனர்! அதை அவர்கள் ஒரு மரத் துண்டுகளின் குவியலுக்குள் மறைத்தார்கள். நான் புரிந்துகொள்ளத் துவங்கினேன். நான் என் தந்தையிடம் கூறினேன், 'அதைவிட்டு விலகிவிடுவது நல்லது'. பிரிட்டிஷார் எங்களைப் படுகொலை செய்துகொண்டிருந்தார்கள். யாரைப் பற்றியும் ஒரு துளி சந்தேகம் அவர்களுக்கு வந்தாலும், அவர் யாராக இருந்தாலும், அவர்கள் உடனே சுட்டுக் கொன்று விடுவார்கள். புரட்சியாளர்களுள், யாரையாவது நான் எப்போது பார்த்தாலும், எனது தாய், என்னிடம் சில சமயங்களில் கூறியது போல, எனது வாயை மூடிக்கொள்வேன். மேலும் அவர்களுக்கு, நாங்கள் உதவுவோம். புரட்சியாளர்களுள் ஒருவர், அவர்களுடைய துப்பாக்கிகளை மறைப்பதற்கு எங்களிடம் கேட்டால், நாங்கள் அதை மறைத்து வைப்போம். யாரிடமும் எதையும் சொல்லக் கூடாது. நாங்கள் எதையும் பேசியதில்லை. இப்படித்தான் நாங்கள் வளர்க்கப்பட்டோம்.

ஒருமுறை, ஒரு யூதரை, ஒருவன் சுட்டான்... அவர்கள் அவனைத் துரத்தினர். அவன் தப்பி ஓடினான்... அல்-மன்ஷியாவில் இருந்து வயல் வெளிகளை அவன் அடையும் வரை, சுவருக்குச் சுவர் குதித்தபடியே ஓடினான். பிரிட்டிஷ் போலீசார், காவல்துறை நாய்களை வைத்திருந்தனர், மோப்பம் பிடிக்கக் கூடிய நாய்கள், மேலும் கொன்றுவிட்டு ஓடிய அந்த மனிதனுக்குப் பின்னால் கறுப்பு மிளகுத் தூளைத் தூவுவதற்கு, எங்கள் மூளையில் உதிக்கவில்லை. அந்தச் சமயத்தில் நாங்கள் போதுமான அளவிற்கு விவரம் தெரியாமல் இருந்தோம். ஒரு வீட்டின் கூரை மீது, நாய்கள் பிராண்டிய போது, அவர்கள் மக்களை வெளியேற்றி விட்டு, அந்த வீட்டையும், அதற்குள் இருந்த ஒவ்வொரு பொருளையும் எரித்தனர். தீப்பிழம்புகள் கூரையைத் தொட்டன.

நீங்கள் விளக்கமாகச் சொல்வதற்கு வேறு ஏதேனும் சம்பவங்கள் உள்ளதா? எடுத்துக்காட்டாக, வேறு யாருடைய வீட்டையாவது எரித்தார்களா?

ஓ, ஆமாம்! ஆனால் உறுதியாக... கலீல் மனா'வின் வீட்டை அவர்கள் எரித்தார்கள். ஸஹ்மத் வீட்டை எரித்தார்கள். அபுல் ஹசனின் குடும்பத்தை. கிராமத் தலைவர் அல்-க்ரேபி குடும்பத்தில் இருந்து வந்த அலி க்ரேபியின் வீட்டை எரித்தார்கள். அவற்றுள் பலவற்றை அவர்கள் எரித்தார்கள். அவர்கள் தாறுமாறாக, வீடுகளைத் தேர்ந்தெடுத்தனர்...அவர்கள் ஹஜ் ஜமீலின் வீட்டை எரித்தார்கள். அவர்கள் எரிக்காத வீடுகளை உடைத்துக்கொண்டு உள்ளே போனார்கள். ஆனால் ஒருவரும் அவர்களது வீடுகளைப் பூட்டவில்லை. அனைவரும் வீடுகளைப் பூட்டாமல் வீடுகளை விட்டுச் சென்றனர். ஒரு வீடு பூட்டப்பட்டிருக்கும் என்றால், பிரிட்டிஷார், வீட்டை உடைத்துக்கொண்டு உள்ளே போவார்கள். அவர்கள் உள்ளே சென்று சர்க்கரையை எடுப்பார்கள்... நாங்கள் சர்க்கரையை, அரிசியைக் கூட மொத்தமாக வாங்குவோம். அவர்கள் சர்க்கரை, அரிசி மற்றும் மாவு ஆகியவற்றைக் குவித்து வைத்து அவற்றின் மீது மண்ணெண்ணெயை ஊற்றுவார்கள். வீட்டை அவர்கள் எரிக்கக் கூட மாட்டார்கள். சில வீடுகளை, அவர்கள் எரிக்கவில்லை. ஜாம் மற்றும் எள் இனிப்பு *(halawa)* உள்ள பெரிய ஜாடிகளையும் சேர்த்து, அவர்கள் உணவு சேமிப்புக் கிடங்கை *(mouneh)* சுற்றி வளைப்பார்கள். பாதியாக வெட்டப்பட்ட இந்தத் தகர ஜாடிகள் சுமார் பத்து லிட்டர் எள்-இனிப்பைக் கொண்டிருக்கும். அவர்கள் அவற்றை உண்ணக் கூடாது என்பதற்காக, சேமித்த பொருள்கள் அனைத்தின் மீதும் மண்ணெண்ணெயை ஊற்றுவார்கள். அவர்கள் வீடு முழுவதையும் எரிக்காத போது, எங்கள் பொருள்களை அழிப்பதற்கு இதைத்தான் செய்தார்கள்.

6'48"-8'18"

உங்கள் நண்பர்களுடன் நீங்கள் குழந்தை பருவத்தில் செய்தவைகளுள் சிலவற்றைப் போல் இப்போது நீங்கள் நினைவுகூரத் தக்க செயல்கள் ஏதேனும் உள்ளதா?

இளைஞர்களாக இருந்த நாங்கள், 'ஈத்' வரும் காலத்தில், நோன்பு இருப்பது வழக்கம். என் தந்தை சொல்லுவார், 'யார் நோன்பு இருக்கிறார்களோ, அவர்களுக்கு நான் ஒரு 'பியாஸ்தர்' *(piastre- one hundredth of a Pound)* பணம் தருவேன்.' நோன்பிற்குள் எங்களை இழுப்பதற்கு அவ்வாறு சொல்வார். ஆகவே நாங்கள் நோன்பு இருப்போம். 'ஈத்'துக்கு முன்னால் நாங்கள் பெரிய அலமாரியில் போதுமான உடைகளை வைத்திருந்த போதும், புதிய உடைகளை அவர் எங்களுக்கு வாங்கித் தருவார். இல்லையெனில், அந்த நிகழ்வுக்காக, புதிதாய்த் தைக்கப்பட்ட ஆடைகளை நாங்கள் பெறுவோம். அவர் எங்களுக்குப் புதிய காலணிகளையும் வாங்குவார். 'ஈத்' பெரு நாளன்று எங்கள் சித்தப்பாக்கள்/ மாமாக்கள், தங்களுடைய வாழ்த்துகளை எங்களுக்குத் தெரிவிப்பதற்கு வருவார்கள். பிறகு பெண்களுடன் அன்று வெளியே செல்வதற்கு நாங்கள் கேட்போம். இந்த அளவுக்கு (கையைக் காட்டுகிறார்-மொ.ர்) உயரமுள்ள இளம் பெண்கள் நாங்கள், மேலும் நாங்கள் சமைப்பதற்கு உணவுப் பொருள்களைச் சேர்ப்போம்: மாமிசம், வெங்காயம், மிளகு... ஒவ்வொருவரும் ஒரு சில சேர்மானப் பொருள்களைக் கொண்டு வருவார்கள். நாங்கள் ஒரு வீட்டுக்கு ஒரு வகை மாமிச உணவு *(kubbeh)* தயாரிக்கச் செல்வோம். அங்கே ஆண்கள் ஒருவரும் இருக்க மாட்டார்கள். அந்த வீட்டின் தலைவியான வயதான பெண்மணி ஒருவர் எங்களுக்கு உதவுவார். மாமிச உணவைச் சாப்பிட்டவுடன் எழுந்துவிடுவோம். ஒரு பெண் கோப்பை வடிவிலான தபேலாவை *(dirdakkeh)* வாசிப்பாள், நாங்கள் சுற்றிச் சுற்றி ஆடுவோம். நாங்கள் பாடிக் கொண்டும் ஆடுவோம். அப்போது இளம் சிறுமிகளாக நாங்கள் இருந்தோம்.

9'07"-10'06"

அடுத்த நாள், மாற்றுத் துணிகள், பூ வேலை செய்யப்பட்ட சுற்றும் துணி *(boqja)*, ஒரு கடற்பஞ்சு மற்றும் சோப்பு மேலும் ஒரு செப்புக் கிண்ணம் ஆகியவற்றை மூட்டையாகக் கட்டுவோம். அதை நாங்கள் குளிப்பதற்கான கிண்ணம் என்று சொல்லுவோம். அது கை சுத்தியால் அடிக்கப்பட்ட, மஞ்சள் செப்பால் ஆனது. நாங்கள் 'அக்கா' வுக்குப் போவோம், அல்- பஸ்ஸாவிலுள்ள பொதுக் குளியல் இடத்திற்குப் *(hammam)* போவோம். மேலும் நாங்கள் தூய்மையாகத் தேய்த்துக் குளிப்போம். பிறகு ஊஞ்சல் ஆட வெளியில் போவோம். அந்த ஊஞ்சல்கள் 'அக்கா' வுக்கும், அல்- மன்ஷியாவுக்கும் இடையே அமைக்கப்பட்டிருந்தன. இரயில் நிலையம் அத்துடன் முடிவடையும், 'அக்கா' வாயில் அங்கே இருக்கும். அந்த வழியில்தான், அல்-மன்ஷியாவும் இருக்கும். 'அக்கா' வில் இருந்து வரும் மக்கள், அவர்களுடன்

ஊஞ்சல்கள் இருக்கும் இடத்திற்கு அனைத்து வகையான உணவுப் பொருள்களையும் எடுத்துக்கொண்டு வருவார்கள். லுப்பினி பீன்ஸ் முதல் 'கேபல் கேஸல்' வரை - அது அரக்கு வண்ணத்தில் இருக்கும், நாங்கள் அதைக் 'கேசலியின் குதிகால்' (gazelie's heel) என்று அழைப்பது வழக்கம். அது மொத்தமாகக் கட்டி போன்று இருக்கும்- அனைத்து வகை உணவுப் பொருள்களையும் எடுத்துக் கொண்டு வருவார்கள்... பிறகு நாங்கள் ஊஞ்சல்களில் ஆடுவோம். நாங்கள் 'ஈத் அல்- கபீர்' (பக்ரீத்), பெருநாளில் நான்கு நாள்களும், 'ஈத் அல்- ஷாகிர்' (சிறு விருந்து) பெருநாளில் மூன்று நாள்களும் ஊஞ்சலாட்டத்தில் கழிப்போம். நாங்கள் அல்- மன்ஷியாவுக்கு, அக்காவிலிருந்து போகும் வழி முழுவதும் நடந்தே செல்வோம்.

13'38"-19'13"

'அக்கா'வில் நடக்கும் 'ஈத்'துக்கும், அல்- மன்ஷியாவில் நடக்கும் 'ஈத்'துக்கும் என்ன வேறுபாடு?

அக்காவில், குழந்தைகளுக்கான ஊஞ்சல்கள் இருந்தன. மக்கள் அங்குள்ள முக்கிய சதுக்கத்திற்கு, தேன் அல்லது பாகில் ஊற வைத்த லுப்பினி பீன்ஸ் (turmus), ஃபலாஃபல், அம்பர், சிரியா நாட்டின் இனிப்பு வகை 'அவ்வாமே' (awwameh) மற்றும் தட்டுகளில் பாதாம், பிஸ்தாக்களை வைத்துச் செய்யப்படும் இனிப்பு வகை 'பக்லவே' (baklaweh) மற்றும் உணவுக்குப் பின் உண்ணும் பாலஸ்தீன இனிப்பு வகை 'ஹரிஸ்ஸே' (harisseh) ஆகியவற்றைக் கொண்டு வருவார்கள். அங்கு பலவகை மரங்கள் இருந்தன. வயதான பெண்கள் அவைகளுக்குக் கீழே அமர்ந்திருப்பார்கள். அதே வேளையில் சிறுமிகள் ஊஞ்சலில் விளையாடுவார்கள். வயதில் சற்று மூத்த பெண்கள், அங்கு உட்கார்ந்துகொண்டு ஊஞ்சல் ஆடுவதை, அது முறுக்கிக் கொள்வதை, பின் பிரிவதைப் பார்த்துக்கொண்டிருப்பார்கள். 'அக்கா'வின் மக்களுக்கு, இது ஆண்டிற்கு ஒருமுறையான நிகழ்வு. அல்-சுமேரியா மக்களும் 'கர்ரா'க்களில்(karra) சவாரி செய்தபடி அங்கு வருவார்கள். 'கர்ரா' என்றால் என்னவென்று உங்களுக்குத் தெரியுமா?

கர்ரா என்றால் உங்களுக்குத் தெரியாது. இல்லையா? 'கர்ரா எம்மா'... அன்பானவரே! நீங்கள் தொலைக்காட்சியில் பார்த்திருக்கலாம். திரைப்படங்களில் பார்ப்பது போலச் சக்கரம் இருக்கும், மேலும் அவை இந்த அளவுக்கு நீளமாக இருக்கும்... பின்பக்கம் இரண்டு பெரிய சக்கரங்கள், முன்பக்கம் இரண்டு சிறிய சக்கரங்கள், நடுவில்

நீளமான உருளை வடிவ மரத் துண்டுகள் ஆகியவற்றுடன் இருக்கும். ஒவ்வொரு பக்கமும் ஒரு குதிரை நீளமான சேணம் அணிந்து, 'கர்ராவை' இழுத்தபடி வரும். அவை அல்- மன்ஷியாவிலிருந்து 'அக்கா'வுக்குக் காய்கறிப் பெட்டிகள், துளசி மற்றும் புதினா வகை கீரை (*mulukhiyya*), முள்ளங்கிகள் மற்றும் கத்திரிக்காய்கள் ஆகியவற்றைச் சந்தைக்கு ஏற்றிச் செல்லும். அல்-சுமேரியா மக்கள், எங்களுடன் இங்கு வியாபாரம் செய்ய வருவார்கள். அவர்களுக்கு வயல்களும், பழத் தோட்டங்களும் இருந்தன.

'அக்கா'வுக்குப் போகாத அல்-மன்ஷியா மக்கள், 'ஈத்' தை எப்படிக் கழிப்பார்கள்?

வயதான பெண்கள், அவர்களுக்கு மாமிசத்தைக் கொண்டு வரும் தங்கள் சகோதரர்களை வரவேற்பார்கள். இந்தப் பெண்களுள் ஒருவர், ஓர் ஆட்டைக் கொல்லவில்லை என்றால், அவருடைய சகோதரர், தந்தை அல்லது ஓர் உறவினர், அவர்களுக்கு மாமிசத்தைக் கொண்டு வருவார்கள். 'ஈத்' வரும்போது- நீங்கள் கூடத்தான்- நாங்கள் ஓர் ஆட்டைக் கொல்லுவோம்! என் சகோதரனும், தந்தையும் அவர்களுடைய மாமிசத்தின் ஒரு பங்கை எனக்குக் கொண்டு வருவார்கள். வயதான உறவினர்கள், ஒருவர் வீட்டுக்கு மற்றவர் சென்று காஃபி அருந்திக் கொண்டாடுவார்கள். இளையவர்கள் ஊஞ்சல் ஆடச் செல்வார்கள், மேலும் நாங்கள், இளைய பெண்களாக இருந்த போது செய்ததைப் போல இப்போதும் அவர்கள் ஊஞ்சல் ஆடுவதைக் கவனிப்பார்கள்.

'அக்கா'வில் இருக்கும் ஊஞ்சல்களில் ஆடுவதற்கு யார் யாருடன் செல்வீர்கள்?

நான், என் சகோதரி, என் பக்கத்து வீட்டுக்காரப் பெண் நண்பர்; நான் தனியாகப் போகமாட்டேன். பற்பல இளம் பெண்கள் போவார்கள்.

ஓர் இளம் பெண்ணாக, அங்கே தனியாகப் போவதை உங்கள் தந்தை தடுப்பாரா?

இல்லை! அவர் தடுக்க மாட்டார். நாங்கள் காலையில் எழுவோம், குப்பைகளை அகற்றுவோம். தரையைப் பெருக்குவோம், கால்நடைகளில் இருந்து பால் கறப்போம், அந்தப் பாலைப் பால்காரரிடம் ஒப்படைப்போம். பிறகு நாங்கள், என் அம்மாவை சமைப்பதற்கு வீட்டில் கொண்டு வந்து விடுவோம். எங்கள் 'ஈத்' உடைகளை அணிந்துகொண்டு ஊஞ்சலாடச் செல்வோம்.

தொழுகைக்கான மாலை நேர அழைப்பு (maghrid) வரும் வரை அங்கேயே இருப்போம், பிறகு வீட்டுக்கு வருவோம்.

நீங்கள் குழந்தையாக இருக்கும் போது கண்ட கனவுகள் யாவை? நீங்கள் பெரியவராக வளர்ந்த பிறகு யாராக வர விரும்பினீர்கள்?

ஓ, அன்பானவரே... எனது மிகப்பெரிய ஆசை, என் பெயரை எழுதுவதற்கு நான் கற்க வேண்டும் என்பதுதான். உண்மையிலேயே ...நான் என்ன சொல்ல முடியும்? சத்தியமாகச் சொல்கிறேன், நான் அழுவேன். எனது பெயரை எழுத வேண்டும் என்ற விருப்பத்தால், மனம் விட்டு அழுவேன். இங்கே எங்கள் சமூகங்களில், பெண்களுக்குக் கல்வி அளிக்கப்படுவதில்லை, யம்மா (yamma). ஆனால் பையன்களுக்குக் கல்வி அளிக்கப்படும். 'அக்கா'வில் பள்ளிகளுக்கு அவர்கள் அழைத்து வரப்படுவார்கள். அல்- மன்ஷியாவில் அவர்கள் படிப்பதற்கு, இரண்டு வகுப்புகள் இருந்தன. அதற்குப் பிறகு 'அக்கா'வுக்கு அவர்களை அழைத்து வருவார்கள். பெண்கள் கல்வி பெறுவது என்பது பெருமைக்குரிய ஒன்றல்ல என்று அவர்கள் சொல்லுவார்கள். பாருங்கள்... எவ்வளவு குறுகிய மனது உடையவர்களாக அவர்கள் இருந்தார்கள்? ...ஆகவே, நான் எனக்குள் அதிக ஆசையை வைத்திருக்கவில்லை. நான் என்ன செய்வது? நான் வீடு பெருக்கிச் சுத்தம் செய்வேன்... மற்றும் வெளியில் இருக்கும் கல் அடுப்பில் (taboun) ரொட்டி தயாரிப்பேன், 'அக்கா' வுக்குப் போவேன், என் தந்தையுடன் வீட்டுக்கான வேலைகளைச் செய்வேன். எனது ஆசை, எனது பெயரை எழுதி விட வேண்டும் என்பதே. நான் திருமணம் செய்து கொண்டு, எனது மாமனார் குடும்பத்துடன் இணைந்த போதும், அவர்கள் எனக்குக் கற்பிக்கவில்லை. மைத்துனர்களும், கணவன்மார்களும் கூட அவர்களுடைய பெண்களுக்குக் கற்பிக்க மாட்டார்கள். அவர்கள் தங்களுடைய மனைவிமார்கள் நல்ல வலிமை உள்ளவர்களாக இருக்க வேண்டும் என்று விரும்புவார்கள். ஆ, ஆமாம்...

அல்-மன்ஷியாவில் உங்கள் கிராமத்தில் உள்ள எந்தப் பெண்ணாவது கல்வி கற்றார்களா?

அவர்களுள் யாரும் இல்லை. எங்கள் தலைமுறையிலும், அதற்கு முன்பும், பின்பும் கூட யாரும் இல்லை. ஹைஃபாவில், 'அஹித் ஜலாம்' ஒரு போலீஸ்காரராக இருந்தார். அவருடைய மகள், இரண்டாவது அல்லது மூன்றாவது வகுப்பு முடித்தாள். அவர்கள் அல்- மன்ஷியாவிற்கு நகர்ந்த அன்றே அவளது படிப்பை அவர் நிறுத்தினார். அத்துடன் அது முடிந்தது. 'அக்கா', ஹைஃபா மற்றும்

அல்- நசீராவில் இருந்த பெண்கள், கல்வியைப் பெற்றார்கள். நாங்களல்ல, கிராமங்களில் இருந்தவர்களும் இல்லை. அத்துடன் எங்கள் கிராமம் மட்டுமல்ல. எங்கள் கிராமங்களில் பலவும் கல்வி பெறவில்லை, ஆனால் கிறித்த்வப் பெண்கள், 'கஃபிர் யாசினைப் போல, மற்றும் அதற்குக் கிழக்கிலும் மேற்கிலும் இருந்த கிராமங்களில் உள்ளவர்களும் கல்வி கற்றார்கள். நாங்கள் கற்கவில்லை.

23'29"–24'22"

கிராம மக்கள் என்ன வகையான வேலைகளைச் செய்தார்கள்?

என்ன கேக்கிறீங்க, வேலைகளைப் பற்றியா? 'பையாரா: (bayyara) வைத்திருந்த மக்கள், நிலங்களை நம்பி வாழவில்லை. அல்- மன்ஷியாவில் நாங்கள் பல 'பையாராக்களை' வைத்திருந்தோம்... பையாரா என்றால் என்னவென்று உங்களுக்குத் தெரியுமா?

ஓர் ஆரஞ்சுத் தோட்டம்... சரிதானே?

இல்லை. அது ஓர் ஆரஞ்சுத் தோட்டம் இல்லை! ஓர் ஆரஞ்சுத் தோட்டம் எனில், ஆரஞ்சுக்கு மட்டும்தான். 'பையாரா' என்பது ஆரஞ்சுத் தோட்டத்தையும் உள்ளடக்கியது, அது ஆப்பிள் மரங்களையும், மற்ற மரங்களையும் வளர்க்கிறது... ஆனால் ஒலிவ மரங்கள் இல்லை. அது மேலும், அத்தி, வெள்ளரி, தக்காளி, 'முலுக்கியா' (கீரை வகைகள்), காட்டு வெள்ளரி, வெண்டை ஆகியவற்றையும் அது வளர்த்தது... அனைத்தும் நீர்ப்பாசன வசதி பெற்றவை.

அல்- மன்ஷியா தண்ணீரை எப்படிப் பெற்றது?

அங்கு இருபது அல்லது முப்பது 'மட்டோர்கள்' இருந்தன! 'மட்டோர்' என்றால் என்ன? இங்கே முகாமுக்குத் தண்ணீர் கொண்டு வருகின்ற ஒன்றைப் போலவே அதுவும். 'அலி உதிர்' குடும்பத்திற்கு ஒரு கிணறு இருந்தது. இரஸ்தம் குடும்பத்திற்கும் ஒரு கிணறு இருந்தது.

அவர்களுக்கு ஒரு கிணறு இருந்தது என்று சொல்கிறீர்களா?

ஆம், ஒரு கிணறுதான். தண்ணீர் அங்கிருந்து வெளியே வரும்! அதைத்தான் நாங்கள் 'மட்டோர்' என்று அழைக்கிறோம்.

28'12"–30'44"

மதியம் இரண்டு மணிக்குத் தங்கள் மதிய உணவை மக்கள் எடுத்துக் கொள்வார்கள். சிறிது நேர ஓய்வு, மீண்டும் தங்கள் நிலங்களில் பண்ணை வேலைக்குத் திரும்புவார்கள். அவர்கள் வெள்ளரி, சோளம், கீரை வகைகளை நட்டார்கள்... ஓய்வுக்குப் பிறகு, அவர்கள் தங்கள் ஊதியத்தை வாங்கிக்கொண்டு, நிலத்தில் வேலையைத் தொடர்வார்கள். நாங்கள் நிறைய பணத்தை, ஆம், நிறைய பணத்தைப் பெறுவோம்! மிக அதிகமாகவே! நாங்கள் மிகவும் மகிழ்ச்சியாக இருந்தோம். மக்கள் 'அர்ராபா'விலிருந்து, அல்-மன்ஷியாவுக்கு, 'சக்னின்'னிலிருந்து அல்-மன்ஷியாவுக்கு, 'மஜித் அல்- க்ரூம்' மிலிருந்து அல்- மன்ஷியாவுக்கு, 'உம் அல்-ஃபாம்' மிலிருந்து அல்- மன்ஷியாவுக்கு, 'மட்டோவ்லே'யிலிருந்து - இந்தப் பகுதிகள் 'கனா' மற்றும் அதைச் சுற்றியிருந்த கிராமங்கள் - அங்கிருந்து அல்- மன்ஷியாவுக்கு வந்தனர்.[8] மற்றும் பல பெயர்களையும், என்னால் வரிசைப் படுத்த முடியும். ஆக, பல லெபனானியர்கள் வந்து அல்- மன்ஷியாவில் இருந்து அவர்களுக்குத் தேவையான பொருள்களைப் பெற்றுச் செல்வார்கள். மேலும் அங்கு, அவைகள் அபரிமிதமாக இருந்ததால், சில பொழுது தங்குவார்கள். அது ஒரு மலை சார்ந்த பிரதேசம் அல்ல. நாங்கள் காட்டு நிலத்தை உழுவதோ அல்லது விதை தெளிப்போ செய்ய வேண்டியதில்லை. இல்லை! நாங்கள் கோதுமையை நட்ட வேளை... பெண்களுக்கு இதில் செய்வதற்கு ஒன்றுமில்லை, வேலையாட்களுக்கு அவர்கள் மதிய உணவைச் சமைக்கும் பொறுப்பை மட்டும் எடுக்க வேண்டிய தேவை இருந்தது. நாங்கள் அறுவடைக்கு ஓர் இயந்திரத்தைப் பெறுவது வழக்கம். அவர்கள், அதை எப்படி அழைப்பார்கள் என்று உங்களுக்குத் தெரியுமா? 'மக்கானா' (makana). அது, உருளை மீது நான்கு துடுப்புகளையும், ஒரு கத்தியையும் கொண்டிருக்கும். இது போல் (சைகை செய்கிறார்- மொ.ர்) நகர்ந்து அது கோதுமையை அறுக்கும், மேலும் துடுப்புகள், அறுவடை செய்யப்பட்ட கோதுமையைப் பக்கத்தில் தூக்கி எறியும்.

இந்த மக்கானா யாருடையது?

அது என்னுடைய மாமனார் குடும்பத்தைச் சார்ந்தது. கிராமப் புறங்களில் அறுவடைக்கும் பயன்படுத்தப்பட்டது, ஒரு மணிக்கு ஒரு பாலஸ்தீனிய 'லைராவுக்கு' வாடகைக்கும் விடப்பட்டது. இப்போதுதான் நீங்கள் அறுவடை செய்த ஒரு கோதுமை வயல் உங்களுக்கு இருக்கிறது என்று வைத்துக்கொள்வோம். அறுவடை செய்த கோதுமையை நீங்கள் மட்டும்தான் ஏற்ற வேண்டும். உங்கள் மனைவி ஒரு பொருளையும் தொடமாட்டாள். அவளது வேலை,

மதிய உணவு சமைப்பது மட்டுமே. நாங்கள் ஒரு போதும் வயல் வெளிகளுக்குச் செல்லமாட்டோம். ஒரு வைக்கோல் வாரியைப் பயன்படுத்தி, அவர்கள் கோதுமைத் தாள்களை ஒன்று குவிப்பார்கள், மேலும் பொருள்கள் ஏற்றும், ஒரு டிரக்கில் நிறைப்பார்கள், அது பள்ளத்தாக்குக்கு வரும் வழியில், தாள்களைப் பிரிப்பதற்காக, களத்து *(bayadir)* மேட்டிற்குக் கொண்டுவந்து சேர்க்கும். ஒரு மெத்தையை விட அகலமான பலகை ஒன்று அங்கிருக்கும்... கதிரடிக்கும் பலகை என்றால் என்னவென்று உங்களுக்குத் தெரியுமா? என்றாவது அதைப் பார்த்திருக்கிறீர்களா? சிலர் இரண்டு பசுக்களைப் பயன்படுத்துவார்கள், மேலும் மற்றவர்கள் ஒன்று அல்லது இரண்டு குதிரைகளைக் கோதுமை தாள்கள் மீது அந்தப் பலகையை இழுப்பதற்குப் பயன்படுத்துவார்கள். அந்தப் பலகை, தாள்களில் இருந்து கோதுமையைப் பிரிக்கும்.

37'41"-40'20"

அல்- மன்ஷியாவில் இருந்த பல்வேறு மதப் பிரிவுகளைப் பற்றி உங்களிடம் கேட்க நான் விரும்புகிறேன்...

அந்தக் கிராமத்தில் இருந்த குடும்பங்களில் இருந்து வராத மக்கள் அங்கே வசித்தாலும், அல்- மன்ஷியா ஒன்றுபட்டிருந்தது. உங்கள் மனைவியும், அடுத்த வீட்டுப் பெண்மணியும் சண்டை போட்டால், உங்களுடைய இன்னொரு அடுத்த வீட்டுக்காரர் இருவரையும் இப்பவும் கண்காணிக்க முடியும். அங்கு பிரிட்டிஷார் இருந்ததால், அரசாங்கத்திடம் என்றும் நாங்கள் புகார் அளிக்க மாட்டோம். எங்கள் சொந்த நாட்டில், என்றும் நாங்கள் புகார் அளித்ததில்லை. அங்கு மூத்தோர்களைக் கொண்ட ஒரு குழு இருப்பது வழக்கம். உங்கள் மனைவிக்கு அவளுடைய பக்கத்து வீட்டுப் பெண்மணியுடன் பூசல் இருக்கிறது என வைத்துக் கொள்வோம். அவர்கள் உங்கள் அனைவரையும், அதாவது இரண்டு மனைவிமார்கள், நீங்கள் மற்றும் அவளது கணவன் ஆகிய அனைவரையும் கொண்டு வருவார்கள். தவறு யாருடையதோ, அவர்கள் தங்கள் பங்கைச் செலுத்த வேண்டும். அந்தத் தவறு உங்களுடையதாயின், பத்து பாலஸ்தீன 'லைராக்களை' நீங்கள் கீழே வைத்துவிடவேண்டும். மேலும், அவளுக்கு ஒரு பாடத்தைக் கற்பிப்பதற்காக, உங்கள் மனைவியை அடிக்க வேண்டும், மற்றவரும் அதைப் போலவே செய்ய வேண்டும். அவர் ஏதும் அறியாதவராக இருப்பின், அப்போது எந்தப் பணமும் கொடுக்க வேண்டியதில்லை. தவறு அவருடையதாக இருப்பின், அவர் மனைவிக்குப் பாடம்

கற்பிப்பதற்காக, அவர் பணத்தைச் செலுத்த வேண்டும். அதனால் அவள் அந்தத் தவறைத் திரும்பச் செய்யமாட்டாள். உங்கள் மனைவி தெருவில் இறங்கி நடந்து கொண்டிருக்கிறார் என்று வைத்துக் கொள்வோம். மேலும் அவளது கைகள் வெளியே தெரிகிறது என்றும் கொள்வோம், அல்லது பொதுவெளியில் இறுக்கமான ஆடைகளை அணிந்துகொண்டிருக்கிறாள் என வைத்துக் கொள்வோம்... வெளியில் தெரியுமாறு ஆடைகளை அணிவது, அவமானகரமான ஒன்றாகும்... எங்களது ஆடைகள், நீளமாக இருக்க வேண்டும் என்பது வழக்கம். குட்டையாக எதையும் நாங்கள் அணிந்ததில்லை... ஒரு பெண்மணி அதுபோல் உடுத்தி இருந்தால், அவர்கள் அவளை நோக்கி உரக்கக் கத்துவார்கள்: இன்னாரைப் பார்த்து, 'போ, உன்னை மூடிக்கொள்!' என்று கத்துவார்கள். அவள் அங்கிருந்து ஓடுவாள், ஒரு வார்த்தை கூட அவள் பேசத் துணியமாட்டாள். அவளது கணவன் அவளை அடித்தால், அவள் திருப்பித் தாக்க மாட்டாள். அவள் தன் கணவனைப் பற்றி புகார் சொன்னால், அவளுக்குச் சொல்லப்படும் வார்த்தைகள்: 'இன்னுமா நீ உயிரோடு இருக்கிறாய், அவன் உண்மையான ஆண்பிள்ளையாக இருந்தால், உன்னை அவன் அடித்துக் கொன்றிருக்க வேண்டும்.' வேறு வழி இல்லை, இப்படித்தான் நாங்கள் எல்லாம் செய்தோம்... எங்கள் வழியில், நியாயம் வழங்கப்பட்டது. அரசாங்கத்தை, நாங்கள் என்றும் ஈடுபடுத்தியது இல்லை. ஒருமுறை, ஒரு பெண்மணி தன்னுடைய நாத்தனாருடன் சண்டை ஒன்றில் ஈடுபட்டாள். அவளுக்கு, அவளால் கருச்சிதைவு ஏற்படும் அளவுக்கு அவளை மிகவும் மோசமாக அடித்தாள். எங்கள் நீதிமுறை, ஒரு தாயின் கருப்பையில் இருக்கும் குழந்தை, அதுவாகத் தடுக்காது எனச் சொல்கிறது. ஒரு குழந்தையைக் காயப்படுத்துவதை விடவும், வயதுக்கு வந்த ஒருவரைக் காயப்படுத்துவது எளிது. ஓர் இளைஞனாக, நீங்களே உங்களைப் பாதுகாத்துக்கொள்ளலாம், ஆனால் ஒரு குழந்தை, அவ்வாறு செய்ய முடியாது. எங்களுக்கு ஒரு குழந்தை என்பது வயதுக்கு வந்த ஒருவருக்கு மேலானது இல்லை என்றாலும், சமமானதுதான். நான் கடவுள் மேல் உறுதியாகச் சொல்கிறேன். அவர்கள் அந்த நிலைமையை அரசுக்கு வளர்த்துக்கொண்டு செல்லவில்லை. அந்தக் கணவன், அவன் மனைவிக்கு ஒரு பாடம் போதித்தான், இன்னொரு பெண்ணின் கணவன் வந்தபோது, அவன் சொன்னான், 'நாங்கள் தெளிவாக இருக்கிறோம்'. அவர்கள் சமரசம் செய்துகொண்டனர், அது அங்கே சாத்தியமானது, அரசாங்கம் ஈடுபடுத்தப்படவில்லை.

2
பெரும் நிகழ்வுகளும், குறு நிகழ்வுகளும்:
1930களில் பாலஸ்தீன மாநகர வாழ்க்கை
ஷெரீன் செய்க்கலி

அது மே மாதத்தின் முதல் நாள். ஃபிஃபி எட்டு மாத கர்ப்பிணியாக இருந்தாள். மேலும் மனதுக்குப் பிடித்தமான உணவுக்காக ஏங்கிக் கொண்டிருந்தாள். கடந்த இரண்டு மாதங்கள், கடினமாகவே இருந்தன. இடையறாத குண்டுவீச்சு, 'கடலின் மணப்பெண்' என்று பலராலும் அறியப்பட்ட, அவளுடைய கண்ணுக்கினிய நகரமான 'ஷஃப்ஃபா' விலுள்ள மக்களுக்கு அச்சத்தை ஏற்படுத்தியது. பிரிட்டன், அவர்களுடைய காலனிய அரசதிகாரம் பதினைந்து மே அன்று முடிவுக்கு வருவதாக அறிவித்தது. இது அதன் துவக்கத்தில், பாலஸ்தீனத்தில் ஒரு யூத அரசை நிறுவிட உதவிய காலனிய ஆட்சியை முடிவுக்குக் கொண்டு வந்தது. இந்த உடன்பாடு, பாலஸ்தீனியர்களின் அரசியல் உரிமைகளைப் பறிப்பதற்கு முயற்சித்தது. மேலும் அவர்களுடைய எதிர்காலங்களை முடக்கி வைத்தது.

அந்த மார்ச் மாதத்தில் மக்கள் உயிர்பிழைக்க ஓடிக் கொண்டிருந்தார்கள், சிலர் படகுகளை எடுத்துக்கொண்டார்கள்; மற்றவர்கள் நடந்து சென்றார்கள். ஃபிஃபி, 'நான் பயப்படவில்லை' என்று தன்னைத் தானே தேற்றிக்கொண்டாள். அவளது கணவன், அங்கேயே தங்கியிருக்க தீர்மானித்தார், மேலும் அவள், நிச்சயமாக அவர் இல்லாமல், விட்டுச் செல்ல மாட்டாள். ஆனால், தங்கியிருப்பது என்பது ஒவ்வொரு நாளும் கடினமாகிக் கொண்டு வந்தது. அடிப்படைப் பொருள்களுக்குப் பற்றாக்குறை ஏற்பட்டது. கடைகளும், ரொட்டிக் கடைகளும் பெரும்பாலும் மூடப்பட்டுவிட்டன: அவை திறந்திருக்கும் வேளையில், குறைவான நேரத்திலும், அவ்வப்போது தாற்காலிகமாகவும் திறந்திருந்தன. 1948 மே முதல் நாளான அந்த நன்னாளில், ஃபிஃபி, ஒரு பை நிறைய இறைச்சியை எடுத்துக்கொண்டு செல்லும் ஒருவரை ஜன்னல் வழியே பார்த்தாள். அவரிடம் அந்த அரிதான மற்றும் மிகவும் பிடித்த உணவு வகையை அந்த மனிதர் எங்கு

கண்டார் என்பதை அறிய வேகமாக வெளியே வந்தாள். அவர், அன்புடன் அவளுக்கு அதைக் கொடுத்து உதவினார், மேலும் நீண்ட நாள்களுக்கு முன்பாகவே, ஃபிஃபி கொஞ்சம் அரைத்த மாட்டுக் கறியை வைத்திருந்தாள். வீட்டுக்குத் திரும்பிய அவள், அந்தச் சாதாரண நாளின் துவக்கத்தில் மகிழ்ச்சி அடைந்தாள். மேலும் ஒரு புதிய ஒலிவ எண்ணெய் பாட்டிலைத் திறந்தாள். அவள் உடை மீது அது சிதறியது. அந்தக் கறையைப் போக்க அதன் மீது, முகப் பூச்சுத் தூளைத் தூவினாள். சமையலறைக்குத் திரும்புவதற்கு முன்பாக, அவளது படுக்கையின் மீது அந்த ஆடையைக் கிடத்தினாள். அவளது வேலையாளின் உதவியுடன், ஃபிஃபி, கோர்ஸே (வெள்ளரிக்காய் வகையைச் சேர்ந்த ஒரு காய்- *courgette*- மொ.ர்) மற்றும் திராட்சை இலைகளுக்குள் இறைச்சி, அரிசி மற்றும் எலுமிச்சை சாறு ஆகியவற்றை வைத்துச் சுருட்டி உணவு தயாரித்தாள். ஒரு முறையான உணவைப் பெறுவது என்பது, எவ்வளவு இன்பமாக இருக்கும். அந்தக் குடும்பம் முழுவதும் அதை அனுபவிக்கும்.

குண்டுவீச்சு தீவிரமானதால், இந்த நம்பிக்கைகள் நொறுங்கிப் போயின. நிறைமாதக் கர்ப்பிணியான ஃபிஃபியும், அவரது கணவரும் உயிர் பிழைத்து ஓடுவதற்குத் தீர்மானமான முடிவை எடுத்தனர். அச்சம் வென்றது: அவர்கள், சாவதற்கு விரும்பவில்லை; தங்கள் குழந்தைகளைக் காப்பாற்றுவதற்கு அவர்கள் விரும்பினர். ஜஃப்ஃபா- ஜெருசலேம் சாலையில், அவர்கள் பயணித்த போது, ஒரு யூதக் குடியிருப்பைக் கண்டனர். 'உனது கண்களைத் தாழ்த்திக் கொள், குழந்தைகளைப் பார்க்கவிடாதே, அவர்கள் சுடாமல் இருக்கலாம்', என்று ஃபிஃபியின் கணவர் அறிவுறுத்தினார். இரண்டு வாரங்களுக்குள்ளாக வீடு திரும்பலாம் எனக் குடும்பம் எதிர்பார்த்தது. ஜோர்டான் அரசர் அப்துல்லா, ஜஃப்ஃபாரை கைவிட்டுவிடாமல் இருக்க உறுதி கூறினார். நான்கு பேர் கொண்ட, விரைவில் ஐந்து பேர் ஆகப்போகும் அவளது குடும்பத்திற்கான உடைகளை ஓர் இரவுநேரப் பையில் நிறைத்தாள். அவளது உடை, படுக்கை மேலும் மதிப்பு மிக்க உரோமத்தால் ஆன அவளது மேற்சட்டையை, உள் அலமாரியில் வைத்தாள். அந்த திராட்சை இலைகளுக்குள் வைத்துச் சமைக்கப்பட்ட உணவையும், கோர்ஸேவையும் பொறுத்தவரை, அவளுடைய வேலையாளுக்குப் பிரியும்போது கொடுத்த பரிசுகளாக அவை விளங்கின.

பெய்ரூட்டில் ஒரு வசதியான வீட்டுக் கூடத்தில் இருந்துகொண்டு, 'ஃபிஃபி கோரி', இந்த வாழ்க்கை மற்றும் இழப்பின் கதையை

விவரிக்கிறார். அவருடைய கிழக்கு ஆசியாவைச் சேர்ந்த சாதாரணப் பணியாள் அவ்வப்போது காஃபியை வழங்கியவாறு, அபூர்வமாக வருவதும் போவதுமாக இருந்தாள். 1948க்கு முந்தைய பாலஸ்தீனத்தில் இருந்த ஃபிஃபியின் வேலையாளைப் போல அவள் பெயரற்றவளாகவும், பெரும்பாலும் காண முடியாதவளாகவும் இருந்தாள். ஃபிஃபியைக் கேட்ட போது, பாலஸ்தீனிய உயர் குடியினர் ஏழைகளுடன் எப்படிப் பழகுவார் என்பதை அவரால் நினைவுகூர இயலவில்லை. ஆனால் நக்பாவுக்கு முன்பும் பின்புமாக இரண்டிலும், அவள் வகுப்பு மற்றும் பிரிவுகளுக்கான சலுகைகளை அனுபவித்தாள். பத்தொன்பது மற்றும் இருபதாம் நூற்றாண்டுகள் முழுவதும், கிழக்கு மத்தியதரைக் கடல் பகுதியில் இருந்த பெரும்பாலான கிறித்தவர்களைப் போல அவரது குடும்பம் ஐரோப்பிய ஆதரவு, மூலதனம் மற்றும் நுட்பத்திறன் ஆகியவற்றில் இருந்து பயன் அடைந்தது. சமூக இயக்கத்திற்கான, பெரிய அளவிலான வாய்ப்பு கல்வியில் இருந்து துவங்குகிறது. பாலஸ்தீனத்தில் 1948இல், சுமார் 60 மற்றும் 30 சதவீத இஸ்லாமிய ஆண்கள் மற்றும் பெண்களுக்கு இடையேயான படிப்பறிவு விகிதத்தை ஒப்பிடும்போது கிறித்தவ ஆண்கள் மற்றும் பெண்கள் இடையே அது 98 சதவீதமாக இருந்தது. இந்த வேறுபாடு கலாச்சாரம் மற்றும் திறமையின் பிரதிபலிப்பு என்றில்லாமல், மாறாகச் சலுகை மற்றும் கல்வி நிறுவனங்களுக்குள் எளிதாகப் புகுவது என்பதால் வந்தது. ஐரோப்பிய அதிகாரத்துடனான நெருக்கம், அதனுடைய சொந்த பின் விளைவுகளைக் கொண்டிருந்தது. ஃபிஃபி, ஒரு மனக் கசப்பின் சாயலுடன் அவருடைய பிரெஞ்சும், ஆங்கிலமும் அவருடைய அரபு மொழியை விட எவ்வாறு வலுவாக இருந்தது என்பதையும், பிரெஞ்சு மற்றும் பிரிட்டிஷ் வரலாறுடன் அவருடைய நெருக்கம், கடந்த கால அரபு பற்றிய அவருடைய அறிவை விட எவ்வாறு மேம்பட்டு இருந்தது என்பதையும் நினைவு கூர்கிறார். மொழி மற்றும் வரலாற்றிலிருந்து இப்படி அந்நியமாதல், ஒரு குறிப்பிட்ட சூழ்நிலையைச் சார்ந்து இருந்ததாக அவர் குறிப்பிடுகிறார்:

‘நாங்கள் காலனிமயப் படுத்தப் பட்டிருந்தோம்’.

ஆணாதிக்கக் கட்டுப்பாடுகளின் தாக்கத்தில் இருந்து ஃபிஃபியின் சலுகை அவரை விடுவிக்கவில்லை. சுதந்திர மனப்பான்மை கொண்ட சித்தப்பா ஒருவருடைய ஆதரவோடு, அவருடைய கல்விக்காக பெர்லின் வரை கூட அவர் பயணித்தார். ஆனால் முதல் உலகப்போர், இந்த சாகஸத்தை இடையில் முறித்தது.

மீண்டும் பாலஸ்தீனத்தில் ஃபிஃபி, முன் எப்போதையும் விட குடும்பத்தின் ஆதிக்கம் செலுத்துபவராக இருந்த அவருடைய தாத்தாவால், அதிகமாகக் கட்டுப்படுத்தப்படுவதைக் கண்டார். அவருடைய குடும்பத்தில் இருந்து மற்ற பெண்களைப் போல வேலை ஒன்றுக்குச் செல்வதில் இருந்தும், பல்கலைக் கழகத்திற்குச் செல்வதில் இருந்தும் அவர் தடுக்கப்பட்டார். ஃபிஃபி, தினசரி வாழ்க்கையின் வண்ண மயமான சூழல்களுக்கு உடனடியாகத் திரும்பினார். இந்த யதார்த்தங்களால் தயங்கி நிற்கவில்லை. அவர் பாலஸ்தீனிய மேல்தட்டு மற்றும் நடுத்தர வகுப்பு மக்கள், பிங்- பாங், கால்பந்து மற்றும் டென்னிஸ் விளையாடுவதற்குக் கூடுகின்ற ஜஃப்ஃபாவின் பொழுது போக்கு மன்றங்களைப் பற்றிச் சொல்கிறார். அருகிலுள்ள 'டெல் அவிவ்'இன் திரையரங்குகளுக்கும், காஃபி நிலையங்களுக்கும், உணவகங்களுக்கும் குடும்பச் சிற்றுலா செல்வதைப் பற்றி அவர் விவரிக்கிறார். நேர்த்தியான மரச் சாமான்களை விற்கக் கூடிய, சமீபத்தில் ஐரோப்பாவில் இருந்து வந்த யூதக் குடியேற்றவாசிகளை அவர் நினைவு கூர்கிறார். லோலா பேர் *(Lola Bear)* என்ற அவருடைய திருமண ஆடையைத் தைத்த ஒரு யூத தையற்காரரை அவர் நினைவு கூர்கிறார். அதன்பின் அவரைச் சபிக்கிறார். அந்தக் கைப் பைகள்! டெல் அவிவில் மிக உயர்ந்த விலையுள்ள கைப்பைக் கடை இருந்தது. இருபதாம் நூற்றாண்டின் மத்தியில், பாலஸ்தீனிய நடுத்தர வர்க்கத்தார் அவர்களின் உலகளாவிய சகாக்களைப் *(counterparts)* போல அடையாளத்தை வடிவமைப்பதற்கான ஒரு வழியாக, நுகர்வியத்தைத் *(consumerism)* தழுவினார்கள். அவர் விமர்சன ரீதியாக, 'வழக்கம் போல் இப்போதிருந்தே நீண்ட காலத்திற்கு அரேபியர்கள் ஆகிய நாங்கள் ஒரு தர அடையாளத்தை நோக்கி விரைந்தோம்' எனச் சொல்லும்போது ஃபிஃபியின் பகற்கனவு சற்றும் எதிர்பாராமல் முடிவுக்கு வந்தது.

நேர்காணல் செய்பவர், ஃபிஃபி பழைய காலத்திற்குத் திரும்ப முடியும் என்றால் அவர் வித்தியாசமாக என்ன செய்திருப்பார் என்பது பற்றிக் கேட்ட போது, அவர் இந்த உண்மைக்கு மாறான நிலையை ஏற்க மறுக்கிறார். அது குறித்து எச்சரிக்கையாக இருக்கிறார். மூத்த அகதிகள் உயிர் பிழைத்து ஓடியதை குற்றம் சொல்கின்ற இளம் பாலஸ்தீனியர்களோடு அவர் தன்னைத் தகவமைத்துக்கொள்கிறார். அவர் பதில் சொல்லுவதை நிறுத்துகிறார். இப்போது தெரிந்ததை அறிந்த வண்ணம், அதே நிலையில் அவர் நின்றிருக்கலாம். ஆனால் அவ்வாறு

நின்றிருந்தால், அவர் இரண்டாம் வகுப்பு குடிமகள் என்ற நிலைக்குத் தள்ளப்பட்டிருப்பார். இறுதியில் ஃபிஃபியின் நிலை, உரிமை பறிப்பு மற்றும் நாடு கடத்தல் என்ற ஒன்றாகவே இருக்கிறது. இப்பவும் அவருடைய பல தாய்நாட்டாரின் சூழ்நிலைகளின் நரகத்தோடு ஒப்பிடுகையில், அது சொர்க்கம் என்பதை நமக்கு அவர் நினைவூட்டுகிறார். லெபனானில், பிரிவினைவாத நெருக்கடிகள் பல பாலஸ்தீனிய கிறித்தவர்களுக்கு உடனடிக் குடியுரிமையை வழங்கியது. அதே வேளையில் முஸ்லீம் அகதிகளில் பெரும்பான்மையினர் அகதிகள் முகாம்களில் அடைக்கப்பட்டனர், அவர்களுடைய வழிவந்தவர்கள் இன்றும் அங்கிருக்கிறார்கள்.

ஃபிஃபியின் பதில்கள், ஹசன் அல்- ஹுசைனியின் விவரிப்புகளுடன் முற்றிலும் மாறுபடுகிறது. இரண்டாவதாக வரும் நேர்காணல் தருபவர், நிகழ்வுகள் மற்றும் புள்ளி விவரங்களின், அவற்றுள் அவருடைய உறவினர்களையும் உள்ளடக்கிய, ஒரு தேசியத் தொகுப்பைக் கண்டறிகிறார். வலிமை வாய்ந்த மற்றும் ஆழமான குறைகளைக் கொண்ட தலைவர் 'ஹஜ் அமின் அல்-ஹுசைனி'யைப் பற்றி நாம் கேள்விப்படுகிறோம். நிலத்தின் பெரும் பகுதிகளை யூத தேசிய நிதியம் வாங்கியது. அதனால் அங்கிருந்து வெளியேற்றப்பட்ட, ஹைஃபா தொழில் நகரத்தில் குடிசைப் பகுதிகளில் வாழ்ந்த பெரும்பாலும் 'மேல் கலிலீயில்' இருந்து வந்த ஆயிரக் கணக்கான விவசாயிகளுக்கு அடைககலம் அளித்து, சமூக முன் முயற்சிகள் மற்றும் அரசியல் திட்டங்களுக்குக் காரணமான புரட்சிகரத் தலைவர் 'இஸ் அல்-தீன் அல்-க்வாசம்' பற்றியும் நாம் கேள்விப்படுகிறோம். மூன்றாண்டு எழுச்சியாக வளர்த்த 1936-39 இன் மாபெரும் புரட்சி மற்றும் ஆறு மாத கால தேசிய வேலை நிறுத்தத்தைப் பற்றி நாம் கேள்விப்படுகிறோம். அது பிரிட்டிஷ் காலனிய ஆட்சி அதிகாரத்தின் மையத்தை உலுக்கியது.

அல்-ஹுசைனியின் சாட்சியம், வரலாற்றை வடிவமைக்கும் எதிர்காலச் சூழ்நிலைகள் மீதான ஒரு திறப்பையும் நமக்கு அளிக்கிறது. யூத, பாலஸ்தீனிய வெறுப்பு என்பது, பிரிட்டிஷ் காலனியக் கொள்கைகள், சியோனிச சித்தாந்தம் மற்றும் கூட்டுரிமைகளை நசுக்குதல் ஆகியவற்றின் ஒரு விளைவு என்று அவர் அழுத்தமாகக் கூறுகிறார். 'யூத நாகரிகத்தின் உச்சம் (அதன் சக வாழ்வுக் காலத்தில்), 'அல்-அன்டலாஸ்' இல் வசித்த அரேபியர்கள் உடன் இருந்தது' என்று இஸ்ரேலிய இராஜ தந்திரியும், அரசியல்வாதியுமான 'அபா இபான்' இன் உறுதியான

கூற்றை அவர் மேற்கோள் காட்டுகிறார். ஐரோப்பாவில் நிகழ்ந்த பேரழிவை ஹஜ் அமீன் அல்-ஹுசைனி அறிந்திருந்ததை உறுதிப் படுத்துகிறார். அல்-ஹுசைனி நாஜிசத்தைக் கண்டனம் செய்கிறார். அவர் பாலஸ்தீனிய இலட்சியத்திற்குத் தீங்கு விளைவிப்பதாகக் கருதப்பட்ட இரண்டாம் உலகப் போரின் ஹிட்லருடனான, தலைவரின் தவறான அறிவுரையின் பேரில் நடந்த சந்திப்பை, அவர் கண்டிக்கிறார். இருந்த போதிலும், அவரது வரலாற்றின் பெரும்பகுதி, தினசரி வாழ்க்கையின் சில பகுதிகளை மட்டுமே வெளிப்படுத்துகிறது. தலைசிறந்த இசைவாணர் 'முகம்மது அப்துல் வஹாபின்' சிறப்பைப் பற்றி விளக்குகின்ற திரைப்படங்களைப் பார்ப்பதற்கு அவருடைய தாயாருடன் வெளியே சிற்றுலா சென்றதை நாம் கேள்விப்படுகிறோம். ஆனால், பெரும்பாலும் அல்-ஹுசைனி, உயிரூட்டக் கூடிய உயரிய விவரம் என்பது, இருபதாம் நூற்றாண்டின் இடையிலான ஜெருசலேமின் 'ஒலிக்கோவை காட்சி' (soundscape) ஆகும். அவருடைய மிகவும் உணர்வு மயமான நினைவுகளுள் ஒன்று, 'அல்-அக்ஸா' சுற்றுச் சுவருக்குள் அமையப்பெற்ற, தேவாலயங்களால் சூழப்பட்ட 'அல்-ரஹுதா' கழகப் பள்ளிக்குப் போகும் வேளையில், தேவாலய மணிகளின் ஒலிகளில் மூழ்கிய ஓரிடத்தில் வசித்ததாகும்.

1948க்கு முந்தைய பாலஸ்தீனத்தின் இந்த இரு வேறு வகைப்பட்ட விவரிப்புகளில் நாம் என்ன தெரிந்துகொள்ள வேண்டும். மேலும் அவை நமக்கு என்ன சொல்ல முடியும்? ஃபிஃபியின் தன்னடக்கமான தோற்றம், முறை சாரா எளிமை, பிரதிபலிக்கக் கூடிய உணர்வுக் கொப்பளிப்பு என்பதுடன் மேலே சொல்லப்பட்ட தலைவரின் பெயரை அவர் மறந்துவிட்டார் என்ற உண்மை மற்றும் 1936இல் புரட்சி நடந்ததா அல்லது இல்லையா என்பது பற்றிய உண்மை ஆகியவை. சிலருக்கு அவருடைய விவரிப்பு உரிய வரலாற்று அடிப்படையை விடவும் சற்றுக் குறைவானதாகவே தெரிகிறது. இருப்பினும், இந்த முறைசாரா பண்பு என்பது ஓர் உயிர்த் துடிப்பான, சிக்கலான, முப்பரிமாண பாலஸ்தீனத்தைப் பார்க்கச் செய்கிறது. அல்-ஹுசையினுடையதைப் போன்ற விவரிப்புகள், நாம் நினைவிற் கொள்ள வேண்டிய கதைகளையும், பெயர்களையும் சுட்டிக் காட்டுகிறது. அவற்றின் அதிகாரப்பூர்வத் தன்மையை ஏற்க வைக்கிறது. இந்தக் கதை சொல்லிகள், ஒரு பால் ரீதியான அதிகாரத்தை ஏற்கவும், அதை வலுப்படுத்தவும் செய்கின்றனர். அல்-ஹுசைனி, வரலாற்று ரீதியாக விவரிக்கிறார். அதேவேளை ஃபிஃபி, கதைகளை நினைவுபடுத்துகிறார். நான்

இங்கு வைத்திருப்பதைப் போல ஃபிஃபியை அவருடைய முதற் பெயராலும், அல்- ஹுசைனியை அவரது கடைசிப் பெயராலும் குறிப்பிடுவது இந்த அதிகார வேறுபாட்டைக் குறிக்கிறது. ஆனால் இந்த வேறுபாடு, அல்-ஹுசைனியைக் கட்டுப்படுத்தவும் செய்கிறது, அதிகாரப் பூர்வ வரலாற்றை அவர் விவரிப்பதற்கான முனைப்பு அவருடைய தனிப்பட்ட நினைவுகளுக்குச் சிறிதளவு இடத்தையே விட்டுக்கொடுக்கிறது. ஃபிஃபியையும், அல்- ஹுசைனியையும் ஒன்றாகச் சேர்த்துப் படிப்பது, குறிப்பாக பாலஸ்தீனப் பிரச்சினையில், நிகழ்வுகள் மற்றும் புள்ளி விவரங்களின் ஓர் ஒருமுகமான கதையைச் சொல்லுவதற்கான தீவிரத் தேவையைச் சொல்கிறது. தனிப்பட்ட மற்றும் முறைசாரா வரலாற்றைச் சமப்படுத்துவதற்கான போராட்டத்தையும் சொல்கின்றன. இங்கே முறை சார்ந்த மற்றும் முறை சாரா வரலாற்று ரீதியான வடிவங்களின் ஒரு பன்மைத் தன்மையைத் தழுவுவதன் மதிப்பை ஃபிஃபியும், அல்-ஹுசைனியும் நமக்குக் கற்றுத் தருகிறார்கள். நக்பா தவிர்க்க முடியாத ஒன்றல்ல, மாறாக அது ஒரு குறிப்பிட்ட வரலாற்று நிலைமைகளின் ஒரு விளைவே என்று நமக்கு அவர்கள் கற்பிக்கிறார்கள். நக்பா ஆவணக் காப்பகத்தின் அனைத்து மூலாதாரங்களைப் போல, இந்த வாய்மொழி வரலாறுகள், பாலஸ்தீனிய வரலாற்றுக்கான வலிமை வாய்ந்த சிறப்புகளை நமக்கு அளிக்கின்றன. அதுபோலவே, நினைவு மற்றும் கடந்த காலத்தை இணைக்கும் மக்களின் உயர்ந்த மற்றும் மாறுகின்ற உறவுகள் பற்றிய திறப்புகளையும் அளிக்கின்றன. ஃபிஃபியினுடைய மற்றும் அல்- ஹுசையினியுடையதைப் போன்ற விவரிப்புகள் குறிப்பாக, ஒன்றாகப் படிக்கப்படும் போதும், உரையாடலின் போதும், அதிகாரப்பூர்வ மற்றும் அதிகாரப்பூர்வமற்ற வரலாற்றுக்கு இடையே அடிக்கடி வருகின்ற ஒன்றுக்கொன்று இணையான தகவல்களைக் கடப்பதற்கு நமக்கு உதவுகின்றன. நக்பாவுக்கு முந்தைய பாலஸ்தீனத்தின் அழகையும், பேரிழப்பையும் ஒன்றாக இணைப்பதற்கு அவை நமக்கு உதவுகின்றன. கடந்த காலத்தின் பெரும் நிகழ்வுகளையும், குறும்நிகழ்வுகளையும் அவை நமக்குத் தெரிவிக்கின்றன. அனைத்திற்கும் மேலாக, ஒரு முடிவற்ற, தொடர்ந்து நடந்துகொண்டிருக்கக் கூடிய நக்பாவின் சூழ்நிலையில் ஒரு பாலஸ்தீனிய எதிர்காலத்தை எண்ணிப் பார்க்கின்ற வீரம் செறிந்த நடவடிக்கையை அவை சாத்தியமாக்குகின்றன.

ஃபிஃபி கோரி
பாலஸ்தீனம், 'யாஃபா'வில் பிறந்தவர்
பஸ்ரா முக்ரபி உடனான நேர்காணல்
ஹம்ரா, பெய்ரூட், 2004.

8'00"-17'23"

பஸ்ரா முக்ரபி: நீங்கள் பள்ளிக்குச் சென்ற போது உங்களுக்கு என்ன வயது?

ஃபிஃபி கோரி: ஐந்து அல்லது ஆறு வயது இருக்கலாம். பக்கத்து வீட்டுக்காரரின் மகள், என் கையைப் பிடித்து அவருடன் பள்ளிக்கு அழைத்துச் செல்வது வழக்கம், பிறகு என்னைத் திரும்பவும் அழைத்து வருவார்.

பள்ளியின் உங்கள் முதல் நாளைப் பற்றிய நினைவு இருக்கிறதா?

இல்லை, எனக்கு நினைவில் இல்லை... பிறகு பன்னிரண்டு வயதில் என் பெற்றோர்கள், அல்-குட்ஸில் உள்ள ஒரு கழகப் பள்ளிக்கு என்னை அனுப்பினார்கள். அந்தக் காலத்தில் அது ஒரு நடைமுறையாக இருந்தது, நல்ல குடும்பங்களில் உள்ள சிறுமிகள் படிப்பதற்காக, அல்-குட்ஸ் போவார்கள், மேலும் 'சஹ்யூன்' (Sahyun) இன் கன்னியாஸ்திரிகள் உடன் தங்குவார்கள். எனக்கு அப்போது பன்னிரண்டு வயது.

உங்கள் தொடக்கப் பள்ளியின் பெயர் என்ன?

'புனித ஜோசப்பின் புனித அறிவிப்பின் (Annunciation) சகோதரிகள்'. அவர்கள் அனைவரும் கன்னியாஸ்திரீகள்.

உண்மையில் அது ஒரு தனியார் பள்ளிதானே!

ஆமாம்.

பயிற்சிக்கு நீங்கள் பணம் தந்தீர்களா?

ஆம். தந்தோம். அங்கே யாஃபாவில், மிகச் சில, மிக மிகச் சில அரசுப் பள்ளிகள் இருந்தன. எங்கள் குழுவில் இருந்து, அல்லது எங்கள் நண்பர்களுள் யாரும் அரசுப் பள்ளிக்குச் சென்றது எனக்குத் தெரியாது. ஒருவேளை சிலர் போயிருக்கலாம். ஆனால் எனக்குத் தெரியாது...

ஆகவே, அவர்கள் மிகச் சிலராக இருந்தாலும் அல்லது அவர்கள் அனைவருமே ஒரு தனியார் பள்ளிக் கல்வியை விரும்பிய ஒரு குறிப்பிட்ட சமூக வகுப்பைச் சேர்ந்தவர்களாக இருந்ததால், போகவில்லையா?

நீங்கள் அல்-குட்ஸுக்குப் போனவர்களைப் பற்றி சொல்கிறீர்களா?

இல்லை, யாஃபாவிலிருந்தே போனவர்களைப் பற்றி...

யாஃபாவில் இருந்தா? இல்லை. அவர்கள் அரசுப் பள்ளிகளுக்குப் போவார்கள். கல்விக்கான வாய்ப்புகள் பரவலாக இருந்தன. மக்கள் கல்வி ஒன்றைப் பெறுவதை விரும்பினார்கள். அங்கே அரசுப் பள்ளிகள் இருந்தன. ஆனால், அவை எங்கே இருந்தன என்று சரியாக எனக்கு நினைவில்லை. 'ஹசன் அராஃபா" என்று அழைக்கப்பட்ட, அவரால் திறக்கப்பட்ட ஒரு தனியார் பள்ளி இருந்தது. அது ஒரு மிகச் சிறந்த பள்ளி. கிறித்தவ மத போதகச் சபைகள், பிராட்டஸ்டன்ட்டுகள், கத்தோலிக்கர்கள் மற்றும் கிரேக்க ஆர்த்தோடாக்ஸ்கள் அனைவரும் சொந்தப் பள்ளிக் கூடங்களைக் கொண்டிருந்தார்கள்.

உங்கள் பள்ளி கிறித்துவ மத போதகர்களின் பள்ளியா?

ஒரு பிரெஞ்சு மத போதகர்களின் பள்ளி.

தொடக்கப் பள்ளியில் என்ன படிப்பது வழக்கம் என்பதை நீங்கள் நினைவு கூரலாமா?

எங்கள் கல்வி மிக நன்றாக இருந்தது. மேலும் நாங்கள் ஆங்கிலம், பிரெஞ்சு மற்றும் அரபியில் மிகவும் வலுவான அடிப்படைகளைப் பெற்றோம். நான் கணிதத்தை விரும்புவது வழக்கம். மேலும், அதை என்னுடைய மிக வலுவான பாடமாக நான் உணர்ந்தேன்.

நீங்கள் கணிதத்தை பிரெஞ்சு மொழியில் படித்தீர்களா?

ஆம், பெரும்பாலும் பிரெஞ்சில். மேலும் எங்களது அரபியும் மோசமானதாக இல்லை. ஆனால் அந்தப் பள்ளிக்குப் பிறகு... தொடக்கப் பள்ளிக்கு... பின்னர் வருவதை என்ன சொல்லி நீங்கள் அழைப்பீர்கள்? நடுநிலைப் பள்ளி, அல்-குட்ஸுக்குப் போன போது, எனது அரபி மிகவும் மோசமாக இருந்தது. ஒவ்வொரு வாரமும் ஒரு மணி நேரம் மட்டுமே அதை நான் படித்துக் கொண்டிருந்தேன்.

தொடக்கப் பள்ளியில் வழக்கமாகப் பெண் அல்லது ஆண் ஆசிரியர்களைப் பெற்றிருந்தீர்களா?

இல்லை, அவர்கள் அனைவரும் பெண் ஆசிரியர்கள். அங்கு வழக்கமாக அரபியைப் போதிக்க ஒரு பாதிரியார் இருந்தார். ஒவ்வொரு வகுப்புக்கும் அவர்களுக்குப் பிரிவுகள் கிடையாது. என் வகுப்பில், எப்படி இருந்தார்கள் என்பது எனக்கு நினைவில் இல்லை... என்னை விட மிகவும் மூத்தவராய் இருந்தால், அதனால் என்ன? அவர்கள் மாணவர்களின் வயது பற்றிப் பொருட்படுத்தவில்லை. அவர்கள் எங்களுடன் ஒன்றாகக் கலந்து எங்களுக்குப் போதிப்பார்கள்.

ஒரே வகுப்பில் இருந்தவர்கள், ஒரே நிலையைச் சேர்ந்தவர்களா?

அரபி வகுப்பில் இது நடந்தது. ஆனால் மற்ற பாடங்களில் இல்லை. அரபி வகுப்பில் மட்டுமே. நாங்கள் அனைவரும் ஒரே நிலையில் தான் இருந்தோம் என யூகிக்கிறேன். ... எனக்குத் தெரியாது... அதிகம் நான் நினைவுகூர முடியாது.

உங்கள் ஆசிரியர்களுள் சிலரது பெயர்கள் உங்களுக்கு நினைவிருக்கிறதா?

ஆம், அங்கே சகோதரி 'ஏலி' இருந்தார். அந்தக் காலத்திலிருந்த புகைப்படங்களை வைத்திருக்கிறேன். கன்னியாஸ்திரீகள். அவர்களுள் ஒருவர் ஹலாபில் இருந்து, மற்றொருவர் பிரான்ஸில் இருந்து, மீண்டும் இன்னொருவரும் பிரான்சிலிருந்து வந்தவர்கள். அரேபியர்கள் அங்கே மிகச் சிலரே. அவர்களுள் பெரும்பான்மையினர் பிரெஞ்சுக்காரர்களே.

கல்வி ரீதியான பாடங்களை விட வேறு எதையாவது அவர்கள் உங்களுக்குக் கற்பித்தார்களா? எடுத்துக்காட்டாகக் கைத்திறன் சார்ந்த நடவடிக்கைகள் அல்லது விளையாட்டுகள்?

கைத்திறன் சார்ந்த நடவடிக்கைகள், கொஞ்சம் தையல் வேலை, அதைக் கற்பதில் இருந்து தப்பிக்க முயல்வோம். அங்கு குறிப்பிட்டுச் சொல்லும் படியான உடற்கல்வி வகுப்புகள் ஏதும் இல்லை. எங்கள் ஓய்வு நேரத்தில் நாங்கள் சற்று விளையாடுவோம். கொஞ்ச நேரம் நாங்கள் விளையாடுவோம். விளையாட்டுகளில் அங்கே மிக அதிகமான ஆர்வம் இருந்ததில்லை.

தொடக்கப் பள்ளிக்குப் பிறகு...

வழக்கமாக, அதே பள்ளியில் நடுநிலைக் கல்வி தொடரும். ஆனால், அந்த நேரத்தில், எனது பெற்றோர்கள், என்னை அல்-குட்ஸுக்கு அனுப்பியது போல, 'சஹ்யூன்' கன்னியாஸ்திரீகள் பள்ளிக்கு அனுப்பத் தீர்மானித்தனர். அவர்கள் பழைய நகரில் இருப்பது வழக்கம். என் தலைமுறையிலிருந்து வந்த என் அனைத்து பெண் நண்பர்களும், அத்துடன் என்னை விடச் சற்று மூத்தவர்கள் மற்றும் சற்று இளையவர்கள், அதைப் போலவே எனது அத்தைகள் யாவரும் அந்தப் பள்ளியில் படித்தார்கள். அது புகழ் பெற்றதாக இருந்தது. அதன் கல்வித் தரம் என்பது மிகச் சிறப்பானது, ஆனால் அரபி வகுப்பு மட்டும் வாரத்திற்கு ஒரு மணி நேரம். அந்தப் பள்ளியில் நான் இரண்டு ஆண்டுகள் தங்கியிருந்தேன். மேலும் நடுநிலைப் பள்ளிக்கான தேர்வு எழுதினேன். அதை அவர்கள் 'ப்ரெவெட்' (Brevet) என அழைப்பார்கள். அதற்குப் பிறகு எனது தந்தை உடனே அதிலிருந்து என்னை வெளியே கொணர்ந்தார். அவர் சொன்னார்: 'நாம் வெளிநாட்டினரா? இல்லை, நாம் அரேபியர்கள், நாம் அரபி பயில வேண்டும்'. அல்-குட்ஸிலேயே ஓர் ஆங்கிலப் பள்ளியில் என்னை அவர் சேர்த்துவிட்டார்.

அதன் பெயர் என்ன?

ஜெருசலேம் பெண்கள் கல்லூரி.

அது எதனுடன் இணைக்கப்பட்டது?

ஆங்கில பிராட்டஸ்டெண்ட்டுகள் கூட. கல்வியும் கூட அங்கு நன்றாக இருந்தது. கன்னியாஸ்திரீகளால், பிரெஞ்சில் ஒரு நல்ல அடிப்படையை நான் பெற்ற காரணத்தால், ஆங்கிலத்தில் பாடங்கள் எளிதாகச் சென்றன. அரபி சற்று சிக்கலாக இருந்தது, ஏனெனில் நான் நிறைய தவறவிட்டிருந்தேன். அல்-குட்ஸிலிருந்து வந்த ஆசிரியர் திரு.'ஆசஃப் வஹ்பா'வுடனான ஒரு சம்பவத்தை நான் நினைவு கூர்கிறேன். நாங்கள் ஒவ்வொருவரும், 'திவான் அல்-முத்தநபி'யில் இருந்து ஒரு வரியைப் படித்து அதை விளக்க வேண்டும். நான் எதையும் புரிந்துகொள்ளவில்லை. மேலும் நான் என் ஆசிரியரிடம் சொல்வேன், 'அல்-முத்தநபியின் சிந்தனைகள் பற்றி நான் ஏன் அக்கறை எடுத்துக்கொள்ள வேண்டும்?' நீங்கள் அறிந்தது போல, அரபு மொழியில், ஒவ்வொரு வரியும் ஓராயிரம் வேறுபட்ட வழிகளில் விளக்கப்பட முடியும். நான் அவரிடம் சொன்னேன், 'ஒவ்வொருவருடைய வரிகளையும் என்னைப் படிக்க விடுங்கள்.

அவற்றை அவர்கள் விளக்கட்டும்'. அவர் சொன்னார், 'இல்லை, அது சாத்தியமில்லை'. ஆனால் அதற்குப் பிறகு எல்லாம் சரியானது.

நீங்கள் வரலாறு கற்பது வழக்கமா?

பிரெஞ்சு கன்னியாஸ்திரீகளுடன் பிரெஞ்சு வரலாற்றையும், பிரிட்டிஷ் கன்னியாஸ்திரீகளுடன் ஆங்கில வரலாற்றையும் கற்றோம். பிரான்சின் வரலாற்றைத் துவக்கம் முதல் இறுதி வரை நாங்கள் கற்றோம், மேலும் அதன் பூகோளத்தையும் கூடத் துவக்கம் முதல் இறுதி வரை கற்றோம். பிரிட்டிஷ் பூகோளத்தையும் அவ்வாறே கற்றோம்.

நீங்கள் அரேபிய வரலாற்றைக் கற்றீர்களா?

கொஞ்சம்... கொஞ்சம். நாங்கள் காலனிய மயப்படுத்தப் பட்டிருந்தோம்.

உதாரணத்திற்கு, நீங்கள் தேசபக்த போராட்ட நிகழ்வுகள் எதிலும் பங்கேற்றீர்களா?

எப்போதும் இல்லை... அங்கே அதுபோல் எதுவும் இல்லை. அதுபோன்ற எதையுமே நான் நினைவிற்கொள்ளவில்லை. விடுமுறையின் போது, 'பிர்ஸெய்ட்'டில் படிக்கச் சென்றேன். அது இன்னும் பல்கலைக்கழகம் ஆகவில்லை. எனது பெற்றோர்கள் ருமேனியாவுக்குப் பயணம் செய்துகொண்டிருந்தனர். மேலும் அங்கே எங்களைச் சுமார் இரண்டு மாத காலத்திற்கு என் சகோதரி, சகோதரர்கள் மற்றும் என் உறவினர்களுடன் அவர்கள் கொண்டு போய் வைத்தனர். அங்கே நாட்டுப் பற்றுடன் ஆன அதிர்வுகள், உற்சாகம் மற்றும் அது போன்ற அனைத்தையும் நீங்கள் உணர முடியும்.

'பிர்ஸெய்ட்'டில் அது யாருடைய பள்ளி?

அந்த நேரம் அது பாதிரியார், 'ஹனா நசீர்'க்குச் சொந்தமாக இருந்தது, அவரது மகள் 'சித் நபிஹா நசீர்' பள்ளியை நடத்திக் கொண்டிருந்தார். அவர் முதல்வராகவும், அவரது மற்ற இரண்டு சகோதரிகள் ஆசிரியர்களாகவும் இருந்தார்கள். அல்-தராஸி குடும்பத்தில் இருந்தும் அங்கே ஆசிரியர்கள் இருந்தார்கள். அது ஒரு மிக நல்ல பள்ளி.

ஆக, அது ஒரு தேசியப் பள்ளி?

ஆம். தேசியப் பள்ளிதான்.

யஃபாவில் தேசியப் பள்ளிகள் இருந்தனவா?

இல்லை, யஃபாவில் ஆர்த்தோடாக்ஸ் பள்ளி அங்கே இருந்தது. அதை அவர்கள் தேசியப் பள்ளி என்று அழைக்கமாட்டார்கள். 'ஹசன் அராஃபா' பள்ளியைப் போல நான் அறிந்த பள்ளி அது தான். அந்தப் பள்ளிகள் மட்டுமே நான் அறிந்தவை.

மற்ற மதங்களில் இருந்து பெண்கள் அங்கே வந்து இருந்தார்களா?

ஆம், இயல்பாகவே. யஃபாவில் நாங்கள் கிறித்தவ மற்றும் முஸ்லீம் பெண்களின் ஒரு கலவையாகவே இருந்தோம். யஃபாவில் எங்களுடன் எந்த யூதப் பெண்களும் அங்கே இல்லை. ஆனால், அல்-குட்ஸில் யூதப் பெண்கள் இருந்தார்கள். நாங்கள் நண்பர்களாக இருந்தோம்.

ஆக, 'சஹ்யூன்' இன் கன்னியாஸ்திரீகள் இடத்தில் யூதப் பெண்கள் இருந்தார்களா?

ஆம், அங்கே யூதப் பெண்கள் இருந்தனர், அதைப் போலவே பெண்கள் கல்லூரியிலும் இருந்தார்கள். உங்களைப் போலவும் என்னைப் போலவும் அவர்கள் அரபியில் நன்கு பேசுவார்கள். மேலும் எங்கள் பெற்றோர்களும் ஒருவரை ஒருவரையும், மற்ற ஒவ்வொன்றையும் அறிந்து வைத்திருப்பது வழக்கம்.

யூதப் பெண்கள் எங்கிருந்து வந்தார்கள்?

பாலஸ்தீனத்தில் இருந்து. அவ்வாறில்லை... (சரியாக நினைவில்லை – மொ.ர்)

ஆக, யஃபாவில் இருந்து அல்ல?

அவர்கள் டெல் அவிவில் வசித்து வந்தனர். ஆனால் அவர்களுடைய தந்தை, உதாரணத்திற்கு... யஃபாவில் மிக நேர்த்தியான கடை ஒன்றை வைத்திருந்த ஒருவரை நான் அறிவேன், மேலும் அவரிடமிருந்து துணிகளையும், காலணிகளையும் வாங்குவதற்கு நாங்கள் செல்வோம். என்னே வியப்புக்குரிய மனிதர் அவர்! பிறகு புரட்சி நடந்த வேளையில் அவர் கடையை மூடிவிட்டார். டெல் அவிவின் நகரத் தந்தை எனது தந்தையின் மிக நல்ல நண்பர், மேலும் குண்டுவீச்சு துவங்கிய போது, அவர், அவரை அழைத்துச் சொன்னார், 'வாடி'(*Wadi*), என்னை நம்புங்கள், உங்கள் மக்களிடம் வெள்ளைக் கொடியை உயர்த்தச் சொல்லுங்கள், அதற்கேற்ப எங்கள் மக்கள் குண்டுவீச்சை நிறுத்துவார்கள்'.

43'00"-48'40"

ஒரு மன்றத்தைப் (club) பற்றி நீங்கள் என்னிடம் சொல்லி இருந்தீர்கள். அது ஒரு மத ரீதியான இணைப்பைக் கொண்டதா?

ஆம், அது ரோமன் கத்தோலிக்கத் திருச்சபையின் மன்றம், ஆனால் அதற்கு யாரும் போகலாம். அது கடுமையான மத ரீதியானது அல்ல. இருந்த போதிலும், அந்தக் காலத்தில், திருமணப் பிரச்சினை சம்பந்தமாக, ஒரு சிறிதளவு மதத் தீவிரவாதம் அங்கே இருந்தது. உதாரணத்திற்கு, ஒரு கிழக்கத்திய கத்தோலிக்கப் பெண், ஒரு ஆர்த்தோடாக்ஸ் கிறித்துவ மனிதனைத் திருமணம் செய்து கொள்ள அனுமதிக்கப்படவில்லை. அவ்வாறு அவள் செய்தால், கத்தோலிக்கத் திருச்சபையில் இருந்து அவளை அவர்கள் தடை செய்துவிடுவார்கள். எனது நண்பர்களுள் ஒருவருக்கு இது போன்ற ஒரு சம்பவம் நேர்ந்தது. அது நகரத்தில் பேசு பொருளாக ஆனது. அவர்கள் அவளைத் திருச்சபையில் இருந்து வெளியேற்றினார்கள், அது போலவே அவளது தாயையும். ஏனெனில் அந்தத் தாய், ஓர் ஆர்த்தோடாக்ஸ் கிறித்தவரைத் தன் மகள் திருமணம் செய்து கொள்ள அனுமதித்தார்.

அவர்களுடைய குடிமை உரிமைகளையும் அவர்கள் மறுத்தார்களா?

இல்லை, அவர்களுடைய குடிமை உரிமைகளை மறுக்கவில்லை, திருச்சபைகளுக்கு உரிய உரிமைகளை மட்டும் மறுத்தார்கள். ஆகவே, அவள் இறந்தால், அவர்கள், ஒரு கத்தோலிக்க அடிப்படையில் அடக்கம் செய்யப்படுவதை அவளுக்கு மறுப்பார்கள். திருச்சபை அடிப்படையிலான உரிமைகளை மட்டும் மறுத்தார்கள்.

அந்த மன்றம் என்னென்ன நடவடிக்கைகளை மேற்கொள்ளும்?

பல்வேறு நடவடிக்கைகள் இல்லை. மக்கள் பிங்-பாங் விளையாடுவார்கள், சிறு பயணங்களை மேற்கொள்வார்கள். அவ்வளவுதான். ஆர்த்தோடாக்ஸ் மன்றம் பல்வேறு நடவடிக்கைகளைக் கொண்டிருக்கும் ஏனெனில் அது இளம் ஆண்களுக்கு மட்டுமே அனுமதி அளிக்கும். கால்பந்து, டென்னிஸ் அது போன்ற பல விளையாட்டுகள். நான் அறிந்த மன்றங்கள் அவை. கொஞ்சம் நல்ல காற்றைப் பெற விரும்பும் போது அல்லது ஒரு குடும்பச் சிற்றுலா செல்ல விரும்பும் போது, நாங்கள் அடிக்கடி

டெல் அவிவ் செல்வோம். நாங்கள் திரைப்படத்திற்குப் போவோம், அல்லது காஃபி நிலையத்திற்கு, அல்லது...

யூதர் பகுதிகளுக்குப் போகையில் உங்களுக்குப் பிரச்சினைகள் வருமா?

இல்லை, எப்போதுமே கிடையாது. நாங்கள் ஏதேனும் பிரச்சினைகளை உணர்ந்தால், நிச்சயமாக அது எங்களுக்கு மிக நல்லதாகவே இருக்கும். ஆனால் நாங்கள் அவ்வாறு உணர்ந்ததில்லை. ... ஒரு நேர்த்தியான பாரம்பரிய தயாரிப்பான உடையை நாங்கள் எப்போது விரும்பினாலும், யூதர்களிடம் நாங்கள் போவோம். ஐரோப்பாவில் இருந்து அவர்கள் வருவார்கள்... திறமை வாய்ந்த தையற்கலைஞர்கள், தொப்பி தயாரிப்பவர்கள். யூதக் குடியேறிகளுக்குச் சொந்தமான கடைகள் அங்கு இருந்தன. அவர்களுடைய வீட்டு வசதிப் பொருள்களையும் மற்றவற்றையும் அவர்களுடன் எடுத்து வர அனுமதிக்கப்பட்டார்கள். ஆனால் எந்தப் பணத்தையும் கொண்டு வர முடியாது. ஆகவே அவர்கள் வீட்டு வசதிப் பொருள்களை விற்கத் துவங்கினார்கள் மேலும் மக்கள் அழகிய, விலை உயர்ந்த பொருள்களை அவர்களிடம் இருந்து வாங்குவார்கள். ஒரு யூத தையற்காரரால் தைக்கப்பட்ட எனது 'ஜிஹாஸை' நான் வைத்திருந்தேன். அவரை(ளை), குளிர் காலத்தில் பார்க்க வேண்டுமென்றால், கோடைக் காலத்தில் சந்திப்பதற்கான பதிவைச் செயய வேண்டும், கோடையில் அவரைப் பார்ப்பதற்குக் குளிர் காலத்தில் பதிவு செய்ய வேண்டும்.

இந்தத் தையற்காரரின் பெயர் உங்களுக்கு நினைவிருக்கிறதா?

ஆம், லோலா பியர். அவரை விடுங்கள்... உதாரணத்திற்கு, கைப்பை கடைகளை எடுத்துக்கொள்ளுங்கள். டெல் அவிவில் உள்ள 'ஹர்னக்' தான் மிக விலையுயர்ந்த கைப்பை கடை என்று அனைவரும் அறிவார்கள். வழக்கம் போல இப்போதிலிருந்து நீண்ட காலத்திற்கு அரேபியர்களாகிய நாங்கள், அந்தத் தரவகையை *(brand)* நோக்கியே ஓடுவோம். மேலும் அங்கே பல காஃபி கடைகளும், உணவகங்களும், திரையரங்குகளும் இருந்தன.

யூத உணவகங்களுக்கு நீங்கள் போவீர்களா?

ஆம், உறுதியாக, நாங்கள் போவோம். மிகவும் துரதிர்ஷ்டவசமானது. ஆனால், அங்கு மூசா நசீர் இருந்தார், முன்னரே அவரைப் பற்றி உங்களுக்குக் குறிப்பிட்டு உள்ளேன், அவர் அல்-குட்ஸிலும், 'அல்-நசீரா'விலும் 'கேமகாம்' *(kaymakam-* பிரதேச மாவட்டத்

துணை ஆளுநர்) ஆக இருந்தார். மேலும் அவர் தேசிய உணர்வு மிக்க மனிதர். பிர்ஸெய்ட் பல்கலைக்கழகத்தின் ஹனா நசீரின் தந்தை. அவர் இங்கு வருவார், 'பஃப்கா' என அவற்றின் மீது எழுதப் பட்டிருக்கும் சாக்லெட்டுகளை அவருக்கு அளிப்போம், அவை யூத சாக்லெட் தர வகை ஆகும். அதை எடுத்துக்கொள்ள அவர் மறுப்பார். அவர் சொல்லுவார், 'இந்தச் சிறிய ஒற்றைத் துண்டு சாக்லெட், உங்களுக்கு அதிகச் செலவை வைத்திருக்கும்'. அவர் என்ன சொன்னார் என்பதை நான் என்றும் மறக்கமாட்டேன். யஃபாவில் அங்கே மூன்றாவது மன்றம் ஒன்று இருந்தது, அதை நான் எப்படி மறக்க முடியும்? அந்த மன்றம்... 'அல்-நாடி அல்-ரியாதி' (விளையாட்டு மன்றம்) என்று அவர்கள் அதை அழைப்பது வழக்கம். அது ஒரு குடும்ப மன்றம், அது எந்தக் குறிப்பிட்ட மதத்தையும் சார்ந்ததல்ல. அது எனது மைத்துனர்கள் நிலத்தில் இருந்தது. அங்கே டென்னிஸ், பிங்-பாங், சீட்டு விளையாட்டுகள் இருக்கும். மேலும் ஒவ்வொரு இரண்டு வாரங்களிலும், சிறிய இசைக் குழுவுடன் அவர்கள் நடன விருந்துகளை நடத்துவர் மேலும் மக்கள் நடனம் ஆடுவர். அது மிகவும் நேர்த்தியான ஒரு மன்றம்.

இளம் பெண்களும், ஆண்களும் இந்த விருந்துகளுக்குச் செல்வார்களா?

இளம் பெண்கள், இளம் ஆண்கள், ஆமாம்.

யூதர்கள் இந்த விருந்துகளுக்குப் போவார்களா?

இல்லை, அந்த நேரத்தில், பெரும்பாலான யூதர்கள் டெல் அவிவில் வசித்து வந்தனர்; அவர்கள் வர மாட்டார்கள். வேலை நிமித்தமின்றி, எங்கள் பகுதிகளுக்கு அவர்கள் வர மாட்டார்கள். யஃபாவில் இருந்து அவர்கள் நகர்ந்த பிறகு ஒருவர்கூட இனியும் அங்கு வர மாட்டார்கள். யஃபாவில், நேர்த்தியான, யூதர்களுக்குச் சொந்தமான கடைகள் இருப்பது வழக்கம்.

பிரிட்டிஷாரைப் பற்றிச் சொல்லுங்கள், அவர்கள் யஃபாவுக்கு வருவார்களா?

இல்லை, ஒரு சில (பாலஸ்தீனிய) குடும்பங்கள் தவிர்த்து பிரிட்டிஷார் மற்றவருடன் ஒன்று கலக்கமாட்டார்கள், எடுத்துக்காட்டாக, ஓர் உயர்- வரிசை அரசு அதிகாரி ஒருவர், பிரிட்டிஷாருடன் ஒன்று கலப்பார். ஆனால், (பாலஸ்தீனிய) மக்களுடன் பிரிட்டிஷார் ஒன்று கலந்தால், கடவுள் தடுத்து விடுவார். சொந்த நாட்டில் இருக்கும் பிரிட்டிஷாரை விடவும், அவர்கள் மிகவும் அன்புடன்

இருப்பார்கள், காலனியவாதிகளாக இருக்கும் பிரிட்டிஷார் மிகவும் வித்தியாசமாக இருந்தார்கள். கொஞ்சமாகச் சொல்வது என்றாலும், காலனியவாதிகள், திமிர் பிடித்தவர்கள்.

யஃபாவை விட்டு யூதர்கள் வெளியே நகர்ந்துவிட்டார்கள் என்று எனக்கு நீங்கள் சொன்னீர்கள். அப்போது நகர்ந்துபோன பிறகு, வேறு யூதர்கள் யாராவது இருந்தார்களா?

ஆம், உறுதியாக, புரட்சிக்கு முன் சிலர் அங்கு இருந்தார்கள். 'ரபினோவிட்ச்' என்று அழைக்கப்பட்ட பெரிய கடை அங்கு இருந்தது, அங்கே நாங்கள் மிக மிக அழகான சிறப்பு உடை வகைகளையும், மிக மிக அழகான காலணிகளையும் வாங்குவோம், அங்கு ஒவ்வொன்றும் அழகாக இருக்கும். உரிமையாளர்களிடம் அரபியில் நாங்கள் பேசுவோம், மேலும் குடும்பத்திற்கும், அனைவர்க்கும் நண்பர்களாக இருந்தனர். முதல் புரட்சி நடந்த போது, அது 1936 அல்லது 1938 என்று நினைக்கிறேன், எனக்குத் தெரியாது, அவர்கள் கடையை மூடிவிட்டுச் சென்றுவிட்டார்கள். யஃபாவில் இனிமேலும் அவர்கள் வாழ்க்கையை நடத்த முடியாது என்று அவர்கள் அறிந்தார்கள். இப்போது நான் காஃபி குடிக்கலாமா, அல்லது அது அனுமதிக்கப்படவில்லையா? (அவர் புன்னகைக்கிறார்).

59'54"-1மணி 03'10"

நீங்கள் யஃபாவை விட்டுப் போவதற்கு முன்பான, நீங்கள் சுற்றி வளைக்கப்படுவதற்கு முன்பான, விட்டுப் போவதற்கு முடிவெடுப்பதற்கு முன்பான காலத்திற்கு நாம் திரும்பிச் செல்வோம். செல்வதற்கான தயாரிப்பில் இருந்தபோது நடந்ததாகத் தோன்றிய சம்பவங்கள் எவை எவை?

அரேபியர்களாக, எங்கள் பக்கம், நாங்கள் இழப்புக்கு ஆளானோம்; என்ன நடக்குமென்று நாங்கள் அறியவில்லை. மே 15 அன்று பிரிட்டிஷார் போகப் போகிறார்கள் என்று நாங்கள் அறிந்தோம், அதை எங்களுக்கு அவர்கள் தெரிவித்தார்கள். மேலும் மன்னர் அப்துல்லா, அப்போதைக்கப்போது, யஃபா கைவிடப்படாது என சொல்வார் என நாங்கள் அறிவோம்[1]... ஏனெனில் யஃபாவுக்கு என்று அதன் சொந்த சூழ்நிலை இருந்தது, அல்-குட்ஸுக்கு அதன் சொந்தச் சூழ்நிலை இருந்தது, ஹைஃபாவுக்கு அதன் சொந்தச் சூழ்நிலை இருந்தது, ஒவ்வொரு நகரத்திற்கும் அதனதன் சொந்தச் சூழ்நிலை இருந்தது. அவர் சொல்லுவார், 'யஃபா நகரம் எனது துறைமுகம், நான் அதைக் கைவிட்டுவிடமாட்டேன்'.

ஆகவே, குண்டு வீச்சு நடந்தாலும் கூட, ஜோர்டானால் நாங்கள் காப்பாற்றப்படுவோம் என ஓரளவுக்கு நாங்கள் நம்பிக்கை ஊட்டப்பட்டோம். அது ஒரு ஞாயிறு என எனக்கு நினைவு; அது 'ஈச்சங்கிளை ஞாயிறு' *(Palm Sunday)* மேலும் பெரும்பாலான மக்கள் முன்னரே சென்றுவிட்டார்கள். சிலர் உயிர் பிழைக்க ஓடிவிடுவார்கள். மேலும் அவர்கள் போகப் போகிறார்கள் என்பதைச் சொல்வதற்கு அஞ்சிக் கொண்டிருந்தார்கள்; அதை அவர்கள் யாருக்கும் தெரியாமல் செய்தனர். சில பேர் தங்கள் சொத்துக்களில் சிலவற்றை யூதர்களுக்கு விற்றுவிட்டு ஓடிப் போனார்கள். மேலும் தெருவில் ஒருவன் என்னைக் கடந்து போன நேரத்தை நினைத்துப் பார்க்கிறேன், அப்போது நான் ஏழு மாதக் கர்ப்பிணியாக இருந்தேன், அவன், 'இங்கே உன்னை வைத்திருக்கின்ற உன் கணவன் என்ன பைத்தியமா?' என்று சொன்னான். நான், 'நான் அஞ்சவில்லை. மேலும் அவர் இல்லாமல் நான் போக மாட்டேன்' என்று பதிலிறுத்தேன். அந்த வாரத்தில், யஃபாவில் பெருங்குழப்பம் நீடித்தது. சில பேர் படகுகளில் போய்விட விரும்பினர், வேறு சிலர் இதை அதை எனப் பிடித்து... கடைசி விமானம் சென்ற வேளையில், 'கர்கவுர்'*(Gargour offices)* அலுவலர்கள், அவர்கள் கப்பல் விற்பனையாளர்கள், யஃபாவுக்கு ஒரு படகைக் கொண்டு வந்தனர். அங்கே தங்கியிருந்த குடும்பங்கள் – என் உறவினர்களுள் சிலர் மற்றும் என் தாய், தந்தையையும் சேர்த்து - அந்தப் படகில் கிளம்பினர். மிகப் பெரிய கப்பலில் ஏறுவதற்காக, சிறிய படகில் அவர்கள் சென்றுகொண்டிருந்த போது, சிலரது பொருள்கள் கவிழ்ந்து கடலுக்குள் விழுந்தன, வேறு சிலர் தண்ணீரில் விழுந்தனர்... அது ஒரு கடும் சோதனை. இறுதியில் அவர்கள் கப்பலில் ஏறி, பெய்ரூட்டை அடைந்தனர்.

அந்தச் சமயத்தில், எந்த ஒரு 'ஜெய்ஷ் அல்-இன்காத்' தோ (அரேபிய விடுதலை இராணுவம்) அல்லது எந்த ஒரு அரேபிய இராணுவமோ நகருக்குள் வந்தனரா?

ஒருபோதும் இல்லை. ஏப்ரல் 29 அன்று, நாங்கள் செல்வதற்கு முன் கடைசி நாளன்று, துவக்கத்தில் ஜோர்டான் இராணுவத்தோடு இருந்த மைக்கேல் அல்- ஈஷா என்ற பெயருள்ள ஓர் அதிகாரி, இளைஞர்களைக் கொண்ட ஒரு குழுவோடு வந்து சேர்ந்தார். 'அச்சப் படாதீர்கள், உங்களுக்காகச் சாலையை நாங்கள் திறந்துவிட்டோம்' என்று சொல்லிக்கொண்டே கடந்து போனார்கள். எந்த அளவுக்கு அது போனது பாருங்கள்... இந்தப் பையன்கள் வந்து சாலையைத்

திறந்தார்கள், கார் வைத்திருந்தவர்கள் ஓடிப் போனார்கள், ஓடிப் போக விரும்பாதவர்களும் கூட ஓடிப் போயினர்.

அவர் சாலையைத் திறந்துவிட்டேன் எனச் சொன்ன வேளையில் அவர் என்ன பொருளில் சொன்னார்?

அவர் எங்களைக் காப்பாற்ற வந்துள்ளார் என்ற எண்ணத்தில் நாங்கள் இருந்தோம். அப்போது நாங்கள் அரசியல் ரீதியாகச் சிந்திக்கவில்லை. இன்றைய நாள்களில், அவர் சொன்ன ஒவ்வொரு சொல்லையும் நாங்கள் ஆய்ந்து பார்த்து அறிந்துகொண்டோம். அந்த நேரத்தில் நாங்கள் ஆய்ந்து பார்க்கவில்லை. எங்கள் மூளைகளை நாங்கள் பயன்படுத்தவில்லை. மக்கள் சென்றதை நீங்கள் அறிவீர்கள்... யாஃபா - அல்-குட்ஸ் சாலையில் நாங்கள் போய்க் கொண்டிருக்கும் போது, ஒரு யூதக் குடியிருப்பை நாங்கள் கண்டோம். நாங்கள் அச்சங் கொண்டோம், என் கணவர், யூதர்கள் அவர்களைச் சுட்டு விடக்கூடாது என்பதற்கேற்ப, குழந்தைகளின் தலைகளைத் கீழே தாழ்த்துமாறு என்னிடம் சொன்னார். பின்னர், போகின்ற எவரையும் அவர்கள் சுடுவதில்லை என்பதை நாங்கள் உணர்ந்தோம். மாறாக, மக்கள் வெளியேறிப் போவதை அவர்கள் விரும்பினார்கள்.

அந்த நேரத்தில், பிரிட்டிஷார் எங்கிருந்தார்கள்?

பிரிட்டிஷார் இப்போதும் யாஃபாவில் இருந்தனர்... அதாவது பொதுவாக, பாலஸ்தீனத்தில். அவர்கள் போவதற்கு இரண்டு வாரங்கள் இருந்தன.

1 மணி, 4'22"–1 மணி, 7'30"

அந்தச் சமயத்தில், சூழ்நிலை இனி எப்போதும் சாதாரணமாக இல்லாமல் இருந்தபோது...?

உண்மையில், சூழ்நிலை சாதாரணமாக இல்லை, அங்கே குழப்பமாக இருந்தது.

சரி, எந்த அளவுக்கு அது உங்கள் வாழ்க்கையைச் சமூக மற்றும் பொருளாதார ரீதியில் பாதித்தது, மேலும் எவ்வளவு காலம்?

கடந்த நான்கு, ஐந்து மாதங்களில் பொருளாதாரம் நொறுங்கியது. ஆரஞ்சு பருவம் அழிக்கப்பட்டது. சமூக ரீதியாக, கடுமையான அச்சம் இருந்தது மேலும் ஒவ்வொருவரும் சூழ்நிலையைப் பற்றிப் பேசிய வண்ணம் இருந்தனர், அது ஏன் நடக்கிறது மேலும்

எப்படி... இந்த ஆள் அந்த ஆளை அவமானப்படுத்தினார், இவர்கள், அவர்களைக் குற்றம் சொன்னார்கள்... நகரில் அங்கே குழப்பம் நீடித்தது. மக்கள் பயந்தனர். மேலும் என்ன நடக்கும் என்பது பற்றி எந்தச் சிந்தனையும் இல்லை. அடுத்த கட்டத்தைப் பற்றி ஒருவரும் திட்டமிடவில்லை. ஒருவர் கூட.

யாஃபாவுக்கு என்ன நேரும் என்பதைத் தீர்மானிப்பது பற்றி சிந்திக்க முயற்சி எடுத்த மூத்தவர்கள் அங்கே இல்லையா?

(அவர் தலையை அசைக்கிறார்) நான் உங்களுக்கு எங்கள் சொந்த உதாரணத்தைத் தருகிறேன். எனது மைத்துனரும், எனது மைத்துனியின் கணவரும் யாஃபா நகரச்சபையின் உறுப்பினர்கள். டாக்டர்.ஹெய்கல் மேயராக இருந்தார். அங்கே எந்தப் பணமும் விட்டுச் செல்லப்படவில்லை. மேலும் பிரிட்டிஷார் ஒரு தடையை விதித்து இருந்தார்கள். மிகவும் கடைசி நாளில், யாஃபாவில் 'க்ளிஃப் ஹோட்டலில்' அவர்கள் அனைவரும் ஒரு கூட்டம் போட்டிருந்தனர், என்ன செய்வதென்று திகைத்தனர்... மேலும் அவர்கள் வெள்ளைக் கொடியை உயர்த்த வேண்டுமா... நான் முன்னரே உங்களுக்குச் சொன்னது போல, எனது தந்தை, வெள்ளைக் கொடியை உயர்த்துவதற்கு அறிவுறுத்தப்பட்டார். மேலும் அவர் அந்தச் செய்தியைச் சொன்னார், 'நாம் வெள்ளைக் கொடியை உயர்த்துவோம்'. ஆனால் நாங்கள் உண்மையான தலைவரைப் பெறவில்லை. உறுப்பினர்கள் இடையே ஒரு 'ஷேக்' (அரபுக் குடிதலைவர்) இருந்தார், அவர் பெயரை நான் நினைவிற் கொள்ளவில்லை, அவர் மேசை மீது அவரது துப்பாக்கியை வைத்துவிட்டுச் சொன்னார், 'வேறு வழி இல்லை, கொடியை நாம் உயர்த்துகிறோம்'. ஒவ்வொரு நபரும் இன்னொரு நபரை நம்பிக்கைத் துரோகி என்று அழைத்தார் என்பதை நீங்கள் தெரிந்துகொள்ள வேண்டும். ஆகவே, யார் உண்மையான நம்பிக்கைத் துரோகி, அது புதிராகவே இருந்தது. அடிக்கோடிடுங்கள், அவர்கள் எங்களை விற்றார்கள் மேலும் எங்களை வாங்கினார்கள், எங்களுக்கு எந்த எண்ணமும் இல்லை.

யாராவது, 'நாம் போவோம், யாஃபாவில் இருந்து வெளியேறுவோம்' என்று ஏதேனும் அதிகாரப்பூர்வ வழியில், மக்களுக்கு அறிவித்தார்களா?

ஒருவரும் மக்களுக்குச் சொல்லவில்லை, இல்லை. மக்கள்... பயம். எப்படி வெளியேறுவது என்பது பற்றி மக்கள் குழப்பமுற்றனர்.

ஏது பற்றி அச்சம் கொண்டீர்கள்?

குண்டு வீச்சு குறித்து! அது தீவிரம் அடையும் என்று நாங்கள் அச்சமடைந்தோம். லெபனானில் நடந்த சமீபத்திய குண்டுவீச்சை எடுத்துக்கொண்டால்... அதைப் பற்றி நாம் அறிந்தால், இந்த நிகழ்வுகள் நடக்கும் வேளையில், தங்கள் நாட்டில் தங்கிட மக்களுக்கு ஒரு மாற்று இருக்கிறது- சாக அல்ல- நாங்கள் வெளியேறிவிட மாட்டோம். ஆனால் இப்போது, எங்கள் பிள்ளைகள் பெரிய குற்றச்சாட்டை எங்கள் மீது வைக்கிறார்கள், அவர்கள் எங்களிடம் சொல்லுகிறார்கள், 'ஏன் நீங்கள் வெளியேறினீர்கள்?' அங்கே இறைச்சி எதுவும் விடப்படவில்லை, கடைகளும், ரொட்டிக் கடைகளும் மூடப்படும், இந்தக் கடை சற்று நேரம் திறந்திருக்கும் ... அப்போது இப்படித்தான் இது இருந்தது. எங்கள் கடைசி நாளில் எவ்வாறு ஒரு இறைச்சித் துண்டை வழிப்போக்கன் ஒருவன், எடுத்துச் செல்கிறான் என நாங்கள் பார்த்தோம் என்பதை நான் நினைத்துப் பார்க்கிறேன். அவன் எங்கிருந்து அதைப் பெற்றான் என நான் கேட்டேன், அவன் எங்களுக்கு அதைச் சொன்னான். இறைச்சியை வாங்க நாங்கள் சென்றோம். மேலும் சுருட்டப்பட்ட கோர்ஸேயையும், சுருட்டப்பட்ட திராட்சை இலைகளையும் தயார் செய்தோம். ஆனால் குண்டு வீச்சு தீவிரம் அடைந்தபோது, நாங்கள் போய்விடுவது என முடிவெடுத்தோம். எங்களுக்காகப் பணி புரியும் ஒரு பெண்மணியிடம் அவற்றை நான் கொடுத்தேன். அவளிடம் சொன்னேன், 'அவைகளை எடுத்துக்கொள், கடவுள் உன்னுடன் இருப்பாராக!' கொஞ்சம் சாமான்களோடும், இந்த அளவுக்குச் சிறிய பெட்டியோடும் நாங்கள் கிளம்பினோம்; நாங்கள் நான்கு பேர். மேலும் நான் ஒரு குழந்தைக்காகக் காத்திருந்தேன். இரண்டு வாரங்களுக்குப் பின்னர் வீட்டுக்குத் திரும்பி வந்து விடுவோம் எனக் கருதி இருந்தோம், அது மன்னர் அப்துல்லாவின் உறுதிமொழியாக இருந்தது, மே 15க்குப் பிறகு, அவர் பொறுப்பை எடுத்துக்கொள்வார் என்று நினைத்தோம்.

1 மணி, 10'29"- 1 மணி, 11'07"

நீங்கள் போகும்போது உங்களுடன் என்ன எடுத்துச் சென்றீர்கள்? அந்தச் சமயத்தில், உங்களுடன் என்ன கொண்டு வந்தீர்கள்?

ஒன்றுமில்லை, இரண்டு வாரங்களுக்குத் தேவையான உடைகளை மட்டும்தான் எடுத்துக்கொண்டேன்! வார இறுதிப் பயணத்திற்காக நீங்கள் நிரப்பும் பையை விடப் பெரிதாக இல்லாத ஒரு பெட்டி.

நான் ஒரு மேல் சட்டையைக் கூட எடுக்கவில்லை, ஒற்றை ஸ்வெட்டரையோ அல்லது வேறெதையுமோ கூட எடுக்கவில்லை. உதாரணத்திற்கு, நான் ஒரு உரோம மேல் சட்டை வைத்திருந்தேன்; அது உள் அலமாரியில் இருந்தது. குழந்தைகளின் உடைகளும் கூட விடப்பட்டன. ஒரே ஒரு உடை கூட... ஒரு எண்ணெய் பாட்டிலைத் திறந்தேன், அது உடையைக் கறைப்படுத்திவிட்டது... அந்த உடையை விட்டுவிட்டது எனக்கு நினைவிருக்கிறது. படுக்கை மீது அதை விரித்து வைத்து, முகப் பூச்சுத் தூளை அதன்மீது தூவினேன், மேலும் அது அங்கேயே கிடந்தது.

1 மணி, 15'31"-1 மணி, 17'24"

செப்டம்பர் வந்தது, எங்களிடம் இனி பணம் ஏதும் இல்லை. ஒரு மிக மலிவான ஹோட்டலுக்கு நகர்ந்தோம். அது ஒரு நாளைக்கு ஒரு வேளை உணவு மட்டும் தந்தது. அது ஹோட்டல் 'பெல்வெடேர்'. நான் ஒரு வைர மோதிரம் வைத்திருந்தேன், எனது திருமண நிச்சய மோதிரம். ஒரு நாள் எனது கணவர் சொன்னார், 'நான் போய் அதை விற்றால், நீ வருத்தம் அடைவாயா?' நான் சொன்னேன், 'மாட்டேன், போய் அதை விற்றுவிடுங்கள், வேறு எதற்கு அது இருக்கிறது?' நகை அங்காடிக்கு அவர் சென்றார், மேலும் முதல் கடையில் ரொம்பவும் கூட்டமாக இருந்தது. அவர் இரண்டாவது கடைக்குள் புகுந்து, அவருக்குத் தெரிந்த மனிதர்களை எதிர்பாராமல் சந்தித்தார். அவமானமாக உணர்ந்து, அவர் வெளியே வந்துவிட்டார். தெருவில் இறங்கி நடந்தபோது, யாரோ அவரது தோளைத் தட்டினார். யாஃபாவில், அவரது மர வியாபாரத்தில் அவருடைய வாடிக்கையாளர்களுள் ஒருவர். அவருக்கு என் கணவர் தவணை முறையில் பணத்தைக் கட்ட அனுமதித்து அவருக்கு உதவி செய்வார். என் கணவரிடம் அவர் சொன்னார், 'நீங்கள் எங்கே போய்க்கொண்டிருக்கிறீர்கள், நீங்கள் வெளியேறியதைக் கேள்விப்பட்டேன் மேலும் உங்களால் விற்றுப் பணமாக்க முடியவில்லை...' அவருடைய பெயர் 'பதர் தஜானி', அவர் எங்கிருந்தாலும் அவரது ஆன்மாவைக் கடவுள் ஆசிர்வதிக்கட்டும். அவரது சட்டைப் பையிலிருந்து... 400 தினார்களை வெளியே எடுத்தார். என் கணவரிடம் அவர் சொன்னார், 'அம்மானுக்கு' நான் திரும்பிச் சென்று கொண்டிருக்கிறேன். மேலும் நான் திரும்பி வரும்போது, உங்களுக்கு நிறைய பணம் கொண்டு வருகிறேன்'. எனது கணவர் மகிழ்ச்சியுடன் திரும்பி வந்து சொன்னார், 'இதோ,

உனது மோதிரத்தைத் திரும்ப வாங்கிக்கொள், எனக்கு அது தேவையில்லை'. சில நாள்களுக்குப் பிறகு, அவர் இங்கே ஒரு மர வியாபாரத்தை - கட்டுமானத்துக்கான மரம் - ஒரு பாலஸ்தீனிய பங்குதாரரோடு துவங்கினார். அவர் பணத்தை முதலீடு செய்தார். எனது கணவரும், அவரது சகோதரரும் வேலை செய்தனர். பிறகு, அம்மானில் இருந்து, இந்த நபருக்கு உறவினராக உள்ள யாரோ ஒருவர், அந்தப் பணத்தை அவருக்குக் கொடுத்தவர், வந்தார். என் கணவரிடம் அவர் சொன்னார், 'உங்களிடம் நான் கேட்க வேண்டும்... 'பதர்' காலமாகி விட்டார், அவருடைய வரவு செலவு கணக்குப் புத்தகத்தில் ஒரு பதிவு இருக்கிறது, அது சொல்கிறது: 400 தினார்கள், அன்டாயின் அப்த் அல்-நூர் என்று. இந்தத் தொகையை அவர் உங்களுக்குக் கடன்பட்டிருக்கிறாரா அல்லது நீங்கள் அவருக்குக் கடன் பட்டிருக்கிறீர்களா?' என் கணவர் சொன்னார், 'நான் அந்தத் தொகைக்கு அவரிடம் கடன் பட்டிருக்கிறேன்'. ஆனால் வங்கிகள் இன்னும் எங்களுக்குக் கொடுக்கவில்லை. அவர்கள், எங்கள் சொந்த வங்கிக் கணக்குகளில் உள்ள பணத்திலிருந்து, எங்களுக்குத் தவணை முறையில் தந்து கொண்டிருக்கிறார்கள். இந்தச் சம்பவத்தை நான் என்றுமே மறக்க மாட்டேன்.

1 மணி, 19'31"-1 மணி, 20'50"

நீங்கள் காலத்தைத் திருப்ப முடிந்து, 1948க்கு திரும்பவும் போனால், அதை எப்படி நீங்கள் கையாளுவீர்கள்? நீங்கள் அதே வழியில் நடந்துகொள்வீர்களா, உதாரணத்திற்கு, நீங்கள் வெளியேறி விடுவீர்களா அல்லது என்ன செய்வீர்கள்?

உண்மையில் நான் உங்களுக்குப் பதில் அளிக்க முடியாது... என்னுடைய தற்போதைய வாழ்க்கை அனுபவத்தில், நான் வெளியேறி இருக்கமாட்டேன். அல்லது எப்படியோ நான் வெளியேறி விடுவேன். ஏனெனில் அங்கே இதுவரை இருப்பவர்கள் கௌரவத்துடன் இல்லை. இன்னும் அவர்கள் வாழ்ந்து வருகிறார்கள்... நீங்கள் என்ன சொல்லுகிறீர்கள்? இரண்டாம் தர குடிமக்களைப் போல. வேலை வாய்ப்புகள் வழக்கமாக எப்படி இருக்குமோ அப்படி இல்லை. எனது கணவர் அங்கே தங்கியிருப்பார் என்றால், அவர் என்ன வேலை செய்துகொண்டிருப்பார்? அவர் ஒரு மர வணிகராகத் தங்கி இருப்பார் என்று நீங்கள் நினைக்கிறீர்களா? அவரை அவர்கள் நலிவுறச் செய்திருப்பார்கள்.

யாஃபாவில் உங்கள் வீட்டைப் பற்றிய ஏக்கத்தை நீங்கள் அடைந்திருக்கிறீர்களா?

உறுதியாக, நாங்கள் பெற்றிருந்த தரமான வாழ்க்கை பற்றிய ஏக்கத்தை நான் அடைந்திருக்கிறேன். எங்கள் மனங்கள் அமைதியாக இருந்தன. என் கணவர் ஐந்து குழந்தைகள் பெறுவதற்குக் கனவு கண்டார், மூன்று பையன்கள், இரண்டு பெண்கள். இலண்டனில் அவர்களுக்கு ஒரு வீட்டை வாங்கி, பிரிட்டனில் அவர்களுக்குக் கல்வியை வழங்கி இருப்போம், உங்களுக்குத் தெரியுமா, அவை எல்லாம் கனவுகள்... ஆனாலும் கடவுளுக்கு நன்றி. நான் எப்போதும் கடவுளுக்கு நன்றி சொல்லுகிறேன், ஏனெனில்... வெளியேறியவர்கள் இடையே... சில பேர்... இங்கே மிகப் பெரும் துயரத்தைக் கடந்து சென்றார்கள்... இது போன்ற துயரத்தை நாங்கள் தாங்க வேண்டியது இல்லாமல் போனது. முகாம்களில் வாழ்ந்துகொண்டிருக்கும் அவர்களை நான் உற்று நோக்கும் போது, அவர்களோடு ஒப்பிடுகையில், நாங்கள் சொர்க்கத்தில் இருப்பதாகவே உணர்கிறேன். கடவுள் அவர்களுக்கு உதவுவார்.

ஹசன் அல் - ஹுசைனி

பாலஸ்தீனம், அல் - குட்ஸில் 1925இல் பிறந்தவர்
மஹ்மூத் ஸெய்டன் உடனான நேர்காணல்
வெர்டன், பெய்ரூட், 2003

00'56"– 03'58"

ஹசன் அல்-ஹுசைனி: *நான், 'அல்-ரவ்தா' கழகப் பள்ளிக்கு அனுப்பப்பட்டேன். எனது சகோதரிகள்- 'நடா'வின் தாய் கூட, அப்போது அவருக்கு நான்கு வயது மட்டுமே- கழகப் பள்ளிக்கு அனுப்பப்பட்டார்கள். ஏனெனில் என் பெற்றோர்கள் அதிக அளவில் பயணம் செய்தனர். ஹஜ் அமீனுடன் எனது தந்தை அயல் விவகாரங்களுக்குப் பொறுப்பாக இருந்தார். மேலும் அவர்கள் பயணத்திலேயே அதிக நேரத்தைச் செலவழித்தனர், ஆகவே எங்களைக் கழகப் பள்ளிக்கு அனுப்புவதற்கு அவர்கள் பெரிதும் விரும்பினர்.[2] 'அல்-ரவ்தா', ஓர் அரேபிய தேசியப் பள்ளி, இன்று இன்னும் இருக்கிறது, ஆனால் ஒரு வேறு பெயரில். நான் அதை மறந்துவிட்ட போதிலும், இருக்கிறது. அது 'ஹரம் அல்-ஷரீப்'பை விஞ்சிவிட்டது. மேலும் 'அல்-சக்ரா' மற்றும் 'அல்-அக்சா' இரண்டையும் நீங்கள் பார்க்கலாம்.*

குறிப்பாக, இரமலான் காலங்களில், அத்துடன் இஃப்தாருக்கு முன் ஒவ்வொரு நாளும், அல்-சக்ராவிலோ அல்லது அல்-அக்சாவிலோ நாங்கள் ஆசரைத் (Asr) தொழுவோம். சரியாகச் சொல்லுவதென்றால், அது ஓர் இஸ்லாமியப் பள்ளி அல்ல, இல்லைதான். அங்கே கிறித்தவ ஆசிரியர்களும் மாணவர்களும் இருந்தனர், ஆனால் அது ஒரு தேசியப் பள்ளியாக இருந்தது. 1936இல், அல்-க்வாசம் புரட்சி துவங்கிய போது, 1936 வரை அந்தப் பள்ளியில் தங்கியிருந்தேன். ஒரு நாள் வீட்டுக் கூடத்தில் எனது தாயுடனும், எனது தாய்வழி மாமன் 'மூசா அல்-அலமி'யுடனும் உட்கார்ந்திருந்ததை நான் நினைவு கூர்கிறேன், எனது மாமா, பாலஸ்தீனத்தில், அல்-குட்ஸில், 'அரிஹா'வில் அரசியலிலும், பரோபகாரச் செயல்களிலும் நீண்ட பணி புரிந்தவர் அவர். அவர்கள் ஒரு கட்டமைப்பு வேலை குறித்த திட்டப்பணிகளைச் செய்தனர். நீங்கள் அது பற்றிக் கேள்விப்பட்டிருப்பீர்களா என்பது எனக்குத் தெரியாது. நாங்கள் ஒன்றாக அமர்ந்திருந்தோம், திடீரென்று ஹஜ் அமீன் உடன் பணி புரிந்த 'அல்- பர்னவி' உள்ளே நுழைந்தார். அவர் ஓர் ஆப்பிரிக்கர். ஆனால், ஹஜ் அமீனின்

உதவியாளர் மற்றும் நம்பிக்கைக்குப் பாத்திரமானவர். அவர் உள்ளே வந்து என் தந்தையின் காதில் ஏதோ முணுமுணுத்துவிட்டுச் சென்றுவிட்டார். அந்தக் கணமே, என் மாமா, தாய் மற்றும் தந்தை மறைந்துபோயினர் மேலும் சிறிது நேரத்திற்குப் பின் ஒரு சிறிய பையை எடுத்துக் கொண்டு என் தந்தை வெளியே வந்தார். என் தாய் வழி எங்கள் உறவுக்காரர்களாக இருந்த அடுத்த வீட்டுக்காரர்கள் வீட்டின் எதிரே ஓர் ஏணியை வைத்தார் பின்னர் மறைந்து போனார். அவரை நாங்கள் பார்க்கவே இல்லை. அடுத்த நாள் காலை, பிரிட்டிஷ் இராணுவம் வந்து வீடு முழுவதும் தேடியது. நாங்கள் இன்னும் படுக்கையில் தூங்கிக் கொண்டிருந்தோம்; நாங்கள் சிறு பிள்ளைகள். அவர்கள் உள்ளே புகுந்து, படுக்கைக்குக் கீழே தேடினர், ஒவ்வொரு அறையிலும் தேடினர். ஆனால் உண்மையில் அவரைக் கண்டுபிடிக்கவில்லை ஏனெனில் அவர் போய்விட்டார், அவர்கள் சென்றுவிட்டனர். நாங்கள் சந்தேகத்திற்குரியவர்களாக நடத்தப்பட்டதைப் போல் உணர்ந்தோம். மேலும் நாங்கள் நிரந்தரக் கண்காணிப்பில் இருப்பதையும் உணர்ந்தோம். ஆகவே, எனது தந்தையும், மாமாவும் இதுதான் வெளியேறுவதற்குச் சரியான நேரம் என்று முடிவு செய்தார்கள். ஆகவே காரில் நாங்கள் பெய்ரூட்டுக்குப் புறப்பட்டோம்.

19'40"-21'32"

அல்-குட்ஸில் இருந்த மக்களுக்கும் யூதர்களுக்கும் இடையே சமூக உறவுகள் எப்படி இருந்தன?

எடுத்துக்காட்டாக, பள்ளியில், புனித ஜார்ஜ் பள்ளியில், அது பிரிட்டிஷ் பள்ளி, யூதர்களும், அரேபியர்களும் ஒன்றாகப் படித்தனர். மற்றவர்கள் அவர்கள் பகுதிகளில் இருந்து வந்தார்கள், ஏனெனில் அந்தப் பள்ளி மிக நன்றாக இருந்தது. அதே சமயம், முன்னரே அங்கு வசித்ததால், அரேபியர்களும் அவர்களுள் இருந்தனர். இன்று வரையும், அல்- முட்ரனின் பள்ளி (புனித ஜார்ஜ் பள்ளி) இன்னும் இருக்கிறது. இன்று வரை அல்-குட்ஸில் இருக்கிறது. இரண்டாம் முறை நாங்கள் திரும்பிய பிறகு, ரமல்லாவில் வாழ்ந்த வேளையில், அல்- முட்ரனுக்கு எதிராகக் கால்பந்து விளையாடத் திரும்பப் போன ஒரு காலம் இருந்தது. இன்று வரை, அப்போது நான் திரும்ப சந்தித்த நண்பர்கள் இன்னும் எனக்கு உண்டு. ஏனெனில் ஒன்றாக நாங்கள் கால்பந்து விளையாடினோம்.

உங்கள் அருகாமையில் அல்லது அந்தப் பகுதியில் இருந்த மத ரீதியான கட்டட அடையாளங்கள் என்னென்ன? அங்கே தேவாலயங்கள், மசூதிகள் அல்லது கோயில்கள் இருந்தனவா?

அல்-குட்ஸில் நான் பெற்றிருக்கும் மிகவும் அழகான நினைவுகள், தேவாலய மணிகள் ஒலிப்பதுதான். நான், செல்சியன் பள்ளி கன்னியாஸ்திரீகளால் நடத்தப்படுகிறது என்று முன்னரே உங்களுக்குச் சொன்னேன். தொலைவில் பிரெஞ்சு மருத்துவ மனையும், ஒரு தேவாலயமும் இருந்தன. அதற்கு மேலே, பெரிய ருஷ்ய ஆர்த்தோடாக்ஸ் தேவாலயம், 'அல்- மஸ்குபிய்யா' இருந்தது. 'முஸ்ரரா' பகுதியில், வழிபாட்டிற்கான அழைப்பு பற்றி என் நினைவில் இல்லை. ஏனெனில், உறுதியாக இன்று அங்கு இருப்பவை போல், எந்த ஒலி பெருக்கிகளும் அன்று இல்லை, ஆகவே எங்களுக்கு மிகமிக நெருக்கமானதே முற்றிலும் தொலைவில் இருந்தது. ஒலிவாங்கி இல்லாமல் ஒலித்த ஒரு குரலை விடவும் தேவாலய மணிகள் ஓங்கி ஒலித்தன. இதனால்தான் நான் நினைவுகூர முடிந்தது. அவை இத்தாலிய தேவாலயங்களில் இருந்து வந்தாலும் - செல்சியர்கள் அனைவரும் இத்தாலியர்கள் - எங்களுக்கு மேலே இருந்த பிரெஞ்சு அல்லது சாலையில் இன்னும் தொலைவில் இருந்த ருஷ்ய தேவாலயங்களில் இருந்து வந்தாலும் - தேவாலய மணிகள்தான்.

21'58"-26'12"

இளைஞர்களுக்கு என்ன வகையான பொழுதுபோக்கு இருந்தது?

திரைப்படத்திற்கு எனது தாய் என்னை இட்டுச் சென்றது என் நினைவில் பசுமையாக இருக்கிறது. அந்தக் காலத்தில், திரையரங்குகள் யூத நகர்ப்புறங்களில் இருந்தன. பின்னாட்களில், அரேபிய நகர்ப்புறங்களில் திரையரங்குகள் வந்தன, ஆனால் பிறகு போய்விட்டன... முதல் முறையாகத் திரையரங்கில் நான் ஏதோ பார்த்தது எனது தாயுடன்தான். மேலும் அது ஒரு 'அப்த் அல்- வகாப்' அல்லது அதுபோன்ற ஏதோ ஒன்று. அது யூத நகர்ப்புறத்தில் 'எடிசன் சினிமா'வில் இருந்தது என நான் நம்புகிறேன். ஆகவே, வெறுப்பு கொஞ்சம் கொஞ்சமாக வளர்ந்தது. ஆனால், அதற்கு முன் எந்த வெறுப்பும் அங்கில்லை. 'அபா ஈபன்' ஆல் எழுதப்பட்ட 'எனது நாடு' அல்லது அதுபோல ஏதோ ஒரு நூல் இருந்தது...

யூத நாகரிகத்தின் உச்சம், 'அல்-அந்தாலஸ்'இல் உள்ள அரேபியர்களுடன் ஒத்து இருந்தது. அதன் மத ரீதியான தத்துவ அறிஞர்களும் மற்றும் அதன் மதச்சார்பற்ற தத்துவ அறிஞர்களும் அவ்வாறே இருந்தனர். 'அல்-மா'முன்' மற்றும்... அந்த மற்றொரு புகழ் மிக்க ஒருவர், மிகவும் நன்கு அறியப்பட்ட தத்துவ அறிஞர், அவர்கள் அனைவரும் அல்-அந்துலாஸிலிருந்து வந்தவர்கள்.[3]

அவர்கள் அரேபியர்கள் உடன் வாழ்ந்தனர். அரேபிய 'மக்ரிப்'இல் பல யூதர்கள் இருந்தனர் மேலும் சிலர் 'இஸ்தான்புல்'லுக்குக் கூடச் சென்றனர். அரேபியர்களுக்கும், யூதர்களுக்கும் இடையேயான பகைமை, ஹெர்ஸல் காலத்திலிருந்து, அதாவது கடந்த (பத்தொன்பதாம்) நூற்றாண்டின் இறுதியிலிருந்து வருவது. அவர் சியோனிசச் சிந்தனையை உருவாக்கினார். பிரிட்டிஷார், ஆஃப்பிரிக்காவில், கென்யாவில் நிலத்தை முன்மொழிந்த போதிலும் கூட, அவர் சொன்னார், 'எப்போதுமே அங்கு வேண்டாம், நாங்கள் அல்-குட்ஸை வேண்டுகிறோம். நாங்கள் பாலஸ்தீனத்தை விரும்புகிறோம்'. உரிய முறையில் பேசும் ஒரு ஹீப்ரு மொழி கூட இல்லை. அவர்கள் திடீரென வந்தார்கள். மேலும் முதல் குடும்பங்கள், அவர்களது பிள்ளைகளை ஒருவருடனும், யூதர்களிடம் கூட, பேசுவதைத் தடுக்கத் துவங்கினர், அதனால், அவர்கள் ஒரு காலத்தில் இருந்ததைப் போன்ற வழியில் ஹீப்ருவைப் பேசுவதற்குக் கற்க முடிந்தது. இப்படியாக, ஹீப்ரு மொழி, இன்று நாம் அதை அறியும் முறையில் வந்தது.

இந்த மோதல், இந்த வெறுப்பு நிலைத்திருக்கப் பயன்படவில்லை என்று நீங்கள் எனக்குச் சொன்னீர்கள்.

ஆம், ஆரம்பத்திலேயே, சிலவற்றை இப்போது நான் நினைவு கூர்கிறேன். நான் சிறுவனாக இருந்தபோது, அரேபியப் பகுதியில் இருந்த *YMCA (Young Men's Christian Association)* க்கு விளையாடுவதற்காக அங்கே போவது வழக்கம். ஒரு சமயம், பொறுப்பு வகித்த ஆசிரியர், எங்களை மற்ற இடங்களுக்கு இடையே யூதக் குடியிருப்புகளையும் உள்ளடக்கிய ஒரு சிற்றுலாவுக்கு அழைத்துச் சென்றார். குடியிருப்புகளுக்கு நாங்கள் சென்றோம், அவற்றுக்குள் நுழைந்தோம், அங்கே சாப்பிட்டோம், குழந்தைகளிடம் அங்கே பேசினோம், அவர்கள் எங்களிடம் பேசினார்கள். அந்த நேரம் சிலரை, யூதர்களாக இருந்தால், நாம் வெறுக்க வேண்டும் என்று நாங்கள் உணரவில்லை. அவர்கள் வேறு விதமாகப் பார்த்தார்களா என்று எனக்குத் தெரியாது,

ஆனால் நான் அவ்வாறு நினைக்கவில்லை, அவர்களும் அதேபோல் உணர்ந்தார்கள் என்றுதான் நான் நினைக்கிறேன். அவர்களிடம் நாங்கள் மட்டுமே கொஞ்ச நேரம் பேசினோம், ஒன்றன் பின் ஒன்றாக அனைத்து இடங்களுக்கும் சென்று விட்டு, அல்-குட்ஸுக்குத் திரும்பினோம். குழந்தைகளுக்குப் பொழுதுபோக்கிற்கான இடங்களுள் *YMCA*-வும் ஒன்று. நாங்கள் கால்பந்து விளையாடினோம், பந்தயத்தில் ஓடினோம், நீந்தினோம், இசைத்தோம்... ஆர்னிதாவை நாங்கள் கேட்டோம். மேலும் நான் ஐரோப்பிய இசையில் நாட்டத்தை வளர்த்தேன். ஆர்னிதாவை நாங்கள் கேட்டோம் - பாலஸ்தீனிய சிம்பொனி இசைக் குழுவை அல்ல. ஆனால் பிரிட்டிஷ் வானொலியுடன் இணைக்கப்பட்ட ஒரு இசைக்குழுவைக் கேட்டோம். அது ஒரு இசைக்குழுவை, உண்மையில் பெரும்பாலும், யூதர்களே இருக்கக் கூடிய இசைக்குழுவைக் கொண்டிருந்தது; அந்த நேரத்தில் - அந்த அளவு திறன் வாய்ந்த - எதையும் அரேபியர்களாகிய நாங்கள் கொண்டிருக்கவில்லை. *YMCA* யின் கலையரங்கத்திற்குச் சென்று, யூதர்களால் நடத்தப்படும் இசை நிகழ்ச்சிகளைக் கேட்பது எனக்கு வழக்கம். பிறகு, பாலஸ்தீனிய சிம்பொனி இசை நிகழ்ச்சியைப் பார்க்கப் போனேன். முதல் மாபெரும் இசைக்குழு, யூத சிம்பொனி இசைக்குழுவாகும், அது இப்போது 'இஸ்ரேலிய ஃபில்ஹார்மோனிக் இசைக்குழு' என்று அழைக்கப்படுகிறது. ஆனால் அது இரே குழுதான் அது *1936*இல் துவங்கப்பட்டது. மேலும் அதன் முதல் நடத்துநர், அவர் காலத்தில் மாபெரும் நடத்துநர்களுள் ஒருவரான 'தாஸ்கனினி' *(Toscanini)*.

27'50"-31'05"

ஹஜ் அமீன் உடன் உங்கள் தந்தை பணி புரிந்ததாக நீங்கள் துவக்கத்தில் என்னிடம் கூறினீர்கள். அல்-குட்ஸில் இருந்த அனைத்து அரேபியரும் அவருக்கு விசுவாசமாக இருந்தார்களா?

அறுதிப் பெரும்பான்மையினர் விசுவாசமாக இருந்தனர். உண்மையில், அங்கு எதிர்ப்பு அணி இருந்தது. அது பெரும்பாலும் 'அல்- நஷாஷிபிய்யின்', 'ரகீப் பெய்க் நஷாஷிபி' ஆகியோரை உள்ளடக்கியது என்பதை உங்களுக்குச் சொல்வதில் நான் வருத்தமுறுகிறேன். அங்கே முட்டாள்தனமான உணர்வுகள் இருந்தன. உதாரணத்திற்கு யாராவது ஒருவர் நகரத் தந்தையாக (மேயர்) வர விரும்பினால், பிறகு அவருக்குப் பதிலாக 'ஹுசைன் அல்- கலீதி' நியமனம் செய்யப்படுவார். ஆகவே தலைவருக்கு

(*Mufti*) விசுவாசமாக இருக்கும் ஒருவர் ...க்கு விசுவாசமாக இருக்க மாட்டார். ஆகவே இது போன்ற உணர்வுகள் அங்கே இருந்தன ஆனால் அவை, ஒருவர் மற்றவரோடு மோத எங்களுக்குப் போதுமானதாக இல்லை. அங்கே பூசல்கள் இருந்தன. ஆனாலும் எங்களுக்கு இடையேயும், கலீதி குடும்பத்திற்கு இடையேயும் திருமணங்களும் நடந்தன. அல்-குட்ஸ் சிறியதாக இருந்தது, அங்கே மிகவும் அதிகமான மக்கள் இல்லை. அல்-குட்ஸில் இருந்த ஒவ்வொருவரும் உறவினர்களே.

நாம் பின்னே போய், யூதர்கள் பற்றிப் பேசுவோம். முன்னதாக, நீங்கள் உங்களுக்கிடையே எந்த வெறுப்பும் இல்லை என்று என்னிடம் சொன்னீர்கள். எப்பொழுது அல்-குட்ஸில் இருந்த மக்கள் யூதர்களின் சிறிய சிறுபான்மையை நோக்கி எச்சரிக்கையோடு உணரத் துவங்கினர்? நீங்கள் ஒரு தேதியை எங்களுக்குச் சொல்ல முடியுமா?

முதலில் சுமாராக 6 லிருந்து 7 சதவீத யூதர்கள் அங்கு இருந்தனர். பிறகு குடியேற்றக்காரர்கள் அதிக எண்ணிக்கையில் வரத் துவங்கினர். உண்மையில், பிரிட்டிஷாருடைய ஒப்புதலோடு. குறிப்பாக, நேச நாடுகளுக்கும் ஹிட்லருக்குமான யுத்தத்திற்குப் பிறகு. நான் உங்களுக்குச் சொல்லுகிறேன், எங்கள் நோக்கத்திற்கு ஹிட்லர் அளவுக்கு ஊறு விளைவித்தவர் ஒருவரும் இல்லை. யூதர்களை நோக்கிய உணர்ச்சிகரமான மறுவினை, அவருடைய கொடூரமான நடவடிக்கைகளால் நேர்ந்தது. ஹாஜி அமீன் இடமிருந்தே அதை நான் அறிந்தேன். அவரைச் சென்று பார்ப்பதும், அவருடன் தொடர்பில் இருப்பதும் எனக்கு வழக்கம். அவர் சொன்னார், 'ஆமாம், ஹிட்லர் இலட்சக்கணக்கான யூதர்களைக் கொன்றுவிட்டார்'. அந்த நேரத்தில் அது பற்றிச் சந்தேகங்கள் இருந்தன. ஆனால் அவர் சொன்னார், 'இல்லை, இல்லை, யூதர்கள்... என்று நான் அறிவேன்'. ஹிட்லர், டிட்டோவுக்கு எதிராக எழுவதற்கு யூகோஸ்லாவிய முஸ்லீம்களுடன் அவரையும் பயன்படுத்திக் கொள்வதற்காக, அவரைக் கவனித்துக்கொண்டார். அதற்காக அவரைத் தனக்குச் சாதகமாக ஆக்கிக்கொள்ள முயன்றார். ஆனால் நான் நினைக்கிறேன், அவர் தோல்வி அடைந்தார். ஏனெனில், ஹஜ் அமீன், யூகோஸ்லாவிய முஸ்லீம்களைப் பயன்படுத்த எதுவும் செய்யவில்லை என நான் நம்புகிறேன். அவர்கள் அவர்களுடைய சுதந்திரத்தை விரும்பினார்கள், அது ஹஜ் அமீனுக்காகவோ வேறு யாருக்காகவோ இல்லை. டிட்டோ அதிகாரத்தை எடுத்த போதிலும், யுத்தத்திற்குப்

பிறகு, அங்கேயே தங்குவதற்குதான் அவர்கள் விரும்பினார்கள். அவர்கள் சுதந்திரத்தை விரும்பினார்கள்; 'ஸ்லாவிய' சக நாட்டாருடன் ஒரு முழு ஒருமைப்பாட்டை என்றும் அவர்கள் உணர்ந்ததில்லை.

ஜெர்மனிக்கு 'ஹஜ் அமீனின்' பயணம் ஒருவேளை தீங்கு விளைவிப்பதாகவே பார்க்கப்பட்டது...?

அது மிகவும் தீங்கு விளைவிப்பதாகும், அதனால்தான் எனது தந்தை... பிரிட்டிஷாருடன் ஃபிரான்ஸ் அணி சேர்ந்ததால், பிரெஞ்சுக்காரர்கள் எங்களை வெளியேற்றினர், ஆகவே நாங்கள் 'பாக்தாது'க்குச் சென்றோம்.

ஹஜ் அமீன், பாலஸ்தீனத்தில் இருந்து சென்றபோது, துவக்கத்தில் என்ன நேர்ந்தது என்பது பற்றி எனக்குச் சொல்லுங்கள்.

நாங்கள் அனைவரும் லெபனானுக்கு வந்தோம்.

3

1948க்கு முந்தைய பாலஸ்தீனத்தை விவரிப்பதில் விளிம்பும், மையமும்

அமிரா சில்மி

இந்தக் கட்டுரை, இரண்டு பாலஸ்தீனியர்களின் இரண்டு விவரிப்புகளை இருத்தல், இயக்குதல் மற்றும் அறிதலின் வேறுபட்ட முறைகளுடன், கூர்ந்து ஆய்வதற்கு முயற்சிக்கிறது. அவர்களின் தெளிவான பொருளாதார, சமூக மற்றும் அரசியல் சூழல்கள், வேறுபட்ட நிலைகளையும், வேறுபட்ட பார்வை நிர்ணயிப்புகளையும், வேறுபட்ட மதிப்பீட்டு முறைமைகளையும் உள்ளடக்குகின்றன. முதல் கதையில், பாலினம், வகுப்பு, தேசிய இனம் ஆகியவை 1948இல் அழிக்கப்பட்ட, கிராமமான 'அராப் அல்-சுபாய்த்' திலிருந்து துவக்கத்தில் வந்த ஒரு பாலஸ்தீனிய விவசாய அகதியான 'ஹம்தா'வின் விளிம்பு நிலையை உருவாக்குவதற்கு ஒன்றோடு ஒன்று குறுக்கிடுகின்றன. இன்னொரு கதை, ஹைஃப்பாவிலிருந்து வந்த ஒரு நகர அகதி மனிதன், 'முகம்மது'வை ஈடுபடுத்துகிறது. இந்தக் கட்டுரை, இந்த இரண்டு கதை சொல்லிகளின் வித்தியாசமான சமூக நிலைமைகள் மற்றும் சுய அடையாளங்கள் (positionalities) எவ்வாறு அவர்களது நினைவுகூரும் முறையில் பிரதிபலிக்கிறது என்பதை ஆய்வு செய்கிறது. மேலும் நக்பாவுக்கு முன்பாக, பாலஸ்தீனத்தில் அவர்களது வாழ்க்கை பற்றிய கதைகளையும், அரேபிய- யூதர் உறவுகளைப் பற்றியும் எவ்வாறு சொல்கிறது என்பதையும் ஆய்வு செய்கிறது. இந்த உறவுகளின் ஒரு பொதுமைப்படுத்தப்பட்ட படத்தை வரைவதற்கோ, அல்லது கதை சொல்லும் முறைகளின் ஒரு பாரபட்சமான இரட்டைத் தன்மையை உருவாக்கவோ நான் முயலவில்லை; மாறாக, இந்த இரண்டு கதைகளும், அவை மூடி மறைத்திருக்கும் வேறுபாட்டையும், குறிப்பிடத்தக்க அம்சத்தையும் வெளிக்கொணர்வதே எனது நோக்கமாகும்.

நினைவுச் சிதறல்கள்: ஹம்தாவின் கதைகள்

ஹம்தாவின், நக்பாவுக்கு முந்தைய பாலஸ்தீனத்தின் நினைவுகள், சிக்கலான மற்றும் ஒன்று போல் மற்றொன்று ஒத்திருக்கும் சிதறல்களின் ஒரு வலைப்பின்னலாகத் தோன்றுகின்றன. ஒரு வாழ்வை உள்ளடக்கி இருக்கும் வேறுபட்ட சம்பவங்கள், நிகழ்வுகள் மற்றும் அனுபவங்களின் தர்க்க முறைமையைத் தொடர்கின்றன. அவற்றின் அனைத்து ஒருமித்த தன்மைகள், வேறுபாடுகள், உறுதியற்ற தன்மைகள் மற்றும் முரண்பாடுகள் ஆகியவற்றுடன், ஒரு நினைவுச் சிதறல் இன்னொன்றுக்குச் சீரற்ற பாணியில் இட்டுச் செல்கின்றன. ஹம்தாவின் நினைவுகூரல் முறை, அவரிடமிருந்து அவரே தோண்டி எடுத்த சிலவற்றை அவர் விவரித்துக் கொண்டிருக்கிறார் என்று நமக்கு நினைவுபடுத்துகிறது. ஒருமுறை வெளியே எடுத்தபின், அவர(ள)து நினைவுகள், எப்போதும் முழுமையான உருவங்களின் வடிவத்தை எடுப்பதில்லை. ஆனால் மாறாக, இதைப் போல் எப்போதுமே வெளிப்படுத்த முடியாத ஒரு முழுமையின் சிதறல்களாகத் தோன்றுகின்றன. கதையின் பெரும்பகுதி சொல்லப்படாமல் இருந்தாலும், ஒவ்வொரு சிதறலும், துவக்கம் அல்லது முடிவு இல்லாத உயிர்த் துடிப்பான ஒரு கதையாக மாறுவதற்கான உள்ளுறை ஆற்றலைப் பெற்றிருக்கிறது. சிதைக்கப்பட்ட அந்தக் கதைக்கு, அது தோன்றிய வாழ்க்கையுடன் இன்னமும் பிணைக்கப்பட்டிருக்கும் அதே வேளையில், அதன் சொந்த ஒரு வாழ்க்கையைப் பெறவும், இன்னொரு வாழ்க்கையை உருவாக்கவும் கூட முடிகிறது.

ஹம்தா, சிறிய பொருள்களை நினைவுகூர்கிறார் - உள் அலமாரி, பெட்டி; பாடலில் உருவங்களைக் கற்பனை செய்கிறார். திருமணங்கள், சடங்கு சம்பிரதாயங்கள், மற்றும் பெண்கள் அணிந்தவை எவை என்பது பற்றிய விவரங்களை ஒன்றிணைத்தவாறு, பிறகு அவர் ஒரு கதையைச் சொல்லுகிறார். ஹம்தாவின் கதைகளில் நாம் ஒரு விவாதத்திற்குரிய நடைமுறையைக் காண முடிவதில்லை. பாரம்பரிய பழக்க வழக்கங்கள் மற்றும் சமூகத்தில் பெண்களின் நிலைமைக்கு இடையேயான உறவுநிலை பற்றி ஓர் ஆய்வு ரீதியான விளக்கத்தைத் தருவதும் இல்லை. ஒரு தொழிலாளி வர்க்கமாக, சோஷலிச சொல் மரபில், 'பெடோய்ன்'/ விவசாயப் பெண்மணியாக அவரது நிலையை விவரிக்கவும் இல்லை. பாலஸ்தீனிய அகதிகள் பற்றி தேசியவாத உரையாடலைக் கூட அவர் மேற்கொள்ளவில்லை. இப்பவும், மக்களுக்கும், பாலஸ்தீன நிகழ்வுகளுக்கும், சில துண்டு நிலங்களுக்கும்,

செடிகளுக்கும் மரங்களுக்கும் உள்ள உறவுகள் பற்றிய கதைகளை அவர் சொல்கிறார். அவை எல்லாம் அவற்றின் தனித்துவமான குறிப்பிட்ட வடிவத்தில் தோன்றியவை.

'ஹம்தா' வின் நினைவுகள், ஆடை மற்றும் சிறப்பு உடைகள், சமையலறைச் சாமான்கள், வீட்டு வசதிப் பொருள்கள், இயந்திரங்கள், கோதுமை மற்றும் பார்லி அறுவடை, கத்தரி மற்றும் தக்காளிச் செடிகளின் அழகு ஆகியவற்றின் குறிப்பிடத்தக்க விவரங்களை மீண்டும் கொண்டு வருகின்றன. வேலைக்குப் போன போது சென்ற பாதைகள் மற்றும் குறுக்கு வழிகள், சண்டைகள் நடந்த அந்த இடங்கள் மற்றும் அவரது வெளியேற்றத்தைப் பார்த்துக்கொண்டிருந்த சாலைகள் மற்றும் காடுகள் ஆகியவற்றை அவர் மீண்டும் நினைவு கூர்கிறார். எப்படி அவர் ஒவ்வொரு துண்டு நிலத்தையும், அதைச் சொந்தமாகக் கொண்ட மக்களையும் பிரித்தறிய முடியும் என்பதை அவர் நமக்குச் சொல்கிறார். இந்த விவரங்களை விளக்கியவாறு, அவர் அந்த நிலங்களுக்கு ஒரு காலத்தில் குறிக்கப்பட்ட மதிப்பையும் அடிக்கோடிட்டுக் காட்டுகிறார் - அவைகள் இழக்கப்பட்டதில், அவைகளுக்காக ஏங்கக் கூடிய சூழலில், இப்போது விழுந்து கிடக்கும் மதிப்பு, பாலஸ்தீனத்தில் வாழ்க்கை மீண்டுவரும் வேளையில், அந்த நிலங்களை மீண்டும் பழைய நிலைக்கு உயரச் செய்யும் மதிப்பு ஆகும்.

ஒரு நவீனமயமான மேனாட்டு வாழ்க்கை முறையின் விளிம்புநிலைகள் குறித்து

நிலத்தினாலும், கால்நடைகளாலும் உயிர் வாழ்ந்து கொண்டிருந்த, ஹம்தாவின் ஆரம்பக்கால வாழ்க்கை முறை சுதந்திரமான ஒன்று, தற்சார்பின் ஒரு வடிவம். தத்துவார்த்த அல்லது அரசியல் அர்த்தத்தில் இல்லாத வடிவம். இந்தத் தற்சார்பு, நிறுவனங்கள், உரிமைகள் மற்றும் கடமைகள் பற்றிய கருத்துகள் அத்துடன் இணைந்தே வரும் தனக்கும், பிறருக்குமாக நிறுவப்பட்ட இரட்டை நிலைகள் ஆகியவற்றின் அடிப்படையிலான நவீனமயமான வாழ்க்கை முறைக்கு எதிராகச் செல்லக் கூடிய ஒன்று. அவரது தன்னிறைவு, ஒருவகையான அக்கறை இன்மையில், சொல்லின் நேர்மறைப் பொருளில் வெளிப்படுகிறது. மேலும் அவரது தன்னிறைவை, வாழும் முறையில், எளிதாக, ஹம்தாவை மற்றொருவராக - ஆங்கிலேயராக, சியோனிசவாதிகளாக, மற்றும் நகர பூர்ஷ்வா பாலஸ்தீனியர்களாக - மாற்றும் சாத்தியமான

அனைத்து 'மற்றவர்களுக்கும்' அல்லது 'தங்களுக்கும்' பகிரங்கமாக அறிவிக்கிறது.

ஹம்தா, கோதுமை அறுவடை, அவருடைய மக்களால் எவ்வாறு செய்யப்பட்டது என்பதை நுட்பமாக விவரிக்கிறார். அவருக்கு முக்கியமாகத் தோன்றுவது எதுவெனில், அவர் நினைவு கூர்வது எதுவெனில், அவரது தந்தை ஆடுகளையும், செம்மறியாடுகளையும் வைத்திருந்தார் என்பதும், அவர்கள் அறுவடை செய்த கோதுமை, ஒரு வீட்டைப் போல நான்கு மடங்கு பெரிதாக இடத்தை அடைத்திருக்கும் என்பதும்தான். நிலத்தைச் சாகுபடி செய்வதற்கு சியோனிசக் குடியேற்றவாசிகளின் இயந்திரப் பயன்பாட்டையும், அதன் விளைவாகப் பெருகும் உற்பத்தியையும் ஹம்தா குறிப்பிடுகிறார். துணிப் பைகளுக்குப் பதிலாக, பெட்டிகளை அவை நிறைத்தன. அவர்களும் கூடக் கால்நடைகளை வைத்திருந்தார்கள் என அவர் நமக்குச் சொல்கிறார். ஆனால் அவர் தந்தையே சொந்தமாக அவற்றை வைத்திருந்த காரணத்தால், இந்தப் பொருள்களின் செல்வ வளத்தைப் பற்றிய விவரங்களைத் தெரிந்துகொள்வதற்கு அவர் அக்கறை காட்டவில்லை.

ஹம்தா, பெடோயின்/ விவசாயப் பழங்குடியினரின் மகள். பாலஸ்தீனத்தில் அவர் இருந்த ஆண்டுகள் முழுவதும், இந்தத் தற்சார்புத் தன்மையின் நிலைமையை அனுபவிக்கவில்லை. அவருடைய கதையின் இன்னொரு பகுதியில், அவருடைய தந்தை நோய்வாய்ப்பட்டு வேலை செய்ய முடியாமல் போனபோது, 'கடாசில்'(Qadas) பிரிட்டிஷார் அமைத்துக்கொண்டிருந்த விமான நிலையத்தில், எவ்வாறு அவர் ஒரு வேலையைத் தேட வேண்டி வந்தது என்பதை நமக்குச் சொல்கிறார். ஹம்தா இந்த வேலையை அவருடையது என்று விளக்கவில்லை. மேலும் கோதுமை அறுவடையை, கத்தரிச் செடிகளை, தக்காளிச் செடிகளைப் பற்றி நினைவுகூரும் போது அவர் விவரிக்க முடிந்த அதே பெருமையை, அந்த வேலையை விவரிப்பதில் அது உருவாக்கவில்லை. பதிலாக, ஓடுபாதை அமைக்கும் பணி பற்றிய கதையை, 'யூதர்களுக்காக மிக அதிகமாக நாங்கள் வேலை செய்தோம், கடவுளே எவ்வளவு போலியானவள் நான்' என்று அவருடைய உணர்வை அறிவிப்பதற்காக, அவர் இடையில் நிறுத்துகிறார்.

ஹம்தா, ஏழ்மையையும், சுரண்டலையும் இவ்வாறு விளக்கவில்லை; அவரது சீரற்ற ஊதியத்தை நினைவு கூர்கிறார், மேலும் அவருடைய நல்ல தேக ஆரோக்கியத்தையும், வலிமையையும்

குறிப்பிடுகிறார். அவரோடு எப்போதும் கூடவே இன்னொரு பெண் வேலை செய்வதை ஆங்கில முதலாளி உறுதி செய்ததையும் அவர் குறிப்பிடுகிறார்; மேலும் அவளது செல்லப் பெயர்களைச் சொல்லி அவரை அழைத்த வண்ணம், ஒரு குழந்தையைப் போல அவரை நடத்தியதையும் சொல்கிறார், அவர் அவளை நேசித்தார் என்பதை எடுத்துக்காட்ட இதைச் சுட்டிக்காட்டுகிறார். பாதுகாப்பு தேவைப்படும் குழந்தைகளாகக் காலனிய மக்களை நடத்துகின்ற காலனிய நடைமுறைகளோடு - அதாவது சுரண்டல் மற்றும் உடைமைப் பறிப்பு முதலியவை பற்றிய நடைமுறைகளோடு - பழக்கம் இல்லாதவளாக, வேறுபட்ட செய்கை மற்றும், அறியும் முறைகளைக் கொண்ட 15 வயது விவசாயிப் பெண் இருந்தாள் என்பதை ஒருவர் எண்ணிப் பார்க்க முடியும்.[1] ஆயினும், ஹம்தாவின் பார்வைக்கு/ நிலைமைக்கு நெருக்கமான நிலைமை/பார்வையை மேற்கொள்ள நாம் முயன்றால், அவர் நினைவுபடுத்தியதைப் போல, அவருடைய வாழ்வில் கூலி வேலையின் ஒப்பீட்டளவிலான முக்கியமின்மையுடன் நாம் மீண்டும் முரண்பட்டுவிடுகிறோம்.[2] அவருடனும், அவருடைய சக பணிப்பெண்களுடனும் வேலைக்கு வரும் ‘பிளிதா’ *(Blida)* பெண்களைப் பற்றிப் பேசுகையில், அவர் வலியுறுத்துகின்ற விவரங்களில், இந்தப் பொருத்தப்பாடின்மை தெளிவாகிறது.[3] ஹம்தா, பெண்களின் இரண்டு குழுக்களுக்கு இடையேயான போட்டியைப் பற்றிப் பேசவில்லை; அதற்குப் பதிலாக, இரண்டு குழுக்களும் பங்கெடுக்கும் ‘நபி யுஷா’ திருவிழாவைப் பற்றிய விரிவான விவரிப்பில் ஈடுபடுகிறார்.[4] வறுமையையும், காலனியச் சுரண்டலையும் விடத் தொலைந்துபோன கடந்த கால வாழ்வின் விளக்கமான சிதறல்கள், நினைவு கூர்வதற்கும், விவரிப்பதற்கும் அதிக மதிப்பு மிக்கதாகத் தோன்றுகிறது. தற்போதைய வறுமை தான் - ஹம்தா மறக்க இயலாத தற்போதைய வறுமை - ஹம்தாவை, இப்போது இல்லாத அப்போதைய வறுமையை எண்ணிப்பார்க்க இட்டுச் சென்றது என்று ஒருவர் எண்ணிப்பார்க்கவும் கூடும்.

போரின் நினைவுகள்: இடமாற்றமும், உடைமைப் பறிப்பும்

வெளியேற்றம், ஹம்தாவின் நினைவுகளில் ஒரு துல்லியமான கணத்தில் நேரவுமில்லை, வரிசைக் கிரமமாக விவரிக்கப்படக் கூடிய நிகழ்வுகளின் வடிவத்தை எடுக்கவுமில்லை. உண்மையில், குறிப்பிட்ட நிகழ்வுகளின் சரியான தேதிகளை நினைவுபடுத்தக் கேட்கப்பட்டபோது அவர் கலக்கமுற்றார். அவர் நினைவுகூர

முடிந்தவற்றை அவர் சொல்லிக்கொண்டிருக்கிறார் எனத் தெளிவாகச் சொல்லியவாறு, நக்பாவின் கதைகளை ஹம்தா சொல்ல முடியும். ஆனால் அவர் அதன் சாட்சியாக இருக்க முடியாது. அவருடைய நினைவு, ஒரு கனவு போன்ற பாணியில் இங்கே இயங்குகிறது. மேலும் 'அராப் அல்- ஸுபைய்த்' இன் வெளியேற்றத்தின் வெவ்வேறு கட்டங்களில் நடந்த நிகழ்வுகள் ஒன்றுடன் ஒன்று பின்னிப் பிணைந்துள்ளன. அவற்றை ஒன்றாகப் பிணைத்துள்ளது, கடந்த காலத்திலிருந்து தற்காலத்திற்கு நீள்கின்ற ஒற்றை யதார்த்தமே: அது வெளியேற்றம் பற்றியது.

வெளியேற்றத்தைப் பற்றி அவர் விவரிக்கையில், இங்கேதான் ஹம்தா, 'ஃபிஃபாட்டி' என அவர் அழைத்த அவருடைய யூத நண்பரைக் குறிப்பிடுகிறார். போர் வரும் சூழலில் சியோனிசவாதிகள் வென்றால், ஹம்தாவையும், அவரது சகோதரரையும் அவர் பாதுகாப்பார் என்று 'ஃபிஃபாட்டி', ஹம்தாவிடம் கூறினார்; அதற்கு எதிரான நிலை உண்மையானால், அவரை ஹம்தா பாதுகாக்க வேண்டும் என்றும் கேட்டுக்கொண்டார். ஃபிஃபாட்டியுடன் போவதற்கு அவர் மறுத்தார் ஏனெனில் அவரது மக்களைத் தொடர்ந்து செல்ல அவர் விழைந்தார் என்று ஹம்தா கூறுகிறார்; அரேபியர்கள் வெற்றி பெற்றால், அவரது நண்பரைப் பாதுகாக்க அவர் மறுக்கவும் செய்தார். ஆனால், ஃபிஃபாட்டி உடனான அவரது நட்பு பற்றிய கதை, 'கிராத் அல்-பக்காரா' (*Kirad al-Baqqara*) வுக்கு எதிராக சியோனிசவாதிகள் நிகழ்த்திய படுகொலை பற்றிய ஒரு கதையால், இடைநிறுத்தப்படுகிறது.[5]

> "யூதர்கள் முன்னரே 'அல்-கு அல்-அஸ்வத்' சாலையில் இருந்தார்கள். அது எங்களுக்கு வலது பக்கம் இருந்தது. 'சஃபாத்'திலிருந்து வந்த ஓர் ஆள் கொல்லப்பட்டார், அவர் எனது உறவினரின் கணவரும் கூட, மேலும் 'கிராத் அல்- பக்காரா'வில் இருந்து வந்த யாரோ ஒருவரும் கொல்லப்பட்டார், அல்லது அது 'கிராத் அல்- கன்னமா' வா? அல்-பக்காராவிலிருந்து வந்த 'குர்தீஷ்' நபர், அந்தச் சுவர் வழியாக, அவருக்குப் பின் எந்த அடையாளத்தையும் விட்டுச் செல்லாமல் கடந்து போயிருக்க முடியும். ஏனெனில், அவர் சிங்கத்தைப் போல வலிமையான நபர். 'அல்-குரி' பேருந்தில் 35 பயணிகள் இருந்தனர். அல்-குரி, இன்னும் சஃபாத்தில்தான் இருந்தது. அது சஃபாத்தில் இருந்து வந்த ஒரு பேருந்து, சஃபாத்திலிருந்து வந்த மக்களுக்கு அது பற்றித் தெரியும். அவர்கள் எல்லாவற்றையும், ஒரு சோப்புப் பையில்

நிறைத்திருந்தார்கள். எனது உறவினர், எனது தந்தையின் தந்தை வழிச் சகோதரர், அவரது கழுத்தில் ஒரு துப்பாக்கிக் குண்டை வாங்கினார், அது மற்றொரு பக்கம் வெளியே வந்தது. அவர் விழுந்து அங்கேயே கிடந்தார், அவரைக் கொண்டு வர நாங்கள் சென்றோம், அதுவரை அவரது ரத்தம் அங்கு கொட்டிக்கொண்டிருந்தது."

அடக்குமுறைக்காரருக்கு எதிராகக் கடவுளிடம் வேண்டியபடியே, ஹம்தா, சியோனிசவாதிகள், அவரது உறவினரைப் புதைக்க அவர்களை விடவில்லை எனச் சொல்லுகிறார்.

நேர்காணலின் இந்தப் பகுதியில், ஹம்தாவின் கதைகள் சிக்கலாகிறது; அவை தடைபடுகிற, ஒன்றை ஒன்று குறுக்கீடு செய்கின்ற காட்சிகளாகத் தோன்றுகின்றன. மேலும் அவர் வெளியேற்றக் கதையை, பாலஸ்தீனிய எதிர்ப்பை, மற்றும் 'ஃபிடா இயினை', அதாவது லெபனானியரின் உள்நாட்டுப் போரை, 1982 பெய்ரூட் படையெடுப்பை அல்லது அதைத் தொடர்ந்து நடந்த முகாம்களின் சண்டைகளைப் பற்றிச் சொல்லிக் கொண்டிருக்கிறாரா என்பதில் இனிமேல் நாம் உறுதியாக இருக்க முடியாது. தனது நினைவை முறைப்படுத்த, நாம் பார்க்கப்போவது போல, அவர் மிகக் கடுமையாக முயற்சித்தாலும், முகம்மதுவின் கதைகளுடனும் இதை ஒத்து ஏதோ நிகழ்கிறது.

இரண்டு கதை சொல்லிகளின், அவர்கள் வாழ்வில், வெவ்வேறு காலங்களில் நடந்த வெவ்வேறு நிகழ்வுகள் பற்றிய குழப்பம், நாம் நினைவு கூர்வது எல்லாம், கடந்த காலத்தில் உண்மையில் நடக்காதவை என்று நமக்குச் சொல்கிறது, ஆனால் மாறாக, நாம் அதில் எப்படி வாழ்ந்தோம், அது பற்றிய நமது அனுபவம், அது திணித்த மாற்றங்கள் மற்றும் நம் வாழ்வின் மீது அதனுடைய தாங்கிக்கொள்ளக் கூடிய (உணர முடிந்த மற்றும் உணர முடியாத என இருவகை) விளைவுகளை நமக்குச் சொல்கிறது. இந்த முறையில், நமது நினைவில், பலவிதமான கால நேரங்களில் நடந்த பலவிதமான நிகழ்வுகள், குழப்பமடையவும், பின்னிப் பிணையவும் செய்கின்றன; இந்த இரண்டு கதை சொல்லிகளும் வாழ்ந்த போது ஊடாக நடந்த வெவ்வேறான போர்கள் மற்றும் சண்டைகள் பற்றிய கதைகள், இழப்பு, பேரழிவு மற்றும் அவர்களைத் தொடர்ந்து உட்படுத்திய வெளியேற்றங்கள் ஆகியவற்றுடன் ஒன்றாகப் பிணைக்கப்பட்டிருக்கின்றன.

முகம்மது சொல்லும் கதை:

காலனியப்படுத்தப்பட்ட ஒரு பூர்ஷ்வாவின் (உயர் நடுத்தர வர்க்க மனிதர்) கருத்தாடல்

முகம்மது, மற்றவரை இழிவு செய்யும் (*process of othering*) ஒரு நடைமுறைக்கு அவர் நெருக்கமாக இருப்பதாகத் தோன்றுகிறது. அவரது நேர்காணலின் துவக்கத்தில் தன்னை பாலஸ்தீனியர்களிடம் இருந்து தனிமைப்படுத்திக் காட்டும் ஒரு நிலையை எடுக்கிறார். 'அவர்கள், நல்ல இதயம் கொண்ட, ஓர் எளிமையான மக்கள், அதுதான் அவர்களை மற்றவர்களின் கையாளுதலுக்கு உட்படுத்துகிறது' என்பது அவரது கூற்று.

முகம்மது, ஹைஃபாவில் அரேபியர் அல்லது சியோனிச மேல்தட்டுக் குடும்பத்தைச் சார்ந்தவர் இல்லை என்றாலும், அவர் இலட்சியவாதியாக இருந்தார், மேலும் அவரது வாழ்க்கை நகர பூர்ஷ்வா வாழ்க்கையோடு ஏறக்குறைய ஒத்திருந்தது. அவர் இராணுவத்தில் பணி புரிந்தார், ஒரு யூத இரவுப் பள்ளிக்குச் சென்றார், அவரது அனைத்து அண்டை வீட்டாரும் யூத குடியேற்ற வாசிகள் என்று சொல்லத்தக்க ஒரு வீட்டில் வசித்தார். முகம்மது, ஹைஃபாவில் உள்ள ஒவ்வொரு யூதப் பொழுதுபோக்கு மையத்தையும், இரவு விடுதியையும், சிற்றுண்டிச் சாலையையும், திரையரங்கையும், சுற்றுலா வருபவர்களுக்குப் பிடித்தமான இடத்தையும் வரிசைப்படுத்திக் கூற முடியும்; அவருடைய உரையாடலில் குடிப்பது, நடனமாடுவது, யூதப் பெண்களை அரவணைப்பது பல தடவைகள் இடம் பெற்றுள்ளன. இந்த வாழ்க்கை முறையைக் கண்டனம் செய்யக் கட்டாயப்படுத்தப் படுவதாக உணரும் போதெல்லாம், இந்தச் செய்கைகள் எல்லாம் மக்களிடமிருந்து பணத்தைப் பறிப்பதற்கான ஒரு வழி முறை என்ற அடிப்படையில் அவ்வாறு கண்டனம் செய்கிறார். இயந்திரப் பழுது பார்ப்பவர்களின் ஆங்கிலப் பயிற்சியாளர் ஒருவரால், அவருடைய தொழிலில் மிகவும் கைவரப்பெற்றவர் என அவர் அறிவிக்கப்பட்டார் என முகம்மது தன்னைப் பற்றி விரித்துரைக்கிறார்; மேலும் பிரிட்டிஷ் இராணுவத்தில் அவரே இதை நிரூபிப்பதில் வெற்றி கண்டார் எனக் கூறுகிறார்.

அவரது, நவீனமய, உண்மையில் அது நவீனமயமாக இல்லை என்றாலும், நகர வாழ்க்கை முறையில் மற்றவரை ஒதுக்கி இழிவு படுத்தும் கலையில் அல்லது 'ஃபிரான்ட்ஸ் ஃபனோன்', காலனிய முறையில் இனவெறியென விவரிக்கும் கலையில் முகம்மது தேர்ச்சி

பெற்றவர்.⁶ முகம்மதுவின், முதல் நிகழ்வில், உருவாக்கப்பட்ட 'மற்றவர்', 'ஃபெல்லா'. ஏழ்மையிலும், பிரிட்டிஷாரின் பாதிப்பை ஏற்படுத்தும் கடும் வரிகளால் (Taxes) ஒடுக்கப்பட்டும் இருந்ததால், அவர் அவரது நிலத்தை, அதை வாங்கிய யூதக் குடியேற்ற வாசிகளிடம் அவரது பணத்தை இழக்குமாறு ஏமாற்றப்படுவது தெரிந்தும் விற்றார். முகம்மது சில தருணங்களில், யூதர்களையும் கூட முக்கியமாகப் பெண்களைப் பற்றியும், பாலியல் பற்றியும் குறிப்பிடும் போது 'மற்றவர்' ஆக்கினார்.⁷ யூத ஆண்கள் தங்கள் பெண்களிடம் வரும்போதும், பின்னவர்களின் பாலியல் தொடர்பின் போதும் தளர்ந்துவிடுகிறார்கள் என்றும் யூதப் பெண்கள் அரேபியர்களிடமிருந்து அவர்கள் பணத்தைச் சுருட்டுவதும் வழக்கம் என்றும் அவர் கூறுகிறார். பயம் மற்றும் ஆசை என இரண்டாலும் உருவாக்கப்பட்ட யூதப் பெண்கள் மீதான 'மற்றவர்' என்ற கருத்துரு (image), 'மயக்குதல்' என்னும் ஆய்வுப் பொருளாகத் தோன்றுகிறது - அவள் மயக்கப்படக் கூடாதவள் ஆனால் மயக்குபவள். அவரை மயக்குவதற்கு யூதப் பெண்கள் எப்படி முயன்றார்கள் என்பதை நினைவு கூர்கிறார். மேலும் அவருக்கு ஹீப்ரு கற்றுக்கொடுத்த ஓர் அடுத்தவீட்டுப் பெண்ணின் அணுகுமுறைகளையும் விவரிக்கிறார். எப்படி ஒரு யூத நண்பர், அவரை 'கம்யூனிஸ்ட்' சங்கத்திற்குப் போவதற்கு ஏற்க வைத்தார் என்பதை முகம்மது நமக்குச் சொல்லும் அதே வேளையில், அவர் ஒரு இனவெறி, பாலியல் பாகுபாட்டுடனான மாறாத கருத்தைப் பயன்படுத்துகிறார்: 'நீங்கள் தெரிந்து கொள்ளுங்கள், அரபு மனிதன் எப்போதும் அவனது கால்களுக்கு இடையில் உள்ளதற்குப் பலியாகிறான்.' இந்தக் கதையைச் சொல்லும்போது, யூத 'ஆள் மயக்கி' மீது அவருடைய அந்நியமாதலை மாற்றிவிடுகிறார்.

பிரிட்டிஷாருக்கும், சியோனிஸ வாதிகளுக்கும் ஓர் அடிபணிந்த 'மற்றவர்' என்னும் தன் சொந்த நிலையில் இருந்து கவனத்தை அவர் திருப்புகிறார்.⁸ முரண்பாடாக அவர் ஒரு யூதப் பெண்ணை மணக்கச் சென்றார், அவளை அவர், ஓர் ஆள் மயக்கியாக அல்லாமல், மாறாக மன்னிக்கத் திறனற்ற ஒரு வெறுக்கத்தக்க பெண்ணாக 'மற்றவளை' ஆக்குகிறார். அவருடைய விவரிப்பு, அவளது மதத்தின் அனைத்து மக்களையும், முஸ்லீம்கள் மற்றும் கிறித்துவர்கள் அல்லாது, எதிர்க்கிறது, முஸ்லீம் மற்றும் கிறித்துவர்கள், எளிதில் மறக்கவும், மன்னிக்கவும் கூடிய திறமையைப் பெற்றிருப்பவர்களாக அவர் பார்க்கிறார்.

முகம்மது இங்கு விவரிக்கும் நினைவுகள், இரண்டாம் உலகப் போரின் இறுதி ஆண்டுகள் பற்றியது, அது ஹைஃபாவிலும், பாலஸ்தீனத்திலும் ஒட்டு மொத்தமாகப் பொருளாதாரச் செழிப்பு பெற்ற ஒரு காலம்.[9] போரின் போது நல்ல ஊதியங்களுடன் கணிசமான வேலைகள் இருந்தன என்றும், வாழ்க்கைத் தரம் உயர்ந்துகொண்டிருந்தது என்றும் விளக்கியவாறு, அவர் இந்த செல்வச் செழிப்பைக் குறிக்கிறார். அவரே இராணுவத்தில், ஊதியம் உயர்ந்து இருந்ததால், பணிபுரிந்தார்; ஒரு சுயேச்சையான இயந்திரப் பழுது பார்ப்பவராக, அவருடைய ஊதியம் குறைவாக இருந்திருக்கும். ஹைஃபாவில், கேளிக்கை மற்றும் வேலை பற்றி ஒரு விரிவான விளக்கத்தை முகம்மது கொடுக்க முடிந்த அதே வேளையில், 1936 புரட்சி மற்றும் ஆறு-மாத காலப் பொது வேலை நிறுத்தம் பற்றிப் பேசுகையில், ஒரு வெளியாள் என்ற நிலையை எடுத்ததாகத் தெரிகிறது.

> "புரட்சியின் போது மக்கள் ஒருவரை ஒருவர் கொல்கின்றனர். அதே சமயம், ஒருவர் இன்னொருவரின் நிலத்தில் நுழைந்தால், அவர்கள் அவரைச் சுட்டுக் கொன்றுவிடுவார்கள்... நாங்கள் (வேலை நிறுத்தத்தின் போது) வீட்டை விட்டு எப்போதும் சென்றதில்லை... பன்னிரண்டு ஆண்டுகளாகவும், அதற்கு மேலும் அவர்கள் அனைத்து மக்களையும் 'காஃப்பியே' (*kaffiiyeh*) அணியச் செய்தார்கள்...[10]"

பாலஸ்தீனியர்களுக்கும், சியோனிசவாதிகளுக்கும் நடந்த ஒவ்வொரு மோதல் சம்பவமும், அரேபியர்களுக்கும், யூதர்களுக்கும் இடையே மோதலை உருவாக்க, பிரிட்டிஷாரால் திட்டமிடப்பட்டது என்று முகம்மதுவால் புரிந்துகொள்ளப்பட்டது.[11] இந்தக் குற்றச்செயல் புரிபவர்களையும் கூட-பாலஸ்தீனப் போராளிகளையும், சியோனிசக் கும்பல்களையும்-மற்றொரு பக்கம் இருக்கக்கூடிய மக்களைக் கடத்துவதற்கும், கொல்வதற்கும் பிரிட்டிஷாரால் நிதி அளிக்கப்பட்ட நாடோடிகளாகவே அவர் பார்க்கிறார். கீழ்த்தரமான பொருளாதார தேசியவாதப் பார்வையில், மக்கள் ஒருவரோடு ஒருவர் உடனடியான, தெளிவான பொருளாதார இலாபம் கருதியே சண்டையிடுவார்கள்; சியோனிசப் பொதுவுடைமை வாதத்தில் (*Communism*) ஆர்வத்தை வெளிப்படுத்துகிற-அவர், அவருடைய யூதக் கம்யூனிஸ்டு நண்பர்களைப் பற்றிப் பேசுகிறார்-அதேவேளையில், அவருடைய தத்துவார்த்த மூலதனங்கள் வரையறைக்கு உட்பட்டும், பொருளாதாரம் சார்ந்ததாகவும் மட்டுமே இருக்கிறது.[12] கம்யூனிஸ்டு மன்றங்கள்

பற்றி (அவர், அவற்றை விபச்சார விடுதிகள் என்று வர்ணிக்கிறார்) சொல்லப்படுகிற பாலியல் தாராளவாதத்தால் கிளர்ச்சியுறுகிறார். ஆனால், குறிப்பாக பாலஸ்தீனிய கம்யூனிஸ்டுகள் மீதான ஒரு பிரிட்டிஷ் அடக்குமுறையைப் பற்றிய அச்சத்தோடும் இருக்கிறார்.

முகம்மதுவின், 1947 பிரிவினைத் திட்டம் பற்றிய விவரிப்பு, அந்தக் காலத்திய சியோனிசக் கம்யூனிசக் கொள்கையையும் எதிரொலிக்கிறது. தீர்மானத்தை நிராகரித்த அரேபிய நிலையை அவர் புரிந்துகொள்ள முடியவில்லை எனத் தெளிவாகக் குறிப்பிடுகிறார். அவருக்கு, நிராகரிப்பு, அரேபியரின் மனநிலையில் உள்ள பிரச்சினைகளைக் குறிப்பதாகப்படுகிறது.

அவருடைய காலனிய, நகர, பூர்ஷ்வா முறையிலான இருப்பில், முகம்மது ஒரு துண்டிக்கப்பட்ட நபர். பாலஸ்தீனம் பற்றிய அவரது நினைவுகள், ஈடுபாடோ அல்லது ஏக்கம் கொண்டவையோ அல்ல, அவருக்கு பாலஸ்தீனியப் பிரச்னையானது உரிமைப் பிரச்சினை என்பதற்கு மாறாக பழிவாங்கல் பிரச்சினை ஆகும். ஓர் அரேபிய-யூத அண்டை வீட்டுக்காரரின் துரோகத்தையும், நன்றி மறத்தலையும் ஒருமுறை அவர் எதிர்கொண்ட பிறகு, அண்டை வீட்டுக்காரரின் வீடு எரிக்கப்பட்டது. அந்த அரேபிய-யூதர் துப்பாக்கி முனையில், முகம்மதுவின் சகோதரியையும், அவரது குழந்தைகளையும் அவர்களது வீட்டிலிருந்து வெளியேற்றிப் பழிக்குப் பழி வாங்கினார். அவருடைய சியோனிசவாதிகளுடனான உறவுகள் ஒரு மரணப் போராட்டம் என்றுதான் அவரால் கருத முடிந்தது. இந்தக் கட்டத்தில், அமெரிக்க இராஜதந்திரி ஒருவரால் அளிக்கப்பட்ட, காலனிய அரசுக்கு உகந்த முறையில் (காலனியமயப்படுத்தப்பட்ட மக்களைக் காலனிய ஆட்சிக்கு இசைவாக மாற்றும் தந்திர வேலை-மொ.ர்) நாகரிகமயப்படுத்தும், மனிதாபிமான மிக்கவராக்கும் பணியை, முகம்மது நிராகரிக்க விருப்பம்கொண்டார். அந்த இராஜ தந்திரி, முகம்மதுவைப் பார்த்து, அவர் மற்றும் அவருடைய பட்டினி கிடக்கும் மற்றும் பிற்பட்டிருக்கும் மக்கள், உணவையும், மருந்துகளையும் மறுத்தால், சியோனிசவாதிகள் தங்களுக்குள் அவற்றைப் பிரித்துக்கொள்வார்கள் என்று சொன்னார். ஆனால், UNRWA இன் ஓர் ஊழியனாக லெபனானில் சர்வதேச உதவித் தொகுப்புகளை அவர் யாருக்குக்கொண்டு சென்றாரோ, அந்தக் கட்டாயப்படுத்தப்பட்ட வெளியேற்றத்தைத் தொடர்ந்து லெபனானில் அகதிகளாக வசித்து வரும் பாலஸ்தீனர்கள் மற்றும் முகம்மதுவின் நிலையில், பழி வாங்குதல் பற்றிய குறிப்புகள், எந்த ஒரு மாற்றத்தையும் பிரதிபலிக்கவில்லை.

சியோனிசவாதிகளுக்கும், பாலஸ்தீனியர்களுக்கும் இடையிலான நிலம் மீதான போராட்டத்தைக் காண அவர் விரும்பவில்லை. ஒவ்வொரு வன்முறைச் சம்பவத்திற்கும் பிரிட்டிஷார் காரணம் என்று முகம்மதுக்குத் தோன்றினாலும், அவருடைய தத்துவார்த்த குருட்டுத்தனம் ஒரு கட்டத்தில் -ஆயுதங்கள் கொண்டுபோன, அவருடைய பாதை சியோனிச தீவிரவாதிகளால் மறிக்கப் பட்டிருக்கிறது என்பதைத் தெரிந்தவுடன், வேறு வழியில்லாமல், தன் காரை தகர்த்த ஒரு ‘ஃபிடாயி’ (*fida'i*) பற்றிய கதையைச் சொல்லிய போது- நின்று போனது. பாலஸ்தீனக் காலனிமயப் படுத்தலை முகம்மது விளக்கிய போது கையாண்ட திட்டமிடப்பட்ட நடைமுறை சார்ந்த பகுத்தறிவுவாதத்தை, ஒரு சிறிது நேரத்திற்கு, இந்த வீரதீரச் சம்பவம் நிறுத்தி வைக்கிறது.

தொழிலால் வரையறுக்கப்பட்ட ஓர் உறவு

குடியேற்ற வாசிகளுடன் வசிப்பது கொஞ்சம் கொஞ்சமாக எவ்வளவு இயலாத ஒன்றாக ஆனது என்பதை ஹம்தா விவரிக்கிறார். நட்புணர்வுடன் கூடிய உறவுகள் பற்றிய வரலாறு இருந்த போதும், அச்சமும், அவநம்பிக்கையும் சமூகங்களுக்கு இடையே வந்துவிட்டது. அராப் அல்- ஸுபாய்த் பிரச்சினையாக இருந்தாலும் அல்லது ஹைஃபா பிரச்சினையாக இருந்தாலும்- அத்துடன் இரண்டு சமூக மக்களும் பிரிக்கப்பட்ட நோக்கில் காணப்பட்ட ஒற்றுமைக்கான சைகைகள் இருந்த போதும் கூட, இவை, அரசியல் ரீதியான தாக்கத்தை ஏற்படுத்தாத தனிப்பட்ட சம்பவங்களாகவே ஆக்கப்பட்டன.[13] சண்டைகள் துவங்கிய போது, ஒரு குழுவினர் நிலத்தை அவர்களுடையது என அறிவித்தபோது, இன்னொரு குழுவினருக்கு, ஒன்று சண்டை போடுவது அல்லது விலகிப் போவது என்பதைத் தவிர வேறு வழி இல்லாமல் போனது. பெரும்பாலும், பாலஸ்தீனியர்கள், இரண்டு வழிகளையும் மேற்கொண்டனர் ஆனால், வெளியேற்றப்படுவதில் தான் அது முடிந்தது. மேலும் பலருக்கு, இந்த வெளியேற்றம், ‘அராப் அல்-ஸுபைத்’திலிருந்து ‘மல்லாஹா’ விற்கு, ‘அல்மா’ விற்கு, ‘மரூன் அல்-ராஸு’க்கு, ‘அய்தாரன்’னுக்கு, ‘அய்ன் அல்-ஹில்வே’ முகாமுக்கு என அடுத்தடுத்து சென்ற ஹம்தாவின் பிரச்சினையைப் போல முடிவில்லாத நடைமுறையாக ஆகியது...

அவரது உள்ளூர் வெளியேற்றத்தின் போது, அருகிலிருந்த குடியிருப்பில் இருந்த குடியேறியவர்கள், பாலஸ்தீனியர்களின் உடைமைகளைக் காக்க விரும்பினார்கள். மேலும் அவற்றைத்

திருப்பித் தந்தனர் என்று ஹம்தா நமக்குச் சொல்கிறார். ஃபிஃபாட்டியுடன் அவரது உறவு பற்றியும், அவர்கள் எதைப் பிரித்துக்கொண்டனர் மற்றும் ஒன்றாக என்ன செய்தனர் என்பது பற்றியும் அவரால் விளக்கமாக விவரிக்க இப்போது இயலவில்லை. ஃபிஃபாட்டியைப் பற்றி அவர் விவரித்த நேர்காணலின் ஒரு சிறு பகுதி, மிகவும் முக்கியமாக நினைவில்கொள்ள வேண்டியது, ஃபிஃபாட்டி, இரண்டு இடங்களுக்கும் இடையே எளிதாகப் போக முடியும் என்பதைத் தெரிவிப்பது போல, அவர் குதிரை மேல், சைக்கிளில் அல்லது மோட்டார் சைக்கிளில் வந்தது பற்றியதுதான்.

யூதக் குடியேற்றவாசிகளுடன் வேலை செய்தவாறும், வாழ்ந்தவாறும் இருந்த முகம்மது அவர்களை அண்டை வீட்டுக்காரர்கள் மற்றும் சகோதரர்கள் என்றும் விவரிக்கிறார். அவர்களுடன் பாலஸ்தீனியர்கள், உணவையும், விருந்துகளையும் பங்கிட்டுக் கொண்டனர். மேலும் ஒவ்வொரு சமூகத்தின் விடுமுறைகளின் போது, அவர்கள் இங்கும் அங்குமாக வந்து போயினர். முகம்மதுவின் பெரும்பாலான யூதத் தொடர்பாளர்கள், அரேபிய யூதர்களாக இருந்தார்கள், அவர்கள் ‘மக்ரிப்’ அல்லது ‘சிரியா’விலிருந்து வந்தார்கள், மேலும் அவர்களிடம் பல விஷயங்கள் பொதுவாக இருந்தன. மாறாக சியோனிசத் திட்டப்பணி என்று வரும்போது, அவ்வாறு இல்லை. முகம்மது, யூத அண்டை வீட்டுக்காரர் ஒருவரைப் பற்றிக் கூறுகிறார், அவர் ஒரு இயந்திரப் பழுது பார்ப்பவர், அவருடன் உணவைப் பங்கிட்டுக்கொள்வார். ஆனால் பாலஸ்தீனத்துக்கான ஐ.நா. பிரிவினைத் திட்டத்தால் முன்மொழியப்பட்ட இரு நாடுகள் பற்றிப் பேசும்போது, அவர்களுடைய நட்பு என்பது முழுக்க முழுக்க காலனிய அடிப்படைகளில்தான் இருந்ததாகப் பார்க்கிறார். யூதர் சொன்னதாவது: ‘நாங்கள் மூளை, நீங்கள் கரம், மூளையும் கரமும் ஒன்றாக நன்கு வேலை செய்யும்’

அரேபிய, யூதச் சமூகங்களுக்கு இடையேயான எல்லைகளும் முகம்மதுவின் கதையில், அவருடைய சொந்தத் திருமணத்தையும் சேர்த்துக் கலப்புத் திருமணங்கள் பற்றிக் குறிப்பிடுகையில், வெளிவருகின்றன. வெவ்வேறுபட்ட சமூகங்கள் நண்பர்களாக, அண்டைவீட்டுக் காரர்களாக, சகோதரர்களைப் போலக் கூட இருக்க முடியும், ஆனால் திருமணம் என்று வரும்போது அவ்வாறு இருக்க முடியாது என்று முகம்மது கூறுகிறார். அவருடைய மனைவியின் பெற்றோர், முகம்மதுக்கு எதிராக பிரிட்டிஷ் காவல் துறையினரை ஏற்பாடு செய்ய முயன்றனர். அவரது மகள் மீது

திருட்டுக் குற்றம் சுமத்தினர் (கலப்புத் திருமணங்களின் போது, வெவ்வேறு பட்ட மதக் குழுக்களுக்கு இடையேயான இந்தப் பகைமை உணர்வு இல்லாமல், சில நேரங்களில் ஏதோ ஒன்று நடக்கும்). ஆயினும், இந்த உறவு அழித்தொழிப்பது என்று வரும்போது, கடந்த கால மற்ற அனைத்துத் தொடர்புகளும், உறவுகளும் இல்லாமல் ஆகிவிடும்.

ஹம்தா அவரது யூத நண்பரை வெறுக்கவோ, குற்றம் சொல்லவோ இல்லை; அவர் ஏமாந்ததாகவோ அல்லது துரோகம் இழைக்கப்பட்டதாகவோ கூட உணரவில்லை (அவருடைய உறவினர் மற்றும் அரேபிய அண்டை வீட்டுக்காரர்கள் குறித்து அவர் உணர்ந்ததைப் போல). இருப்பினும், உறவுகள் பொருளாதார அடிப்படைகளை உடையது. அவை தங்களுடைய தோற்றுவாய்களை தினசரி நடைமுறையில், பங்கிடுவது மற்றும் பொதுவானவற்றின் இயல்பான யதார்த்தத்தில் கண்டு கொள்கிறது. மேலும் 1947இல் துவங்கி தற்போது வரை தொடர்கின்ற உடைமைப் பறித்தல் மற்றும் வெளியேற்றத்தால் இந்த இயல்பான அடிப்படை கலைக்கப்படும் போது, இனி எப்போதும் இல்லாத ஒரு நட்புணர்வு பற்றிய கேள்விக்கு இடமே இல்லை என்று ஹம்தா அறிவிக்கிறார். இருப்பினும், ஹம்தாவின் தற்போதைய சூழலில், கடந்த கால நட்பே கேள்விக்கு உள்ளாகிறது. அவரையும் அவரது சகோதாரையும் அவரது யூத நண்பர் காப்பாற்றுவார் என்பதை அவர் நம்பவில்லை என்று அறிவிப்பதற்காக, ஹம்தா தற்காலச் சூழ்நிலையைப் பயன்படுத்துகிறார். ஏன் யூதப் பெண்மணி அவரது நண்பராக இருந்தார் என்பதை அவர் ஆழ்ந்து அறிய முடியாது என்றும் ஹம்தா சொல்கிறார்: 'அவள் என்னுடன் ஏன் நட்புடன் இருந்தாள் என்பது எனக்குத் தெரியாது, என்னைப் போல் கேவலமாக அவள் இல்லாதிருந்தால், அவள் என்னுடன் நட்போடு இல்லாமல் இருந்திருப்பாள்.' கடந்த காலத்தின் வேடத்தை அது பூண்டிருந்தபோதும், தற்காலம் பற்றி இப்போது சொல்லப்பட்ட ஒரு மதிப்பீடு இது.

ஹம்தா ஜூம்'ஆ

பாலஸ்தீனத்தில், 'அராப் அல் - ஜூபைத்' தில் பிறந்தவர்
'பஷ்ரா முக்ரபி' உடனான நேர்காணல்
க்வாஸ்மியா சந்திப்பு - 'சூர்'உக்கு வடக்கு - 2003

29'15"-30'18"

ஹம்தா ஜூம்'ஆ: *(யூதர்கள்) கால்நடைகளையும், வெள்ளாடுகளையும், பிற அனைத்தையும் பெற்றுக்கொள்ளத் துவங்கினர். மேலும் நாங்கள் சொந்தமாகவே வைத்திருந்தோம், 'அல்ஹம்துலில்லாஹ்' (எல்லாப் புகழும் இறைவனுக்கே-மொ.ர்). என் தந்தை 50 ஆடுகளை வைத்திருந்தார்... 100 செம்மறி ஆடுகள் மற்றும் 50 வெள்ளாடுகள். வறுமையால் நாங்கள் தாக்கப்பட்டோம். நான் குருடி ஆனேன் மேலும் இவரா அல்லது அவரா என எனது கையை முழுமையாக நீட்டிக் கேட்டவாறு இருந்தேன்.*

பஷ்ரா முக்ரபி: ஹஜ்ஜே, பாலஸ்தீனத்தில் வேறென்ன வேலை செய்தீர்கள்?

ஹம்தா ஜூம்'ஆ: *பாலஸ்தீனத்தில் கடாஸ் (Qadas) விமான நிலையத்தில் நான் வேலை செய்தேன்.*

எங்கு?

கடாஸ் விமான நிலையம்... (...)

விமான நிலையத்தில் உங்களை யார் வேலைக்கு வைத்துக் கொண்டனர்? எவ்வாறு ஒரு வேலையைக் கண்டுகொண்டீர்கள்?

பிரிட்டிஷார் வந்தனர், அவர்கள் சொன்னார்கள்: 'ஒரு விமான நிலையத்தை உருவாக்க நாங்கள் விரும்புகிறோம்.' எங்கே? எங்களுக்கும் கடாஸூக்கும் இடையே. இந்த இடத்திற்கும்... இடையே அதே தூரம்- கடவுள் முகம்மது நபியை ஆசீர்வதிக்கட்டும் - விமான நிலையம் எவ்வளவு தூரத்தில் இருந்தது... இந்த இடத்திற்கும், பாலத்தை, க்வாஸ்மியா பாலத்தை விட இன்னும் சற்று தூரத்திற்கும் இடையே உள்ள அதே தூரம்.[14] உங்களுக்கு அதை நான் விளக்க முடியும் ஏனெனில் அப்போதுதான் நீங்கள் அதை உணர முடியும். குழிகளைத் தோண்டுவதில் இருந்து அவர்கள் துவங்கினார்கள். அந்தக் குழி இங்கிருந்து துவங்கியது. மேலும் அது இந்த வழியைச் சுற்றி மறுபக்கம் வரை நீண்டது, மீண்டும் அதே வழியில் திரும்பியது, மேலும் இந்த வழியில் திரும்பிப்

போனது. இந்தக் குழிகள் 'ஹர்ராவி' இல் தோண்டப்பட்டன. அவை இன்னும் அங்கே இருக்கின்றன. யாராவது என்னை அங்கு கொண்டு சென்றால், அங்கு நான் போவேன். அந்த வழியையும் நான் சுட்டிக்காட்ட முடியும். அவற்றுள் 40 அல்லது 50 குழிகள் அங்கே இருந்தன, அவை வெற்றுக்குழிகளே. விமான நிலையம் மிக நீளமாக இருந்தது... 'அஸ்தக்ஃபிருல்லா' (கடவுளிடம் மன்னிப்புக் கோருவேன்-மொ.ர்). ஹர்ராவியில் இருந்து, அல்-நபி யுஷா வரை, விமானத்திற்குத் தரையிறங்கப் போதுமான தூரத்தைத் தருவதற்கு. யூதர்களுக்காக மிகவும் அதிகமாக நாங்கள் உழைத்தோம், கடவுளே, எந்த அளவுக்குப் போலியானவள் நான்! அரேபியர்கள் போலியானவர்கள். அஸ்தக்ஃபிருல்லா, இதைப் பதிவு செய்யுங்கள், இதன் பொருட்டு அரேபியர்கள், நான் அவர்களைக் கழுதைகள் எனச் சொல்வதைக் கேட்க முடியும். நாங்கள் 25 லைரா, ...25 லைரா சம்பாதித்தோம்.

ஒரு மாதத்திற்கா?

இல்லை! 25 கிர்ஷ் - எங்களின் தினக் கூலி.

31'20"-40'19'

என்னைப் பொறுத்த வரை, நான் எழுந்து நிற்கும்போது, பார்ப்பவர்கள் விலா நோகச் சிரித்து இரத்தம் வெளிவரும் அளவுக்கு நான் மிகவும் பெரியவளாக இருந்தேன். ஏனெனில் நான் அதிக எடை உடையவளாக இருந்தேன். ஓர் ஆங்கிலேயர், என்னை விரும்பத் துவங்கினார். 'யா ஜுக்கு' என்று அவர் சொன்னார். ஜுக்கு(*chuku*) என்றால் சிறிய பெண் என்று பொருள். நான் 15 வயதுப் பெண்ணாக இருந்தேன், சற்று அதிக வயதினளாக இருக்கலாம். அவர் சொல்வார், 'நீ இங்கே உட்கார்'. நான் வருவதற்கு முன்பாக, அங்கு வேலை பார்க்கும் பெண்களுள் ஒருவரை அவர் உடன் அழைத்து வந்து, அவளிடம் சொல்வார், 'நீ போய் அவளுடன் உட்கார்.' அவர் என்னை அந்தப் பெண்ணுடன் உள்ளே அழைத்து வருவார். பிறகு, அடுத்த பெண்ணை, முதல் பெண் போவதற்கு முன்பே கூட, உட்காருவதற்கு அழைத்து வந்து எனது பக்கத்தில் காத்திருக்கச் சொல்வார். முதல் பெண் போவதற்கு முன்பு இரண்டாவது பெண்ணை அழைத்து வருவார். அவரை ஏன் என்று கேட்பேன், அவர் சொல்வார், 'சிறியவளே... யா ஸுஸு' (*you sweety*-மொ.ர்) - ஆசையாக என்னைச் செல்லப் பெயரால் அழைப்பார்.

‘அதனால்தான் அவளை, அவர் ‘ஜிக்- ஜிக்’ (*zik-zik* - கிண்டல்) செய்கிறார் என்று அவர்கள் சொல்லவில்லை.’ உங்களுக்குத் தெரியுமா, அவை ஒழுக்கமற்ற செயல்கள். ‘நீ நன்றாக இருக்கிறாய், நீ அழகாக இருக்கிறாய், நீ நன்றாக, (ஒரு முத்தத்தை ஊதிப் பறக்கவிடுகிறார்) நன்றாக இருக்கிறாய்.’ (....) ஒவ்வொரு நாளும், 10 அல்லது 25 கிர்ஸ் சம்பாதிப்பேன், எனக்கு நினைவில் இல்லை. அங்கு நான் ஒரு சந்திர ஆண்டு (354 நாள்கள்) வேலை பார்த்தேன். பிளிடா (*Blida*- பெண்கள்), எங்களோடு வேலை பார்க்கத் துவங்கினர்- லெபனானில் உள்ள பெண்கள். கடாஸில் இருந்து இளம் பெண்கள் வேலைக்கு வந்தனர். அவர்கள் அனைவரும் ‘மட்டவ்லியாத்கள்’ (ஷியா சமூகங்களைக் குறிக்கும் இழிவான பன்மைப் பெயர்- சொல்லகராதியில் பார்க்க- மொ.ர்). ‘அல்-நபி யுஷா’[15] வைப் பார்க்க வந்தனர். கடவுள் அவரை ஆசீர்வதிப்பார். தீர்க்கதரிசி யுஷா பூமியில், எந்த ஒரு தர்ஹாவும், அவருடையதை விட உயரமாக இருக்க என்றுமே அனுமதித்ததில்லை. ஏனெனில் அவர் அந்த அளவுக்கு உயர்த்தப்பட்டவர். அவர் தீர்க்கதரிசிகளின் வரிசையில் ஒருவர். யூதர்கள் அவரை விரும்புகிறார்கள், மேலும் நாங்களும் கூட தீர்க்கதரிசி யுஷாவை விரும்புகிறோம். ‘ஜியாரத் அல்- நஸ்ஃப்’ புனிதப் பயணத்திற்காக அவரைத் தரிசிக்க வந்தனர்.[16] அவர்கள் பெய்ரூட்டில் இருந்து அல்-நபி யுஷாவின் தர்ஹாவைத் தரிசிக்க வந்தனர்- பெய்ரூட்டில் இருந்து வழி நெடுகிலும் பாலஸ்தீனத்திற்குச் சஃபாத்தில் இருந்து அல்-நபி யுஷாவிற்கு. அந்தப் பயணம் 15 நாள்களுக்கு நீடித்தது; அது ‘ஜியாரத் அல்-நஸ்ஃப்’ என அழைக்கப்பட்டது. நாங்கள் என்ன அணிந்தோம்? ‘பலாஷின்’ என்று நாங்கள் அழைக்கும், நீண்ட உடைகளை அவர்கள் என்றுமே பெற முடியாது. நாங்கள் ‘பலாஷினையும்’, தலைக்கான உடைகளையும், ‘ஜுக்’கால் (*jukh*) செய்யப்பட்ட (‘*faramil*’) ஃபாரமில்லை (கால்களைக் காட்டுகிறார்), எங்கள் தலைகள் மீதும் அணிந்தோம்.[17] ‘மட்டவ்லே’ (மட்டவ்லியாத்களின் ஒருமைப் பெயர்- மொ.ர்), ‘தப்கே’ நடனம் ஆடும் போது, ‘பெடோயின்’ (*Bedouin*) பெண்களுடன் காதலில் வீழ்வார்கள். அவர்கள் சொல்வார்கள்: ‘ஜுக் பாதையிலிருந்து தள்ளி நில்லுங்கள்! தள்ளி நில்லுங்கள்!’ ஆகா, ‘தப்கே’ எப்படி அதிர்வை எழுப்பியது! மேலும் ‘மஜாவிஸ்’ (இரட்டைக் குழல் கொண்ட மர இசைக் கருவி-மொ.ர்) இசைக்கப்பட்டது! இன்னும் அந்தப் பாடல்கள்! உங்களுக்கு நான் என்ன சொல்ல முடியும், அது ஒரு திருமண நிகழ்ச்சியை விடவும் சிறப்பாக இருந்தது!

இது எங்கே இருக்கிறது?

பாலஸ்தீனத்தில், அல்-நபி யுஷாவில்... எங்கே... அல்-நபி யுஷாவுக்கு மேலே... அல்லது கீழே, அது அந்த அளவு தூரத்தில் இல்லை. இங்கிருந்து கடலுக்கும் அதே தூரத்தில், இன்னும் நெருக்கமாக. அதுதான் எங்களுக்கும், அல்-நபி யுஷாவுக்கும் இடையேயான தூரம்.

ஹஜ்ஜே, விமான நிலையத்தில் வேலை செய்தபோது, வேலை பார்க்கும் இடத்தில் உறங்குவீர்களா அல்லது...

இல்லை, நாங்கள் வந்து போவோம், எங்கள் வீடுகள் அருகில் இருந்தன, இங்கிருந்து க்வாஸ்மியா பாலத்திற்கு இடையே உள்ள அதே தூரத்தில். விமான நிலையம் இங்கிருக்கிறது என வைத்துக் கொள்ளுங்கள், நாங்கள் பாலத்தைப் போல் அவ்வளவு நெருக்கத்தில் இருந்தோம். நாங்கள் வந்து போவோம். நாங்கள் 'அல்-கு அல்-அஸ்வத்' சாலைக்குப் போவோம், அவர்கள் அதை அமைத்தார்கள், ஏனெனில் அல்-குரி பேருந்து அங்குதான் எரிக்கப்பட்டது.[18] அந்தச் சாலையின் மீது நாங்கள் ஏறும்போது, இளம் பெண்களில் மிகப் பெரியவளாக இருப்பவள், நீங்கள் சற்றே ஓர் ஏணியில் மேலே ஏறுவதைப் போல, அவளது கைகளைப் பயன்படுத்துவாள். அங்குதான் சண்டை நடந்தது. அந்த நேரத்தில், பேருந்து எரிக்கப்பட்ட அந்த நாளில், நாங்கள் பாலஸ்தீனத்தை விட்டு அகன்றோம். ஒரு யூதச் சகோதரி, என்னிடம் வந்தாள-ஃபிஃபாட்டி. அவள் சொன்னாள், 'ஏ ஹம்தா, உன் சகோதரனை அழைத்து வா. அரேபியர்கள் வென்றால், உனது இடத்தில் நான் வந்து தங்குகிறேன், நீ என்னைக் காப்பாற்று.' 'முடியாது', என்று நான் அவளிடம் சொன்னேன். அவள் சொன்னாள், 'உனது சகோதரனை அழைத்து வா, யூதர்கள் வென்றால் உங்களை நான் காப்பாற்றுவேன்.' நான் அவளிடம் சொன்னேன், 'முடியாது, நான் எனது மக்களைப் பின்தொடர்ந்து போகிறேன்.' ஒன்று அவளுடன் போவதற்கோ இல்லை அவள் என்னுடன் வருவதற்கோ, நான் சம்மதிக்கவில்லை. அதே ஆண்டில்தான் நாங்கள் வெளியேறினோம். 'வல்லா' அவள் முன்கூட்டியே சொன்னாள்: யூதர்கள் முன்னரே அல்-கு அல்-அஸ்வத் சாலையில் இருந்தார்கள், அது எங்களுக்குச் சரியாக மிக அருகில் இருந்தது. சஃபாத்திலிருந்து வந்த ஒரு நபர் கொல்லப்பட்டான், எனது உறவினரின் கணவரும் கூட, மேலும் 'கிரட் அல்-பக்காரா'வில் இருந்து வந்த இன்னொருவரும் கொல்லப்பட்டார், அல்லது அது

'கிரட் அல்- கன்னமா'வா?[19] அல்-மக்காவில் இருந்து வந்த அந்த குர்திஷ் ஆள், இந்தச் சுவர் வழியாக அவனுக்குப் பின்னால், எந்த அடையாளத்தையும் விட்டுச் செல்லாமல், குறுக்கே கடந்து போய்விட முடியும். ஏனெனில், ஒரு சிங்கத்தைப் போல வலிமை பெற்றவனாக அவன் இருந்தான். அல்-குரி பேருந்தில் 35 பயணிகள் இருந்தனர். அல்-குரி இன்னும் சஃபாத்தில் இருந்தது. அது சஃபாத்தில் இருந்து வரும் ஒரு பேருந்து, சஃபாத்தில் இருந்து வருகின்றவர்களுக்கு அது பற்றித் தெரியும். ஒரு சோப்புப் பையில் எல்லாவற்றையும் நிறைத்திருந்தார்கள். 30 பயணிகளின் அனைத்துப் பொருள்களையும் ஒரு சோப்புப் பையில் அடைத்தனர். என் உறவினர், என் தந்தையின் தந்தை வழி சித்தப்பா, அவரது கழுத்தில் ஒரு துப்பாக்கிக் குண்டை வாங்கினார். அது மற்றொரு பக்கம் வழியாக வெளியே வந்தது (அவரது கழுத்தைக் காட்டுகிறார்). அவர் கீழே விழுந்து அங்கேயே கிடந்தார், அவரைக் கொண்டு வர நாங்கள் சென்றோம். அதுவரை அவரது இரத்தம் அங்கே ஊற்றிக்கொண்டிருந்தது... லா இலஹா இல்லல்லா, முகம்மது ரசூலுல்லா. அஸ்தக்ஃபிருல்லா அல்-அஸிம். ஒவ்வொரு அடக்குமுறையாளனையும் கடவுள் கண்டிக்கட்டும்... கடவுள் ஒவ்வொரு அடக்குமுறையாளனையும் கண்டிக்கட்டும். சத்தியமாக நான் சொல்லுகிறேன், நாங்கள் அவரைப் புதைக்கச் சென்றோம், யூதர்கள் எங்களைச் சூழ்ந்துகொண்டனர்...

அவர்கள் சொல்லிக்கொண்டே இருந்தார்கள், 'ஜுபாய்த், நீங்கள் அனைவரும் போய்விட வேண்டும், ஜுபாய்த், நீங்கள் அனைவரும் போய்விட வேண்டும்.'

யார்?

ஃபிடா இயின் கொரில்லாக்கள்... ஒரு கவிஞரான எனது சகோதரியின் கணவர் இறந்த நேரத்தில் வந்த புரட்சிக்காரர்கள்.

ஹஜ்ஜே, நீங்கள் விமான நிலையத்தில் வேலை பார்த்த போது, அது 1936 ஐ சுற்றியா அல்லது பிறகா?

என் அன்பானவரே, நான் உங்களிடம் ஒரு ஆட்டுக் கடாவைப் பற்றிச் சொல்லுகிறேன், நீங்கள் எனக்குச் சொல்கிறீர்கள், 'நாம் அதனிடம் பால் கறப்போம்!' என்று. மேலும் வியாழக்கிழமைக்கும், வெள்ளிக் கிழமைக்கும் வித்தியாசம் தெரியாமல் குழம்பி இருப்பவள் நான்![20]

ஹஜ்ஜே, பிரிட்டிஷார் காலம் என்று நான் சொன்னேன்.

ஆமாம், ஆமாம். பிரிட்டிஷாருடன் இருந்த போதுதான்.

சரி, அந்த நேரத்தில், புரட்சிக்காரர்கள் அங்கிருந்ததாக எனக்கு நீங்கள் சொன்னீர்கள்...

ஆம். அங்கு புரட்சிக்காரர்கள் இருந்தார்கள். அந்த நாள்தான், பாதாம் கொட்டை அறுவடை அழிக்கப்பட்ட நாள். மேலும் ஆர்மீனியத் தொழிலாளர்கள் கொல்லப்பட்ட நாள். ஆகவே நாங்கள் விட்டகன்றோம். பிரிட்டிஷார் நுழைந்தார்கள் மேலும் எங்களை இழிவாக நடத்தவும், எங்கள் கோதுமையை பார்லியுடன் கலக்கவும், அரிசியுடன் கலக்கவும் எல்லாவற்றையும் ஒன்றாகக் கலக்கவும் துவங்கினார்கள்.

இதை அரேபியராகிய உங்களுக்கு அவர்கள் செய்தார்களா?

ஆம். அரேபியராகிய எங்களுக்குச் செய்தார்கள். மேலும் யார் கடை வைத்திருந்தாலும், அதை இடித்துத் தரைமட்டமாக்கினார்கள், அனைத்து இனிப்புகளையும் தூர எறிந்தார்கள். நம்மிடையே இப்போது புழங்கும் இனிப்பு வகைகள் போல் இல்லாமல், பாகினால் பூசிப் பதப்படுத்தப்பட்ட பாதாம் பருப்புகளும், 'காக் பேன்' என்ற பாரம்பரிய இனிப்புகளும் அங்கே இருந்தன. 'காக் பேன்' உடைய ஒவ்வொரு சரமும் இவ்வளவு பெரிதாக இருக்கும், பதப்படுத்தப்பட்ட பாதாம் பருப்பில் உள்ளே ஒரு துளை இருக்கும், அவர்கள் அதை, 'டிஸ் அல்- ஹபூபா' என்று அழைப்பது வழக்கம், அவ்வாறு சொல்லுவதற்கு யாரும் வெட்கப்படுவதில்லை. அவை எல்லாம் எங்களது இனிப்புகள். பேரீச்சை, அத்தி, பாகினால் பதப்படுத்தப்பட்ட பாதாம் பருப்புகள்.

பிரிட்டிஷார் இதை ஏன் செய்தார்கள்? உங்கள் பகுதியில் வேறு யாரேனும் புரட்சியாளர்கள் இருந்தார்களா?

எங்கள் மத்தியிலா? அது அல்-அஸ்பா காலத்தின் போது.[21] எனது சகோதரியின் கணவர் கொல்லப்பட்ட ஆண்டில் அவர்கள் வந்தார்கள். 'மஜித் அல்-க்ரம்' பற்றி உங்களுக்குத் தெரியுமா? அவர்கள் தாங்களாகவே அங்கே உருவாக்கிக்கொண்டார்கள். எனக்கு என்ன தெரியும்? அரிதாகக் கொஞ்சம் தெரியும், நான் ஒன்றும் அறியாதவள், 'அய்ஃபா ஹலி.' அவர்கள் ஏன் தாக்கினார்கள் என்பது பற்றி எனக்கு எந்தக் கருத்தும் கிடையாது, யார் ஒரு 'ஃபிடாய்' (விடுதலைப் போராட்ட வீரர்) அல்லது யார் துரோகி என்பது எதுவும் தெரியாது, என் அன்பானவரே.

உங்கள் மக்களில் யாரையாவது பிரிட்டிஷார் சிறை வைத்தார்களா அல்லது தடுப்புக் காவலில் வைத்தார்களா?

இந்தப் புரட்சிக்கு முன், என் தந்தை சிறையில் இடப்பட்டார், எனது சித்தப்பாவும் கூட. மேலும் சஃபாத்தில் இருந்த எங்கள் மக்களில் சிலரும் சிறையில் அடைக்கப்பட்டனர். அவர்கள் ஒரு யூதரை- யூதராக இல்லாமலும் இருக்கலாம்-'அபு ஜுவேட்டினா' வில் இறந்து கிடந்ததைக் கண்டனர். அபு ஜுவேட்டினா, இந்த இடத்திற்கும், இந்தப் பாலத்திற்கும் இடையே உள்ளது போல் அதே அளவுக்கு நெருக்கமாக இருந்தது.[22] அவர்களை அவர்கள் சிறையில் இட்டனர். எனது தந்தையை... இந்த நபர், சடையால் தொங்கவிடுவது வழக்கம். என் தந்தை மற்றும் என் சித்தப்பாவின் தலைகளின் மேல் இருக்கும் ஒவ்வொரு சடையும் இந்த அளவுக்குப் பெரிதாக இருக்கும். அவர்கள் சடைகளை ஒன்றாக முடிந்து அவர்களைத் தலைகளில் இருந்து தொங்கவிட்டார்கள் மேலும் எனது தந்தையின் தலையின் மேற்பகுதி பிய்ந்து விட்டது, அத்துடன் இந்த இடத்தில் (அவர் தனது தலையின் மேல் பகுதியைக் காட்டுகிறார்) வழுக்கையாகிப் போனார். அவர் தலையின் மேல் தோல் உரிக்கப்பட்டது; அவர் தலையின் மேல் இருந்த தோலை இழந்தார். நான் அப்போது மிகவும் இளமையாக இருந்தேன். இந்தச் சிறைக் கதையை, நான் நினைவு கூர இயலாத அளவுக்கு மிகவும் இளமையாக இருந்தேன். ஆனால் இது உண்மையான கதை- அவருடைய தலைக்கு என்ன நேர்ந்தது என அவரைக் கேட்பேன், என்னிடம் அவர் சொல்லுவார், 'இன்னாருடன் நான் சிறையில் இருந்தேன்.' அந்த இன்னார் யாரென்று எனக்குத் தெரியாது... இந்தக் கதையை நான் அறியவில்லை. நான் பிறந்துவிட்டேன் ஆனால் இன்னும் நான் ஒரு சின்னஞ்சிறுமி. இதற்கும், அதற்கும் இடையே உள்ள வேறுபாடு எனக்குத் தெரியாது.

சஃபாத் பேருந்து பற்றி? அதை யார் தாக்கினார்கள், ஏன்? அவர்கள் பிரிட்டிஷாரா அல்லது யூதர்களா?

யூதர்கள்! உங்களிடம் நான் சொல்லிக்கொண்டிருந்த, அனைத்து மக்களையும் கொன்ற ஆள் ஒரு பெண்.

பெண்ணா?

ஆம். ஒரு பெண். அவளைப் புதைத்த இடத்திற்கு என் சகோதரி என்னைப் பார்ப்பதற்கு அழைத்துச் சென்றாள், கடவுள் உங்கள் தாயை ஆசிர்வதிக்கட்டும், அவளையும் ஆசீர்வதிக்கட்டும். நான்

அங்கு சென்றேன். மேலும் மாவீரனான அவளது மகனுடன் சேர்ந்து அழுதேன். பாலஸ்தீனத்தில் அவள் ஒரு பெண்ணையும், ஒரு பையனையும் மட்டுமே பெற்றெடுத்தாள். அவர்கள் அவனிடம் சொன்னார்கள், 'மஹ்மூத், நீ போய் சண்டையிடுகிறாயா?' அவன் சொன்னான், 'யார் என்னுடன் சண்டையிட வேண்டும் என நீங்கள் விரும்புகிறீர்கள்? ஒன்று அது என் தந்தை வழி சித்தப்பாவாக இருக்கும் இல்லையெனில், தாய் வழி மாமனாக இருக்கும்.' பாலஸ்தீனத்தில், மிகவும் வலிமை வாய்ந்த யூதர் கூட, அவனிடம் பேசத் துணியவில்லை. அவர்களிடம் அவன் சொன்னான், 'நான் எங்கும் போகப் போவதில்லை. எனது சகோதரனுடனோ அல்லது எனது சித்தப்பாவுடனோ சண்டைக்குப் போக நான் விரும்பவில்லை.' அவன் ஒரே பையன்தான், அவனுக்கு ஒரே சகோதரி மட்டும் இருந்தாள். மேலும் அவன் எனக்கு உதவி செய்வான் ஏனெனில் அவன் மிகவும் இனிமையானவன். பல இடங்களுக்கு என்னை அழைத்துச் செல்வான். ஒரு மாரடைப்பால் அவன் இறந்து போனான், அதிர்ஷ்டமற்ற பையன். பளுக்களைத் தூக்குவது அவனுக்கு வழக்கம்; அவன் வேலைக்குப் போகவில்லை. மின்சாரம் சம்பந்தப்பட்ட பழுதுகளை நீக்குவதுடன், பளுக்களைத் தூக்குவதை வழக்கமாகக் கொண்டிருந்தான்.

41'20"-45'05"

ஹஜ்ஜே, அவர்கள் பேருந்தைத் தாக்கிய பின், உங்கள் கிராமம் அச்சம் அடைந்ததா?

புரட்சியாளர்களாகிய அவர்கள் வந்து சொன்னார்கள்: 'இந்த இடத்தை விட்டு நீங்கள் போக வேண்டிய தேவை இருக்கிறது.'

ஹஜ்ஜே, அவர்கள் புரட்சியாளர்களா அல்லது 'ஜெய்ஷ் அல்-இன்குவாத்' ஆ?

இல்லை, ஜெய்ஷ் அல்-இன்குவாத் வந்து எங்களை வேறிடத்திற்கு மாற்றினர்.

எப்படி?

எடுத்துக்காட்டாக: "இன்று இன்னார், 'அல்- ஜுபாயத்'தை விட்டு போக வேண்டிய தேவை இருக்கிறது." அந்தக் கிராமம் அல்-ஜுபாயத் என அழைக்கப்பட்டது. எங்கள் கிராமத்தில் எஞ்சியிருந்த கடைசி ஆளாக நான் இருந்தேன். அபு தா'அஸ் குடும்பத்தில் இருந்து வந்தவர்கள் 'அல்மா'வில் என் நண்பர்களாக

இருந்தனர். அவர்கள் எனக்கு ஐந்து கால்நடைகளைத் தந்தனர். நான் நிறைய வீட்டு உபயோகப் பொருள்களையும், செப்புப் பாத்திரங்களையும் வைத்திருந்தேன். அதை நாங்கள் கண்ணாடி என்று அழைப்போம், ஆனால் ஒருவரும் கண்ணாடியை வைத்திருக்கவில்லை, ஒருவரும் கண்ணாடி பற்றி அறிந்ததும் இல்லை. நாங்கள் குடிப்பதற்குப் பயன்படுத்தும் கோப்பை செம்பினால் ஆனது. அவன் கால்நடைகளைக் கொண்டு வந்து என்னை வழி அனுப்பினான். இறுதியில் என்னுடன் சவாரி செய்ய வருவது யார்? ஜெய்ஸ் அல்- இன்குவாத். அவர்கள் எல்லாம் நாசமாகப் போகட்டும், இதை அவர்கள் கேட்கட்டும். 'அல்-ஹக்குரா' என (செப்பனிடப்படாத பாதை) அவர்கள் அழைத்த சாலையில் நாங்கள் பயணித்தோம். ஒரு மலை! முழுக்க முழுக்க மரங்கள், பசுமையான புதர்கள் (*suwayd*) மற்றும் ஒளிமிகுந்த மஞ்சள் மலர்களையுடைய முட்புதர்கள்(*quandil*), மேலும் உலகில் உள்ள அனைத்துத் தாவரங்களும் இந்த மலையில் இருந்தன. இந்த ஆள் மெத்தையைச் சுமந்து வந்தார், அந்த ஆள் உறைகளைத் தூக்கி வந்தார், மேலும் இவர் பானைகளையும், அவர் 'மன்சாஃப்' (*mansaf*- பெடோயின் அரிசித் தட்டு) உடன் 'டிஸ்த்'தையும் (*dist*- சமையலுக்கான பெரிய பானை) தூக்கி வந்தார். ஒரு மரத்தில் மெத்தை சிக்கிக்கொள்ளும் வரை. 'ஜெய்ஷ அல்-இன்குவாத்' தைச் சேர்ந்த ஒருவன் எனக்கு உதவ வந்தான். என் முகம் மிகவும் சிவந்தது! எனது சிறிய சகோதரன், இங்கே இப்போது இருக்கும் பையனின் தந்தை, எனக்குப் பின்னால் நடந்து வந்து கொண்டிருந்தான். ஜெய்ஸ் அல்-இன்குவாத்தைச் சேர்ந்தவன், உதடுகளைக் குவித்து முத்தம் தருவதாக (*air kiss*) ஜாடை காட்டினான். நான் அவனிடம் சொன்னேன், 'ஏய்!'- அவன் சட்டையை நான் கிழித்தேன் - 'முட்டாள்களே! நீங்கள் எங்கிருந்து வருகிறீர்கள்? எங்களுக்கு இடையூறு செய்ய வந்தீர்களா இல்லை உதவி செய்ய வந்தீர்களா? சத்தியமாக உன்னைப் பற்றி உன் மேலதிகாரியிடம் நான் புகார் சொல்வேன்!' அவர்கள் அரபியில் பேசினார்கள், 'உங்கள் காலைத் தொட்டு வணங்குகிறோம்.' 'தயவு செய்து உங்கள் காலைத் தொட்டு வணங்குகிறோம், நீங்கள் என் சகோதரி.' நான் சொன்னேன், 'உன் தந்தை, உனது சகோதரியின் தந்தை மற்றும் இந்தச் சண்டை எல்லாம் நாசமாகட்டும்! உங்களுடன் வருவதற்குப் பதில் நான் ஃபிஃபாட்டியுடன் தங்கி விட விரும்பினேன்.' யூதர்கள் என்னை வெளியே விரட்டுவதற்கு முன், நான் எனது தாய்வழி மாமன்களை 'தைஷூம்'க்குப் போகும் சாலையில் சந்தித்தேன். யூதர்கள்

அவர்களிடம் சொல்லிக் கொண்டிருந்தனர்: 'திரும்புங்கள்!' எனது தாய்வழி மாமன்கள் சொன்னார்கள்: 'நாங்கள் திரும்பமாட்டோம்.' அவர்களைத் திரும்பச் சொல்வது அவர்களை அவர்களே சுட்டுக் கொல்வதற்கே என்பதாக அவர்கள் பொருள் கொண்டனர். அவர்களை அவர்களே சுட்டுக் கொல்லாமல் இருக்க, பின்னோக்கி (முதுகைக் காட்டாமல்-மொ.ர்) அவர்கள் நடக்கத் தொடங்கினர்... யூதர்கள் இன்னும் முரட்டுத்தனமாக நடக்கத் தொடங்கினர். அவர்கள் யூதர்கள். நான் பிரிட்டிஷாரைக் குறிக்கவில்லை. அவர்கள் போய் எங்கள் அண்டை கிராமத்தில் இருந்து வந்த மக்களைக் கொன்றனர், அவர்கள் 'அல்மனிய்யா' கிராமத்தில் இருந்து வந்த ஒரு பெண்கள் குழுவினர். அவர்கள், காளான்களுக்கு அவர்களை உரமாகப்போட்டனர். ஆணிகளைப் போல் இருந்த காளான்கள்; அவை பெட்டிகளில் வருவது வழக்கம். அவற்றின் பெட்டிகளில் இந்தக் காளான்களை நீங்கள் பார்த்திருக்கக் கூடும், பார்க்காமலும் இருந்திருக்கக் கூடும். அவர்களை அவர்கள் சுட்டார்கள், அவர்கள் இறந்தனர். அவர்கள் போவதை நிறுத்திக்கொண்டனர். நான் அல்மாவுக்குத் திரும்பினேன், அதன் மக்கள் அங்கே இருந்தனர்; அவர்கள் நாடு கடத்தலுக்கு உட்பட்டுப் போகவில்லை. சஃபாத்தைப் போல அதே நேரத்தில், அல்மாவின் மக்களும் நாடு கடத்தப்பட்டனர். அல்மாவில் நான் ஓராண்டு இருந்தேன். அப்போதிலிருந்து என் நண்பர்கள்- அல்மாவிலிருந்த மக்கள் எங்கே விட்டகன்றாலும், அவர்களுடன் எனது சிறிய சகோதரனையும், என்னையும் கூடவே அழைத்துச் சென்றனர். நாங்கள் 'மரூன் அல்- ராஸ்'ஸுக்குச் சென்றோம், 'மரூன் அல்- ராஸ்'இலிருந்து மீண்டும் அல்மாவுக்கு அவர்கள் திரும்பவும் என்னைக் கொண்டு வந்தனர். அல்மாவில் இருந்து என்னை 'ஆத்ரவுன்'இல் கொண்டு வைத்தனர்.[23] -அவர்களுடைய 'ஆத்ரவுன்' பற்றிய சிலேடையை (*'athra*) நீங்கள் கேட்டிருக்க மாட்டீர்கள்.[24] நாங்கள் ஆத்ரவுனில் தங்கினோம், பேருந்துகள் வரத் துவங்கின, அவர்கள் சொன்னார்கள்: 'நாம் போகலாம் (*Yalla*), உன்னை லெபனானுக்கு அனுப்ப நாங்கள் விரும்புகிறோம்.' பாலஸ்தீனத்தில், எட்டு நாள்களுக்கு ஆத்ரவுனில் தங்கி இருந்தேன், பிறகு நான் நேராக 'அயின் அல்- ஹில்வே'வுக்குச் சென்றேன். நான் எங்கே தங்கினேன்? நான் வட்டச் சுற்று சந்திப்புக்கு (ரவுண்டானா) அருகில் இருக்கும் பழைய அகதிகள் முகாமில் தங்கினேன். அங்குதான் நான் வாழ்ந்தேன்.

முகம்மது ஜமீல் அராபி

1923இல் பாலஸ்தீனம், ஹைஃபாவில் பிறந்தவர்.
மஹ்மூத் ஷெய்டன் உடனான நேர்காணல்
மஜ்புத், இக்லிம் அல் - கரூப், 2003

27'28"–41'40"

மஹ்மூத் ஷெய்டன்: இந்தக் கதைகளை எவ்வாறு கண்டுபிடித்தீர்கள்?

முகம்மது ஜமீல் அராபி: எனக்கு அவற்றை யார் சொன்னார்கள்? நான் அவற்றுடன் வாழ்ந்தேன்! லெபனானில் அவை நடந்தன.

இல்லை, நாம் பாலஸ்தீனத்தைப் பற்றிப் பேசுவோம்.

உங்களுக்கு இந்த அரசியலைச் சொல்லிக்கொள்கிறேன்... அவர்கள் தேர்ந்தெடுத்த அரசியல் இவை. அவர்கள் ஒருவரை ஒருவர் விரும்பாமல் போகுமாறு செய்வதற்கு, வேறு எவ்வாறு அவர்களுக்கு இடையே மோதலை அவர்கள் உண்டு பண்ண முடியும்? இந்த நபர்கள் அவர்களுடைய சொந்த அமைப்புகளை வைத்திருக்கிறார்கள். மேலும் வேறு நபர்களும் கூட அவர்களின் சொந்த அமைப்புகளை வைத்திருக்கிறார்கள். ஒரு நேரத்தில், முக்கியமான பிரிட்டிஷ் காவல் நிலையத்தின் மேல் ஒரு கட்டடத்தை யூதர்கள் கட்டினார்கள். அதைச் சுற்றி மூன்று-மீட்டர் உயரச் சுவர் எழுப்பப்பட்ட சோதனைச் சாவடியை அமைத்தனர் - மூன்றரை மீட்டர்கள்! ஒரு ட்ரக் மீது ஒரு சாரத்தை அமைத்தனர். ஒரு பீப்பாயைக் கொண்டுவந்து அதை வெடி மருந்துகளால் நிரப்பினர். அவர்களை நோக்கி ட்ரக் வந்தது. அது வந்து சேர்ந்ததும், அதைக் காவல் நிலையத்திற்கு அருகில் ஓரமாக நிறுத்தினர். அது வெடித்துச் சிதறியது. யூதர்கள்! இது போன்ற செயல்களை எல்லாம் செய்வதற்கு ஒரு யூதர் அதிகாரமளிக்கப்பட்டார். ஒருவர் என்ன செய்ய முடியும்? ஓர் அரேபிய மனிதர் ஒரு கம்யூனிஸ்ட்டாக ஆனால், அவர்கள் அவரை அடித்துக் கொன்றுவிடுவார்கள். யூதரை அல்ல. அது ஒரு கம்யூனிச முறை, 'ஹிஸ்டட்ரூட்' (Histadrut-சியோனிசத் தொழிலாளர் சம்மேளனம்) என்பது ஒரு கம்யூனிச முறை. 'ஹிஸ்டட்ரூட்' டுக்கு நீங்கள் ஒரு மாதாந்திரக் கட்டணம் செலுத்த வேண்டும். மேலும் நீங்கள் என்ன வகையான வேலை செய்ய பார்த்துக் கொண்டிருக்கிறீர்கள் என்று சொல்ல வேண்டும். அவர்கள் உங்கள்

வேலையை தீர்மானிப்பார்கள், நீங்கள் வேலை செய்யும் இடத்தில் உங்களுக்கான ஊதியத்தை வழங்கச் செய்வார்கள்.

பாலஸ்தீனியரை, அவர் ஒரு கம்யூனிஸ்டு என்று கண்டறியப்பட்டால், யார் கொன்றார்கள்?

பிரிட்டிஷார்! அரசாங்கம்! அது தடுக்கப்பட்டது!

ஹைஃபாவில் வேறு எவருக்கேனும் எப்போதாவது அது நேர்ந்திருக்கிறதா?

எனக்கு அது நேர்ந்திருக்கிறது. நான் யூத இராணுவத்தில் வேலை செய்த போது, என்னுடன் வேலை செய்த ஒரு நண்பர் எனக்கிருந்தார். அவர்கள் ஒரு மன்றத்தை நடத்தி வந்தனர். அவர் சொல்வார், 'எங்கள் மன்றத்திற்கு வாருங்கள். 'நான் வருகிறேன் என்று சொல்லுவேன், ஆனால் போகமாட்டேன். ஒருநாள் அவர் சொன்னார், 'அண்ணா, நீங்கள் ஏன் வருவதில்லை? என்னுடன் நீங்கள் ஒத்துழைப்பதில்லை. நான் உங்களுக்காகக் காத்திருக்கிறேன், நீங்கள் வருவதே இல்லை.' நான் அவரிடம் சொன்னேன், 'தம்பி, உங்களுக்குத் தெரியும், நான் வேலை பார்க்கிறேன்.' அவர் சொன்னார், 'அண்ணா...' அரேபிய மனிதரை உங்களுக்குத் தெரியும்: அவர் கால்களுக்கிடையில் இருக்கும் ஒன்றிற்கு எப்போதும் பலியாகும் ஒருவர். அவர் சொன்னார், 'எங்களிடம் பெண்கள் இருககிறாாகள, நீங்கள் வாருங்கள், நீங்கள் உள்ளே வாருங்கள், நீங்கள் விரும்பும் ஒருத்தியைத் தேர்வு செய்யுங்கள், அவளுடன் வெளியே செல்லுங்கள், அவளை முறையாகக் கையாளுங்கள்.' அவரிடம் நான் சொன்னேன், 'நீங்கள் முன்னரே இதைச் சொல்லியிருக்க வேண்டும், இன்று நான் வருகிறேன். நான் கடவுள் மீது சத்தியம் செய்கிறேன்'. நான் சென்றேன். என் வாழ்க்கையில் முதல் முறையாக தரைக்குக் கீழே தளங்கள் இருந்ததை நான் கண்டுகொண்டேன். எனக்காகக் காத்திருந்த அவரைக் கண்டேன். நாங்கள் ஒன்று, இரண்டு, மூன்று தளங்கள் கீழே சென்றோம். என்னே ஆச்சரியம்! இன்னும் கீழே நான் போக, கடும் திகைப்புக்கு ஆளானேன். நான் உள்ளே போனேன். இது போல் ஒரு நுழைவு வாயில் இருந்தது. ஒரு மேசையுடன், ஒரு ஆளும் கூட அங்கு உட்கார்ந்து இருந்தார். நான் உள்ளே நுழைந்தேன்... மேசைக்கருகில் உட்கார்ந்திருந்த ஆளிடம் என்னை விட்டு விட்டு அவர் போய்க் கொண்டிருந்தார். அவர் சொன்னார், 'நான் உள்ளே இருப்பேன்.' அந்த இன்னொரு ஆள் என்னைக் கீழே உட்கார வைத்தார், 'உங்கள் பெயர், ஹபிபி?' (Dear-ஹபிபி). என்

மூளையில் உதித்த முதல் பெயரை நான் அவருக்குச் சொன்னேன். அதே கேள்வியை அவர் மீண்டும் கேட்டிருந்தால், உண்மையைச் சொல்கிறேன் எனக்குத் தெரியாது போயிருக்கும்.உத்வேகத்தைப் பாருங்கள்! என் உண்மையான பெயரைப் போலவே அது என்னிடமிருந்து வெளி வந்தது – 'உங்கள் பெயர்?' 'உண்ண்ண்மை' (!). அது வந்துவிட்டது. 'எங்கே நீங்கள் வசிக்கிறீர்கள்?' நான் 'வாடி அல்-சலீப்' இல் இருந்தேன். அல்- ஹலிசாவில் இருப்பதாக அவரிடம் நான் சொன்னேன். சில கேள்விகளை அவர் என்னிடம் கேட்டார்: எல்லாம் நன்றாகப் போனது. பிறகு அவர் சொன்னார், 'எங்கே உங்கள் அடையாள அட்டை?' நான் சொன்னேன், 'என்ன அடையாள அட்டை?' அவர் சொன்னார், 'அப்போதுதான் நான் உங்களுக்கு அனுமதி வழங்க முடியும்.' எனது அடையாள அட்டை எனது சட்டைப் பையில் இருந்தது! நான் சொன்னேன், 'என் அடையாள அட்டையை நான் கொண்டு வரவில்லை. அய்யா(ya sidi) நாளை உங்களுக்கு என் அடையாள அட்டையைக் கொண்டு வந்து தருகிறேன். எனது அட்டையை எடுத்து வர அவர் சொல்லவில்லை. ஆகவே அதை என்னோடு எடுத்து வரவில்லை.' அவர் சொன்னார், 'சரி, பரவாயில்லை. அதை நாளை கொண்டு வாருங்கள்.' எனது அடையாள அட்டை என் சட்டைப் பையில்தான் இருந்தது. ஆனால் அவரிடம் கொடுத்த என் பெயரை மறந்துவிட்டேன்! அதை அவர் அவரது குறிப்புப் புத்தகத்தில் பதிவு செய்தார்; அவர்கள் ஒரு குறிப்புப் புத்தகத்தை வைத்திருக்கிறார்கள். அவர் அதை எழுதினார். நான் உள்ளே சென்றேன். அங்கே ஏழு அல்லது எட்டு அறைகள் இருந்தன. நான் முதல் அறைக்குள் நுழைந்தேன்... அடப் பாவிகளா! அது ஒரு விபச்சார விடுதி... இந்த விஷயங்களை எல்லாம் நான் சொல்லுவது சரியா அல்லது தவறா?

சரி.

நான் சற்று ஆசுவாசப் படுத்திக்கொள்ளட்டுமா?

ஆசுவாசப்படுத்திக் கொள்ளுங்கள்.

நான் இரண்டாவது அறைக்குச் சென்றேன் அது இன்னும் மோசமான ஒழுக்கக் கேடாக இருந்தது! பட்டப் பகலில். நான் இன்னொரு அறைக்குச் சென்றேன்... அருவருப்பானது! நான் திரும்பி, வெளியே வந்து, அந்த இடத்தை விட்டகன்றேன். சரியாக பத்து நாள்களுக்குப் பிறகு அதன் தலைமையகத்தின் மீது அவர்கள் கடுமையான நடவடிக்கை எடுத்தார்கள். பதிவு செய்யப்பட்டிருந்த

பெயர்களை உடைய ஒவ்வொரு அரேபியரும் உருக்குலையும் அளவுக்கு அடிக்கப்பட்டார்கள். அந்த யூதர் என்னிடம் தானாகவே சொன்னார். அவர் என்னிடம் கேட்டார், ‘உங்களுக்கு என்ன ஆனது? உங்களைத் தேடி யாரும் வரவில்லையா?’ நான் பதிலளித்தேன், ‘ஏன்?’ அவர் சொன்னார், ‘பெயர் பதிவு செய்யப்பட்ட ஒவ்வொரு அரேபியரும் அழைத்துச் செல்லப்பட்டு, பிரிட்டிஷாரால் அடித்து நொறுக்கப்பட்டார்கள். அப்புறம் நீங்கள், உங்களைப் பிடித்துச் செல்ல யாரும் வரவில்லையா?’ நான் அவருக்குச் சொன்னேன், ‘எனது பெயரை நான் கொடுக்கவே இல்லை!’ எப்படியோ, அவர்களுக்கு, அது அதிகாரப் பூர்வமானது.

ஏன் பிரிட்டிஷார் அவர்களை அழைத்துச் சென்று அடித்தார்கள்?

ஏனெனில், அவர்கள் கம்யூனிஸ்டுகளை விரும்பவில்லை.

ஆக, இந்த மன்றம் கம்யூனிஸ்டுகளுக்காக ஆனது என்று அவர்கள் கண்டறிந்தார்களா?

இல்லை, அது நன்கறியப்பட்ட கம்யூனிஸ்ட் மன்றம்.

இந்த மன்றத்தின் பெயர் என்ன?

நான் அங்கு சென்றபோது என் சொந்தப் பெயரையே மறந்து விட்டேன், அதன் பெயரைப் பற்றியோ அல்லது வேறெதுவும் பற்றியோ நான் எதுவும் கேட்கவில்லை. உங்களுக்குச் சொல்கிறேன், அவர் மூன்று தளங்கள் பூமிக்குக் கீழே என்னை அழைத்துச் சென்றார் மேலும் நான் உள்ளே நுழைந்த நேரம், நான் ஏற்கெனவே நடுங்கிக்கொண்டிருந்தேன். அவர் என்னைக் கேட்டார், ‘அன்புக்குரியவரே (*habibi*), உங்கள் பெயர் என்ன?’-கபிபி (*kabibi*). நான் மிக நல்ல முறையில் ஹீப்ரு பேசுவேன், அதை முறையாக நான் கற்றேன். எனது அண்டை வீட்டுப் பெண், அவள் எனக்குப் போதித்தாள். நான் ஹீப்ருவை நன்கறிவேன்.

அதை இங்கு கற்றீர்களா அல்லது அங்கிருக்கும் போதா?

இல்லை. அங்கே இருக்கும் போது அவள் எனக்குக் கற்பித்தாள். மேலும் அவள் என்னை விரும்பினாள். நான் அவளது ஆண் நண்பனாக வருவேன் என்று அனுமானம் செய்த வண்ணம், அவள் எனக்குக் கற்பித்தாள், ஆனால், நான் விரும்பவில்லை. நான் ஒத்துக்கொண்டதாக நடித்து பின் ஏய்த்துவிட்டேன். எனது மாமா அவளது ஆண் நண்பர் ஆனார்.

என்ன சொல்லுகிறீர்கள்?

நான் ஒத்துக்கொண்டதாக நடித்து ஏய்த்துவிட்டேன். என் மாமா அவளிடம் நேரடியாகக் கேட்டார். அவர் ஆன்மா சாந்தி அடையட்டும். எப்படியோ... ஆனால் நான் அவர்களிடம் எப்போதும் ஹீப்ருவில் பேசுவதே இல்லை. அவர்களது உரையாடல்களை நான் புரிந்துகொள்ள முடியும் ஆனால் நான் என்றும் பேசியதே இல்லை. நான் அரபியில் பேசுவேன்.

உங்கள் அண்டைவீட்டுக்காரர், அவர் எங்கிருந்து வந்தார்?

எகிப்தில் இருந்து வந்த யூதர். அவள் அங்கு திருமணம் செய்து கொண்டார். அவள் தனியாக வந்தாள். போர் வெடித்தபோது, அவளது கணவன் பிறகு அவளைத் தொடர்ந்து வர முடியவில்லை. இந்த மக்களுடன் அவள் ஒத்து வாழ்ந்தாள். அவள் என்னை முயற்சித்துப் பார்த்து அது பொருளற்றது எனக் கண்டு கொண்டாள். பிறகு எனது மாமா அவளது கவனத்தை ஈர்த்தார். காரியங்கள் எல்லாம் அவளுக்குச் சரியாகத் திரும்பின.

நீங்கள் குடியிருந்த பகுதியைச் சுற்றி நிறைய யூதர்கள் இருந்தனரா?

இன்று வரை எங்கள் கட்டடத்தில் அவர்களுள் சிலர் இன்னும் வாழ்ந்துகொண்டிருக்கிறார்கள். நிறைய பேர் அவர்களுடைய வீடுகளை விற்றுவிட்டனர். நான் விற்கவில்லை. எனது கட்டடத்தில் இருப்பவர்கள் அனைவரும் யூதர்களே. உண்மையில், 'ஹலாப்' இல் இருந்து வந்த அரேபிய யூதர்கள்.

இந்த அரேபிய யூதர்களுடன் உறவு எப்படி இருந்தது?

ஒன்றாகச் சேர்ந்து வாழ்வதைப் போல நாங்கள் சகோதர, சகோதரிகளாய் இருந்தோம். அங்கே ஒரு சம்பவம் நடந்தது, ஒருவேளை அது நீண்ட கதையாக இருக்கலாம். எங்கள் அண்டை வீட்டுக்காரரின் நெருங்கிய உறவினர் தொடர்பாக நடந்த கதை. அவர் 'ஹலாப்'இல் இருந்து வந்தார்; அவர் ஒரு இளம் வயதுக்காரர். எங்கள் கட்டடத்தில் இருந்த, எங்களுக்கு மேலே உள்ள ஒரு தளத்தில் அவர்களது வீட்டில், அவர் வந்து தங்கினார்-நாங்கள் அவர்களுக்குக் கீழே வசித்தோம். அவர் ஒரு தொழிலாளி, அவர் ஒரு வேலையைத் தேடியபடி காத்துக் கொண்டிருந்தபோது, அவர் சிமெண்ட் கட்டுமானத்தில் வேலை செய்துகொண்டிருந்தார். அவர்களின் கட்டடங்கள்

எல்லாம் வலுவூட்டப்பட்ட சிமெண்ட்டால் ஆனவை. யூதர்கள் ஒவ்வொன்றையும் வலுவூட்டப்பட்ட சிமெண்ட்டால் கட்டினர். அதன்பிறகு கான்கிரீட் கலவையை ஊற்றுவது வழக்கம்; இன்று அவர்களிடம் உள்ளது போல் அப்போது அங்கே இயந்திரங்கள் இல்லை. ஆனால் அவர்கள் தகர அடைப்பான்களில் கலவையைத் தோள்களில் சுமந்துகொண்டு செல்வார்கள். அதை ஒரு தகர அடைப்பானில் தூக்கிக் கொண்டு மேல் தளத்திற்குச் செல்பவர்கள் ஒரு நாளைக்கு 2 'ஜினே' பெறுவார்கள். ஒரு நிரந்தரத் தொழிலாளி, 1 'ஜினே' பெறுவார், மேல் தளத்திற்கு அதைக் கொண்டு செல்லும் தொழிலாளி 2 'ஜினே' பெறுவார். ஆகவே இந்த நபர், சிமெண்ட்டைச் சுமந்துகொண்டு, அவர்கள் அடையாள அட்டையை அவருக்கு வழங்கும் வரை, மூன்று மாதங்களுக்கு வேலை செய்தார். அவருக்கு அவர்கள் அதைக் கொடுக்கும் வரை! அவர்கள் அதைத் தந்த உடனேயே, அவர் போலீஸ் படையில் சேர்ந்தார். அவரது தந்தை வழி உறவினரான எங்கள் அண்டை வீட்டாரின் மகளைத் திருமணம் செய்துகொண்டார். நாங்கள் அவர்களோடு நெருக்கமான நண்பர்களாக இருந்தோம். அவர்கள் திருமணத்தை ஒட்டி நான் அவர்களுக்கு அரேபிய முறைப்படியான திருமண விழாவுக்கு ஏற்பாடு செய்தேன்.

அவர் யூதர், சரிதானே?

ஆம்! ஹலாபில் இருந்து வந்த யூதர் மகிழ்வுந்துகள், இசை ஊது குழல்கள் மற்றும் பல்வேறு சடங்குகளுடன் அவர்களுக்கு ஒரு திருமணத்தை ஏற்பாடு செய்தேன். ஓர் அரேபியக் குடும்பம் ஏற்பாடு செய்வதைப் போன்ற ஒரு திருமணம். அவர் திருமணம் செய்து கொண்டார். அதன்பின், நான் திருமணம் செய்த வேளையில் வீட்டில் எனது சகோதரியைத் தங்க வைத்தேன். எனது தந்தை காலமான பிறகு, எங்கள் அத்தையும் மற்ற அனைவரும் எங்களை விட்டுச் சென்ற பின், அந்த வீட்டில் எனது சகோதரியுடன் வாழ்ந்தேன். அது அவர்களுடைய வீடு. எப்படியோ, நான் திருமணம் செய்துகொண்டேன், அந்த வீட்டில் எனது சகோதரியைத் தங்க வைத்துவிட்டு நான் இன்னொரு வீட்டை வாடகைக்கு எடுத்துக்கொண்டேன். அவளுடைய கணவர் நகராட்சி அலுவலகத்தில் வேலை பார்ப்பது வழக்கம். நகராட்சி, ஒரு ஆண்டை 14 மாதங்களாகக் கணக்கிடுவது வழக்கம். அவர்கள் நவம்பரிலும், அதே போல் டிசம்பரிலும் அவருக்கு இரண்டு மாதங்களின் ஊதியத்தைக் கொடுப்பார்கள். எனது மைத்துனர், அவரது சம்பளத்தைக் காசோலையில் பெற்றார். அந்த நேரம்,

பிரிவினை நடந்து பிரச்சினை ஆரம்பமாகிக் கொண்டிருந்தது. அவர் சந்தைக்குச் சென்று வீட்டிற்குத் தேவையான பொருள்களை வாங்கினார். அவர் ஆன்மா சாந்தி அடையட்டும், அவர் 'ஜபாலி' குடும்பத்தில் இருந்து வந்தவர். மளிகைப் பொருள்களுக்காகவே அவர் வீட்டில் அலமாரிகளுடன் மாடி ஒன்றைக் கட்டினார். மேலும் தானியப் பைகளில், பெட்டிகளில், எண்ணெய் மற்றும் நெய் புட்டிகளில், அரிசி, சர்க்கரை என அனைத்தும் சேகரித்து வைக்கப்பட்டன - அது ஒரு சரக்கு அறை. நான் அவரிடம் சொன்னேன், 'அன்பானவரே...' அவர் எனது தந்தை வழி உறவினர். நான் சொன்னேன், 'வேகத்தைக் குறையுங்கள், உங்கள் பணம் அனைத்தையும் செலவு செய்யாதீர்கள்'. வாழ்க்கை அனைத்திலும் - புரட்சிகளின் போதும் - நாங்கள் ஒருவருக்கொருவர் எப்போதும் ஒற்றுமையுடன் இருந்தோம். அவர்கள் சென்று, எங்களுக்கும் அரேபியருக்கும் (யூதர்கள்) இடையே ஒரு சுவரை எழுப்பினார்கள். கீழே வருவதற்கு நாங்கள் சுற்றிச் செல்ல வேண்டும். அவர் சொன்னார், 'இல்லை! அவர்கள் நம் சகோதரர்கள்!' நான் அவரிடம் சொன்னேன், 'இந்த நேரம் வழக்கமான நேரங்களைப் போன்றதல்ல.' எனக்கு ஒரு விழிப்புணர்வு இருந்தது அல்லது அது ஒரு புலப்படாத உள்ளுணர்வாக இருக்கலாம். எப்படியோ, திரு.ஷ்லோமோ, யாருக்கு நான் திருமணம் செய்து வைத்தேனோ அவர், அரேபியருக்கு நெருக்கமாக இருந்த பகுதியில் வசித்து வந்தார். அவர்கள் அதைத் தாக்கி, அவரது வீட்டை எரித்து விட்டனர். அவருக்கு ஒரு வீடு தேவையாக இருந்தது, ஆகவே அவர் வந்து எனது சகோதரியை அவள் வீட்டிலிருந்து அகற்ற முடிவெடுத்தார். பகற்பொழுதில், அவளது கணவர் பணியில் இருந்த போது (முஷ்டியை உயர்த்துகிறார்) அங்கு சென்றார். அவளது முகத்துக்கு நேரே இரு துப்பாக்கிகளை உருவினார். 'நீ, நீங்கள் ஷ்லோமோதானே?' அவர் சொன்னார், 'ஒரு வார்த்தை பேசாதே.' அவளுக்கு ஒரு பையனும், ஒரு பெண்ணும் இருந்தனர், சமீர் மற்றும் அய்டா என்று பெயர். அவர் சொன்னார், 'இந்த நிமிடமே வெளியே போ. இந்த வீடு எனக்கு வேண்டும்.' அண்டை வீட்டார் வந்தனர், அவர்கள் அவரது உறவினர்கள், அவரது சித்தப்பா மற்றும் மாமன்கள், அவரது சித்தப்பா வீட்டில் இருந்து வந்தவர்கள். யாரையும் அவர் கவனிக்கவில்லை. அவர்கள் அவரை மிகவும் கெஞ்சினார்கள். ஆகவே அவர் சொன்னார், 'சரி, குழந்தைகளுக்காகச் சில துணிகளை வேண்டுமானால் எடுத்துக்கொள்.' குழந்தைகளுக்காகச் சில மாற்றுத் துணிகளை மட்டுமே எடுத்துக்கொண்டு அவள் வெளியேறினாள். அதனால்...

அவளுக்காக எனது நெஞ்சம் வலித்தது. மேலும் நான் ஒரு வேண்டுகோளைத் தயார் செய்தேன். இந்த வேண்டுகோளை நான் 'கிஸ்ஸிஞ்சர்'க்கு அனுப்பினேன். அவர்கள் எங்களிடம் பாலஸ்தீனியரின் செயல்களுக்கான காரணம் பற்றி ஆய்வு செய்ய ஆட்களை அனுப்புவார்கள்.

(கண்ணை சிமிட்டுகிறார்). நான் UNRWA இல் இருந்தேன். UNRWA இல் வேலை செய்யும் போது, நீங்கள் செய்யும் முதல் வேலை, நீங்கள், அரசியல் பேசுவதைத் தடை செய்யும் ஓர் ஆவணத்தில் கையெழுத்து இட வேண்டும். சிறப்புத் தகுதியுடன் (Honours) பல்கலைக்கழகத்தில் பட்டம் பெற்றதாகச் சொல்லிக்கொண்டு, ஒரு நபர் வந்தார், அவர்கள் அவரை எங்கள் செலவில் 'அல்-ஷார்க்' 'அல்- அஸ்வத்துக்குச் சுற்றிப் பார்ப்பதற்கு இங்கு அனுப்பி வைத்தனர். UNRWA எனக்குச் சொன்னது, 'அவருடன் போ, அவரையும் அவருடன் வந்தவர்களையும் எங்கெங்கு அவர்கள் போக விரும்பினாலும் அழைத்துக்கொண்டு போ.' முகாம்களில் சுற்றிப் பார்க்க அவர் வந்தாரா? நாங்கள் ஷட்டிலா முகாமுக்குச் சென்றோம், பிறகு ஜிஸிர் அல்- பாஷா முகாமுக்கு, மேலும் நாங்கள் ஜிஸிர் அல்-வாட்டி முகாமுக்குப் போய்க்கொண்டிருந்த போது அவர் நிறுத்தினார். அவருடன் வந்தவர்கள் புகைப்படம் எடுப்பதற்காகக் கீழே இறங்கினார்கள். ஜன்னலின் மேல் தனது கையை வைத்தபடி, அந்த நபர் சொன்னார், 'இப்போது, நான் இந்தக் கேள்வியைக் கேட்கிறேன். நான் அரசியல் பேசுவதில் இருந்து தடுக்கப்பட்டிருக்கிறேன் என்றும் அது என்னுடைய வேலை இல்லை என்றும் நான் சொன்னேன். அவ்வாறு கையெழுத்து இட்டிருக்கிறேன் ஆகவே நான் அரசியல் பற்றிப் பேச அனுமதிக்கப்படவில்லை. அவர் சொன்னார், 'இல்லை, இல்லை, இல்லை, இது உங்களுக்கும் எனக்கும் இடையில் மட்டுமே.' நான் சரி எனச் சொன்னேன். அவர் எவ்வாறு அவரது கேள்விகளைக் கேட்டார் என்று பாருங்கள், 'நீங்கள் உடல்நிலை சரியில்லாமல், மிகவும் சரியில்லாமல் இருப்பதாக வைத்துக் கொள்வோம், அங்கு மருத்துவரால் வழங்கப்படும் மருந்து இல்லை, மேலும் நீங்கள் சாகப்போகிறீர்கள். அப்போது ஒரு யூதர் வருகிறார், இங்கே சில மருந்துகள் இருக்கிறது என உங்களிடம் சொல்கிறார். நீங்கள் அதை எடுத்துக்கொள்வீர்களா அல்லது மாட்டீர்களா?' அது கேள்விகளுள் ஒன்று. அடுத்த கேள்வி, 'ஒருவேளை, நீங்கள் பசியாக இருக்கிறீர்கள், ரொம்பவும் பசியாக, மேலும் அங்கு உணவு இல்லை. அப்போது ஒரு யூதர், உங்களுக்கு

உணவுகள் கொண்டு வருகிறார், நீங்கள் எடுத்துக்கொள்வீர்களா அல்லது மாட்டீர்களா?' ஒவ்வொரு நபரும் ஒரு வித்தியாசமான பதிலைச் சொன்னார். மேலும் நான் கேட்டேன், 'நான் மிகவும் மோசமாக நோய்வாய்ப்பட்டிருக்க வேண்டுமா?' அவர் சொன்னார், 'ஆம்.' நான் சொன்னேன், 'அவர் எனக்கு மிகவும் நெருக்கமாக வரும்வரை வா, வா, வா, வா என்று அவரிடம் சொல்வேன், வந்ததும், அவரது குரல் வளையை நெறிப்பேன். எஞ்சியிருக்கும் பலத்துடன், ஒன்று அவன் சாக வேண்டும் இல்லை என்றால் நான்.' அவர் சொன்னார், 'அய்யய்யோ! அப்படியா?' நான் அவரிடம் சொன்னேன், 'ஆமாம்.' அவர் கேட்டார், 'ஏன்?'. நான் அவரிடம் சொன்னேன், 'நீங்கள் என்னிடம் ஏன் என்று கேட்டீர்கள். ஹைஃபாவில் இருக்கும் வேளையில் இந்த நபரை எது வேண்டுமானாலும் செய்வேன், அந்த நபர் எனது சகோதரியை எது வேண்டுமானாலும் செய்வார். மேலும் நான் இப்போது அங்கே திரும்பச் சென்றால், என்னால் முடிந்தாலும் நான் அவரைக் கொல்லமாட்டேன் என்று எனக்குத் தெரியும். நான் ஒரு முஸ்லீம். இஸ்லாம் எங்களை எதைச் செய்வதிலிருந்து தடுத்திருக்கிறது என்பது உங்களுக்குத் தெரியுமா?' அவர் எனக்கு அவற்றை வரிசைப்படுத்திச் சொன்னார். நான் அவரிடம் சொன்னேன், 'நான் அங்கே திரும்பவும் சென்றால், அவனுடைய நரம்புகளைக் கிழித்து, அவன் சாகும் வரை அவனது இரத்தத்தைக் குடிப்பேன் என்று எனக்குத் தெரியும்.' மேலும் அது பல இலட்சக்கணக்கான கதைகளுள் ஒன்று மட்டுமே. ஒவ்வொருவரும் அவரது சொந்தக் கதைகளை வைத்திருக்கிறார்கள். முகாந்திரம் என்பது போய்விட்டது. ...படையெடுப்பின் போது நான், இங்கே *UNDP* இல் இருந்தேன், நான் பெய்ரூட்டில் தங்கிவிட்டேன் மேலும் நான் போகவில்லை...

1 மணி 42'44"-1 மணி 47'55"

யூதர்களும், அரேபியர்களும் பெரிய அளவுக்கு ஒன்றிணைந்து வாழ்ந்தனர். அரேபியர் குடும்பங்களில் இருந்து வந்த யூதர்கள், 'அல்- மஸ்ரிக்'கிலிருந்து, 'அல்-மக்ரிப்'பிலிருந்து, துனிஷியாவில் இருந்து, அல்ஜீரியாவில் இருந்து, 'ஹலாப்'பில் இருந்து, டமாஸ்கஸ் அல்லது லெபனானில் இருந்து வந்தவர்கள்... அவர்கள் அனைவரும் அங்கு வசித்தனர். மேலும் அரபு மொழி பேசினர், ஹீப்ரு எப்படிப் பேசுவதென்று அவர்களுள் சிலருக்குத் தெரியாது; அவர்கள் பள்ளியில் அதைக் கற்றார்கள். அவர்கள் எங்களைப் போலவே வாழ்ந்தார்கள், அவர்களுடைய திருமணங்கள்

அரேபியர்கள் உடையதைப் போலவே நடந்தன; அவர்களுடைய கொண்டாட்டங்கள், அரேபியர்கள் உடையதைப் போலவே இருந்தன. அவர்கள் திருமணம் செய்தனர், பாடினர் மற்றும் அனைத்தும் செய்தனர். அவர்களுக்காகப் பாடியவர்கள் அனைவரும் அரேபியர்கள், அவர்கள் எனது நண்பர்கள். அவர்கள் எங்களை அழைப்பார்கள், நாங்கள் திருமணத்திற்குப் போவோம். மேலும் அவர்கள் ஆடுவர், பாடுவர் மற்றும் எல்லாம் செய்வர். ஒரு நேசிப்பு மிக்க முறையில் நாங்கள் ஒன்றாக இரண்டறக் கலப்போம்.

இந்தத் திருமணங்களுக்கு நீங்கள் எப்போது செல்வீர்கள், நீங்கள் ஒரு யூதப் பெண்ணை மணந்துகொண்ட பாலஸ்தீனியர் என்பதால், அவர்கள் உங்களைத் தனிமைப்படுத்துவார்களா?

பாலஸ்தீனியனாக இருப்பதால் என்பதெல்லாம் இல்லை; அங்கு பிரிவினை என்ற ஒன்றே இல்லை. அது அரேபியராக இருந்தாலும் அல்லது யூதராக இருந்தாலும்.

சரி, உதாரணத்திற்கு, நீங்கள் ஒரு அரேபியராக இருப்பதால், உங்களை அவர்கள் தனிமைப்படுத்துவார்களா?

அவர்கள் அரேபியர் என்றும் யூதர்கள் என்றும் சொல்வார்கள்.[25]

நீங்கள்... என்பதால், உங்களை அவர்கள் தனிமைப் படுத்துவார்களா?

இல்லவே இல்லை. மாறாக, அவர்கள் தாங்களாகவே என்னை அழைப்பார்கள். அல்-மஸ்ரிக் மற்றும் அல்- மக்ரிப்பில் இருந்து வந்தவர்களுள் பெரும்பான்மையினர் எங்கள் பகுதியில் வாழ்ந்து வருவதாலும், அவர்கள் எங்களை அழைப்பார்கள். அங்கு எந்த ஒரு பிரிவினையும் இல்லை. 'மட்ஸா' கொண்டாட்டங்களின் போது, அவர்களே 'மட்ஸா' கொண்டு வந்து எங்களுக்கு அதை ஊட்டுவார்கள். எங்கள் விடுமுறைகளின் போது அவர்கள் வருவார்கள், அவர்களின் விடுமுறைகளின் போது நாங்கள் செல்வோம். எங்களுக்கு இடையே எப்போதும் எந்தப் பிரச்சினையும் இல்லை; அதெல்லாம் முட்டாள்தனம்! ஆனால் அவர்களுள் சிலர் வெறியர்களாக இருந்தனர். என் தந்தை, ஒரு யூதரிடமிருந்து, ஒரு 'அஸ்கெனாஸி' யூதர், இது போல் தங்களுடைய கிருதாக்களைச் சுருளாக வைத்திருக்கும் யூதர்களிடம் இருந்து 100 ஜீனேக்கள் வட்டியுடன் கடன் வாங்கி இருந்தார். அந்த நபர் எனது தந்தையை மிகவும் நேசிப்பார். எனது தந்தை காலமான போது, அவர் வந்து என்னைத் தழுவி

முத்தமிட்டு அழுதார். அவரை எனக்குத் தெரியாது. அவர் சொன்னார், 'உங்கள் தந்தையை, எனது மத குருவை நேசிப்பதை விடவும் அதிகமாக நேசிக்கிறேன் என்று என் மதத்தின் மீது ஆணையாகச் சொல்கிறேன்.' அவர்களுக்கு மத குரு என்பவர் புனிதமானவர்.[26] அவர் மீண்டும் ஒருமுறை கடன் நிபந்தனைகளை மாற்றுவதற்காக மட்டுமே வந்தார். அவர் எனது தாயிடம் சொன்னார், அவரது ஆன்மா சாந்தி அடையட்டும், 'அம்மையீர், 'மிஸ்பா' மிகவும் இனிமையானவர் (*habibi*). அவரது பெயரில் இருந்து கடனை மாற்றுகிறேன் - குழந்தைகளின் பெயர்களுக்கு, நான் எந்த வட்டியையும் விரும்பவில்லை, ஏனெனில் எனக்கு வயதாகிவிட்டது மேலும் நான் இறக்கக் கூடும், மேலும் எனக்கு திருமணமாகாத மூன்று சகோதரிகள் உள்ளனர். அவர்கள் எனக்குப் பின் உரிமை பெற்று வருவார்கள் மேலும் அவர்கள் உங்களுக்குத் தொந்தரவு தரக் கூடும்.' அவர்கள் சம்மதித்தனர். பிறகு அவர் இறந்து போய்விட்டார். ஆகவே, அவர்களுள் சிலர் நாகரிகமானவர்கள். ஆனால் அரேபியக் குடும்பங்களில் இருந்து வந்தவர்கள், எங்களுக்கு மத்தியில் வசித்து வந்தனர். எங்கள் தட்டில் இருந்து அவர்கள் உண்பார்கள், அவர்களது தட்டிலிருந்து நாங்கள் உண்போம்; நாங்கள் ஒரே வகை உணவை உண்போம். எங்களது திருமணங்களுக்கு அவர்களை அழைப்போம், நாங்கள் அவர்களது திருமணங்களுக்குச் செல்வோம், இது போல் நிறைய இருக்கின்றன. ஆனால் அவர்கள் 'ஃபலாஷா'க்களை (*BETA ISRAEL-* எதியோப்பிய யூதர்கள்-மொ.ர்) இங்கே கொண்டு வந்து யூதர்கள் ஆக்கினர். யார் தன்னை ஒரு யூதர் என்று சொன்னாலும், அவரை இங்கு கொண்டு வந்தார்கள். அவர் யூதர் இல்லை என்றாலும், அவரை அவர்கள் உள்ளே வரவிட்டனர். அவர்களை 'கிப்புட்ஸ்'களில் (*kibbutz-* மக்கள் சமூகக் குழு-மொ.ர்) தங்க வைத்து அவர்கள் கற்பித்தனர், பலவற்றையும் எவ்வாறு செய்வது என்பதை அவர்களுக்குக் காட்டினர். அவ்வளவே. அது எல்லாம் முட்டாள்தனம். ஏனெனில் உள்ளபடியே அவர்கள் எங்களோடு இணைந்து வாழ்ந்தனர். ஆனால் பாலஸ்தீனியர்கள் துவக்கத்தில் இருந்தே தவறாக நடந்துகொண்டனர். ஆரம்பத்திலேயே அவர்கள், சைப்ரஸ் பிரிவினையை ஏற்றுக்கொண்டது போல, ஒரு நாட்டை உருவாக்கி இருந்தால், ஒரு வாய்ப்பு வந்திருக்கக் கூடும். எதுவாக இருப்பினும், அங்கே ஒன்றும்... (அவர் தலையைக் காட்டுகிறார்) ஒன்றுமில்லை. பிரிட்டிஷ் அரசாங்கமும், எங்கு படுகொலையை நடத்த முடியும் என்றாலும், ஒரு வெடி குண்டை வைத்துவிடும். இங்கே ஹைஃபாவில் ஒரு காவல் நிலையம் இருந்தது. மேலும்

‘ஹிஸ்பே’ (*hisbeh*- வேளாண் பொருள்களின் சந்தை) அதை நோக்கி எதிரே இருந்தது. அந்தச் சாலையில் ஒரு சந்திப்பு இருந்தது. அங்கே அவர்கள் ஒரு வெடி குண்டு வைத்தார்கள் அதற்குப் பிறகு ஓருயிர் கூடப் பிழைக்கவில்லை; நெளி நெளியாக வளைக்கப்பட்டு வேயப்பட்டிருந்த உலோகக் கூரையில் அங்கே மாமிசம் ஒட்டிக்கொண்டிருந்தது. ஒரு நிமிடத்திற்குச் சற்று முன்னதாக, காவல் நிலையக் காவல்காரர், உள்ளே போய் கதவை தாளிட்டுக் கொண்டார். அது வெடித்தது. அதன் பொருள் என்ன? அவர்கள் இதைச் சாதிக்க நினைத்தார்கள், அதைச் செய்து முடித்தார்கள். அவர்கள் வென்றனர்.

அதுதான் அரசியல். புனிதமற்ற செயல்! அவர்கள் எதை விரும்பினாலும், அதை அவர்கள் செய்ய முடியும். இது போல் அவற்றுள் எண்ணற்ற பற்பல கதைகள்.

நீங்கள் ஹைஃபாவுக்குத் திரும்பிப் போக விரும்புவீர்களா?

என்ன?

நீங்கள் ஹைஃபாவுக்குத் திரும்பிப் போக விரும்புவீர்களா?

உண்மையில், என்னால் முடிந்தால், நான் திரும்பிப் போவேன். நான் திரும்பிப் போவேன் என்றாலும் நான் நடந்துதான் திரும்பிப் போக வேண்டும். அது தான் எனது பிரார்த்தனை. அங்கே எனக்கு ஒரு வீடு இருக்கிறது! ஹைஃபாவில் மிக மிக அழகான பகுதியில், ஒரு தளத்திற்கு மூன்று அல்லது நான்கு அறைகளைக் கொண்ட மூன்றடுக்கு வீடு அங்கே இருக்கிறது. மாடியின் முகப்பில் இருந்து (*Ras*-தலைமையிடம்) அல்-நகூராவை (பாலஸ்தீனிய கிராமம்) நாங்கள் காண முடியும்.

4

அதிகாரப்பூர்வ நினைவு: 'நிக்கோலா ஜியாதே' (Nicola Ziadeh) மற்றும் 'அனீஸ் செய்க்'கின் (Anis Sayigh) 1948க்கு முந்தைய நினைவுகளில் பாலஸ்தீனிய பள்ளிப் படிப்பு

தியாலா ஹம்ஷா

நிக்கோலா ஜியாதே (1907-2006) மற்றும் அனீஸ் செய்க் (1931-2009) இருவரும் இருபதாம் நூற்றாண்டின் இரண்டாவது பாதியில், பரவலாக அறியப்பட்ட பாலஸ்தீனியப் 'பொதுவெளி அறிவு ஜீவிகள்'ஆக இருந்தவர்கள், அரேபிய உலகின் முக்கிய ஒலிபரப்பு நிறுவனங்கள் மூலம் அவர்களுடைய குரல்களைக் கேட்க முடியும்[1.] அவர்களுடைய எழுதுகோல்கள், அவர்கள் அரேபிய பத்திரிகை பத்திகளை (columns) வரையறுக்கவும், வடிவமைக்கவும் செய்தன[2.] பாலஸ்தீனிய பண்பாடு மற்றும் அதே அளவுக்கு அரேபிய தேசியக் கட்டமைப்புப் பணியின் அமைப்பு சார்ந்த தூண்களைக் கட்டமைப்பதில் வாழ்நாள் முழுவதுமான ஓர் அர்ப்பணிப்பைச் செய்தவர்கள். அவர்கள் பெய்ரூட்டிய பொது வெளி மற்றும் அதன் கட்டுக்குள் வந்த பாலஸ்தீனிய எதிர்ப்பின் நிரந்தர அடையாளங்களாக ஆனார்கள். நீண்ட காலமாக நஹ்தாவின் துடிதுடிக்கும் இதயமான எகிப்து, அதன் அறிவுஜீவிகள் நாசரின் நாட்டுக்குச் சேவை செய்ய வேண்டும் என வேண்டிக் கொண்டிருந்த காலம் அது. அவர்கள் பாலஸ்தீனிய பேரழிவான நக்பாவை ஒட்டிப் பரவிக் கிடந்த லெபனானின் குறுங்குழுவாதப் பிரிவினைப் போக்கிற்கு சாட்சியங்களாக அமைந்தார்கள். மேலும் அகதிகள் அடைக்கலமாகி இருக்கும் இடங்களுள் ஒன்றான பிரிட்டிஷ் ஆட்சி அதிகாரத்திற்குப் பிந்தைய லெபனானில் காணப்படும், பேரழிவு உண்டாக்கிய வலிமை வாய்ந்த சமூக, அரசியல் மற்றும் பொருளாதாரச் சவால்களையும், அதன் கதையாடல்களையும் முறைப்படுத்த பெய்ரூட்டில் காணும் மூல ஆதாரங்களுக்கும் சாட்சியங்களாக இருந்தார்கள்.[3] பாலஸ்தீனத்தின் புகழ்பெற்ற கல்வி நிறுவனங்களின்

இளம் பட்டதாரிகள், பெரும்பாலும் ஐரோப்பாவிலும், ஐக்கிய நாடுகளிலும் (*U.S*) அல்லது அரேபிய உலகிலும் முனைவர் படிப்புக்களை முடித்த பிறகு, அங்கே குவிந்தார்கள். பலர், பெய்ரூட் அமெரிக்கப் பல்கலைக்கழகத்திலும் (*AUB*) அல்லது, 1964க்குப் பிறகு, பெய்ரூட்டைத் தலைமையிடமாகக் கொண்ட பாலஸ்தீனிய விடுதலை அமைப்பின் (*PLA*) பண்பாடு மற்றும் அரசியல் நிறுவனங்களிலும் பணியில் அமர்ந்தனர்.

ஒரு தலைமுறைக்கு அப்பால், துருக்கிப் பேரரசு (*Ottoman Empire*) வீழ்ச்சியின் எதிர்ச் சூழ்நிலைகளின் போது 'ஜியாதே', 'செய்க்' இருவரும், பிறந்தனர். பெய்ரூட்டின் பெரும்பகுதி ஏகாதிபத்திய எல்லைப்புறத் தொடர்ச்சி முடிவுக்கு வந்த பின்னர், பிரசித்தி பெற்றவர்களாக ஆனார்கள். இருந்த போதிலும், மாபெரும் சிரியாவின் பாலஸ்தீன அரேபியர்களாகவே தங்களை அடையாளப்படுத்தினர். 'ஜியாதே' 'எனக்கு மூன்று வேர்கள் உள்ளன' என்று சொல்லுகிறார். டமாஸ்கஸில் பிறப்பையும், குழந்தைப் பருவத்தையும், அவருடைய ஜெனீன் மற்றும் ஜெருசலேமில் இளமைப் பருவத்தையும், அவருடைய வெளியேற்றத்திற்குப் பிந்தைய பெய்ரூட்டில் வயதுவந்த பருவத்தையும் குறிப்பிடுகிறார். அவர், நாசரேத்தைச் சேர்ந்த பெற்றோர்களுக்குப் பிறந்தவர். அதைப் போலவே 'செய்க்' கூறுகிறார்: 'ஹாரனை (*Hawren*) (ஜபல் அல்- துருஸ், ஜபல் அல்- அராப்) பூர்வீகமாகக் கொண்ட சிரியா தந்தைக்கும், அல்-பஸ்ஸாவைச் சேர்ந்த பாலஸ்தீனிய தாய்க்கும் பிறந்த[4] நான், வெளியேற்றத்தைத் தொடர்ந்து, லெபனானியனாக இருக்கிறேன்.' ஐக்கியப் பேரரசில் (*UK*) முனைவர் பட்டங்களைப் பெற்ற பின், ஜியாதே கணிதத்தை விரும்பி இருந்தார், 'செய்க்' இதழியல் படிக்கக் கனவு கண்டார். ஆயினும், இருவரும் முறையே வரலாற்றிலும், அரசியலிலும் ஆய்வறிஞர்களாக ஆனார்கள்.

ஏறத்தாழ 100 வயது வரை வாழ்ந்த ஜியாதே, 1918இல் ஜெருசலேமில் பாப் அல்-ஜஹ்ராவுக்கு அருகில் நிறுவப்பட்ட, 1927இல் அரபிக் கல்லூரி என்று மறு பெயர் சூட்டப்பெற்ற 'தார் அல்-மு ஆல்லிமின்'னில் (ஆசிரியர் பயிற்சிக் கல்லூரி) பயிற்சி பெற்றார். பிரிட்டிஷ் ஆட்சி அதிகாரத்திற்கு உட்பட்ட (*Mandate*) பாலஸ்தீனத்தில் இருந்த இரண்டு பல்கலைக்கழகத்திற்கான தயாரிப்பு அரசுப் பள்ளிகளுள் ஒன்று அது. இறுதியில் 1941இல் அதனுடைய பாடத் திட்டத்தில் மெட்ரிகுலேஷனுக்குப் பிந்தைய இரண்டு ஆண்டுகளைச் சேர்த்தது.[5] பாலஸ்தீனிய அனைத்து-

அரேபிய வரலாற்றாளர், 'தார்விஷ் அல்-மிக்தாதி' (1897-1961). அவர் தனது மாணவரை, பிரெஞ்சு காலனியக் கட்டுப்பாட்டிற்கு எதிரான 1925 புரட்சியின் காலத்தில், புகழ்மிக்க கடும் பயணத்திற்கு இட்டுச் சென்றதன் மூலம் சொல்லைச் செயலாக்கியவர். அவரது வழிகாட்டலின் கீழ், ஜியாதே, அரேபிய தேசியவாதத்திற்கு அறிமுகம் செய்யப்பட்டார். அது அவருடைய கண்ணோட்டம் மற்றும் முழுமையான அறிவுசார் வளர்ச்சி ஆகியவற்றின் வலிமை வாய்ந்த தீர்மானிக்கும் காரணி என்பதை நிரூபித்தது. 'ஆக்கர்'இல் இடைநிலைப் பள்ளியில் பத்தாண்டு பயிற்றுவித்த பிறகு, உரோம் மற்றும் கிரேக்க வரலாற்றில் ஒரு BA படிப்பை அவர் படிக்க வேண்டும் என்ற நிபந்தனையுடன் 1935இல் ஒரு மானிய உதவி பெற்று அவர் இலண்டனுக்குச் சென்றார் - 'தார் அல்-மு அல்லிமின்' பாடத்திட்டம், அதே போல் கல்வித்துறையின் இணக்கமான போக்குகளின் பிரதிபலிப்பாக, இது அமைந்தது.[6] இரஷிடிய்யா கல்லூரி மற்றும் ஜெருசலேமில் அரபிக் கல்லூரி என இரண்டிலும் எட்டாண்டுகள் அரசுப்பணி புரிந்த பிறகு, 1947இல் ஜியாதே இன்னொரு மானியம் பெற்றார். இந்த முறை கீழை நாடுகள் மற்றும் ஆப்பிரிக்க நாடுகளின் ஆய்வுகளுக்கான இலண்டன் பள்ளியின் பல்கலைக்கழகத்தில், இஸ்லாமிய வரலாற்றில் PhD தேர்வு எழுதுவதற்காக மானியம் பெற்றார். பட்டம் பெற்ற பிறகு, பெய்ரூட் அமெரிக்கப் பல்கலைக் கழகத்தில் (AUB) அரபு மற்றும் இஸ்லாமிய வரலாற்றில், ஒரு பேராசிரியராக, வாழ்நாள் பணியை ஏற்கத் தலைப்பட்டார். அவருடைய ஆக்கப்பூர்வமான படைப்புகளும், (அரபியில் 42 நூல்கள், ஆங்கிலத்தில் 6, ஆங்கிலத்திலிருந்து அரபிக்கு 14 மொழி பெயர்ப்புகள்) வட ஆப்பிரிக்க வரலாற்றில் அவருடைய தனித்த ஆர்வமும், ஒரு பிரிக்க முடியாத பகுதியாக விளங்கும் பாலஸ்தீனத்தை உள்ளடக்கிய அரேபிய தேசியவாதத்தை அவர் ஏற்றுக் கொண்டதற்கு சாட்சியங்களாக விளங்குகின்றன.[7]

பெரும்பாலும் அவருடைய அனைத்து அரேபிய கருத்துக்கள் மீதான நிரந்தரமான பற்றுதல் காரணமாக, ஜியாதே, 'செய்க்' கின் மக்கள் மத்தியிலான பெரும்புகழை என்றும் எட்டியதில்லை. அவருடைய ('செய்க்'கின்) செயலூக்கமிக்க அரசியல் ஈடுபாடு, பலமுறை இஸ்ரேலியப் படுகொலை முயற்சிகளுக்கு இலக்காக அவரை ஆக்கியது. 1940களின் நடுப் பகுதி ஜெருசலேமில், சியோனிசக் குடியேற்றக்காரர்கள் மீது கல்லெறிந்த அவரது துவக்க நாள்களில் இருந்து பாலஸ்தீனிய தேசியக் கவுன்சிலுக்கு அவர் நியமனம்

செய்யப்பட்டது வரை, சுருக்கமாக, 'சிரிய சமூக தேசியவாதக் கட்சியின் (Syrian Social Nationalist Party) ஓர் உறுப்பினராக, 'செய்க்,' பாலஸ்தீனம் மற்றும் அரேபிய தேசிய வாதத்திற்குத் தனது வாழ்நாள் முழுவதுமான அர்ப்பணிப்பை எடுத்துக்காட்டினார்.[8] அவருடைய மறைவிற்கு ஓராண்டுக்குச் சற்று முன்னதாகக் கூட, 'செய்க்' இன்னமும் அரசியல் ரீதியாக, 2008 'பாலஸ்தீன தேசிய மாநாட்டின்' துணைத் தலைவராகவும், செய்தித் தொடர்பாளராகவும் சுறுசுறுப்புடன் செயல்பட்டார். அது 'அன்னபொலிஸ்' மாநாட்டு அறிக்கை மீது ஒன்றுபட்ட பாலஸ்தீனிய நிராகரிப்பைக் கோரியது. 'திபிரியாஸ்' இல் குடும்பத்தில் கடைசியாகப் பிறந்த இளைய சகோதரனான 'செய்க்',[9] பாலஸ்தீனப் பிரிவினைக்கு ஆதரவான வாக்கெடுப்பை ஐக்கிய நாடுகள் சபை நடத்துவதற்கு முடிவெடுத்தது. அதற்கு ஓராண்டுக்கு முன்னதாக, நகரத்தின் அரசுப் பள்ளிக்குச் சென்றார். ஜெருசலேமில் 'ஆயர் கோபட் பள்ளி'யில் சேர்க்கப்படுவதற்கு முன்பாக, மிகப் பெரிய ஸ்காட்டிஷ் பிராட்டஸ்டண்ட் தூதுப் பணிக் குழுவின் மிகப் பெரிய வட்டார குருவின் திருத்தலத்தில் வளர்க்கப்பட்ட அவர், 1947, நவம்பர் 29 அன்று அரசுப் பள்ளி மூடப்பட்டதை ஒட்டி, 'செய்தா'வுக்கு மாறினார். அங்கு ஜெரார்ட் கல்வி நிறுவனத்தில் தன் பள்ளிப் படிப்பை நிறைவு செய்தார். 1953இல், அரசியல் விஞ்ஞானப் பட்டத்துடன், பெய்ரூட் அமெரிக்கப் பல்கலைக் கழகத்தில் (AUB) பட்டப் படிப்பை முடித்தார். பிறகு, 1964இல் கேம்பிரிட்ஜ் பல்கலைக் கழகத்தில் இருந்து 'மத்திய கிழக்கு நாடுகளின் ஆய்வுகளில் ஒரு PhD பட்டத்தை அவர் பெற்றார். ஓர் எழுத்தாளராக, கட்டுரையாளராக, வெளியீட்டாளராக, கல்வியாளராக 'செய்க்', ஒரு நிறுவனத்தைக் கட்டி எழுப்புபவராகவும் இருந்தார். (PLO) பாலஸ்தீன விடுதலை அமைப்பின் பாலஸ்தீன ஆய்வு மையத்திற்குத் தலைவராக இருந்தார்.[10] அதை ஒரு கறாரான கல்வி நிறுவனமாக வளர்ச்சி அடையச் செய்வதற்கு ஓய்வின்றி உழைத்தார்.[11] பாலஸ்தீனக் கலைக் களஞ்சியத்தை, அதன் ஆசிரியர் குழுவில் சேருவதற்கு முன் வெளியிட்டார்.[12] அந்தப் பகுதி முழுவதும் இருந்த அரேபிய ஆய்வு மையங்களாலும், அரேபிய இணைக்குழுவாலும் வெளியிடப்பட்ட பெரு மதிப்பிற்குரிய பற்பல இதழ்களையும், பருவ இதழ்களையும் மேற்பார்வை செய்தார்.

நேர்காணல்களுக்கு நாம் திரும்பும் போதும், அதிர்ச்சி பற்றிய நினைவுகளை ஆய்வு செய்யும் போதும், நமது உண்மை கண்டறியும் வழிகளில் அவற்றைச் சீர்தூக்கிப் பார்க்கும் போதும், ஒழுக்க நெறி சார்ந்த கருத்துகள் தோன்றுகின்றன. சூழல் சார்ந்த திருத்தங்களைப்

பயன்படுத்தும் பொருட்டு, இந்த சாட்சியங்களில் தலையீடு செய்வது நியாயமாகுமா? பல்வேறுபட்ட தொடர் நிகழ்வுகளில் ஒரு சில குறும் பகுதிகளைப் பிரித்துப் பார்க்கும் பொருட்டு, நேரக் குறியீட்டு முறையில் படம்பிடிக்கப்படும் நேர்காணல்களில் நமது குறுக்கீடுகளின் பின்விளைவுகள் என்னென்ன? நேர்காணல் செய்பவர்களின் கேள்விகளால் தூண்டப்படும் - கட்டாயப் படுத்தப்படும் - முன்னரே ஒரு நினைவு மற்றும் ஒரு நினைவுகூரலின் ஒரு சிறு பகுதியாக இருப்பவற்றை நாம் துண்டாடத் தயாராகும் போது, குரலையும் அதன் தொனியையும், பார்வையையும் அதன் பல்வேறு பரிமாணங்களையும், அகலத்தையும் அதன் ஆழத்தையும் எவ்வாறு நாம் இழப்பதில்லை? அவர்களது வாழ்வின் இறுதியில் பதிவு செய்யப்பட்ட 'ஜியாதே' மற்றும் 'செய்க்'கின் இந்த வாய்மொழி நேர்காணல்களுக்கும், எழுத்துப்பூர்வமான அவர்களது விவரிப்புகளுக்கும் இடையிலான விடுபட்டவைகளையும், முரண்பாடுகளையும் வைத்துக்கொண்டு என்ன செய்வது? பெரும்பாலும், எது உறுதியற்றதாக இருக்கிறது என்பதைச் சரிபார்க்க வாசகரிடமே கோருவது என்பதைத் தவிர, இது போன்ற பிரச்சினைகளின் மீது விரிவான ஆய்வு செய்யத் துவங்க என்னால் முடியாது. ஆகவே, சில முரண்படும் சாட்சியங்கள் குறித்தும், வாழ்ந்த வாழ்வுக்கும், அதன் நினைவு கூரலுக்கும் இடையேயான அல்லது நினைவுகூரல்களுக்கே இடையிலான சீரற்ற தன்மைகள் குறித்தும் நான் கவனத்தை ஈர்ப்பேன்.

இந்த நேர்காணல்கள் இடையே மிகவும் ஸ்தம்பிக்க வைக்கும் பகுதிகள், முதல் உலகப் போரின் போது, அவரது அம்மாவின் திடீர் அறிவிப்பு பற்றிய 'ஜியாதே'யின் நடுநிலையுடனான விவரிப்பு: 'நிக்கோலா, உன் தந்தை இறந்துவிட்டார். இதோ அவரது உடைகள்'.¹³ முற்றிலும் வேறுபட்ட முறையில், 'செய்க்' ஜெருசலேமில் ஒரு பள்ளிச் சிறுவனாக, அவரது வீங்கிய விரல்களைப் பற்றி விவரிக்கிறார், அவரது ஓய்வறைப் படுக்கையின் விரிப்புகளை, விரல்களை குணப்படுத்த பரிந்துரைக்கப்பட்ட கறுப்புக் களிம்பு அழுக்காக்கிவிடும் என்ற பயத்தில் ஏற்படும் அவரது பதட்டங்களை விவரிக்கிறார்... அவரது துண்டிக்கப்பட்ட கையை ஆட்டுகிறார் - 1972இல் அவரது முகத்தில் வெடித்த கடிதக் குண்டைப் பிடித்த அந்தக் கையை - காமிராவின் முன் மிகச் சாதாரணமாக, 'அந்த நேரத்தில், எனக்கு விரல்கள் இருந்தன என்று சொல்லியபடி துண்டிக்கப்பட்ட கையை ஆட்டுகிறார்.¹⁴ 'ஆட்டோமன்' காலத்திற்குப் பிந்தைய பாலஸ்தீனத்தில், குழு

வாழ்க்கை பற்றிய இரண்டு அறிவு ஜீவிகளின் சாட்சியங்கள் கூட வேறுபடுகின்றன. பாலஸ்தீனத்தில் பிரிவினை வாதம் பற்றிய 'செய்க்'கின் உணர்ச்சிமிக்க மறுப்பு, பின்னாளில் லெபனானிய பிரிவினைவாதம் பற்றிய அவரது அனுபவத்தால் வெளிப்படையாக மாறிவிடுகிறது.[15] கிறித்துவ ஆசிரியர்களின் பரவலான பிரிவினை வாதத்திற்கு எதிராக நடந்த எதிர்ப்புகளைப் பற்றிய 'ஜியாதே' யின் நினைவுகூரல்களுடன் முரண்படுகிறது. அந்த எதிர்ப்பு, அவர் நியமனம் செய்யப்பட்ட 'தர்ஷிகா' பள்ளியை மூடுவதில் முடிந்தது. இதை உறுதி செய்யும் விதமாக, பல்வேறு வகுப்பினருக்கு இடையேயான சகவாழ்வு பற்றிய சித்திரிப்புகள், மற்றும் அவரை 'என் மகன்'[16] என்று அழைத்த 'ஷய்க் ஜரல்லா' உடனான 'ஜியாதே'வின் தனிச்சிறப்பு வாய்ந்த உறவு பற்றிய சித்திரிப்புகள் நேர்மறையானவை. இந்தச் சித்திரிப்புகள், அவரது இந்த விவரிப்பைப் பெரிதும் மட்டுப்படுத்துகின்றன. ஒரு கட்டத்தில், எப்படி இருப்பினும், ஜியாதே, புன்னகையுடன் இடைமறித்துக் கூறுகிறார், 'நாங்கள் உரோம் பழைமை வாதக் குழுவினர், இந்த நாடுகளின் அசல் கிறித்தவர்கள்!'[17] 'செய்க்', அவருடைய பங்கிற்கு, எப்போதும் ஒருமுறை கூட அவருடைய குடும்பம் பிராட்டஸ்டண்டிசத்துக்கு மாறிய சூழ்நிலைகளை விவாதித்ததில்லை.[18] இரண்டு மனிதர்களும் உறுதியான மதச்சார்பற்றவாதிகள். ஆயினும், அவர்களுடைய குறிப்புகளும், புறக்கணிப்புகளும், சுய-தணிக்கை செய்யப்பட்ட அல்லது, அனைத்து மதப் பின்னணிகளையும் கொண்ட பாலஸ்தீனியர்களுக்கு - இருப்பிற்கே ஆபத்தை விளைவிக்கும் அளவிற்கு ஒரு பேரழிவு என்ற நக்பாவுக்கு முன்பு - குறைந்த பட்சம் குறைத்துச் சொல்லப்பட்ட ஒரு விஷயத்தையே காட்டுகின்றன. கவலைதரும் திருத்தங்களை வேண்டுகின்ற இன்னொரு தொடர் விவரிப்பு, பதிமூன்றரை (13 ½) வயதில் (15 வயதுக்குப் பதிலாக) முன்னதாகவே 'தார் அல்-மு அல்லிமின்'னில் சேர்ந்ததற்கான சூழ்நிலைகள் பற்றிய 'ஜியாதே'யின் நீண்ட விளக்கம் தான். ஓராண்டிற்குப் பிறகு, 12 வயதில் 'அப்த் அல்-லத்தீஃப் திபாவி'யின் பள்ளிச் சேர்க்கையை வெளிப்படையாகத் தெரியும் வண்ணம் குறிப்பிடவில்லை. இந்த அவரது புறக்கணிப்பைச் சுய நேசிப்பு என்பதிலிருந்து வெறுப்பது என்பது வரை எப்படி வேண்டுமானாலும் நாம் புரிந்துகொள்ள முடியும்[19], ஆனாலும், ஆசிரியர் பயிற்சிக் கல்லூரியில் நிலவிய மூர்க்கத்தனமான, இடைவிடாத போட்டி என்று இதைப் புரிந்துகொள்ள வேண்டும் - அனைத்து பாலஸ்தீனிய முன்னணி மாணவர்களையும் ஒருவருக்கு எதிராக மற்றொருவரைப் போட்டியாக நிறுத்திவிடும், கவனமாய்த்

தேர்ந்தெடுக்க வேண்டிய ஒரு கல்வி முறையின் விளைவு இது. 'தார் அல்- மு அல்லிமின்' இல் சேரும் அளவுக்குப் போதுமான (துர்) அதிர்ஷ்டம் வாய்த்த அவரது சகோதரர்கள் மற்றும் அவரது தோழர்கள் பற்றியும், 'அவர்கள் கொடுங் கனவில் வாழ்ந்தார்கள்' என்று 'செய்க்' சொல்கிறார். 'ஆயர் கோபட் பள்ளி' பற்றிய ஒரு கேள்விக்கான பதிலில், எந்த ஒரு சாட்சியமும் வலிமை வாய்ந்ததாக இல்லை. 'செய்க்'கின் அரேபியக் கல்லூரி வாழ்க்கை பற்றிய வெளிப்படுத்தலை விடவும், பாலஸ்தீன மேல்தட்டு வர்க்கத்தினர் மீது நிகழ்ந்த கல்வி ரீதியான பேரதிர்ச்சித் தாக்குதலை அதிகம் வெளிப்படுத்தியது யாரும் இல்லை.

'செய்க்'கும், 'ஜியாதே'வும் பிரிட்டிஷ் ஆட்சி அதிகார (*Mandate*) காலத்தின் முன்னோடிகள், 'வறுமையின் விளிம்பில் நிலையாக வாழ்ந்த நடுத்தர வர்க்கக் குடும்பங்களில்' இருந்து வந்த 'கலாச்சார ரீதியாக மேன்மை மிக்கவர்களாக இருந்தனர்'.[20] இருந்த போதிலும், இன்று அவர்களை நினைத்துப் பார்ப்பவர்கள் யார், அதன்பிறகு எவ்வாறு? பாலஸ்தீனிய அறிவுஜீவிகளின் பங்களிப்பு, வெளி உலகிலும் சில நேரங்களில் கல்வி சார்ந்த மற்றும் அரசியல் வட்டாரங்களுக்குள்ளே என இரண்டிலும், பெரிதும் பொருட்படுத்தப்படவில்லை; மேலும் வழக்கமான வடக்கு - தெற்கு ஏற்றத்தாழ்வுகளுக்கு இந்தக் குழப்பமே காரணம் என்று சொல்லும் பிந்தைய காலனியக் கால மதிப்பீடுகள், அவர்களின் பாதிக் கதையையே படம் பிடிக்கின்றன. 1948க்கு முந்தைய பாலஸ்தீனத்தில் இருந்து வந்த இந்த இரண்டு புகழ் பெற்றவர்களின், பள்ளி நாள்களின் நினைவு கூரல்களைக் கவனிப்பதன் மூலம், இந்த வரிகள், அவர்களின் இணைந்த அழிப்பின் வழிமுறைகளை அம்பலப்படுத்த முயற்சிக்கின்றன.[21] கீழே வரும் மொழியாக்கம் செய்யப்பட்ட பகுதிகள், 'ஜியாதே' மற்றும் 'செய்க்'கின் நேர்காணல்களின் மிகவும் வண்ணமயமான பகுதிகள் அல்ல. ஆட்சி அதிகாரக் காலத்திய பாலஸ்தீனத்தின் மிகமிக முக்கியமான பள்ளிகள், பொது அரபிக் கல்லூரி (முன்னாள் தார் அல்-மு அல்லிமின்) மற்றும் தனியார் ஆயர் கோபெட் பள்ளி அதாவது ஜெருசலேமில் சீயோன் மலை உச்சியில் அது அமைந்ததால், 'மதரஸா சஹ்யூன்' என்றும் அறியப்பட்ட பள்ளிகள். இந்த இரு பள்ளிகளிலும் படித்த இருவரின் பள்ளிச் சிறுவர் நினைவுகளை விவரிக்கும் காரணத்தால், அவை தேர்ந்தெடுக்கப்பட்டன. அரேபிய மற்றும் பாலஸ்தீனிய தேசியவாதத்தின் தீவிரமான, இப்பொழுதும் கடுமையாகக் கண்காணிக்கப்பட்ட தளங்களாக, இந்த நிறுவனங்கள், அரசுப்

பள்ளிகளில் பணிபுரியும் வண்ணம் உயர் அடுக்கினரை உருவாக்கின. மேலும் உள்ளுக்குள்ளேயே, எந்த நோக்கமும் இன்றி, தேசிய எதிர்ப்பைத் திரட்ட முயற்சித்தன.[22] மிகமிக அதிர்ச்சி தரத்தக்க காலனிய துடைத்தெறிதலுக்கு உட்பட்ட தளங்களாக, அவை 'நடந்து முடிந்த'[23] மற்றும் நடந்துகொண்டிருக்கும் ஒரு பேரழிவின் (நக்பாவின்) அடையாளமாக விளங்குகின்றன.

பிரிட்டிஷ் ஆட்சி அதிகாரக் காலத்தின் *(Mandate period)* போது, ஜெருசலேம் சுவர்களுக்கு அப்பால் *1853*இல் நிறுவப்பட்ட 'ஆயர் கோபெட் மறைமாவட்டப் பள்ளி' 'பாலஸ்தீனிய உயர்குடி வர்க்கத்தினருக்கான முக்கிய தயாரிப்புப் பள்ளியாக' ஆனது.[24] எண்ணற்ற செயல்பாட்டாளர்கள், மஞ்சள் எழுத்தாளர்கள், அரசியல்வாதிகள் மற்றும் கலைஞர்கள் 'மதரஸாத் சஹ்யூன்' இல் இருந்து பட்டம் பெற்றனர், அவர்களுள் 'அப்த் அல்-காதிர், 'அல்-ஹுசைனி', 'அஹ்மத் துக்கான்', 'அஹ்மத் அல்-ஷுக்காய்ரி', 'கமால் நாசிர்', 'இஜ்ஜாத் தானுஸ்' மற்றும் 'எமிலி ஹபீபி' ஆகியோர் அடங்குவர். இன்று பள்ளிக் கட்டடங்கள் இன்னமும் நிற்கின்றன. *1948*இல் 'ஹகனா'க்களால் கைப்பற்றப்பட்டு, ஜெருசலேமின் பழைய யூதப் பகுதிகளில், முற்றுகையிடப்பட்ட சியோனிசவாதிகளுக்கு உணவளிக்க அவர்கள் பயன்படுத்திய அந்தக் கட்டடம், *1949* போர்நிறுத்த உடன்பாடு கையெழுத்து இடப்பட்ட பிறகு, மனித நடமாட்டமற்ற பகுதியில், ஜோர்டானியர் காவலின் கீழ் வந்தது. *1967* இன் ஆறு- நாள் போரின் போது, இஸ்ரேலியர்கள் அந்தப் பகுதிகளை - கிழக்கு ஜெருசலேமோடு, நகரச் சுவர்களுக்கு உள்ளும், புறமும் - வென்றார்கள் மேலும் இறுதியில், பள்ளி மீது, ஆங்கிலேய தேவாலயத்துடன் கசப்பான ஓர் உரிமைப் பிரச்சினையில் இறங்கினர். தேவாலய மதபோதகச் சமூகம், இஸ்ரேலிய அரசுக்கு உரிமையைத் தன்னால் மாற்றும் 'உரிமையாளர் அற்ற சொத்து சட்டத்தில்' *(Absentee Law)* இருந்து பாலஸ்தீனத்தில் இருந்த அதன் பல சொத்துக்களுடன், மைதானங்களுக்கும், கட்டடங்களுக்கும் விலக்கு பெறுவதற்குக் கடுமையாகப் போராடியது. இன்று அந்தக் கட்டடம், 'ஜெருசலேமில் தற்சார்புடைய, பட்டம் வழங்கும் கல்வி நிறுவனம்' எனச் சுயமாக - அறிவிக்கப்பட்ட 'ஜெருசலேம் பல்கலைக்கழகக் கல்லூரி'யைக் கொண்டுள்ளது. மேலும், உலகம் முழுவதும் எழுபதுக்கும் மேற்பட்ட அங்கீகரிக்கப்பட்ட கிறித்தவக் கல்லூரிகள், பல்கலைக்கழகங்கள் மற்றும் ஆயர் பயிற்சிப் பள்ளிகள் ஆகியவற்றின் 'விரிவாக்க வளாகத்தையும்' தன்னகத்தே கொண்டுள்ளது. அதன் பாலஸ்தீனிய ஆட்டோமன் மற்றும்

பிந்தைய ஆட்டோமன் வரலாறு பற்றி, கல்லூரி வெளியீடுகளில் எந்த அடையாளமும் இல்லை. மாறாக, பள்ளியின் அருவருக்கத் தக்க குறிக்கோள், இந்த ஆதார அழிப்பைத் தீவிரப்படுத்துவது என்பதுதான்: 'நிலத்தை அறிந்துகொள், பிரதியைப் பார், புத்தகத்தோடு நின்றுவிடு'.

அரபிக் கல்லூரியின் அழிவு பற்றிய கதை மூர்க்கத் தனமானது. 1918இல் நிறுவப்பட்ட 'தார் அல்-மு அல்லிமின்', 1928இல் அரபிக் கல்லூரியாக வளர்ந்தது. 'மவுண்ட் ஜியான்'னுக்கு நேர்ந்த அதே முடிவை எட்டிய 'ஓல்ட் சிட்டி'க்கு தென் கிழக்கில் அமைந்த ஓர் ஊரான 'ஜபல் அல்-முக்காபிர்' க்கு 1934இல் அது இடமாற்றம் செய்யப்பட்டது. 1967 போருக்குப் பின், ஜோர்டானிய நிர்வாகத்தின் கீழ் சர்வதேச செஞ்சிலுவைச் சங்கத்திற்குக் கல்லூரிக் கட்டடம் அளிக்கப்பட்ட வேளையில், அதை சுற்றியிருந்த பகுதி - முறைப்படி 'ஐக்கிய நாடுகள் அமைதி மேற்பார்வை அமைப்பின்' *(UNTSO - United Nations Truce Supervision Organisation)* பார்வையின் கீழ் இருந்த பகுதி - இஸ்ரேலால் ஆக்கிரமிப்பு செய்யப்பட்டது. மேலும் ஒரு பகுதி நிலம், 'கிழக்கு தல்பியோட்'டின் *(East Talpiot)* குடியிருப்புப் பகுதியை அமைப்பதற்காகப் பறிமுதல் செய்யப்பட்டது. 1998இல், 'இறுதிக் கட்ட பேச்சு வார்த்தைகள்' என நம்பப்பட்ட, 'ஆஸ்லோ' அமைதி முயற்சிக்கு இடையே, பாலஸ்தீனிய நிர்வாகம், கல்லூரியை மீண்டும் புதுப்பிக்கத் திட்டமிட்டுக்கொண்டிருந்தது.[25] இரண்டு ஆண்டுகளுக்குப் பிறகு, இரண்டாவது எழுச்சி வெடித்தது மேலும் 'ஷெரான்' அரசாங்கம், அதன் 'இன ஒதுக்கல் சுவரை'க் கட்டத் துவங்கியது. இன்று, 'ஜபல் அல்- முக்காபிர்', பாலஸ்தீனிய நகரங்களைச் சேர்ந்ததாக இருக்கிறது. மேலும் அதற்கு நெருக்கமான ஊர்கள் கடும் நெருக்கடியில் இருக்கின்றன. சுவரால் கிழிக்கப்பட்ட, அதன் உள்கட்டமைப்பு, ஜெருசலேம் நகராட்சி சட்டங்களால் இறுகப் பிணைக்கப்படுதலால், புறக்கணிக்கப்பட்டும், அதன் வளர்ச்சி தடுக்கப்பட்டும் இருக்கின்றது. பாலஸ்தீனிய அடையாளத்தின் இந்த அடித்தளங்களை, அவற்றை உருவாக்கியவர்களின் வார்த்தைகளுக்கு இடையிலான உண்மைகளைப் புரிந்து கொள்வதன் மூலம் நினைவு கூர்வது என்பது ஒரு மிகப்பெரிய கடமை அல்ல. மேலும் நினைவிடமாகக் கொள்ளத் தக்க அளவிலும் கூடக் குறைவானது. அவை நடந்துகொண்டிருக்கும் தவறைச் சரிசெய்வது மட்டுமே. இந்த வகையிலும் கூட, அவை அதிகாரப்பூர்வ நினைவாக இருக்கிறது.

நிக்கோலா ஜியாதே

சிரியாவின் டமாஸ்கஸில் ஏறத்தாழ 1907இல் பிறந்தவர்

மஹ்மூத் ஷெய்டனுடன் நேர்காணல்

பெய்ரூட், 2004

3 மணி 11'20"-3 மணி 21'53"

நிக்கோலா ஜியாதே: *பாலஸ்தீனத்தில் கல்வி பற்றி நாம் பேசலாம். அரேபியர்களின் கல்வியை பிரிட்டிஷ் நிர்வாகம் மேற்பார்வை இட்டது. அதே வேளையில், யூதர்களின் கல்வி சுதந்திரமானதாக இருந்தது. மேலும் யூத முகமையுடன் அல்லது மதம் சார்ந்த அமைப்புகளுடன் இணைக்கப்பட்டிருந்தது. 'இதாரத் அல்-மா ஆரிஃப்' (Department of Education) செய்தது இதுதான்: பள்ளிகளுக்கான துறையின் நிதி ஒதுக்கீட்டில் யூதர்களின் பங்கை, அது யூத சிறப்புக் குழுவினருக்கு அளித்தது. துறை இயக்குநருக்கான உதவியாளராக ஒரு யூத மனிதர் அங்கே பணிபுரிந்து வந்தார். துணை இயக்குநரை விட உதவியாளர் கீழ்ப் பதவியில் இருப்பவர். அவர் யூதர். பணம் அளிக்கப்படுகிறது என்பதை உறுதி செய்வதும், பள்ளிகள் மற்றும் கல்வியின் நிலை பற்றி யூதர்களிடம் இருந்து புள்ளி விபரங்களை பெற்றுத் தருவதும் அவரது பணிகளாக இருந்தது. ஆனால் கல்வித் துறை இதற்குப் பொறுப்பு ஏற்காது. அரேபியர்களின கலவி... அவர்களுக்கு இடையே நடத்தப்பட்டது.*

மற்றவர்கள் என்ன சொன்ன போதிலும், பாலஸ்தீன அரசாங்கம், பாலஸ்தீனத்தில் பள்ளிகளைத் திறந்தது. மேலும் அவை நன்றாகவே இருந்தன. நான் ஒரு கிராமத்தில், ஓர் உயர்நிலைப் பள்ளியிலும், 'அல்- குல்லியா அல்-அரேபியா'விலும் (அரபுக் கல்லூரி) கற்பித்து வந்தேன், மேலும் முன்பும், பின்பும் வந்த அனைத்துப் பாடத்திட்டங்கள் பற்றி அறிந்தவனாகவும் இருந்தேன். இருப்பினும் 'இதாரத் அல்-மா ஆரிஃப்'பால் மேற்பார்வை இடப்பட்ட கல்வி, அரேபியர்களின் கல்வியைப் பொறுத்தவரை... குறையுடையதாக இருந்தது. நப்லஸ் மாவட்டத்தில் இருந்த தர்ஷிகா, அல்-ரமா மற்றும் துபாஸ் போன்ற சில விதி விலக்குகளைத் தவிர, மற்ற கிராமங்களில் இருந்த பள்ளிகள், தொடக்கக் கல்வியின் முழுமையான படிப்பை அளிக்கவில்லை. தொடக்கக் கல்வியின் மூன்றாவது வகுப்பான இடைநிலையில் அவைகள் நிறுத்தின. படிப்பை மேற்கொண்டு தொடர விரும்பியவர்கள், ஓர் இடைநிலைப் பள்ளி இருந்த, மிகமிகப் பக்கத்தில் இருந்த நகருக்குப் போக வேண்டிய தேவை

ஏற்பட்டது... அதாவது, தொடக்கப் பள்ளியை முடித்து இடைநிலைப் பள்ளிப் படிப்பைத் தொடர, போக வேண்டிய தேவை இருந்தது. பத்தாண்டுகளாக, 'அக்கா'வில் இடைநிலைப் பள்ளியில் நான் கற்பித்தேன், அவற்றுள் பல அதிக எண்ணிக்கையில் பாலஸ்தீனத்தின் முக்கிய மையங்களிலும், - அல்லது மாவட்ட மையங்களில் என்று நாம் சொல்லலாம் - 'அக்கா'வில், 'அல்-நசீரா'வில், 'சஃபாத்'தில், 'நப்லஸ்'ஸில் எனப் பல இடங்களில்... இருந்தன. இந்தப் பள்ளிகள் ஒரு முழு இடைநிலைப் பள்ளிக் கல்வியை அளிக்கவில்லை, அவைகள் தொடக்கப் பள்ளியை மட்டுமே முழுமையாகக் கொண்டிருந்தன. நீங்கள் கிராமங்களில் காணுகின்ற தொடக்கப் பள்ளிகளைப் போல, 'அக்கா'வில் ஒரு தொடக்கப் பள்ளி இருந்தது. ஆக அவர்கள் நான்கு ஆண்டுகள் தொடக்கப் பள்ளி கல்வியையும், இரண்டு ஆண்டுகள் மட்டும் இடைநிலைப் பள்ளிக் கல்வியையும் அளித்தார்கள். கல்வி அங்கு நன்றாக இருந்தது, பாடத்திட்டங்களும் நன்றாக இருந்தன. முதன்முதலில், இயல்பாகவே, புத்தகங்கள் பல இடங்களிலும் இருந்து வந்தன. ஆனால் நிலைமைகள் கொஞ்சம் கொஞ்சமாக முறைப்படுத்தப்பட்டன. இருப்பினும் பள்ளிகள் பற்றாக்குறையாகவே இருந்தன. பிரிட்டிஷ் ஆட்சி அதிகாரம் பாலஸ்தீனத்தில் முடிவுக்கு வந்தபோது, கல்வித்துறையால் திறக்கப்பட்ட பள்ளிகளின் மொத்த எண்ணிக்கை 400 முதல் 500 ஆக இருந்தன. முழுமையாகப் பள்ளிகளே இல்லாமல் ஒரு பெரிய எண்ணிக்கையிலான கிராமங்கள் இருந்தன. தொடக்கப் பள்ளிகளைக் கொண்ட கிராமங்கள் குறைந்த வசதிகளைக் கொண்டவையாக இருந்தன. பள்ளிகளின் எண்ணிக்கை இன்னும் மிக அதிகமாக இருந்திருக்க வேண்டும். மேலும் அது சாத்தியமாகி இருக்கக் கூடிய ஒன்றுதான். ஆனால், அதைச் செய்வதற்கான நோக்கம் அங்கு இல்லை. அல்-குல்லியா அல்-அரேபியாவும், மற்றும் அல்-குல்லியா அல்- ரஷீடிய்யாவும் அதன் தொடர்ச்சியாகப் பள்ளி இறுதி வகுப்புக்குப் பிந்தைய இரண்டு ஆண்டுகள் வகுப்புகளை மட்டும் கற்பித்தன. அது இடைநிலைப் பள்ளியின் இறுதித் தேர்வு மற்றும் பெய்ரூட் அமெரிக்கப் பல்கலைக் கழகத்திலோ அல்லது பிரிட்டிஷ் பல்கலைக்கழகங்களிலோ புதியவர்களாக மாணவர்களைச் சேர்ப்பதற்கான அடிப்படை வகுப்பாகும்.

மஹ்மூத் ஷெய்டன்: அவைகள் அரசுக் கல்லூரிகளா அல்லது தனியார் கல்லூரிகளா?

நிக்கோலா ஜியாதே: அவை அனைத்தும் அரசு சார்ந்தவைதான். நான் அரசுக் கல்வி பற்றிப் பேசிக்கொண்டிருக்கிறேன். அங்கே...

நாம் முதலில் அரசுக் கல்வி பற்றிப் பேசி முடிப்போம். அரசுக் கல்வி நன்றாகவே இருந்தது, ஆனால் அங்கே அது அதிகமாக இல்லை, அது மக்களுக்குக் கிடைக்கும்படியாக ஏற்படுத்தப்படவில்லை. அல்-குல்லியா அல்-அரேபியா, எடுத்துக்காட்டாக, இடைநிலைப் பள்ளிக்குப் பிறகு இரண்டாண்டு வகுப்புகளை மட்டும் அளிக்கிறது. அதன் பொருள் பல்கலைக் கழகத்திற்குத் தேவையான நான்கு ஆண்டுகளை அது முடிப்பதில்லை. இந்தக் கல்லூரி நேர்த்தியானது, ஆசிரியர்கள் மிகச் சிறந்தவர்கள், நிர்வாகம் நன்றாக இருந்தது... ஆனால் பள்ளிகள் புறக்கணிக்கப்பட்டன. மாவட்டப் பள்ளிகளுள் அல்லது அல்-குட்ஸ்' ரஷிடிய்யாவில் ஒன்றில் கூடப் பள்ளி முதல்வருக்கு உதவியாளர் கிடையாது, அவரது செயலாளரைப் போன்றே அவர் கடிதப் போக்குவரத்தைப் பார்க்க முடியும்... இந்தக் காரணத்திற்காக, ஹசன் அராபத், அல்-ரஷிடிய்யாவின் முதல்வர், பள்ளி நேரம் முடிந்த பிறகு, இந்த வேலைகளை முடிப்பதற்காக, இளம் ஆசிரியர்களுள் தட்டச்சைப் பயன்படுத்தத் தெரிந்த ஒருவருக்கு இந்தப் பொறுப்பை அளித்தார். ஒரு நிர்வாகத்திற்கு, இந்த வேலைகளைச் செய்வதற்கு நிறைய பேர் தேவையில்லை ஆனால், குறைந்த பட்சம் ஒருவராவது அங்கு இருந்திருக்க வேண்டும். தினசரி அலுவலகக் கோப்புகள் மற்றும் ஆவணப் படுத்துகின்ற வேலைகளைக் *(paperwork)* கையாள வேண்டுவதற்குப் பதிலாக முதல்வர், பள்ளியின் மீது கவனம் செலுத்த அதிக நேரததைச ெசலவழிக்க ேவண்டும். ஆனால் எது முக்கியம் என்றால், பள்ளிகள் பற்றாக்குறையாக இருக்கின்றன.

ஆக இப்போது, பாலஸ்தீனத்தில் உள்ள அரேபியர்களுக்குக் கிடைக்கக் கூடிய வேறு வகையான கல்வித்திட்ட முறைமைகள் யாவை? முன்னால் இருந்தே மேல்நாட்டுப் பள்ளிகள் இருந்தன. மேலும் அவை இங்கு இருக்கின்றன; பிரிட்டிஷ் ஆட்சி அதிகாரத்தின் போது, திறக்கப்பட்டவைகள். எடுத்துக்காட்டாக, மிஸ். இராபர்ட்சன் என்று அழைக்கப்பட்ட ஆங்கில அனைத்துப் பெண்கள் பள்ளி அல்-குட்ஸில் இருந்தது - இது போன்ற பெயர் இடப்பட்டதற்குக் காரணம், அதன் முதல்வர், இராபர்ட்சன் என்று அழைக்கப் பெற்றார். பள்ளிகள் எல்லாம் பெயரிடப்பட்டது இப்படித்தான். அல்-குட்ஸில் ஒரு ஜெர்மானியப் பள்ளிக்கூடம் இருந்தது, அங்கு கிரேக்க... மற்றும் பிரெஞ்சுப் பள்ளிகள் இருந்தன - கிரேக்கப் பள்ளிகள், ஒருவரும் அவற்றுள் ஆர்வம் உடையவராக இல்லை! பிரெஞ்சுப் பள்ளிகள் பெரும்பாலும் அல்-குட்ஸ், யாஃபா மற்றும் ஹைஃபாவைச் சுற்றிக் கவனம் செலுத்தின.

சில பகுதிகள் இதுபோன்ற பள்ளிகளைப் பெற்றிருந்தாலும், பெரும்பாலும், மற்ற பகுதிகள், அவ்வாறு பெற்றிருக்கவில்லை. இந்த அயல்நாட்டுப் பள்ளிகள், குறைந்த பட்சம் உயர்நிலை பள்ளிக் கல்வியை நிறைவு செய்தன. அங்கே தேசியப் பள்ளிகள் இருந்தன. கிராமங்களில் இருக்கும் குர்ஆன் போதனைப் பள்ளிகள் நீங்கலாக - நாம் அவற்றைப் பற்றி கவனம் செலுத்தவில்லை - மாணவர்கள் பள்ளி இறுதிக்கான மாநிலத் தேர்வுகளில் தேர்ச்சி பெறும் அரசுப் பள்ளிகளைப் பற்றிப் பேசிக் கொண்டிருக்கிறோம், அங்கே: 'நப்லஸ்'இல், மத்ரஸாத் அல்- நஜா (அல்-நஜாப் பள்ளி), அது இப்போது அல்-நஜாப் பல்கலைக்கழகம். மேலும் அல்-குட்ஸில் 'ரவ்தத் அல்-மா' ஆரிஃப், அதன் உரிமையாளர், 'அப்த் அல்-லத்தீஃப் அல்- ஹுசைனி'. எனக்கு அது தெரியாது என்றாலும், அப்த் அல்- லத்தீஃப் அல்-ஹுசைனி 'உச்ச முஸ்லீம் சபை' (*Supreme Muslim Council*)யால் உதவி செய்யப்பட்டார் என்று சொல்லப்பட்டது. அங்கே தனியார் பள்ளிகள் இருந்தன ஆனால் அவை யாவும் அரசு பள்ளிகளுக்கு இணையாக ஆக முடியவில்லை. அங்கு அயல்நாட்டு மத போதகர்களின் பள்ளிகளும் இருந்தன. பிரெஞ்சு சகோதரர்களுக்கு அல்-குட்ஸில் இரண்டு பள்ளிக்கூடங்கள் இருந்தன... கடைசிக் காலத்தில் தனியார் பள்ளிகளின் எண்ணிக்கை அதிகமானது. 'கலீல் அல்-சகாகினி', அல்-குட்ஸில் ஒரு பள்ளிக் கூடத்தைத் திறந்தார், மற்றவர்களும் அதைப் போல் செய்தனர். ஆனால் அவை அதிக செலவு பிடிக்கக் கூடியவை. பள்ளிக்கூடம் திறப்பது என்பது ஒரு கடையைத் திறப்பது போலன்று. அது கிட்டத்தட்ட ஓர் ஆசிரியர், மாணவர்கள் மற்றும் ஒரு கட்டடத்தைப் பெறுவதும் அல்ல. உங்களுக்குச் சோதனைச் சாலைகள் தேவைப்படும், இந்த அனைத்துப் பொருள்களும்... ஒரு நூலகம்! ஆனால் இவை அனைத்தும் இருந்த போதிலும், தனியார் பள்ளிகள், பாலஸ்தீனிய மாணவர்களுக்குப் பயிற்சி அளிப்பதிலும், அவர்கள் மேல் அக்கறை காட்டுவதிலும் ஒரு முக்கியப் பங்காற்ற வேண்டி உள்ளது.

உருஷ்யப் பள்ளிகளைப் பற்றி?

மன்னிக்கவும்?

உருஷ்ய மத போதகர்களின் பள்ளிகளைப் பற்றி?

இல்லை, அவை எல்லாம் முடிந்து போய்விட்டன! 1914இல் அவர்கள் பள்ளிகளை மூடிவிட்டனர். இவை அனைத்தும் பழைமையானவை... அவை எல்லாம் பழைய செய்திகள்! போரில்

‘ஆட்டோமன்’ பேரரசு, ஜெர்மானியர்களோடு சண்டையிட்ட போது, அது உருஷ்யாவின் எதிரியானது. ஆகவே உருஷ்யர்களின் அனைத்துப் பள்ளிகளும் மூடப்பட்டன. தங்களைப் பாரம்பரிய மரபுவழிப் பட்ட *(Orthodox)* மற்றும் அது போன்ற பெயர்களால் அழைத்துக் கொண்ட பள்ளிகள் அங்கிருந்தன. ஆனால் அவைகள் வெற்றி பெற முடியவில்லை. மக்களிடையே கற்க வேண்டும் என்பதற்கான விருப்பம் இருந்தது என்பது முக்கியமான விஷயம். மேலும் லெபனானுக்கு ஏன் பெருமளவில் பாலஸ்தீனிய மாணவர்கள் வந்தார்கள் என்பதற்கு அதுதான் காரணம். ‘ஆலே’ இல் உள்ள பள்ளிக்கு வழக்கமாக அவர்கள் போனார்கள்.

5 மணி 13’18”- 5 மணி 24’53”

அந்தக் காலத்தில், ‘தார் அல்-மு அல்லிமின்’இல் நான் இருந்த காலத்தில் இருந்து, அல்-குட்ஸுக்கு நான் செல்லுவது வழக்கம். அங்கே ஒரு சந்திப்பு மையம் இருந்தது. அது ‘இளம் ஆண்கள் கிறித்தவச் சங்கம்’ (YMCA). தார் அல்-மு அல்லிமினில் நான் இருந்த போது, நான்கு சொற்பொழிவுகளைக் கேட்பதற்கு நாங்கள் அழைக்கப்பட்டோம் என்பதை நான் நினைவு கூர்கிறேன். அவை யாவும் முறையே அவரவர் மதங்களைப் பற்றிப் பேசுபவர்களால் அளிக்கப்பட்டன. ‘ஷேக் மூயி அல்-தின் அல்- மல்லா’ இஸ்லாம் பற்றிப் பேசினார், பாஸ்டர் ‘இலியாஸ் மர்முரா’ கிறிக்தவத்தைப் பற்றிப் பேசினார், ஒரு யூத நபர் ஜுடாயிசம் பற்றிப் பேசினார் ஆனாலும் இந்தச் சொற்பொழிவுக்கு நான் செல்லவில்லை. மேலும் ஹுசைன் ரூஹி, ஈரானிய ‘பாஹாய்’, கல்வித் துறையில் ஓர் ஊழியர். அவர் பாஹாய் (Bahai faith) மதத்தைப் பற்றிப் பேசினார்... இவையொத்த கலாச்சார நடவடிக்கைகள் அங்கே தொடர்ந்தன. கோடையில் நான் சென்ற போது, அங்கே விவாதக் கூட்டங்கள் பலவாறாக நடைபெறவில்லை ஆனால் நான் பங்கு பெற்ற பல நிகழ்வுகள் நடந்தன. நான் புத்தகக் கடைகளுக்குச் சென்றேன், நான் கடனாகவும், காசு கொடுத்தும் புத்தகங்கள் வாங்கினேன். குறிப்பாக நான் ‘மக்தாபத் ஃபிலஸ்டீன் அல்- இல்மிய்யா’ வுக்கு (பாலஸ்தீன அறிவியல் புத்தகக் கடை) சென்றேன், அப்போது அது ‘எட்வார்டு சேத்’தின் சித்தப்பா ‘புலுஸ் சேத்’துக்குச் சொந்தமாக இருந்தது.[26] அங்கு நான் புத்தகங்கள் வாங்குவது வழக்கம். மேலும் அவர்களிடம் இல்லாத புத்தகங்களையும் அவர்கள் எனக்காகத் தருவித்துக் கொடுக்க அதை வாங்கிக்கொள்வேன்.

ஒரு நாள், நான் உயர்நிலை பயிற்றுவிப்புத் தேர்வுக்கு விண்ணப்பிக்கச் சென்றபோது... 'அக்கா'வில் இருந்து புத்தகங்களைத் தருவித்துக் கொடுப்பதற்கான இடம் ஒன்றும் அங்கே இல்லை. மேலும் எனக்குத் தேவைப்படும் அனைத்துப் புத்தகங்களும் என் எதிரே இருக்க வேண்டும் என்று நான் விரும்பினேன். தேவையான புத்தகங்களின் பட்டியலை நான் பார்த்தேன். அது மிகவும் விலை உயர்ந்ததாக இருந்தது. மேலும் உடனே அனைத்துப் புத்தகங்களையும் வாங்குவதற்கு என்னால் இயலாததாக இருந்தது. ஆகவே நான் 'அல்-மக்தபா அல்- இல்மியா'வுக்குச் சென்றேன். அங்கே பணிபுரிந்த இளம்வயது நபர், 'வாடி ஜல்லூக்' என அழைக்கப்பட்டார்; அவர் மிகவும் இனிமையான இளைஞர். அவரிடம் நான் சொன்னேன், 'உங்களிடம் எனக்குச் சிறப்பான வேண்டுகோள் ஒன்று உள்ளது.' இந்த அனைத்துப் புத்தகங்களையும் நான் விரும்புகிறேன் ஆனால் அவற்றின் விலை 35 முதல் 40 ஜினேக்கள் வரை போகும் ஆதலால், அவை அனைத்தையும் வாங்குவதோ அல்லது அவை வந்தவுடன் உடனே வாங்குவதோ எனக்கு முடியாது. ஆகவே அவரிடம் கேட்டேன், 'இந்தப் புத்தகங்களுக்கான வருவிக்கும் ஆணையை இடுவதற்கு உங்களுக்கு இயலுமா? பதிலுக்கு ஒவ்வொரு மாதத்திற்கும் 2 ஜினேக்கள் உங்களுக்கு நான் தருவேன்?' அந்த இளைஞர் பதில் உரைத்தார், 'இந்தப் பிரச்சினையில் இது போன்ற முடிவு எடுக்கும் அதிகாரம் எனக்கு இல்லை, எனது முதலாளி என்ன சொல்லுவார் என்று நான் பார்க்கிறேன்.' ஆகவே அவர், 'புலுஸ் சேத்'திடம் சென்று, அவரிடம் நான் அங்கே ஒரு வாடிக்கையாளர் என்று சொன்னார்... அவர் அந்த இளைஞரிடம், 'அங்கே அவரை (என்னை) அழைத்து வருவதற்கு'ச் சொன்னார். 'நம்மிடமிருந்து யார் இவற்றை வரவழைக்கச் சொல்கிறார் என்பதைக் காண வேண்டும்' என்றார். மரியாதைக்குரிய அந்த மனிதரைக் காண நான் சென்றேன்... அவர் என்னைக் கேட்டார், 'என்ன விஷயம்?' அவரிடம் நான் விளக்கினேன், 'நான் உங்களுடைய வாடிக்கையாளர், ஆனால் இந்தப் புத்தகங்கள் எல்லாம்... அவை அனைத்தையும் என்னால் வாங்க முடியாது. ஆனால் அவையனைத்தும் எனக்குத் தேவைப்படுகின்றன, மேலும் அவற்றின் விலை முழுவதையும் மாதத்திற்கு 2 ஜினேக்கள் மூலம் தந்து அடைத்துவிடுகிறேன்.' அவர் தனக்குள் யோசித்தபின் சொன்னார், 'உண்மையில், உங்களை மிகமிக வரவேற்கிறோம்.' அவர் 'வாடி'யை அழைத்து, எனது புத்தகங்களை வரவழைப்பதற்கான கடிதத்தை (order) அனுப்பச் சொன்னார். 15 முதல் 16 மாத காலத்தில் அந்தப் புத்தகங்களுக்கான

விலையை நான் திரும்ப அடைத்தேன் - மாதத்திற்கு 2 ஜினேக்களாக. அது ஒரு விஷயம், அது மிக முக்கியமானது, நினைவிற்கொள்க!

இன்னொரு விஷயம், நான் கலீல் அல்- சகாகினியைத் தொடர்பு கொள்வது வழக்கம். ஏனெனில் அவரை எனக்குத் தெரியும்.[27] 'இஸாஃப் அல்-நஷாஷிபி'யைப் பிடிப்பது கடினமாக இருந்தது. ஏனெனில் அவருக்கு அவருடைய வாடிக்கையாளர்களும் மற்றவர்களும் இருந்தனர். அல்-குட்ஸில் மிக அதிகமான பேர்களை எனக்குத் தெரியாது. ஆனால், பாலஸ்தீனத்தில் அகழ்வாராய்ச்சியில் பணிபுரியும் ஒரு சில அயல்நாட்டவரை எனக்குத் தெரியும். அகழ்வாராய்ச்சி பற்றி அவர்களிடம் நான் கேட்பது வழக்கம். ஏனெனில், பண்டைய வரலாற்றிலும், பாலஸ்தீனிய அகழ்வாராய்ச்சியிலும் நான் ஆர்வத்தை வளர்த்துக் கொண்டிருந்தேன். அவர்களுள் ஒருவர், திரு.ஹம்மோன்ட்; அவர், அல்-குட்ஸில், 'குல்லியாத் அல்- ஷபாப்' பின் இயக்குநர் அல்லது தலைவர். அவருடைய காலத்தில் 'ஹசன் அல்- கர்மி' அங்கு போய்ச் சேர்ந்தார்.

ஆம்.

அங்கே அருங்காட்சியகத்தில் பணி புரியும் மற்றவர்களும் இருந்தனர். அகழ்வாராய்ச்சியில் பணிபுரிந்த 'மெயர்' என்றழைக்கப்பட்ட ஒரு யூத மனிதரும் இருந்தார். ஒருமுறை அவரை நான் தொடர்புகொண்டு எனது கேள்விகளுடன் அவருக்கு எழுதினேன். அவற்றுக்கு அவர் பதில் இறுத்தார். ஆனால் அவர்களுள் சிலரே அங்கு இருந்தனர். அந்தக் காலத்தில் எனக்குத் தெரிந்த அரேபியர் 'அஹ்மத் ஷமி அல்-கலீதி' மட்டுமே. 1923இல், பள்ளி ஆண்டின் கடைசிப் பருவத்தில், 'தார் அல்- மு அல்லிமின்' இன் தலைவர், இங்கிலாந்துக்கு, அங்கே உள்ள பயிற்சிப் பள்ளிகளின் அமைப்பு பற்றி அறிந்துகொள்வதற்காகப் பயணம் மேற்கொண்டார். 'கலீல் தோட்டா' என்பது அவரது பெயர். அவர் எங்களுக்கு மனோதத்துவம் மற்றும் குடிமைக் கல்வியைப் பயிற்றுவிப்பது வழக்கம்.[28] அந்த நேரத்தில், அஹ்மத் ஷமி அல்-கலீதி, யாஃபாவில் இருந்து மத்திய நிர்வாகத்திற்கு மாற்றப்பட்டார். அங்கே அவர் பிரதான ஆய்வாளராக வந்தார், அது ஓர் உயர்நிலைப் பணி ஆகும். அவர் கல்வித்துறையில் வழக்கமாகப் பணிபுரிபவர் மேலும் அதில் ஆர்வம் மிக்கவரும் கூட. ஆகவே 'கலீல் தோட்டா', அவர் சார்பாக, கல்வியின் வரலாறு பற்றிய சொற்பொழிவுகளை ஆற்றுவதற்கு அவரை கேட்டுக்கொண்டார். அஹ்மத் ஷமி

உற்சாகம் அடைந்தார். ஏனெனில் அவ்வாறு செய்வதற்கான வாய்ப்பு அவருக்குத் தரப்பட்டது. இது ஓர் அறிவியல் சார்ந்த நடவடிக்கை, ஒரு நல்ல விஷயம்! வாரத்திற்கு இரு முறை அவர் வந்து எங்களுக்குச் சொற்பொழிவுகளை ஆற்றுவார். அந்த வகுப்பு கட்டாயம் என்பதால் நாங்கள் அனைவரும் கலந்துகொண்டோம். ஆனால் அதிலிருந்து உண்மையில் பலனடைய முயன்ற ஒரே ஒரு நபர் நான் மட்டுமே. சொற்பொழிவுகளுக்குப் பிறகு அவரிடம் ஒரு சில கேள்விகளை நான் கேட்பது வழக்கம். ஒரு சில தருணங்களில், அந்த இடத்திலேயே எனக்கு அவர் பதிலைத் தர முடியாது என்றும் அடுத்த முறை அதைச் சொல்வதாகவும் என்னிடம் அவர் சொல்லுவார். அவ்வாறே அவர் செய்வார். அவரிடம் நான் கேட்டேன், 'ஒருமுறை இத்தாலிய ஆசிரியர் பெஸ்டலோஷி பற்றி எங்களிடம் பேசினீர்கள்.[29] அவரைப் (her) பற்றி இன்னும் அதிகம் தெரிந்துகொள்ள விரும்புகிறேன்.' அதற்கு அவர் பதில் சொன்னார், 'அவரைப் பற்றிய ஓர் ஆய்வு என்னிடம் இருக்கிறது. உங்களுக்கு அதை நான் கொண்டு வருகிறேன்.' அந்த ஆய்வைப் படித்து வந்த ஒரே நபர் நான்தான். எங்களிடையே ஒரு நட்பு வளர்ந்தது, மேலும் 1925இல், 'தார் அல்-மு அல்லிமின்' இல் இயக்குநர், கலீல் தோட்டா தனது பதவியில் இருந்து இராஜினாமா செய்தார். மேலும் அஹ்மத் ஷமி அல்- கலீதி இடைக்கால இயக்குநராக நியமிக்கப்பட்டார். அடுத்த ஆண்டு அவர் அதிகாரப் பூர்வ இயக்குநராக ஆனார். எங்கள் நட்பு காரணமாக, அல்-குட்ஸுக்கு நான் போகும்போது, அவரைப் பார்க்கச் சென்றேன். பல நேரங்களில் அவர் வருகைகளை ஒட்டி அவரோடு சேர்ந்து போவது எனக்கு வழக்கம். அப்படித்தான் நான், அமீர் 'அடில் அர்ஸ்லானை'ச் சந்திக்கலானேன். மேலும் அஹ்மதுவின் சகோதரர், ஹுசைன் ஃபக்ரி அல்- கலீதியை அறிந்து கொள்ளலானேன். பிரிஸ்டல் என அழைக்கப்பட்ட பிரிட்டிஷ் பாணி காஃபி அகத்திற்கு அடிக்கடி வருகை தருவதை வழக்கமாகக் கொண்டிருந்த மற்ற பலரையும் நான் சந்தித்தேன். அவருடன் என்னை அவர் அழைத்துச் சென்றார். அல்-குட்ஸுக்கு நான் போகும் போது, நான் சந்திக்க...

நாம் தொடரலாமே!

அல்-குட்ஸுக்கான எனது வருகைகள், இந்த நடவடிக்கைகளுக்கு என்று வரையறை செய்யப்பட்டது. தார் அல்-மு அல்லிமினில் நான் இருந்தபோது, திரும்பவும் நண்பனாக்கிக் கொண்ட 'ஈசா அடல்லா' என்று அழைக்கப்பட்ட நண்பனை 'பெய்த் ஜலா' வில்

நான் பெற்றிருந்தேன். பள்ளியில் அவர் ஒரு முதல்வராக இருந்தார். அவரைப் பார்ப்பதற்குச் செல்வதும், அவருடைய வீட்டில் சில நாள்கள் செலவழிப்பதும் எனக்கு வழக்கமாகிவிட்டது. பெய்த் ஜலாவில், பாதிரியார் இஸ்கந்தர் அல்-கூரியை ...இஸ்கந்தர் அல்-பெய்ட்ஜலியைச் சந்தித்தேன். ...லெபனானில் 'மர்ஜ் அயூனி'ல் இருந்து வந்த இஸ்கந்தர் ஹதாத்தைச் சந்தித்தேன். இஸ்கந்தர் அல்-கூரி அல்-பெய்ட்ஜலியையும் கூட ஒருமுறை அல்லது இருமுறை சந்தித்தேன்.[30]

கவிஞர்?

கவிஞர். ஆயினும், 'பெய்த் ஜலா' சிறியதாக இருந்ததால், அங்கு பெரிதாக ஒன்றும் நடக்கவில்லை. வரவிருக்கும் வருகையாளரைப் பற்றி நான் கேள்விப்பட்டால், அங்கு நான் சென்று அவர் பேசுவதைக் கேட்பேன். அந்த நாள்களில், அல்-குட்ஸ், ஒரு கலாச்சார மையமாக இன்னும் வரவில்லை. அல்-காகிரா (கெய்ரோ) பாலஸ்தீனத்தை விஞ்சி நின்றது. அல்-காகிராவில் இருந்து ஒவ்வொன்றும் எங்களுக்கு வந்தது. 'அக்கா' வில் நான் இருந்த போது, அல்-முக்ததாஃப் *(The Digest)* மற்றும் அல்-ஹிலால் *(The Crescent)* படித்தேன். மேலும் அவை இரண்டுக்கும் சந்தா கட்டி இருந்தேன். நான், 'அல்-சியாசா அல்-உஸ்பு இய்யா' *(The Politics Weekly)* வையும் கூட, அது வெளியிடப்பட்ட ஆண்டுகளில் படித்தேன். அதைப் போலவே 'அல்-முகாட்டம்'[31]உம் படித்தேன், மேலும் நான் படித்த பாலஸ்தீனியப் பத்திரிகைகள், ஃபிலாஸ்டின் (பாலஸ்தீனம்), அல்-ஜமி அல்-அரேபியா*(The Arab Union)*. ஃபரூக்கி, 'அல்- ஜமி அல்- இஸ்லாமியா'வை உருவாக்கிய போது, அதையும் நான் படித்தேன். ஆனால், அந்தக் காலத்தில், கெய்ரோவில் நடந்து கொண்டிருந்தவைகளால், நாங்கள் பெரிதும் ஈர்க்கப்பட்டோம் என்பதை நான் ஏற்றுக்கொள்ள வேண்டும். எடுத்துக்காட்டாக, 'தாஹா ஹுசைன்'னின் நூலான 'ஃபி அல்- ஷிர் அல்-ஜாஹிலி' *(On Pre-Islamic Poetry)* பற்றி எழுதப்படும் ஒவ்வொரு விமர்சனத்தையும், அது நூல்களில் அல்லது பருவ இதழ்களில் வெளியிடப்பட்டாலும், நான் படித்துவிடுவேன்.[32] இது போன்ற விஷயங்கள் அங்கிருந்து வருவது வழக்கம். எப்படி ஆயினும், கெய்ரோவில் இருந்து எங்களைப் பிரித்த தொலைதூரம், எனது கலாச்சார வளர்ச்சியை என்றும் தடுத்ததில்லை. அல்-குட்ஸில் நான் வசிக்கச் சென்றபோது, நிலைமை மாறியது. 1939இல், இங்கிலாந்தில் இருந்து திரும்பிய பிறகு, மேலும் அல்- குல்லியா அல்-அரேபியா மற்றும் அல்-குல்லியா அல்-ரஷிடிய்யாவில் பாடம் கற்பித்த பிறகு, அல்-

குட்ஸ் எனது மையமாக ஆனது. அப்போது அங்கு மக்களுடன் தொடர்புகொள்ள ஒரு மாபெரும் வாய்ப்பு இருந்தது. கலீல் அல்-சகாகினி உடனான எனது தொடர்பு இன்னும் பெரிய அளவிற்குத் துவக்கம் பெற்றது. அவரது வீட்டுக்கு அவரைப் பார்க்க 'தார் அல்-மு அல்லிமின்'இல் எனது ஆசிரியராகவும், பின்னாளில் அல்-குல்லியா அல்- அரேபியாவில் என்னுடன் சக பணியாளராகவும் வந்த ஜார்ஜெஸ் கமீஸ் உடன் செல்வேன். நான் வழக்கமாக YMCA இல் அளிக்கப்படும் சொற்பொழிவுகளைக் கேட்கச் செல்வேன். மேலும் அங்கே சொற்பொழிவுகளை ஏற்பாடு செய்யும் மற்ற மன்றங்களும் இருந்தன. அது ஒரு சுறுசுறுப்பான காலம்; அங்கே 'இளம் ஆண்களின் முஸ்லீம் சங்கம்' இருந்தது. மேலும் பருவ இதழ்கள் வெளியிடப் பட்டன. முன்னரே அவை வெளியிடப்பட்டன. உண்மையில், நான் அவைகளைப் பற்றி அறிந்திருக்கவில்லை. அங்கு 'அல்- நஃபா யிஸ் அல்- அஸ்ரியா' (The Contemporary Poets) இதழ் இருந்தது. அதன் உரிமையாளர், கலீல் பெய்தாஸ். அவர் உருஷ்யாவில் படித்ததால், உருஷ்ய மொழியிலிருந்து நெடுங்கதைகளை முதலில் மொழி பெயர்த்த பல முதன்மையானவர்களுள் அவரும் ஒருவர். உங்களுக்குத் தெரியும், அவர் அல்- நசீராவில் இருந்து வந்தவர்.

ஆம்.

அப்போது நான் கலாச்சாரச் சூழ்நிலையின் ஒரு பகுதியாக ஆகி இருந்தேன். 'அல்-குல்லியா அல்- அரேபியா'வில் எனது சக பணியாளர்களாக இருந்தவர்கள், 'அப்த் அல்- ரஹ்மான் புஷனக்', 'ஜமீல் அலி' மற்றும் பலர். ஆனால் எனது நண்பனாக வந்தவர், 'ஈஷாக் மூஸா அல்- ஹுசைனி'.[33] இந்த நட்பு அங்கே தொடர்ந்தது. மேலும் 1959இல் இங்கிலாந்தில் இருந்து திரும்ப வந்த போது... 1949, 'ஈஷாக் மூஸா அல்- ஹுசைனி' பல்கலைக்கழகத்தில் கற்பிக்க நியமனம் செய்யப்பட்டார். மேலும் அங்கே நீண்ட காலம் நாங்கள் சக பணியாளர்களாக இருந்தோம்.

அது அமெரிக்கப் பல்கலைக் கழகத்திலா?

மன்னிக்கவும்?

பெய்ரூட் அமெரிக்கப் பல்கலைக் கழகத்திலா?

ஆமாம், ஆமாம், எந்த வகையில் பார்த்தாலும், அங்கே அது ஒன்று மட்டுமே இருந்தது.

அனிஸ் செய்க்

1931இல் பாலஸ்தீனம், 'தபாரிய்யா'வில் பிறந்தவர்.
மஹ்மூத் ஷெய்டன் உடன் ஒரு நேர்காணல்
பெய்ரூட், 2003.

20'-33'04"

மஹ்மூத் ஷெய்டன்: நாம் பள்ளிக் கல்வி முறைக்கு மீண்டும் திரும்புவோம். அல்-தபாரிய்யா பள்ளியில் உங்கள் அனுபவத்தைப் பற்றி எனக்கு நீங்கள் சொல்ல முடியுமா?

அனிஸ் செய்க்: *அது ஓர் அரசுப் பள்ளி. பாலஸ்தீனத்தில் அரேபியர்களுக்கு இடையிலான பெரும்பாலான தொடக்கக் கல்வி அரசாங்கம் சார்ந்ததாக இருந்தது. இங்கு லெபனானிலும், மற்ற நாடுகளிலும் இது எதிரானது. 1920 களிலும், 1930 களிலும், 1940 களிலும் பிறந்த தொண்ணூறு சதவீத பாலஸ்தீனிய அரேபியர்கள் அரசுப் பள்ளிகளில் படித்தார்கள். இவை உயர்ந்த தரத்தில் இருந்தன. மேலும் முதல் வகுப்பிலிருந்து ஏழாவது வகுப்பு வரை ஏழாண்டு பள்ளிக் கல்வியை அளித்தன. அங்கு அந்தக் காலத்தில் புகுமுகப் பள்ளிகளோ(pre- schools), மழலையர் பள்ளிகளோ இல்லை. ஏழாவது வகுப்புக்குப் பின்னர், மாணவர்கள் அல்-குட்ஸ், யாஃபா மற்றும் ஹைஃபாவுக்குப் போவார்கள். தபாரிய்யா... நான் முன்னரே சென்றதற்குப் பின், 1946இல், அங்கு இடைநிலைப் பள்ளி துவங்கியது, தபாரியா வீழ்கின்ற வரை ஓராண்டுக்கு அது நீடித்தது. எனது நாள்களிலும், பெரும்பாலான நகரங்களைப் போல, தபாரிய்யா மட்டுமே தொடக்கக் கல்வியை அளித்தது. ஏழாண்டுகள், ஏழு வகுப்புகள், ஒவ்வொரு ஆண்டும் மூன்று பருவங்களாகப் பிரிக்கப் பட்டிருந்தது: முதலாவது, இரண்டாவது மற்றும் மூன்றாவது. ஒவ்வொரு பருவத்தின் முடிவிலும், தேர்வுகள் இருந்தன. மேலும் இறுதி வகுப்புகள் பற்றிய அறிவிப்பு இருந்தது. இடைச் செருகலாக, இந்த ஏழாண்டுகளிலும் 21 பருவங்களுக்கு 21 தேர்வுகள் இருந்தன. அவற்றுள் அனைத்து 21 தேர்வுகளிலும், நான் முதலாவதாக வந்தேன். ஏழாவது ஆண்டு இறுதியில், பள்ளிக்கு இறுதியில், எனது பட்டயச் சான்றிதழைப் பெற்ற போது, முதல்வர் எழுதினார் - அவரது பெயர் 'தாலத் அல்-செய்ஃபி', Mr.தாலத் அல்-செய்ஃபி, அவரைப் பற்றி இன்னும் கொஞ்சம் அதிகமாக உங்களுக்கு நான் சொல்லுவேன்- அவர் எழுதினார், 'எனக்குத் தெரிந்த வரை பாலஸ்தீனத்தில் இருக்கும் அரசுப் பள்ளிகளில், இந்த மாணவர் மட்டும்தான், ஏழாண்டுகள் முழுவதிலும் மற்றும் ஒவ்வொரு ஆண்டும் அனைத்துப்*

பருவங்களிலும் அவரது வகுப்பில் முதலாவதாக வந்தார்.' தாலத் அல்-செய்ஃபி, யாஃபாவில் தேசிய இயக்கத்தில் பங்கு பெற்றார். அவர் எழுதுவார், உரைவீச்சுகள் நிகழ்த்துவார், ஆர்ப்பாட்டங்களில் கலந்துகொள்வார், ஆகவே பிரிட்டிஷார் அவரைப் பலமுறை காவலில் வைத்துள்ளனர். அறிவியல் மற்றும் கல்வியில் சிறந்த ஒருவர் அவர் என்று அவர்கள் அறிவார்கள். ஆகவே அவரை தபாரிய்யாவுக்கு வெளியேற்றினார்கள். ஒரு சிறிய நகரத்தில் அவரைக் கொண்டு வைத்ததால், தபாரிய்யாவுக்கான அவரது நியமனம் ஒரு பதவி இறக்கமே. அல்-குட்ஸில், அல்லது யாஃபாவில் அல்லது ஹைஃபாவில் ஒரு இடைநிலைப் பள்ளி முதல்வராக அவர் ஆவதற்குப் பதிலாக, தபாரிய்யாவில் ஒரு தொடக்கப் பள்ளியில் அவர் முதல்வராக ஆனார். அந்தப் பள்ளியில், தேசியவாதத்தை, அது ஏற்றுக்கொள்ளப் படவில்லை என்றாலும் மேலும் அவர் கண்காணிப்பின் கீழ் இருந்த போதிலும், வெளிப்படையாகவே பின்பற்றினார்.

எங்கள் கல்வியைப் பொறுத்தவரை... முதல் மூன்று ஆண்டுகள் அரபியில் இருந்தன. நான்காவது ஆண்டில், ஆங்கிலத்தையும் அதுபோல நாங்கள் படிப்போம். கணிதமும், மற்ற பாடங்களும் நான்காவது வகுப்பில் மிகக் கடினமானதாக ஆகத் துவங்கும். ஆகவே முதல் மூன்று ஆண்டுகளும் எளிதாக இருக்கும். அரபி மொழியைக் கற்க வேண்டும் என்பதற்காக, 'சர்ஃப் வா நா'[34] வில் (இலக்கணம்) இருந்து நாங்கள் தொடங்கினோம். நான்காவது ஆண்டின் முதன்முதலான நாளை நான் எண்ணிப் பார்க்கிறேன்; எங்களுக்கு 'தவ்ஃபிக் வஹ்பா' என்ற பெயருள்ள அரபி மொழி ஆசிரியர் இருந்தார். கரும்பலகையில் அவர் 'அல்-பஸ்தனு ஜமீலன்' (தோட்டம் அழகாக இருக்கிறது) என்று எழுதினார்; அதன் பிறகு, 'கனா அல்-பஸ்தனு ஜமீலன்' (தோட்டம் அழகாக இருந்தது) என எழுதினார்; இறுதியில், 'இன்ன அல்-பஸ்தனு ஜமீலன்' (தோட்டம் உண்மையில் அழகாக இருக்கிறது) என்று எழுதினார். இதெல்லாம் எங்களுக்குப் பார்ப்பதற்குப் புதிராக இருந்தது... கனா வா அக்கவதுகா,[35] 'அல்-மப்தடா'வை (எழுவாய்) மற்றும் 'அல்-கபர்'ஐ (செயப்படு பொருள்) எப்படி விடுவது? இன்ன வா அக்கவதுஹா, 'சகோதரிகள்' யார்? இன்னா, அன்னா, லக்கின்னா, லய்தா மற்றும் லா அல்லா... அவற்றை இன்னும் நான் நினைவில் வைத்திருக்கிறேன்! நான்காவது வகுப்பு, இலக்கணத்தில் ஒரு தீவிரக் கல்வியின் துவக்கமாக இருந்தது, மேலும் அது போலவே மொழி வகுப்பு, ஆங்கிலம், வரலாறு மற்றும் பூகோளம் ஆகியவையும் இருந்தன. அவை அனைத்தும் எனக்குப் பெரிதும் ஆர்வத்தைத் தூண்டுவதாக இருந்தன. கணிதத்தில் நான்

எப்போதும் பலவீனமாகவே இருந்தாலும், நான் வெற்றியடைந்த வண்ணம் இருந்தேன் மேலும் எனது வகுப்பில் முதல்வனாக இருந்தேன். (பெய்ரூட்) அமெரிக்கப் பல்கலைக் கழகத்திற்கு வந்த போது, முதலாண்டு மாணவர்கள் அறிவியல் என்றோ அல்லது இலக்கியம் என்றோ பிரிக்கப்படவில்லை. புதிதாக வருபவனின் ஆண்டு. முதல் ஆண்டு, ஒவ்வொருவருக்கும் ஒரே மாதிரியான கல்வியை அளித்தது. இரண்டாவது, மூன்றாவது மற்றும் நான்காவது ஆண்டுகள் - அதன் பிறகு நீங்கள் ஒரு BA பட்டத்தைப் பெறுவீர்கள் - ஓர் இலக்கியப் பிரிவு மற்றும் ஓர் அறிவியல் பிரிவு என இரு கூறாகப் பிரிக்கப்படும். உண்மையில் நான் இலக்கியத்தைத் தேர்வு செய்தேன். எனது முதல் ஆண்டில், புதிய மாணவன் ஆண்டில், நான் கணிதம், இயற்பியல், வேதியியல் பாடங்களைப் படித்துக்கொண்டிருந்தேன், மேலும் அவையனைத்திலும் நான் எப்போதும் கடைசியாக வந்தேன்! அரபி, ஆங்கிலம், வரலாறு மற்றும் பூகோளம் அத்துடன் சமூக இயல் ஆகியவற்றில் 'A' க்களைப் பெறுவேன். அறிவியல்களில் நான் 'F' களைப் பெறுவேன். ஆகவேதான் என்னுடைய சராசரி மதிப்பெண், தபாரிய்யாவில் நான் இருந்தபோது, இருந்தது போல் உயர்ந்த அளவில் இல்லை.

தபாரிய்யாவில் உங்கள் பள்ளியில் பெண்கள் யாராவது இருந்தார்களா?

இல்லை! பையன்களின் பள்ளி ஒருபுறமும், பெண்களின் பள்ளி இன்னொரு புறமும் இருந்தது, மேலும் அவைகளுக்கு இடையே அரை கிலோமீட்டர் அல்லது முக்கால் கிலோமீட்டர் தூரம் இருந்தது. அப்போது அது மிகவும் வித்தியாசமானதாக இருந்தது, கலப்புப் பள்ளிகள் அங்கு கிடையாது. அல்-குட்ஸில் கூடவும் சஹ்யூன் மேல்நிலைப் பள்ளி, கலப்புப் பள்ளியாக இல்லை. பிப்ரவரியில் நான் செய்தாவுக்கு வந்தபோது, அது கலப்புப் பள்ளியாக இல்லை. அமெரிக்கப் பல்கலைக்கழகம் மட்டுமே கலப்புப் பள்ளியாக இருந்தது, ஆனால் அங்கும் முதலாண்டில் இருபால் (co-ed) கல்வி இல்லை. எங்களது இரண்டாம் ஆண்டில், அங்கு சுமார் 100 ஆண்களும் மூன்று பெண்களும் இருந்தனர். பெண்களின் இருப்பு மிகவும் வரையறைக்கு உட்பட்டது.

பள்ளியில் நீங்கள் எதிர்கொண்ட மற்ற இடர்கள் பற்றி எனக்குக் கூறுங்கள்.

தபாரிய்யாவில் எந்த இடர்களும் இல்லை ஏனெனில், அறிவியல் பாடங்களில் கூட நான் எனது வகுப்பில் முதன்மையானவனாக

இருந்தேன். அல்-குட்ஸில் எனது மிகப் பெரும் பிரச்சினை பருவநிலை. தபாரிய்யா மிகவும் வெம்மையான நகரம். அல்-குட்ஸில் நீங்கள் காலையில் எழுந்து விட முடியும். ஆனால் தெருவில் திடீரென்று பனியைக் காண்பீர்கள். குளிர் வானிலைக்கு நான் மன ரீதியாகவே தயாராகவில்லை. மேலும் எனது விரல்களில் ஒரு வியாதி இருந்தது - அந்த நேரத்தில் எனக்கு விரல்கள் இருந்தன (துண்டிக்கப்பட்ட அவரது இடது கை விரல்களை அவர் காட்டுகிறார்), அவைகள் வீங்கி விடும். மருத்துவர் அப்போது, அது 1946 அல்லது 1947 ஆக இருக்கும், ஒரு கறுப்புக் களிம்பைப் பரிந்துரைத்தார். நான் எனது கைகளைச் சுற்றிக் கட்டு போட்டுக்கொள்ள வேண்டும் என்றும் சொன்னார்; எனது படுக்கை விரிப்பைத் தொடுவதைத் தவிர்க்க நான் முயன்றுகொண்டிருந்தேன் ஏனெனில் அது கறுப்பாக ஆகிவிடக் கூடாது என்பதற்காகவே. எனவே நான் பருவநிலையால் மிகவும் பாதிக்கப்பட்டேன், அது போலவே உடற்கல்வி வகுப்பாலும் பாதிக்கப்பட்டேன். எனது வாழ்வில் என்றும் நான் விளையாட்டுத் திறனுடன் இருந்ததில்லை, இப்பொழுதும் அப்படியே. தபாரிய்யாவில் எங்களுக்கு விளையாட்டு வகுப்புகள் இல்லை ஆகவே அது ஒரு பிரச்சினையாக இல்லை. அல்-குட்ஸில் நான் கால்பந்து மற்றும் கூடைப்பந்தும் மற்றவையும் விளையாடி ஆக வேண்டும். அது எனக்கு மிகவும் வெறுக்கத் தக்க விஷயம். ஆகவே எனது தாயாரிடம் ஒரு மருத்துவக் குறிப்பு வேண்டும் எனக் கேட்டேன், அதில் கையெழுத்திட ஒரு மருத்துவரை அவர் பார்ப்பார், அது, எனது உடல்நிலை, விளையாட்டுகளை விளையாட என்னை அனுமதிக்காது என்று கூறும். ஆசிரியர்கள் அதை ஆச்சரியமாகப் பார்ப்பார்கள்! மேலும் செய்தாவுக்கு வந்த போதும், அதே நிலைதான். பருவநிலை நன்றாக இருக்கும் போது, பகற் பொழுதுகளில், நாங்கள் 'கால்பந்து' விளையாட வேண்டும் என்பதுதான் மிகமிகப் பெரிய பிரச்சினை. எனக்குக் 'கால்பந்து' விளையாட்டைப் பிடிக்கவில்லை. நான் அனைத்து வகை விளையாட்டுகளையும் விரும்பவில்லை.

அல்-குட்ஸில் உங்கள் பள்ளியின் பெயர் என்ன?

அல்-குட்ஸில், 'ஆயர் கோபட்.' *Bishop: B-I-S-H-O-P-* உங்களுக்குத் தெரியும், பெருநகரத் தலைமைப் பாதிரி(*mutran*). *Gobat: G-O-B-A-T.* ஆயர் கோபாட் பள்ளி, 1860 அல்லது 1870இல் நிறுவப்பட்ட இந்தப் பள்ளி, பாலஸ்தீனத்தில் முதல் இடைநிலைப் பள்ளிகளில் ஒன்றாக இருந்தது. அரபியைப் பொறுத்தவரை, அங்கு சஹ்யூன் பள்ளி இருந்தது, அது அல்-குட்ஸுக்கும், பெத்தலேகமிற்கும் இடையில் அல்-குட்ஸுக்குத் தெற்கில், ஜபல் சஹ்யூனில் அமையப்

பெற்றிருக்கிறது. ஆகவே நீங்கள் பெத்லேகமிற்குப் போவீர்கள் என்றால், பள்ளி ஒரு மலை உச்சியிலும், சாலைப் பள்ளத்தாக்கிலும் இருப்பினும், நீங்கள் காரில் பயணம் செய்யலாம். 1946, 1947 இன் இறுதி வாக்கில், அரேபிய- சியோனிச மோதல் துவங்கியவுடன், பள்ளியில் இருந்து, நாங்கள் எங்கள் தலை மீது கற்களைச் சுமந்து செல்வோம். மேலும் யூதர்களின் வாகனங்களை எப்போது பார்த்தாலும், அவர்கள் யூதர்கள் என்று நாங்கள் அறிவோம் - ஓட்டுநர்களின் முகங்களில் இருந்து - அந்த அளவுக்குத் தொலைவில் கீழே அவர்கள் இருக்கமாட்டார்கள்... அவர்கள் மீது நாங்கள் கற்களை வீசுவோம். நீங்கள் அதை அப்படி அழைக்க முடியும் என்றால், அந்தத் தேசிய எதிர்ப்பியக்கத்திற்கு அவை எனது முதல் பங்களிப்புகளாகும்.

தபாரிய்யாவில் இருந்து எவராவது அந்தப் பள்ளிக்கு வர முடிந்ததா?

இல்லை. 1920களில், பாலஸ்தீனிய அரசாங்கம், அல்-குட்ஸில் ‘தார் அல்-மு அல்லிமின்’னை நிறுவியது. சில ஆண்டுகளுக்குப் பிறகு அதன் பெயர் அல்-குல்லியா அல்-அரேபியா (அரபிக் கல்லூரி) என்று மாற்றப்பட்டது. பாலஸ்தீனத்தில் மிகமிக அதிகத் தரம் வாய்ந்த இடைநிலை நிறுவனமாக அது விளங்கியது, கிட்டத்தட்ட முழு அரபு உலகில் அது உயர் நிறுவனமாக விளங்கியது. இந்த நிறுவனம், அரசு தொடக்கப் பள்ளிகளில இருந்து வந்த முதன்மையான தொடக்கப்பள்ளி மாணவர்களை மட்டுமே அனுமதித்தது. மொத்தமாக 90 மாணவர்கள் மட்டுமே இருந்த ‘அல்-குல்லியா அல்-அரேபியா’வில், அரசுப் பள்ளியில் இருந்து வந்ததாலும், முதல்தர மாணவராக இருந்ததாலும், ஒருவரது வருகைப் பதிவு உத்திரவாதம் ஆனது. ஆகவே, முதல் ஆண்டில், 30 மாணவர்கள் அனுமதிக்கப்பட்டனர், அதற்கு மேல் கிடையாது. மெட்ரிகுலேஷன் தேர்வுக்கும் நான்காவது ஆண்டு இறுதியில் மெட்ரிகுலேஷன் பட்டயத் தேர்வுக்கும் அவர்களை இந்த நிறுவனம் தயார் செய்தது. இந்த நிறுவனம் உருவாக்கப் பட்ட ஆண்டில் இருந்து 1948 வரை மெட்ரிகுலேஷன் தேர்வில் ஒரு மாணவன் கூடத் தோல்வி அடையவில்லை. கடைசித் தேர்வுகள், 1947இல் அல்லது, 1948இன் துவக்கத்தில் நடைபெற்றன. மேலும் ஒரு மாணவன் கூடத் தேர்வில் தோல்வி அடையவில்லை ஏனெனில், அவர்கள் அனைவரும் முதன்மையான மாணவர்கள். போட்டி கடுமையாக இருக்கும், தபாரிய்யாவில் இருந்து வந்த முதல் மாணவன், மேலும் அல்- நசீராவில் இருந்து வந்த முதல்

மாணவன், சஃபாத்தில் இருந்து வந்த முதல் மாணவன், அல்-குட்ஸில் இருந்தும், 'பிர்-அஸ்-சாப்'பில் இருந்தும் வந்தவர்கள் அனைவரும் அந்த நிறுவனத்தில் வந்து சேர்ந்தனர்; அவர்கள் அனைவரும் ஒரே வகுப்பில் இருந்தனர். எனவே சொல்ல வேண்டுமெனில், மேட்டுக்குடி மாணவர்களையே விஞ்சிய முதன்மையான மாணவர்கள் இடையே தீவிரமான போட்டிகள் இருந்தது. உண்மையிலேயே அவர்கள் மேற்குடியினர், அவர்களில் சுமார் 20 மாணவர்கள், அந்தப் பள்ளியில் இருந்து, 1948க்குப் பிறகு, அமெரிக்கப் பல்கலைக்கழகத்தில் பேராசிரியர்களாக ஆனார்கள் - 20 மாணவர்களும் ஒரே நிறுவனத்தில் இருந்து! அந்த சமயத்தில், முனைவர். முகம்மது யூசுஃப் நஜிம், 'குல்லியா'வைப் பற்றி, அந்த உயர்தரப் பள்ளி எவ்வாறு செயல்படுகிறது என்பது பற்றி ஒரு நூல் எழுதினார். எனது சகோதரர் தவ்ஃபிக், தபாரிய்யாவில் முதன்மையான மாணவர், குல்லியாவுக்கு ஏற்றுக் கொள்ளப்பட்டார். நான்கு ஆண்டுகளுக்குப் பிறகு, எனது சகோதரர் முனீர், தபாரிய்யாவில் முதன்மையான மாணவர், விண்ணப்பித்த போது, சகோதரர்களை ஏற்றுக்கொள்வதில்லை என்று அவர்கள் சொன்னார்கள். ஆயினும், எனது சகோதரர் தவ்ஃபிக், அங்கிருந்து பட்டம் பெற்றிருந்தாலும், அவரை ஒரு தேர்வு எழுதச் செய்து அவர்கள் அவரை எடுத்துக் கொண்டார்கள். பெரிய அளவில், வாய்ப்பு தர வேண்டும் என்பதற்காக, அவர்கள் வழக்கமாகச் சகோதரர்களை ஏற்றுக்கொள்வதில்லை. நான் பட்டம் பெற்ற போது, அவர்கள் சொன்னார்கள், 'மூன்றாவது சகோதரனை சேர்ப்பதற்கு வழியில்லை. அல்-குல்லியா அல்-அரேபியாவின் முழுமையான வரலாற்றில், மூன்று சகோதரர்கள் மட்டுமே பட்டம் பெறுவதற்கு அனுமதிக்கப்பட்டார்கள்: முகம்மது யூசிஃப் நஜிப் மற்றும் அவருடைய இரண்டு மூத்த சகோதரர்கள், அவர்கள் அனைவரும் முதன்மையான மாணவர்கள். மேலும் சில அரசியல் சூழ்நிலைகள், அவர்களை பிரிட்டிஷாருக்குச் சேர்த்துக்கொள்ள அனுமதித்தன. மீண்டும் வேறு மூன்று சகோதரர்கள், என்றும் சேர்க்கப் படவில்லை. நான் கல்லூரியில் நுழைகிறேன் என்பதை அவர்கள் - கேட்ட போது, எனக்குக் கதவுகள் மூடப்பட்டன. ஏனெனில் என்னுடைய சகோதரர்கள் இரண்டு பேர் சேர்ந்து விட்டனர், தவ்ஃபீக் மற்றும் முனீர். அல்-குட்ஸுக்கு நான் சென்றபோது, அவன் இன்னமும் அங்கே மாணவனாக இருந்தான், 'அல்-குல்லியா அல்-அரேபியா'வில் அவன் இப்பவும் மாணவனாக இருந்தான். நான் அனுமதிக்கப்படவில்லை என்பதில் மிகவும் மகிழ்ச்சியாக இருந்தேன். ஏனெனில் அதன் ஒழுங்கு முறைகளிலும்,

நடைமுறைகளிலும் அந்தக் கல்லூரி எவ்வளவு கண்டிப்பானது என்பதை எனது சகோதரன் தவ்ஃபீக் மற்றும் எனது சகோதரன் முனீர் இடமிருந்தும் நான் அறிந்திருந்தேன். ஒவ்வொருவரும் முதன்மையான மாணவனாக இருந்ததால், பின்தங்குவது என்பதில் இருந்து அவர்கள் தடை செய்யப்பட்டனர், தடை செய்தல், தடை செய்தல்... அங்கு முழுமையான கட்டுப்பாடுகளுக்கான ஒரு பட்டியல் இருந்தது. நீங்கள் முதல்வனாக இருக்க வேண்டும், முதல்வனாகத் தொடர வேண்டும். மேலும் மெட்ரிகுலேஷனில் வெற்றி பெற வேண்டும். அவர்கள் ஒரு கொடுங்கனவிலேயே வாழ்ந்தார்கள். ஆகவே என்னை அவர்கள் ஏற்றுக் கொள்ளாததில், நான் மகிழ்ச்சி அடைந்தேன்.

இன்னொரு பக்கக் கதை: நான் சேர்ந்து படித்த பள்ளி, அவர்கள் 'சீருடை' என்று அழைத்த பச்சை நிற மேல் சட்டையும், சாம்பல் நிறக் கால் சட்டையையும் அணிய வேண்டும் என என்னிடம் வேண்டியது; அனைத்து பிரிட்டிஷார் பள்ளிகளும் இதை வேண்டின. மேலும் தவ்ஃபீக், அவனுடைய படிப்புகள் எவ்வளவு மிகவும் தீவிரமானவை மற்றும் ஒழுங்கு முறைகள் எவ்வளவு கண்டிப்பானவை என்பதை எப்போதும் சொல்லிக் கொண்டிருந்ததாலும், அவனுக்குப் பிறகு, முனீர் அதே விஷயங்களைச் சொன்னதாலும், பள்ளியைப் பற்றி ஒரு சிக்கலான மன உணர்வை நான் வளர்த்துக்கொண்டேன். பள்ளியின் சின்னம் மற்றும் மேல் சட்டை பச்சையாக இருந்தன, ஆகவே பச்சை வண்ணம் பற்றிய சிக்கலான மன உணர்வை நான் வளர்த்துக்கொண்டேன். 1940களில் இருந்து இந்த நிமிடம் வரை, பச்சை வண்ணத்தைச் சகித்துக்கொள்வதில்லை...

(அவர் சிரிக்கிறார்) நான் பச்சை... அணிந்து கொள்ளவில்லை.

அந்தக் கணத்தில் நான் எனது கண்ணாடியை அணிந்து கொள்ளவில்லை... திருமணமாகி 45 ஆண்டுகள் ஆகின்றன. மேலும் பச்சை நிறமுள்ள எதுவும் எப்போதும் எங்கள் வீட்டிற்குள் வருவதற்கான ஒரு வழியும் இல்லை. ஒரு மலர்க்கொத்து பச்சையாக இருக்கும் என்றால், சரி அது சாதாரணமாக இருக்கும். ஆனால் ஒரு மேல் சட்டை, ஒரு கழுத்துப் பட்டை (tie), எனது மனைவியின் உடை அல்லது ஏதாவது ஒரு வீட்டுப் பொருள் பச்சையாக எப்போதாவது இருக்கும் என்பது இயலாத ஒன்று, அது இயலாதது.

சுமார் 1945இல் பாலஸ்தீனம், ரனானா காவல் அலுவலகத்தின் முன் அப்துல்லா ஹுசைன்

பகுதி 2

பிரிட்டிஷ் ஆட்சி அதிகாரமும் பாலஸ்தீனிய, அரேபிய எதிர்ப்பும்

5

பிரிட்டிஷ் ஆட்சியின் கீழ் பாலஸ்தீனிய காவல்துறைப் பணியின் முன்முயற்சிகளும், பதட்டங்களும்

அலெக்ஸ் வின்டர்

பிரிட்டனின் முதல் உலகப் போருக்குப் பிந்தைய பாலஸ்தீனிய இராணுவ நிர்வாகம், ஒரு சிவில் (குடிமை) நிர்வாகமாக மாறியதால் பாலஸ்தீனிய காவல்துறை 1920இல் நிறுவப்பட்டது. நாடுகளின் கூட்டமைப்பால் (League of Nations) ஒரு கட்டளையாக ஆட்சி அதிகாரம் பிரிட்டிஷாருக்கு வழங்கப்பட்டது. ஆனாலும் சிவில் நிர்வாகம் பெயருக்கு என்பதைத் தவிர மற்றபடி அனைத்தும் காலனிய முறைப்படியே இருந்தது. கிட்டத்தட்ட முப்பது ஆண்டுகளுக்கும் மேலான படைகளின் இருப்பை ஒட்டி, அது பெரிய அளவில் விரிவடைந்தது. அமைப்பு முறையில் மாற்றம் அடைந்தது. மேலும் சிறிது சிறிதாகப் பாலஸ்தீனத்தில் பிரிட்டிஷ் நிர்வாகத்தின் இலக்குகள் மற்றும் செயல்திறன் மீதான விவாதங்களின் மையப் பொருளாக ஆனது. துவக்கத்தில், உள்ளூரில் பணியமர்த்தப்பட்ட அதிகாரிகளும் வேறு சில குழுவிற்குக் கட்டளையிடும் ஒரு சிறிய பிரிட்டிஷ் அதிகாரிகளும் உள்ள குழுவினரைக் கொண்டு, மற்ற பிரிட்டிஷ் காலனிய காவல்துறை படைகளை ஒத்த வடிவத்தில் அமைக்கப்பட்டது. எடுத்துக் காட்டாக, 1921ஆம் ஆண்டு இறுதியில், 38 பிரிட்டிஷ் அதிகாரிகள், 54 உள்ளூர் அதிகாரிகள் மற்றும் 1133 உள்ளூர் கீழ் வரிசை அதிகாரிகள் கொண்ட ஒரு படையை மேற்பார்வை செய்தனர். அதில் சுமார் 90 சதவீதம் பேர் பாலஸ்தீன முஸ்லீம்கள் மற்றும் கிறித்தவர்கள்.[1] பாலஸ்தீனத்தில் ஒரு யூத தேசிய இல்லத்தை நிர்மாணிப்பதற்கு, பிரிட்டிஷ் ஆதரவை உறுதி செய்வதற்கான ஏற்பாடுதான் ஆட்சி அதிகாரக் கட்டளை (Mandate). இதன் மீதான பாலஸ்தீனியரின் அதிருப்தி, அவ்வப்போது காலனிய எதிர்ப்புக் கிளர்ச்சி மற்றும் அனைத்து வகுப்பு வன்முறையாக வெடித்தது. அது பிரிட்டிஷ் அதிகாரிகள் எண்ணிக்கையைப் பெரிய அளவில் அதிகரிக்கச் செய்யவும், சியோனிச துணை இராணுவப்

படையைக் காவல்துறையின் துணை அலகுகளாக அதனுடன் இணைப்பை உருவாக்கவும் உடனடியாகத் தூண்டியது.[2]

இவ்வாறாக, பாலஸ்தீனக் காவல்துறை, அது எந்த மக்களிடையே இயங்கியதோ, அதை மிகவும் நசுக்கக் கூடியதாகவும், பிரதிநிதித்துவப் படுத்துவதில் குறைவானதாகவும் ஆனது. பிரிட்டிஷ்காரர்கள், படையின் மிகமிக அதிகமான எண்ணிக்கை கொண்ட பகுதியாகப் பாலஸ்தீனிய அரேபியர்களை விஞ்சிய வேளையில், 1936-39 புரட்சியின் போது இந்த மாற்றம் வெளிப்படையாகத் தெரிந்தது. 1935 இறுதியில் இருந்து 1938 இறுதி வரை, பாலஸ்தீனிய அரபுக் காவலர்களின் எண்ணிக்கை ஒரே சீராக இருந்தது (சுமார் 1500 பேர்). அதே சமயம், யூதக் காவலர்களின் எண்ணிக்கை இரு மடங்குக்கும் அதிகமாகவும் (300இல் இருந்து 700க்கும் மேல்), பிரிட்டிஷ் காவலர்கள் எண்ணிக்கை மும்மடங்குக்கும் அதிகமாகவும் (சுமார் 800 இலிருந்து சுமார் 2500 ஆக) இருந்தது. காவல்துறை மேலதிகாரிகள், அரேபியக் காவலர்களை ஒதுக்கி வைத்துவிட்டு, பிரிட்டிஷ், யூதக் காவலர்கள் மற்றும் துணைப் பிரிவுகளை, பாலஸ்தீனிய எழுச்சியை நசுக்குவதற்குத் திரட்டினார்கள்.[3] 1939இல், சுமார் 16,000 யூதக் காலனியவாசிகள், யூதக் குடியேற்றக் காவல்துறைக்குப் பணியில் சேர்க்கப்பட்டனர். துணை இராணுவப் பிரிவுகள் 'ஹகானா'வுக்கான முன்னணிப் படையாகப் பெருவாரியாக அங்கீகரிக்கப்பட்டன.[4]

1939இல் மிருகத்தனமாகப் பாலஸ்தீனிய எழுச்சியை அடக்கிய பின்னர், இரண்டாம் உலகப் போர்ப் பரவலால் பிரிட்டனின் முன்னுரிமைகள் திசைமாற்றப்பட்டன. பாலஸ்தீனிய காவல்துறையினர், மற்ற கடமைகளுக்கு இடையே, உள்கட்டமைப்புகளைப் (இரயில் பாதைகள், துறைமுகங்கள், குழாய் இணைப்புகளை) பாதுகாத்தும், எல்லைப்புறங்களில் ரோந்துப் பணியை மேற்கொண்டும், பலம் வாய்ந்த 'எதிரிகளை' (ஜெர்மானியர்கள், இத்தாலியர்கள் அதுபோல் போர், பிரிட்டனை நலிவடையச்செய்துவிடும் என நம்பிய அரேபியர்களையும் உள்ளடக்கி) கண்காணித்தும் பாலஸ்தீனத்தில் பிரிட்டிஷ் இராணுவத்திற்கு ஆதரவு தந்தனர். போரின் எழுச்சியில், பிரிட்டிஷ் பாதுகாப்புப் படைகளுக்கும், சியோனிச அமைப்புகளுக்கும் குறிப்பாக மிகத் தீவிரமான 'இர்குன்' மற்றும் 'லெஹி' அமைப்புகளுக்கும் இடையேயான பதட்டம் மிக்க, அடிக்கடி மிருகத்தனமான மோதலில் காவல்துறை குழப்பத்தில் சிக்குமாறு ஆகியது.[5] பிரிட்டிஷ் காவலர்களின் எண்ணிக்கை, ஆட்சி அதிகார

இறுதி ஆண்டுகளில், இறுதியாக 3700 பேர்களைத் தொட்டது. இந்தக் காலத்தில் பாலஸ்தீனிய அரேபியர்கள் எண்ணிக்கை சுமார் 2500 பேர் என்ற அளவில் உயர்ந்ததைப் போல, மேலும் அதிகரித்தது. யூத நிரந்தரக் காவலர்கள் எண்ணிக்கை 650-750 ஆக மாறியது, யூதக் குடியேற்றக் காவலர்கள் எண்ணிக்கை 13, 000-15,000 ஆகக் கூடுதலாக்கப்பட்டது.

1948இல், பிரிட்டன் பாலஸ்தீனத்தை விட்டு நீங்குவதற்கான தனது நோக்கத்தை அறிவித்தபோது, பாலஸ்தீனத்தின் எதிர்காலம் குறித்து பாலஸ்தீனக் காவலர்கள் மோதலுக்கு உட்பட்டார்கள். இந்தக் காலத்தில் பாலஸ்தீனக் காவலர்களின் பங்குகளும், அவர்களின் 1948க்குப் பிந்தைய போக்குகளும் படையின் ஊனமுற்ற தன்மையையும், அதன் வெவ்வேறு பகுதிகளில் வேறுபட்ட எதிர்காலங்களையும் பிரதிபலித்தன. பின்னடைவின் எதிர்பார்ப்பில், பிரிட்டிஷ் காவலர்கள், பிரிட்டிஷ் குடிமக்களையும், சொத்துக்களையும் பாதுகாத்தனர். மேலும் 1948க்குப் பிறகு பிரிட்டிஷ் பேரரசு நெடுகிலும் மலேயாவில் இருந்து கென்யா வரை விடுதலைக்கான போராட்டங்களை ஒடுக்குவதற்காக அவர்கள் மாற்றப்பட்டனர்.[6] யூதக் காவலர்கள், சியோனிசப் போராளிகளுக்கு இரகசியத் தகவல்கள், பொருள்கள் மற்றும் மனித வளத்தை அளித்தனர். மேலும் 1948க்குப் பிறகு, இஸ்ரேல் காவல்துறையின் கரு மையத்தை உருவாக்கினார்கள். 1948இல், பாலஸ்தீனத்தைக் காப்பதற்காக அரேபியரின் நடவடிக்கைகளில் பல பாலஸ்தீனியக் காவலர்கள் இணைந்தனர், சிலர் தலைமைப் பொறுப்புகளில் இருந்தனர்.[7] இந்த நடவடிக்கைகளின் தோல்வியும், பாலஸ்தீனிய மக்கள் தொகுதியுடன் ஏற்பட்ட துண்டிப்பும், பல இலட்சக்கணக்கான பாலஸ்தீனத்தின் அரேபியக் குடியிருப்போரின் கட்டாய வெளியேற்றமும், பாலஸ்தீனக் காவலர்கள், சமூகத்தின் பல்வேறு தளங்களில் இருந்து வந்த தங்கள் நாட்டவரோடு ஒருங்கே சந்தித்த ஒரு பேரழிவாகும்.

இந்தப் பாலஸ்தீனக் காவலர்களின் பூகோளம் மற்றும் தொழில் சார்ந்த கலைப்பு, ஒப்பீட்டளவில் கற்றறிந்தோரிடம் இருந்து அவர்கள் பெற்ற சொற்பமான கவனத்தை ஒருவேளை விளக்கலாம். பேரரசு மற்றும் காலனிய வெளியேற்ற வரலாறுகள், பாலஸ்தீனக் காவல்துறையில் பிரிட்டிஷாரின் எண்ணிக்கை, மற்றும் அதன் யூதக் காவல்துறை, நிறுவனக் கட்டுமானம் மற்றும் அரசு உருவாக்கம் ஆகியவற்றின் இஸ்ரேலியக் கதையாடல்களை எடுத்துக் காட்டுகின்றன. 1936-39 புரட்சியை ஒடுக்குவதற்காக, மிக நன்றாக

அறியப்பட்ட ஒரு நிறுவனத்தால் பணியமர்த்தப்பட்ட, பாலஸ்தீனிய அரபுக் காவலர்கள், தேசியவாத அல்லது ஏகாதிபத்திய - எதிர்ப்பு பாலஸ்தீனத்தின் எழுத்துப் பூர்வ வரலாறுகளுக்குள் போதுமான அளவுக்கு இடம் பெறவில்லை.[8] பாலஸ்தீனிய முன்னாள் காவலர்கள் பற்றிய வாய்மொழி வரலாறுகள், அவ்வப்போது வெறும் புள்ளி விபரமாகக் குறைக்கப்படும். அல்லது ஏகாதிபத்திய அல்லது சியோனிசக் குறிக்கோள்களுக்கு உடன்படுவதாகவோ (பாலஸ்தீனிய தேசியவாத விவரிப்புகளில்) அல்லது மாறாகத் தடையாக இருப்பதாகவோ (ஆதிக்கம் நிறைந்த பிரிட்டிஷ் மற்றும் இஸ்ரேலிய விவரிப்புகளில்) வகைப்படுத்தப்படும். இவ்வாறு அவை அரேபியக் காவல்துறைப் பணியின் நுணுக்கமான சித்திரங்களைத் தருகின்றன. ஆட்சி அதிகாரக் கட்டளை காலத்தில் பணியாற்றிய பல ஆயிரக்கணக்கான பாலஸ்தீனியரின் அனுபவங்களைக் காண ஆழமான பார்வைகளை அளிக்கின்றன. அவை அடிப்படையான, ஆனால் முக்கியமான கேள்விகளுக்குப் பதில் அளிக்க உதவுகின்றன: ஆட்சி அதிகாரக் கட்டளைக் கால காவல்துறையில் பணிபுரிந்த பாலஸ்தீனியர்கள் யார்? அவர்களுடைய பின்னணி என்ன மேலும் ஏன் அவர்கள் சேர்ந்தார்கள்? அவர்களுடைய வேலையை எவ்வாறு புரிந்து கொண்டார்கள்? அவர்களுடைய சமூக, தொழில் சார்ந்த மற்றும் தேசிய அடையாளத்தை அது எவ்வாறு இணைத்தது?

பாலஸ்தீனிய காவல்துறையில், பல்வேறு சமூக வகுப்புகளில் இருந்து வந்த பாலஸ்தீனியர்கள் பணி புரிந்தனர். ஓர் அரசு போன்ற (*quasi-state*) உள்கட்டமைப்பிற்குள், காவல்துறை பணி என்பது, குறிப்பிடத்தக்க குடும்பங்களின் உறுப்பினர்களுக்கும், கல்வி கற்ற உயர்குடியினருக்கும் முன்னேறுவதற்கான ஒரு வாய்ப்பாக இருந்தது - பாலஸ்தீனக் காவல்துறையின் உயர் மட்டங்களுக்கோ அல்லது மிகவும் கௌரவமான அல்லது சிறந்த ஊதியம் பெறும் பதவிகளை நோக்கிப் போவதற்கோ படிக்கல்லாகக் காவல்துறைப் பணியைப் பயன்படுத்துவதன் மூலம் முன்னேறுவதற்கு ஒரு வாய்ப்பாக இருந்தது.[9] இதற்கிடையில், பாலஸ்தீனியக் காவல்துறையின் கீழ்ப்பதவிகளில் இருந்த பாலஸ்தீனிய அரேபியர்களில் பெரும்பான்மையினர், பொருளாதாரக் குழப்பம் மிகுந்த மற்றும் பாதுகாப்பற்ற காலங்களில் ஒரு நிலையான ஊதியக் காசோலையைப் பெறும் நோக்கத்தில் தொழிலாளி வர்க்கத்தில் இருந்தும், வேளாண் பின்னணியில் இருந்தும் வந்தனர். காவல்துறை சேவைக்கான இந்தப் பாதைகள், பல வழிகளிலும் ‘அஹ்மத் ஆகா’

மற்றும் 'உமர் ஷிஹாதா'வால் எடுத்துக்காட்டப் படுகின்றன, அவர்களுடைய வரலாறுகள் இங்கே காணப்படுகின்றன. கோட்டு, சூட்டு, தொப்பி சகிதத்தில் நேர்த்தியாக உடையணிந்தவாறு, நேர்காணல் செய்யப்பட்டார் 'அஹ்மத் ஆகா'. 'ஏக்கருக்கு' வடகிழக்கில், தர்ஷிகாவில், ஒரு நில உரிமைக் குடும்பத்தில் இருந்து வந்தவர். மேலும் ஹைஃபாவில் கௌரவம் மிக்க புனித லூக் பள்ளியில் கல்வி கற்றார். ஒரு வழக்கறிஞராக வருவதற்கு அவர் தயார் செய்துகொண்டிருந்தார் ஆனால், தர்ஷிகாவில் இருந்து வந்த இளைஞர்களைப் பார்த்த பின்னர், காவல்துறை பயிற்சிக்குப் போனார், அவர்களுடைய ஊக்கம் நிறைந்த துணிவால் கவரப்பட்டார். மேலும் பாலஸ்தீன 'சென்று தாக்கும்' *(mobile)* படையில் (அவரே சொல்வது போல், ஆண்மை மீதான நேசத்தால்) சேர்க்கப்பட்டார். 'உமர் ஷிகாதா', - நீள் அங்கி மற்றும் தலை உடையில் இருந்தவாறு, நேர்காணல் செய்யப்பட்டவர். சஃபாத்துக்கு வடகிழக்கில், 'கப்பா' கிராமத்தில் வளர்ந்த விதத்தைப் பற்றி விளக்குகிறார். அங்கே விவசாய வேலை, சொற்ப ஊதியத்திற்குக் கடுமையான வேலையாக, மேலோங்கி இருந்தது. *1936-39* புரட்சிக்குப் பிறகு, ஷிகாதா, பிரிட்டிஷ் இராணுவத்தில் வேலையைத் தேடிக்கொண்டார். மேலும் இரண்டாம் உலகப் போருக்குப் பின்னர், பல பாலஸ்தீனியர்களைப் போல ஒரே மாதிரியான வேலைகளைச் செய்தார். ஓட்டுநர்களாக, சமையல் காரர்களாக, செய்தி கொண்டு செல்பவர்களாக மற்றும் போர் புரியாத வேறு வேலைகளைச் செய்பவர்களில் ஒருவராக, அவர் பாலஸ்தீனக் காவல்துறைக்கு மாறினார். 'அப்போது வீட்டில் ஒரு வேலையும் இல்லை,' என்று ஷிகாதா நினைவு கூறுகிறார்:

> 'ஆண்டு முழுவதும் வயல்வெளிகளில் இருப்பதை விடவும், வேலைக்குச் சேர்வதும், ஓர் ஊதியத்தைப் பெறுவதும் சிறந்தது... காவல்துறையில், *33* லைராக்களும் *3* மில்களும் நாங்கள் பெறுவது வழக்கம். இராணுவத்தில் ஒரு வாரத்திற்கு நாங்கள் *6* லைராக்கள் பெறுவோம். நாங்கள் உயிர் வாழ்ந்து கொண்டிருந்தோம். அப்போது அப்படித்தான் இருந்தது.'

ஆட்சி அதிகாரக் கட்டளையின் இறுதிக் காலத்தில் இருந்த காவல்துறைப் பதிவேடுகள், மிக அதிகமான பொதுவான, பாலஸ்தீனிய காவலர் வேலைக்கு முன்பான வேலை, விவசாயி அல்லது 'ஃபெல்லா' என்று காட்டுகின்றன; பதிவு செய்யப்பட்ட இரண்டாவது மிக அதிகமான, பொதுவான ஒற்றை முந்தைய 'வேலை', 'மாணவன்' ஆக இருந்தது. சுமார் பத்து சதவீதப்

பதிவேடுகள், முன்னால் வேலை என்பது ஏதோ ஒரு வகையில், இராணுவத்துடன் அல்லது காவல்துறையுடன் சம்பந்தப்பட்டு இருந்ததைக் காட்டுகின்றன.[10] பாலஸ்தீனியக் காவலரின் ஒரு தனித்த 'வழக்கமான' சுயவிவரம் என்பது அங்கே இருக்க வாய்ப்பில்லை. வேலைக்கு எடுக்கப்பட்டவர்கள், பூகோள ரீதியான பாலஸ்தீனம் நெடுகிலும் இருந்து வந்திருந்தனர் மேலும் வேறுபட்ட சமூகப் பொருளாதாரச் சுய விவரங்களைப் பெற்றிருந்தனர். ஆனால் 'ஆகா'வும், 'ஷிஹாதா'வும் வெளியாட்களில் இருந்து முற்றிலும் மாறுபட்டவர்கள். உண்மையில், ஒரு சில பொது நிறுவனங்களுள் ஒன்றான பாலஸ்தீனக் காவல்துறை, ஆட்சி அதிகாரக் கட்டளைக் கால பாலஸ்தீன சமூகத்தின் இதுபோன்ற ஒரு வேறுபட்ட பலதரப்பட்ட குழுக்களில் இருந்து, பிரிட்டானியர்கள், யூதர்கள் மற்றும் அரேபியர்களை ஒன்றிணைத்தது. அத்துடன் வெவ்வேறு வகையான சமூக நிலைகளையும், கல்வித் தகுதிகளையும் கொண்ட கிராமப்புற மற்றும் நகர்ப்புற பாலஸ்தீனர்களையும் கொண்டு வந்து ஒன்று சேர்த்தது.

பிரிட்டிஷ் நிர்வாகத்துடனும், அதன் சியோனிசத்துக்கான ஆதரவு நிலையாலும் ஆழமான விரக்தியில் இருந்தபோதும், காவல்துறையில் இருந்த பாலஸ்தீனியர்கள், அவர்களுடைய பங்கைத் தனிப்பட்ட சுய முன்னேற்றம், சமூக சேவை மற்றும் தேசியக் கடமை ஆகியவற்றை இணைக்கும் ஒன்றாகவே பார்க்க முனைந்தனர். ஒரு தனிப்பட்ட அளவில், சமூக இயக்கத்திற்கான ஒரு வழியாக, பாலஸ்தீனக் காவல்துறையினர், 'அஹ்மத் ஆகா', அவரைக் கவர்ந்த, ஒருவகை ஆண்மை மிக்க கட்டுப்பாட்டை ஊட்டுகின்ற உடற்பயிற்சிகள் உள்ளிட்ட பயிற்சி மற்றும் கல்வியை அளித்தார்கள். அதைப் போலவே ஆங்கில வழிக்கல்வியையும், சட்டத்தையும் போதித்தார்கள். 'ஆகா' மற்றும் 'ஷிகாதா' இருவரும் தங்கள் வாய்மொழி வரலாறுகளை ஆங்கிலத்தில் விவரித்தார்கள். அவர்களது சேவை, இருமொழி அனுபவத் தரத்தை மீண்டும் அவர்களுக்குத் தந்ததைப் போல, அவர்களுடைய வாய்மொழி வரலாறுகளை, உரையாடலின் போது ஆங்கிலச் சொற்கள் மற்றும் துணுக்குகளால் நிரப்பினர்.[11] ஆயினும், ஒரு சமுதாய மற்றும் தேசிய அளவில், பேரரசின் மற்ற காவல்துறைப் படைகளைப் போல, பாலஸ்தீனக் காவல்துறையை அரசியல் ரீதியான கட்டுப்பாடு மற்றும் தேசிய விடுதலைக்கான இயக்கங்களை நசுக்குதல் ஆகிய பிரச்சினைகளில் இருந்து விடுவிப்பது கடினமானது. குறிப்பாக

இது போன்ற போராட்டங்கள் நடந்து கொண்டிருக்கின்ற பாலஸ்தீனத்தில் இது உண்மையாக இருக்கலாம்.

பெரும்பாலான பாலஸ்தீனியக் காவலர்கள், அவர்களுடைய காவல்துறை சேவைக்கும், அவர்களுடைய சமுதாயங்கள் மற்றும் தேசத்திற்கான அவர்களுடைய அர்ப்பணிப்புக்கும் இடையே எந்த முரண்பாட்டையும் பார்க்கவில்லை. அரேபியக் காவலர்கள், பாலஸ்தீனிய தேசப்பற்றாளர்களைப் பின்தொடர்வதில் அதிக ஆர்வம் காட்டுவதாக உணரப்பட்டாலோ அல்லது பிரிட்டிஷ் மற்றும் யூத அதிகாரிகளுக்குத் தேவையற்ற ஊழியம் செய்தாலோ, அவர்களுடைய சொந்த நாட்டவரின் கோபத்தையும், அலட்சியத்தையும் ஏற்க நேர்ந்தது.[12] காவல்துறைப் பணி இயல்பாகவே உலகளவில் தூற்றப்படுவதில்லை. பாலஸ்தீனியக் காவலர்களை மற்ற பாலஸ்தீனியர்கள் சந்தேகத்துடன் பார்ப்பார்கள் என்ற கூற்றுக்களை 'அஹ்மத் ஆகா' புறக்கணிக்கிறார்: 'அங்கு சொல்வதற்கு என்ன இருந்தது? அவர்கள் ஊழியர்கள். அவர்களைத் துரோகம் செய்தார்கள் என அவர்கள் குற்றம் சுமத்தவில்லை.' மேலும் உமர் ஷிகாதா, பாலஸ்தீனியக் காவலர்கள், தங்களுடைய சொந்த நாட்டவருக்காகப் பரிந்து பேசவும், சில அநீதிகளில் இருந்து காக்கவும் தங்களுடைய பதவியை எவ்வாறு பயன்படுத்த முடிந்தது என்பதை விளக்குகிறார். துப்பாக்கிகள் வைத்து இருந்ததற்காக, மூன்று ஆண்டுத் தண்டனையில் இருந்து பாலஸ்தீனியர்களை அவர் காப்பாற்றிய பல வழக்குகளை ஷிகாதா விளக்குகிறார். நாட்டுப் பற்றுக்கும், புத்திக் கூர்மைக்கும் சாட்சியமாக நிற்கும் ஓர் உண்மைக் கதையை நினைவு கூர்கிறார். ஒருவருக்கும் தெரியாமல் தேநீர் ஜாடி வழியாக ஒரு கைத்துப்பாக்கியைக் கடத்திய ஒரு சந்தேகத்திற்கு உரிய நபருக்கு உதவி செய்ததில், அவர் வெளிப்படையாகப் பெருமை கொள்கிறார். அந்த நபரைக் குறிப்பிட்டு, 'அவரைப் பிடித்துக்கொண்டு போய், சிறையில் அடைப்பதால் என்ன பலன்' என்று அவர் கேட்கிறார். 'எனக்கு அவரால் என்ன பலன்? ஒரு துப்பாக்கியுடன் உள்ள ஒரு அரேபியர்; அவர் ஓர் இளைஞர். அதுவும் நான் செய்த ஒரு நல்ல காரியம்.'

1936–39 புரட்சியை நசுக்கியதில் பாலஸ்தீனியக் காவல்துறைக்குப் பங்கு இருப்பினும், பாலஸ்தீனியர்கள், 'ஷிகாதா' மற்றும் 'ஆகா' வைப் போலவே புரட்சிக்காகவும், அதன் தலைவர்களுக்காகவும் பெருமையுடன் தங்கள் காவல்துறைப் பணியைப் பயன்படுத்தியதில் எந்தச் சிரமமும் படவில்லை. (ஷிகாதா ஒரு பதின் பருவத்தினராக,

புரட்சியில் இணையவும் செய்தார்). ஆட்சி அதிகாரக் கட்டளை நிர்வாகத்தின் இறுதி ஆண்டுகளில், பிரிட்டிஷ் நிர்வாகத்திற்கும், சியோனிச இயக்கத்திற்கும் இடையிலான முரண்பாடுமிக்க உறவால், இது மிகவும் எளிதாக்கப்பட்டது. எடுத்துக்காட்டாக, ‘ஆகா’, பாலஸ்தீனத்திற்குள் சட்டத்திற்குப் புறம்பாக வரும் யூதக் குடியேற்றத்தைத் தடுத்து நிறுத்துவதற்கான காவல்துறை ரோந்துப் பணிகள் பற்றி விரிவாகப் பேசுகிறார். ‘அவர்களிடம் ஆவணங்களோ அல்லது அவை போன்ற எதுவுமோ இல்லை, “ஆகா’ நினைவு கூர்கிறார். ‘நீங்கள் முழுவதும் மக்களைக் கொண்ட வாடகைப் படகு ஒன்று (ஹைஃபா) துறைமுகத்தில் தரைதட்டி நிற்பதைக் காண்பீர்கள். நாங்கள் பெரும்பாலும் அவர்களைத் திருப்பி விடுவோம், யூதர்களை அதே படகில் சைப்ரஸுக்குத் திரும்பிச் செல்ல வைப்போம்.’ எவ்வளவுதான் பலமற்றுப் போனாலும், காவல்துறையினர் சியோனிசத்தை எதிர்ப்பதற்கு நடைமுறை சாத்தியமான நடவடிக்கைகளை மேற்கொண்டிருந்தனர். பாலஸ்தீனத்தை விட்டு வெளியேறுவதற்கான திட்டத்தை பிரிட்டிஷ் அறிவித்த சியோனிச மற்றும் அரேபிய படைகளுக்கு இடையில் வருவதாக அச்சுறுத்திக்கொண்டிருந்த போர் உருப்பெறத் தொடங்கிய வேளையில், பாலஸ்தீனியக் காவலர்கள், உள்ளூர் மற்றும் தேசியப் பாதுகாப்பு நடவடிக்கைகளின் மையமாக இருந்தார்கள். ‘அப்த் அல்-காதிர் அல்- ஹுசைனி’யால் தலைமை தாங்கப்பட்ட ‘ஜெய்ஷ் அல்-ஜிஹாத் அல்- முகாதஸ்’ (புனிதப் போர் இராணுவம்) போன்ற ஆயுதப் படைகளில் மிகப்பலரும் முக்கியப் பங்கெடுத்துக்கொண்டனர்; இன்னும் பலர் அவர்களுடைய சேவைக்கான ஆயுதங்களை எடுத்துக்கொண்டு அவர்களுடைய வீடுகளுக்கு, அவர்களுடைய குடும்பங்களை, அண்டை வீட்டாரை மற்றும் நாட்டு மக்களை, சியோனிச ஆயுதப் படைகளிடம் இருந்து பாதுகாக்கத் திரும்பிவிட்டனர்.[13]

பாலஸ்தீனியக் காவலர்களைப் பொறுத்தவரை, பாலஸ்தீனியக் காவல்துறையை, பிரிட்டிஷ் பேரரசின் அச்சுறுத்தி பணிய வைக்கும் ஒரு பிரிவை விட மேலான ஒன்று எனப் பார்ப்பதும் அல்லது சில விஷயங்களில், பாலஸ்தீன அரேபியச் சமூகங்களுக்கு சேவை செய்யும் ஒரு நிறுவனம் என்று அதைக் கற்பனை செய்வதும் கூட அனுபவமின்மையாலோ அல்லது அனுபவம் அற்றதாகக் கொள்வதாலோ அல்ல. ஆயுதப் படைகளில் சேர்வது என்பது ஒருவருக்கு உடனடியாகத் தனிப்பட்ட முன்முயற்சிகளை உருவாக்கும். அவற்றுள் பொருளாதார மற்றும் சமூக மாற்றங்கள்

முதன்மையானவை. ஆனால் காவல்துறை சேவையானது என்றுமே தனிப்பட்ட செயலாக மட்டும் இருந்ததில்லை. பயிற்சி, ரோந்துப் பணிகள் மற்றும் ஒருங்கிணைக்கப்பட்ட சேவை ஆகியவை காவல்துறை மத்தியில் தொழில் சார்ந்த அடையாளங்களைப் பகிர்ந்தன. மேலும் பொதுமக்கள் உடனான நேரடித் தொடர்புகள் - புகார் தருபவர்கள், சாட்சிகள், சட்டத்தை மீறுபவர்கள், பாதிக்கப்பட்டவர்கள் மற்றும் பார்வையாளர்கள் உடனான தொடர்புகள் - பொதுமக்கள் குறித்த புரிதல்களையும், நீதி மற்றும் நல்லாட்சி பற்றிய எதிர்பார்ப்புகளையும் வடிவமைத்தன. பாலஸ்தீனக் காவல்துறையின் முன்னாள் உறுப்பினர்களின் வாய்மொழி வரலாறுகள், ஆட்சி அதிகாரக் கட்டளைக் காலத்திற்கு முன்பும் பின்பும், பாலஸ்தீனியச் சமூகம் பற்றிய புரிதலுக்கு மிக முக்கியமானவையாக இருந்த இந்தச் சிக்கலான நடைமுறைகளைத் தெளிவாகக் காட்ட உதவுகின்றன.

அஹ்மத் ஆகா
பாலஸ்தீனம், தன்ஷிகாவில் 1930இல் பிறந்தவர்
பஸ்ரா முக்ரபி உடன் ஒரு நேர்காணல்
பர்ஜ் அல் - பரஜ்னே, பெய்ரூட், 2004

14'10-27'14"

பஸ்ரா முக்ரபி: பள்ளியில் நீங்கள் படித்த பாடங்கள் என்னென்ன?

அஹ்மத் ஆகா: அரபி, ஆங்கிலம், கணிதம், அனைத்தும்... தர்ஷிகா பள்ளியில் இருந்து பட்டம் பெறுகிறவர்கள், பண்பட்டவர்களாக இருந்தார்கள். தர்ஷிகா பள்ளியில் எனது காலம் முடிவுக்கு வந்ததால், எனது எதிர்காலத்தை நானே எப்படி அமைக்கப் போகிறேன் என எண்ணிப்பார்க்கத் துவங்கினேன். வேளாண்மைப் பிரச்சினைகளும், அதன் நெருக்கடிகளும் தாக்கிய வேளையில் நான் சிறுவனாக இருந்தேன், ஆகவே எனது தாயார், எனது மைத்துனர் என்னை நன்கு கவனித்துக் கொள்வார் என்று எண்ணி, என்னை அவருடன் தங்கிக்கொள்ள அழைத்துச் செல்லக் கூறினார். அப்போது ஹைஃபாவில் அவர் ஒரு சிறந்த வழக்கறிஞராக இருந்தார். என் மைத்துனர் என்னிடம் கேட்டார், 'நீ என்ன செய்ய விரும்புகிறாய்?' அவரிடம் நான் சொன்னேன், 'ஏதாவது வேலை.' பையா, நீ என்ன படிக்க விரும்புகிறாய்? பாத்திரம் கழுவப் போவதற்கு விரும்புகிறாயா?' அவர் பெருந்தன்மையான மனிதர். நீங்கள் ஒரு குழந்தையை நடத்துவது போல், என்னை அவர் ஏற்றுக்கொண்டு, அவருடைய அலுவலகத்தில் எனக்கு ஒரு வேலை தந்தார். அப்போது வடக்கு பாலஸ்தீனத்தில் இருந்த மிகச் சிறந்த மற்றும் முக்கியமான பள்ளிகளுள் ஒன்றான, ஹைஃபாவில் இருந்த புனித லூக் பள்ளியில் நான் படித்துக்கொண்டிருந்தேன். அமெரிக்கப் (பெய்ரூட்) பல்கலைக்கழகத்தைப் போல அது ஒரு தனியார் பள்ளி. நான் அங்கு இடைநிலைப் பள்ளியின் மூன்றாவது ஆண்டு வரை தங்கி இருந்தேன், அப்போது எனக்கு 16 வயது என்று நினைக்கிறேன். அப்போது, ஈத் பெருநாள் மற்றும் வேறு விடுமுறைகளின் போது ஊருக்குப் போக அனுமதி கேட்பது வழக்கம். ஒருமுறை, எனது தோள் பையையும் புத்தகங்களையும் முதுகில் சுமந்தபடி, பள்ளிச் சீருடையில் முழங்கால் சட்டை அணிந்தவாறு திரும்ப வந்து கொண்டிருந்தேன். மேலும் தர்ஷிகாவில் இருந்து வரும் ஓர் இளைஞர் கூட்டத்தை எதிரில்

கண்டேன். 'என்ன நடக்கிறது?' என அவர்களிடம் கேட்டேன், அவர்கள், அங்கே ஒரு இராணுவப் பயிற்சி நடப்பதாகச் சொன்னார்கள். அவர்களுடன் பேசிய படி அவர்களுக்கிடையே நின்றேன்... வேலைக்கு ஆள் எடுக்கும் அதிகாரி, அந்தக் கூட்டத்தில் இருந்து என்னை வெளியே பொறுக்கி எடுத்து, 'இராணுவத்தில் சேர நீ விரும்புகிறாயா?' என்று என்னைக் கேட்டார். நான் அவரிடம் சொன்னேன், 'ஆம், ஒரு மனிதனாக நான் தயாராகி இருக்கிறேன்.' அவர், 'சரி, அடுத்த சந்திப்பு நாசரேத்தில் இருக்கும்' என பதில் அளித்தார். அதாவது, அல்-நசீராவில். ஆகவே நாங்கள் சென்றோம் மேலும் அங்கே ஒருமுறை அவர் சொன்னார், 'நீங்கள் 'பைசன்'இல் உங்கள் பயிற்சிப் பள்ளிக்குச் செல்ல வேண்டும்.' ஆகவே நாங்கள் பயிற்சிப் பள்ளிக்குச் சென்றோம். நான் உங்களுக்குச் சொன்ன குழுவின் பெயர் என்ன? அந்தக் குழு, யூத பயங்கர வாதத்திற்கு எதிராக சண்டை செய்ய பிரிட்டிஷார் உருவாக்கியது. இந்தக் குழு PMF, (Palastine Mobile Force) பாலஸ்தீனிய அதிரடிப் படை. அதற்குப் பிறகு, நாங்கள் பட்டம் பெற்றோம். மேலும் அவர்கள் எங்களை ஆபத்தான பகுதிகளுக்கு மாற்றம் செய்தார்கள். நான் தங்கியிருந்த ஹைஃபாவுக்குச் சிறிது காலம் அவர்கள் என்னைக் கொண்டு சென்றார்கள், அதன் பிறகு ஜெனினுக்கு என்னைக் கொண்டு சென்றனர்.

பயிற்சிப் பள்ளியில் நீங்கள் அனைவரும் அரேபிய மாணவர்களா?

ஆம். அரேபியர்கள். அங்கே அத்தியாவசியப் பயிற்சி, நடைப் பயிற்சி- அதாவது உடற்பயிற்சிகள்-பிறகு ஆயுதப் பயிற்சி, அதன் பிறகு துப்பாக்கி சுடும் பயிற்சி, பிறகு யுத்த தந்திரங்கள். அது மிக நல்லதொரு பயிற்சி. பல்வேறு சூழ்நிலைகளைக் கையாளும் தகுதிபடைத்தவராய் ஒருவர் அதிலிருந்து வெளியே வருவார்.

அங்கு எவ்வளவு ஆண்டுகள் நீங்கள் இருந்தீர்கள்?

அதிகாலையில் இருந்து துவங்கும் அது ஆறுமாதப் பயிற்சி ஆகும்... நீங்கள் எழுந்து அதிலிருந்து மாலை வரையிலும் விளையாட்டுப் பயிற்சிகளைச் செய்ய வேண்டும், அதன் பிறகு ஓய்வு மற்றும் மதிய சாப்பாடு. அவர்கள் என்னைப் பாலஸ்தீனியப் பாதுகாப்புப் படையின் தலைமையகத்திற்கு- ஜெனினுக்கு என்னை மாற்றினார்கள்.

இந்தப் படை, அதாவது நீங்கள் சேர்ந்த இந்தப் பள்ளியில், ஒரு பணி நிமித்தம் பயிற்சி பெற முடியும் என்பதற்காகப் போனீர்களா அல்லது வெறும் ஓர் ஆசைக்காகவா?

ஆண்மை மீதான நேசிப்பால், ஒரு சூழ்நிலையின் எதிர்பார்ப்பில், எனக்கு ஒரு தந்தையைப் போன்ற எனது மைத்துனர் ஜமால் ஹமீதின் வழிகாட்டலின் கீழ் ஒரு வழக்கறிஞர் ஆவதற்கு நான் படித்துக்கொண்டிருந்தேன். அவரை நான் மிகவும் நேசித்தேன். ஆனால், மற்ற விஷயங்களுக்கு இடையில், பொருளாதார ரீதியாக அவரைச் சார்ந்திருக்க வேண்டியதை நானே கண்டுணர்ந்தேன். மேலும் தர்ஷிகாவில் எங்களது பொருளாதார நிலைமை, உதவி செய்வதாக இல்லை எனவே அதைத் தேர்ந்தெடுத்தேன். முடிவில் அவர்கள் எங்களை 'டெல் அவிவ்'இல் இருந்த 'சரோனா' முகாமுக்கு மாற்றினார்கள், அங்கு சிறிது காலம் நான் ஒரு படைவீரனாக (soldier) இருந்தேன்.[14] சரோனா முகாமில் பொறுப்பு அதிகாரியாகவும் அதே போல் இராணுவ முகாமின் மொழிபெயர்ப்பாளர் ஆகவும் ஆனேன். அங்குதான் வலிநிறைந்த சோகங்கள் சேர்ந்தன.

கோழையான யூதர்களுக்கு எதிராக நாங்கள் இரவு ரோந்துகள் போவோம். யூதர்கள் கோழைகள்; எங்களை வசியம் செய்ய பெண்களை அனுப்பும் அவர்களைத் தெருக்களில் பிடிப்போம். முகாம் வாசலில் நின்றுகொண்டு எங்கள் மீது வெடிகுண்டுகளை வீசுவார்கள். அவர்களைப் பிடிக்க நாங்கள் புறப்படுவோம்... சில சமயங்களில். உங்களுக்கு அது யுத்தம்; எங்களுக்கு அது யூத பயங்கரவாதத்திற்கு எதிரான போர். பிரிட்டிஷாருடன் முகாமில் நான் இருந்தபோது, ஒரு கட்டத்தில், 'மெனச்செம் பிகின்' என்ற ஒரு நபர் இருந்தான்.[15] அந்தப் பிரிவில் என்னுடன் 16 பிரிட்டிஷ் ஆட்கள் இருந்தார்கள். ஒரு காவலரின் சீருடையை அணிந்த வண்ணம், ஒரு P.T. காரில்-அது தொலைபேசியுடன் இருந்தது-ஓர் ஆள் இருந்தான். அந்த கார் நிறுத்தப்பட்டிருந்தது.[16] அவன் கேட்டான், 'இங்கு யாரேனும் ஆங்கிலத்தில் பேசுவார்களா?' நான் பதிலிறுத்தேன், 'நான் இருக்கிறேன், ஏதேனும் பிரச்சினையா?' அவன் சொன்னான், 'நாங்கள் இந்த காரை இங்கே நிறுத்தப் போகிறோம், 'நான் பதில் சொன்னேன், 'அதைத் தீர்மானிப்பது நான் அல்ல. அது தடை செய்யப்பட்டிருக்கிறது. இந்த இடத்திற்குப் பொறுப்பான இன்னொரு ஆள் இருக்கிறார், நீங்கள் அவரைப் பார்க்க வேண்டும்.' அவன் ஒரு பிரிட்டிஷ் அதிகாரியிடம் சென்றான், காரை நிறுத்த அனுமதியை அவர்களுக்குத் தந்தார், அந்த ஆங்கிலேய நபர், முகாமில் காரை நிறுத்த அவர்களை

அனுமதித்தார். 'மெனச்செம் பிகின்' என்னிடம் கேட்டான், 'நீங்கள் அரபியா அல்லது பிரிட்டிஷாரா, அல்லது யார்?' அவன் குள்ளமாக இருந்தான், அவன் யாரென்று எனக்குத் தெரியாது, பாதுகாப்புப் பிரிவில் ஒருவன் என்று நான் நினைத்தேன்.

உங்களைப் போல் அதே முகாமில் அவர் இருந்தாரா?

முகாமில், உள்ளுக்குள்ளே. அவன் *P.T.*உடன் இருந்தான், ஆனால் செய்தியுடன் வந்திருக்கும் பாதுகாப்புப் பிரிவில் ஒருவன் என்று நினைத்தேன். திடீரென அவனைக் காண நாங்கள் தவறினோம், அதற்குப் பிறகு அவனை நாங்கள் காண முடியவில்லை. அந்த யூதன் முகாமை விட்டுப் போய்விட்டான். ஒரு பிரிட்டிஷ் அதிகாரி என்னிடம் வந்து சொன்னார், 'அங்கே என்ன செய்து கொண்டிருக்கிறாய்?' நான் சொன்னேன், 'ஒன்றுமில்லை, அய்யா.' அவர் 'உள்ளே வா' என என்னிடம் சொன்னார். அவர் எனக்கு மேலதிகாரி. நான் முகாமுக்குள் நடக்க விரும்பினேன் மேலும் அங்கே ஒரு குழாய் இருந்தது, அங்கு எனது கைகளைக் கழுவ விரும்பினேன். திடீரென முகாம் முழுவதும் குலுங்கியது. அது அழிக்கப்பட்டுவிட்டது. என்னுடன் அறையில் தங்கி இருந்த அனைத்து 16 பிரிட்டிஷ் ஆட்களும் கொல்லப்பட்டார்கள், மேலும் 20 கட்டடங்கள் தரைமட்டமாயின.[17] நான் உங்களிடம் சொல்லிக் கொண்டிருந்த, 'ட்ரட்வெய்ன்' என்ற, அந்த பிரிட்டிஷ் அதிகாரி, மூன்றாவது தளத்தில் இருந்தார். அவரும் கொல்லப்பட்டார். மேலும் அவருடைய பாதங்கள், கூரையில் இருந்து தொங்கிக் கொண்டிருந்தன. இறந்தவர்களும் காயம்பட்டவர்களும் இடையில் இருந்து என்னைக் காப்பாற்றினர்; இடிபாடுகளுக்குக் கீழே நான் இறந்ததாகக் கருதப்பட்டேன். மருத்துவச் சோதனை அறையில் என்னை அவர்கள் வைத்தனர். நான் எழுந்தேன் மேலும் என்னைப் பல இறந்த மனிதர்களின் இடையே கண்டேன். இது ஒரு சோககரமானது.

சிலர் வைத்த ஒரு வெடிகுண்டு இந்த வெடிப்புக்குக் காரணமா?

அது ஒரு வெடிமருந்து சாதனம், ஒரு கார் வெடிகுண்டு.

அங்கே உள்ளே நிறுத்த வேண்டும் என அவர்கள் விரும்பியதாக நீங்கள் சொன்ன அதே கார்தானா அது?

அதைச் செய்தது அந்த ஒன்றுதான், அதுதான் பறந்த ஒன்று, அது கண்ணி வெடியால் தகர்க்கப்பட்டது. அவர்கள் வந்து கேட்டார்கள், 'இங்கு ஏதாவது சேதம் ஏற்பட்டதா?'

எடுத்துக்காட்டாக, ஒரு தொலைபேசியுடன். அவர்களிடம் அவ்வாறு ஏதும் எங்களுக்கு இல்லை என்று நான் சொன்னேன். ஆகவே அவர்கள் சென்று வேறு ஒருவரிடம் இருந்து அனுமதி பெற்றார்கள் -என்னிடம் இருந்து அல்ல- ஒரு பிரிட்டிஷ் அதிகாரி, அவர் காரை நிறுத்துவதற்கு அவர்களை அனுமதித்தார், அதனால் 16 பேர் அழிந்தார்கள்... 20 பேர் இல்லை.

அவர்கள் பிரிட்டிஷாரா?

எங்கு பார்த்தாலும் அங்கு முகாம்கள் இருந்தன. மேலும் 'சரோனா' ஜெர்மானிய முகாம்.

நான் இறந்தவர்களைக் குறித்துக் கேட்டேன். அவர்கள் பிரிட்டிஷாரா அல்லது அரேபியரா?

அவர்கள் பிரிட்டிஷார்; அவர்கள் அனைவருமே பிரிட்டிஷார். என்னுடன் அறையில் இறந்த அனைவரும் பிரிட்டிஷார்தான், அவர்களிடையே இருந்த ஒரே அரேபியன் நான்தான். மேலும் நான் உயிர் தப்பினேன். நான் பிழைத்தேன் ஆனால் காயமுற்றேன்.

அதைக் கண்டதும் பிரிட்டிஷ் ஆட்களின் எதிர்வினை எப்படி இருந்தது?

பிரிட்டிஷாரின் ஆரவாரக் கூச்சலை நீங்கள் அறிவீர்கள். பிரிட்டிஷார், ரோந்துக்கு வெளியில் சென்றார்கள், அங்கே ஒரே குழப்பமாக இருந்தது; டாங்குகளையும், ரோந்து செல்பவர்களையும், உயர் அதிகாரிகளையும் வெளியே அனுப்பினார்கள்; அதுதான் நடந்தது. சிறிது நேரத்திற்குப் பிறகு அவர்கள் அடங்கிவிட்டனர், ஏனென்று எனக்குத் தெரியாது- சதி, அல்லது அமைதி அல்லது நல்லிணக்கம்.

இறந்த சிலரின் பெயர்கள் உங்களுக்குத் தெரியுமா? முகாமில் இறந்த பிரிட்டிஷார்?

ஜான்சன் என அழைக்கப்பட்ட ஒருவர், மற்ற அனைவரின் பெயர்களும் எனக்கு நினைவில் இல்லை.

உங்கள் சேவைக் காலத்தில், ஓர் அரேபியராக, பிரிட்டிஷ் பொறுப்பு அதிகாரிகளுடன் உங்கள் உறவுகள் எப்படி இருந்தன?

மிக நன்றாக இருந்தது. நான் அவர்களைச் சகோதரர்களைப் போல நடத்தினேன். நான் காஃபியகத்திற்குச் செல்லும் போது, 'இதோ, பெருந்தன்மையான மனிதர் வருகிறார்', என்று அவர்கள்

சொல்லுவார்கள். சில சமயத்தில், அவர்கள் ஒரு மாதிரியாகவும், பிறகு வேறு மாதிரியாகவும் நடந்துகொள்வதை நான் பார்த்திருக்கிறேன். யூதர்கள் அவர்களை எப்படி ஏமாற்றுவார்கள்? பெண்கள் மூலமாக. முகாமில் இருந்து என்னுடன் வெளியே வரும் அதிகாரிகள், சபலங்களுடன் யூதர்களால் கையூட்டு பெறுவார்கள்; யாரோ ஒருவர் உங்களுக்கு 100 சதவீதம் நண்பர் என்றாலும், அவர் பிறகு எப்போதும் அவ்வாறு இல்லாதபடி செய்யும் அளவுக்கு, அவர்களை மனதளவில் அவர்கள் சிதைத்துவிடுவார்கள். இவை எல்லாம் யூதர்களின் தந்திரங்கள்...

எவ்வளவு காலம் நீங்கள் அந்த வேலையில் இருந்தீர்கள்?

நான் 16 வயது உடையவனாக இருந்ததில் இருந்து இரண்டு ஆண்டுகள். அந்த நேரத்தில் இருந்த குழுவை அவர்கள் கலைத்து விட்டனர். நான் உங்களுக்குச் சொல்லிக்கொண்டிருந்த PMF (பாலஸ்தீன அதிரடிப் படை) ஐக் கலைத்தனர். நான் இன்னும் சரோனா முகாமில் இருந்தேன். வேறு எட்டு அரேபியர்கள் உடன் என்னையும் அவர்கள் பொறுக்கி எடுத்தனர். எங்களிடம் அவர்கள் சொன்னார்கள், 'ஹைஃபாவுக்கு நீங்கள் மாற்றப்படுகிறீர்கள் ஆனால் ஒரு அதிரடிப் படையாக அல்ல. நீங்கள் கூடுதல் காவல்துறைப் படையாகச் சேர்வீர்கள், குடியேற்றத் தடுப்பு, மேலும் நீங்கள் கூடுதலான காவலர்களாகப் போவீர்கள், 'எங்கே? யூதக் குடியேற்றத்திற்கு எதிராக கப்பல்களில்.

ஆகவே, அந்தக் குழுவைக் கலைத்ததும், இரண்டு, மூன்று அல்லது அதற்கு மேற்பட்ட மாதங்களுக்கு ஹைஃபாவுக்கு நாங்கள் சென்றோம் மேலும் நாங்கள் சிறிய படகுகளில் ஏறி, சட்டத்திற்குப் புறம்பான யூதக் குடியேற்றக்காரர்களைத் தேடும் வேலைகளை மேற்கொண்டோம். இந்த ஒரு நேரத்தில், ஒரு யூத நபர், நான் படகில் இருந்த போது என்னிடம், 'வெடிமருந்துகள் எங்கிருந்து வருகின்றன?' எனக் கேட்டார். யூதர்களுக்குச் சொந்தமான அந்தப் பகுதியில் இருந்து அவைகள் வருகின்றன என நான் அவரிடம் கூறினேன். மூசா என்ற பெயருள்ள இன்னொரு யூதர், ஒரு நண்பனாக நடித்தவர், பிரிட்டிஷ் இராணுவத்தில் என்னுடன் ஒரு கேப்டனாக இருந்தார், அவர்தான் என்னிடம் கூறினார்...

மூசாவுக்கு என்ன?

ஓ, எனக்குத் தெரியாது. ஆக, அவர் என்னிடம் சொன்னார், 'கவனி, நான் உன்னையும், மிகப் பெரிய பிரிட்டிஷ் ஆளையும்

எனது காலணியால் நசுக்கிவிடுவேன். இது உனது நேரமோ அல்லது பிரிட்டிஷாரின் நேரமோ அல்ல. 'வாடி ரஷ்மிய்யா'வில் அல்லது எதுவாக இருப்பினும், அரேபியப் பகுதிகளில் இருந்து வெடி மருந்துகள் வந்துகொண்டிருக்கின்றன, உண்மையைச் சொல், இல்லையெனில் உனது இரவைக் கடலில் கழிப்பாய், 'அவர் என்னை வெட்டி கடலுக்குள் வீசிவிடுவார்' என்ற பொருளில் சொன்னார். அந்தக் குழு கலைக்கப்படும் வரை நான் தங்கி இருந்தேன். குறிப்பாக நான் வேலை நீக்க ஊதியத்தைப் பெறுவதற்குச் செல்லும் போது மிகவும் எச்சரிக்கையுடன் இருந்தேன். தர்ஷிகாவுக்குத் தரை வழியே போவதை நான் விரும்பவில்லை, ஏனெனில் அவர்கள் சாலைகளை முடக்கிவிட்டார்களா இல்லையா என்பது எனக்குத் தெரியாது, ஆகவே 'அக்கா'வில் இருந்து ஹைஃபாவுக்கு, பிரிட்டிஷாரிடம் இருந்து வேலை நீக்க ஊதியத்தைப் பெறக் கடல் வழியாக ஒரு படகில் போக நான் தீர்மானித்தேன்.

நீங்களாக வெளியேறினீர்களா அல்லது அவர்கள் உங்களைப் போகவிட்டார்களா?

அவர்கள் என்னைப் போகவிட்டார்கள்-பிரிட்டிஷார் போவதற்குச் சற்று முன்னதாக.

அவர்கள் உங்களுக்கு எவ்வளவு ஊதியம் அளித்தார்கள்?

22 பாலஸ்தீனிய பவுண்டுகள் எனக்குத் தரப்பட்டன.

பிரிட்டிஷ் இராணுவத்தில் பணிபுரிந்தவர்களைப் பற்றி மக்கள் என்ன சொன்னார்கள்?

வாழ்வதற்காகச் சம்பாதித்தார்கள் என்று சொன்னார்கள். சொல்லுவதற்கு வேறென்ன இருக்கிறது? அவர்கள் ஊழியர்கள். அவர்கள், துரோகம் இழைத்தார்கள் என அவர்களைக் குற்றம் சொல்லவில்லை.

சிலரது கருத்துகளை அவர்கள் ஒத்துக்கொண்டார்களா?

உண்மையாக. அவர்கள் ஊழியர்கள். அவர்கள் பிரிட்டிஷார்... நீங்கள் எங்கே வேலை செய்தீர்கள்? நன்கு படித்த ஒருவரை நாம் எடுத்துக்கொள்வோம் - ஒன்று அவர் ஓர் ஆசிரியராக இருந்தார் அல்லது ஓர் அதிகாரியாக இருந்தார். இல்லை, அவர் துரோகம் செய்ததாகக் குற்றம் சாட்டப்படவில்லை. ஆகவே சில காலத்திற்குப் பிறகு நாங்கள் தர்ஷிகாவுக்குத் திரும்ப வந்தோம்; அதுதான் சோகமயமான ஒன்று.

1 மணி11'51"-1 மணி 14'15"

பிரிட்டிஷாரால் வேலைக்கு நீங்கள் சேர்க்கப்பட்டபோது, துறைமுகத்துக்கு நீங்கள் போவீர்கள். மேலும் அங்கு வந்திறங்கும் யூதக் குடியேற்றக்காரர்களைத் தேடுவீர்கள் என முன்னர் என்னிடம் நீங்கள் சொன்னீர்கள். நீங்கள் எப்போதாவது குடியேற்றக்காரர்களை அவர்கள் எங்கிருந்து வந்தார்களோ, அங்கு திருப்பிப் போக அனுப்பி இருக்கிறீர்களா?

'நாங்கள் எங்கே இருக்கிறோம்? மேலும் இங்கே ஏன் நாங்கள் இருக்கிறோம்?' எனக் கேட்கப்பட்டபோது, அவர்களுக்கு நான் விளக்குவேன், 'அவர்கள் மற்றவர்களைத் தாக்கிக்கொண்டு இருக்கிறார்கள், மக்கள் என்பதை விடவும் அதிகமாக அவர்கள் திருடர்கள், அது அவர்களுடைய பூமி அல்ல.' அவர்களுக்கு நான் விளக்குவது வழக்கம், எனக்கு அந்தத் துணிவு இருந்தது, ஆகவே நான் பெரும்பாலும் யூதர்களின் கறுப்புப் பட்டியலில் வைக்கப்பட்டேன். துறைமுகத்தில் அவர்கள் ஆக்கிரமிப்பாளர்களாக இருந்தார்கள்.

அவர்கள், என்ன வகையான ஆவணங்களை அவர்களிடம் வைத்திருந்தார்கள்?

அவர்கள் எந்த ஆவணத்தையும் அல்லது அது போன்ற எதையும் வைத்திருக்கவில்லை. துறைமுகத்தில் வந்து நிற்கும் மக்கள் முழுவதுமாக நிரம்பிய வாடகைப் படகை நீங்கள் சற்று பார்க்கலாம். நாங்கள், சைப்ரஸுக்குத் திரும்பவும் அதே படகில் யூதர்களைத் திரும்புமாறு செய்து, அவற்றைத் திருப்பிவிடுவோம். அவர்கள் அதே முறைகளைத் தொடர்ந்து செய்ய முகாம்களை அமைப்பார்கள். குடியேற்றக்காரர்களாக அவர்களுக்கான வழிமுறைகளை பிரிட்டிஷார் முடித்து அவர்களுக்கு ஆவணங்களை அளித்து மீண்டும் சட்டப்பூர்வமாக அவர்களை அனுப்புவார்கள். முதலில் இது தன்னிச்சையாக நடந்தது.

அவர்கள், அவர்களுக்குத் தந்த ஆவணம் என்ன?

ஒரு பாலஸ்தீனிய கடவுச் சீட்டை அவர்களுக்குக் கொடுப்பார்கள்.

பாலஸ்தீனிய கடவுச் சீட்டு?

ஆம்.

அவர்கள் பாலஸ்தீனத்தின் குடியிருப்பாளர்கள் எனக் கருதப்பட வேண்டும் என்பதற்காக?

ஆம், அந்தப் பகுதியின் குடியிருப்பாளர்களாகக் கருதப்பட வேண்டி.

மக்களைத் திருப்பி அனுப்பும் அதிகாரம் உங்களுக்கு இருந்ததா?

என்றும் இல்லை. அதன் மீது எங்களது குறிப்புகளை நாங்கள் தந்தோம். எங்களது குறிப்புகளை மட்டுமே நாங்கள் தந்தோம், நாங்கள் சொல்வோம், 'அது முறையானது அல்ல.'

உங்களுக்கும், பிரிட்டிஷாருக்கும் இடையில், இதை நீங்கள் தெரிந்துகொண்டீர்கள் என்பதை அவர்கள் கவனிக்கும் போது, அங்கே ஏதாவது மோதல்கள் நடந்திருக்கின்றனவா?

அங்கே நாங்கள் செய்ய முடிந்தது ஏதுமில்லை. நாங்கள் சொல்லுவதற்கு ஒன்றும் இருக்காது. மௌனத்தால் நாங்கள் கட்டுண்டு இருப்போம். மேலும் நாங்கள் அதை விட அதிகமாகச் செய்ய முடிந்தது ஏதுமில்லை.

உதாரணத்திற்கு, பிரிட்டிஷ் அதிகாரிகளைக் கொண்டு உங்களை அவர்கள் மாற்றியதில்லையா? அரேபியர்கள் என்பதால், உங்களை அவர்கள் வெறுத்தார்களா?

இல்லை. நான் சொன்னது போல, இது ஓர் ஆறு மாத மாறுதல் காலம். எங்களை விடுவித்த செய்தி திடீரென வந்தது. ஹைஃபா துறைமுகத்தில் நாங்கள் நிறுத்தி வைக்கப்பட்டிருந்தோம். மேலும் நகருக்குள் போவதற்கு நாங்கள் அனுமதிக்கப்படவில்லை. ஏனெனில், அது அழிக்கப்பட்டிருந்தது. நாங்கள் அங்கே போனபோது, அது அழிவுகளைப் பார்த்து வருந்துவது வீண் என்பது போல் இருந்தது.

இது எந்த ஆண்டு?

1948இன் தொடக்கத்தில்.

உமர் ஷிகாதா

பாலஸ்தீனம், கப்பா'ஆ வில் 1922இல் பிறந்தவர்.

மஹ்மூத் ஷெய்டன் உடன் ஒரு நேர்காணல்

தல்' அபயா, அல் - பிகா', 2004

9'04"-11'45"

மஹ்மூத் ஷெய்டன்: கப்பா'ஆவில் இருந்து வேறு யாராவது அவரது கல்வியை முடித்து அதன் பின்னால் ஓர் உயர் பட்டயப் படிப்பை எங்காவது பெற்றவர் அங்கே இருந்தாரா? கல்வியை முடித்துவிட்டுச் சென்றவர்கள் யார்?

உமர் ஷிகாதா: *எங்கள் மத்தியில் ஒருவர் இருந்தார், அவர் பெயர் ஹுசைன் அலி அல்-ரிஃபாய்... அவர் தந்தை அவரை 'சஃபாத்'துக்கு அழைத்துச் சென்றார், அங்கே அவர் கல்வியைப் பெற்றார். பட்டயப் படிப்பைப் போல, அவருடைய 'பக்கலாரேட்' வரை சென்றார். 'பக்கலாரேட்' என்று நான் சொல்லுவது ஆறாவது வகுப்பு. அவ்வளவுதான். அவர் ஆங்கிலம் பேசினார். அவரை விட அங்கு வேறு யாருமே இல்லை.*

பின்னால், அவர் என்ன வேலை செய்தார்?

அவர் ஒரு காவலராகப் பணி புரிந்தார். இறுதியில் அவர் காவல்துறைக்குச் சென்றார். அப்போது வீட்டில் எந்த வேலையும் இல்லை. ஆண்டு முழுவதும் வயல்வெளிகளில் கிடப்பதை விடவும், வேலைக்குச் சென்று ஒரு ஊதியத்தைப் பெறுவது என்பது மிகச் சிறந்தது. பருவம் எந்தப் பலனையும் தரவில்லை. அது உங்களுக்குப் பணம் எதையும் தராது. ஆகவே நீங்கள் போய் 10, 20, 30 லைராவுக்கு ஒரு வேலையைத் தேட வேண்டும்... காவல்துறையில் நாங்கள் 33 லைரா மற்றும் 3 மில்கள் பெறுவது வழக்கம். ஒரு வாரத்திற்கு 6 லைராக்கள் இராணுவத்தில் நாங்கள் பெற்றோம். உயிர் பிழைத்திருந்தோம். அப்போது அப்படித்தான் இருந்தது. நாங்கள் கதிர் அறுப்பது மற்றும் கதிர் அடிப்பது முதலான வேலைகளைக் கவனத்துடன் செய்தோம். கொட்டகையில் வைக்கோலைக் கட்டாகக் குவித்தோம். எனது தந்தை எங்களைத் தரைத்தளத்திற்குக் கீழே உள்ள நெருக்கமான (rawzana) அறைக்கு வைக்கோலைக் குவிக்க அழைத்துச் செல்வார், நாங்கள் மூச்சுத் திணற வெளியே வருவோம். நீங்கள் போகவில்லை என்றால் பின்னால் முதுகில் அடி வாங்க வேண்டும். பிறகு நீங்கள் வேலை செய்ய வேண்டும்.

அதுதான் விவசாயியின் வழிமுறை. இரவில் பசுக்களுக்கு நாங்கள் உணவு கொடுப்போம்; பின் இரவில் வைக்கோலைப் போடுவோம், அவற்றை இரவு உணவாக அவைகளுக்குக் கொடுப்போம். பகலில், நேரத்தில் அவைகளை நாங்கள், அவற்றின் இரவு உணவுக்காக மந்தையாக ஒன்று சேர்ப்போம். அவைகளை ஒன்று சேர்க்க நேரத்தில் விழித்தெழவும் வேண்டும். அது இன்னொரு வேலை. மக்கள் இந்த வேலையை விட்டுப் போய்விடுவது வழக்கம். மேலும் பிரிட்டிஷார் எங்களுக்கென்று எந்த வேலையையும் வைக்கவில்லை, தொழிற்சாலைகள் ஒன்றும் இல்லை, நாட்டில் எதுவுமே இல்லை. அதுதான் பாலஸ்தீனம். எனக்கு 13 வயது ஆன போது, 1936 புரட்சி நடந்தது. நான் ஒரு துப்பாக்கியை எடுத்துக்கொண்டு புரட்சிக்குச் சென்றேன். புரட்சியோடு எனக்கு முழு ஈடுபாடு வந்தது, வைக்கோலுடன், வயல் வெளிகளில் வேலை செய்வதை விட இது மிகவும் எளிதானது என எனக்கு நானே சொல்லிக்கொண்டேன். நான் புரட்சியில், அப்துல்லா அல்-அஸ்பா, மஹ்மூத் அல்-உத்மான் அபு சுல்தான், எங்கள் பகுதியில் பிரிட்டிஷாருக்கு எதிரான ஒரு தலைவர் அபு அட்டிஃப் அல்-முக்ரபி ஆகியோருடன் இணைந்தேன். அதாவது, யூதர்களுக்கு எதிராக. ஆறு ஆண்டுகளுக்கு விவசாயம் செய்ய விடாமல் யூதர்களைத் தடுத்தோம்... ஆறு ஆண்டுகளில், புகார் செய்வதற்கு ஒரு நீதிமன்றம் கூட அவர்களுக்குத் திறக்கவில்லை. நாங்கள் எங்கள் சொந்த நீதிமன்றங்களை நடத்தினோம். புரட்சி, குற்றவாளிகள், துரோகிகள் மற்றும் கூட்டுச்சதிகாரர்களை விசாரித்து அவர்களுக்கு மரண தண்டனையை அது நிறைவேற்றியது.

இது பற்றி கொஞ்சம் அதிகமாக நாம் பேசலாம். 'கப்பா'ஆ' வில் என்ன வகையான வேலை இருந்தது என்பதை எனக்கு நீங்கள் சொல்ல வேண்டும் என்று நான் விரும்புகிறேன்.

அங்கே விவசாயிகள் மட்டுமே இருந்தார்கள், வேறு யாரும் இல்லை.

அங்கே வேறு யாரும் வேலை செய்யவில்லை என்று நீங்கள் சொல்லுகிறீர்களா?

நீங்கள், யாரேனும் ஒரு வியாபாரி இருந்தார் எனச் சொல்கிறீர்களா? இல்லை, அங்கு ஒருவரும் இல்லை. அங்கே (குழறுகிறார்) ஒரு...ஓர் ஒலிவ காய்கள் பிழியும் செக்காலை இருந்தது. ஒலிவக் காய்கள் பதப்படுத்த ஆண்டு இறுதியில் அங்கு வருபவர்கள் செக்காலையில்

வேலை செய்வார்கள். மேலும் அவர்களுக்கு ஒலிவ எண்ணெய் கூலியாக வழங்கப்படும்.

29'21"-31'31"

அந்தக் காலத்தில் பயிற்சி மூலம் நீங்கள் பயன் அடைந்தீர்களா?

ஓர் ஓட்டுநராக இருந்துகொண்டு ஆயுதங்களைக் கையாளும் வண்ணம், ஆயுதப் பயிற்சி மூலம் நான் பயன்பெற்றேன். விமானங்களால் வீசப்படும் வெடி குண்டுகளை நாங்கள் பார்த்தோம்; நாங்கள் அதைப் பார்த்தோம். புரட்சியில் இருந்து இது வேறுபட்டதாக இருந்தது; அது மிகவும் தீவிரமானதாக இருந்தது. நாங்கள் முகமூடி அணிவது வழக்கம்; அவர்கள் எங்களுக்கு முகமூடிகளைத் தந்தார்கள், மேலும் என்ன மாதிரி ஆயுதங்கள் இருந்தாலும் எங்களுக்குத் தந்தார்கள். எங்களுக்குத் தரமான உணவும், தரமான உடையும் அவர்கள் கொடுப்பது வழக்கம். ஒரு படைவீரன் அவர்களுக்கு விலை மதிப்பற்றவன். பீரங்கியோ அல்லது டாங்கோ, அந்தப் படைவீரன் இன்னும் உயிரோடு இருக்கும் வரை, வெடித்துச் சிதறடிக்கப்பட முடியும். ஒரு விமானத்தை விடவும் அல்லது ஒரு டாங்கை விடவும், அந்தப் படைவீரன் அவர்களுக்கு மிகவும் விலைமதிப்பற்றவன்.

முடிவில், நாங்கள் பணியை முடித்த போது, எங்களை அவர்கள் 'செய்த்' துறைமுகத்தில் இருந்து 'டெல் அவிவ்' க்கு அருகில் இருந்த 'ரிஷோன்'க்கு ஓய்வுக்காகக் கொண்டு சென்றார்கள். ஒரு ஆண்டு ரிஷோனில் நாங்கள் தங்கி இருந்தோம். ரிஷோனில், எங்களிடம், 'போர் முடிந்துவிட்டது, அது முடிந்தது, உங்கள் வீடுகளுக்குத் திரும்பிச் செல்லுங்கள், ' என அவர்கள் கூறினார்கள்.

அவர்கள் எங்கள் ஒவ்வொருவருக்கும் ஒரு 'டை' உடன் சிவில் உடை, ஒரு 'தொளதொளப்பான மேலாடை (trench coat), ஒரு தொப்பி மற்றும் பயணச் சீட்டிற்கான கட்டணம் ஆகியவற்றைத் தந்தார்கள். 'எங்கிருந்து வந்தீர்கள்? சஃபாத்தில், கப்பா'ஆவுக்குப் போகிறீர்களா? இங்கே ஒரு 'எக்டு' (Egged) பொதுப் போக்குவரத்து நிறுவனத்தின் பயணச் சீட்டு இருக்கிறது, அது உங்களை வீட்டுக்கு இட்டுச் செல்லும்.'

கைச்செலவுக்கு, எங்கள் ஒவ்வொருவருக்கும் 15 லைரா பணம் கொடுத்தார்கள். சிறிது நேரம் கழித்து, எங்களின் வேலை நீக்க ஊதியத்தைப் பெற்றுக்கொள்ள எங்களை அழைத்தார்கள்.

சஃபாத்துக்குச் சென்று எனது வேலை நீக்க ஊதியத்தைப் பெற்றேன். அவர் என்னைக் கேட்டார்: 'இராணுவப் பணியை முடித்து இப்போது நீங்கள் என்ன வேலை செய்ய விரும்புகிறீர்கள்?' நான் சொன்னேன், 'காவல்துறைக்குப் போக விரும்புகிறேன். வீட்டுக்குத் திரும்பிச் செல்ல நான் விரும்பவில்லை.'

'காவல்துறையில் வேலை செய்ய நீங்கள் விரும்புகிறீர்களா?' அவர் கேட்டார், நான் சொன்னேன், 'ஆம்.' அவர்கள் எனது பெயரைக் கீழே எழுதினார்கள், ஒரு துண்டுச் சீட்டை எனக்குத் தந்தார்கள். மேலும் ஹைஃபாவுக்கு என்னை அனுப்பினார்கள். உடனே நான் 'அல்- முலுக்' தெருவில் இருந்த காவல்துறை தலைமையகத்திற்குச் சென்றேன். நாங்கள் முன்னரே இராணுவத்தில் பணி புரிந்து உள்ளோம், ஆனால் அவர்கள் எங்களுக்குச் சட்டத்தைப் பற்றிக் கற்றுக்கொடுத்தார்கள். நாங்கள் பணி புரிந்தபோது ஆயுதப் பயிற்சி பெற்றோம், ஆனால் சட்டப் பயிற்சி, எங்களுக்குப் பொதுமக்களோடு எவ்வாறு பழகுவது மற்றும் அவர்களை எவ்வாறு கையாளுவது என்பதைக் கற்றுக் கொடுத்தார்கள். அதனால், நாங்கள் ஒரு பயிற்சி அமர்வை முடித்தோம். மேலும் நான் இரண்டு பட்டைகளுடனான ஒரு காவல்துறைப் பணியாளர் ஆனேன்.

41'55'-55'50"

போர் முடிவுக்கு வந்த வேளையில், அவர்கள் சட்டத்தில் பயிற்சி அளித்தார்கள் என்று என்னிடம் நீங்கள் சொன்னீர்கள்...

எங்களுக்கு அவர்கள் சட்டத்தில் பயிற்சி அளித்தனர்.

சட்டத்தைப் பற்றி நீங்கள் என்ன கற்பிக்கப்பட்டீர்கள் என்பது பற்றி எனக்குச் சொல்லுங்கள்.

எடுத்துக்காட்டாக, ஒரு நகருக்குள் நாங்கள் நுழையும் போது சண்டை போட்டுக்கொண்டிருக்கும் இரண்டு பேர்களைப் பார்த்தால், எப்படி அவர்கள் இரண்டு பேர்களையும் சேர்த்து, 'முக்தார்' இடம் கொண்டு செல்ல வேண்டும், மேலும் அவர்களிடம் நல்லிணக்கத்தை மீண்டும் உருவாக்க வேண்டுமென்று எங்களுக்குப் புரியவைக்கும் சட்டம். அல்லது அரசாங்கத்தால் ஒருவர் வேண்டப்பட்டால், நாங்கள் சென்று அவரைக் கொண்டு வந்து சேர்க்க வேண்டும்.

எங்கள் பயிற்சியாளராக, காவல்துறைப் படையின் தலைவராகவும் 'நப்லஸ்'ஸில் இருந்து வந்தவருமான 'சுலைமான் சேத்' இருந்தார். அவர் சொன்னார், 'ஒருவரை மரண தண்டனை கொடுப்பதற்காக அழைத்துச் செல்லும்போது, இன்னொருவர் கடலில் அல்லது ஆற்றில் மூழ்குவதை நீங்கள் பார்க்கிறீர்கள் என்றால், நீங்கள் என்ன செய்வீர்கள்? சுற்றிலும் எங்கும் ஒரு மரமும் இல்லை'. நாங்கள் அவரிடம் சொன்னோம், 'அங்கே ஒரு மரம் இருந்தால், தண்டனை கொடுக்கப்பட அழைத்துச் செல்பவரை மரத்தில் கட்டி விடுவோம்'. அவர் சொன்னார், 'மரங்களே இல்லை. மரங்களும், வேறெதுவும் இல்லாத ஓரிடத்தில் நீங்கள் இருக்கிறீர்கள். நீங்கள் என்ன செய்வீர்கள்?' எனவே நான் பதில் சொன்னேன், 'தண்டனை தரப்பட வேண்டியவரை விட்டுவிடுவோம். மேலும் இறந்துகொண்டிருப்பவரைக் காப்பாற்றுவோம்.'

'ஏன்?', அவர் கேட்டார்.

நான் அவரிடம் சொன்னேன், 'ஏனெனில், இறக்கப் போகிற ஒருவரை விட இன்னும் உயிரோடு இருப்பவர் மிகவும் முக்கியமானவர். கைதி எங்கு போனாலும், நாள் முடிவில் அவரை நாங்கள் பிடித்துவிடுவோம். அரசாங்கம் அவரைப் பிடித்துக் கொண்டு வந்துவிடும், ஆனால் இறந்து கொண்டிருப்பவரை நாம் திரும்பக் கொண்டு வர முடியாது.'

அதற்காக அவர் எனக்கு ஒரு அலங்கரிக்கும் இராணுவ ரிப்பன் ஒன்றைத் தந்துவிட்டுச் சொன்னார், 'ஆம். அதுதான் சரியானது. உங்கள் பதில் சரியானது.'

வேண்டப்பட்ட அந்த மனிதர் எங்கு போய்விடுவார்? இறப்பதில் இருந்து மற்றொருவரை நாம் காப்பாற்றுவது அவசியம். அவர்களிடம் நான் சொன்னேன், 'வேண்டப்பட்ட கைதியை விட்டுவிடுவோம், அவர் போவதற்கு ஒரு இடமும் இல்லை, அரசாங்கம் அவரைப் பிடித்துவிடும்'.

நான் அல்-கலிலீ, பெய்ட் ஜிப்ரின் மற்றும் காஸாவில் பணி ஆற்றினேன். எங்களில் வடக்குப் பகுதிகளில் இருந்து வந்தவர்களையும், வடக்கில் இருந்து வந்தவர்களையும் அங்கு கொண்டு வைத்தனர். எங்கள் சொந்தப் பகுதிகளில் நாங்கள் பணி புரியவில்லை. முடிவில் நான் அல்-கலிலீயில் இருந்தபோது, 1948இல் அப்பணி முடிந்துவிட்டது என நாங்கள் சொல்லப்

பட்டோம்; பிரிட்டிஷார், அவர்கள் விட்டுச் செல்வதாகக் கூறினர், பிரிட்டிஷ்காரர்கள் போய்க் கொண்டிருந்தார்கள்.

நீங்கள் எங்கு போவீர்கள்?

'ஒவ்வொருவரும், அவர்களுடைய கிராமத்திற்கு. எங்கள் ஒவ்வொருவருக்கும் அவர்கள் ஒரு துப்பாக்கியைக் கொடுத்தார்கள் மேலும் 'ரோஸ் பினா'வுக்கு அருகிலுள்ள 'அல்-ஜௌனா'வுக்கு எங்களைக் கொண்டு சென்றனர். ரோஸ் பினாவில் இருந்து, சில மீட்டர்கள் மட்டுமே எங்களைப் பிரித்தது.

ஆனால் உங்கள் வேலை முடிவதற்கு முன்பே... உங்களைப் போன்ற காவலர்கள் இராணுவத்தை எப்படி அணுகினீர்கள் என்பது பற்றி எனக்கு இன்னும் கொஞ்சம் சொல்லுங்கள்?

காவல்துறையாக.

எனக்குச் சொல்லுங்கள், அவர்கள் வேறு என்ன பயிற்சிகள் அளித்தார்கள்? மேலும் எடுத்துக்காட்டாக, இது போன்ற கேள்விகளை...

சட்டம்... சட்டம் பற்றிய கேள்விகள்.

என்னென்ன கேள்விகள்?

மக்களை எப்படி அணுக வேண்டும். அரசாங்கத்திடம்... எப்படி அணுக வேண்டும். போக்குவரத்துச் சட்டங்களை... எப்படி அணுக வேண்டும். சட்டத்தை ஓர் ஓட்டுநர் மீறுகிறார் என்றால், அவருக்கு நீங்கள் ஒரு குறிப்பாணை எழுத வேண்டும். அவ்வளவுதான்; பிறகு நாம் பார்த்துக்கொள்ளலாம்.

உதாரணத்திற்கு ஒருவரைக் கைது செய்ய நீங்கள் போகும்போது...

வேண்டப்படும் ஒருவரைக் கொண்டுவரப் போகும்போது, நாம் வீடு முழுக்கத் தேடுவதும், எங்களோடு 'முக்தாரை' அழைத்துச் செல்வதும் வழக்கம். எங்களோடு 'முக்தாரை' அழைத்துச் செல்வோம், அது தான் எங்கள் சட்டம். முக்தாரோடு போவோம், வீட்டைச் சோதனை இடுவோம், வீட்டைச் சோதனை இட்டு முடிந்ததும், வீட்டு உரிமையாளரை எதுவும் காணாமல் போகவில்லை என எழுதிக் கொடுக்கச் சொல்வோம். மேலும் எங்களுடன் அதில் அவரும் கையெழுத்திடுவார். பிறகு முக்தார் கையெழுத்து இடுவார் மேலும் கையெழுத்தின் கீழ் முத்திரை இடுவார். உரிமையாளர், நாங்கள் தங்கம் அல்லது பணம்

அல்லது எதையாவது எடுத்துக்கொண்டோம் என்று சொல்லி புகார் அளித்தால், எங்கள் ஆவணங்கள் முன்னரே கையெழுத்து இடப்படும்.

ஒருவர், இணங்கி உங்களுடன் வர மறுத்தால், அவர்களை எப்படிக் கொண்டு வருவது என உங்களுக்கு அவர்கள் கற்பித்தார்களா?

கட்டாயப்படுத்தி! கட்டாயப்படுத்தியே! அவரைக் கை விலங்கிட்டு நாங்கள் அடிப்போம். மறுத்தால்? அவர் மறுக்க முடியாது. இது இராணுவக் காவல் துறையிடம் இருந்து வரும் ஓர் ஆணை. அவரை நீங்கள் கொண்டு வந்தாக வேண்டும். இப்போது உள்ள காவலர்களைப் போல; அவர்கள் இணங்க மறுத்த நபரை அடிப்பார்கள். அவர் அடிக்கப்படுவார் மேலும் அவரைக் காலில் சுடுவோம், நெஞ்சில் அல்ல. காலில் மட்டுமே சுடப்பட்டிருக்க வேண்டும், அது அவரைக் கொல்லுவதற்காக அல்ல.

சட்டத்தைப் போலவே, எடுத்துக்காட்டாக, காவல்துறை படையில் வேலை செய்கையில், உங்களுக்குப் பலன் அளிக்கும் வேறு ஏதேனும் அவர்கள் கற்பித்தார்களா?

சட்டத்தைப் பொறுத்தவரை, எடுத்துக்காட்டாக, மக்களை எப்படி நன்றாக, ஒழுக்க விதிகளுடன் நடத்த வேண்டும் எனக் கற்றோம். ஒருவர் குடித்து இருந்தால், அவரை நீங்கள் அடிக்கக் கூடாது. உள்ளே அழைத்து வந்து, அவர் மேலும் குடிக்காத அளவுக்கு அவருக்குக் காஃபியைக் கொடுத்து, பிறகு நீதி மன்றத்திற்கு அழைத்துச் சென்று அவரை விசாரிக்கச் செய்ய வேண்டும். குடித்து இருக்கும் ஒருவரை அல்லது கஃபேக்களில் தகராறு செய்பவரை அடிப்பது தடை செய்யப்பட்டு இருக்கிறது. உணவகங்களிலும், கடைகளிலும் அவர்களை நாங்கள் ஒரு மனிதாபிமான முறையில் அணுகுவோம். அவரைக் கொண்டு வருவதற்கு முன் அவருடன் இனிமையாகப் பேசுவோம். ஏதாவது எதிராகச் செய்ய முயன்றால், அவரை நாங்கள் அடிப்போம். அவர் இணங்காமல் அல்லது ஒரு கத்தியை எடுத்தால், நாங்கள் அவரை அப்போதும் நன்றாக அடிப்போம். பிறகு அவரைத் தனிமைப்படுத்தி வெளியே கொண்டு வருவோம். அவ்வளவுதான்.

ஒரு நகரத்தில் அல்லது கிராமத்தில் ஒருவரைக் கொண்டு வருவதற்காக நீங்கள் வெளியே அனுப்பப்பட்ட வேளையில்,

அனைத்தும் கட்டுப்பாட்டை மீறிப் போன ஒரு சம்பவத்தை நீங்கள் நினைவுகூர முடியுமா?

காவல்துறை, கிராமங்களுக்கு வரும் போது, ஒருவரும் எப்போதும் எதையும் சொன்னதில்லை. மக்கள் ஒரு சொல்லைக் கூடச் சொன்னதில்லை. பிரிட்டிஷாருக்கு அவர்கள் அனைவரும் பயந்தனர். நாங்கள் சாதாரணமாக ஒருவர் அல்லது இருவராக இல்லாமல், காரில் ஏழு அல்லது எட்டு பேர் இருப்பதுதான் வழக்கம்.

அப்போது உங்கள் பங்கு என்ன?

நான் இரண்டு பட்டைகள் பெற்ற காவலராக இருந்தேன்.

நகரங்களில் ஏதேனும் நடந்ததா?

இல்லை, நகரங்களில் ஏதும் நடந்திதில்லை; நாங்கள் ரோந்து செல்வோம். எங்களை அவர்கள் ஹைஃபாவுக்குக் கொண்டு வந்தனர், அங்கே காஃபி அகங்களை நாங்கள் ரோந்து செய்தோம். காஃபி அகங்களில் நாங்கள் காசு கொடுக்க வேண்டியதில்லை; அங்கெல்லாம் இலவசமாக காஃபியைக் குடிப்பது வழக்கம். திரைப்படங்களுக்கு இலவசமாக மற்றும் பேருந்தில் பயணம் இலவசமாகச் செல்வோம். எங்களிடம் இருந்து பணத்தை வாங்க யாரும் துணிய மாடடார்கள். காசு தராமல் இருப்பது தடை செய்யப்பட்டிருந்தது, நாங்கள் பணத்தைத் தர வேண்டும் என்று சட்டம் சொல்கிறது. ஆனால் எங்களிடம் இருந்து அவர்கள் என்றும் பணத்தைப் பெற்றதில்லை.

காவல்துறையில் நீங்கள் இருந்த காலத்தில் கிராமங்களில் அல்லது நகரங்களில் வேடிக்கையான நிகழ்வுகள் ஏதாவது நடந்ததுண்டா?

இல்லை, அது போன்று எதுவும் எங்களுக்கு நேரவில்லை. காவல்துறையினர், முக்தார் இடம் போவார்கள். நாங்கள் அவருடன் காஃபி அருந்துவது வழக்கம். மேலும் அவரிடம் ஏதாவது பிரச்னைகளை அவர் எதிர்கொண்டாரா எனக் கேட்போம். அவர் நபர்களின் பெயர்களை எங்களுக்குச் சொல்ல, நாங்கள் அவர்களைக் கொண்டு வரச் செல்வோம். முக்தார் எங்களிடம், அவர் இன்னார் ஒருவரைப் பார்த்துக் கொண்டிருப்பதாகச் சொல்லுவார். மேலும் காவலாளி எங்களுடன் வந்து இன்னாரின் வீட்டைக் காட்டுவார். உடன் நாங்கள் அந்த நபரைக் கொண்டு

வந்து சேர்ப்போம். வேடிக்கையான நிகழ்வுகள் அங்கே எதுவும் நடந்ததில்லை.

உதாரணத்திற்கு, தவறுதலாக அங்கு ஏதேனும் நடந்ததா என்று நான் கேட்டேன். தவறுதலாக யாரையேனும் நீங்கள் எப்போதாவது கைது செய்து இருக்கிறீர்களா?

இல்லை, என்றும் தவறுதலாக யாரையும் நாங்கள் கொண்டு வந்ததில்லை; அதெல்லாம் முக்தாரின் உத்தரவின் அடிப்படையில் தான் நடந்தது.

உதாரணத்திற்கு, யாரேனும் ஏதாவது குறும்புகள் செய்திருக்கிறாரா?

ஒரு நபர் வேண்டடப்படுகிறார் என்றால், அவரை நாங்கள் கொண்டு வருவதற்காக, அவருடைய பெயர் காவல் நிலையத்தில் பதிவு செய்யப்படும். உதாரணத்திற்கு, நாங்கள் முக்தாரிடம் போய், 'முக்தார், நாங்கள் 'அல்-ஸக்மத்'தின் மகனைத் தேடிக் கொண்டிருக்கிறோம், 'என்று சொன்னால், தேடப்படும் நபர், எங்கு வசிக்கிறார் என்று எங்களுக்குச் சொல்லுவார். மேலும் எங்களுடன், அந்த நபரைக் காவல் நிலையத்திற்குத் திரும்பவும் கொண்டு வந்து அவரை விசாரிக்கும் அதிகாரியிடம் *(Sergeant)* ஒப்படைப்பதற்காக வருவார். கைது செய்யப்பட்ட நபர், பிறகு நீதிமன்றத்திற்கு மாற்றப்படுவார், மேலும் அவர் குற்றமற்றவர் எனக் கண்டறியப் பட்டால், அவர் விடுதலை செய்யப்பட்டு சுதந்திரமாகப் போவார். நாங்கள் செய்ய வேண்டியது எல்லாம் அவரைக் கொண்டு வருவதுதான். காவல் நிலையத்தில், அந்த நபரை விசாரிக்க ஓர் அதிகாரி இருப்பார். நீதிமன்றத்திற்கு அவரை மாற்றுவதற்கும் அல்லது கைது செய்து சிறையில் இடுவதற்கும் அவர் அதிகாரம் பெற்றவர்.

அவர் பிரிட்டிஷ்காரரா அல்லது அரேபியரா?

அவர் பிரிட்டிஷ்காரர்

நீங்கள் எந்த அதிகாரியுடன் பணி புரிந்தீர்கள்?

அவரது பெயர் திரு. ஜ்லோட்னிக். திரு. ஜ்லோட்னிக் அவரது பெயர், இன்னொருவர் இம்ரே. அவர்கள் அதிகாரிகள். அங்கு இன்னொருவர் இருந்தார், அவர் பேசும் போது, அவருக்காக மொழி பெயர்ப்பார். யாராவது குற்றத்துடன் வந்தால், அந்த நபரை அவர்கள் கைது செய்து, சிறையில் 24 அல்லது 48 மணி

நேரங்கள் வைப்பார்கள், அதற்குப் பிறகு அவர் நீதி மன்றத்திற்கு மாற்றப்படுவார். காவல் நிலையத்தில் 48 மணி நேரத்திற்கு மேல் அவரை நாங்கள் வைப்பது தடை செய்யப் பட்டிருந்தது. நீதி மன்றத்திற்கு அவர் மாற்றப்படுவார், அங்கே அவர் குற்றம் சாட்டப்படுவார் அல்லது நிரபராதி என்று கண்டறியப்படுவார். அதுதான் எங்களுக்குத் தெரியும்.

உங்களுடன் காவல் துறையில் யூதர்கள் யாரேனும் இருந்தார்களா?

இல்லை, அவர்கள், அவர்களுக்குச் சொந்தமான காவல்துறையைக் கொண்டிருந்தனர். மேலும் நாங்கள் எங்களுக்குச் சொந்தமான காவல்துறையைக் கொண்டிருந்தோம். அவர்கள் ஒரு சிலர்தான், ஆனால், அவர்கள் எங்களுடன் வர மாட்டார்கள். நாங்கள் பிரிட்டிஷாருடன் ரோந்து போவோம். அவர்கள் பிரிட்டிஷாருடன் போவார்கள். ஒரு பிரிட்டிஷ் கீழ்நிலை அதிகாரி (Sergeant) அல்லது பிரிட்டிஷ் அதிகாரி எங்களுடன் வருவார். அங்கு எங்களுடன் அரேபிய யூதர்கள் இருந்தனர். அவர்களுள் சிலர் சீருடையில் கூட வருவது வழக்கம், ஆனால் அவர்கள் அரேபிய யூதர்கள், அவர்கள் தேசப்பற்று மிக்கவர்கள். எப்படி இருப்பினும், பிரச்சினையைத் தீர்ப்பதும், ஒருங்கிணைத்துச் செயல்பட வைப்பதும் அதிகாரிகளின் பொறுப்பு, எங்களுடையது அல்ல.

யூதக் குடியிருப்புப் பகுதிகளில், உதாரணத்திற்கு, நீங்கள் ஏதேனும் பிரச்சினைகளைத் தீர்த்திருக்கிறீர்களா?

யூதர்களிடம் நாங்கள் போவோம். ஒரு போக்குவரத்து அபராதச் சீட்டை (traffic ticket) ஒருவர் பெற்றிருந்தால், யூதக் குடியிருப்புகளுக்கு நாங்கள் போவோம். எல்லா வகையிலும் அவர்கள் எங்களிடம் மரியாதையாக இருப்பார்கள். யூத முக்தார், எங்களுடன் காவல்காரரை அனுப்புவது வழக்கம், ஹீப்ருவில், அவர்கள் ‘ஷோமர்’ என்று அழைப்பார்கள். அபராதச் சீட்டு பெற்றவரின் வீட்டை வந்து அவர் காட்டுவார். மேலும் அவரைக் கொண்டு வந்து அவரிடம் பணத்தை வசூல் செய்வோம்.

பெரும்பாலான பிரச்சினைகள் எது பற்றி இருக்கும் என்பது உங்களுக்கு நினைவிருக்கிறதா?

அபராதச் சீட்டு ஒன்றைப் பெற்ற யூதர் ஒருவர் இருந்தார், ஆகவே யூதக் குடியிருப்புப் பகுதிக்கு நாங்கள் சென்று முக்தாரிடம் தெரிவித்தோம். முக்தாரிடம் போவதற்கு முன்பாக, அவருடைய

வீட்டுக்குச் சென்றோம் மேலும் அங்கே வயதான ஒரு யூதரைக் கண்டோம்.

இது 'ரிஷோன்' இல் இருந்ததா?

'ரெஹொவோத்'தில், [இல்லை,] 'ஹடெரா'வுக்கு அருகில் 'நெதன்யா'வில். 'பின்ஹாஸ்' என்ற யூதர் ஒருவரைத் தேடி நாங்கள் வந்திருக்கிறோம் என அவரிடம் நான் சொன்னேன். அவர் வீடு எங்கிருக்கிறது என்று தனக்குத் தெரியாது என்றும், எங்களுக்கு அதைக் காட்டுவதற்கு முக்தாரிடம் போகும்படியும் சொன்னார். நாங்கள் முக்தாரைப் பார்க்கச் சென்றோம், அவர் காவல்காரர் என்ற 'ஷோமரை' எங்களுடன் அனுப்பி வைத்தார். அவருடைய வீட்டுக்கு நாங்கள் அனைவரும் சென்றோம். முன்னால் நான் கண்டறிந்த அந்த வயதானவரைப் பார்த்தேன். மேலும் 'அபு துமித்'திடம் நாங்கள் முன்னரே கேட்டோம் என்றேன்; அவர் என்னிடம் சொல்லுவதற்கு ஒன்றுமில்லை எனச் சொன்னார். காவல்காரரிடம் தனது மகளை அழைத்து வந்தார். எதிரி எவ்வளவு தந்திரமானவராக இருந்தார் என்று பாருங்கள். அந்த நபருடைய வீடு எங்கிருக்கிறது என்பதையும் அவருடைய பெயர் என்ன என்பதையும் எங்களிடம் சொல்ல அவர் மறுத்தார். 'அதில் எனக்கு எந்தப் பலனும் இல்லை', என்றார். அரேபியப் பகுதிகளுக்கு நீங்கள் செல்லும் வேளையில், ஒரு நூறு பேர் அந்த நபர் யார், அவர் யாருடைய மகன், அவர் பார்ப்பதற்கு யார் போல இருப்பார் என்று உங்களுக்குச் சொல்லுவார்கள். அரேபியர்கள், அவர்கள் எப்போதுமே மக்களுடைய வீடுகள் எங்கே இருக்கின்றன என்று எங்களுக்குச் சொல்லுவார்கள்.

இவை போன்ற மற்ற நிகழ்வுகள் அங்கு நடந்தனவா?

'அல்-கலிலீ'யில், 'பெய்த் ஜிப்ரின்' இல் இருந்து ஒருவர் அவரது தந்தையைப் பற்றித் தகவல் தெரிவிக்க வந்தார். அவர் எங்களிடம் சொன்னார், 'எனது தந்தையார் ஒரு துப்பாக்கி வைத்திருக்கிறார்.' என்னிடம் அவர் குறிப்பாகச் சொன்னார், 'எனது தந்தை ஒரு துப்பாக்கி வைத்திருக்கிறார். அது வைக்கோல் போரில் இருக்கிறது.'நான் அவரிடம் கேட்டேன், 'நல்லது, அந்தத் துப்பாக்கி என்ன வகைப்பட்டது?' அவர் சொன்னார், 'பிரிட்டிஷ் வகை'. நாம் போய் அதைக் கொண்டு வருவோம் என்று அவரிடம் சொன்னேன். மேலும் அவரிடம் வெளியே போகச் சொன்னேன். வைக்கோல் போரில் இருந்து துப்பாக்கியை வெளியே எடுக்கச் சொன்னேன். அவர் வெளியே எடுத்து மறைவிடத்தை மாற்றி

வைத்திருந்தார். நாங்கள் போய்த் தேடினோம். அந்தத் தந்தை, எனக்கு 10 பாலஸ்தீனிய லைரா கொடுக்க விரும்பினார். அவரிடம் நான் சொன்னேன், 'எனது சகோதரனே, வேண்டாம்.' அவர் பதில் சொன்னார், 'நீங்கள் சஃபாத்தில் இருந்து வருகிறீர்களா?' நான் அவரிடம் அங்கிருந்து வந்ததாகச் சொன்னேன். என்னிடம் அவர் சொன்னார், 'நீங்கள் நேர்மையானவர்கள்'.

10 பாலஸ்தீனிய லைராக்கள் எதற்காக?

எனக்கு இலஞ்சமாகத் தருவதற்கு. எனக்கு இலஞ்சம் கொடுப்பதற்கு அவர் விரும்பினார் ஏனெனில், ஒரு துப்பாக்கியை வைத்திருப்பது மூன்றாண்டுகள் சிறைத் தண்டனையைப் பெற்றுத் தரும். அவர் எனக்கு இலஞ்சம் தர விரும்பினார் ஏனெனில் நான், துப்பாக்கியை மறைக்கவும், மறைத்து வைத்த இடத்தை மாற்றவும் அவரிடம் சொன்னேன். அவர் மகன்தான் அது பற்றிச் சொன்னார் என்று அவரிடம் நான் சொல்லவில்லை.

ஏன் அவரது மகன் அவரைப் பற்றிச் சொன்னார்?

அவரது தந்தை அவரை மிகவும் கொடுமைப்படுத்துகிறார். அவர் யாரோ ஒரு பெண்ணைத் திருமணம் செய்துகொள்ள விரும்புகிறார். ஆனால் அவரது தந்தை அவ்வாறு செய்வதற்கு அனுமதிக்கவில்லை. அவர்கள் எல்லாம் அரேபியர்கள்; அவர்கள் இப்படித்தான் இருப்பார்கள். அவர்கள் ஒருவர் மீது ஒருவர் இப்படித்தான் சொல்லிக்கொள்வார்கள்.

இது எந்த ஆண்டு நடந்தது?

இது 1943இல் நடந்தது... உண்மையில் 1947 அல்லது 1946இல். 'பெய்த் ஜிப்ரின்' இல். அங்கே ஒருவர் மீது மற்றவர் இப்படிச் சொல்வது வழக்கம்.

காவல்துறையில் நீங்கள் இருந்த காலத்திலிருந்து இது போல் நீங்கள் நினைவில் கொண்டிருக்கும் மற்ற கதைகள் உண்டா? மக்களுக்கிடையே நடந்த மற்ற நிகழ்வுகள் இருக்கின்றனவா?

ஒரு முறை நான் 'ஹடேரா' வில் அங்கே உட்கார்ந்து கொண்டிருந்தேன். நான், காவல்துறையில், கீழ் அதிகாரியாக *(Corporal)* இருந்தேன், ஆனால் ஓர் உள்ளூர்வாசியின் உடையில் நான் இருப்பதும் இயல்பான ஒன்று. நான் பூச்செடிகளை நட்டுக்கொண்டும், அது போன்ற வேலையைச் செய்து கொண்டும் தோட்ட வேலை பார்த்துக்கொண்டிருந்தேன். அப்போது

நான் வெளியில் உட்கார்ந்துகொண்டிருந்தேன். பிரிட்டிஷ் இராணுவத்தினர், வாகனத்தை ஓட்டியபடி... அந்தப் பகுதியில் இருந்த வேலையாட்களுடன் உள்ளே வந்தனர். ஒரு வயதான நபர் அங்கே இருந்தார், ஆனால் வேலையாட்களோடு வந்த முகவர், அவரை வெளியே போகச் சொன்னார், மேலும் இன்று அவருக்கு வேலை இல்லை என்றும் சொன்னார். அவரைப் பார்த்த முதல் நாள், நான் வெளியே உட்கார்ந்து இருந்தேன், அவர் திரும்பிச் சென்றார். இரண்டாவது நாளும் அதுவே நடந்தது. அவர்கள் அவரை வெளியே விரட்டினர். ஆகவே, அந்த வயதானவரை நான் அழைத்தேன், நான் உள்ளூர்வாசி போல உடைகள் அணிந்திருந்தேன், மேலும் நான், 'இங்கே வாருங்கள்', என்றேன்.

அவர், 'என்னிடம் இருந்து என்ன வேண்டும், என்னிடம் இருந்து என்ன வேண்டும்?!' என்று கேட்டார்.

நான் அவரிடம், 'உங்களுக்கு ஒன்றை நான் சொல்லவிடுங்கள்...' என்று சொன்னேன்.

என்னை நோக்கி அவர் வந்தார், மேலும் நான், 'உங்களை அந்த முகவர் ஏன் திருப்பி அனுப்புகிறார்?' எனக் கேட்டேன்.

'எனது நண்பரே, இவன் மிக இழிவானவன். எனது மகளை இவன் விரும்புகிறான். மேலும் நான் அவளை அவனுக்குக் கொடுக்க விரும்பவில்லை. என்னைத் திருப்பி அனுப்பும் அவன் மிகவும் இழிவானவன். மேலும் எனக்கு வீட்டில் நான்கு மகள்கள் இருக்கிறார்கள், அவர்களுக்கு சோறு போட வேண்டிய தேவை எனக்கு இருக்கிறது.'

'நாளை காலை நீங்கள் சாப்பாட்டை கொண்டு வாருங்கள், நான் உங்களை வேலை செய்யவிடுகிறேன்.'

'உண்மையாக?'

'ஆம், மேலும் என்னிடமிருந்து ஒரு பாலஸ்தீன லைராவைப் பெற்றுக் கொள்ளுங்கள்.'

அடுத்த நாள் அவர் வந்தார். அந்த இன்னொரு ஆள் அவரிடம், 'உன்னை வரக்கூடாது என்று நான் சொல்லவில்லை?' என்று சொன்னார்.

ஆகவே நான் அவரிடம் சொன்னேன், 'இல்லை, அவர் வருவார்'.

'அது பற்றி உங்களுக்கு என்ன?' அவர் பதில் சொன்னார்.

நான் உள்ளூர்வாசிகள் உடையை அணிந்திருந்தேன் மேலும் காவல் நிலையத்தில் ரோஜாச் செடிகளை நட்டுக்கொண்டிருந்தேன். நான் ஒரு வேலையாள் எனத் தனக்குத் தானே அவர் சொல்லி இருக்க வேண்டும். அவர் வேலைக்கு வருவார் என அவரிடம் நான் சொன்னேன்.

'இங்கே வா', நான் சொன்னேன், 'இங்கே வா'.

'நான் வர விரும்பவில்லை,' அவன் சொன்னான்.

காவல் நிலையத்திற்குள் இருந்த இரண்டு சிப்பாய்களை அழைத்தேன்: 'அவனைக் கொண்டு வாருங்கள்', அவர்கள் அதைச் செய்தனர்.

'உங்கள் உத்தரவின் பேரில், அய்யா'.

அவன் அய்யா (Corporal) என்ற வார்த்தையைக் கேட்டதும், அதிர்ச்சி அடைந்து சொன்னான்: 'உங்கள் உத்தரவுப்படியே, அய்யா,' மேலும் அவன் தரையைப் பார்த்தவாறு குனிந்தான்.

'அசிங்கமானவனே, பலவந்தப்படுத்தி அவரது மகளை அடைய விரும்புகிறாய். மேலும் நான்கு நாள்களாக வேலை செய்யவிடாமல் அவரைத் தடுத்திருக்கிறாய். அவருக்கு நான்கு லைராக்களைக் கொடு.'

நான்கு லைராக்களை அவரிடம் கொடுத்தார். மேலும் என்னிடம் சில அறைகளை வாங்கியபடியே சொன்னான், 'மீண்டும் அவரிடம் நான் பேச மாட்டேன்.'

எனது வாழ்க்கையில் நான் செய்த ஒரு நல்ல காரியம் அது. இந்த விஷயம் என்னிடம் வந்தது, நான் நல்ல காரியம் செய்தேன்.

இரண்டாவது முறை, ஒரு நபர், இன்னொரு நபர் பற்றிய குற்றத்தைச் சொல்லிக்கொண்டு வந்தார். 'பெய்த் ஜிப்ரின்' இலிருந்து வந்த இரண்டு சட்டவிரோதமானவர்களை வீட்டில் வெளிப்படையாக வைத்திருந்தார்.

சட்டவிரோதமானவர்கள் என நீங்கள் யாரைச் சொல்லுகிறீர்கள்?

அரசால் தேடப்படும் புரட்சியாளர்களும் அவர்களும் அவர் வீட்டில் இருந்தார்கள்... அவர்களை வீட்டில் அவர் தங்க வைத்திருந்தார். காலை இரண்டு மணி அளவில் பிரிட்டிஷ் காவல்துறைத் தலைவர் வந்து சொன்னார், 'இரவு ரோந்துக்கு

நாம் போகிறோம்.' 'எங்கு?' தேடப்படும் இரண்டு நபர்களை நாம் கைது செய்தாக வேண்டும். அவர்களுக்குத் தண்டனை வழங்கப்பட வேண்டும், அரசால் அவர்கள் தேடப்பட்டார்கள் மேலும் இன்னாருடைய வீட்டில் இருக்கிறார்கள் என்று அவர் சொன்னார். அந்த வீடு நகரில் இருந்து வெகுதொலைவில் இருந்தது. வயல் வெளிகளுக்கு அருகில் இருந்த தனித்த கிராமத்து வீடு அது. அப்போது மணி இரண்டு. மேலும் மழை பெய்யத் துவங்கி இருந்தது, நாங்கள் கிளம்பினோம். எங்களுள் எட்டு பேர் இருந்தோம் மேலும் நாங்கள் போய்ச் சேர்ந்ததும், அந்த வீட்டில் இருந்த விளக்குகள் போடப்பட்டது, மக்கள் அதற்குள் அங்கு இருக்கிறார்கள் என்பது அதன் பொருள். நாங்கள் அந்த இடத்தை அடைந்ததும், வெளியில் இருந்தபடியே வீட்டைச் சூழ்ந்து கொண்டோம். இன்னும் மழை பெய்துகொண்டிருந்தது.

அவர் சொன்னார்: 'சிப்பாய், நீ கதவைத் திற.'

உள்ளே நுழையும் முதல் நபர், ஆபத்துக்கு அதிகமாக உள்ளாவார் ஏனெனில் உள்ளே இருக்கும் நபர் சுட்டுவிடக் கூடும். தேடப்படும் நபர், ஓர் ஆயுதத்தை வைத்திருக்கிறான், சரியா? நாங்கள் கதவை உடைத்துத் திறந்துகொண்டு உள்ளே சென்றோம். ஒரு வயதான மனிதர் அங்கே உட்கார்ந்திருக்க, இரண்டு இளைஞர்கள் தேநீர் அருந்திக்கொண்டிருந்ததை நாங்கள் கண்டோம். அடுப்பின் மீது ஒரு பெரிய மஞ்சள் நிறத் தேநீர்ப்பானையை அவர்கள் வைத்திருந்தனர். நான் அவரிடம், 'நாங்கள் போலீஸ், அசையாதே!' என்று சொன்னேன். இளைஞர்களுள் ஒருவன் அவனது பக்கத்தில் இருந்து அவனது கையை வெளியே எடுத்தான், அவன் ஒரு துப்பாக்கியைப் பிடித்திருந்தான், அந்தத் தேநீர் பானையின் மீது அதை வைத்தான். நாங்கள் உள்ளே சென்று அவர்களைச் சுற்றி வளைத்தோம். 'இங்கே ஒருவரும் இல்லை, தாயோலி', அந்த பிரிட்டிஷ் நபரிடம் சொன்னேன். 'இங்கே கவனி, தாயோலி!' 'இதை நாம் மறைத்துவிடுவோம், இப்போது நேரமாகிவிட்டது, மேலும் ஒரே குழப்பமாக இருக்கிறது, சட்ட விரோதமானவர்கள் எங்கே இருக்கிறார்கள்? இங்கே காலையில் வேலை ஏதும் இல்லாத ஒரு வயதானவரும் அவரது மகன்களும் இரவில் கண் விழித்துக்கொண்டு இருக்கிறார்கள்,' என்று நான் அவனிடம் சொன்னேன்.

என் கையில் தேநீர்ப்பானையை எடுத்துக்கொண்டு, தன் துப்பாக்கியை விட்டெறிந்த அவர் மகனை நோக்கித் திரும்பினேன்,

'இதை எடுத்துக் கொள், எங்களுக்குத் தேநீர் போடு. அதைக் கழுவி, எங்களுக்குத் தேநீர் போடு, அதை எடுத்துக்கொண்டு போ!' என்று சொன்னேன். அவன் வெளியே கிடந்த துப்பாக்கியை எடுத்தான். அவன் போய், துப்பாக்கியை எடுத்துக்கொண்டு, தேநீர்ப் பானையைத் திரும்பக் கொண்டுவந்தான்.

அடுத்த நாள், அவனது தந்தை, எனக்குப் பாலாடைக்கட்டி, தேன் மற்றும் அது போன்ற பொருள்களைப் பரிசாக அனுப்பி வைத்தார். 'எதற்காக?' அவனிடம் கேட்டேன். 'ஏனெனில் மூன்று ஆண்டுகள் சிறையில் இருந்து எங்களைக் காப்பாற்றியதால்', அந்த இளைஞன் சொன்னான். அவனைக் கொண்டு சென்று சிறையில் அடைப்பதால் என்ன பயன், அவனால் எனக்கு என்ன பயன்? ஒரு துப்பாக்கியுடன் இருந்த ஓர் அரேபியர்; அவன் ஒரு இளைஞன். அதுவும் நான் செய்த ஒரு நல்ல காரியம். அதைக் கடவுள் மட்டுமே அறிவார்.

6

மாபெரும் அரபுப் புரட்சியைக் கதைப்படுத்துதல்: 1936–39 காலத்திய எதிர்ப்பு பற்றிய கதையாடல்கள்

ஜேக்கப் நோரிஸ்

சாலிஹ் அல்-நசீர், மர்யம் சபா, ரிஃப் அட் அல்- நீமிர் மற்றும் 'அப்த் அல்-ரஹ்மான் சா அத் அல்-தீன்' ஆகியோரின் தனித்தனி சாட்சியங்கள், கூட்டு எதிர்ப்புப் போரின் தருணங்களை ஆவணப்படுத்துவதில் வாய்மொழி வரலாறு, எவ்வாறு மிகவும் இன்றியமையாதது என்பதை நமக்கு நினைவூட்டுகின்றன. இந்த விவரிப்புகள், 1936-39இல் நடந்த மாபெரும் அரேபியப் புரட்சி பற்றிய நமது புரிதல்களைச் செழுமைப்படுத்தவும், அதே நேரத்தில் தகர்க்கவும் செய்கின்றன, இவை எழுச்சி பற்றி நம்மைப் புதிய கேள்விகளை எழுப்பவும், தங்கள் சொந்த வரலாறுகளைப் படைப்பவர்களாக, சாதாரண பாலஸ்தீனியர்கள் சொல்வதை நாம் கேட்பதற்கு நம்மை நினைவுபடுத்தவும் தூண்டுகின்றன.

இங்கே தரப்பட்டுள்ள நான்கு சாட்சியங்களும், 1936–39 எழுச்சியின் கூட்டு பாலஸ்தீனிய நினைவின் அடையாளமாகத் திகழ்கின்றன. அந்தக் காலங்கள் குறித்த பசுமையான நினைவு மங்கத் துவங்கும் போது, இந்தப் புரட்சிகரக் கிளைக்கதையின் நிரூபிக்கப்பட்ட தொடர்ச்சியான நிகழ்வுகள், ஒரு தலைமுறையில் இருந்து அடுத்த தலைமுறைக்கு அவை கொண்டு செல்லப்படுகின்றன. பாலஸ்தீனிய கூட்டுக் கதைக்குள் அதன் மையமான இடத்தால் வலுவூட்டப்படுகின்றன. 'அல்-தவ்ரா அல்-குப்ரா' *(The Great Revolution or Revolt)* என பாலஸ்தீனியர்களால் அறியப்படும் இந்த எழுச்சிதான், பிரிட்டிஷ் மற்றும் சியோனிசக் காலனிய ஆக்கிரமிப்பைத் தூக்கி எறிவதற்கு, மக்கள் தேசிய இயக்கமாக, ஓர் ஒன்று திரட்டப்பட்ட முதல் பாலஸ்தீனிய எழுச்சி ஆகும். குறிப்பாக, பாலஸ்தீனத்தின் மிகவும் ஆற்றல் வாய்ந்த தேசிய அடையாளத்தை நிறுவுவதில், 'தவ்ரா'வின் முக்கியத்துவத்தை நாம் கருத்தில்கொள்ளும் போது, அதுதான் 'முதல் எழுச்சி' *(first intifada)* என அடிக்கடி குறிப்பிடப்படுகிறது என்பதில்

வியப்பேதும் இல்லை. 'ஹடா' அல்லது 'காஃபிய்யே', அதாவது (கறுப்பு வெள்ளை) கட்டங்களை உடைய 'ஸ்கார்ஃப்', குறிப்பாக 1937 இல் எழுச்சிக்குத் தலைமைப் பொறுப்பை ஏற்ற, கிராம மற்றும் விவசாயிகளின் அடையாளத்தைப் பிரதிபலித்தது. 1936-39 இன் போது, பாலஸ்தீனிய எதிர்ப்புப் போராட்டத்தின் ஓர் அடையாளமாக, முதன்முதலில் வெளித்தோன்றியது. அது போலவே, இன்று வரை தொடரும், காலனிய வன்முறையின் குறிப்பிட்ட வடிவங்களுக்குப் பாலஸ்தீனியர்களை ஆட்படுத்தி, 'தவ்ரா'வை நசுக்கிய மூர்க்கத் தனமான பிரிட்டிஷ் அடக்குமுறையும் ஒரு முன்னுதாரணத்தை ஏற்படுத்தியது. மிகமிகக் குறிப்பாக, கூட்டுத் தண்டனை மற்றும் சித்திரவதை அத்துடன் சோதனைச் சாவடிகள், காவல் கோபுரங்கள், எல்லைப்புறச் சுவர்கள் மற்றும் இராணுவமயப்படுத்தப்பட்ட மண்டலங்கள் என ஒரு விரிவான அமைப்பு முறை மூலம் இடஞ்சார்ந்த கட்டுப்பாடுகள்.

இந்தத் தொடர்ச்சியான நிகழ்வுகளை, இங்கே தரப்படுகின்ற நான்கு வாய்மொழிச் சாட்சியங்களிலும் காண முடியும், இவை அனைத்தும், 1930களில் கிராமப்புறச் சமூகங்களில் வாழ்ந்த மக்களோடும், பாலஸ்தீனத் தேசிய வரலாற்றில், இந்த எழுச்சியை, ஒரு தாக்கம் நிறைந்த தருணம் என வலியுறுத்தும் மக்களோடும் தொடர்புடையவை. மிகவும் கவனத்தைக் கவரும் வகையில், அவை அனைத்தும் எழுச்சிக்கு எதிரான பிரிட்டிஷ் அடக்குமுறையின் மூர்க்கத் தனத்திற்கு சாட்சியம் அளிக்கின்றன. பாலஸ்தீனத்தின் வடக்குக் கடற்கரையில் இருந்த அல்-ஜிப் கிராமத்தில் இருந்து வந்த 'மரியம் சபா' மற்றும் 'அப்த் அல்-ரஹ்மான் சா'அத் அல்-தின்' ஆகிய இருவரும், எதிர்ப்புப் போராட்டத்தை நசுக்குவதற்கான அதன் நடவடிக்கைகளாக, எதையும் செய்யத் தயாராக இருந்த ஒரு பிரிட்டிஷ் ஆட்சியின் சித்திரத்தை நமக்குத் தருகிறார்கள். 'மரியம்' அவர்களின் விவரிப்பில், மலைகளுக்கும், கடலுக்கும் இடையே இருந்த அவரது கிராம மக்களை வெளியே வரமுடியாத அளவுக்கு, பிரிட்டிஷாரின் சோதனைச் சாவடிகள் அல்லது 'தடுப்பரண்கள்', அச்சுறுத்தும் விதமாகப் பிரம்மாண்டமாக இருந்தன எனக் கூறுகிறார். சந்தேகத்திற்குரிய கண்ணிவெடி நிலங்கள் வழியாக இயக்கப்படுகின்ற கனரக வாகனங்களிலும் (trucks), ரயில்களிலும் பாலஸ்தீனக் சிறைக்கைதிகளை வைத்துக் கொண்டு செல்லும், நன்கு ஆவணப்படுத்தப்பட்ட பிரிட்டிஷாரின் தந்திரத்தை அவர் விளக்க முனைகிறார். 'யார் அவற்றைத் (சோதனைச் சாவடிகளை) தாண்டினாலும், அவரை அவர்கள் கொன்றுவிடுவார்கள்,

‘என நினைவுகூர்கிறார். இது ‘அப்த் அல்-ரஹ்மானால்’ உறுதி செய்யப்பட்ட ஒன்று. இது போன்ற ஒரு நிகழ்வில், அவரது கிராமத்தில் இருந்த பத்து பேர் எவ்வாறு கொல்லப்பட்டார்கள் என்றும், மேலும் ஒரு பத்து பேர் எவ்வாறு காயம் அடைந்தார்கள் என்றும் மனதை உருக்கும் விபரத்தோடு மரியம் விளக்குகிறார்.

அப்த் அல்-ரஹ்மானின் விவரிப்பு, ‘அல்-ஜிப்’பிலும், சுற்றிலும் நடக்கும் பிரிட்டிஷாரின் இந்த அன்றாட வன்முறைச் சித்திரத்திற்கு விரிவான விளக்கத்தைத் தருகின்றது. அவர் விவரிக்கின்ற, சித்ரவதை மற்றும் கூட்டுத் தண்டனையின் பெரும்பாலான கோரமான முறைகள், பல்வேறு வகையான ஆவணக் காப்பகங்களைப் பயன்படுத்திய வரலாற்று ஆய்வாளர்களால், முன்னரே சொல்லப் பட்டிருக்கின்றன. பிடிபட்டவரின் முகத்தைத் துணியால் மூடி தொடர்ந்து தண்ணீரைப் பீய்ச்சி அடித்து மூச்சுவிட முடியாமல் செய்தல் (*waterboarding*), வெற்று உள்ளங் கால்களில் வலிமிகும் அளவுக்கு விடாது அடித்தல் (*foot-whipping*), இரு வரிசைகளில் நின்றுகொண்டு பிரம்புகளாலும், துப்பாக்கிக் கட்டைகளாலும் அடிகளைத் தருகின்ற படைவீரர்கள் இடையே ஒருவரை ஓடச் செய்தல் (*running of gauntlets*) மேலும் குடும்பங்களின் தானியங்களையும் ஒலிவ எண்ணெய் இருப்புகளையும் வேண்டுமென்றே அழித்தல் - இவை அனைத்தும் இப்போது எங்களுக்கு நன்கு தெரிந்தவைதான். ஆனால் இந்தப் பயங்கரமான தனிப்பட்ட விவரிப்புகளில் மட்டுமே, அவர்கள் ஏற்படுத்திய அளவிட முடியாத உடல் மற்றும் மன ரீதியான பாதிப்பைப் புரிந்துகொள்ள நாங்கள் துவங்கினோம். அத்துடன் மட்டுமின்றி மேலும், மிருகத்தனமான நடவடிக்கைகளை இயல்பான ஒன்றாக ஆக்கிய வன்முறைச் சுழற்சிக்குள் எவ்வாறு பாலஸ்தீனியர்கள் அவர்களாகவே உள்ளிழுக்கப்பட்டார்கள் என்பதையும் கண்கூடாக நாங்கள் அறிகிறோம். பிரிட்டிஷ் உளவாளியாக வேலை செய்த எகிப்திய மொழிபெயர்ப்பாளருக்குக் கடுமையான அடிகளைக் கொடுப்பதற்கான தனது விருப்பத்தைப் பற்றியும், அத்துடன் மட்டுமின்றி, எண்ணற்ற பிரிட்டிஷ் படைவீரர்களைக் கொன்ற கண்ணி வெடிகளைப் புதைப்பதில் தனது ஈடுபாட்டைப் பற்றியும் சொல்வதில் அப்த் அல்- ரஹ்மான், முற்றிலும் வெளிப்படையாக இருக்கிறார். இரண்டு பக்கங்களுக்கு இடையேயான இராணுவச் சமமின்மை காரணமாக, வன்முறைச் சுழற்சி, அல்-ஜிப் கிராமத்தினருக்கான அழிவில் மட்டுமே முடிந்தது. பிரிட்டிஷ் துருப்புகள் இறுதியில் வீடுகள் அனைத்தும்

'மரக்கரி தொழிற்சாலையாய்' தோன்றும் வண்ணம், எவ்வாறு கிராமம் முழுவதையும் எரித்தனர் என்பது பற்றிய அப்த் அல்-ரஹ்மானின் விவரிப்பு, தவிர்க்க முடியாத வேதனை அளிக்கும் தன்மையுடன் இருக்கிறது.

அதிர்ச்சியையும், அழிவையும் அடுத்து, பாலஸ்தீனியர்களின் நீண்ட வரலாற்றுக்குள் உருக்கொண்ட வீரம் செறிந்த எதிர்ப்பின் கதையாக, எழுச்சியின் தன்மை பற்றிய இந்த சாட்சியங்களில் ஓர் ஆழ்ந்த உணர்வும் இருக்கின்றது. நேர்காணல் தருபவர்கள் அனைவரும் இந்த எழுச்சியை, அல்-தவ்ரா என்று விவரிக்கின்றனர் - ஆங்கிலத்தில் வழக்கம் போல் 'புரட்சி' என்று மொழிபெயர்க்கப்பட்ட ஒரு சொல். மிகப் பெரும்பாலும் ஆங்கிலத்தில் பொதுவாகப் பயன்படுத்தப்படும் சொற்கள்: 'கிளர்ச்சி', 'கலகம்', 'குழப்பங்கள்' ஆகியவற்றை விடவும் மாபெரும் வரலாற்று முக்கியத்துவத்துடனும், முழுமையான உரிமையுடனும் 1936-39 களின் நிகழ்வுகளை இவ்வாறு பதிவு செய்கின்றன. இதைப் போலவே புரட்சியாளர்களுக்கும், பிரிட்டிஷாருக்கும் இடையே நடந்த அனைத்து மோதல்களும் குறிப்பிட்ட 'யுத்தங்களாக' (battles) ('அர்ராபத் அல்- படூஃப்' யுத்தம், 'வாடி அல்-துஃபா' யுத்தம் மற்றும் பலவும்) நினைவுகூரப்படுகின்றன. மேலும் அதனால் சாதாரணமான கடந்த காலங்களின் நினைவுகள் என்பதை விட மாறாக, ஓர் ஒருங்கிணைந்த வரலாற்றுப் பதிவின் ஒரு பகுதியாக நினைவுகூரப்படுகின்றன.

இந்த விவரிப்புகள், சில பிரசித்தி பெற்ற கதைகளை உறுதிப்படுத்துவது மட்டுமின்றி, இந்த எழுச்சி பற்றிய கல்வி சார்ந்த எழுத்துகளில் சமீபத்திய போக்கினையும் பேசுகின்றன. மிகவும் பரந்த அளவிலான 'உலகளாவிய மாற்றத்திற்கு' ஏற்ப, சமீபத்திய 'தவ்ரா' பற்றிய பல வரலாறுகள், புதிதாக உருவாக்கப்பட்ட பிரிட்டிஷ் ஆட்சி அதிகாரப் பகுதிகளின் எல்லைகளைத் தாண்டுகின்றன. போராளிகள், உணவுப் பொருள்கள் மற்றும் கருத்துகள் பரவிய வழிகள் மீது கவனம் குவிக்கின்றன.[1] நேர்காணல்களில், பிரெஞ்சு ஆளுகைக்கு உட்பட்ட சிரியாவில் தஞ்சமடைந்து, டமாஸ்கஸில் மருத்துவமனை சிகிச்சையைத் தேடியும், டிரான்ஸ்- ஜோர்டான் (ஜோர்டான் நதிக்கு அப்பால் உள்ள பகுதி-மொ-ர்) பகுதியில் ஆயுதங்களையும், இராணுவப் பயிற்சியையும் பெற்ற குடும்பங்களையும் தனிநபர்களின் உதாரணங்களையும் நாம் காண்கிறோம். தேசிய அளவிலான எதிர்ப்புக்குச் சாதனங்களாக உருவாக்க, காலனிய வேர்கள்

களைந்தெறியப்பட்ட சாரணர் இயக்கப் பணிகளையும் உடற்பயிற்சிக் கழகங்களின் வளர்ச்சியையும், பாலஸ்தீனிய ஆட்சிக் கட்டளைக் (*Palatine Mandate*) கால வரலாற்றாளர்கள் குறிப்பிடுகின்றனர்.[2] மக்கள் இராணுவப் பயிற்சியின் மூடுதிரையாக, சாரணர் அமைப்பு எவ்வாறு பயன்படுத்தப்பட்டது என்பதை 'ரிஃப் அட் அல்-நிமீர்' விவரிக்கையில் இந்தப் போக்கை உறுதி செய்கிறார்:

'பேராசிரியர் 'மம்து அல்- சுகூன்' என்று 'அல்- நஜா' பள்ளியில் ஒருவர் இருந்தார், அவர் சில சமயங்களில் சாரணர்கள் என்ற போர்வையில், துப்பாக்கிப் பயிற்சிக்குப் போவதற்கு எங்களை ஒன்று திரட்டுவார்.'

மேலும், இந்த விவரிப்புகள், கடந்த காலத்தின் மீது வெவ்வேறு பட்ட சாளரங்களைத் திறக்க வைக்கின்ற, வாய்மொழி வரலாற்றின் திறனை வெளிப்படுத்தும் வலிமை வாய்ந்த நினைவூட்டல்கள் ஆகும். வாய்மொழி சாட்சியம், எப்படித் தேசியக் கதையாடல்களின் விரிசல்களை (ஓட்டைகளை) வெளிப்படுத்த முடிகிறது என்பதே வெளிப்படையான எடுத்துக்காட்டு. 1936-39 ஆண்டுகளின் எழுச்சி பற்றிய அனுபவப் பூர்வமான உண்மைகளைத் தீர்மானிக்க வாய்மொழி ஆதாரங்களைப் பயன்படுத்துவதில், 'புரட்சியின் நினைவுகள்' (*Memories of Revolt*) என்ற பிரசித்தி பெற்ற தனது நூலில், 'டெட் ஸ்வீடன்பர்க்' (*Ted Swedenburg*) ஆர்வம் குறைந்தவராக இருந்தார். மேலும் தேசியக் கர்ணபரம்பரைக் கதைகளும் அடையாளங்களும் எவ்வாறு கட்டமைக்கப்படுகின்றன என்பதுடன் மறுகட்டமைப்பு செய்யப்படுகின்றன என்பதில் நமக்கு எதை அவர்கள் சொல்லிக் கொடுக்க முடியும் என்பதில் அவர் அதிக அக்கறையுடன் இருந்தார்.[3]

'ஸ்வீடன்பர்க்'குக்கு, கூட்டு பாலஸ்தீனிய நினைவை வடிவமைப்பதன் உள்ளே நிகழ்ந்த முக்கியமான உள்நாட்டுப் போராட்டங்களுள் சிலவற்றை, 1936-39 ஆண்டுகளின் பாலஸ்தீனியரின் வாய்மொழி சாட்சியங்கள் வெளிப்படுத்துவதாகத் தோன்றுகிறது - குறிப்பாக வர்க்கம், பாலினம் மற்றும் 'கூட்டுச் சதியாளர்கள்' தொடர்பான சண்டைகள் அவை. 1936-39இல், புரட்சியாளர்கள் உண்மையில் எதற்காகச் சண்டையிட்டனர், மேலும் சில பாலஸ்தீனியர்கள், பிரிட்டிஷாருடன் கூட்டுச் சேர ஏன் தேர்ந்தெடுத்தனர்?

பின்வரும் நேர்காணல் பகுதிகள், தேசியக் கதையாடல்களில் இருக்கும் இதுபோன்ற உறுதியற்ற தன்மைகளை எதிரொலிக்கின்றன.

அப்போது அது சற்று வியப்பாகக் கூட இருந்திருக்கும். மிகவும் குறிப்பிடத்தக்க வகையில், 'ரிஃப் அட் அல்-நிமீர்', எதிர்ப்பாளர்களுக்கு உதவி செய்வதாகக் கண்டறியப்படும் மருத்துவர்களின் 'உரிமம்' திரும்பப் பெறப்படும் என்ற பிரிட்டிஷாரின் ஓர் அறிவிப்பால், எவ்வாறு 'நப்லஸ்' இல் இருந்த அனைத்து மருத்துவர்கள், அவரும் அவரது தோழர்களும் கொண்டு வந்த காயமடைந்த ஒரு மனிதருக்கு சிகிச்சை அளிக்க மறுத்தனர் என்பதை விவரிக்கிறார். முடிவில், 'ரிஃப் அட்'டும், அவரது சக போராளிகளும் துப்பாக்கி முனையில், காயமடைந்த மனிதனுக்கு உதவிட, 'ஒன்று அவருக்குச் சிகிச்சை செய்; இல்லையெனில் நான் எனது துப்பாக்கியை உன்னை நோக்கிச் சுடுவேன்' என்ற வார்த்தைகளை முணுமுணுத்தபடி, ஒரு மருத்துவரைக் கட்டாயப்படுத்த வேண்டி வந்தது. இது தெளிவாக, மருத்துவர்கள் பிரிட்டிஷ் ஆட்சியுடன் 'கூட்டு சேர்ந்த' ஒரு நேரடியான நிகழ்வு அல்ல: நப்லஸின் மருத்துவர்களின் தயக்கம் என்பது, பிரிட்டிஷார் தந்த வெளிப்படையான நெருக்கடியின் விளைவு. ஆயினும், 'ரிஃப் அட்'டின் இந்தச் சம்பவம் பற்றிய விவரிப்பு, எந்த ஒரு தேசியக் கதையாடலுக்கும் ஆழமான பின்னடைவைத் தருகின்ற ஒரு யதார்த்தத்தை முன்னிலைப்படுத்துகிறது: மக்கள் தொகுதியில் சில உறுப்பினர்கள், தேசிய நலனுக்கான அர்ப்பணிப்புக்கும் மேலே தங்களது சுயப் பாதுகாப்பைத் தேர்ந்தெடுத்தனர்.

இது போன்ற வாய்மொழி விவரிப்புகள், காலனிய எதிர்ப்புக் கிளர்ச்சிகளின் போது, மக்களின் மீது சுமத்தப்பட்ட நெருக்கடிகளின் மிக நுட்பமான புரிதல்கள் எங்களை வந்தடைவதற்கு அப்போது உதவின. ஆனால் தேசியக் கதையாடல்களில் உள்ள ஓட்டைகளைக் காணுவது மட்டுமே எங்களது ஆர்வமாக இருக்கும் என்றால், பிறகு உறுதியாக வாய்மொழி வரலாற்றின் ஆற்றல்மிகு மதிப்பின் பெரும் பகுதியைத் தவறவிட்டிருப்போம். எனக்கு, இந்த விவரிப்புகளைக் கேட்டதிலும், பார்த்ததிலும் மிகமிகக் கவர்ச்சிகரமான பகுதி, நேர்காணல் தருபவர்கள், தங்களை வெளிப்படுத்த சில வார்த்தைகளை, பேச்சில் ஏற்ற இறக்கங்களை மற்றும் உடல் மொழியைப் பயன்படுத்திய முறைதான். இந்த வகை விவரங்கள் மீது (நக்பா ஆவணக் காப்பகத்தில், காணொளிக் காட்சிகள் மூலம் சாத்தியமாக்கப்பட்டது) நெருக்கமான கவனம் செலுத்தியது, தேசியக் கோரிக்கைகளைச் சரிபார்த்தலோடு எந்தத் தொடர்பும் இல்லாத வெவ்வேறு வகையான கேள்விகளை எழுப்புவதற்கு எங்களை அனுமதித்தது. கடந்த காலத்தைப் பற்றிய

கதைகளை ஒரு குறிப்பிட்ட தலைமுறை பாலஸ்தீனியர்கள் எவ்வாறு கட்டமைக்கிறார்கள்? அவர்கள் பயன்படுத்தும் காலத்தையும் இடத்தையும் சார்ந்த பிரிவுகள் என்ன வகையைச் சார்ந்தவை? நேர்காணலாளர், சில வகை எதிர்வினைகளை (பதில்களை) எளிதாக்குவதில் அல்லது கட்டுப்படுத்துவதில், என்ன பங்கினை ஆற்றுவார்? விபரம் அறிந்தவர்/ வெளியாள் மற்றும் அண்மை/ சேய்மை ஆகியவற்றின் இயங்குவியல், ஆர்வமூட்டும் மற்றும் சிக்கலான வழிகளில் வேலை செய்கிறது. லெபனானில் உள்ள பாலஸ்தீனிய அகதி சமூக உறுப்பினர்கள், இந்த விபரங்களை முழுமையாகப் பகிர வேண்டும்; மற்றும் தலைமுறைகளுக்கு அப்பால் பரப்பச் செய்ய வேண்டும்; இதை உறுதி செய்யும் வகையில், நேர்காணல்களைத் திட்டமிடுதல், பதிவு செய்தல் மற்றும் வரிசைப்படுத்தி பட்டியல் இடுதல் ஆகிய முழுமையான வேலைகளில் அவர்களை ஈடுபடுத்த வேண்டும்; இது நக்பா ஆவணங்கள் வலியுறுத்தும் கடமைகளுள் ஒன்று. நேர்காணலாளர்கள், பாலஸ்தீனத்தில் அவர்களுடைய குறிப்பிட்ட மூல கிராமத்தைச் சொல்லியபடியும், அது போலவே 'சுதந்திர ஆராய்ச்சியாளர்கள்' என்ற குழுவின் ஒரு பகுதி என தங்கள் தகுதியை அவர்களாகவே உறுதிப்படுத்தியபடியும் பதிவுகளைத் துவங்க முயல்கிறார்கள். ஆகவே, ஒருமைப்பாடு மற்றும் பொதுவான நோக்கம் ஆகியவற்றின் பிணைப்புகளை உருவாக்குவதில் இந்த முயற்சிகளின் விளைவைக் கண்டறிவது, இந்த நேர்காணல்களை நாம் எவ்வாறு 'புரிந்து கொள்கிறோம்' என்பதன் முக்கியப் பகுதியாக ஆகிறது.

இந்தச் சூழலில், ஒவ்வொரு நேர்காணல் தருபவரும், அவர்களின் சொந்த முறையில் ஒரு கதை சொல்லியாகப் பார்க்கப்பட வேண்டும். வெளியிடுவதற்கான மற்றும் பரப்புவதற்கான நோக்கத்துடன் செய்யப்படும் நேர்காணல்களில், பங்கெடுக்க அவர்கள் உடன்பட்ட போது, ஒரு வெளிப் பார்வையாளர்களுடன் தங்களுடைய அனுபவங்களை இணைத்துக்கொள்ள, அவர்கள் முழு ஈடுபாட்டுடன் முடிவை எடுத்தனர்: முக்கியமாக நேர்காணலாளர், மட்டுமின்றி பாலஸ்தீனியர், லெபனானியர் மற்றும் உலகளாவியவராக விதவிதமாக விவரிக்கப்படக் கூடிய ஒரு வரிசைக் கிரமமாக, கற்பனை செய்யப்பட்ட பரந்து விரிந்த பொதுமக்கள் அவர்கள். முதல் பார்வையிலேயே, இந்தப் பங்கினை ஆற்றுவதில், மற்றவர்களை விடச் சிலர், மிகவும் நிதானமாகவே காணப்பட்டனர். எடுத்துக்காட்டாக, 'மரியம் சபா',

கண்ணிவெடித் தாக்குதலில், அவ(ளு)ருடைய சக கிராமத்தினரை பிரிட்டிஷார் படுகொலை செய்த சரியான தேதியைப் பற்றி அவரிடம் கேட்கப்பட்ட போது, பின்வரும் பதிலைத் தருகிறார்:

‘உங்களுக்காக, நான் அதை அனுமானிக்க முடியாது, அதாவது நான் சொல்லுவது, ஒருத்தி (நான் படிக்காதவள் என்பதைக் குறிக்கும் வண்ணம்) படிக்காதவள். கல்வி பெருமளவு மதிப்பு மிக்கது, அது பெரும் பங்கினை ஆற்றுகிறது.’ அவருடைய பணிவிலும், சுய அடக்கப் பண்பிலும், அவரைப் போன்ற பெண்கள் அடைய முடியாத, ஒரு தெளிவான ஆண் வர்க்கத்திற்கே உரிய அறிவுக் களமாக, ‘வரலாறு’ பற்றித் திகழும் ஒரு பார்வையை மரியம் பிரதிபலித்ததாகவே தோன்றுகிறது. ஆனால், ஒருமுறை குறிப்பிட்ட உண்மைத் தகவலைப் பெறுவதற்கான நேர்காணலாளரின் முயற்சிகளுக்கு அப்பால் அவர் சென்றுவிட்டால், ஒரு கதை சொல்லியாக, அவருடைய பங்கில் மிகவும் நிதானமானவராக, மிகுந்த நம்பிக்கை வரப் பெற்றவராகத் தோன்றுகிறார். பெரிய சரக்கு வாகன வெடிப்பை ஆழமான விபரங்களுடன் அவர் விளக்குகிறார், மேலும் குண்டு வெடிப்பில் கொல்லப் பட்டவர்களின் பெயர்களையும், அவர்களின் தொழில்களையும் பற்றிய விபரம் தருகிறார். அவரது பேச்சுத் திறனின் உச்ச கட்டத்தில், பாலஸ்தீனிய கதைசொல்லலின் நீண்டகால நுட்பங்களைப் பிரதிபலிக்கிறார்; அந்த முறையில் கடந்த காலத்தின் சில அம்சங்களை விவரிக்கும் போது, அவரது மன உறுதியைக் கைவிட்டுவிடுகிறார்; நேர்காணலாளர், கடவுள் அல்லது முகம்மது நபி ஆகியோருக்கு விடும் வேண்டுகோள்களால் அவரது விவரிப்பை நிறைக்கிறார்.[4] ஒரு கட்டத்தில், நேர்காணலாளருடன், கதை சொல்லுவதன் ஆற்றலையும், நகைச்சுவை உணர்வையும் வெளிப்படுத்த வேண்டி, அவருக்கு விருப்பமான சொற்கள் மூலம் கூட அவர் பேசுகிறார்: ‘முகம்மது அதயா’வும் அங்கிருக்கிறார், முகம்மது ஈசாவை, முகம்மது அதயா என்று அவர்கள் அழைக்கிறார்கள். அவரும் காலமாகிவிட்டார், ஆகவே, ‘இறந்து விட்டார்’ எனத் திரும்பத் திரும்ப நாங்கள் சொல்லுவதில்லை. அவர் காலமாகிவிட்டார்.’ ‘கதைசொல்லி’ என்னும் பாத்திரத்தைப் பற்றி நன்கறிந்த ஒரு பெண்மணியின் சொற்கள் இவை.

நேர்காணல்களில் இதே அளவுக்கு மௌனங்களும் வெளிப்படுகின்றன. சாலிஹ் அல்-நசீர், ‘தவ்ரா’வின் போது தனது வாழ்க்கையை விவரிக்க, ‘இருள் சூழ்ந்த மேகங்கள்’ என்ற உருவகத்தைப் பயன்படுத்துகிறார் - அவர், தான் பாதிப்புக்கு

உள்ளான இடர்களைப் பற்றிப் பேசுகையில், அவருடைய முக பாவனைகளிலும், உடல் மொழியிலும் ஏதோ ஒன்று பிரதிபலிக்கிறது. பிரிட்டிஷாரின் கைகளில் சித்திரவதைக்கு ஆளானதை நினைவுகூர்வது குறித்து, அவர், ‘கடவுள் அவர்களை உருக்குலைக்கட்டும். கடவுள், அவர்களையும், அவர்களது ஆதரவாளர்களையும் சபிக்கட்டும்’ என்று அரற்றுகிறார். ஆனால் இந்த நினைவுகளின் மிகமிக ஆழ்ந்த இருள் பகுதிகளுக்குள் போகக் கூடாதென அவர் முடிவு செய்கிறார். அதற்குப் பதிலாக, அந்தக் காலத்தின் தனது வாழ்க்கை பற்றிய மற்ற விபரங்களை விளக்குவதற்கு விரும்புகிறார். நெருக்குதலுக்கு உள்ளாகி அவர் இடையிடையே சென்ற பல்வேறு இடங்கள், எதிர்ப்புப் படைகளின் பிரிவிற்குள், அவருடைய குறிப்பிட்ட பாத்திரங்கள் பற்றி விளக்க விரும்புகிறார். நேர்காணலில், அவரது நினைவுகூர்தல்கள், சித்திரவதையின் அனுபவம் பற்றியோ அல்லது உணர்வு வயப்படும் துன்பத்தைப் பற்றியோ வரும்போது, ஒருமுறைக்கு மேலே அவர் நிறுத்திவிடுகிறார். பின்னர் தலைப்பை மாற்றுகிறார். முறையான, படம் பிடிக்கப்படும் ஒரு நேர்காணலின் சூழலில், துன்பம் மிகுந்த நினைவுகளை விவாதிக்க மக்களுக்கு ஏற்படும் தயக்கத்தின் மீது நாம் வியப்படைய வேண்டியதில்லை. ஆனால், இந்த மௌனங்கள் பற்றி விசாரிப்பது வாய்மொழி வரலாற்று ஆய்வாளருக்குப் பயன் உடையதாக இருக்கும். அல்லது வரலாற்று ரீதியான அறிவு எல்லைகளின் வலிமை வாய்ந்த நினைவூட்டுபவைகளாக, அவற்றை எளிதாக எந்தத் தீர்வும் இன்றி விட்டுவிடுதலும் பயனுள்ளதாக இருக்கும். மேலும் இதுபோன்ற அதிர்ச்சிக்கிடையே வாழும் மக்களின் ‘ஆழ்மன உலகங்கள்’ *(inner worlds)* எனச் சொல்லப்படுபவைகளை அறிந்துகொள்ள முயல்வதில், ஒழுக்க ரீதியான சங்கடங்களை விசாரிப்பதும் வாய்மொழி வரலாற்று ஆய்வாளருக்குப் பயன் உடையதாக இருக்க முடியும்.

இந்த நேர்காணல்களை வெறும் உண்மையான அறிவின் மூலாதாரங்களாகப் பார்ப்பதை விடவும் மாறாக, அவற்றைத் துடிப்பு மிக்க ஒருவரோடு ஒருவர் ஊடாடும் முறைகளாக நாம் கவனமாகப் பார்க்க வேண்டும். இதுவே நேர்காணலாளர், நேர்காணல் தருபவர் என இருவரும் வரலாற்றை உருவாக்குவதில் ஓர் ஆக்கப்பூர்வமான செயலில் ஈடுபடுவதற்கான முறைகள். ஒருமுறை அவ்வாறு ஈடுபடும்போது, ‘தவ்ரா’வின் வெவ்வேறு வகைகளின் காலத்தையும் இடத்தையும் சார்ந்த கருத்தாக்கங்களை

நாம் சுருக்கமாகக் காணமுடியும். 'தவ்ரா'வை 1936-39ஆம் ஆண்டுகளுக்குள் முழுமையாக உள்ளடக்கக் கூடிய தனித்த ஒரு நிகழ்வாக, நேர்காணல் தருபவர்கள் ஏன் வெளிப்படுத்தவில்லை என்பது குறிப்பிடத்தக்கது. மாறாக, அது குறிப்பிட்ட இறுதித் தேதி இல்லாத முடிவற்ற செயலாகத் தோன்றுகிறது. அத்துடன் உறுதியாக, நடந்து கொண்டிருக்கும் ஒன்றாகப் புரிந்து கொள்ளப்பட்டிருக்கிறது. ஆட்சி அதிகாரக் கட்டளைக் காலத்தின் (late Mandate period) பிந்தைய காலத்தைத் தொடர் வன்முறை, பேரெழுச்சி மற்றும் பாலஸ்தீனியர்களின் பெருந்துயர் ஆகியவற்றின் காலமாக, ஒரு நீண்ட பார்வையை மரியத்தின் சாட்சியம் தெரிவிக்கிறது. 1930களுக்கும், 1940களுக்கும் இடையில் முன்னும் பின்னுமாக அது பாய்கிறது. இன்னொரு பக்கம், இந்த விவரிப்புகளில், 1936இன் நிச்சயமான ஒரு தொடக்கக் கட்டத்தைப் பெரும்பாலும் உருவாக்குகிறது: 'போதும் இது போதும்' என பலர் முடிவெடுத்து பிரிட்டிஷாருக்கு எதிராக ஆயுதங்களைக் கையில் எடுத்த அந்தக் கணம். ஆனால் இந்த வகை விளக்கங்கள் கூட, 1936இல் புரட்சியின் துவக்கக் காலக்கட்டங்களைப் பெரிய அளவிலான நகர்ப்புறச் சட்ட மறுப்பு இயக்கமாகக் கருதிய, வழக்கமான கல்வி சார்ந்த விவரிப்புகளை நிலைகுலையச் செய்கின்றன. இதற்கு மாறாக, இந்தக் கிராமப்புற நினைவுகூர்தல்கள், விவசாயிகள், பாலஸ்தீனத்தை அதன் காலனிய முதலாளிகளிடமிருந்து மீட்பதில் ஏற்பட்ட அவர்களுடைய விரக்தியில், எழுச்சியின் மிக மிகத் துவக்க நிலைகளில் இருந்தே எந்த அளவுக்கு வன்முறையை நாடினார்கள் என்பதை நமக்குக் காட்டுகின்றன.

அனைத்திற்கும் மேலாக, இந்த வாய்மொழி சாட்சியங்களின் நிரந்தரமான கவர்ச்சி, அனைத்து வகைகளிலும் முன்னேறிய, பன்முக வரலாற்றுப் பின்னணி கொண்ட மக்களாக, பாலஸ்தீனியர்களைப் பார்ப்பதற்கு நமக்கு உதவிய அவர்களின் திறமையில்தான் இருக்கிறது. இரக்க உணர்வு கொண்ட தினசரி நடவடிக்கைகள் - எடுத்துக்காட்டாக, ரிஃப்ப் அட் அல்-நிமீரின் சாட்சியத்தில் காணப்படும் ஒரு 'பெடோயின்' (Bedouin) சமூகத்தால், பாலாடைக் கட்டி மற்றும் முட்டைகள் கொடுக்கப்பட்ட செயல் - வன்முறை மற்றும் அதிர்ச்சி பற்றிய கதையாடல்களில் இடையிடையே வருகின்றன. அது போலவே, 'தவ்ரா'வுடன் நேரடித் தொடர்பு இல்லாத, ஆனால் தவிர்க்க இயலாமல் அதனால் பாதிக்கப்பட்ட மிகவும் தனிப்பட்ட விஷயங்கள் கூட அவ்வாறே வருகின்றன.

1936இல் எழுச்சி வெடித்தபோது, 'மரியம் சபா'வுக்குத் திருமணம் நிச்சயம் செய்யப்பட்டது, ஆனால் அவரது திருமணம் அவரது வருங்காலக் கணவரின் எதிர்ப்பு இயக்கத்துடனான ஈடுபாட்டின் காரணமாக நிறுத்தி வைக்கப்பட்டது. இதற்கிடையில், சாலிஹ் அல்- நசீர், சிறையில் இருந்து விடுதலையான சமயம், அவரது மனைவி எவ்வாறு நிறைமாதக் கர்ப்பிணியாக இருந்தார் என்பதைத் தொடர்புபடுத்துகிறார். அவரது சொந்தக் கிராமமான 'சஃப்புரிய்யா'வுக்குத் திரும்பி வருவதில் இருந்து தடுக்கப்பட்டு, சாலிஹ், அவர்கள் நாட்டின் மீது பிரிட்டன் திணித்திருந்த நிரந்தரக் கெடுபிடியுடன் கூடிய இராணுவப் பிடியில் இருந்து தப்பிக்க, மனைவியுடன் மறைந்து வாழச் சென்றார். அவர்கள் பாலஸ்தீனம், லெபனான் மற்றும் ஈராக் இடையே எவ்வாறு சென்றார்கள் என்பதை ஓர் அகன்ற ஓவியமாகச் சித்திரிக்கிறார். அப்போது, அதைக் கேட்பவர்களாகிய நாம், அவர்கள் குழந்தைப் பேறு மற்றும் இதுபோன்ற இடம்பெயர்ந்த சூழ்நிலைகளில் ஒரு புதிய வாழ்க்கையைத் துவங்கிய சமயத்தில் அவர்கள் சந்தித்த சவால்களை எவ்வாறு வென்றார்கள் என்பதைக் கற்பனை செய்து பார்க்கிறோம். பல வழிகளிலும், இதை நாம் முக்கியமான பாலஸ்தீனிய கதையாகப் படிக்க முடியும்: தொடர்ச்சியான காலனிய அடக்குமுறை, உடைமை பறிப்பு மற்றும் நாடு கடத்தல் இருந்தபோதும் அவற்றை எதிர்த்து நின்ற ஆற்றல். இருப்பினும் சரியாகச் சொல்வதெனில், முகமற்ற மிகச்சிறந்த கதையாடல்களுக்கு அப்பால், எதிர்பார்த்ததை விடவும் மேலாக எங்களைச் செயல்படுவதற்கு அவர்கள் அனுமதித்த காரணத்தால், இந்த வாய்மொழி சாட்சியங்கள் இந்த அளவுக்கு வலிமை கொண்டவையாக இருக்கின்றன. இந்தத் தனிநபர்களுள் ஒவ்வொருவரும், தங்கள் சொந்தத் தனிப்பட்ட விவரிப்பை, பாலஸ்தீனிய அனுபவத்தின் அழகிய திரைச்சீலையாக நெய்கின்ற ஒரு கதை சொல்லியாக இருக்கிறார்கள். எதிர் - காலனிய எதிர்ப்புப் போராட்டத்தின் நிகழ்வுகளை அவற்றின் அனைத்துச் சிக்கல்களோடும் ஆவணப்படுத்துவதில், வாய்மொழி வரலாற்றின் வலிமையை ஒன்றாக இணைந்து அவர்கள் நமக்கு நினைவு படுத்துகிறார்கள்.

சாலிஹ் அல் - நசீர்

1912இல் பாலஸ்தீனம், 'சஃப்புரிய்யா'வில் பிறந்தவர்

மஹ்மூத் ஷெய்டனுடன் நேர்காணல்

அய்ன் அல் - ஹில்வே முகாம், செய்தா, 2003.

28'09"-36'36"

மஹ்மூத் ஷெய்டன்: 1936க்குப் பிறகு உங்கள் வாழ்க்கையை இருள் சூழ்ந்த மேகங்களுடன் ஒப்பிடலாம் என நீங்கள் சொல்லிக்கொண்டிருந்தீர்கள். உங்களுக்கு என்ன நேர்ந்தது என்று தயவு செய்து தெளிவுபடுத்துங்கள்.

சாலிஹ் அல்- நசீர் : *19, ஏப்ரல் 1936... புரட்சி துவங்கியது. அந்தப் புரட்சி - துவங்கியது. நான் அதன் உறுப்பினர்களுள் ஒருவன். எனது குடும்பம் கிராமத்தில் இருந்தபோது, நான் சிறிதளவு பணிபுரிந்தேன்.*

ஒவ்வொரு நாளும் கடந்தது. அவர்கள் முழுமையாகப் பணிபுரியக் கேட்டுக்கொண்டிருந்தனர். ஒவ்வொரு முழு நாளும். 'அர்ராபத் அல்-படூஃப்' இல் நாங்கள் ஈடுபட்ட ஒரு சண்டைக்குப் பின், நான் கைது செய்யப்பட்டேன். நானும் இன்னொரு நபரும் கைது செய்யப்பட்டோம் ஏனென்றால், டமாஸ்கஸுக்குக் காயமடைந்த ஒருவரை அவருக்குச் சிகிச்சை அளிப்பதற்காக நாங்கள் கொண்டுவந்து கொண்டிருந்தோம். அங்கே நாங்கள் கைது செய்யப்பட்டோம். அந்தப் பகுதியை இராணுவம் சூழ்ந்து கொண்டது, அவர்கள் ஆட்களைத் தேடிக்கொண்டிருந்தனர். மேலும் மேலும் தேடிக் கொண்டிருந்தனர். நாங்கள் கைது செய்யப்பட்டோம். அவர்கள் எங்களைத் 'தபாரிய்யா'வுக்கும், அங்கிருந்து 'சஃப்புரிய்யா'வுக்கும், பிறகு 'அக்கா'வுக்கு மேலும் அங்கிருந்து 'அல்-குட்ஸு'க்கும் கொண்டு சென்றனர். நான்கு மாதச் சித்திரவதைக்கு நாங்கள் ஆளானோம். நான்கு மாதங்கள் அங்கே அவர்கள் எங்களுக்குக் கொடுமையை உணர வைத்தார்கள். கடவுள் அவர்களை உருக்குலைக்கட்டும். அவர்களையும், அவர்களது ஆதரவாளர்களையும் கடவுள் சபிக்கட்டும் (ஆழ்ந்து பெருமூச்சு எறிகிறார்). இந்த நான்கு மாதங்களுக்குப் பிறகு, சஃப்புரிய்யாவில் எனக்குக் குடியிருப்பு மறுக்கப்படும் என்ற நிபந்தனையின் பேரில் நாங்கள் வெளியே வந்தோம். அல்-நசீராவில் நான் வசித்தாக வேண்டும். எனது இருப்பைத் தினமும், ஒரு நாளைக்கு மூன்று முறை நான் நிரூபித்தாக வேண்டும்.

மேலும் காவலர்கள் எந்த நேரத்திலும் திடீர் சோதனைக்கு வரும் போதும், என்னை வீட்டில் அவர்கள் காண வேண்டிய தேவை அவர்களுக்கு இருந்தது. அந்த நேரத்தில், நான் உண்மையில் இந்தக் கட்டுப்பாடுகள் பற்றிக் கவலைப்படவில்லை...

அங்கிருந்து வெளியே வந்தேன். மேலும் சிறை வாசலில் என்னை அழைத்துப் போக, புரட்சிக்குழுவில் இருந்த கார்களில் ஒன்று காத்துக்கொண்டிருந்ததை நான் கண்டேன். பொருத்தமாக அது வந்திருந்தது. எங்கள் கிராமத்தில் இருந்து, சலீம் அல்-அஹ்மது என்று அழைக்கப்பட்ட ஒருவர் அந்தக் காரை ஓட்டிக்கொண்டு வந்தார். அவர்கள் 'சலீம் அல்-அஹ்மது அல்-குஷஃப்பி' என அவரை அழைத்தார்கள். இப்போதே நான் சஃப்புரிய்யாவுக்குப் போக வேண்டிய அவசியம் எனக்கு இருக்கிறது என அவரிடம் சொன்னேன்: 'எனது குடும்பத்தை அழைத்துப் போவதற்காக, நான் சஃப்புரிய்யாவுக்குப் போக விரும்புகிறேன்.' 'அல்லா' என அவர் சொன்னார். காரை எடுத்துக்கொண்டு நாங்கள் கிளம்பினோம், ஒலிவ மரங்களுக்கு இடையே நாங்கள் அதை நிறுத்தினோம், நான் வெளியே அடியெடுத்து வைத்தேன். சாலையை நான் அடைந்து, எங்கள் வீட்டை அடையும் வரை போய்க்கொண்டிருந்தேன். எனது குடும்பத்தை அழைத்துக்கொண்டேன் - உண்மையில் அவர்களை நான் கடத்தினேன். எங்கள் உறவினர்களால் அவர்கள் அழைக்கப்பட்டிருந்தனர். மேலும் நான் அவர்கள் மீதான தடைகளுக்காக அச்சம் அடைந்தேன். பின் அங்கிருந்து ஒலிவ மரங்களுக்கு இடையிலான சாலையில், காரை அடையும் வரை நடந்தோம், காருக்குள் அமர்ந்து, தெற்கு நோக்கி ஓட்டினோம். 'அல்-காப்ரி'யில் இரவு உணவை உண்டோம்... ஆம். அல்-காப்ரியில் இரவு உணவை உண்டோம், மாலையில், பிரிவின் தலைவரிடம் சொன்னேன் - ஆயுதங்களுக்கும், புரட்சியாளர்களின் உடைகளுக்கும் மேலும் காவல் பணிக்கும் பொறுப்பான ஒருவன் நான். இவை அனைத்திற்கும் பொறுப்பானவன் நான். ஆகவே, அல்-காப்ரி பிரிவின் தலைவரிடம் நான் சொன்னேன்: 'அந்தப் பிரிவிடம் என்னைக் கொண்டு செல்லுங்கள்; மேலும் பிரிவின் தலைவரிடம் என்னைக் கொண்டு செல்லுங்கள், அதனால் அவர் எங்களுக்குத் தப்பிக்கவும், எங்களை லெபனானுக்குக் கொண்டு செல்லவும் உதவ முடியும்.' அவரது கிராமத்தில் இருந்து ஆயுதம் தாங்கிய ஆட்களை எனக்குக் கொண்டு வந்தார், அவர்கள் எங்களை அழைத்துக்கொண்டனர், நான் என்னுடன் (என் குடும்பத்தாரை) அழைத்துக்கொண்டேன்... எனது

மனைவிக்காக குதிரைகளை அவர்கள் கொண்டு வந்தார்கள். எனது மகன் முகம்மதுவுடன் எனது மனைவி கர்ப்பிணியாக இருந்தாள். ஆகவே நாங்கள் லெபனானுக்குப் போனோம். நாங்கள் தொடர்ந்து புரட்சிக் குழுவில் பணியாற்றினோம். எனது மனைவி லெபனானில் இருந்தாள். டமாஸ்கஸில் 'அல்-மிதான்' குடியிருப்புப் பகுதியில் வசித்து வந்தோம். நாட்டில் பிரெஞ்சுக்காரர்கள் இருந்தனர்; சிரியாவிலும் லெபனானிலும் அவர்கள் இருந்தார்கள். அந்த நேரத்தில் சிரியாவிலும், லெபனானிலும் அவர்கள் ஓரளவுக்கு எங்களைக் கண்டுகொள்ளவில்லை. எங்கள் மீதான அன்பினால் அல்ல! ஓர் எதிரியில் இருந்து நண்பன் ஒருவரை ஒருவர் தெரிந்துகொள்ள வேண்டும்... எங்கள் மீது கொண்ட அன்பினால் அல்ல. 1925இலும், 1926 இலும் சிரியாவில் புரட்சி நடந்துகொண்டிருந்தது. பிராந்தியம் மீதான ஆசைகளினால், பிரிட்டிஷார், பாலஸ்தீனர்களுக்குக் கதவுகளைத் திறந்துவிட்டனர். அவர்களுடைய பிராந்திய ஆசைகளினால், பாலஸ்தீனத்திற்கு வந்துகொண்டிருந்த புரட்சியாளர்களை அவர்கள் கண்டுகொள்ளாமல் இருந்தார்கள். 1926இல் சிரியாவில் புரட்சி முடிவுக்கு வந்தது. பிரெஞ்சுக்காரர்கள் முட்டாள்கள் அல்ல, அவர்களுக்கு இது தெரியும். பாலஸ்தீனத்திற்குப் புரட்சியாளர்கள் எந்தத் தடையும் இன்றி, எந்தக் கண்காணிப்பும் இன்றி, எதுவுமின்றி வந்து போய்க்கொண்டிருந்ததை அவர்கள் பார்த்துக்கொண்டிருந்தனர். 1936இல் அதைத் திருப்பிக் கொடுக்க வேண்டிய நேரம். பிரெஞ்சுக்காரர்கள் ஓரளவுக்கு எங்களைக் கண்டுகொள்ளாமல் இருக்கத் துவங்கினர். 1939இல் ஜெர்மனி ஹிட்லருடன், இரண்டாம் உலகப் போர் மற்றும் அனைத்தும் நடந்தன. வெளிப்படையாக ஜெர்மனிக்கு எதிராக, பிரிட்டனும், பிரான்சும் கூட்டணி அமைத்தனர். இத்தாலி, ஜெர்மனிக்கு ஆதரவு தந்தது. அனைவரும் கதையை அறிவர் (ஓர் ஆழ்ந்த பெருமூச்சு). அவர்களுக்குள் உடன்பாடு செய்துகொண்டனர். அதற்குப் பிறகு, அவர்கள் எங்களுள் கைது செய்ய முடிந்த 40-50 பேரை ஒன்றாகக் கொண்டு வந்து சிறையிலிடத் துவங்கினர். இருப்புப் பாதை மூடப்பட்டது. அவர்களை நேரடியாக அவர்கள் பாலஸ்தீனத்திற்கு அனுப்பி, பாலஸ்தீனத்திடம் அவர்களை ஒப்படைத்தனர். பிரிட்டிஷ் அரசாங்கம் நேரத்தைக் கொஞ்சமும் வீணாக்கவில்லை. தீர்ப்பாயங்கள், இங்கொரு மரண தண்டனை, அங்கொரு ஆயுள் தண்டனை, இதற்காக 15 நாள்கள், எதற்காக அது என்று எனக்குத் தெரியாது... இவ்வாறு அது நடந்தது. இந்தச் சூழ்நிலையில் நாங்கள் என்ன செய்ய எதிர்பார்க்கப்படுகிறோம்?

இதுதான் எங்களுக்கு ஏற்பட்ட நிலை. நாங்கள் என்ன செய்திருக்க முடியும்? தீர்வு என்ன? ஜோர்டானுக்கு நாங்கள் போயிருக்க வேண்டுமா? கடவுள் தடுப்பாராக! எப்படிப் பார்த்தாலும், எகிப்து (சூயஸ்) கால்வாயில் 80,000 பிரிட்டிஷ் படைவீரர்கள் இருந்தனர். நாங்கள் எங்கே போவதென்று சொல்லுவது? துருக்கிக்குப் போயிருக்க வேண்டுமா? துருக்கியர்கள்... இவர்கள் எங்கள் மக்கள் அல்லர். ஈராக்கிற்குப் போவதைத் தவிர எங்களுக்கு வேறு வழியில்லை. ஈராக்கிற்குப் போவதற்கு நாங்கள் கட்டாயப் படுத்தப்பட்டோம். நாங்கள் ஈராக்கில் தங்கினோம்; சுமார் ஐந்து ஆண்டுகள் அங்கே நான் தங்கி இருந்தேன்.

மரியம் மஹ்மூத் சபா

பாலஸ்தீனம், 'அல் - ஜிப்' பில் 1920இல் பிறந்தவர்.
மஹ்மூத் ஷெய்டன் உடன் ஒரு நேர்காணல்
அல் - மா'ஷுக், சூர், 2003

33'46"-38'53"

மஹ்மூத் ஷெய்டன்: 1936 பற்றி எனக்குச் சொல்லுங்கள், நீங்கள் என்ன பார்த்தீர்கள்? நீங்கள் முன்பே திருமணம் ஆனவரா?[5]

மரியம் மஹ்மூத் சபா: இல்லை, 1936இல் எனக்குத் திருமணம் ஆகவில்லை, எனக்குத் திருமணம் நிச்சயம் ஆகி இருந்தது. நாங்கள் போகும் போது, ஒரு துப்பாக்கி வாங்குவதற்கு லெபனானுக்குப் போகும் வழியில் அவர் போய்க்கொண்டிருந்தார். மேலும் அங்கிருந்து சென்றவர்களுடன் அவர் போய்விட்டார்.

நீங்கள் போவதற்கு முன்பாக... 1936இல் அவர் வழக்கமாக என்ன செய்தார் என்பது பற்றி இன்னும் அதிகமாக எனக்குச் சொல்ல வேண்டுமென நான் விரும்புகிறேன். அவர் உங்களுக்கு சொன்னாரா? கிராமத்திற்கு பிரிட்டிஷார் வந்தபோது நீங்கள் எப்படி உணர்ந்தீர்கள்?

கிராமத்திற்கு வெளியே அவர்கள் மலைகள் வரை செல்வார்கள், அவர்களுடைய சோதனைச் சாவடிகளை அமைப்பார்கள். யார் அவற்றைத் தாண்டினாலும் அவர்களைக் கொல்வார்கள், யாராவது தப்பினால், தப்பியதுதான். 'டெல் அவிவ்' இல் இருந்து வருபவர்களுக்காகவும், துறைமுகத்தில் இருந்து வருபவர்களுக்காகவும் சோதனைச் சாவடிகளை அவர்கள் அமைத்தார்கள். மேலும் வேறு எங்கிருந்து வந்தாலும் அவர்கள் சோதனைச் சாவடிகளை அமைத்து, அனைத்து வழிகளிலும் அவர்களைக் கொன்றனர். அவர்கள் சொல்வது போல், ஒவ்வொன்றும் அவனவன் விதி.

எனக்கு முன்பு நீங்கள் சொன்னது பற்றிய அவர்கள், அந்தப் பேருந்தில் இருந்தவர்கள் உங்கள் உறவினர்களா?

இல்லை, அந்தப் பேருந்தில் இருந்த ஒருவர் கூட எங்கள் உறவினர் அல்ல. அவர்கள் எனது மைத்துனரின் உறவினர்கள். எனது கணவரின் உறவினர்கள். பாவம் அவர்கள். அவர்களுள் ஒருவரை அவரது சட்டையை வைத்து அவர் மனைவி அடையாளம்

கண்டுகொண்டார். அந்த நேரம் அவர்கள் மீது கண்ணிவெடி வெடித்தது...

என்ன நடந்ததென்று எனக்குச் சொல்லுங்கள், அந்தக் கதையை எனக்குச் சொல்லுங்கள்.

உங்களுக்கு நான் முன்பே சொல்லி இருக்கிறேன். அவர்களை பிரிட்டிஷ் முகாம்[6] வரை அவர்கள் கொண்டு சென்ற அதே வேளையில், கிராமத்தில் இருந்து அவர்கள் கொண்டு வந்த பெரிய சரக்கு வாகனத்தில் அவர்களை ஏற்றினார்கள்... அது 'அல்-சாதா' குடும்ப வாகனம்; ஹைஃபாவுக்குப் பயணங்கள் செய்வதற்கு அவர்கள் அதைப் பயன்படுத்தினார்கள். அவர்களை அந்த வண்டியில் ஏற்றி அவர்களுக்காகப் புதைத்திருந்த கண்ணிவெடிகள் மேல் அவர்களை இரண்டு மூன்று முறை போகச் செய்தார்கள், ஆனால் அது வெடிக்கவில்லை. கடைசி முறையின் போது, அது வெடித்து ஏராளமான மக்களைக் கொன்றது.

உங்களுக்கு அது நிகழ்ந்த அந்த ஆண்டு மற்றும் தேதி நினைவிருக்கிறதா?

உண்மையில் எனக்குத் தெரியாது. 1948 ஆக இருக்கலாம். இல்லை, 1947 ஆக இருக்கலாம், அல்லது ...1946, அது போல ஏதோ ஓர் ஆண்டு, எனக்குத் தெரியாது. உங்களுக்காக, நான் அனுமானிக்க முடியாது, அதாவது, ஒருத்தி (தன்னைச் சொல்கிறார் - மொ.ர்) படிக்கவில்லை. கல்வி மிகவும் மதிப்பு மிக்கது - அது வாழ்வில் பெரும் பங்கினை வகிக்கிறது.

அந்தச் சரக்கு வாகனத்தில் அவர்களுள் எவ்வளவு பேர் இருந்தார்கள்?

அவர்களுள் சுமார் 20 பேரை அவர்கள் உள்ளே வைத்தனர். அவர்களுள் 10 பேர் இறந்தார்கள், எஞ்சிய 10 பேர் காயமடைந்தனர். அங்கே மேலே முன்னால் இருந்தவர்கள்... அந்தப் பெரிய சரக்கு வாகனம் முன்னோக்கி நகர்ந்தது, பின்னால் இருந்தவர்கள், அவர்கள் அனைவரும் இறந்தனர். பத்து பேர் இறந்தனர்.

உங்களுக்கு யாரையாவது நினைவுகூர முடிந்தால், இறந்தவர்களின் காயம் அடைந்தவர்களின் பெயர்களை உங்களால் எனக்குச் சொல்ல முடியுமா?

அங்கே யூனிஸ் அல்- ஷேக் தாஹா இருந்தார், அவர் இறந்து விட்டார். யூசிஃப் அல்-அல்வானி அங்கிருந்தார், அவரும் இறந்து

விட்டார். முகம்மது நபியைக் கடவுள் கேட்கட்டும்... முகம்மது அடாயாவும் அங்கிருந்தார், அவரை முகம்மது ஈசா, முகம்மது அடாயா என்று அவர்கள் அழைக்கிறார்கள். அவரும் காலமாகி விட்டார், ஆகவே நாங்கள் 'இறந்தார்' எனத் திரும்பத் திரும்பச் சொல்வதில்லை. அவர் காலமாகிவிட்டார். அங்கே... முகம்மது நபியிடம் கடவுள் கேட்கட்டும். அங்கே அல்-ஷேக் தாஹா இருந்தார், அவர் காயமடைந்தார். உங்களுக்குத் தெரியும்... சிலர் மரணமுற்றார்கள், சிலர் காயமடைந்தனர்.

தோராயமாக அவர்களுக்கு என்ன வயது? அவர்களது வேலை என்ன?

அவர்களுள் சிலர் 25 வயதினர் சிலர் 30 வயதினர். அவர்களுள் ஒருவரை, அவர்கள் ... என்று அழைப்பது வழக்கம். அங்கே அல்-ஷேக் தாஹா இருந்தார், அவருக்கு 25 வயது. முகம்மது ஈசாவுக்குச் சுமார் 22. இப்போது, அவர்களுக்கு எத்தனை வயது ஆகும் என உங்களுக்குத் தெரியும். அங்கே வயதான மூத்தவர்களும் இருந்தார்கள். யூனிஸ் அல்-ஷேக் தாஹாவும் இருந்தார், அவர் 30 வயதுக்கும் மூத்தவர். இவர்கள் அனைவரும் இறந்துவிட்டனர். யூசிஃப் அல்-அல்வானி, அவரும் 30 வயதானவர்.

அவர்களுடைய வேலை என்ன? எடுத்துக்காட்டாக, யூசிஃப் அல் அல்வானி, அவர் என்ன வேலை செய்தார்?

அவர்கள் பழத்தோட்டங்கள் வைத்திருந்தனர், அவர்கள் அனைவரும் பழத்தோட்டங்கள் வைத்திருந்தனர். அவர்களுடைய பழத்தோட்டங்களில் வேலை செய்தார்கள், அந்த வேலையின் மூலம் அவர்கள் வாழ்க்கையை அமைத்துக்கொண்டனர். தங்கள் சொந்த வாழ்வாதாரத்திற்காக அவர்கள் உழைத்தனர். ஒரு நிறுவனத்தில் செய்யும் வேலை அல்ல, அல்லது இராணுவத்தில் ஒரு பதவி அல்ல. அது அவர்களின் வாழ்வாதாரம். அல்-ஜிப்பில் இருந்த மக்களுக்கு வேலைகள் கிடையாது. அவர்களுள் வெகு சிலர், வெகு சிலரே இராணுவச் சீருடைகளில் உடையணிந்திருந்தனர்.

ரிஃப் அட் அல் - நிமீர் (அபு ரமி)

பாலஸ்தீனம், நப்லஸில் 1918இல் பிறந்தவர்

மஹ்மூத் ஷெய்டன் உடனான ஒரு நேர்காணல்.

பெய்ரூட், 2003

10'06"-17'35"

ரிஃப் அட் அல்-நிமீர்: *1936இல், நாம் 1936 பற்றிப் பேசுவோம்... 1936இல், நாங்கள் மாணவர்களாக இருந்த போது, புரட்சி நடந்து கொண்டிருந்தது. மேலும் நாங்கள் அதில் பங்கு கொள்வது என தீர்மானித்தோம். ஆயினும், இந்தப் புரட்சி துவங்குவதற்கு முன்னர், 'மதரசாத் அல்-நஜா'வில் (அல்-நஜா பள்ளிக்கூடம்) ஓர் ஆசிரியர் இருந்தார், பேராசிரியர் 'மம்து அல்-சுகூன்' அவர் எங்களைச் சில சமயங்களில் சாரணர் என்ற போர்வையில், துப்பாக்கிப் பயிறசிக்கு அனுப்ப ஒன்று திரட்டுவார்.*

மஹ்மூத் ஷெய்டன்: துப்பாக்கிப் பயிற்சியா?

ரிஃப் அட் அல்-நிமீர்: *பின்னாட்களில் 'அல்-ஷர்கா'வுக்குக் கொண்டு செல்லப்பட்ட துப்பாக்கிப் பயிற்சி. அந்த நேரத்தில் அது அல்-ஷர்காவில் இருந்தது.*

ஜோர்டானில்?

ஜோர்டானில். அங்கு... எனது நினைவு சரியாக இருக்குமென்றால், அவர் பெயர் 'அஹத் அல்-சுகூன்' என்று நினைக்கிறேன். நன்கு அறியப்பட்ட அதிகாரி அவர், எங்கள் பயிற்சியை நடத்தினார். இருப்பினும், சொல்லப் போனால், எங்கள் முதல் நிலை பயிற்சியில், நாங்கள் சாரணர்களாகப் போய், ஒன்றிரண்டு நாள்கள் செலவழிப்போம்... சாரணர்களாக இருக்கிறார்கள் என்னும் பெயரில் - சிறுவர் சாரணர் படைகள் தடுக்கப்படவில்லை. ஆகவே நாங்கள் போவோம். இவ்வாறு பேராசிரியர் மம்து அல்-சுகூன், கிளர்ச்சிக்காக, எங்களைப் பயிற்றுவிப்பார். 1936ஆம் ஆண்டில், பேராசிரியர் மம்து அல்-சுகூன் மற்றும் மதரஸாத் அல்- நஜாவுக்கு இயக்குநராக வந்த டாக்டர். ஃபரீத் ஜாய்ன் அல்-தின் ஆகியோர் தந்த ஊக்கத்தின் அடிப்படையில், நான் புரட்சியில் பங்கெடுத்துக் கொண்டேன். இங்கிருந்து வந்த லெபனானியர் அவர்.

லெபனானியரா?

(பெய்ரூட்) அமெரிக்கப் பல்கலைக் கழகத்தின் ஒரு பட்டதாரி, பிறகு அவர் எங்கிருந்து முனைவர் பட்டம் பெற்றார் என எனக்குத் தெரியாது. இப்படியாக நாங்கள் இணைந்தோம்... நான் தனிப்பட்ட முறையில் புரட்சியில் இணைந்தேன், மேலும் ஒருமுறை அதை நினைத்துப் பார்க்கிறேன் - புரட்சியுடன் தொடர்புடைய ஓர் உதாரணமாக - நப்லஸின் நுழைவாயிலில், 'வாடி அல்-துஃப்பா'வில், நப்லஸில் நடந்த ஒரு சண்டையில் நான் பங்கு பெற்றேன். எங்களுடன் இருந்த போராளிகளுள் ஒருவர், காயமடைந்துவிட்டார், அவர் எங்களுடன் இருந்த கிராமத்தினருள் ஒருவர். அவர் காயம் அடைந்த போது, அவருக்கு மருத்துவ சிகிச்சையைப் பெறுவதற்காக, மருத்துவர்களிடம் அவரை நாங்கள் கொண்டு சென்றோம். இந்தச் சம்பவம் மிகவும் முக்கியமானது. இவ்வாறு நாங்கள் மூன்று அல்லது நான்கு மருத்துவர்களிடம் போனோம். அவர்கள் அவருக்கு சிகிச்சை அளிக்க மறுத்தனர், ஏனெனில் அந்த நேரத்தில், பிரிட்டிஷ் அரசாங்கம் ஓர் அறிவிப்பை வெளியிட்டது. அது சொன்னது: 'ஒரு புரட்சியாளனுக்கு சிகிச்சை அளிக்கும் எந்த மருத்துவருக்கும் அவரது உரிமம் திரும்பப் பெறப்படும் மேலும் பணிபுரிவதில் இருந்து விலக்கப்படுவார்.' முடிவில், நப்லஸில் இருந்து வந்த மருத்துவர், டாக்டர் அஹ்மத் அல்-தாஹிர் என்று அழைக்கப்பட்ட ஒருவர் இருந்தார். நீங்கள் நப்லஸுக்குப் போனால், அங்கே அல்-தாஹிர் குடும்பத்தை நீங்கள் காணலாம். அல்-தாஹிர் ஒரு சிறிய மருத்துவமனையை வைத்திருந்தார். எனக்குத் தெளிவாக நினைவிருக்கிறது. அவர் 'அசிரா அல்- ஷமாலிய்யா'வில் இருந்து வந்தவர். காயமடைந்த நபர்... நப்லஸுக்கு மேலே இருக்கிறது அசிரா அல்- ஷமாலிய்யா. ஜபல் ஜரிஷிம். ஆக, அவருக்கு சிகிச்சை பெற நாங்கள் போனோம். ஆனால் அவர் மன்னிப்பு கோரினார், மீண்டும் அதே கதை. இறுதியில், எனது வகுப்பு நண்பர்களுள் ஒருவர் - அவரும் பின்னாளில் மருத்துவராக வந்த டாக்டர். 'அப்தல்லா சலா' - அவரை நோக்கித் துப்பாக்கி முனையைப் பிடித்து, அவரிடம் சொன்னார்: 'ஒன்று அவருக்கு சிகிச்சை அளியுங்கள் இல்லையெனில், உங்களை நோக்கி எனது துப்பாக்கியால் நான் சுடுவேன். இது சத்தியம்.' அதுதான் அந்தக் கதை. அவர் சொன்னார், 'சரி, அவருக்கு நான் சிகிச்சை அளிக்கிறேன், ஆனால் நீங்கள் அவரை என்னிடம் கொண்டு வந்ததாகச் சொல்லிக்கொண்டு போகாதீர்கள்.'

உண்மையில், இயல்பாகவே, அவரைக் கொண்டு வந்தவர்களாக நாங்கள் இருந்ததால், அந்த விஷயத்தைப் பற்றி நாங்கள் பேச வேறு வழியே இல்லை. ஆக... என்னைப் பொறுத்தவரை, நான் இன்னொரு சண்டையில் பங்கு பெற்றேன்...

இந்த வாடி அல்-துஃபா சண்டையைப் பற்றி, எங்களுக்கு இன்னும் கொஞ்சம் விவரங்களை நீங்கள் தர முடியுமா?

ஒன்றுமில்லை. நாங்கள் அங்கே இருந்தோம்... இந்தச் சண்டை பிரிட்டிஷாருக்கு எதிராக நடந்தது... அந்த நேரத்தில் அங்கு இருந்த இராணுவம், பிரிட்டிஷ் இராணுவம். அங்கு ஓர் இராணுவ பாதுகாப்புப் படை (Convoy) இருந்தது. மேலும் நாங்கள் 'உயர் பாதுகாப்பு' போரில் நன்கு அனுபவம் பெற்றவர்கள். அங்கு அவர்களுக்கும் எங்களுக்கும் இடையே துப்பாக்கிச் சண்டை நடந்தது. இந்த நபர் காயமடைந்ததில்தான் அது முடிந்தது, அவர்தான் சிகிச்சை அளிக்கப்பட்டவர்...

பிரிட்டிஷார் தரப்பில் ஏதேனும் உயிர்ச்சேதம் இருந்ததா?

இல்லை. நான் சொல்ல வந்த வரை இல்லை, அல்லது குறைந்த பட்சம் அந்தக் குறிப்பிட்ட சண்டையின்போது, நாங்கள் எதையும் பார்க்கவில்லை. ஆயினும், 'தாயிர் ஷராஃப்' சண்டையின் போது, சிலவற்றை நாங்கள் கண்டோம்.

தாயிர் ஷராஃப் எந்த ஆண்டில் நடந்தது?

அவை எல்லாம் 1936இல் நடந்தன.

தாயிர் ஷராஃப் சண்டை பற்றி ஒரு சிறிது எங்களுக்கு நீங்கள் சொல்ல முடியுமா?

தாயிர் ஷராஃப் சண்டையின் போது, என்னுடன் கமால் யாசின் என்றொரு மனிதன் இருந்தான்... கமால் யாசின். முதலில், அவர் எனக்கு ஓர் உறவினர், இரண்டாவதாக, நான் அந்தப் போராளியை அப்த் அல்-ரஹீம் அல்-ஹஜ் முகம்மது, அபு கமால்... ஆகியோருடன் கொண்டு சேர்த்தேன்.

உங்கள் தாய்வழி மாமனாக வந்தவர் யார்?

அவர், எனது தாய்வழி மாமனாக இருந்தது, தற்செயலாக நேர்ந்த ஒன்று. ஆனால் நாங்கள் அந்த நேரத்தில் சேர்ந்து கொண்டோம். தாயிர் ஷராஃப் கிராமத்தில் நு ந்த சண்டை முடிந்த வேளையை நினைத்துப் பார்க்கிறேன், அப்போது சூரியன் மறைந்து விட்டது,

நாங்கள் சந்தித்த பின், மலைகளில் ஏறினோம், இரவின் ஊடே முழுவதும் நடந்தோம்... முழுச் சோர்வு வரும் வரை. இறுதியாக, காலையில் 'வாடி அல்-ஃபரா'வை அடைந்தோம். மேலும் நாங்கள் பட்டினியால் செத்துக்கொண்டிருந்தோம். ஏனெனில், முதல் நாள் நாங்கள் உணவு அருந்தவில்லை, முதல் நாள் மாலையும் உணவு அருந்தவில்லை. அத்துடன் இரவு முழுவதும் நடந்து கொண்டிருந்தோம். நான் எப்போதும் நினைவிற் கொள்வேன், கமாலிடம் சென்று அவரிடம் கேட்டேன், 'எவ்வளவு பணத்தை நீ வைத்திருக்கிறாய்?' அவர் என்னிடம் சொன்னார், 'நான் மூன்று பியாஸ்தெர்கள் வைத்திருக்கிறேன்.' *(1 பவுண்ட்= 100 பியாஸ்த்தெர்கள்- எகிப்து கரன்சியில் - மொ.ர்)* அல்லது நான்கு பியாஸ்தெர்கள்... நான் ஒன்றரை அல்லது மூன்று பியாஸ்தெர்கள் வைத்திருந்தேன், நாங்கள் பிரமாதம் என்றோம், நாங்களே ஒரு துண்டு ரொட்டியும், ஒரு துண்டு பாலாடைக் கட்டியையும் வாங்கிச் சாப்பிட முடியும். ஆகவே நாங்கள் அல்- ஃபராவில் அங்கே ஒருவரைச் சந்தித்தோம். நாங்கள் வனாந்தரத்தில் இருந்தோம் - ஒருவர், ஒரு சிறிய கூடாரத்தை அமைத்திருந்தார், அதற்கு அருகில் கோழிக்குஞ்சுகள் இருந்தன. ஒரு பெண்ணும் இருந்தார். அவர் பாலோ அல்லது அது போன்ற ஏதோ ஒன்றையோ தயார் செய்து கொண்டிருந்தார்... அல்லது வெண்ணெய்யோ. அதாவது, அவர் அது போன்ற ஏதோ ஒன்றுக்குள்...

பால் கலக்கியா?

அந்தப் பெண் பாலைக் கடைந்துகொண்டிருந்தார். நாங்கள் அவரிடம் போய், 'அஸ்- ஸலாமு அலைக்கும் வா அலைக்கும் அஸ்-ஸலாம்' என்றோம்.[7] அவர் பதில் அளித்தார், 'யா அல்லா!', அந்த ஆள் எங்களிடம் சொன்னார், 'யா அல்லா, யா அல்லா, மிகவும் வரவேற்கத்தக்க விருந்தாளிகள்.' நிச்சயம் கடவுள் அவரை ஆசிர்வதிப்பார். நாங்கள் அவரிடம், ஏதாவது கொஞ்சம் சாப்பிட விரும்புகிறோம் என்று சொன்னோம். அவர்கள் எங்களுக்கு, அந்தக் கடைந்ததில் இருந்து வெண்ணெய் தயாரித்தனர்... அவர்(ள்) முட்டைகள் மற்றும் அனைத்தையும் தயார்செய்தார், நாங்கள் சாப்பிட்டோம். நாங்கள் பணத்தைக் கொடுப்பதற்கு வந்தபோது, அவர் சொன்னார், 'உண்மையாகவா? பணம் கொடுப்பதாகச் சொல்வதற்கு நீங்கள் வருந்த வேண்டும்.' இவ்வாறு நாங்கள் சாப்பிட்டோம், மேலும் நாங்கள் எனது ஒன்றரை பியாஸ்தெரையும், என் சக போராளியின் மூன்று பியாஸ்தெர்களையும் சேமித்தோம்.

அப்த் அல் - ரஹ்மான் சாத் அல் - தீன்

பாலஸ்தீனம், 'அல் - ஜிப்'பில் 1915இல் பிறந்தவர்.

மஹ்மூத் ஷெய்டன் உடன் ஒரு நேர்காணல்

பெய்ரூட், 2003

1 மணி 3'00"- 1 மணி18'46"

மஹ்மூத் ஷெய்டன்: வீடுகளை பிரிட்டிஷார் அழித்தார்களா?

அப்த் அல்-ரஹ்மான் சாத் அல்- தீன்: *எரிப்பது என்பது அழிப்பது தான் இல்லையா?*

உங்கள் கிராமத்தில் என்ன நடந்தது?

கிராமத்தைச் சுற்றி வளைக்க அவர்கள் வந்த போது... துவக்கத்தில் இருந்து அதை உங்களுக்கு நான் சொல்லவா?

ஆம்.

கிராமத்தைச் சுற்றி வளைக்க அவர்கள் வந்த போது, 'மா சௌபா' என்று அழைக்கப்பட்ட ஒரு குடியேற்றக் காரர்கள் கிராமம், புரட்சிக்காரர்கள் அந்த மா சௌபா கிராமத்தின் மீது ஒரு கண் வைத்திருந்தார்கள்.[8] பிரிட்டிஷ் இராணுவத்திற்கு எதிராக அவர்கள் கண்ணி வெடிகளைப் புதைத்திருந்தார்கள். நள்ளிரவில், பிரிட்டிஷ் இராணுவம் முகாமை விட்டு, ஒவ்வொரு இடமாகச் சுற்றிப் பார்ப்பதற்குக் கிளம்பினார்கள். கண்ணி வெடி மீது அவர்கள் அடியெடுத்து வைத்தனர், கண்ணிவெடி அவர்களையும் வேறு ஏழு பேரையும் சிதறடித்தது. அவர்கள் போய்ச் சேர்ந்தார்கள். டாங்க் (tank) முற்றிலுமாகப் போய்விட்டது, இனி அங்கு வேறு டாங்க் இல்லை. அவர்கள் 6 மீட்டர் நீளமுள்ள, முழுவதும் கனமாகக் கிடிக்கப்பட்டு வெடிமருந்துப் பொருளால் நிரப்பப்பட்ட, குழாயைப் புதைத்திருந்தனர். அதற்குள் வெடியை வெடிக்கச்செய்யும் ஆறு 'டெட்டொனேட்டர்' களை வைத்திருந்தனர். 'ஜெனின்' இல் இருந்த ஒருவருக்கு, இந்த வெடி, புரட்சியாளர்களால் அனுப்பப் பட்டிருந்தது. அவரது பெயர் எனக்கு நினைவில்லை ஆனால் வழக்கமாக அவர் ஒரு முக்கியமான தலைவர். அவர்களுக்கு அதை அனுப்பினார். ஆனால் அதை எப்படிப் பயன்படுத்துவது அல்லது எப்படி இயக்குவது என்பது அவர்களுக்குத் தெரியவில்லை. அதைச் சோதித்துப் பார்க்கவும் முடியவில்லை. அந்தக் குழாயை ஜெனினில் இருந்து தர்ஷிலாவுக்கு,

பிறகு தர்ஷிலாவில் இருந்து எங்கள் கிராமத்திற்கு அவர்கள் திருப்பி அனுப்பினர், பார்த்தீர்களா? எங்கள் கிராமத்திற்கு அதை அவர்கள் கொண்டு வந்தபோது, மீனவர்களிடம் அவர்கள் சொன்னார்கள், 'மக்களே இதை நீங்கள் சோதியுங்கள்.' மீனவர்கள் ஆறு மீட்டர் நீளத்தில், ஒரு மரக்கட்டைத் துண்டை எடுத்து வந்தனர், அந்தக் குழாயில் ஆறு துளைகளை இட்டனர், ஒவ்வொரு துளையின் மீதும் ஒரு மரத் துண்டை வைத்து அறைந்தனர். அந்தப் பெரிய மரத்துண்டிற்குள் ஆணி உள்ளே இறங்கியது, பாருங்கள்? அந்த துளைக்குள். அதை வெடி மருந்துகளால் அவர்கள் நிரப்பி, 'டெட்டொனேட்டர்களை' அதற்குள்ளே வைத்தனர். பிறகு அதைப் பூமிக்குள் வைத்தனர். நள்ளிரவில், 'மா சௌபா'வில் இருந்து டாங்க் நகரத் துவங்கியது. தர்ஷிலாவில் இருந்து, அல்-கப்ரியில் இருந்து, 'அல்- ஹுமாய்மா'வில் இருந்து, 'அல்-ஜிப்'பில் இருந்து, அல்- பஸ்ஸாவில் இருந்து, மொத்தத்தில் 20 அல்லது 30 இளைஞர்களும் அதற்கு மேலும் கண்காணித்த வண்ணம், டாங்க் வரும் சமயத்திற்காக அங்கே காத்துக்கொண்டிருந்தனர். கண்ணிவெடி மீது ஒருமுறை டாங்க் கடந்த போது, அது வெடித்தது. மேலும் டாங்க் தூக்கி வீசப்பட்டது. அத்துடன் அனைவரும் இறந்து போய்விட்டார்கள். ஒரு பழமொழி இருக்கிறது, 'குறும்புக் காரர்களும் பயப்படுகிறார்கள்.' நான் வீட்டில் உட்கார்ந்து கொண்டிருந்தேன், அவர்கள் வந்து என்னிடம் சொன்னார்கள், 'அல்- பஸ்ஸாவுக்கு இராணுவம் வந்துள்ளது.' என்ன நடைபெற்றுக் கொண்டிருக்கிறது என்பதைப் பார்க்க மக்கள் அவர்கள் வீடுகளை விட்டு வெளியே போனார்கள். அல்-பஸ்ஸாவில் தீ வைத்து எரிப்பது நடந்துகொண்டிருந்தது, அல்-பஸ்ஸாவில் கொலைகள் நடந்துகொண்டிருந்தன. அல்-பஸ்ஸாவில் அவர்கள் கொடுஞ்செயல்கள் புரிந்துகொண்டிருந்தனர்.⁹ ஓர் ஆள் வந்து அவர்களிடம் சொன்னார், 'அந்தப் பொருளை அங்கே வைத்தது யார்?' அவர்கள் சொன்னார்கள், 'அல்-ஜிப் மக்கள், நாங்கள் அல்ல.' அவர்கள் எங்கள் கிராமத்திற்கு வந்தார்கள். கிராமத்தை அவர்கள் சுற்றி வளைத்து, ஒவ்வொருவரையும் வீட்டை விட்டு வெளியே வரச் செய்தார்கள். முகம்மதுவும், அலியும் அந்த நேரத்தில் என்னைப் பார்க்க வந்திருந்தார்கள். அவர்கள் எங்களை 'இக்ரீத்'துக்குக் கொண்டு சென்றார்கள்... எங்களை அடித்துச் சித்திரவதை செய்தார்கள். ஒவ்வொருவரையும், 'செய்க்'கில் அவருக்குச் செய்த விதத்தில், உள்ளங்காலில் பிரம்பால் அடித்தனர். அவருடைய கால்களுக்கு இடையில் துப்பாக்கியை வைத்து, அவரை அடித்தார்கள். ஒவ்வொருவருக்கும் பத்து, பன்னிரண்டு

பிரம்படிகள். அவரை அவர்கள் மேலும் மேலும் அடித்து, அவர் மீது தண்ணீரைப் பீய்ச்சி அடித்தனர், மேலும் அவரை முட்புதர்களில் தூக்கி எறிந்தனர். அளவிட முடியாத சித்திரவதை. மக்கள் பெரிய அளவில் சித்திரவதைச் செய்யப்பட்டனர். அபு சுலைமான் என அழைக்கப்பட்ட ஒருவரிடம் நான் சொன்னேன், 'அபு சுலைமான், நான் உறுதியாக சொல்கிறேன், நான் இந்த இடத்தை விட்டுப் போக விரும்புகிறேன், நான் அஞ்சுகிறேன்.' யாருக்கு நான் அஞ்சினேன்? எகிப்திய மொழிபெயர்ப்பாளனுக்கு. இந்த எகிப்திய மொழி பெயர்ப்பாளன். எங்கள் கிராமத்திற்கு வருவது வழக்கம். மேலும் அவன் எங்களை மிரட்டுவான். உதாரணத்திற்கு, எங்கள் சொந்த கிராமத்திலேயே எங்களைக் கொடுமைப்படுத்துவான், அவன் எனது ஒன்றுவிட்ட சகோதரனிடம் போய், அவரை முகத்தில் அறைந்து, அவரிடம் இருந்து ஒரு 'லைராவை' எடுத்துக் கொள்வான். மற்றவர்களிடம் இருந்தும் அது போலவே அவன் எடுத்துக்கொள்வான். ஒருமுறை அவன் என்னைத் தேடி வந்தான், ஆனால் மக்கள் சிலர் ஆட்சேபித்தார்கள். மேலும் அவரை விடவில்லை. 'ஹஜ்ஜே' ஹயாத்தும் (ஹஜ் பயணம் மேற்கொண்ட மூத்த பெண்ணுக்குத் தரும் பட்டம்) நானும் ஒரு பயணமாகப் பழத்தோட்டத்திற்குச் சென்றோம். இங்கே ஃபயாத் ஆலயன், அலி அல்-அபித், ஃபெய்சல் சரான் ஆகியோர் மற்றும் பலருடன், அவர்கள் ஏழு அல்லது எட்டு பேர்கள் இருப்பார்கள். அவர்கள் வந்து என்ன நடந்ததென்று கேட்டார்கள். அவர்களிடம் நான் சொன்னேன், 'இந்த நபரை எனக்குத் தெரியாது.' பிரிட்டிஷ் அரசாங்கத்துடன் வழக்கமாக வேலை செய்யும், 'அதேயாக்களுள்' ஒருவர் சொன்னார்,

'ஹயாத், நான் உறுதியாகச் சொல்லுகிறேன், உங்களுக்காக ஓர் எஞ்சின் அறையை ஏற்பாடு செய்கிறேன் மேலும்...' நான் அவரிடம் சொன்னேன், 'எனக்காக ஏன் இதை நீங்கள் செய்ய வேண்டும்? நான் இறந்தால், இதனால் எனக்கு என்ன பயன்? நான் எதையும் பார்க்கவில்லை, எனக்கு எதுவும் தெரியாது!' அவர் என்னிடம் சொன்னார், 'நான் உறுதியாகச் சொல்லுகிறேன், வறுத்த கோழியைப் போல உன்னைச் சமைத்துவிடுவேன்.' அவர் என்னை மிரட்டினார்.

அதேயாவின் மகன்?

ஆம். நாங்கள் எங்கள் வழியில் சென்ற நேரத்தில், பிரிட்டிஷ் இராணுவத்தோடு, அவர்கள் கிராமத்தில் நுழைந்தபோது, கடந்து

சென்ற கரடு முரடான பாதைகளைச் சோதிக்க, கண்காணிப்பாளர் வந்தார். ஹசன் சஹ்யூன் என்று அழைக்கப்பட்ட ஒருவரை நான் பார்க்கச் சென்றேன். பிரிட்டிஷ் இராணுவத்தோடு இருந்த கண்காணிப்பாளர் அவர்.

ஒரு ‘பெடோயின்’ (அரேபியப் பாலைவனவாசிகள் இனத்தைச் சார்ந்தவர்-மொ.ர்). எனக்கு அவரைத் தெரியும், அவரும் என் சகோதரியின் கணவரும் ஒன்றாக இருந்தவர்கள், அவர் ஹுசைன் மஸ்ரி என அறியப்படுவார். நான் சென்று அவர் அருகில் நின்று கொண்டு சொன்னேன், ‘அபு முகம்மது பிரச்சினை இதுதான்.’ அவர் சொன்னார், ‘கவலைப் படாமல் செல்லுங்கள். நான் பார்த்துக்கொள்கிறேன்.’ குண்டு வெடிப்பு நடந்த இடத்தைச் சுற்றி சற்று நேரம் நடந்துவிட்டு என்னிடம் சொன்னார், ‘அனைத்துத் தடயங்களும் போய்விட்டன.’ இந்த வார்த்தைகளை அவர் சொன்ன உடனேயே, என்னை மிரட்டிய நபரின் சகோதரர், ஹைஃபா மருத்துவமனையில் சற்று முன் அவர் காலமானார் என்ற செய்தியை நாங்கள் வரப்பெற்றோம். எனவே அந்த நபர் மருத்துவமனைக்குச் சென்றதுடன் என்னைப் பற்றியும் அவர் மறந்து விட்டார்.

பிரிட்டிஷார், கிராமத்தைச் சுற்றி வளைத்து அதன் உள்ளே நுழைந்தபோது, அந்தக் காட்சி உங்களுக்கு நினைவிருக்கிறதா?

அந்தக் காட்சி? கிராமத்தை அவர்கள் சுற்றி வளைத்தாகள், வேறென்ன? கிராமத்தினர் எதிர்த்தார்களா? அங்கே எந்த எதிர்ப்பும் இல்லை. எதிர்ப்பு என்பதே இல்லை. ஒரு வீட்டுக்குள் அவர்கள் நுழைந்தபோது, ஒவ்வொருவரையும் அவர்கள் உதைத்து வெளியே தள்ளினார்கள்: ஆண், பெண், குழந்தை. அவர்கள் மண்ணெண்ணெய், கோதுமை, பார்லி ஆகியவற்றைத் தரையில் கொட்டி, படுக்கைகளை உடைத்துத் தரையில் ஊற்றிய ‘கேலன்’ கணக்கிலான எண்ணெய் ஆகியவற்றை வீணாக்கினர். உங்களுக்குச் சொல்லுகிறேன், அந்தக் கிராமம் முழுவதும் மரக்கரி தொழிற்சாலை போல் கறுப்பாக்கப்பட்டது, எரிந்த நிலக்கரி போல. உண்மையாகச் சொல்கிறேன், அது முற்றிலுமாகக் கருகிச் சாம்பலானது.

அவர்கள் அதை எரித்தார்களா?

கிராமத்தை அவர்கள் எரித்தார்கள்; எதுவும் விடப்படவில்லை. நான், எனது மனைவி மற்றும் எனது குழந்தைகள் என நாங்கள்

விட்டு வைத்தது அனைவரும் அணிந்திருந்த உடைகளை மட்டுமே. கடவுள் மீது ஆணையாகச் சொல்கிறேன், அந்த வீடு முற்றிலும் மரக்கரி தொழிற்சாலையாக ஆனது. உண்மையான மரக்கரி தொழிற்சாலையாக...

உங்கள் வீட்டை அவர்கள் எரித்த போது, நீங்கள் என்ன உணர்ந்தீர்கள்?

நான் மருத்துவமனையில் இருந்தேன். காவலில் இருந்து நான் மருத்துவமனைக்குச் சென்றேன்.

என்ன நேர்ந்தது, எதனால் நீங்கள் மருத்துவமனைக்குச் செல்ல வேண்டி வந்தது?

எனது கால்கள் உடைக்கப்பட்டன, இந்தக் காலில் இங்கேதான், இந்த ஒன்றுதான் முறிந்தது, எனது தாடை இந்த இடத்தில் அடிபட்டது, எனது தலையில் காயம் ஏற்பட்டது, எனது முதுகெலும்பு முறிக்கப்பட்டது, எனது விலா எலும்புகள் உடைக்கப்பட்டன. முக்கால்வாசி நான் இறந்து போனேன். நான் அப்போது உயிருடன் இருந்தேன் என யாருமே சொல்ல முடியாது...

நான் மீண்டும் கேட்கிறேன், இது எவ்வாறு உங்களுக்கு நேர்ந்தது?

எகிப்திய நபரால்தான் நேர்ந்தது... அவர் எனது ஒன்றுவிட்ட சகோதரனை அடித்த போது... ஒருநாள், பழத்தோட்டத்திற்கு நாங்கள் சென்ற வழியில், மல்பெரி மரத்தின் மீது இருந்த எகிப்தியனை நாங்கள் பார்த்தோம் - அத்தி மரத்தின் மீது - அத்திப் பழங்களைத் தின்றவாறு இருந்தவனைப் பார்த்தோம். மேலும் அவன் துப்பாக்கி எங்கிருந்தது? தரையின் மீது. அத்தி மரத்தின் மீது அவனைப் பார்த்த மாத்திரத்திலேயே துப்பாக்கியை நோக்கி நான் ஓடினேன். அதை நான் எடுத்தேன், குண்டுகளை நிரப்பினேன். எனது சகோதரனிடம் சொன்னேன், 'போய் கொஞ்சம் குச்சிகளை வெட்டி வா.' நல்ல குச்சிகளைத் தயார் செய்ய மாதுளை மரம் சிறந்தது என்பது நன்கறியப்பட்ட ஒன்று. அவைகளை வெட்டச் சொல்லி அவரிடம் சொன்னேன். மேலும் அவன் சாகும்வரை நாங்கள் அவனை அடித்துக்கொண்டே இருந்தோம். அவனிடமிருந்து துப்பாக்கியை எடுத்துக்கொண்டோம். அவனைக் கண்டு அஞ்சினேன் என்றாலும், உண்மையில் அவன்தான் மொழிபெயர்ப்பாளர் என்று பார்த்த உடனேயே அவனைப் பார்த்து பயந்தேன்...

இந்த எகிப்தியனின் பங்கு இதில் என்ன? அவன் என்ன செய்தான்?

ஒரு மொழிபெயர்ப்பாளன்.

யாருக்கு?

பிரிட்டிஷாருக்கு. ஒரு மொழிபெயர்ப்பாளன், மேலும் 'இவன்தான் அந்த நபர், அவன்தான் இந்த நபர்' என்று அவன் காட்டிக் கொடுப்பான்.

ஆக, அவன் காட்டிக் கொடுப்பான் என...

ஆமாம், ஆமாம். உங்களிடம் வந்து அவன் சொல்வான், 'ஏய் உன்னைத்தான், நீ எங்கிருந்து வருகிறாய்?' அவனிடம் நான் சொன்னேன், 'நான் சஃப்புரிய்யாவில் இருந்து வருகிறேன்.' அவன் உங்களைத் தொடர்ந்து அடித்தபடியே உங்களிடம் சொல்வான், 'எங்கிருந்து வருகிறாய், பையா?' 'சஃப்புரிய்யாவில் இருந்து.' அவனிடம் நீங்கள், 'எஜமானே (ya sidi), சஃப்புரிய்யாவில் இருந்து நான் வருகிறேன்' என்று சொல்லும் வரை கேட்டுக்கொண்டிருப்பான். 'எஜமானே, எஜமானே' என்ற வார்த்தைகள். நீங்கள் 'எஜமானே' என்ற வார்த்தையை அவனைப் பார்த்துச் சொன்னால் மட்டுமே அவன் உங்களைப் போக விடுவான். 'எஜமானே' என்ற வார்த்தையை நீங்கள் சொல்லவில்லை என்றால், உங்களை எப்போதும் போகவே விட மாட்டான்.

'இக்ரீத்'தில் உங்கள் அனைவரையும் அவர்கள் பிடித்த பிறகு, உங்களுக்கு என்ன நேர்ந்தது?

மக்களை விசாரிக்க அவர்கள் அழைத்துப் போய், அவர்களை அடித்தார்கள். உங்களுக்கு நான் சொன்னது போல, உள்ளங்கால்களில் பிரம்பால் அடித்தார்கள், அவர்களை அடித்து அவர்கள் மேல் தண்ணீரை வீசினர். விசாரணையில் இருந்து ஒருவர் திரும்ப வரும்போது, அவர் கால்களால் நடந்து திரும்பி வரமாட்டார். அவருடைய முழங்கால்களால் தவழ்ந்து கொண்டே வருவார். அடியினால், அடுப்பில் இருந்து வெளியே வரும் ரொட்டி போல அவரது கால்கள் வீங்கி இருக்கும். அவரை மேலும் மேலும் அடித்துக்கொண்டே இருப்பார்கள், தண்ணீரை அவர் மேலே வீசி எறிவார்கள். பிறகு அவருக்குச் சற்று இடைவெளி கொடுப்பார்கள், பிறகு மீண்டும் அவரை அடிப்பார்கள். அவர்கள்

கொஞ்சம் கூடக் கருணையின்றியும், அனுதாபம் இன்றியும் அவரை அடிப்பார்கள். மூன்று அல்லது நான்கு ஆள்கள் மாற்றி மாற்றி சுழற்சி முறையில் பிரம்புகளுடன் அங்கே இருந்தார்கள். சில பிரம்புகள் இந்த அளவுக்குக் கனமாக இருக்கும். அவர்கள் அவரை அடிப்பார்கள், அடிப்பார்கள், அடித்துக் கொண்டே இருப்பார்கள்... கடவுள் மீது ஆணையிட்டுச் சொல்கிறேன், நான் நிறைய அடிகள் வாங்கி இருக்கிறேன், அவர்கள் என்னை முழுவதும் கொன்றே விட்டார்கள்.

அதற்குப் பிறகு, அந்த எகிப்தியர் உங்களை அடையாளம் காட்டிய வேளையில், உங்களை எல்லாம் அவர்கள் என்ன செய்தார்கள்?

அவர்கள் எங்களைச் சுற்றி வளைத்து, பிடித்துக் கொண்டு போய் முகாமில் வைத்தார்கள். உங்களுக்கு நான் சொல்லுகிறேன், அது மிகப் பெரிய முகாம். எல்லா இடங்களில் இருந்தும் மக்கள் வந்தனர். 'அக்கா' மற்றும் 'ஹைஃபா' பகுதிகளில் இருந்தும் வந்தனர், அந்த முகாம் எவ்வளவு பெரியதாக இருந்தது! எங்கள் கிராமத்தில் இருந்து, உங்கள் கிராமத்தில் இருந்து, மற்ற கிராமங்களில் இருந்து வந்த மக்கள் அங்கே இருந்தார்கள். சஃப்புரிய்யாவில் இருந்து நாங்கள் பத்து அல்லது பன்னிரண்டு பேர் வந்திருந்தோம். எங்களை 'இக்ரித்'துக்குக் கொண்டு சென்று அடித்தார்கள். விசாரணையின் போது, எங்களைச் சோதனை செய்தார்கள். அந்த எகிப்திய நபர், ஒவ்வொருவரிடம் இருந்து தனியாக எங்களைப் பிரிப்பான். பெண்கள் 'தப்கே' நடனம் ஆடும் போது வட்டமாக எப்படி நிற்பார்கள் என்று உங்களுக்குத் தெரியுமா? அனைவரையும் அவன் வட்டமாக நிற்க வைப்பான். மேஜர் வருவார், அதிகாரிகள் மற்றும் இராணுவத்தினர், மொழி பெயர்ப்பாளர் மற்றும் ஒற்றன் ஆகியோர் வந்துவிடுவார்கள்.

நான் உங்களிடம் சொன்னவாறு, அவன் உங்களிடம் கேட்பான், 'எங்கிருந்து வருகிறாய்?' நீங்களோ, 'நான் சஃப்புரியாவில் இருந்து வருகிறேன்', என்று சொல்வீர்கள்', 'எஜமானே' என்று சொல்லும் வரை உங்களைத் தனியாக விடமாட்டான். 'எஜமானே, நான் சஃப்புரியாவில் இருந்து வருகிறேன்' என்று நீங்கள் சொன்ன உடனேயே உங்களைத் தனியே போக விடுவான். ஆனால், 'எஜமானே' என்று அவனை நீங்கள் அழைக்காவிடில், உங்களை அவன் விடமாட்டான்.

அவர் உங்களைச் சோதனை இட்டாரா?

எங்களை, எங்கள் 23 பேரை அவன் சோதனையிட்டான். சிறையில், ஒவ்வொருவரும் சிறையில்தான் இருப்பதாக அவன் சொன்னான். அதைச் சுற்றிலும் - மற்ற முகாம்களையும், அதன் மீது ஒரு கண் வைப்பதற்காக, உயரமான காவல் (கோபுரங்களை) நிலைகளை, அவர்கள் நிறுவினார்கள். சிறைக் கைதிகள் தரையில், அவர்களின் தலைகளுக்கு மேல் மூடுவதற்குத் தார்ப்பாலின் உறைகள் ஏதுமின்றி உறங்கினார்கள், மேலும் பிரிட்டிஷ் இராணுவத்தினர் உயரமான இடங்களில் தங்கியிருந்தனர். அங்கே அவர்கள், 1000, 2000 (kouseh) பெரிய பீரங்கிகளுள் ஒன்றை வைத்திருந்தனர்.[10] (1000 பவுண்டுகளுக்குக் குறையாத எடை கொண்ட குண்டுகளை வெடிக்கக் கூடியது- மொ.ர்). இவ்வாறு அவர்கள் எங்களைச் சோதனை இட்டுவிட்டுச் சொன்னார்கள், 'உங்களிடம் யாராவது வந்து, அவரை மறைத்தால் உங்கள் அனைவரையும் நாங்கள் கொன்றுவிடுவோம்.' நாங்கள் உட்கார்ந்துகொண்டு சிந்திக்கத் துவங்கினோம். மேலும் அங்கு ஓர் ஆள் இருந்தார், அவரது பெயர் அல்-ஃபடல், கடவுள் அவரது ஆன்மாவை ஆசீர்வதிக்கட்டும். அவரிடம், நாம் சாவை நோக்கிப் போய்க்கொண்டிருக்கிறோம், ஆனால் நமது மரணம் எவ்வாறு சம்பவிக்கும் என்பது தெரியவில்லை என்று சொன்னேன். பிரிட்டிஷ் இராணுவம், முகாமுக்குள் வந்தபோது நள்ளிரவாக இருந்தது. மக்கள் தூக்கத்தில் இருந்தார்களா. சாத்தியமான அத்தனை முறைகளிலும் அவர்களுடைய முகங்களில், அவர்களுடைய முதுகுகளில், அவர்களுடைய மார்புகளில் அவர்கள் அடித்தார்கள். மேலும் அவர்கள் தூங்கிக் கொண்டிருக்கும்போது, அவர்களுடைய கால்களைப் பேருந்தோடு கட்டினார்கள். எங்களுள் 23 பேர்களைக் கால்நடையாக அவர்கள் வெளியே கொண்டு வந்தனர், மைதானத்தில் இங்கொன்றும், அங்கொன்றுமாக இரு கம்பங்களும், அவைகளுக்கு இடையே ஒரு கயிறும் இருந்தன. அதற்கேற்ப உங்கள் கால் கயிற்றுக்குக் கீழே வழுக்கி, நீங்கள் மேலே விழுந்து விடுவீர்கள். நான் சொல்லுவது உங்களுக்குப் புரிகிறதா? எல்லா அடிகளோடும், அவற்றை நாங்கள் தாங்கிக்கொண்டோம், அங்கே ஹசன் அல்-சம்பு என்ற ஓட்டுநர் இருந்தார்...

ஹசன்?

ஹசன் அல்-சம்பு. சம்பு. அவரிடம் நான் சொன்னேன், 'ஹசன், நீங்கள் ஏன் அழுகிறீர்கள், என்ன கோளாறு?'

‘எனக்காகவும், உங்கள் அனைவருக்காகவும்தான் நான் அழுகிறேன்.’ அந்தப் பேருந்து இரண்டு பகுதிகளாகப் பிரிக்கப்பட்டிருந்தது. ஒரு பகுதி பிரயாணிகளுக்காக, அங்கு 20 பேர் முன்னால் உட்கார்ந்து இருந்தனர், இன்னொரு பகுதி பொருள்களை ஏற்றிச் செல்வதற்காக இருந்தது. அல்-ஃபடல் என்னிடம் வந்து சொன்னார்,

‘வாருங்கள், நாம் முன்னால் சென்று மெத்தையின் மேல் உறங்கலாம்.’ வழக்கமாக, விசாரிக்கும் அவர்கள் அனைவரும் பேருந்தில் இரவு முழுவதும் தூங்குவார்கள், பிறகு விசாரிக்க வேண்டியவர்களை அவர்கள் கொண்டு வருவார்கள். அவரிடம் நான் சொன்னேன், ‘நான் உள்ளே தூங்க விரும்பவில்லை.’ ஆகவே நான், பிரயாணிகள் பகுதிக்கும், பொருள்களை ஏற்றும் பகுதிக்கும் இடையே இருந்த ‘பிரிப்பான்’ (*divider*) மேல் என் முதுகைச் சாய்த்துக்கொண்டேன். அங்கே ஓர் ஆளுடன் நான் அமர்ந்திருந்தேன். விடியும் வரை அவர்கள் எங்களை அங்குமிங்கும், எங்குமாகக் கொண்டு சென்று கொண்டிருந்தனர். அல்-பஸ்ஸாவுக்கு நெருக்கமாக வாயு நிலையம் இருந்தது. இராணுவம் அதை அங்கு வைத்திருந்தது. பெட்ரோல் நிலையம் இராணுவத்திற்கானது. யூதர் என்று நினைக்கிறேன். அவர் கேட்டார், ‘உனக்கு கொஞ்சம் வாயு நிரப்ப வேண்டிய தேவை இருக்கிறதா?’ அவர் சொன்னார், ‘எனக்குத் தேவை இல்லை.’

அவர் சொன்னார், ‘செல்லுங்கள், அவருக்காக அதை நிரப்புங்கள், தொட்டி முழுவதையும் நிரப்புங்கள்.’ அவர் முழுவதும் நிரப்பினார், நாங்கள் அல்-பஸ்ஸா வழியே பயணம் செய்தோம், எங்களை அதைக் கடந்து செல்லவிட்டார்கள். பேருந்து மூடப்பட்டது. கயிறுகளால் பிணைக்கப்பட்டு, மிகவும் மெதுவாக மணிக்கு 45 கிலோ மீட்டர் வேகத்தில் போய்க்கொண்டிருந்தது. அதற்குப் பின் இராணுவத்தினர், அவர்களுள் 100, 150, 200 பேர் எவ்வளவு பேர் என்று எனக்குத் தெரியாது. உங்கள் கண்களுக்கு எட்டிய தூரம் வரை எண்ணற்ற கார்கள். நாங்கள் அல்-பஸ்ஸாவை அடைந்தோம். அல்-பஸ்ஸா வரை சென்றோம். மேலும் நாங்கள் ‘மர்ஜ பன்னா’வை அடைந்தோம். இக்ரீத்துக்குக் கீழே உள்ள அதை அவர்கள் ‘மர்ஜ பன்னா’ என்று அழைத்தார்கள். அங்குதான் கண்ணிவெடி புதைக்கப்பட்டிருந்தது. அங்கு ஒரு பாலம் இருந்தது, அதற்கு அடுத்தாற்போல் அது இருந்தது.

உங்களுக்கு எதிராகக் கண்ணி வெடிகளை அவர்கள் சாலை நெடுகிலும் புதைத்தார்களா?

ஆம். சாலை நெடுகிலும் இரண்டு குழிகளுக்கு இடையில். அவர்கள் சாலையின் அகலத்தை அளப்பார்கள், ஒரு பக்கம் தண்ணீருக்காக ஒரு குழியும், மற்றொரு பக்கம் இன்னொரு குழியும் பறிப்பார்கள் அத்துடன் இரண்டுக்கும் இடையில் அந்தக் குழாய்...

உங்களுக்கு எதிராக அரேபியர்கள் கண்ணிவெடி ஒன்றைப் புதைத்தார்கள் என்று சொல்கிறீர்களா?

யூதர்கள். பிரிட்டிஷார் அதை அங்கே வைத்தார்கள்.

பிரிட்டிஷார் உங்களுக்கு எதிராக ஒரு கண்ணிவெடியை வைத்தார்களா?

ஆம்.

கண்ணி வெடியை வைத்தவர்கள் பிரிட்டிஷார் என்று உங்களுக்கு எப்படித் தெரியும்?

'அக்கா'வில் உள்ள 'தபுயா'வுக்கு[11] எங்களை அவர்கள் கொண்டு சென்றனர், அங்கிருந்து வெடி பொருள்களைக் கொண்டு வந்தவர்கள் நாங்கள்தான்.

நீங்கள், பேருந்தில் இருந்த மக்களைப் போலவா?

ஆம். நாங்கள்தான் பிரிட்டிஷ் கிடங்கில் இருந்து இழுத்து வந்தோம், குழாயுடன், அதை இங்கே கொண்டு வந்தோம். வெடி பொருள் நிரம்பிய மூன்று கொள்கலன்களில். அந்தக் குழாய்க்கு மூன்று கொள்கலன்கள் தேவைப்பட்டன.

மூன்று கொள்கலன்களில் துப்பாக்கி வெடிமருந்து?

ஆம். ஒவ்வொரு கொள்கலனும் இவ்வளவு பெரிதாக இருந்தது.

அதை நீங்களாகக் கதைக்கிறீர்களா?

இல்லை. அவர்கள் செய்தார்கள். எங்களைப் பொறுத்தவரை அவர்கள் எங்களைக் கொண்டு சென்று, அதைச் சுமந்து வர வைத்தார்கள், காருக்கு அதை நாங்கள் கொண்டு வந்தோம். அவர்கள் கண்ணி வெடியை எங்கள் பக்கம் வைக்கவில்லை, அவர்கள் பக்கமே அதை வைத்தார்கள். அந்தக் கண்ணி வெடி வெடித்ததும் விசாரிக்கத் துவங்கினார்கள்.

7

எதிர்ப்புக் கீதங்கள்

டெட் ஸ்வீடன்பர்க்

1936–39இன் பாலஸ்தீனிய புரட்சி பற்றிய நினைவுகளின் ஒரு பகுதி, பாடல்கள், கவிதைகள் மற்றும் தலைமுறை தலைமுறையாகக் கடந்து வந்த கதைகளின் மூலமாக நீடித்து நிற்கின்றன. 'ஃபாத்திமா அப்துல்லா'வாலும், 'ஹுசைன் லுபானி' யாலும் சொல்லப்பட்டவைகள், அந்த நினைவின் சிறந்த பண்புகள் மற்றும் அதன் வரையறைகள் என இரண்டையும் காட்டியவாறு எடுத்துக்காட்டுகளாகத் திகழ்கின்றன. மூத்தவர்கள் இருவரும் கிராமியப் பின்னணியைக் கொண்டவர்கள்: லுபானி, 'அக்கா'வுக்குக் கிழக்கில் அமையப் பெற்ற 'அல்-தமூன்' இல் இருந்து வந்தவர், 1939இல் பிறந்தவர்; அப்துல்லா, சஃபாத்துக்கு வடமேற்கே அமைந்துள்ள 'சாசா'வில் இருந்து வந்தவர், பிறந்த தேதி தெரியவில்லை. புரட்சி பற்றிய நிகழ்வுகளை நினைவு கூர்வதில் ஒருவரும் போதுமான வயதானவர்கள் அல்ல. அப்துல்லா, குறைந்த அளவு படித்த, குர்-ஆனின் பத்திகளை மனப்பாடமாகச் சொல்லக்கூடியவர். ஆட்சி அதிகாரக் (mandate) காலத்திலிருந்து பாடல்களையும், கதைகளையும் பாதுகாத்து வைத்திருப்பவர். வாய்மொழி வரலாறின் ஒரு தகவல் களஞ்சியம். லுபானி, நேர் மாறாக, நன்கு கற்றவர். UNRWA வில் முன்னாள் ஆசிரியராக இருந்தவர், பல்வேறு நூல்களை எழுதியவர் மற்றும் தொகுத்தவர். மேலும் அவர், நேர்காணல் நடத்தப்பட்டதற்குப் பின்னர், அவருடைய 'பிரசித்தி பெற்ற பாலஸ்தீனிய பாடல்களின் அகராதி' என்ற நூலில் வெளியிடப்பட்ட சில கவிதைகளை உள்ளடக்கிய ஒரு கையெழுத்துப் பிரதியில் இருந்து, இங்கே அவர் படிக்கிறார்.[1]

லுபானி, தன் கருத்துகளை சொல்லத் துவங்கும்போது, குறிப்பிடுவது போல, நவீன பாலஸ்தீனிய வரலாறு, ஒரு 'பிணைக்கப்பட்ட புரட்சிகளின் தொடர்ச்சி' என்று காண முடியும். ஆகவே, புரட்சி பற்றிய நினைவுகளுக்கு அது வரும் போது, பாலஸ்தீனியர்களுக்கு மற்ற சகாப்தங்களில் இருந்து, விவரிப்புகளை ஒருங்கிணைப்பதும்,

ஒன்று கலக்கச் செய்வதும் மிகவும் பொதுவான ஒன்றாக இருக்கிறது. ஃபாத்திமா அப்துல்லா, பிரிட்டிஷாருக்கு எதிராகப் பாடப்பட்ட பாடல்களைப் பற்றிக் கேட்கப்பட்ட வேளையில், அவர் பெரும்பாலும், 1920களின் துவக்க நாள்களில் இருந்த மிகவும் பழைய பாடல் ஒன்றுக்குச் செல்கிறார்:

‘ஓ இனியவனே, ஓ என் இனியவனே

பாரீஸை, ஃபெய்சல் விட்டகன்றான்

ஆட்டோமன் ஆட்சி போய்விட்டது

இங்கு இருப்பதோ பிரிட்டிஷ் ஆட்சி.’

இந்தப் பாடல், 1919இல் நடந்த பாரிஸ் சமாதான மாநாட்டிற்குப் பின் இளவரசன் ஃபெய்சல் சிரியாவுக்குப் பயணமாகிப் போய் விட்டதையும், 1917-18இல் ஆட்டோமன்களின் வெளியேற்றத்திற்குப் பின்னர், பிரிட்டிஷாரின் பாலஸ்தீன ஆக்கிரமிப்பைப் பற்றியும் குறிப்பிடுகிறது. ஆங்கில மொழி பெயர்ப்பு, நினைவில் நிறுத்த உதவும் கருவிகளாகப் பயன்படும், ஓசை நயமிக்க ‘அஜீஸ்’ (*dear*), ‘பாரீஸ்’ (*Paris*) மற்றும் ‘இங்கிலிஷ்’ (*English*) ஆகிய அரேபியப் பாடல் வரிகளின் எளிமையையும், கவர்ச்சியையும் உட்கிரகிக்கத் தவறிவிடுகிறது. (வேடிக்கையாக, இந்த வரிகளுக்குப் பின்னர், இந்தப் பாடல், அரசியலில் இருந்து அன்பின் உருவகப்படுத்திய வெளிப்பாடுகளாக மாறி விடுகிறது).

‘யா அஜீஸ், யா அஜீஸ்

ஃபெய்சல் ராவா மின் பாரிஸ்(Bariz)

ரா ஹுகும் அல்-உஸ்மான்லி

இஜா ஹுகும் அல்- இங்க்லிஸ்.’

லுபானி, புரட்சியைப் பற்றிக் கேட்கப்பட்ட போது, முதலில் அவர், கிளர்ச்சிக்கு முந்தைய புகழ்பெற்ற பாடல் ஒன்றுக்குத் திரும்புகிறார், அது ‘மின் சிஜன் ‘அக்கா’ (‘*from Akka prison*’) என்றும், ‘அல்-தலாதத் அல்-ஹம்ரா’ (‘*The Bloody Three*’) என்றும் நன்கறியப்பட்ட ஒன்று. 1929ஆம் ஆண்டின் ‘புராக் எழுச்சி’ என்று அறியப்பட்ட எழுச்சியில் அவர்தம் பங்குபணிக்காக, பிரிட்டிஷ் ஆட்சியாளர்களால் மரண தண்டனைக்கு ஆளான மூன்று பாலஸ்தீனியர்களை அது நினைந்து போற்றுகிறது. லுபானி, ‘ஒரு சவஅடக்க ஊர்வலம்’ என்று தொடங்கும் அப்பாடலின் ஒரு பகுதியைப் பாடுகிறார். இந்தப் பாடல் புகழ்பெற்ற கவிஞர்-பாடகர் ‘நூ இப்ரஹிம்’

என்பவரால் இயற்றப்பட்டது. டமாஸ்கஸை இருப்பிடமாகக் கொண்ட, பாலஸ்தீனிய நாட்டுப்புற இசைக் குழுவான 'ஃபிர்கத் அகானி அல்-அஷிகின்' (*Songs of the Lovers Ensemble*-நேசிப்போர் இசைக் குழு பாடல்கள்- மொ.ர்), அதன் அழகிய வடிவத்தை ஒலிநாடாவில் பதிவு செய்து பரவலாகப் பரப்பியது. அதன் பிறகு, 1970 மற்றும் 1980களின் பாலஸ்தீனிய சமூகங்களில் மிகவும் புகழ்பெற்ற ஒன்றாக ஆனது. இந்தப் பாடல், மரண தண்டனைக்கு ஆளான மனிதர்கள் - ஃபூ அத் ஹிஜாஸி, அடா அல்- ஜிர் மற்றும் முகம்மது ஜம்ஜூம் - ஆகியோரைத் 'தேசிய மாவீரர்களாக' ஆக்க உதவியது. இந்தப் பாடலின் வரிகளுக்கு முற்றிலும் மாறாக, சஃபாத்திலும், ஹெப்ரானிலும் துப்பாக்கிகளுடன் ஆயுதம் ஏதும் தரிக்காதிருந்த, பெரும்பாலும் உள்நாட்டைச் சேர்ந்த, அரபு மொழி பேசுகின்ற 133 மிகப் பழைமைவாத யூதர்கள் (*Orthodox Jews*) கொலையில், அவர்களுடைய பங்கிற்காக மூன்று பேரும் விசாரிக்கப்பட்டு, தண்டனைக்கு உள்ளாக்கப்பட்டனர். 1929ஆம் ஆண்டு கொலைகளைத் தொடர்ந்து பாலஸ்தீனிய தேசியத் தலைமை, இந்த நிகழ்வுகளுக்காக எந்தப் பொறுப்பையும் ஏற்க மறுத்தது; ஆனால் ஓராண்டு அல்லது ஈராண்டுகளுக்குள், குறிப்பாகப் பொதுவெளியில் அவர்களுடைய மரண தண்டனை நிறைவேற்றப்பட்டவுடன், அந்த மூன்று பேரும் தேசிய அடையாளங்களாகக் கருதப்படத் தொடங்கினர்.[2] நூ இப்ரஹீமின் பாடல் மூன்று பேரின் செயல்பாடுகள் பற்றிய உறுதியான எந்த விவரங்களையும் குறிப்பிடவில்லை. அதற்குப் பதிலாக, சியோனிசத்திற்கும், காலனியத்திற்கும் எதிரான சண்டைகளில் தியாகிகளாகிய அனைத்து பாலஸ்தீனர்களின் 'புனிதப் போராளிகளின்' சின்னமாக அவர்களை முன்வைக்கிறார்.

நூ இப்ரஹீம், 1936-39 புரட்சியின், பெரும்பாலும் மிகவும் போற்றப்பட்ட புகழ்வாய்ந்த கவிஞர் மற்றும் பாடகர். மேலும் ஃபரான் சலாமின் பாடல்களுக்குத் திரும்புமுன், லுபானி படிக்கின்ற அனைத்துப் பாடல்களின் ஆசிரியராக வாய்க்கப் பெற்றவர் அவர். 1913இல் பிறந்த இப்ரஹீம், ஹைஃபாவில் தொழிலாளி வர்க்கச் சூழ்நிலையில் வளர்ந்தார். மேலும் சமூக அமைப்புகளுக்காகவும், தொழிலாளர் சங்கங்களுக்காகவும் பாடிய வண்ணம், ஓர் இளைஞராக, நன்கு அறியப்பட்ட பாடகராகவும், கவிஞராகவும் ஆனார். இறுதியில், அவர் பல்வேறு 'வினைல்' (*vinyl*) இசைத் தட்டுப் பதிவுகளைச் செய்ததோடு, பாலஸ்தீனத்திற்கு வெளியே, பெய்ரூட், கெய்ரோ மற்றும் டமாஸ்கஸ் உள்ளிட்ட

மாநகரங்களில் நிகழ்ச்சிகளை நடத்தவும் செய்தார். 1930களில், 'ஷெய்க் ஈஸ் அல்-தீன் அல்- க்வாசம்'மின் தலைமறைவு இயக்கத்தில் சேர அவர் ஆளெடுப்பும் செய்யப்பட்டதாகத் தோன்றுகிறது. 1937இல் அவரது அரசியல் ரீதியான நடவடிக்கைகளுக்காகக் கைது செய்யப்பட்டு, 'ஏக்கர்' சிறையில் ஐந்து மாதங்கள் அடைக்கப்பட்டார். அங்கே விவசாயக் கிராமங்களில் இருந்து வந்த மற்ற சிறைக் கைதிகளுடன் அவர் நெருங்கிய தொடர்பு கொண்டவராக ஆனார். ஆகவே, அவர் விடுதலை ஆனவுடன், அவருடைய பழைய பாடல்களை விடவும் மிகவும் எளிதான, மிகவும் நேரடியான கிராமப்புறப் பாரம்பரியங்களில் வேரோடும் கவிதைகளை இயற்றத் துவங்கினார்.[3] சிறையை விட்டு நீங்கியதும், ஒரு போராளிக் கவிஞராக, புரட்சிகர சக்திகளுடன் இப்ரஹீம் இணைந்தார், மேலும் ஒரு 'க்வாசமியவாதியும்' (*Qassamite* - புரட்சிக்குத் தலைமை தாங்கிய அல்-க்வாசமை பின்பற்றுபவர் - மொ.ர்), 'கலிலீ' பகுதியின் புரட்சிப் படைத் தலைவருமான, 'அபு இப்ரஹீம் அல்-கபீர்' என அறியப்பட்டவருமான 'கலீல் முகம்மது ஈசா'வின் தலைமையின் கீழ் பணிபுரிந்ததாகத் தோன்றுகிறது. 1938 அக்டோபர் 28ஆம் தேதி அன்று, இப்ராஹீம் அவரது சக போராளிகள் மூவரோடு, 'மஜித் அல்-க்ரம்'மில் இருந்த அவரது உறவினர்களுள் சிலரைப் பார்ப்பதற்காக அவரது வழியில் சென்றுகொண்டிருந்தார். அதே வேளையில் அவரது குழுவினர், ஒரு பிராந்தியச் சுற்றி வளைப்பு மற்றும் தேடுதல் வேட்டையை நடத்திக்கொண்டிருந்த பிரிட்டிஷ் படையால் கண்டுபிடிக்கப்பட்டனர் - அந்தக் காலத்தில் பாலஸ்தீனியர்கள் அந்த நடவடிக்கையை 'தாவ்க்'(*tawq*) என்று குறித்தனர். ஒரு துப்பாக்கிச் சண்டை தொடர்ந்தது. மேலும் இப்ரஹீமும், அவரது மூன்று தோழர்களும் தம்ரா[4] கிராமத்தின் அருகே கொல்லப்பட்டனர். கவிஞர் மற்றும் பாடகராக நூ இப்ரஹீமின் தொழில் சார்ந்த வாழ்க்கை ஒப்பீட்டளவில் குறுகியதாக இருந்தபோதும், மனதில் ஆழப் பதிகின்ற, பெரும் பாதிப்பை ஏற்படுத்துகின்ற கவிதைத் தொகுதியை அவருக்குப் பின்னே விட்டுச் சென்றிருக்கிறார்.[5] பாலஸ்தீனத்தில் உள்ள நிலைமையை, 1935க்கும் 1938க்கும் இடைப்பட்ட காலத்திய ஒரு கவிதையில், 'நக்பா' நிகழ்வுக்கு வெகு காலத்திற்கு முன்பாகவே, ஒரு நக்பா அல்லது ஒரு பேரழிவாக விவரிக்கிறார் என்பது இங்கே ஆர்வத்தைத் தூண்டுவதாக இருக்கிறது.

'ஷெய்க் ஈஸ் அல்-தீன் க்வாசம்' பற்றியும் மற்றும் 'யா பாத்' வனப்பகுதியில் 1935 நவம்பரில் பிரிட்டிஷாருடன் நடந்த சண்டையில் உயிர்த் தியாகம் செய்தது பற்றியும், நூ இப்ரஹீமால் இயற்றப்பட்டு சொல்லப்பட்ட இன்னொரு கவிதையில் இருந்து லுபானி படிக்கிறார். 'க்வாசம்' சிரியாவில் பிறந்தார், அல்-அஸார் பல்கலைக் கழகத்தில் கல்வி பயின்றார். மேலும் 1919-20இல் பிரெஞ்சு ஆக்கிரமிப்புக்கு எதிராக சிரியாப் புரட்சியின் ஒரு தலைவராக அவர் இருந்தார். பிரெஞ்சுக்காரர்களால் மரண தண்டனை விதிக்கப்பட்ட அவர், பாலஸ்தீனத்தில் அடைக்கலம் ஆனார். 1920களின் இடைக்காலத்தில், ஹைஃபாவின் உழைக்கும் வர்க்கத்தினருக்கும், ஏழை மக்களுக்கும் ஓர் ஆசிரியராகவும், மத போதகராகவும் பணி புரிந்தார். ஓர் ஆயுதப் போராட்டத்தைத் துவக்கும் நோக்கத்துடன், ஹைஃபாவையும், அதைச் சுற்றியுள்ள கிராமங்களிலும் ஒரு தலைமறைவுக் குழுவினர்களின் கட்டமைப்பை உருவாக்கத் தொடங்கினார். 1935 நவம்பரில், க்வாசம், அவருடைய ஆட்களுள் பலரையும், ஆக்கிரமிப்புக்கு எதிரான கொரில்லா போரைத் துவங்க குன்றுகளுக்கு அழைத்துச் சென்றார். ஆனால், தலைமறைவுப் போர் இயக்கத்தின் *(Maquis)* சில நாள்களுக்குப் பிறகு அவர்கள் பிரிட்டிஷாரால் கண்டுபிடிக்கப்பட்டு வேட்டையாடப்பட்டனர். ஆயினும், 'யா பாத்'தில் நடந்த போரும், க்வாசமின் முன்னுதாரணமும் க்வாசமின் உயிரோடிருக்கும் தளபதிகளுள் பலரும் தலையாயப் பங்காற்றிய 1936-39 புரட்சியின் எச்சங்களாகத் திகழ்கின்றன.[6]

'ஈஸ் அல்-தீன் அல்-க்வாசம் மீதான ஒப்பாரி *(firitha)*' என்று தலைப்பிடப்பட்ட நூ இப்ரஹீமின் கவிதை ஒன்றின் ஒரு பகுதியை லுபானி படிக்கிறார். அரேபிய மொழியில், கவிதை வரியும், எதுகை மோனையின் முறையும், ஓசை நய அளபெடையும் எளிமையானவை, நேரானவை அத்துடன் வலிவு மிக்கவை. ஒவ்வொரு பத்தியின் *(stanza)* முதல் மூன்று வரிகளும் எதுகை மோனைகளாகவும், நான்காவது வரி, திருப்பிச் சொல்ல வேண்டிய ஒரு வரியின் கடைசி சொல்லுடன் எதுகை மோனையாகவும் அமைகின்றன. 'ஈஸ் அல்-தீன்: யா கிசாரா, யா ஈஸ் அல்-தீன்' (ஓ! என்னே பேரிழப்பு, ஓ ஈஸ் அல்-தீன்). கவிதையின் வடிவமே இதனால் கூட்டுப் பங்கேற்பைத் தூண்டுகிறது. கவிஞர் - அல்லது பாடலை ஓதுபவர் அல்லது பாடகர் - பார்வையாளர்களுக்கு, ஒவ்வொரு பத்தியின் நான்காவது வரியுடன், திருப்பிச் சொல்ல வேண்டிய சொல் ('லசாமா' என்று அறிந்த ஒன்று) வரும் போது, ஒவ்வொரு பத்தியின் முடிவிலும் 'யா கிசாரா, யா எஸ் அல்-தீன்'

எனச் சேர்ந்து பாடுவதற்கு உற்சாகப்படுத்திய வண்ணம் சைகை செய்கிறார்.

'ஈஸ் அல்-தீன், யா மர்ஹூம்
சவ்தக் தாரிஸ் லில்- அம்யூம்
ஆ, லா குனில் அத்யூம்
யா கபீர் அல்-முஜாஹிதீன்
யா கிசாரா, யா ஈஸ் அல்-தீன்.'

இதன் பொருள் வருமாறு:

'ஈஸ் அல்-தீன், ஓ மறைந்தாய் நீ
உன் மரணம் தந்தது பாடம் நமக்கு
ஓ என்றும் எம்முடன் இருந்தாய் நீ
முஜாஹிதீனின் தலைவன் ஆனாய்
ஓ என்னே இழப்பு, ஓ ஈஸ் அல்-தீன்.'

மற்ற வெளியீட்டுப் பதிப்புகளில் அவை வெளிப்படும் முறையில் இருந்து ஓரளவுக்கு வேறுபட்ட முறையில் இருந்த இந்த வரிகளை லுபானி படிக்கிறார். ஆனால், இது வாய்மொழிப் பாடல், ஆகவே ஒரு கவிதையின் வரிகள், அவற்றை ஓதுபவர் எவராலும் அங்கிங்குமாக இடம் மாற்றப்பட்டிருக்கலாம்.

ஆறு மாதக் காலம் நீடித்த பொது வேலை நிறுத்தமாகத் துவங்கிய - 1936-39இன் புரட்சி, கிராமப்புறத்தில் அடித்தளத்தைக் கொண்ட போராளிகளால் தொடுக்கப்பட்ட ஓர் ஆயுதக் கிளர்ச்சியாக உருக் கொண்டு வளர்ந்ததை, லுபானி நமக்கு நினைவுபடுத்துகிறார். அல்-மின்டார் போர் என்றும் அறியப்படும் 'பலா' போரைப் புகழ்ந்து ஏற்றுகின்ற இப்ரஹீமின் இன்னொரு பாடலில் இருந்தும் அவர் படிக்கிறார். துல்க்கார்ம் மற்றும் நப்லஸை இணைக்கின்ற நெடுஞ்சாலைக்கு நெருக்கமாக, துல்க்கார்மில் இருந்து 9 கிலோ மீட்டர்களில் அமைந்துள்ள 'பல்லா' கிராமத்திற்கு அருகே அது நடைபெற்றது. ஜபல் அல்-மின்டார் என்பது, துல்க்கார்மை பார்த்தவாறு, கிராமத்திற்கும், மாநகருக்கும் இடையே அமைந்திருந்த ஒரு மலையாகும்.

1936, செப்டம்பர் 2-3இல் நடந்த 'பலா' போர், 'ஃபாஷி அல்-தீன் அல்-காவுக்ஜி' தலைமையின் கீழ் பாலஸ்தீனிய புரட்சியாளர்கள் சண்டையிட்ட மூன்று முக்கிய நிகழ்வுகளுள் ஒன்று.[7] சிரிய,

மற்றும் அரேபிய தேசியவாதியாகிய (Pan- Arabic) காவுக்ஜி, 1919-20இல், சிரியாவில் பிரெஞ்சு ஆக்கிரமிப்பிற்கு எதிராக, ஃபெய்சல் மன்னர் பக்கம் இருந்து சண்டையிட்ட ஒரு ஆட்டோமன் இராணுவ அதிகாரி. பிறகு 1925-27 இன் மாபெரும் சிரியப் புரட்சியில் மீண்டும் ஒருமுறை பிரெஞ்சு காலனியத்தை எதிர்த்துச் சண்டையிடுவதில் இருந்து விலகுவதற்கு முன்பாக, பிரெஞ்சுக் கட்டளை அதிகாரிகளால் உருவாக்கப்பட்ட 'சிரிய போர்ப்படை அணியில்' சேர்ந்தார். 1920களின் பிந்தைய ஆண்டுகளிலும், 1930 களின் முந்தைய ஆண்டுகளிலும், காவுக்ஜி, சவுதி அரேபியாவில் மன்னர் 'இபின் சவுத்'தின் இராணுவத்திற்குப் பயிற்சி அளிக்க உதவினார். 1932இல் 'பாக்தாத்'திற்கு மீண்டும் இடம்பெயர்ந்தார், அங்கு ஈராக் இராணுவக் கலைக்கழகத்தில் ஒரு பயிற்சியாளராகப் பணி புரிந்தார். சிரியா மற்றும் ஈராக்கில் இருந்து வந்த தொண்டர்களுடன், 1936 ஆகஸ்ட் பிற்பகுதியில், ஆயுதப் புரட்சியில் கலந்துகொள்ள பாலஸ்தீனத்தில் நுழைந்தார். அத்துடன் அதன் தலைவராகத் தன்னை அறிவித்துக்கொண்டார். விரைவாக, அவர் ஆயுதம் தாங்கிய பாலஸ்தீனிய எதிர்ப்புப் போராளிகளின் ஓர் ஒன்றுபட்ட, மையப்படுத்தப் பட்ட அமைப்பை உருவாக்கினார். அதனுடைய இராணுவச் செயல்திறன் விரைவிலேயே முன்னேற்றம் அடைந்தது.

காவுக்ஜியின் பாலஸ்தீன, சிரிய மற்றும் ஈராக்கியக் கூட்டுப் படைகள், துல்க்கார்ம்-நப்லஸ் நெடுஞ்சாலையில் பயணித்துக் கொண்டிருந்த பிரிட்டிஷ் இராணுவக் குழு மீது மறைந்திருந்து தாக்குதலைத் தொடுத்தபோது, 'பலா' போர் துவங்கியது. காலனியப் படைக்குழு, நப்லஸில் இருந்த பிரிட்டிஷ் தளத்தில் இருந்து தங்கள் வலிமையை அதிகரித்துக்கொள்ள படைகளை உதவிக்கு அழைத்தது. டாங்குகளும், பீரங்கிகளும், வானூர்திகளும் போரில் நுழைந்தவுடன், காவுக்ஜியின் படைகளை அவர்கள் விரட்டியடிக்க முடிந்தது. பிரிட்டிஷார் போரில் வெற்றி பெற்றதாக அறிவித்த போதிலும், அவர்களுடைய அறிக்கைகள், அவர்களின் எதிரிகள் இராணுவ ரீதியாக ஓரளவுக்குத் தங்களைத் தாங்களாகவே விலக்கிக் கொண்டனர் என்று குறிப்பிட்டன. காவுக்ஜியும், பாலஸ்தீனர்களும், குறிப்பாக, பிரிட்டிஷாரின் இரண்டு போர் விமானங்களைச் சுட்டு வீழ்த்தியதில் - போற்றத்தக்க வெற்றி அது - மற்றும் இன்னொரு நாள் போர் புரிய வேண்டி அவர்களுடைய படைகளைப் பின்வாங்கச் செய்ததில் பெற்ற வெற்றியின் அடிப்படையில், 'பலா'வில் ஒரு வெற்றியைப் பெற்றதாக அறிவித்தார்கள்.[8]

‘பலா’வில் நடந்த போருக்குப் பிறகு, காவுக்ஜியின் பதவிக்காலம், படைத் தலைவராக ஐந்து வாரங்களுக்கு மட்டுமே நீடித்தது. இந்தக் காலத்தில் தொடர்ந்து இன்னும் இரண்டு முக்கியமான கூட்டு நடவடிக்கைகளை நடத்தினார். பாலஸ்தீனத்தில் அவரது வருகையும், அவரது தலையீடும் காலனியப் படைகளின் இராணுவப் போர்த்திறமையை உயர்த்தியது என்ற உண்மை பாலஸ்தீனர்கள் இடையே மாபெரும் கொண்டாட்டத்திற்கான காரணமாகியது; மேலும் பல புகழ்பெற்ற கவிதைகளும், பாடல்களும் அவரைப் பற்றியும், அவரது போர்கள் பற்றியும் இயற்றப்பட்டன. ஆனால் ஆயுதம் தாங்கிய பாலஸ்தீனிய எதிர்ப்புப் படையினருக்குத் திருப்புமுனைகள் பல ஏற்பட்டாலும், அரேபிய உயர்மட்டக் குழு - பாலஸ்தீனிய தேசியத் தலைமை - 1936 அக்டோபரில் வேலை நிறுத்தத்தை விலக்கிக் கொண்டது, மேலும் ஃபவ்சி அல்-தீன் மற்றும் அவரது தொண்டர்களை பாலஸ்தீனத்தில் இருந்து விலகச் செய்தது.[9]

நூ இப்ரஹீமின் ‘பலா’ பற்றிய கவிதை எளிய, நேரடியான, எளிதில் நினைவில் கொள்ளத்தக்க எதுகை மோனைகளால் எழுதப்பட்டது:

‘பய்ன் பல்லா வா அல்-லெய்யா[10]
திஸ்மா அல்-மவுசெர் தெய்யா
பய்ன் அல்லா வா அல்-மின்தார்
சர் இஷி உம்ரு மா சார்
பய்ன் பல்லா வா அல்- மின்தார்
தபஹ்னா ஜெய்ஷ் அல்-குஃபார்

பொருள்:

‘பலா, அல்-லெய்யா இடையே
நீங்கள் மவுசர் இடியொலி
கேட்டிடலாம்
பலா, அல்-மின்தார் இடையே
முன் நிகழாஒன்று நடந்த தங்கே
பலா, அல்-மின்தார் இடையே
நம்பா தவர்படை நாமழித்தோம்’

(குறிப்பு: மவுசர் என்பது ஒருவகை துப்பாக்கி-மொ.ர்)

லுபானி, பாலஸ்தீனத்தில் போர் புரிய சிரிய மற்றும் ஈராக்கிய தொண்டர்களை நியமனம் செய்ய உதவிய, காவுக்ஜியின் நண்பரும், தோழர்களுள் ஒருவருமான 'சேய்த் அல்-ஆஸ்'ஸை புகழ்கின்ற இன்னொரு கவிதையைப் படிக்கின்றார். 'அல்-ஆஸ்' ஆட்டோமன் இராணுவத்தில் ஓர் அதிகாரியாகப் பணி புரிந்தார், சிரியாவில் மன்னர் ஃபெய்சலின் பக்கம் நின்று சண்டையிட்டார், மேலும் 1925-27இன் மாபெரும் சிரியப் புரட்சியின் போது, காலனிய எதிர்ப்புப் போராளிகளைத் தலைமை தாங்கி வழி நடத்தினார். அந்த ஆயுத எழுச்சி அடக்கப்பட்ட போது, அல்-ஆஸ் 'அம்மான்'இல் நாடு கடத்தலுக்கு உள்ளானார்; பிரிட்டிஷாரால் ஜோர்டானில் இருந்து வெளியேற்றப்பட்ட அவர், சவுதி அரேபியாவில் தன் பழைய தோழர் காவுக்ஜியுடன் போய்ச் சேர்ந்தார். அல்-ஆஸ், க்வாசமுக்கும் நண்பராக இருந்தார் என்று லுபானி உறுதியாகக் கூறுகிறார். அவர் அவ்வாறு இருந்திருக்கலாம். ஏனெனில் 1919-20இல் பிரெஞ்சுக்காரர்களுடன் இருவரும் சண்டை இட்டனர். சிரியாவில் ஜப்லாவில் இருந்து க்வாசம் வந்தவர் என்று சொல்வதில் லுபானி சரியாக இருக்கிறார். ஆனால், அல்-ஆஸ், ஜப்லாவுக்கு அருகில் இருந்து வந்தவர் என்பது சரியல்ல, ஏனெனில் பிந்தையவர், 'ஹமா'வில் பிறந்து வளர்ந்தவர். பிரிட்டிஷாரால் 'பயங்கர முக்கோணம்' என்று அறியப்பட்ட, ஜெனின், துல்க்கார்ம் மற்றும் நப்லஸுக்கு இடைப்பட்ட, காவுக்ஜி சண்டையிட்ட போர்கள் நிகழ்ந்த மலைப் பகுதியான 'முக்கோண'த்தில் அல்-ஆஸ் பணி புரியவில்லை. அதற்குப் பதிலாக, 'செய்த் அல்-ஆஸ்' பெத்லகேம் மற்றும் ஹெப்ரான் பகுதியில், ஜெருசலேமிற்குத் தெற்கே இருக்கும் மலைகளில், ஆயுதமேந்திய எதிர்ப்புப் போருக்குத் தயாராக உதவி செய்தார். 1936 செப்டம்பர் 24ஆம் நாள், 'ஹலூல்' அருகே பிரிட்டிஷாரை அவரது படைகள் சந்தித்த பிறகு, பிரிட்டிஷார் அந்தப் பகுதியில் தேடுதல் மற்றும் சுற்றி வளைப்பு நடவடிக்கையைத் துவக்கினர். அல்-ஆஸும் அவரது நிரந்தரப் போராளிகளின் ஒரு சிறிய குழுவும், பிரிட்டிஷ் விமானத்தால், கண்டறியப்பட்டு பிறகு பெத்லகேமிற்கு அருகில் அல்- கிதிர் கிராமத்தில் மறைந்திருந்து தாக்கப்பட்டனர். அல்-ஆஸ், போரில் தனது மரணத்தைச் சந்தித்தார். அதே வேளையில் அவரது தளபதி பாலஸ்தீனியர், அப்த் அல்-காதிர் அல்- ஹுசைனி காயமடைந்தார்.[11]

காலனிய ஆக்கிரமிப்பிற்கு எதிரான தேசிய எதிர்ப்புப் போரைத் தலைமை தாங்க, 1936இல் உருவாக்கப்பட்ட அமைப்பான அரேபிய

உயர்மட்டக் குழுவின் (AHC) தலைவரும், உச்சபட்ச முஸ்லீம் சபையின் தலைவருமான முஃப்தி ஹஜ் அமீன் அல்- ஹுசைனி பற்றி லுபானி மற்றும் அப்துல்லா இருவரும் குறிப்பிடுகின்றனர். அரேபிய உயர்மட்டக் குழுவை பிரிட்டிஷார், 1937 செப்டம்பரில் தடை செய்தனர். முஃப்தி கைது செய்யப்படுவதில் இருந்து தப்பிக்க லெபனானுக்குத் தப்பி ஓடினார். லுபானி படிக்கின்ற கவிதை, (இப்ரஹீமால் எழுதப்பட்டது என அனுமானிக்கப்படுகிறது) நாடு கடத்தப்பட்டு இருந்த முஃப்தி (மதப் பிரச்சினைகளில் நீதி வழங்கும் அதிகாரம் பெற்றவர்-மொ.ர்) பற்றிக் குறிப்பிடுகிறது:

'அரேபியர்களின் நீதியரசர் (முஃப்தி)

அழைக்கிறார் லெபனான் மலைகளில் இருந்து.'

பாலஸ்தீனியர்களின் நீதியரசர் என்று இல்லாது, அரேபியர்களின் ஒட்டு மொத்த நீதியரசராக ஹஜ் அமீன் குறிப்பிடப்படுவது, குறிப்பிடத்தக்கது, மேலும் 'பாலஸ்தீனத்தை, அதன் எதிரிகளின் பிடியில் இருந்து காப்பாற்றுக!' என்று அந்தக் கவிதை அரேபியர்களை அறைகூவி அழைக்கிறது. பின்னாட்களில் இருவரும் சண்டையிட்டுக்கொண்டாலும், துவக்கத்தில் அரேபிய உயர் மட்டக் குழுவை அமைக்க உதவுமாறும், புரட்சியை நடத்தவும் காவுக்ஜியைக் கேட்டுக் கொண்டவர் ஹஜ் அமீன்தான். காவுக்ஜி, அல்-ஆஸ் மற்றும் சிரியா, இராக்கில் இருந்து வந்த மற்ற தொண்டர்களும் புரட்சியில் இணைந்தனர். பத்து 1930 களின் போது, அரேபிய உலகம் முழுவதும் ஒருமைப்பாட்டை பாலஸ்தீனியப் போராட்டம் எவ்வாறு தூண்டியது என்பதற்கு நற்சான்றாகும்.

'அனைத்து அரேபியரும் திரண்டார்கள்

வளைகுடாவில் இருந்து டெட்டுவான் (மொராக்கோ) வரை'

எனத் துவங்கும் இக்கவிதையில் இருந்த வரி, மிகைப்படுத்தப்பட்ட ஒன்றல்ல; ஏனெனில் 1929ஆம் ஆண்டிலிருந்து, பாலஸ்தீனிய போராட்டத்திற்கு அரேபிய மற்றும் முஸ்லீம் ஒருமைப்பாட்டைக் கோரிய வேண்டுகோள்கள், வடக்கு ஆஃப்ரிக்காவில் இருந்த பிரெஞ்சு காலனிய அதிகாரிகளைக் கவலையுறச் செய்தன என்பது பற்றிய அறிக்கைகள் பல இருக்கின்றன.

ஒரு திருமணத்திற்கு அவரது 'சாசா' கிராமத்திற்கு வருகை புரிந்தது பற்றிய ஒரு கதையில் முஃப்தி பற்றித் தன் பங்கிற்கு, அப்துல்லா குறிப்பிடுகிறார். அவர் விவரிக்கும் புரட்சியுடன்

எந்தத் தொடர்பும் இல்லாததாகத் தோன்றும் சம்பவங்களில் இருந்து எதையும் புரிந்துகொள்வது கடினமாக இருக்கிறது. அவரது கிராமமான சாசாவில் இருந்து வந்த மக்களுக்கும், 'தேய்ர்' (பெரும்பாலும் சாசாவுக்குச் சற்று மேற்கே இருக்கும் கிராமமான தேய்ர் அல்-காசி) கிராம மக்களுக்கும் இடையே நிகழ்ந்த தகராறு பற்றி அவர் சொல்கிறார். திருமணங்களில் பாடுவதை வழக்கமாகக் கொண்ட, நூ இப்ரஹீம் மற்றும் ஃபரான் சலாம் போன்ற புகழ் பெற்ற கவிஞர்களாகிய 'நாடோடி இசை வாணர்கள்' (*travelling troubadours*) பற்றிய அவரது விவரிப்புதான் மிக முக்கியமானது. அவர் விவரிக்கும் நிகழ்வுக்கு இரண்டு கவிஞர்கள். கவிஞர்-பாடகர்களோடு சேர்ந்து வரும் கூட்டுப் பாடல்களின் போது பாடுவதற்கும், கையொலி எழுப்பவும் இணைந்துகொள்ளும் அவர்களின் பரிவாரங்களோடு (ஹடயே - *hadayeh*) வாடகைக்கு அமர்த்தப்பட்டனர். இது போன்ற நிகழ்ச்சிகளில் வழக்கமாக இருப்பது போல், அந்த இசைவாணர்கள் ஒருவரோடு ஒருவர் போட்டியிடுவார் மேலும் இருவரும் 'முஃப்தி'யைப் புகழ்வார்கள்.

நாசரேத்துக்கு அருகிலுள்ள 'அல்- முஜாய்தில்' கிராமத்தில் இருந்து வந்த இன்னொரு புகழ்பெற்ற கவிஞர் ஃபரான் சலாமின் கவிதைகளில் இருந்தும் லுபானி படிக்கிறார். 1917இல் பிறந்த அவர், கிராமத்தில் இருந்த கிறித்தவப் பள்ளி ஒன்றில் கல்வி கற்றார், பாலஸ்தீனக் காவல்துறையில் சேரச் சென்றார் அதன் பிறகு புரட்சியில் இணைத்துகொண்டார், அதில் போராளி, கவிஞர் என இருவராகப் பணிபுரிந்தார். இன்று நூ இப்ரஹீம், சலாமை விடவும் மிகச் சிறப்பாக நினைவுகூரப்பட்டாலும், பின்னவர், 1936-39 புரட்சியின் மிகமிக முக்கியமான புகழ்பெற்ற இரண்டாவது கவிஞர் ஆவார். ஆயுத எழுச்சி முடிவுற்ற பிறகு, அவரது கிராமத்திற்குத் திரும்பும் முன் ஜோர்டானுக்கு வெளியே சிறிது காலம் நாடு கடத்தலுக்கு உள்ளாகி வாழ்ந்தார். 1948இல் - சியோனிசப் படைகள் 'அல்- முஜாய்தில்'லை ஆக்கிரமித்து, வசித்து வந்த மக்களை அகற்றி அக்கிராமத்தை வெறுமையாக்கி, அதன் அனைத்துக் கட்டடங்களையும் (தேவாலயம் தவிர) எரித்துத் தரைமட்டமாக்கினர். அப்போது சலாம் சிரியாவுக்குத் தப்பி ஓடினார். அங்கே டமாஸ்கஸின் புறநகர்ப் பகுதியில் இருந்த 'யார்முக்' முகாமில் அவர் வாழ்ந்தார். லுபானி சொல்கின்றபடி, PLO (பாலஸ்தீனிய விடுதலை அமைப்பு - *Palastine Liberation Organisation*- மொ.ர்) உருவாக்கப்பட்ட பின்னர், சலாமின்

பாடல்கள் பாலஸ்தீனிய எதிர்ப்புப் படை வானொலியில் ஒலிபரப்பப்பட்டன. 1999இல் அபுதாபியில் சலாம் காலமானார்.[12]

லுபானி படித்த சலாமின் ஒரு கவிதையில் முக்கியமான கருப்பொருள்கள், இடையே அவர் எழுப்புகின்ற ஒன்று, பாலஸ்தீனம், 'இயேசுவின் தொட்டில்' என்ற ஒரு நினைவூட்டல்தான். இந்தக் கவிஞர், கிறித்தவர்கள், முஸ்லீம்கள் என இரு சாராரும் வாழ்ந்த இயேசு பிறந்த ஊரான பெத்தலஹேமில் உள்ள தேவாலயத்தை (*Church of Nativity*) பற்றிக் குறிப்பிடுகிறார் (அந்த நேரத்தில் நகரின் மக்கள்தொகை சுமார் 85% கிறித்தவர்களையும் 15% முஸ்லீம்களையும் கொண்டதாக இருந்தது). இது போலவே நூ இப்ரஹீம், 'ஓ, அரேபியர்களே' என்ற அவரது கவிதையில், பாலஸ்தீனத்தின் பலதரப்பட்ட நம்பிக்கை சார்ந்த பண்பை வலியுறுத்துகிறார். முஸ்லீம்களுக்கும், கிறித்தவர்களுக்கும் இடையே எந்த வேறுபாடும் இல்லை என்று கவிஞர் கூறுகிறார்; மேலும் 'த்ருஸ் மதத்தினர், நம்பிக்கையில், எங்கள் பெருமைக்குரிய சகோதரர்கள்.' நூ இப்ரஹீம் இங்கே 'முஸ்லீம்' மற்றும் 'த்ருஸ்' களுக்கு இடையே வேறுபடுத்திக்காட்டுகிறார். ஆனால் அதே நேரத்தில் 'த்ருஸ்' மத நம்பிக்கைகள் மீதான மரியாதையை உறுதி செய்கிறார். மேலும் அனைத்து மதப் பிரிவினரும் ஒரு பொதுவான தேசியப் போராட்டத்தில் ஈடுபட்டு இருந்தார்கள் என்று பிரகடனம் செய்கிறார். புரட்சியின் போது குறுங்குழு வாதப் பதட்டங்கள் வளர்ந்தன.

இருந்த போதும், குறிப்பாக பாலஸ்தீனத்திற்கு வடக்கிலுள்ள கிராமங்கள் ஒரு முக்கியமான கிறித்தவச் சிறுபான்மையினரைக் கொண்டிருந்தன. எண்ணற்ற கிறித்தவர்கள் ஆயுதம் தாங்கிய கிளர்ச்சியில் தீவிரமாகப் பங்கெடுத்தும், சிலர் தலைமைப் பொறுப்புகளில் கூடவும் இருந்தனர். புரட்சியில் 'த்ருஸ்' மக்களின் பங்கு பற்றிய பிரச்சினை சிக்கல் நிறைந்தது. த்ருஸ் போராளிகள் உண்மையிலேயே தங்களைப் போரில் ஈடுபடுத்திக் கொண்டனர். மிகவும் குறிப்பாக, காவுக்ஜியின் படைகளுடன் இணைந்து சண்டையிட்ட சிரியாவில் இருந்து வந்த த்ருஸ் தொண்டர்கள். ஹமாத் சாப், லெபனான் மலையில் இருந்து வந்த ஒரு த்ருஸ். அவர் 1925-27 சிரியப் புரட்சியில், காவுக்ஜியுடன் இணைந்து சண்டையை மேற்பார்வை இட்டார். காவுக்ஜியின் எதிர்ப்புப் படைகளின் நான்கு முக்கியப் பிரிவுகளுள் ஒன்றான த்ருஸ் குழுவின் தளபதியாகப் பொறுப்பேற்றார், மேலும் 'பலா' யுத்தத்தில் உயிரிழந்த தியாகிகளுள் த்ருஸ் போராளிகளும் அடங்குவர்.

இருப்பினும் புரட்சியின் பிந்தைய கட்டங்களின் போது, பாலஸ்தீனிய த்ருஸ் போராளிகள், ஒன்று நடுநிலை வகித்தல் என்ற நிலையை எடுத்தார்கள் அல்லது கிளர்ச்சியில் இருந்து விலகிக் கொண்டனர். மேலும் போராளிகளுள் சில குழுவினர், த்ருஸ் சமூகங்களின் மீது வன்முறைத் தாக்குதல்களைத் துவக்கினார்கள்.[13]

லுபானி படித்த கடைசிக் கவிதை ஃபாரன் சலாமால் எழுதப்பட்ட ஓர் உரையாடல். அது 'முகாவரா' என்று அறியப்பட்ட ஒரு கவிதை வடிவத்தைச் சேர்ந்தது. அது நாடகத்தில் இருவர் விவாதம் செய்வதைப் போல நடிக்கப்படும் ஒரு வகை. இந்த இடத்தில், இக்கவிதை முஃப்தி ஹஜ் அமீனுக்கும், உலக சியோனிஸ அமைப்பைத் தலைமை தாங்கிய 'ஜெய்ம் வெய்ஸ்மன்'னுக்கும் இடையே நிழ்ந்தது போன்ற உரையாடல். நூ இப்ரஹீமும் இதே அளவுக்கு இந்த வகை கவிதைகளை எழுதுவதில் புகழ்பெற்றவர். 'முகாவரா' கவிதையில் 'ஜாஜல்' *(zajal)* என்ற வகையைச் சார்ந்தது, பாலஸ்தீனியர்களின் வாழ்நாள் முழுவதுமான கொண்டாட்டங்களின் போது, நடக்கும் பொதுவான பழக்க வழக்கங்களை அடிப்படையாகக்கொண்டது. அங்கே கவிஞர்களும், பாடகர்களும், ஒருவரோடு ஒருவர், வரையறுக்கப்பட்ட எதுகை மோனை வடிவங்களுக்குள், புதுப்புது எதுகை மோனைகளை அவ்வப்போது தாங்களாகவே உருவாக்கிய வண்ணம் போட்டி இடுவார்கள். ஃபாத்திமா அப்துல்லா, இதுபோன்ற ஒரு கலையாற்றல் மிக்க இருவரைப் பற்றிச் சொல்கிறார். அங்கே 'ஹிட்டின்' கிராமத்தைச் சேர்ந்த ஒரு கவிஞர், சஃபாத்தைச் சேர்ந்த இன்னொருவருடன், 'அதாபா' வடிவ எதுகை மோனை முறையைப் (ஒரு நிர்ணயிக்கப்பட்ட எதுகை மோனை முறையுடன், ஆனால் வழக்கமாக, நிர்ணயிக்கப்படாத பாடல் வகையுடன் கூடிய ஒரு பாலஸ்தீனிய கிராமிய இசை வடிவம்) பயன்படுத்தி, முஃப்தி குறித்து தானாகவே உருவாக்கிய பாராட்டுகளைப் பாடல்களாக்கிப் பாடுவதற்குப் போட்டியிட்டார்.

சலாம், வெய்ஸ்மன் மற்றும் முஃப்திக்கான 'முகாவரா, 'பிரிவினைப் பிரச்சினையை மையமாக வைத்துச் சுழல்கிறது. இதில் வெய்ஸ்மன், ஹஜ் அமீனைப் பிரிவினைக்கு ஒத்துக்கொள்ள வற்புறுத்துகிறார். இந்தக் கவிதை, பீல் அறிக்கை *(Peel Report)* வெளிவந்ததன் விளைவாகப் பிந்தைய நாளில் வந்தது - *(AHC)* அரேபிய உயர்மட்டக் குழு, ஆயுதம் தாங்கிய கிளர்ச்சியை நிறுத்திய பிறகு, 1936 நவம்பரில், பிரிட்டிஷ் அரசாங்கத்தால் துவக்கப்பட்ட 'அரச விசாரணை ஆணையத்தின்' *(Royal Commission of Inquiry)* முடிவுகள்

மற்றும் பரிந்துரைகள்தான் 'பீல் அறிக்கை'. 1937 ஜூலையில் வெளியிடப்பட்ட இந்த 'பீல் அறிக்கை', பாலஸ்தீனம், அரபு மற்றும் யூத அரசுகளாகப் பிரிக்கப்பட வேண்டுமென்று பரிந்துரைத்தது. இது பாலஸ்தீனிய அரேபியர் மனத்தில் ஆத்திரம் கொள்ளச் செய்தது. ஏனெனில் குறிப்பாக, அத்திட்டம், அரேபியர்கள் பெருமளவில் வாழ்ந்து வந்த 'கலிலீ'யின் பெரும்பகுதி, யூத அரசுடன் சேர்க்கப்பட வேண்டும் என ஆணையிட்டது. செப்டம்பரில், ஆயுதம் ஏந்திய பாலஸ்தீனியர்கள், 'கலிலீ'யின் மாவட்ட ஆணையரைக் கொன்றார்கள், மேலும் பிரிட்டிஷ் அரசு, AHC யைத் தடை செய்தும், நூற்றுக்கணக்கான தேசியவாத செயல் வீரர்களையும் தலைவர்களையும் கைது செய்தும், நாடு கடத்தியும் அதற்கான பதிலடியைத் தந்தது. 1937 இலையுதிர் காலத்தில் பாலஸ்தீனிய ஆயுதப் புரட்சியின் ஒரு புதிய கட்டம் தொடங்கப்பட்டது. சலாமின் கவிதையில், ஹஜ் அமீன், 'சிங்கங்கள்' என்று அவர் வர்ணிக்கும் அரபு மன்னர்களின் எதிர்ப்பின் காரணமாகப் பிரிவினை நடக்காது என உறுதியாகச் சொல்கிறார். லுபானி இந்த விளக்கத்தைக் கேலி செய்கிறார். புரட்சியின் காலத்தில் கூட மன்னர்கள் சிங்கத்தைப் போன்றவர்கள் என்ற எந்தக் கருத்தும் தவறானது. சவூதி அரேபியா, டிரான்ஸ்ஜோர்டான் மற்றும் ஈராக்கின் முடியரசர்கள், காவுக்ஜியின் புரட்சிப் படைகள் சற்றே சிறிது வெற்றி பெறத் துவங்கிய போது, 1937 அக்டோபரில் புரட்சியை முடிவுக்குக் கொண்டுவர AHC யை நெருக்கினர்.

சவூதி மற்றும் ஈராக் மன்னர்கள், பிரிவினைக்கான 'பீல்' திட்டத்தை எதிர்த்து இருந்தால், டிரான்ஸ்ஜோர்டான் மன்னர் அப்துல்லா, அவரது ஆதரவைத் தெரிவித்திருப்பார். உண்மையில், அரபு மன்னர்களின், 1948இல் பிரிவினையைத் தடுப்பதில் ஏற்பட்ட மிக மோசமான தோல்விதான் பெரும்பாலும் லுபானியின் இகழ்ச்சிக்குப் பலமான காரணங்கள்.

1938 கோடை மற்றும் இலையுதிர் காலத்தில், ஒரு குறிப்பிட்ட காலத்திற்கு, மலைப்பகுதிகள் மற்றும் அரேபிய நகர மையங்கள் ஆகியவற்றின் பெரும் பகுதிகளை ஆயுதப் புரட்சியாளர்கள், தங்கள் வசம் கொண்டு வந்த நேரத்தில் புரட்சி அதன் உச்ச கட்டத்தை அடைந்தது. பிரிட்டிஷார், சுமார் 20, 000 துருப்புகளைக் கொண்டுவந்து நிறுத்தி, பெரிய அளவில் மேலான ஆயுதபலம், மூர்க்கத்தனம் மிக்க எதிர்ப்புரட்சி தந்திரங்கள் மூலம் ஒரு தீவிரமான எதிர்த்தாக்குதலோடு சந்தித்தனர். 1938 இறுதிவரை, காவுக்ஜியின் தலைமையின் கீழ் இருந்ததால், எதிர்ப்புப்

படை ஒன்றுபடுத்தப் படவில்லை. மேலும் கொரில்லாக்கள் பல்வேறு தவறுகளையும், மூர்க்கச் செயல்களையும், துஷ்-பிரயோகங்களையும் செய்தனர். ஆயினும் உலகின் மிகவும் வலிமை வாய்ந்த காலனிய ஆட்சியை, அதன் கணிசமான படைகளைக் கொண்டு, பெரும்பாலும் விவசாயிகளால் அணிதிரட்டப்பட்ட ஒரு எழுச்சியைத் துடைத்தெறியச் செய்தனர். அத்துடன் சில எதிர்ப்புப் படைத் தளபதிகள், குற்றச்செயல்களில் ஈடுபட்ட போதும், மற்ற பல தளபதிகளும், அதுபோலப் போர்க்குணம் மிக்க நிரந்தரப் போராளிகளும் உயர்ந்த நாட்டுப்பற்று மிக்க கொள்கைகளால் தூண்டப்பட்டு அதற்கேற்பச் செயல்பட்டார்கள். ஆனால், அந்த பாலஸ்தீனிய தளபதிகளின் பெயர்களுள் ஒன்று கூட இங்கே நினைவுகூரப்பட்ட, அப்போதைய கவிதைகளிலும், கதைகளிலும் நினைவில் கொள்ளப்படவில்லை என்பது புதிராக இருக்கிறது. அதற்குப் பதிலாக, இந்த நாட்டுப்புற விவரிப்புகள், மூன்று தலையாய சிரிய எதிர்ப்புப் படை போராளிகளான, க்வாசம், காவுக்ஜி மற்றும் அல்-ஆஸ் ஆகியோரையும், அதுபோல் பாலஸ்தீனிய மக்கள் தேசிய இயக்கத்தின் தலைவரான ஹாஜி அமீனையும் புகழ்கின்றன. பாலஸ்தீனிய புகழ்பெற்ற பாடலின் மூலங்களில் சில மறுஆய்வு செய்யப்பட்டது. அதன் அடிப்படையில் (முழுமையான ஆய்வு முடிவடையாமல் இருக்கையில்), புரட்சி பற்றிய மக்களின் நினைவுகள், தற்போது இருக்கின்ற, குறிப்பாக எழுத்துப்பூர்வமான கலாச்சார ஆவணங்களால், எவ்வாறு உருவாக்கப்பட்டன என்பதன் அறிகுறிகளாக இந்த நேர்காணல்கள் விளங்குகின்றன. இதுவே எனது புரிதலாக இருக்கிறது. 'ஏக்கர்' சிறையில் மரணதண்டனை விதிக்கப்பட்ட பாலஸ்தீனியர்களின் பெயர்கள் பெரும்பாலும், புரட்சியின் எந்த ஒரு தளபதியின் பெயரையும் விடச் சிறப்பாக நினைவுகூரப்படுகின்றன. விதி விலக்காக, அப்த் அல்-காதிர் அல்- ஹுசைனி - 1936-39இல், அவருடைய நடவடிக்கைகளில் எந்த ஒன்றையும் விட மாறாக, 1948இன் எதிர்ப்புப் போரில் அவருடைய பங்கிற்காகவும், உயிர்த் தியாகம் செய்ததற்காகவும்-நினைவுகூரப்படுகிறார். நூ இப்ரஹீம், 1937 இலையுதிர்க் காலத்தில் இருந்து 1938 அக்டோபர் வரை, ஆயுதப் போராட்டத்தில் அவருடைய ஈடுபாடு நிறைந்த காலத்திலிருந்த குறிப்பிடத்தக்க பாலஸ்தீனிய எதிர்ப்புப் படையின் முக்கிய நபர்களை நினைவிற் கொள்ளும் எந்தக் கவிதைகளையும் விட்டுச் செல்லவில்லை எனத் தோன்றுகிறது. ஏனெனில் அவர்களுடைய நடவடிக்கை இரகசியமாக இருந்தது. இந்த வகையான இது போன்ற கவிதைகள்,

ஃபாரன் சலாமின் ஆவணங்களில் இருக்கின்றன என்றாலும், அவர் நினைவுகூரப்படுவதற்கான கவிதைகள் அவையல்ல.

1980களின் மத்தியில், சோனியா நீமிரும், நானும் மூத்த கிராம மக்களையும், முன்னாள் போராளிகளையும், 1936-39 ஆயுதக் கிளர்ச்சி பற்றி நேர்காணல் செய்தோம். அப்போது, பலமுறைகள் ஓர் எடுத்துக்காட்டுக்கு உரிய நபராக இருந்தவர்; உயர்த்திச் சொல்லப்பட்ட புரட்சித் தளபதியாக விளங்கியவர்; உன்னதமாக, தேசியவாத உணர்வு மிக்கதாகவும் புரட்சி பற்றிய பெருமைக்குரியதாகவும் இருக்கும் அனைத்தையும் அடையாளப் படுத்தக் கூடியதாகத் தனது நடவடிக்கைகளை மேற்கொண்டவர்; அவர்தான் துல்கார்முக்கு அருகிலுள்ள துனாபா கிராமத்தைச் சேர்ந்த 'அப்த் அல்-ரஹீம் அல்-ஹஜ் முகம்மது'. தெளிவாக, எதிர்ப்புப் போராட்டத்திற்கு மையமாக வளர்த்தெடுக்கப்பட வேண்டியது குறித்து லுபானியும், அப்துல்லாவும் அக்கறை கொள்ளும் கொள்கைகளின் வகைகள் இவைதான். அப்த் அல்-ரஹீம் ஒரு பகுதியின் தளபதியாக இருந்தார், ஒரு கட்டத்தில் அவர் தலைமைத் தளபதி பட்டத்தை ஏற்றார், 'முக்கோண'ப் பகுதியில், அவர் இயங்கினார். ஜெனினுக்குத் தென் மேற்கு கிராமமான சனூரில் (Sanur), 1939 மார்ச் 26ஆம் நாள் பிரிட்டிஷ் படைகளால், சுற்றி வளைக்கப்பட்டுக் கொல்லப்பட்டார்.[14]

உறுதியாக, 'அப்த் அல-ரஹீம் அல்-ஹஜ் முகம்மது', சமூகக் குழுவின் நினைவில், சிறப்பாக நினைவிற் கொள்ளத்தக்க தகுதியுடையவராக இருக்கிறார். 2012இல் சோனியா நீமிர் எழுதியபடி, துல்க்கார்மில் இருந்த மூத்தவர்கள், இந்த மனிதனைப் பற்றி, அவருடைய செயல்கள் பற்றி மற்றும் அவரது பண்புகள் பற்றி பாட்டுகளைப் பாடினார்கள். இந்தப் பாடல்கள் பரப்பப்பட்டு, ஆவணப்படுத்தப்பட்டு, மேலும் நன்கு அறியப்பட்டவைகளாக ஆகும் என்று நம்பப்படுகிறது; புரட்சியில் பங்கு கொண்ட பெருமைக்குரிய மற்ற பாலஸ்தீனிய செயல்வீரர்களைப் போற்றுகின்ற அந்தப் பாடல்களும், கவிதைகளும் கண்டறியப்பட்டு ஆவணப்படுத்தப்பட முடியும். ஃபாத்திமா அப்துல்லா மற்றும் ஹுசைன் லுபானியின் நேர்காணல்கள், அவை 1936-39 இன் எதிர்ப்புப் போரை ஒரு மக்கள் போராட்டமாகப் பிரதிநிதித்துவப் படுத்தியதில் மதிப்பு மிக்கவையாக விளங்குகின்றன. மேலும் அதில் பங்கு பெற்றவர்களின் மாபெரும் தியாகத்தாலும், வீரத்தாலும் வகைப்படுத்தப்பட்ட ஒன்றாக ஆக்கியதில், மதம் மற்றும் பிரிவினைவாத உணர்வுகளுக்கு அப்பால், தேசிய

ஒற்றுமையை வளர்ப்பதற்கான கடும் முயற்சிகளால் மதிப்பு மிக்கவையாக விளங்குகின்றன. அரேபிய உலகம் முழுவதையும் முன்னரே உத்வேகப்படுத்திய பாலஸ்தீனிய எதிர்ப்புப் படையின் ஒருமைப்பாட்டையும், பாலஸ்தீனியர்களுக்கு துரோகம் இழைத்த அரேபியத் 'தலைவர்களின்' நீண்ட வரலாற்றையும் அவர்களுடைய நினைவுகள் நமக்கு நினைவூட்டுகின்றன. இறுதியாக, அப்துல்லா மற்றும் லுபானியின் விவரிப்புகள், பாலஸ்தீனியரின் புகழ்பெற்ற பண்பாடு மீதான சிறந்த மரியாதையையும், பாராட்டையும் வெளிப்படுத்துவதில் முன்மாதிரியாகத் திகழ்கின்றன. அவை பாலஸ்தீனியப் போராட்டங்களின் வரலாற்றைப் பாதுகாப்பதில் ஒரு சிக்கலான பங்கைத் தொடர்ந்து ஆற்றுவதற்கான ஒரு பாரம்பரியமாக இருக்கின்றன. மேலும் இந்த விலைமதிப்பற்ற வாய்மொழி ஆவணத்தின் மீது மேலும் ஆய்வு நடத்துவதற்கு அவை உறுதியாக உத்வேகம் அளிக்கும்.

ஹுசைன் லுபானி

1939இல் பாலஸ்தீனம், 'அல் - தமூன்'இல் பிறந்தவர்

மஹ்மூத் ஷெய்டன் உடன் ஒரு நேர்காணல்

திராப்லஸ், லெபனான், 2004

1 மணி 23' 23"-1 மணி 39' 46"

***மஹ்மூத் ஷெய்டன்:** பிரிட்டிஷ் ஆட்சி அதிகாரக் காலத்தில், இன்னும் குறிப்பாக 'மாபெரும் புரட்சி' காலத்தில் பாலஸ்தீனத்தில் எதிர்ப்புப் பாடல்களின் தொகுப்புப் பட்டியல் பற்றி நாம் பேசலாம். மற்ற கவிஞர்கள் மற்றும் பாடல்கள், அதிலும் குறிப்பாக நன்கறியப்பட்ட புகழ்பெற்ற கவிஞர் நூ இப்ரஹீமின் பாடல்களைப் பற்றி நீங்கள் என்ன நினைக்கிறீர்கள் என்பதை அறிய நான் விரும்புகிறேன்.*

ஹுசைன் லுபானி: பிஸ்மில்லா இல்-ரஹ்மான் இல்-ரஹீம். பாலஸ்தீனம் எண்ணற்ற அடுக்கடுக்கான புரட்சிகள் வழி சென்றுள்ளது. பெரும்பாலும், நவீன பாலஸ்தீனிய வரலாறு, 1920இல் துவங்கிய, ஒன்றுடன் ஒன்று இணைக்கப்பட்ட புரட்சிகளின் தொடர்ச்சி எனக் காண முடியும். இந்த மண்ணின் அசலான மக்களாகிய பாலஸ்தீனர்களுக்கும், எங்கள் மண்ணுக்குப் - எங்கள் நேசத்திற்குரிய மண்ணான, பாலஸ்தீன மண்ணுக்குப் - புலம் பெயர்ந்து வந்து குடியேறிய சியோனிச மற்றும் யூதக் குழுவினர்களுக்கும் இடையே நடந்த தகராறுகளுடன் இந்த வரலாறு தொடங்குகிறது. இந்த மிக முக்கியமான நிகழ்வுகளில் இருந்து கவிஞர்கள் என்றும் விலகி இருந்ததில்லை; அவர்கள் தொடர்ந்து களத்தில் இருந்திருக்கிறார்கள். அவர்கள் மக்களைத் தூண்டுவதற்குத் தாங்களாகவே முன்வந்து பொறுப்பேற்றுக் கொண்டு, நாட்டைக் காப்பாற்றவும், தங்கள் சொந்த இடங்களை விற்பதில் இருந்து விலகிடவும் பார்வையாளர்களை வலியுறுத்தினர். இந்தச் சொற்பொழிவுகள், எண்ணற்ற மக்களை நோக்கியே இருந்தன. மேலும் முக்கியமாக, தாங்களாக முன் வந்து அவர்கள் நிலங்களுள் சிலவற்றை விற்ற பாலஸ்தீனியர் அல்லாதவர்களை நோக்கியே அவை இருந்தன. இன்னும் குறிப்பாக, கவிஞர்கள் தங்களுடைய பொதுக்கூட்டச் சொற்பொழிவுகளில் எழுத்தாளர்கள், ஆசிரியர்கள், பேச்சாளர்கள் மற்றும் ஒலிபரப்பாளர்கள் ஆகியோரை விடவும் மிகவும் தீவிரமான புரட்சிகரவாதிகளாகவும், தேசியவாதிகளாகவும் இருந்தார்கள். பற்பல படுகொலைகளைத் தொடர்ந்து நடத்துகின்ற

யூதத் தீவிரவாதக் குழுக்களை எதிர்த்து உறுதியுடன் எழுந்து நிற்க அவர்களுடைய கவிதைகள் அவற்றைக் கேட்போரைத் தூண்டின. அதனால் அவர்கள், ஒரு யூதர், அதிலும் ஒரு பிரிட்டிஷ் யூதரான, முதல் உயர் ஆணையரான ஹெர்பர்ட் சாமுவேலுடன் துவங்கி, பாலஸ்தீனியர்கள் பூமி மீது படையெடுக்க யூதர்களுடன் இணைந்த பிரிட்டிஷாரை எதிர்த்தார்கள்.[15] புகழ்மிக்க 1929 புராக் எழுச்சியின் போது, மிக மிகச் சிறந்த எங்கள் பாலஸ்தீனிய இளைஞர்களுள் மூவர் தியாகிகள் ஆனார்கள். அவர்களுடைய வயதுகள் 25 மற்றும் 27 ஆண்டுகளுக்கு இடைப்பட்டவை. அவர்களுள் ஒருவர், ஃபுவாத் ஹிஜாஸி...

அவர்கள் மரண தண்டனை விதிக்கப்பட்டார்கள் என நீங்கள் சொல்கிறீர்கள்...

அவர்கள் மரண தண்டனை விதிக்கப்பட்டார்கள்... உள்ளபடியே அவர்கள் கொல்லப்பட்டார்கள்... தியாகிகள் ஆனார்கள்... 1930 ஜூன் 3[16] அன்று 'அக்கா' ('அக்கா' என்பது 'ஏக்கரின்' மறு பெயர் - மொ.ர்) சிறைச்சாலையில் மரண தண்டனைக்கு ஆளானார்கள். புகழ்பெற்ற மாபெரும் பாலஸ்தீனியக் கவிஞர் இப்ரஹீம் துக்கான் விவரித்த அந்த நிகழ்வு, அதுதான் அந்தக் கதை...

அல்-துலாத்தா...

அல்-துலாத்தா அல்-ஹம்ரா, ஆம். இப்ரஹீம் துக்கானைப் போன்ற மற்ற பலரும் அந்த முக்கிய நிகழ்வு பற்றி எழுதி உள்ளனர். 1929இல், அல்-துலாத்தா அல்-ஹம்ராவில் இந்த மூன்று பேரும் தியாகிகள் ஆனார்கள். மேலும் அவர்களுடைய பெயர்கள் ஃபுவாத் ஹிஜாஸி, அட்டா அல்-ஜிர் மற்றும் முகம்மது ஜம்ஜூம்.

கடைசி இரண்டு பேரும் அல்-கலீல் பகுதியில் இருந்து வந்தவர்கள் என நான் நினைக்கிறேன். புகழ்பெற்ற கவிஞர் சொல்கிறார்:

> நிகழ்ந்தது புரட்சி அல்-குட்ஸில், அது நிகழ்ந்தது அங்கே
> வானதிரக் கூவின சிம்மாசனச் சேவல்கள்
> அதுகேட்டு எழுந்தனர் அரேபிய மக்கள்
> சியோனிஸ்டுகள் எதிரே வாட்களை உருவியபடி
> பாப் அல்-கலீலில் நிகழ்ந்தது புரட்சி
> சியோனிஸ்டுகள் குருதி பாய்கிறது மண்ணில்
> அரபு இளைஞரே! எடுங்கள் மார்ட்டினி[17]

சியோனிசரிடம் இருந்து தாயகம் காக்க

தாயே, ஓ என் தாயே, கலங்காதிரு நீ

என் குருதியை ஈந்தேன், தாயகத்திற்கு ஈடாய்

என் சொந்தங்களுடனும், சோதரர் உடனும்

தாயக மண்ணின் இளைஞர் நாங்கள், கலங்காதிரு நீ.

*(*மார்ட்டினி- பிரிட்டிஷார் பயன்படுத்திய துப்பாக்கி வகை-மொ.ர்)*

அந்த மூன்று தியாகிகளும் கொல்லப்பட்ட நாளில், எங்கள் உறவினர்கள் இந்தக் கவிதையை ஓதினார்கள், மேலும் 1948 வரை அதைத் திரும்பத் திரும்ப ஓதிக் கொண்டிருந்தனர். நாங்கள் அடைக்கலம் தேடத் துவங்கிய போது, எங்கள் பள்ளி நாடகங்களில் நாங்கள் பாடிக்கொண்டிருந்தோம்:

'அக்கர்' வின் வாசல்கள் வழியே

ஜம்ஜூம், அடா, ஃபுவாத் ஹிஜாஸி

ஆகியோரின் இறுதி ஊர்வலம்

உயர் ஆணையர் அவரைத் தண்டித்த கடவுள்

இறப்பை எண்ணி அவர்தம் பெண்டிர் அழுதிடச் செய்தார்

மூவர் மடிந்தனர் அரிகள் போன்றே

யூதரே, நீர் அவரைக் கேலி பேசாதீர்

துப்பாக்கி ஒன்றை நீர் எடுத்தபோது

வெறும் கோலினை மட்டும் அவர் எடுத்தார்

ஆனால் நீவிர் குற்றம் கண்டீர், ஒழிந்து போவீர்

புனித நாள்களில் கல்லறை செல்வீர்

'அக்கர்' சென்றுஅப் புனிதரைக் காண்பீர்

அட்டா, ஃபுவாத்துடன் ஏனை தியாகிகள்

சாவைக் கண்டு அஞ்சியதில்லை.

சிரிய- பாலஸ்தீனிய மாவீரன், ஈஸ் அல்-தீன் அல்-க்வாசம் தியாகி ஆன அன்று, மக்கள் ஒரு பாடலைப் பாடினர். பிரெஞ்சுக்காரருடன் சிரியாவிலிருந்து நீங்கி, ஹைஃபாவில் வாழ்ந்து, ஹைஃபா பள்ளிவாசலில் பணிபுரியும் அளவுக்குப் பாலஸ்தீனத்தை நேசித்தவர் அவர். 1935இல், 'யாபாத்'தில் தியாகியான அவரைக் கடவுள் வாழ்த்தினார். பிரிட்டிஷ் எதிரிக்கு எதிரான ஒரு சமமற்ற போர் அது - டாங்குகளும், விமானங்களும்...

மக்கள் சொன்னார்கள்:

ஈஸ் அல்-தீன், ஓ மரணித்தவனே
உந்தன் மரணம் எமக்குப் பாடம்
ஓ, நீ மட்டும் இருந்தால், ஓ விடுதலை வீரர் தம் படைக்குத் தலைவன்
என்னே இழப்பு, ஈஸ் அல்-தீன்
உன் மக்களுக்கு ஒரு தியாகி நீ
உன் வீரத்தை எவரால் மறுக்க இயலும்?
ஓ, விடுதலை வீரர்தம் தலைவனே
சமரைப் புரிய குழு சமைத்தவன் நீ
இந்த நாட்டின் விடுதலைக்காய்,
மூடர் சியோனிசர், காலனிவாதிகள் பிடியில் இருந்து
நம்தேசம் காக்கவும்
சதிவிளையாட்டு ஒரு விளையாட்டு
அழிவு நமக்கு இப்படி நேர்ந்தது
நம்முழங்கால் மட்டும் வழிந்தது குருதி
ஆயின் நீ இணங்கவும் இல்லை,
சரண் அடையவும் இல்லை.

இது மிகவும் புகழ்பெற்ற ஒரு விவரிப்பு, 1930களில் மக்களிடையே செல்வாக்கு பெற்றிருந்த பாலஸ்தீனிய நாட்டுப்புறப் பாடல்.

1936 புரட்சியின் போது, ஆறு மாதம் ஆறு நாள்கள் தொடர்ந்த வேலை நிறுத்தம், உண்மையில் நவீன வரலாற்றில், மிகமிக நீண்டதொரு வேலை நிறுத்தம்...

'பின் (*Bin*) முஜாஹிதீன்' அல்லது 'புரட்சியாளர்கள்' என்று அறியப்பட்ட, மலைகளில், பள்ளத்தாக்குகளில் மற்றும் காடுகளில் தஞ்சம் புகுந்த புரட்சியாளர்களிடையே சண்டைகள் நடந்தன. அந்த நேரத்தில் நாட்டை ஆண்டுகொண்டிருந்த பிரிட்டிஷ் ஆட்சி அதிகாரத்தை (*Mandate*) அவர்கள் தோற்கடித்துக்கொண்டிருந்தனர். 'நிம்ரின்' பகுதியில் அப்போது புகழ்பெற்ற ஒரு சம்பவம் நடந்தது. அதில் போராளிகள் தெளிவான, தெரியும் படியான வெற்றியைப் பெற்றார்கள். மக்கள் கவிஞர் நூ இப்ரஹீம் சொல்லுகிறார்:

ஓ பறவையே, நீ அறியாயோ
வடக்கில் நடந்த சமரது பற்றி?

அந்தித் தொழுகை அதன்பின்னே

அதுதன் பொறியை வைத்தது

காரிருள் மட்டுமே அவிழ்க்க இயலும்

பலா, பெய்த் நிம்ரின் இடையே

ஈட்டிகள் எய்தஒலி கேட்டிருப்பாய் நீ

பலா, அல்-லெய்யே இடையே

மவுசரின் இடியொலி கேட்டிருப்பாய் நீ

பலா, அல்-மின்தர் இடையே

முன் யாண்டும் நிகழா தொன்று நிகழ்ந்தது

பலா, அல்-மின்தர் இடையே நாம்

பாவிகள் சேனையைப் படுகொலை செய்தோம்

சியோனிசர் நீங்கள் நும் மக்களோடு

இடம்பெயர் வீரே! இம்மண் எம்மண்.

சியோனிசர், எம்மைத் தெருட்டல் வேண்டாம்

மேகங்கள் மீது மிதப்பது எப்படி

ஆணையரே, உன்நாட்டில் போய்ச் சொல்

இலண்டன் எமது குதிரை லாயம்.

அது 1937இல் நடந்த புரட்சி; 1936இல் இருந்து தொடர்ந்து போய் 1937இல் பெரும் வலிமை பெற்றது. நூ இப்ரஹீம், 'முத்ஹம்மன்' என்று அழைக்கப்பட்ட புகழ்மிக்க 'ஸாஜல்' வகை பாடலை ஓதுவதையும் வழக்கமாகக் கொண்டிருந்தார்.

பாதிக்கப்பட்ட பாலஸ்தீனம்

மிகமிக உன்னதமான, நேசமிகு பூமி

காலனிக்கு எதிராய் அது நடத்திய யுத்தம்

அரபியர் நமக்கு சேர்த்ததுபெருமை

பண்டை உலகின் மூலத் தாயார்

இறை வாக்கினர் அவர்க்குப் பலதேசம் சமைத்தது.

உலகில் உயர்ந்த மதிப்புகொண்டது

அழியாக் காவியம் அனைத்தும் சாட்சியம்.

இறைவன் சபித்த பிரிட்டன் தேசம்

விற்றததனை சியோனிசர் அவர்க்கு

கடவுள் வீடு கொள்ளை போவதோ?
என்னே இந்தத் தலைகீழ் உலகம்
பொறைமிகு இந்தத் தாயக பூமி
அன்பும் அமைதியும் தவழும் தொட்டில்
வெற்றி பெற்ற கிறித்துவின் தொட்டில்,
இஸ்லாமின் முதல் தொழு திசை இதுவே
மாசறு கிறித்துவின் மேதகுக் கட்டில்
கண்ணியம் மிக்க தீர்க்க தரிசிகள்
வளர்ந்ததும் இந்தத் தொட்டில் மேலே.
இன்று ஆபத்து பல நிறைந்த வீடாய்
ஆனது இந்த ஆளும் அரசால்.
நிலைதடு மாற்றம், அச்சம் என்றும்
அறிந்திராத எம்அரபு வீரரை
சிறைபுகச் செய்த பிரிட்டிஷ் அரசு
கொடுமைகள் பெரிதாய் ஆனாலும்
அவர் நோக்கம் என்றும் கைவிடவில்லை
அவமானம் அவர் அறிந்ததில்லை
பீரங்கி முன் அவர் நிறுத்தப்பட்டால்
நேசம் மேவும் வீரம் அதற்கு
உலகில் ஒளிரும் எடுத்துக்காட்டாய்
தயங்காது அவர்கள் தாக்கிடுவர்.

இந்தப் பாடல் பாடப்படுவது வழக்கம் மேலும் அது வானொலியில் ஒலி பரப்பப்பட்டது:

அரேபியர் எல்லாம் ஒன்று திரண்டார்
அல்-கலிஜ் முதல் டிடுவான் வரை
அதன் மண்ணின் கீழே நிற்பவர்கள்
பெண்டிர், மூத்தோர் உடன் இளைஞர்
சியோனிசர் நீங்கள் எங்கு ஒளிந்தீர்?
அரேபியர் நாங்கள் ஒப்பம் இட்டால்
அல்-ஷார்க் உங்கள் கல்லறை ஆகும்
சபிக்கப்பட்ட நாட்டின் மைந்தா,

புரட்சிப் படையைப் போற்றிடு நீயே!
காலனிப் படையைத் துவம்சம் செய்து
அதன் ஆயுதங்கள், யந்திரம் பறித்து
தாக்குதல்கள் அது தொடுப்பதாலே
தீக்குள் குதிக்கும் புரட்சிவீரர், அவர்
உயிருக்கு என்றும் அஞ்சியதில்லை
நீடுழி வாழ்க சுதந்திர இளைஞர்
தீயைக் கக்கும் துப்பாக்கிகளும்.

எனது குறிப்புகளில் இங்கே நான் ஒரு கவிதையை வைத்திருக்கிறேன். அது 'முராபா' பாணியைப் பின்பற்றுகிறது, 'முத்ஹமான்' பாணியை அல்ல.

சியோனிசர் நீர்எமை விடுவீர் தனியே
இந்தத் தாயகம் எங்கள் தாயகம்
பாலஸ்தீன நிலங்களில் நீங்கள்
அனுபவிப்பீரென நினைக்கவில்லை
சியோனிசர் நீங்கள், ஏமாற்றுக்காரர்
எங்கள் நாட்டில்உமக் கில்லை கல்வி
சும்மா எதையும் சொந்தங் கொள்ள
எளிதில் முடியும் என நீ நினைத்தால்
எம்சொந்த நாட்டில், தீயவன் நீயா?
பாலஸ்தீனரே, அவமானம் நீர்
அடைந்ததாக எண்ணிட வேண்டாம்
உங்கள் மக்கள் என்றும் பிரியார்
அல்-அக்ஸா பெரும் முழக்கம் செய்யும்
ஓ பாலஸ்தீனரே, நும் இளைஞர்க்காய்
இங்கு வருகிறார் செய்த் அல்- ஆஸ்
நம் உற்சாகத்துடன் ஊக்கமும் காத்து.
பாவிகள் படைமேல் அவரது ஆட்கள்
ஏவைகள் பாய்ச்சிய வண்ணம் இருக்கின்றார்கள்.

செய்த் அல்-ஆஸ், ஈஸ் அல்-தீன் அல்-க்வாசமின் ஒரு நண்பர் மேலும் இருவரும் சிரியாவைச் சேர்ந்தவர்கள். அவர்களுள் ஒருவர்

ஜப்லாவைச் சேர்ந்தவர். மற்றவர் ஜப்லாவுக்கு அருகிலுள்ள பகுதியைச் சேர்ந்தவர்:

செய்த், தலைவன், மாவீரன்
வெடித்துச் சிதறும் ரவைகளுக்கு
அஞ்சிய தில்லை அஞ்சிய தில்லை
ஓ, புரட்சியின் சோதரரே, உரக்கச் சொல்வீர்
'வாரீர், பாவி களைநாம் தாக்க!
புனிதப் போர் அன்று இறப்பது
ஆகப்பெரிய பெருமை, ஓ, அன்புள்ளம் கொண்டோரே
நம் தேசந் தன்னைக் காத்திடலாம்
காலனிவாதிகள் பிடியில் இருந்து!
செய்த், புகழ்மிக்க ஒரு போராளி
அவன் நோக்கம் தன்னை விட்டுவிலகி
என்றும்பின் வாங்கிய தில்லை
ஓ, பாலஸ்தீனமே உந்தன் பெயரால்
அல்-காதர் மண்ணில் அவன் தியாகி ஆனான்.

1936இல் அவர் தியாகி ஆனார். அந்த நேரத்தில், ஃபாவ்ஸி அல்-காவுக்ஜி தூதுக்குழு வந்த அந்த காலத்தின் போது புரட்சியில் பங்கெடுத்த எண்ணற்ற லெபனானிய வீரர்களும் இருந்தார்கள். கவாலி பாடகர் இடையே அந்த நேரத்தில் வந்த லெபனானியர்கள் இருந்தார்கள், அதனால் அங்கிருந்த பொதுவான சூழ்நிலையாலும், புரட்சியின் கொழுந்துவிட்டெரியும் உணர்வாலும் அவர்கள் தாக்கத்திற்கு உள்ளானார்கள். அவர்களுள் ஒருவர் சொன்னார்:

ஓ, பாலஸ்தீனப் புதல்வனே!
உன் குரல், பள்ளத்தாக்குகளில்
ஆரவாரிக்கிறது, அதற்குப் பதில் கூற
நம்மன்னர்களை அழைத்தவாறு.

து ஷ¬ருக்கி பாணி:

ஓ, அரேபியரே
அரேபியரே, பொங்கி எழுந்து தாயகங்களை விடுவியுங்கள்
பாலஸ்தீனத்தை அதன் எதிரிகள் பிடியினின்றும் காத்திடுங்கள்
கடந்த காலத்தினின்றும் அகலுங்கள்

கழனியைக் காவல் புரிக!

யுத்தங்களையும் அவற்றின் சாத்தியமான எல்லைகளையும்

அலைந்து ஆய்வு செய்து தொடங்குக

இந்தப் பிரச்சினை தீராதென்றும்

தேசங்கள் படுகொலைக்கு ஆளானால்,

அவற்றின் கரை ஓரங்களில் குருதிபெருகி ஓடினால்!

அரேபியர்தம் நீதிபதி (முப்தி)

லெபனான் மலைகளில் இருந்து அழைக்கிறார்.

'அவர்களின் நிலங்களை எதிரிகள் அடைவதற்கு என்றும் விடாதீர்

முஸ்லீம்களுக்கும் கிறித்தவர்களுக்கும் வேறுபாடு எதுவும் இல்லை

த்ருஸ் மக்களும் பெருமைக்குரிய எங்களது உண்மை சோதரர்!

ஒன்றுபட வைப்பது நம் அனைவரின் கடமை

சியோனிச எதிரிகளை நசுக்கி அழிக்க.

இது ஃபர்ஹான் சலாமால் எழுதப்பட்டது, அவர் புரட்சிக்காகப் பாடிய, டமாஸ்கஸில் காலமான ஒரு மிகச் சிறந்த கவிஞர். அவர், வானொலியில் ஒலிபரப்பப்பட்ட புரட்சியின் போது, அதன் துவக்க காலங்களில் இருந்து பல புரட்சிகர மற்றும் மக்களிடையே செல்வாக்குப் பெற்ற பல பாடல்களைப் பாடினார் - நக்பாவுக்குப் பிறகு நடந்த புரட்சி. ரமல்லா எல்லைக்குள் அல்- நபி சாலிஹ் காடுகளில் நடந்த சண்டை பற்றிய கதையைக் கவிஞர் சொல்கிறார்.

நீதிபதியவர் ஒருவர் பெயரில் நான் அழைத்தேன்

இந்தப் பெயரை உச்சரித்த உடனேயே

பேய்கள் பிடித்தன ஓட்டம்.

இந்த ஒன்றும் ஷுருக்கி பாணியில் பாடப்பட்டது.

இயேசுவின் தொட்டிலில்,

முகம்மது நபியின் இரவுப்பயணம் முடிந்த இடத்தில்[18]

ஓ மேற்கத்தியரே, உங்கள் அடக்கு முறைகளில் இருந்து

எங்கள் எரிமலைகள் எழுந்தன!

ஓ மேற்கத்தியரே, நாங்கள் அரேபியர்,

அல்-க்வாதன்[19] *மக்களிடம் இருந்து வந்தவர்*

எங்கள் கடந்த காலச் சூழ்நிலையை

உங்களுக்கு எங்கள் வரலாறு போதிக்கும்
ஓ தொட்டிலின் தேவாலயமே,
உன்மீது பேராசை வைத்தவர் யார்?
வெறுக்கும் நாளில் கிறித்தவரும்
முஸ்லீமும் உன்னைச் சுற்றிலும் காணப்படுவர்,
தோல்வியை ஏற்கா சிங்கங்களாம் அரேபியர்,
நரிகள் தாக்கும் போது, அவர்களின்
கழனிகளைக் காத்து நிற்பார்

இன்னபிற.

பல்ஃபோர் நம் தாயக மதிப்பை[20]
புறக்கணித்தால், நம் மண்ணுக்கு
நம் ஆன்மாவால் சேவை செய்வோம்
ஓ, ஜெருசலேம் மலையே! திருப்தி
கொள், பாதுகாப்பாய் இரு!
எப்போதேனும் உன்னை நாங்கள்
கைவிட்டால், அல்-ரஹ்மானுக்கு
எங்களைப் பற்றிப் புகார்கொடு
மேலும் உன்னைச் சுற்றிலும்,
வீரமிக்க, தைரியமான
மனிதர்களை நீ காண்பாய்
உன்எதிரிகளான ஜாக்குவம்
மரத்திற்கும், பெட்ரோலுக்கும்
அவர் சேவை செய்வார்.[21]

தலைவருக்காக அவர்கள் பாடிய இன்னொரு பாடல் இருக்கிறது. அது பாலஸ்தீனத் தலைவர், மறைந்த ஹஜ் மற்றும் முஃப்தி முகம்மது அமீன் அல்- ஹுசைனி மற்றும் யூத அரசை நிறுவியவர்களுள் ஒருவரான வெய்ஸ்மன் இடையே நடந்ததோர் உரையாடல் பற்றிய பாடல்... இன்ஷா அல்லா, அது ஒழிந்துபோகட்டும். அவர் சொல்கிறார்:

ஹஜ் அமீனிடம் வெய்ஸ்மன் கூறுகிறார்: 'இதோ 40 இலட்சம் இருக்கிறது, உங்களுக்காக.'

முஃப்தி பதில் அளிக்கிறார்: 'முயற்சி செய்து நீர் இறந்தாலும், பாலஸ்தீனத்தை நீங்கள் என்றும் சொந்தம் கொள்ள முடியாது.'

வெய்ஸ்மன் அவரிடம் சொல்கிறார்: 'ஹஜ், உங்களைக் கெஞ்சிக் கேட்கிறேன்,

எனக்காக இந்த ஆவணத்தில் கையெழுத்து இடுங்கள், நாங்கள் எப்போதும் நன்றியுடையவராய் இருப்போம்.'

ஹஜ் அவரிடம் சொல்கிறார்: 'டாக்டர்!, உங்கள் செல்வத்தில் பெருமை கொள்ளாதீர். பல்ஃபோரின் வாக்குறுதியை மறந்துவிடுங்கள் மேலும் எங்கள் இடையே ஒரு 'திம்மி' யாக வாழுங்கள்.'

('திம்மி' என்பவர்கள் இஸ்லாமிய அரசின் கீழ் சட்டம் பாதுகாப்புடன் வாழ அனுமதிக்கப்படும் முஸ்லீம் அல்லாத மதத்தினர் - மொ.ர்)

அவர் பதிலளிக்கிறார்:

'ஓ, ஹஜ், என்னைச் சங்கடப் படுத்தாதீர்
ரொட்டிமாவை நாங்கள் பதப்படுத்திவிட்டோம்
பிரிவினைக்குக் கையொப்பம் இடுவீர்
நாம் அனைவரும் உடன்பட்டு இருப்போம்.'

அவர் பதிலளிக்கிறார்:

'அரேபியர் இங்கே இருக்கும் வரை
பிரிவினை என்பது நடக்காது
அரேபிய மன்னர்கள், சிங்கங்கள்
பிரிவினையை என்றும் ஏற்கமாட்டார்.'

அரேபிய மன்னர்கள் சிங்கங்கள்... ஆம், உண்மையான சிங்கங்கள், அலம்துலில்லாஹ்.

ஃபாத்திமா அப்துல்லா
பாலஸ்தீனம், 'சாசா'வில் பிறந்தவர்
முகம்மது அல் - மாஸ்ரி உடன் நேர்காணல்
மார் இலியாஸ் முகாம், 2004

39'19"-52'54"

முகம்மது அல்-மஸ்ரி: பிரிட்டிஷாருக்கு எதிராகப் புரட்சிக் காரர்களால் பாடப்பட்ட பாடல்கள் எவை?

ஃபாத்திமா அப்துல்லா: (பாடுகிறார்) யா அஜீஸ், யா அஜீஸ், (மன்னர்) ஃபெய்சல் பாரிசுக்குப் போய் விட்டார். ஆட்டோமன் ஆட்சி போய்விட்டது. இப்போது இங்கே பிரிட்டிஷ் ஆட்சி. யா அஜீஸ், என் அன்பே, என் இனியவனே, உனது விருப்பமே எனக்குக் கட்டளை. வீட்டில் விளைந்த ஆப்பிள்களும், ஆப்ரிகாட் பழங்களும் நிறைந்த ஒரு தோட்டம் எனக்குப் பின்னே இருக்கிறது.

பிரிட்டிஷாருக்கு எதிராகக் குறிப்பிட்டுச் சொல்லக்கூடிய வேறு ஏதேனும் பாடல்கள் இருக்கிறதா?

என்ன? இன்னும் கொஞ்சம் நான் பாடுவதை நீங்கள் விரும்புகிறீர்களா?

பிரிட்டிஷாருக்கு எதிராக... பிரிட்டிஷாருக்கு எதிராக வேறு ஏதாவது பாடல்கள் இருந்தால்...

பாடல்களா? நிறைய இருக்கின்றன!

பிரிட்டிஷாருக்கு எதிராக?

நான் பாடவா?

அவர்கள் வழக்கமாகப் பாடுகின்ற பாடல்கள்... பிரிட்டிஷாருக்கு எதிராக,

(இந்த இடத்தில், அவர் காதில் விழவில்லை என நாங்கள் புரிந்து கொள்கிறோம்)

பிரிட்டிஷாருக்காகவா?

ஆம்.

பிரிட்டிஷாருக்காக... நபியை கடவுள் வாழ்த்தட்டும்... நான், பிரிட்டிஷாருடன் கலக்கவில்லை. பிரிட்டிஷாருக்காக அவர்கள் பாடவில்லை... ஒருவரும் பிரிட்டிஷாருக்காகப் பாடமாட்டார்கள். மக்கள் துருக்கிக்காகப் பாடுவார்கள்... அது முஸ்லீம் நாடாக இருப்பதால்.

துருக்கிக்காக அவர்கள் என்ன பாடுவார்கள்?

துருக்கி பற்றிய பல பாடல்கள் பாடப்பட்டுள்ளன... உண்மையில் என்னால் அவைகளை நினைவுபடுத்த முடியாது... நாள்கள் கடந்து போகின்றன... நாள்கள் கடந்து போகின்றன. அது கடவுளுக்காக இல்லை என்றால், இந்தக் கடவுள் என்பது சரியாக இருக்கும், நான் இங்கே பேசிக்கொண்டிருக்க மாட்டேன். சரியா? (அவர் பாடலுக்குள் நுழைகிறார்)

ஓ, மோசமானவளே[22], உனது அரசாங்கத்திடம், அதன் கோட்டைகளைக்
கையகப்படுத்திவிட்டோம் என உன்னைச் சொல்வதற்கு ஆணை
இடுகிறோம்

ஓ, மோசமானவளே, உனது அரசாங்கத்திடம், அதன் கோட்டைகளைக்
கையகப்படுத்திவிட்டோம் என உன்னைச் சொல்வதற்கு ஆணை
இடுகிறோம்

ஓ, எங்கள் தேசமே, நீ வளம் கொழிக்க நாங்கள் வாழ்த்துகிறோம்,
அவர்கள் கோட்டைகள் நம்மை என்றும் தடுத்து நிறுத்தாது

ஓ, அவர்கள் தேசம், அதன் மீது ஆந்தைகள் அலற, பயனழிந்து வீழட்டும்,
என்று நாங்கள் வாழ்த்துகிறோம்.

மலைமீது கொடிகளை நாட்டுங்கள், நம் தேசம் வாழ்த்தப்படட்டும்

ஓ, எங்கள் தேசமே, நீ வளம் கொழிக்க நாங்கள் வாழ்த்துகிறோம்,
அவர்கள் கோட்டைகள் நம்மை என்றும் தடுத்து நிறுத்தாது

ஓ, அவர்கள் தேசம், அதன் மீது ஆந்தைகள் அலற, பயனழிந்து வீழட்டும்,
என்று நாங்கள் வாழ்த்துகிறோம்.

மலைமீது கொடிகளை நாட்டுங்கள், நம் தேசம் வாழ்த்தப்படட்டும்

பிரிட்டிஷாருக்கு எதிராக இந்தப் பாடல் பாடப்பட்டது.

இது போன்ற இன்னும் வேறு ஏதேனும் பாடல்கள் இருக்கின்றனவா?

ஒருவர் ஒன்றை நினைவுபடுத்த விரும்பும்போது, அவர் சொன்னார் (குர் ஆனில் இருந்து ஒப்பிக்கிறார்):

நினைவுகூர்தல் பலன் தந்தால், அவ்வாறு நினைவுகூர்க!
அல்லாவுக்கு அஞ்சும் அவர் நினைவுகூரப்படுவார்
ஆனால் இழிவானவர்கள் அதைத் தவிர்க்கட்டும்
புனிதத் தீயில் இறங்கி எரியும் அவர்
அதற்குள் இறக்கவும் இன்றி வாழ்தலும் இன்றிப் போவார்
தன்னைத் தூய்மைப்படுத்தும் அவர் நிச்சயம் வெல்வார்
அவர்தம் கடவுளின் பெயரைச் சொல்லி வணங்குவார்
ஆனால் நீ உலகியல் வாழ்வை விரும்புகிறாய்,
'இனி வருவது மிக நன்றாகவும் தொடர்ந்தும் இருக்கும் என்ற போது.
உண்மையில், இதுதான் முந்தைய மறைநூல்களில் உள்ளது,
ஆப்ரஹாம் மற்றும் மோசஸ் மறை நூல்களில்.²³

ஓ, அல்லாவே, நபியை ஆசிர்வதியுங்கள்.

'காபா'வைக் காணப்போகும் வெளிநாட்டவர்களுக்கு இந்த அத்தியாயம் இந்தப் பாவிகளுக்குக் காட்டப்படும், சரியா? எந்த வரி (aya-verse) பாவிகளுக்குக் காட்டப்படும்? அவர் சொன்னார்(குர் ஆனில் இருந்து அவர் ஒப்பிக்கிறார்):

யானையின் நண்பர்களை எவ்வாறு உன் கடவுள் நடத்தினார் என்பதை, [ஓ, முகம்மது], நீ எண்ணிப் பார்க்கவில்லையா?

அவர் அவர்களுடைய திட்டத்தை வழிதவறச் செய்யவில்லையா?

பறவைகளைக் கூட்டம் கூட்டமாக அவர்களுக்கு எதிராக அவர் அனுப்பினார், கடும் களிமண் கற்களால் அவர்களை அடித்தவாறு.

அவர் நசிந்த வைக்கோலை அவர்கள் விரும்புமாறு செய்தார்.

இந்த அத்தியாயத்திற்குப் பின்னே இருக்கும் கதை என்ன? அவர்களுள் ஒருவர் அவரின் மூத்த பாவியிடம் சொன்னார், 'எனது பொருள்களை நான் விரும்புகிறேன்.' மூத்தவர் கேட்டார்: நீங்கள் உங்கள் மந்தையை விரும்புகிறீர்களா, அல்லது காபாவை விரும்புகிறீர்களா?' அவர் பதிலளித்தார்,

'இல்லை, காபா முன்னரே பாதுகாப்பாகக் கடவுளைக் கொண்டிருக்கிறது.' பாவிகளை யானைகள் மீது சவாரி செய்யுமாறு அவர் செய்தார். மேலும் அவர்கள் அனைவரும் காபாவை இடித்துத் தள்ளுவதற்குப் போனார்கள்.

ஹஜ்ஜே, உங்கள் வீட்டுக்கு ஒரு பார்வையாளர் வருகின்றபோது, அவரை வரவேற்க நீங்கள் அவரிடம் பாட வேண்டியபோது, அவரிடம் நீங்கள் என்ன சொல்வீர்கள்?

என் இனிய நண்பரே, வருக உங்களுக்கு மென்மையான வாழ்த்துகள் (அவர் பாடுகிறார்):

'அக்கர்'வின் செல்வத்தைப் பாருங்கள், அதற்காக எப்படி ஒவ்வொருவரும் சண்டை இடுகின்றனர்.

உங்கள் வேண்டுகோள் என்ன, இனிய குதிரை வீரர்களே, இனிய குடும்பமா?

உங்களிடம் இருந்து எங்களுக்கு எந்த மழையும் தேவை இல்லை, உங்களிடம் இருந்து எங்களுக்கு எந்தப் பணமும் தேவை இல்லை, ஒட்டகங்களின் முதுகுகளில் சவாரி செய்து வரும் உங்கள் மணப்பெண்களுள் எந்த ஒருவரும் எங்களுக்குத் தேவையில்லை.

என் இனிய நண்பரே, வருக உங்களுக்கு மென்மையான வாழ்த்துகள். இதுதான் 'அக்கர்'வின் செல்வம், அதற்காக ஒவ்வொருவரும் சண்டை இடுகின்றனர். உங்கள் வேண்டுகோள் என்ன, இனிய குதிரை வீரர்களே, இனிய குடும்பமா?

உங்களிடம் இருந்து எங்களுக்கு எந்த மழையும் தேவை இல்லை, உங்களிடம் இருந்து எங்களுக்கு எந்தப் பணமும் தேவை இல்லை, ஒட்டகங்களின் முதுகுகளில் சவாரி செய்து வரும் உங்கள் மணப்பெண்களுள் எந்த ஒருவரும் எங்களுக்குத் தேவையில்லை.

அதுதான் அவர்களிடம் நாங்கள் வழக்கமாகச் சொல்வது.

என்ன நடந்தது எனக்குச் சொல்லுங்கள்?

அவர்கள் முஃப்தியை அழைத்த போது... அப்துல் மஜீத் இல்லை, ஆனால் முஃப்தியை... அப்துல் மஜீத் முன்னரே கொல்லப்பட்டு விட்டார். முஃப்தியை அவர்கள் அழைத்தபோது, எங்கள் கிராமத்தை அவர்கள் கையகப்படுத்தியபோது, மேலும் அவர்கள் அனைத்து கிராமங்களையும் கையகப்படுத்திய போது. எங்களுடையதைப் போலன்றி, எங்கள் பழக்க வழக்கங்களைக் கொண்டதாக 'தெய்ர்' இல்லை. மணப் பெண்ணுக்கும், மணமகனுக்கும் எங்கே விழாக்களை நாங்கள் செய்ய வேண்டும் என்ற சம்பிரதாயங்கள் எங்களுக்கு உண்டு. 'தெய்ர்'இல் இந்தத்

திருமணச் சடங்குகள் இல்லை, ஆகவே அவர்கள் முஃப்தியை அழைத்துக்கொண்டு கிராமத்திற்குப் போனார்கள், ஆனால் சாஃபாத் மக்கள் (சஃபாதிய்யா) எங்கள் கிராமத்தில் தங்குவது வழக்கம்... அவர்கள் எங்கள் கிராமத்திற்கு வந்து, 'தெய்ர்' இன் திருமணத் தம்பதிகளுக்குத் திருமண விழாக்களைச் செய்ய விரும்பினர். கிராமத்தின் கடைசிப் பகுதிக்கு அவர்கள் சென்று தெய்ர் மக்களை கிளம்பிப் போகச் சொன்னார்கள், ஆனால் அவர்கள் போவதற்கு விரும்பவில்லை. அவர்கள் போவதற்கு விரும்பாததால், அவர்களைத் தாக்கினார்கள். தடிகளாலும், துப்பாக்கிகளாலும் தாக்கிப் பெருஞ் சேதத்தை ஏற்படுத்தினார்கள். ஆகவே முஃப்தி சொன்னார், 'நாம் சாசாவின் வயல்களுக்குப் போகலாம், அங்கே திருமணத்தை நடத்தலாம்.' அவர்கள் மாமிசத்தையும், வீட்டில் தயாரித்த உணவையும், அவர்களால் பெற முடிந்த அனைத்துப் பொருள்களையும் கொண்டு வந்து வயல்களுக்குச் சென்றார்கள். வயல்வெளிகளில் பெண்கள் சமைப்பதற்குச் சென்றார்கள் மேலும் திருமணக் குழு, 'அல்-சாஜா', தார் இஹ்பஸ் வயல்களில் இருந்து தார் அல்-செய்த் வயல்களுக்குச் சென்றார்கள்... 'ஹடயே' கீழே வந்தது (பாடகர் குழு)... அவர்கள் ஒரு குழு (ஹடா) மட்டும் அல்ல, மாறாக இரண்டு குழுக்கள். அவர்களுள் ஒன்று 'சஃபாத்'தில் இருந்தும், மற்றொன்று 'ஹிட்டின்' இல் இருந்தும் வந்திருந்தது. பாடகர் குழுக்கள் பாடல்களைப் பாடத் துவங்கினர்... ஹிட்டினில் இருந்து வந்த ஒருவர் சொன்னார்: 'நான் ஒரு ஹிட்டனியன் மேலும் எனது வலது கண் குருடு. ஏய், உன்னைத்தான், செய்த் அல்- சஃபாதி, என் சொந்தக் கரங்களால் உன்னை வளர்த்தேன். நீ வளர்ந்து ஆளாகி மனிதனான உடன், என்னிடம் நீ இரக்கமற்றவனாக ஆகி விட்டாய்.' அவர் தொடர்ந்தார்: 'ஓ உயர்ந்த சிம்மாசனத்தின் தலைவனே[24], ஓ அபு ஃபுயாத், உமது நீடித்த மகிழ்ச்சியை நான் காண்பேனாக, உமது விருந்தினர் வரவேற்பு அறையில் (Diwan), உங்கள் கம்பளத்தை நீங்கள், அல்- ஷாம் பூமி வரையிலும் பரப்புங்கள், மேலும் உங்கள் மீதான உயர் மரியாதை, 'தெய்ர்' இலிருந்து ஹாவ்ரன் மற்றும் லஜத் வரை அறிந்த ஒன்று.'

இந்த 'அடாபா' வரி ஹிட்டானி கவிஞரால் மேம்படுத்தப்பட்டு, முஃப்திக்குச் சமர்ப்பிக்கப்பட்டது. முஃப்தி சொன்னார்: 'இதோ, அடாபா வரிக்கு மாற்றாக நன்கொடை (பக்ஸீஸ்) கொடுங்கள்.' அதன் பிறகு மக்கள் நன்கொடை கொடுப்பது வழக்கம். அந்தக் கவிஞர் பணத்தை முத்தமிட்டு, அதைத் தன் நெற்றிக்குக் கொண்டு

சென்று, மேலும் சொன்னார்: 'இந்த நன்கொடையைக் கொண்டு வந்த நீங்கள் அதைத் திரும்பவும் கொடுங்கள். அதைத் திரும்பவும் உயர்பண்பு கொண்டவர்களுக்கும், நல்லவர்களுக்கும் கொடுங்கள். மேலும் அபு ஃபாயத் அவரது வாளை உருவினால், அதைத் திரும்பவும் வைப்பதில்லை, அவரது இடது கைக்கு இது தெரியாது.' இந்த இரண்டு அடாபா வரிகளும் அபு ஃபாயத்துக்கு, முஃப்திக்குச் சமர்ப்பிக்கப்பட்டன.

ஹஜ்ஜே, உங்களுக்குத் தெரிந்த மற்ற பாடல்கள் என்னென்ன? முஃப்தி அல்- ஹஜ் அமீனுக்காகப் பாடப்பட்ட ஏதாவது பாடல் அல்லது அவருக்கான 'முஹாரபா' ஏதாவது உள்ளனவா?

இல்லை, ஹஜ் அமீனுக்கான எந்தப் பாடல்களையும் நான் நினைவுபடுத்த முடியாது... முஃப்திக்காக, அவர்கள் பாடினார்கள்: 'எங்கள் முஃப்தியே, உங்களுக்காக இந்தப் பயணத்தை நான் தொடர்வேன். கடவுள் மீது சத்தியமாகச் சொல்கிறேன், சாசாவின் பாதைகள் வழியே நான் நடக்கமாட்டேன். இந்தத் திருமணம் முஃப்திக்காக. இந்த விருந்து, பேரழிவு மற்றும் திருமணம் அனைத்தும் முஃப்திக்காகவே.

முஃப்தி சாசாவுக்கு வருகை புரிந்தாரா?

உண்மையில், இவர்கள் அனைவரும் படித்த, உயர்ந்த மரியாதை மிக்க (*effendi*) குடும்பத்தினர்... அப்துல் மஜீத் குடும்பமும் அவரது மக்களும் உட்பட. அவர்கள் சஃபாத்தைச் சேர்ந்தவர்கள்.

ஹஜ்ஜே, புரட்சியாளர்களுக்காக மக்கள் வழக்கமாகப் பாடும் பாடல்கள் உங்களுக்கு நினைவிருக்கிறதா? யூதர்கள் அல்லது பிரிட்டிஷாரோடு அவர்கள் சண்டையிடுவதைப் பார்க்கும் போது?

அவற்றுள் மேற்கொண்டு எதையும் நான் நினைவுபடுத்த முடியாது, உங்களிடம் நான் பொய் சொல்லமாட்டேன். புரட்சியாளர்களுக்காக மக்கள் பற்பல பாடல்களைப் பாடுவது வழக்கம்.

1936இல் எப்படி? அப்போது புரட்சியாளர்களுக்கான பாடல்கள் ஏதாவது உங்களுக்கு நினைவில் இருக்கிறதா?

1936இல்... கடவுள் நபியை ஆசிர்வதிக்கட்டும்... உண்மையிலேயே நான் நினைவுபடுத்த முடியாது... இல்லை, என்னால் நினைவுபடுத்த முடியாது... உண்மையிலேயே மக்கள் புரட்சியாளர்களுக்காகப்

பாடினார்கள், எங்கள் கிராமத்தின் வழியே இளைஞர்கள் வரும்போது, பெண்கள் வெளியே வந்து, அபு அம்மருக்காகப் (கொரில்லா இயக்கத்தில் யாசர் அராபத்தின் பெயர்) பாடுவார்கள், அவர்கள் பாடுவார்கள்: அபு அம்மர், ஓ வலிமையான உயர்ந்த பெரும் அரணே, ஓ, தமாஸ்க் ரோஜாவே...'

1936இல், ஹஜ்ஜே, அதாவது 1936இல்.

1936இல்... 1936... 1936... கடந்து போன இந்த நாள்களை நான் நினைவுகூரவில்லை... என் அன்பானவரே, கடவுள் உங்கள் மேல் கருணை பொழியட்டும், கடவுள் உங்களை வாழ்த்தட்டும். அதாவது நான் சொல்லுகிறேன்... இந்தக் குடியிருப்பு முழுவதும் சுற்றிச் செல்லுங்கள், என்னைப் போல ஒரு பெண்மணியை, என் வயதையொத்த ஒரு பெண்மணியை நீங்கள் காண்பீர்கள் என்று நான் உறுதியாகச் சொல்லுகிறேன்.

1949, பாலஸ்தீனம், கமீல் அஹ்மது பலாவி

பகுதி 3
போரும் இன அழித்தொழிப்பும்

8
நக்பாவின் வேர்கள்
சல்மான் அபு சிட்டா

அல்-நக்பா என்னும் கருத்து, பாலஸ்தீன மக்களை வெளியேற்றுவது என்னும் கருத்து. ஐரோப்பிய கிறித்தவ மற்றும் யூத அடிப்படைவாதிகளின் மனங்களில், பத்தொன்பதாம் நூற்றாண்டில் முளைத்தெழுந்த கருத்து. பாலஸ்தீன மண்ணில் முதல் உலகப் போருக்குப் பின்புதான், அது செயல்திட்டமாக மாற்றப்பட்டது. 'பாலஸ்தீனம், மக்கள் இல்லாத ஒரு பூமி' என்ற பத்தொன்பதாம் நூற்றாண்டுக் காலத்தில் பரப்பப்பட்ட கட்டுக்கதை அது வெறும் கதை. ஒரு கட்டுக்கதைதான் அது. மேலும் அதைப் புனைந்தவர்கள் அதை அறிவார்கள். மாறாக, அவர்கள் அவ்வாறு மாற்றத் திட்டமிட்டனர். அதன் மக்களை வெளியேற்றி, அதன் கிராமங்களை அழித்து, வரலாறு மற்றும் பூகோளத்தில் இருந்து, அவ்வாறு இருந்ததற்கான அதன் ஆதாரத்தை நீக்குவதன் மூலம் பாலஸ்தீனத்தை மக்கள் அற்ற பூமியாக ஆக்குவதற்குத் திட்டமிட்டனர்.

பிரிட்டிஷ் அரசாங்கத்தின் இழிவான பல்ஃபோர் (Balfour) அறிவிப்பு வெளியிடப்பட்டதைத் தொடர்ந்து இந்தத் திட்டம் பாலஸ்தீனத்தில் வேர் பிடித்தது. அதன் நடைமுறைப் படுத்தல் என்பது 1920இல் பாலஸ்தீனத்தின் முதல் உயர் ஆணையராக சியோனிச அரசியல்வாதி ஹெர்பர்ட் சாமுவேல் நியமிக்கப்பட்டதில் இருந்து துவங்கியது. பிரிட்டிஷ் ஆட்சி அதிகாரக் கட்டளையின் கீழ் சாமுவேல் நூற்றுக்கும் மேலான அவசரச் சட்டங்களை நடைமுறைப்படுத்தும் முயற்சிகளை மேற்கொண்டார். உள்ளே நுழையும் யூதக் குடியேற்றவாசிகளுக்கு நிலத்தை மாற்றிக் கொடுப்பதற்கும், ஒரு துவக்க நிலை இராணுவம் கருக்கொள்வது உட்பட தனித்தனி யூத நிறுவனங்களைக் கட்டமைக்கவும் இந்தச் சட்டங்கள் உதவிடும் வகையில் கொண்டு வரப்பட்டன. எதிர்காலத்தில் இஸ்ரேல் அரசு அமைவதற்கான அடிக்கல்லாக இவை விளங்கின.[1]

ஆனால், அந்த நேரத்தில் திட்டமிடப்பட்ட அரசுக்குப் போதுமான அளவுக்கு அதிகமான யூதக் குடிமக்கள் அங்கில்லை. எனவே, பிரிட்டிஷ் அரசு யூதக் குடியேற்றத்திற்கு பாலஸ்தீனக் கதவுகளைத் திறந்துவிட்டது.

1930இன் இடைப்பட்ட ஆண்டுகளில் பாலஸ்தீனத்திற்கு வந்த யூத ஐரோப்பியக் குடியேற்றக்காரர்களின் பெரு வெள்ளம் அதன் உச்சத்தை எட்டியது. 1936ஆம் ஆண்டு இறுதியின் போது, மொத்த யூதக் குடியேற்ற மக்கள்தொகை (ஆட்சி அதிகாரத் துவக்கத்தில் இருந்த 9 சதவீதத்தில் இருந்து) 3,84,000 அல்லது மொத்த மக்கள் தொகையில் 28 சதவீதமாக உயர்ந்தது.[2] அவர்களுடைய நாட்டில் அவர்களின் இருப்புக்கு ஆபத்தாக வந்த இந்த ஊடுருவலால் விழிப்படைந்து, பாலஸ்தீனிய மக்கள் பிரிட்டிஷார் கொள்கை மற்றும் யூதக் குடியேற்றத்திற்கு எதிராக, அரேபியப் புரட்சி என்று அறியப்பட்ட புரட்சியை 1936 முதல் 1939 வரை நடத்தினர்.

இந்தப் புரட்சி பிரிட்டிஷாரின் அதிகபட்ச மிருகத்தனமான அடக்கு முறையால் எதிர்கொள்ளப்பட்டது. முதல்முறையாக, பாலஸ்தீனக் கிராமங்கள் மீது வான்வழிக் குண்டு வீச்சு நடத்தப்பட்டது. கூட்டுத் தண்டனையின் முதல் நிகழ்வில் கிராம மக்களின் வீடுகள் தரைமட்டம் ஆக்கப்பட்டன. பிரிட்டிஷ் படைகள் கிராமங்களை டாங்குகள் மற்றும் பீரங்கிகள் கொண்டு தாக்கினர். சமூகங்களின் உணவு மற்றும் உற்பத்திப் பொருள்களை அழித்ததுடன் உணவும் நீரும் இல்லாமல் ஆண்களைக் கூண்டுகளில் இரண்டு நாள்களுக்கு அடைத்தனர். கூட்டுத் தண்டனை என்பது பரவலாக்கப்பட்டது. அரசியல் கட்சிகள் கலைக்கப்பட்டன. தலைவர்கள் சிறையிடப்பட்டனர் அல்லது நாடு கடத்தப்பட்டனர். ஆவணங்கள் ரீதியான ஆய்வு, காலனிய இராணுவ நடவடிக்கைகளில், பிரிட்டிஷ் அடக்குமுறை மற்றும் யூதர் கூட்டுச்சதியின் ஆழத்தை ஆவணப்படுத்தும் பிரிட்டிஷ் மற்றும் இஸ்ரேலியக் கோப்புகளை வெளிச்சத்திற்குக் கொண்டு வந்தது.[3] ஹுசைன் முஸ்தஃபா தாஜா, 1921இல் 'மியார்'இல் பிறந்த அவர், பாலஸ்தீனிய அரசியல் நடவடிக்கை மீதான எந்த நோக்கமுமற்ற இந்தத் தடுப்பு நடவடிக்கை பற்றி முதன்முதலாக சாட்சியம் அளித்தார்: 'பிரிட்டிஷார் எங்கள் கிராமத்திற்கு வந்து, புரட்சிக்காரர்கள் (துவார்) கிராம மக்களுக்கு இடையே இருக்கிறார்கள் எனச் சந்தேகங்கொண்டு, எங்கள் வீடுகளைத் தகர்த்தெறிந்தார்கள்.'

எந்தப் பாதுகாப்பும் இன்றி பாலஸ்தீனியர்கள் கைவிடப்பட்டனர். தாஹா சொல்கிறார், 'துப்பாக்கி வைத்திருப்பவர்கள் யாராக இருந்தாலும், மரண தண்டனை விதிக்கப்பட்டனர். 'எங்கள் மக்களுள் ஒருவர், துப்பாக்கி வைத்திருப்பதாகக் குற்றம் சாட்டப்பட்டார். சிறைக்கு அவர் அழைத்துச் செல்லப்பட்டார். அவரைக் காப்பாற்ற, நாங்கள் வழக்கறிஞர்கள் அஹ்மது ஷுகாய்ரி மற்றும் ஹனா அஸ்ஃபர் ஆகியோரைக் கொண்டு வந்தோம். சிறையில் பல மாதங்கள் இருந்த பிறகு அவர் ஏதுமறியாதவர் எனக் கண்டறியப்பட்டார்.' மற்றவர்கள் ஒரு வழக்கறிஞரை ஏற்பாடு செய்ய இயலவில்லை, அவர்கள் தூக்கில் இடப்பட்டனர்.

இதற்கு நேர்மாறாக, யூதக் குடியேற்ற-வாசிகள், பிரிட்டிஷ் அதிகாரி, ஆர்டு வின்கேட் (*Orde Wingate*) என்பவரால் இரவுப்போர் புரிவதற்கான பயிற்சி தரப்பட்டனர். அவர் சிறப்பு இரவுக் குழுவை அமைத்தார்.[4] 'பிரிட்டிஷார், யூதர்களுக்கு வெடிமருந்து ஆயுதங்களை அளித்தனர். ஆனால் எங்களிடம் எதுவும் இல்லை, 'தாஹா சொல்கிறார். பிரிட்டிஷார் ஆதரவு என்பது பயிற்சி, பாதுகாப்பு மற்றும் சீருடைகள் என அனைத்தையும் உள்ளடக்கியது. இதற்குப் பதிலாக, யூதர்கள் இரகசியத் தகவல்களை அளித்தார்கள். அரேபியத் துண்டுப் பிரசுரங்களை ஆங்கிலத்தில் மொழிபெயர்த்தார்கள்.[5] யூத ஆயுதப் படைகள் - குறிப்பாக 20,000 யூத போலீஸ் காவலர்கள், தேவைக்கும் அதிகமான உதிரி ஆட்கள் மற்றும் குடியேற்றப் பகுதி காவலர்கள் - அடிக்கடி பிரிட்டிஷ் துருப்புகளுக்கு உதவி செய்தனர். (அவர்கள் 25,000க்கும் 50,000க்கும் இடைப்பட்ட எண்ணிக்கையில் இருந்தனர்).

கடும் பாதிப்புக்கு உள்ளான பாலஸ்தீனியர்களின் ஒரு குறைந்தபட்ச மதிப்பீடு: கொல்லப்பட்டவர்கள் 5,000 பேர், காயமடைந்தவர்கள் 15,000, அதே அளவு எண்ணிக்கையில் சிறையிலிடப் பட்டவர்கள். 1937 நவம்பர் 22ஆம் தேதி, ரமலானில் நோன்பில் இருந்தபோது, தூக்கிலிடப்பட்ட 80 வயதான 'ஷேக் ஃபரான் அல்- ஷாதி' போன்ற தலைவர்களையும் சேர்த்து, நூற்றுக்கும் அதிகமான ஆண்கள் மரண தண்டனைக்கு உள்ளாக்கப்பட்டனர். இவ்வாறாக, பாலஸ்தீன மலைப்பகுதியில் இருந்த அனைத்து ஆடவர்களில் சுமார் 50 சதவீதத்தினர் - இன்றைய மேற்குக் கரைகளில் இருப்பவர்களுக்குச் சற்றேறக் குறைய சமமாக உள்ளவர்கள் மற்றும் குறிப்பாகப் புரட்சி தீவிரமாக நடந்த இடத்தில் இருந்தவர்கள் - காயமடைந்தனர். அல்லது 'தலிடா'வின் தந்தையைப் போல், சிறையில் அடைக்கப்பட்டனர்.

1939இல், பாலஸ்தீனிய சமூகம் பாதுகாப்பு இல்லாமல், தலைமை இல்லாமல் சிதைக்கப்பட்டது. பிரிட்டிஷாரால் ஏற்படுத்தப்பட்ட நக்பாவின் ஆண்டாக 1936ஆம் ஆண்டை அடையாளப்படுத்த முடியும். பென் குரியன், பாலஸ்தீனியர்கள் மீது பாய்வதற்கு ஏற்ற ஒரு முக்கிய சந்தர்ப்பம் என அறிந்துகொண்டு, ஒரு நீண்ட காலத் திட்டம் என அவர் கருதியதை வரைந்தார். அமெரிக்காவில் (USA), பில்ட்மோர் (Biltmore) ஹோட்டலில் 1942 மே மாதம் நடந்த, 600 சியோனிசத் தலைவர்கள் கலந்துகொண்ட முதல் பெரிய சியோனிச மாநாட்டில், பென் குரியன் (Ben Gurion) பாலஸ்தீனத்தில் ஒரு 'யூத காமன்வெல்த்' அமைந்ததை அறிவித்தார்.

இதற்கு 1200 பாலஸ்தீன நகரங்களையும், கிராமங்களையும் மக்களின்றி அப்புறப்படுத்த வேண்டி இருந்தது. பென் குரியன், 'ஹகானா'வுக்கான (யூதமக்கள் இராணுவம் - மொ.ர்), 'கிராமியக் கோப்புகள்' செயல் திட்டத்தைத் துவங்குவதற்கு அறிவுறுத்தினார். ஒவ்வொரு கிராமம் பற்றிய ஒவ்வொரு மணித்துளி விவரங்களையும் பதிவு செய்வதற்காகச் 'சிறுவர் சாரணர்' உருவில் ஒற்றர்கள் குழுவினரை அது உருவாக்கியது: அதன் மக்கள்தொகை, பொருளாதாரம், வழிகள், இராணுவப் பயிற்சி, அரசியல் இணைப்பு மற்ற அனைத்தும் பற்றிய விவரங்கள்.

இரண்டாம் உலகப் போருக்குப் பின்னர், பாலஸ்தீனியர்கள் முற்றாக அகற்றப்பட்ட பிறகு, சியோனிசக் குறிக்கோள்களுக்கு இடையூறாக இருக்கும் ஒரே தடையாக இருந்தது, தாஹா குறிப்பிடுவது போல, பிரிட்டிஷ் இராணுவ இருப்பைத் தொடர்வது மட்டுமே.

பிரிட்டனைத் தாக்கிய சியோனிசர்கள்

இரண்டாம் உலகப் போர் முடிவில், சியோனிசக் குடியேற்றக்காரர்கள் பிரிட்டனுக்கு, அவர்களுக்குத் தந்த ஆதரவுக்காக, அவர்களுடைய முன்னாள் உபகாரிகளுக்கு (பிரிட்டனுக்கு-மொ.ர்) எதிராக ஒரு பயங்கரவாதப் பிரச்சாரத்தைத் துவங்கியதன் மூலம் பரிசளித்தார்கள். பிரிட்டிஷார் தலைமையகங்களைக் குண்டு வீசித் தாக்கினார்கள். பிரிட்டிஷ் சிப்பாய்களைத் தூக்கில் இட்டார்கள், மேலும் பிரிட்டிஷ் நீதிபதிகளைக் கடத்திச் சென்றார்கள்.[6] 1945இல் சியோனிச பயங்கரவாதத்தை எதிர்த்துச் சண்டையிட பிரிட்டன் ஆறாவது விமானப்படைப் பிரிவைப் பாலஸ்தீனத்திற்குக் கொண்டு செல்ல வேண்டியதாயிற்று. அதன் நோக்கம்,

சியோனிசத் தாக்குதல்களுக்கு எதிராகப் பாலஸ்தீனத்தைக் காக்க வேண்டும் என்பதல்ல. மாறாக அவர்களிடம் இருந்து பிரிட்டிஷ் சிப்பாய்களைக் காப்பாற்ற வேண்டும் என்பதற்காகவே.

பாலஸ்தீனத்திற்கு அமைதியைக் கொண்டு வருவதற்கு ஐக்கிய நாடுகள் சபையின் சார்பாக வந்த நடுவர், கவுண்ட் ஃபோக் பெர்னடோட்டையும் (Count Folke Bernadotte), சியோனிசர்கள், படுகொலை செய்தனர். 1948ஆம் ஆண்டின் தீர்மானம் 57இல், ஐக்கிய நாடுகளின் பாதுகாப்புக் கவுன்சிலால், யூத நடவடிக்கைகள், 'பயங்கரவாதம்' என்று விளக்கப்பட்டன. அரசு அதிகாரக் கட்டளைக் காலத்தின் (Mandate) இறுதி ஆறு வாரங்களில், சியோனிசர்கள் 220 பாலஸ்தீனிய கிராமங்களைத் தாக்கி, மக்களை வெளியேற்றி, 25 படுகொலைகளையும் செய்தனர். அனைத்து நாடுகள் கூட்டணியின் கட்டளை, பிரிட்டிஷ் அதிகாரிகளை, பாலஸ்தீனியர் உயிரையும் உடைமைகளையும் காக்க வேண்டும் எனக் கட்டாயப்படுத்தியது, ஆனால் அவர்கள் தலையிடவில்லை. பாலஸ்தீன கிராமங்களுக்கு எதிராகப் படுகொலைகள் நிகழ்த்தப்பட்ட போது, அவர்கள் தலையிடவில்லை. தெய்ர் யாஸின் மிகவும் பிரசித்தி பெற்றவர்; ஜெருசலேமில் இருந்த பிரிட்டிஷ் தலைமைக் காவல் அதிகாரி சில கிலோமீட்டர்கள் தொலைவில்தான் இருந்தார். ஆனால் அவர் எதுவும் செய்யவில்லை. போக்குவரத்து வசதிகளைச் செய்து தந்ததன் மூலம் டைபீரியஸ்ஸில் இருந்து பாலஸ்தீனியரின் வெளியேற்றத்திற்கு பிரிட்டிஷார் உதவினர். ஹைஃபாவின் பாலஸ்தீன மக்கள்தொகையின் பெருவாரியான வெளியேற்றத்தின் போது உள்ளூர் மக்களைக் காப்பதற்கு மாறாக, பிரிட்டிஷ் படைகள், அவர்களின் வெளியேற்றத்திற்கு உதவினர்.

1948 ஏப்ரல் - மே- இன் சிக்கலான காலத்தில், ஜஃப்பா- ஜெருசலேம் அச்சு (Axis - வழி) நெடுகிலும், பிரிட்டிஷ் ரோந்துப் படைகளுக்கும் ஜெருசலேமில் இருக்கும் படைகளின் தலைமையகத்திற்கும் இடையே சமிக்ஞைகளைப் பரிமாறிக்கொள்ள, ஒரு நூல் கையால் எழுதப்பட்டது. இது பிரிட்டிஷாரின் கூட்டுச் சதியையும், கடமைகளை நிறைவேற்றுவதில் அவர்கள் தவறியதைப் பற்றியும் மிக மோசமான ஓர் ஆதாரத்தை அளிக்கிறது.[7] பணியில் இருந்த துருப்புகளின் கம்பியில்லா (wireless) தொடர்பின், பதிவுச்செய்தி எண்.129இல் (ஏப்ரல் மற்றும் மே 1948), அடுக்கடுக்கான பதிவுகள், யூதர்களால் பாலஸ்தீனிய கிராம மக்கள் தாக்கப்பட்ட போது, அவர்களைக் காப்பாற்றுவதற்கு பிரிட்டிஷ் இராணுவம் மறுத்தது

பற்றி விளக்குகின்றன. இராணுவம், நடப்பதைக் கண்காணிக்கவும், அது பற்றித் தெரிவிக்கவும் ஆனால் தலையிடக் கூடாதென்றும் ஆணையிடப்பட்டது. யூதர்கள் உதவிக்காகக் கேட்கும் போது, அவர்களை மீட்டெடுக்க துருப்புகளுக்கு ஆணையிடப்பட்டது.

பிரிட்டிஷ் ஏகாதிபத்திய படைகளால் அனுமதிக்கப்பட்டு, பயிற்சி அளிக்கப்பட்டு, ஆயுதம் அளிக்கப்பட்ட யூதக் குடியேற்றவாசிகள் கைகளில் நாட்டை விட்டுவிட்டுக் கிளம்பிய, மரியாதையற்ற பிரிட்டனின் புறப்பாடு அவமானகரமானது.

பல பாலஸ்தீனியக் கிராமங்கள் போலவே, மியாரும் பாதுகாப்பற்றுப் போனது. சியோனிசத் தாக்குதல்களுக்கு எதிராகத் தாங்களாகவே தங்களைக் காப்பாற்றிக்கொள்ள அந்தச் சமூகம் 40 போராளிகளை வைத்திருந்தது. ஹுசைன் முஸ்தஃபா தாஹா இந்த நிகழ்வுகளை நேரடியாகப் பார்த்தார். 'ஹோவிட்ஜர்ஸ் (பீரங்கி-மொ.ர்) வைத்திருக்கும் யூதர்களுக்கு முன்னால் நாங்கள் என்ன செய்ய முடியும்? எல்லா நேரங்களிலும் விமானங்கள். அவர்கள் விமானங்களை வைத்திருந்தனர்... மியாரை விட்டுப் போகும் போது எங்களைத் துரத்திய விமானங்கள்; நாங்கள் அனைத்தையும் அங்கே விட்டுவிட்டு வந்தோம். 'சுஹ்மதா'வில் நாங்கள் அடைக்கலம் தேடினோம், விமானங்கள் எங்களைத் தொடர்ந்தன. தெய்ர் அல்-காசிக்குச் சென்றோம், எங்களுக்குப் பின்னால் விமானங்கள் தொடர்ந்தன,' தாஹா நினைவுகூர்கிறார்.

1936ஆம் ஆண்டு பிரிட்டிஷ் நிலப்பரப்பு முதல் 1948ஆம் ஆண்டு யூத நிலப்பரப்பு என, அல்-நக்பா என்பது குறைந்த பட்சம் 500 நகரங்கள் மற்றும் கிராமங்களின் தலைவிதி ஆனது. கிராமப்புறங்கள் - மையமாக அதன் மக்கள் - அகற்றப்பட்டன. பாலஸ்தீன நிலப்பரப்பில் இருந்தே அவர்கள் முழுவதுமாக வெளியேற்றப்பட்டனர். அது மட்டுமின்றி, முக்கியமான பாலஸ்தீன மாநகரங்கள் மற்றும் நகர வணிக, கலாச்சார மற்றும் அரசியல் மையங்களும் முற்றாக அகற்றப்பட்டன. உடனடியான மரணம் பற்றிய அச்சம், சியோனிசப் போராளிகளால் ஒலிப்பெருக்கி வழியே செய்த ஒலிபரப்பு ஆகியவை கிராமத்தினரை அருகில் இருந்த கிராமங்களில் பாதுகாப்பைத் தேட இட்டுச் சென்றது. உபசரிப்பவர் மற்றும் விருந்தினர் என இருசாராரும், தாக்கப்படும் போது அவர்கள் பாதுகாப்பைத் தேடினர்.

ஏன் இந்த அச்சம்? இந்த வெகுஜன வெளியேற்றம், முன்பே திட்டமிடப்பட்ட படுகொலைகளுக்கான திட்டத்தால்

தூண்டப்பட்டது. பாலஸ்தீனத்தை வெல்வதற்கு, இஸ்ரேலிய இராணுவ நடவடிக்கைகள், படுகொலைகள் நடந்த இடம் மற்றும் காலத்தை ஆழமாக ஆய்வு செய்யும்போது, படுகொலைகள் இன அழித்தொழிப்பின் ஓர் ஆயுதமாக இருந்தன என்பது தெளிவாகிறது. ஹகானா படைகள், இரண்டாம் உலகப் போரின் அனுபவம் மிக்க அதிகாரிகளால் தலைமை தாங்கப்பட்டது. ஒன்பது படையணிகளில் 1,20,000 படைவீரர்களை அது உள்ளடக்கியது. தொடர்ச்சியாக அவர்கள் நடத்திய 31 இராணுவ நடவடிக்கைகளில் குறைந்த பட்சம் 50 படுகொலைச் சம்பவங்களை அவர்கள் (*Massacres*) நடத்தினார்கள்.

பாலஸ்தீனம் முழுவதும் இந்த ஒரே மாதிரியான திட்டம் நடைமுறைபடுத்தப்பட்டது. தப்பி ஓடுவதற்காக, ஒரு பக்கத்தை மட்டும் விட்டுவிட்டு மற்ற எல்லாப் பக்கங்களிலும் ஒவ்வொரு கிராமமும் சுற்றிவளைக்கப்பட்டது. எண்ணற்ற இளைஞர்கள் கொல்லப்பட்டார்கள், எஞ்சியவர்கள் வதை முகாம்களுக்குக் கொண்டு செல்லப்பட்டனர். மற்றவர்களுக்கு ஓர் எச்சரிக்கையாக, அவர்களுடைய கதையைச் சொல்ல உயிர் பிழைத்த சிலர், தப்பித்து ஓட அனுமதிக்கப்பட்டனர்.

அழிவின் அளவு விளக்குவதற்கு மிகவும் அதிகமாக இருந்தது. அனைத்து அகதிகளும், இந்தக் கிளர்ச்சி நீடிக்க முடியாது, மேலும் விரைவில் அவர்கள் திரும்புவர் என நினைத்தார்கள்: தாஹா வெறும் நான்கு போர்வைகள் மற்றும் ஒரு கோணிப்பை கோதுமையுடன் நான்கு குழந்தைகளையும் இழுத்துக்கொண்டு சென்றார். அவர் சொல்வது போல், ஒரே பயணத்தில் லெபனானில் அவர்களின் இறுதியாகச் சேரும் இடத்தை எப்போதும் அடைய முடியாதவாறு, ஒரு கிராமத்தில் இருந்து இன்னொரு கிராமத்திற்கு அவர்கள் தொடர்ந்து சென்றுகொண்டிருந்தார்கள். இராணுவ நடவடிக்கைகளின் ஒரு விளைவாக மட்டுமே பாலஸ்தீனத்தின் வெகுஜன வெளியேற்றம் நடந்திருக்க முடியாது. மக்களைத் திரும்புவதற்கு அனுமதித்து அது சற்று தணிக்கப்பட்டிருக்க முடியும். ஆனால், படுகொலைகளால் உந்தப்பட்டு, இன அழித்தொழிப்பின் ஒரு விளைவாக அது நடந்தது.

ஒரு சிறுமியாக, 'மஜித் அல்- க்ரம்' படுகொலையை, 1929இல் 'சுஹ்மதா'வில் பிறந்த தலிபா முகம்மது ஃபுடா, நேரே பார்த்தார். அவர் விவரிக்கிறார்:

'அவர்கள் எங்களைச் சதுக்கத்திற்கு அழைத்தனர். அவர்கள் ஆண்களை ஒரு பக்கமும் பெண்களையும், குழந்தைகளையும் ஒரு மூலையிலும் பிரித்து நிறுத்தினர். ஒரு டஜன் இளைஞர்களை அவர்கள் வரிசையில் நிறுத்தி இயந்திரத் துப்பாக்கிக் குண்டுகளை அவர்கள் மீது பொழிந்தனர். பிறகு இன்னொரு டஜன் இளைஞர்களை அவர்கள் வரிசைப்படுத்தினர். நன்றாக அரபி பேசக்கூடிய ஒரு யூத மனிதன் ஹஜ் அபித்தை அழைத்தான் (அவர் 'கிராமக் கோப்புகள்' பட்டியலில் வெளிப்படையாகக் குறி வைக்கப்பட்டவர்). அவர்கள் அவரைக் கொன்று அவரது வீட்டை எரித்து விட்டனர். பெண்களாகிய எங்களையும் குழந்தைகளையும் பேருந்து ஒன்றில் அவர்கள் ஏற்றினர். முதிய ஆண்கள் இன்னொரு பேருந்தில். எங்களை ஒரு யூதக் குடியிருப்புக்கு அவர்கள் இட்டுச் சென்றனர், அங்கே அந்தக் கூட்டம் எங்கள் மீது, சிரித்துக் கொண்டு, ஏதோ சைகை செய்தவாறு, காறி உமிழ்ந்தது. அவர்கள், 'மன்னர் அப்துல்லாவிடம் ஓடுங்கள்' என உரக்கக் கத்தியபடியே எங்களை நடக்கும்படி ஆணையிட்டனர்.

ஐக்கிய நாடுகள் சபையின் போர் நிறுத்தக் கண்காணிப்பாளர்கள், இந்தப் படுகொலையை அரை மனதுடன் விசாரித்தார்கள். அவர்களது அறிக்கைகளின் சாரத்தை, 'கொடுமைகள்' (Atrocities) என்ற ஐ.நா. கோப்பில் காண முடியும்.[8] அக்கொடுமைகள் 'மிக அதிகமாக இருந்ததாலும், விசாரிக்க அவர்களுக்கு நேரம் இல்லாததாலும்' இது போன்ற விசாரணைகள் செய்வதை அவர்கள் நிறுத்தி விட்டார்கள்.

செஞ்சிலுவைச் சங்கத்தின் சர்வதேசக் குழுவின் (ICRC) பதிவுகள் மற்றும் எனது வெளியிடப்பட்ட ஆய்வின் படி, படுகொலைகளில் உயிர்தப்பிய ஆண்கள் பற்பல வதை மற்றும் கட்டாய உழைப்பு முகாம்களுக்குக் கொண்டு செல்லப்பட்டு, அங்கே இரண்டு ஆண்டுகள் வரை வைக்கப்பட்டிருந்தனர். அவர்களுடைய கிராமங்கள் தாக்கப்பட்ட போது, பல அகதிகள், லெபனான் எல்லையைக் கடந்து போனதன் மூலமாகத் தங்களுடைய உயிர்களைக் காப்பாற்றிக் கொண்டனர். சிலர் நாட்டுக்குத் திரும்பி வந்து தங்களுடைய ஒரு சில மூத்த உறவினர்களையும், மதிப்பு மிக்க உடைமைகளையும் திரும்பக் கொண்டு வருவதற்காக முயன்ற போது, இஸ்ரேலியர்கள், அவர்களை 'ஊடுருவல்காரர்கள்' என்று சொல்லி, அவர்களைச் சுட்டுக் கொல்வதற்காகக் காத்துக்

கொண்டிருந்தனர். உண்மையில், இதில் கொடுமை என்னவெனில், தன் சொந்த நாட்டுக்குத் திரும்பிய ஒரு பாலஸ்தீனியனை, ஒரு கடத்தல்காரரின் கப்பலில், நள்ளிரவில் பாலஸ்தீனிய கடற்கரைக்கு, 'ஷ்டெட்டிடில்'லில் இருந்து வந்து சேர்ந்த ஓர் ஆயுதம் தாங்கிய போலந்து நாட்டுக் குடியேற்றவாசி, ஓர் 'ஊடுருவல்காரன்' என அழைத்ததுதான்.

பிரிட்டனின் நிலைபாடு கடைந்தெடுத்த ஒரு சந்தர்ப்பவாதமாக இருந்தது. சியோனிச பயங்கரவாதிகள், அவர்களுக்கு எதிராகக் கொடுமைகள் புரிந்தனர், ஆயினும் அவர்கள் பதிலடி கொடுக்க எதுவும் செய்யவில்லை. பாலஸ்தீனியர்களிடம் காட்டிய அவர்களது மிருகத்தனத்திற்கு அது முற்றிலும் வேறுபட்ட ஒன்று. மேலும், இஸ்ரேலிய வெற்றிக்குப் பின்னர், டெல் அவிவில், அவர்களது அமைச்சர் அலுவலகம் தொடர்ந்து பணியில் இருந்தது. மேலும் பிரிட்டிஷ் துணைத் தூதுவர் *(Consul)* ஹைஃபாவில் தொடர்ந்து இயங்கினார். அங்கே அவரது இருப்பு, நாட்டில் எஞ்சியிருக்கும் பாலஸ்தீனியர்கள் எதிர்கொள்ளும் நிலைமை பற்றிய முக்கியமான தகவல்களை எங்களுக்குத் தந்தது. பிரிட்டிஷ் ஆவணங்களில் இருந்து மறைக்கப்பட்ட ஒரு சிறிதும் தண்டனையற்ற, பிரிட்டிஷ் நடவடிக்கை எதையும் சந்திக்காத இஸ்ரேலிய மிருகத்தனம் பற்றிய கேவலமான சித்திரம் ஒன்றை நாங்கள் பெற்றோம்.

ஹைஃபாவில் இருந்த பிரிட்டிஷ் துணைத் தூதுவர் திருவாளர். ஈஸார்ட் *(Ezard)*, இஸ்ரேலின் புதிய அரசாங்கத்தின் கீழ் வசித்து வரும் பாலஸ்தீனர்களின் சூழ்நிலைகள் குறித்து ஒரு விளக்கமான அறிக்கையை எழுதினார். 1950 ஜூலை 12ஆம் தேதியிட்ட 60 பக்க அறிக்கை, இஸ்ரேலியர்களின் மிருகத்தனத்தைத் திருட்டு, கொள்ளை மற்றும் புதிதாக கொண்டுவரப்பட்ட தந்திரமான 'இல்லாத நபர் சொத்துச் சட்டம்' *(Absentee Property Law)* என்கிற போர்வையில் பாலஸ்தீனியர் சொத்துப் பறிப்பு ஆகியவற்றை விளக்குகிறது.[9] இஸ்ரேலிய மிருகத்தனம் பற்றித் துணை தூதுவர் தனது அறிக்கையில் கூறுகிறார்:

> இந்த வாரம்தான் பேராயர் ஹக்கீம், மூன்று வாரங்களுக்கு முன்பாக, அவரது நாசரேத் அனாதையகத்தின் ஜன்னல் வழியே சில கெஜ தூரத்தில் இருந்த ஒரு கூடாரத்தில் வைக்கப்பட்டிருந்த 20 பேர் கொண்ட அரேபிய ஊடுருவல் காரர்களின் குழு ஒன்றுக்குத் தரப்பட்ட தண்டனையை

அவர் பார்த்தது பற்றி என்னிடம் கூறினார். காலையில் 7.00 மணியில் இருந்து 9.30 மணிவரை, இந்த அரேபியர்கள், அவரது மார்புகளில் அணைத்தவாறு, கனமான கற்களை - ஒவ்வொன்றும் 20 முதல் 25 கிலோகிராம், இருக்கும் என அந்தப் பேராயர் மதிப்பிட்டார் - தூக்கிக் கொண்டு சுற்றி ஓடிவர செய்யப்பட்டார்கள். அவர்கள் அனைவரும் மயங்கிக் கீழே சாயும் வரை ஓடிக்கொண்டு இருக்குமாறு வைக்கப்பட்டனர்.

படுகொலையில் இருந்து தப்பிய பாலஸ்தீனியர்கள் அடிக்கடி லெபனானில், திரும்பி வர முயற்சித்தார்கள். எல்லையில் காத்திருந்த இஸ்ரேலியர்கள் அவர்களைச் சுட்டுக் கொன்றனர். அவ்வாறு முயன்று நாடு திரும்பியவர்கள் பாதுகாப்பாகவும் இல்லை. லெபனானுக்குத் தப்பி வந்த ஓர் இளைஞனின் கதையை 'தலிபா' நினைவு கூர்கிறார். 'பன்னிரண்டு ஆண்டுகள் குழந்தை இல்லாமல் இருந்த அவரது மனைவி, ஒரு குழந்தை பெறும் கட்டத்தில் இருந்தாள் என்பதைக் கேள்வியுற்றான். அவளைப் பார்க்க அவன் திரும்பி வந்தான். இரண்டாம் நாள் அன்று, யூதர்கள் அதைப் பற்றி அறிந்து வந்து, அவனைச் சுட்டுக் கொன்றார்கள்.'

பிரிட்டிஷ் ஆட்சி அதிகாரக் கால சட்டங்களை இஸ்ரேல் அதன் நலனுக்காகத் திருப்பியது. பாலஸ்தீனியர்களிடம் இருந்து அவர்களது சொத்துகளை அபகரிக்கப் பயன்படுத்தப்பட்ட, 195 இன் 'இல்லாத நபர் சொத்துச் சட்டம்' இரண்டாம் உலகப் போரில், ஜெர்மன் சொத்துகளைப் பறிமுதல் செய்வதற்கு என்று வடிவமைக்கப்பட்ட 'பிரிட்டிஷ் எதிரி சொத்துச் சட்டம்' என்பதை அடிப்படையாகக் கொண்டது.

பிரிட்டிஷ் ஆட்சியாளர்களால் 1945இல் அதன் கட்டளையின் கீழ் இருந்த பாலஸ்தீனத்தில் யூத பயங்கரவாதத்தை எதிர்த்துப் போரிட வடிவமைக்கப்பட்டு சட்டமாக்கப்பட்ட 'பாதுகாப்பு (அவசர நிலை) ஒழுங்கு முறைகள், 'தொடர்ந்து பின்னால் அவர்களது நாட்டில் எஞ்சியிருந்த பாலஸ்தீனியர்களுக்கு எதிராகத் திருப்பப்பட்டது. 1966இல் இராணுவச் சட்டம் நிரந்தரமான நிறவெறிச் சட்டங்களால் அகற்றப்பட்ட வேளை வரை இந்த ஒழுங்கு முறைகள் பாலஸ்தீனியர்களுக்கு எதிராகப் பயன்படுத்தப்பட்டன.

முடிவுகள்

பத்தொன்பதாம் நூற்றாண்டில் பாலஸ்தீனத்தை மக்களறச் செய்வது மற்றும் அதன் மக்கள்தொகையை ஐரோப்பிய யூதர்களைக் கொண்டு அகற்றுவது என்ற கருத்து, இருபதாம் நூற்றாண்டில் ஒரு யதார்த்தமாக ஆனது. ஆட்சி அதிகாரக் கட்டளைக் காலத்தில் பிரிட்டிஷ் கொள்கையால், இஸ்ரேல் அரசுக்கான ஸ்தாபனக் கட்டமைப்பு உருவாக்கப்பட்ட போது, இது சாத்தியம் ஆக்கப்பட்டது. பிரிட்டிஷ் காலனிய ஆட்சி, யூதக் குடியேற்றக்காரர்கள் அவர்களின் செயல்முறைத் திட்டத்தை வலுப்படுத்தும் வழிகளைச் சோதித்து அறியவும், அவர்களின் வழிமுறைகளைச் சோதிக்கவும், 1948இல் பாலஸ்தீனத்தை வெல்வதற்கான உடல் தகுதி மையங்களை அமைக்கவும் உதவி செய்தது.

பிரிட்டிஷ் வழிமுறைகளை அவர்கள் பயன்படுத்தியபோதும், மிருகத்தனத்தில் திறமையில், அளவில் யூதக் குடியேற்றக்காரர்கள், அவர்களது வழிகாட்டிகளை மிகவும் விஞ்சினர். பூகோள ரீதியாக, அவர்கள் பாலஸ்தீனத்திற்கும் மேலே (மேற்குக் கரை, பக்கூரா மற்றும் அல்- கமர் ஆகிய பகுதிகள் மீதான வெற்றியின் மூலம்), எகிப்து, சிரியா, லெபனான் மற்றும் ஜோர்டானுக்குள் எல்லைகளை விரிவுபடுத்தினர். கால அடிப்படையில் எழுபது ஆண்டுகள் ஆக்கிரமிப்பையும் அவர்கள் விஞ்சினர் - இது பிரிட்டிஷ் ஆட்சி அதிகாரக் காலத்தை விடவும் இருமடங்கு. சட்ட ரீதியாக, பிரிட்டிஷார், நாடுகளின் கூட்டமைப்பின் *(League of Nations)* வரைமுறைகளுக்குக் கட்டுப்பட்ட வேளையில், இஸ்ரேலியர்கள், டஜன் கணக்கில் ஐ.நா.தீர்மானங்களையும், சர்வதேசச் சட்டப் பிரிவுகளையும் மீறினார்கள். இன்று பாலஸ்தீனியர்கள் எந்த வடிவின் கீழும் எதிர்கொள்ளும் கூட்டுத் தண்டனை, வீடு இடிக்கப்படுதல்கள் மற்றும் வெளியேற்றம் ஆகியவற்றை இனவெறி, நிறவெறி நடைமுறைகள் உலகில் இன்னும் நடந்து கொண்டிருக்கின்றன என்று பார்க்க வேண்டும் என்பதை மட்டும் ஒருவர் கருத்தில்கொள்ள வேண்டும்.

இவை அனைத்தின் பொருள், அல்-நக்பா இன்னும் தொடர்ந்து நடந்துகொண்டிருக்கிறது என்பதுதான்.

ஹுசைன் முஸ்தஃபா தாஹா

பாலஸ்தீனத்தில் மியாரில் 1921இல் பிறந்தவர்.
மஹ்மூத் ஷெய்டனுடன் ஒரு நேர்காணல்
மியே வா மியே, செய்தா, 2003

19'38"-25'10"

மஹ்மூத் ஷெய்டன்: புரட்சியின் போது மியாருக்கு வந்த மக்களுள் சிலரின் பெயர்களை நீங்கள் நினைவுகூர்வீர்களா?

ஹுசைன் முஸ்தஃபா தாஹா: அபு அஹ்மது என்று அழைக்கப்பட்ட தலைவர் ஒருவர் அங்கே இருந்தார், சஃப்புரியாவில் இருந்து வந்த மக்கள் இருந்தார்கள் - அவர்களின் பெயர்களை நான் மறந்து விட்டேன். நான் மறந்து விட்டேன், நான் மறந்து விட்டேன், நான் மறந்து விட்டேன். இந்த நோய் என்னை மறக்கச் செய்து விட்டது. கிராமத்திற்கு வந்த சில தலைவர்கள் இருந்தார்கள், அவர்கள் சொன்னார்கள்: 'யூதர்கள் உங்களுடைய நிலங்களை எடுத்துக்கொண்டு உங்களை வெளியே விரட்ட வந்து கொண்டிருக்கிறார்கள்.' - எங்கள் நிலத்தில் இருந்து எங்களை வெளியே விரட்டுவதற்கு, அதை பிரிட்டிஷாரின் உதவியுடன் பறித்துக்கொள்வதற்கு.

இந்த வார்த்தைகளை அவர்கள் கேட்ட போது, கிராம மக்கள் என்ன செய்தார்கள்?

அவர்கள் என்ன செய்திருக்க வேண்டும் என நீங்கள் விரும்பினீர்கள்? அவர்கள் ஆயுதங்களை எடுத்தார்கள், துருப்புகளை உருவாக்கினார்கள். அவர்களுள் ஒருவர் எனது தந்தை வழி சித்தப்பா அஹ்மது அல்- ஹுசைன். அவர் துருப்புகளின் ஒரு குழுவிற்குத் தலைவர். அவர் ஆயுதம் தரித்த வீரர்களைக் கொண்டிருந்தார். அவர்கள் வந்து போவார்கள். யூதர்கள் வந்து எங்கள் கிராமத்தைத் தகர்த்தபோது, அவர்கள் சென்றுவிட்டனர். 'அக்கா'வில் இருந்து வந்த ஒரு பிரிட்டிஷ் அல்லது ஒரு யூதர் ஜீப் இருந்தது. அது கிராமத்தை அடைவதற்கு முன் அதை அவர்கள் தகர்த்துவிட்டனர். அந்த ஜீப் வெடித்தது, அதில் இருந்த மக்கள் இறந்துபோயினர். மியாருக்கு வந்து சேர்ந்த கண்ணி வெடிகுண்டுகளைப் பயன்படுத்தினர் - 'ஜீப்'பினைத் தகர்த்தவர்கள், மியாரில் இருந்து வந்தவர்கள். அவர்கள் வந்து கிராமம் முழுவதையும் தகர்த்து எறிந்தனர். அதன் ஒரு பகுதி தான்

அது. அவர்கள் எங்கள் வீடுகளைத் - எங்கள், தாஹா குடும்பம் மற்றும் அகாரியா குடும்பத்தின் வீடுகளை - தகர்த்தார்கள். அவைகளுக்குப் பக்கத்தில் சில வீடுகள் மட்டும் இருப்பதற்கு விடப்பட்டன, அவர்களுடைய வீடுகளில் நாங்கள் உறங்கத் துவங்கினோம். மீண்டும் அங்கிருந்த எங்கள் வீடுகளை நாங்கள் பெற்றோம். ஆனால் அவர்கள் மீண்டும் எங்கள் வீடுகளைத் தகர்த்தார்கள்.

அவர்கள் ஏன் உங்களுடைய வீட்டைத் தகர்த்தார்கள் - அது தாஹா குடும்ப இல்லமா?

ஒருவேளை அது குறிவைக்கப்பட்டதா? என்பது எனக்குத் தெரியாது. அதை அவர்கள் ஏன் தகர்த்தார்கள்? ஏனெனில் அந்தக் குழுவின் தலைவர் எனது சித்தப்பா, அவர் அவர்களுக்கு எதிராக ஒரு குழுவைத் தலைமை தாங்குகிறார் என்ற அந்தத் தகவல் அவர்களுக்குத் தெரியும். அதனால் இருக்கலாம்.

ஆகவே அவர்கள் குடும்பம் முழுவதுமான வீடுகளைத் தகர்த்தார்களா?

ஆம். அப்படித்தான் செய்தார்கள்.

உங்கள் தந்தை வழி சித்தப்பாவின், உங்கள் தந்தையின் மற்றும்...

அனைத்தும் எங்களுடையது, எங்களுடையது. எங்கள் முழுக் குடும்பத்தினதும் ஆகும். அவர்கள் தாஹா குடும்பத்தின் அனைத்து வீடுகளையும் தகர்த்தனர்.

அவர்கள் வந்து வீடுகளைத் தகர்த்த போது நீங்கள் என்ன செய்துகொண்டிருந்தீர்கள் என்பதை எங்களுக்கு நீங்கள் விவரிக்க முடியுமா? அது பகலிலா அல்லது இரவிலா?

அவர்கள் பகலில் எங்களைக் கொண்டு போனார்கள் என்று உங்களிடம் நான் சொன்னேன். எங்களை ஒன்று திரட்டி கிராமத்தின் வெளிப்புறப் பகுதிகளுக்குக் கொண்டு சென்றார்கள். எங்களைத் தடுத்து நிறுத்தி கிராமத்தின் வெளிப்பகுதிகளுக்குக் கொண்டு சென்றார்கள். இடையில் எங்கள் வீடுகளைத் தகர்த்தெறிந்து, பிறகு எங்களை வெளியே விரட்டிவிட்டனர். கிராமத்திற்குள் எங்களை அவர்கள் வைக்கவில்லை. அவர்கள் ஆண்கள், பெண்கள் என எங்கள் அனைவரையும் ஒன்று திரட்டினர். எங்களைத் திரட்டி கிராமத்திற்கு வெளியே ஐந்து கிலோமீட்டர் தூரத்திற்குக் கொண்டு சென்றார்கள். இல்லை, ஐந்து

கிலோமீட்டர்கள் கூட இல்லை. கிராமத்தில் இருந்து இரண்டு அல்லது மூன்று கிலோமீட்டருக்கு அப்பால், பிறகு அவர்கள் வெடி வைத்து வீடுகளைத் தகர்த்தனர்.

அவர்களின் வீடுகள் தகர்க்கப்பட்ட பிறகு மக்கள் அதை எவ்வாறு எதிர்கொண்டார்கள்? திரும்பி வந்து அவர்களுடைய வீடுகள் அழிக்கப்பட்டதைக் கண்டபோது மியாரின் மக்கள் என்ன செய்தார்கள்?

மீண்டும் அதைக் கட்டத் துவங்கினார்கள், மேலும் புரட்சிக்கான வேலைகளையும் துவங்கினார்கள், புரட்சியில் இணைந்தார்கள், யூதர்களைத் தாக்கினர், பிரிட்டிஷாரைத் தாக்கினர். நக்பா.

உங்கள் குடும்பத்தில் யாரையாவது அல்லது உங்கள் உறவினர்களுள் யாரையாவது அவர்கள் சிறை பிடித்தனரா? அவர்கள் உங்களைக் கிராமத்தின் வெளிப் பகுதிக்குக் கொண்டு சென்று பின்னர் உங்கள் வீடுகளைத் தகர்த்தார்கள் என்ற உண்மைக்கு அப்பால், மக்களை அவர்கள் சிறைபிடித்தார்களா?

ஹுசைன் அப்துல் - ஹாதி என்று அழைக்கப்பட்ட ஒருவரை அவர்கள் சிறைபிடித்தனர். அவரது வீட்டில் ஒரு துப்பாக்கியை அவர்கள் கண்டார்கள். வீடுகளை அவர்கள் சோதனையிட்ட போது, அவருடைய இடத்தில் ஒரு துப்பாக்கியை அவர்கள் கண்டார்கள். அவரைக் கொண்டு போய் அவர்கள் சிறையில் அடைத்தார்கள், அவர் மரண தண்டனைக்கு உள்ளாக வேண்டி இருந்தார். கிராம மக்களாகிய நாங்கள் ஒன்று சேர்ந்து, கொஞ்சம் நிதி திரட்டி, அஹமது அல்-ஷுக்காய்ரி என்ற வழக்கறிஞரைக் கொண்டு வந்தோம். மேலும் இன்னொரு வழக்கறிஞர், அவர் பெயர் என்ன? எனக்குக் குழப்பமாக இருக்கிறது. எனக்கு முழுமையாக நினைவில்லை.

அல்- ஷுக்காய்ரி, வழக்கறிஞரின், உதவியை நீங்கள் திரட்டிய பிறகு, சிறையிடப்பட்ட அந்த நபரை அவர்கள் விடுவித்தார்களா?

ஆம், அவரை அவர்கள் விடுவித்தார்கள். அவரை அவர்கள் விடுவித்தார்கள். துப்பாக்கியை எடுத்துக்கொண்டு அவரை விடுவித்தார்கள். ஆயுதத்தை எடுத்துக்கொண்டு அவரை விடுவித்தார்கள். ஹனா அஸ்ஃபூர், இன்னொரு வழக்கறிஞர், அவர் பெயர் ஹனா அஸ்ஃபூர். அவருக்காக, அவர் விடுவிக்கப்படும் வரை வழக்கறிஞர்கள் அஹமது அல் - ஷுக்காய்ரியையும், ஹனா அஸ்ஃபூரையும் அனுப்பிக்கொண்டிருந்தோம். அவர்கள்,

அவரது வீட்டில் துப்பாக்கியை யாரோ வைத்துவிட்டார்கள் எனக் கூறினார்கள். அவரை வெளியே கொண்டு வருவதற்காக வருத்தம் தெரிவித்து ஈடு செய்தார்கள்.

ஒருவர் துப்பாக்கியுடன் பிடிபட்டு, ஒரு வழக்கறிஞரை ஏற்பாடு செய்ய முடியாவிட்டால்?

அவர்கள் அவரைத் தூக்கில் இடுவார்கள்.

கிராமத்தில் யாருக்காவது அது எப்போதாவது நேர்ந்திருக்கிறதா? அவர்கள் யாரையாவது தூக்கில் இட்டிருக்கிறார்களா?

இல்லை, எங்கள் கிராமத்தில் எவரும் இல்லை. அது என்றும் நேர்ந்ததில்லை. வீட்டில் துப்பாக்கியுடன் பிடிபட்ட முதல் நபர் இவர்தான்.

அந்த நேரத்தில் பிரிட்டிஷாருடன் மோதல் இருந்தது. யூதர்களுடன் மோதல் எப்போது துவங்கியது? உங்களுக்கும், யூதர்களுக்கும் இடையே எப்போது உரசல் துவங்கியது? அந்த தேதி என்ன, எப்படி அது துவங்கியது?

துல்லியமாக எனக்குத் தெரியாது... 1948இல், 1947இல், சரியாக நான் நினைவுபடுத்த முடியாது.

26'14"-32'30"

யூதர்கள் எப்படி மியாரைத் தாக்கினார்கள் என்று உங்களுக்கு நினைவிருக்கிறதா?

அவர்கள் வந்து சேர்ந்தவுடன், தாக்கினார்கள். மேலும் எங்கள் மீது சுடத் துவங்கினார்கள். பீரங்கிகளால் அவர்கள் சுட்டார்கள்; கண்ணி வெடிகுண்டுகளைப் புதைத்தார்கள்; எங்களை வெளியே தள்ளி ஊரை விட்டு அகற்றினார்கள்.

எதிர்ப்பு ஏதாவது இருந்ததா? மியாரில் இருந்து யாராவது சண்டையிட்டனரா?

அவர்கள் தோற்கடிக்கப்பட்டனர். மியார் மக்கள் அவர்களுடன் சண்டையிட்டனர், அவர்களை நோக்கிச் சுட்டனர் ஆனால் அவர்களை மற்றவர்கள் விஞ்சினர். ஏனெனில், அவர்களுடைய வெடிமருந்து சக்தி மிக வலுவாக இருந்தது. பிரிட்டிஷார் அவர்களுக்கு வெடிமருந்துச் சாதனங்களை வழங்கினர். மேலும்

மியாரின் மக்களிடம் இருந்த வெடிமருந்து பலத்தை விட அவர்களுடைய வெடிமருந்து அதிக சக்தி வாய்ந்ததாக இருந்தது. அவர்கள் கிராமத்திற்கு வந்தார்கள், கிராமத்தின் மேல் படை எடுத்தார்கள், அவர்கள், எங்களைக் கிராமத்திற்கு வெளியே துரத்தினர்.

மியார் மக்களில் எவ்வளவு பேர் அங்கு போராளிகளாக இருந்தார்கள்?

அவர்களுள் சுமார் 40 பேர்.

அவர்களுள் 40 பேரா?

ஆம்.

சுமார் எத்தனைத் துப்பாக்கிகள் கிராமத்தில் இருந்தன?

எனக்குத் தெரியாது, 30 அல்லது 40 துப்பாக்கிகள் - 50 துப்பாக்கிகள், எனக்குத் தெரியாது. அங்கு சுமார் 40 துப்பாக்கிகள் இருந்தன. ஆனால் மற்றவர்கள் பீரங்கிகளை அங்கே கொண்டுவரத் துவங்கினார்கள், அத்துடன் - இன்னொன்றை நீங்கள் எப்படி அழைப்பீர்கள் - B 7, அந்த B 7, அதே B 7. அதற்குப் பெயருண்டு. அதை நான் மறந்துவிட்டேன். அது எவ்வாறு அழைக்கப்படும் - ஹஸ்கத், ஹாவ்ஸ், ஹாஜ், காஹாவ்ஸ்? அதன் பெயர் எனக்குத் தெரியவில்லை.

(அருகில் நின்றவர் குறுக்கிடுகிறார்)

ஸ்கீமிஸ்ஸர்.[10]

மியாரில் சண்டை நடந்ததா?

எங்களிடையே நடந்த சண்டை அதுதான் - எங்களுக்கும் யூதர்களுக்கும் இடையே. மியாரின் மேற்கில் இருந்து அவர்கள் வந்தார்கள், எங்கள் மீது சுடத் துவங்கினர். அவர்கள் மீது நாங்கள் சுட்டோம். அவர்களுடைய வெடி மருந்துத் திறனால் எங்களைத் தோற்கடித்தனர்; மியாரை வந்தடைந்ததும், அவர்கள் எங்களை வெளியே விரட்டினர். மியாரை அவர்கள் அடைந்ததும் எங்களைத் தோற்கடித்தனர்.

அவர்கள் உங்களைத் தோற்கடித்ததும், நீங்கள் என்ன செய்தீர்கள்? நீங்கள் கிராமத்தில் தங்கினீர்களா அல்லது நீங்கள் வெளியேறி விட்டீர்களா?

நாங்கள் வெளியேறிவிட்டோம். நாங்கள் வெளியேறிவிட்டோம்.

நீங்கள் எங்கே போனீர்கள்?

நான் ...க்கு போனேன். நாங்கள்... க்குப் போனோம்... நாங்கள் கலைந்து போகச் செய்யப்பட்டோம். எங்கள் ஆட்டு மந்தைகளை புறத்தே விட்டுவிட்டு நாங்கள் கிளம்பினோம். எங்களுக்குச் சொந்தமான ஒவ்வொன்றையும், வீட்டு உபயோகப் பொருள்கள் மற்றும் பிற அனைத்தையும் நாங்கள் விட்டுவிட்டுக் கிளம்பினோம். சுஹ்மதா என்று அழைக்கப்பட்ட கிராமத்திற்கு நான் சென்று, அங்கு வாழ்ந்து வந்தேன்.

ஜெய்ஷ் அல்-இன்காத் உங்கள் கிராமத்திற்கு வந்தார்களா? மியாருக்கு?

இல்லை, அவர்கள் வரவில்லை. ஜெய்ஷ் அல்-இன்காத் வரவில்லை. நாங்கள் கிளம்பி வந்த பின், அவர்கள் வந்திருந்தால், அது பற்றி எனக்குத் தெரியாது. ஜெய்ஷ் அல்-இன்காத் வரவில்லை.

சுஹ்மதாவுக்குக் கிளம்பிய தேதி உங்களுக்கு நினைவிருக்கிறதா?

அது 1948 ஜூலையில். நாங்கள் கிளம்பினோம், சுஹ்மதாவுக்கு நாங்கள் சென்றோம். ஜூலை, ஆகஸ்ட் மற்றும் செப்டம்பரில் அங்கு தங்கியிருந்தோம். செப்டம்பரில், அமினா என்ற பெயருடைய என் மகள் சுஹ்மதாவில் பிறந்தாள். தர்ஷிஹா மீது அவர்கள் விமானங்களில் இருந்து குண்டு வீசத் துவங்கினர். சுஹ்மதா மீதும்தான். அதன் மீது அவர்களது விமானங்களைக் கொண்டு குண்டு வீசினார்கள். இவ்வாறு சுஹ்மதாவை விட்டு வெளியே எங்களைத் துரத்தினார்கள். நாங்கள் கிளம்பிவிட்டோம். தெய்ர் அல்-க்வாசி என்றழைக்கப்பட்ட கிராமத்திற்கு நாங்கள் சென்றோம். தெய்ர் அல்-க்வாசியில் இருந்து விமானங்களில் இருந்து குண்டு வீசிய படியே எங்களை அவர்கள் பின்தொடர்ந்த வண்ணம் இருந்தார்கள். மேலும் எங்கள் மேல் வட்டமடித்த படியே விமானங்கள் குண்டுகளையும் பீப்பாய் குண்டுகளையும் வீசியபடி இருந்தன. அதன் பிறகு அவர்கள் எங்களை ருமாய்ஷ் என்று அழைக்கப்பட்ட கிராமத்திற்கு இட்டுச் சென்றனர். ருமாய்ஷ் கிராமத்தை நாங்கள் அடைந்தோம். பாலஸ்தீன

எல்லை ஓரங்களுக்கு வெளியே எங்களை விரட்டும் வரை அவர்கள் எங்களுக்குப் பின்னர் வந்துகொண்டே இருந்தனர். விமானங்களுடன். விமானங்களுடன் எங்களுக்குப் பின் வந்தார்கள்.

ஆக, நீங்கள் தெய்ர் அல்-காசியில் அல்லது சுஹ்மதாவில் தங்க முடியவில்லை?

இல்லை, நான் தங்க முடியவில்லை. ஏனெனில் எங்கள் ஆயுதங்கள் எங்களிடம் இருந்து பறிக்கப்பட்டுவிட்டன. எங்களிடம் இதற்கு மேல் அதிகமான ஆயுதங்களும் இல்லை. நாங்கள் தங்க முடியாது. நாங்கள் ருமாய்ஸுக்குப் போனோம், ருமாய்ஸ் என்றழைக்கப்பட்ட அந்தக் கிராமத்திற்குப் போனோம். அது லெபனானில் உள்ளது.

மிராரை விட்டு நீங்கிய போது உங்களுடன் என்ன எடுத்துச் சென்றீர்கள்?

நான் என்னுடன் என்ன எடுத்துச் சென்றேன்... நான் கொண்டு சென்றது ஒரு கோவேறுக் கழுதையை மட்டும்தான், உங்களால் அதை நம்ப முடிகிறதா? என்னுடன் நான்கு போர்வைகளையும் ஒரு பெண் கழுதையையும் கொண்டு சென்றேன். நான்கு போர்வைகள் மற்றும் எனது குழந்தைகளுடன் நான் கிளம்பிவிட்டேன். என்னுடைய குழந்தைகளுடன், எனக்கு மூன்று குழந்தைகள். இரண்டு குழந்தைகள்: ஃபாத்திமா மற்றும் முகம்மது - அது எனக்குப் பெரும் சுமையாக இருந்தது. எனக்கு ஒரு பெண் கழுதை மற்றும் நான்கு போர்வைகள் இருந்தன. மேலும் இரண்டு பைகள் மாவு. சுஹ்மதாவில் நாங்கள் பார்லி மாவை உண்பது வழக்கம். பார்லியை அரைத்து நாங்கள் அதை உண்போம். கடைசியில் நான் சொல்ல வேண்டியது இதுதான்.

இல்லை, இன்னும் ஒரு கேள்வியை நான் உங்களிடம் கேட்க விரும்புகிறேன். சுஹ்மதாவில் - உங்கள் மனைவி உங்கள் மகளைக் கருவில் சுமந்து கர்ப்பிணியாக இருந்த வேளையில் - அவருக்குக் குழந்தை பிறந்த போது, அவர் உடனே கிளம்பி வந்தாரா அல்லது ஓய்வு எடுக்க அவகாசம் இருந்ததா?

அவள் சற்று ஓய்வு எடுத்தாள். உடனே வரவில்லை. பெண் குழந்தை பிறந்து 20 நாள்களுக்குப் பிறகு அவள் கிளம்பி வந்தாள். விமானங்கள் மூலம் தர்ஷிகா மீது குண்டுவீச அவர்கள் துவங்கினார்கள். மேலும் சுஹ்மதா மீதும் அவர்கள் எங்களை வெளியே விரட்டும் வரை குண்டு வீசினார்கள்.

மியாரை விட்டு முதலில் வெளியேறிய போது, நீங்கள் என்ன உணர்ந்தீர்கள்? அதற்குப் பிறகு, நீங்கள் சுஹ்மதாவை விட்டு நீங்கிய போது, எப்படி நீங்கள் உணர்ந்தீர்கள்?

அது ஒரு விரக்தியான, அடிபணிந்து விட்டோம் என்ற ஓர் உணர்வு. என்ன உணர்வு? மகிழ்ச்சியான உணர்வா? இல்லை, ஒரு விரக்தியான உணர்வு, மேலும் ஓர் அடிபணிந்து விட்ட உணர்வு. அத்துடன் பிரிட்டிஷாரும், யூதர்களும் எங்களைத் தோற்கடித்து விட்டார்கள் என்ற ஓர் உணர்வு. அவர்களுக்கு எதிராகப் போர் புரிய வலிமை இல்லாமல் போனது பற்றிய ஓர் உணர்வு! அந்த உணர்வுதான்.

35'33"–39'20"

நீங்கள் யாருடன் வெளியேறினீர்கள், கிராமத்தை விட்டு நீங்கள் எப்போது வெளியேறினீர்கள்? உங்கள் உறவினர்களுள் யார் அங்கே தங்கிவிட்டார்கள்?

நான் என் குழந்தைகளுடன் வெளியேறினேன். நான் எனது குழந்தைகளையும், எனது உடன் பிறந்தவர்களையும் அழைத்துக் கொண்டேன். எனது மகன் முகம்மது, மற்றும் ஃபாத்திமா - அவர்கள் இளம் வயதினர். அவர்களுக்கு இரண்டு அல்லது மூன்று வயதுதான் இருக்கும், அவர்களையும் நான் வெளியேற வைத்தேன். எனது தந்தையும், தாயும் அங்கேயே தங்கிவிட்டார்கள். அவர்கள் பாலஸ்தீனத்தில் தங்கிவிட்டார்கள். அவர்கள் கிராமத்தில் தங்கி விட்டார்கள். முதியோர்கள் கிராமத்தில் தங்கிவிட்டார்கள். ஆனால் இளைஞர்கள் - அவர்களை வெளியே விரட்டி விட்டார்கள், மேலும் அவர்களிடம் சொன்னார்கள்: 'நீங்கள் தங்காதீர்கள். ஒன்று நீங்கள் போக வேண்டும், இல்லையேல் உங்கள் அனைவரையும் நாங்கள் படுகொலை செய்வோம்.'

இந்த வார்த்தைகளை யார் சொன்னது?
யூதர்கள்.

இப்படியாக அவர்கள் உங்கள் அனைவரையும் ஒன்று திரட்டி, உங்களை வெளியேறச் சொன்னார்களா?

ஆம். அவர்கள் எங்களை ஒன்று கூட்டிச் சொன்னார்கள்: 'போய் விடுங்கள், வெளியேறுங்கள். ஒன்று நீங்கள் சாகுங்கள் இல்லையென்றால் கிராமத்தை விட்டுச் செல்லுங்கள் - என்ன

செய்ய வேண்டும் என்பதை நீங்கள் தான் தேர்ந்தெடுக்க வேண்டும்.'

உங்கள் தந்தையைப் பற்றிச் சொல்லுங்கள். எதுவரை அவர் எங்கே இருந்தார்?

அவர் காலமாகிவிட்டார்.

அவர் அங்கேயே இறந்து போனாரா?

அங்கே எனக்கு ஒரு சகோதரி இருந்தார்; அவர் சகோதரியுடன்தான் இருந்தார். மஜித் அல்-க்ரம்மில் ஒரு சகோதரி இருந்தார். அவரது வீட்டுக்கு எனது தந்தையும் தாயும் சென்றார்கள். அவர்களை அழைத்துச் சென்று அவர் கவனித்துக்கொண்டார். உணவு கொடுத்து அவர்களைப் பார்த்துக் கொண்டார். அவரது வீட்டிலேயே அவர்கள் காலமானார்கள். அவர்கள் 1962இல் மற்றும் 1964இல் இறந்தார்கள். என் தாயார் 1962 லும், தந்தையார் 1964இலும் இறந்தார்கள் - அவர்கள் இறந்து விட்டார்கள்...

அவர்களை அழைத்துக் கொள்ளவோ அல்லது பார்க்கவோ உங்களுக்கு வாய்ப்பு கிடைக்கவில்லையா?

இல்லை. இல்லை. எனக்கு அந்த வாய்ப்பே கிடைக்கவில்லை.

உங்களை நான் ஒன்று கேட்க விரும்புகிறேன், பாலஸ்தீனததிறகு நாம் திரும்புவோம் என்ற நம்பிக்கை ஏதேனும் உங்களுக்கு இருக்கிறதா?

இன்ஷா அல்லா, இன்ஷா அல்லா (கடவுள் நினைத்தால், கடவுள் நினைத்தால்), நாங்கள் திரும்புவோம் என்ற நம்பிக்கை இருக்கிறது, கடவுளுக்கு அப்பால் எதுவுமில்லை. கடவுளுக்கு அப்பால் எதுவுமில்லை. எல்லாம் வல்ல கடவுள் விரும்பினால், இன்ஷா அல்லா, எங்களைப் பலவந்தப்படுத்தி வெளியேற்றிய இந்தத் திமிர்பிடித்த அடக்குமுறையாளர்கள். அவர்களைப் பழிக்குப்பழி வாங்கி எங்களை நாடு திரும்பச் செய்ய, அல்லா யாரையேனும் எங்களுக்கு அனுப்புவார். இன்ஷா அல்லா, நாங்கள், கட்டாயத்தால் திரும்புவோம், பாலஸ்தீனத்திற்கு நாங்கள் திரும்புவோம், மியாருக்கு, சஃப்சாஃபுக்கு, மேலும் அக்பராவுக்கு, அல்-தாமூனுக்கு மற்றும் அனைத்துப் பாலஸ்தீனிய கிராமங்களுக்கும் - ஷஃபா அமருக்கு, மற்றும் அனைத்து கிராமங்களுக்கும், இன்ஷா அல்லா. எங்களுக்கு நம்பிக்கை இருக்கிறது. நான் நம்பிக்கையை இழக்கவில்லை. அது எனது

வாழ்வின் கடைசி நாளாக இருந்தாலும், நான் நம்பிக்கையை இழக்கவில்லை, இன்ஷா அல்லா.

எதிர்காலத்தில் என்ன நடக்குமென்று உங்களால் அனுமானிக்க முடியுமா?

கடவுள் அறிவார். கடவுள் அறிவார். எதிர்காலத்தில் என்ன நடக்கும் என்பதை நான் முன் கூட்டியே எதையும் சொல்ல முடியாது.

பாலஸ்தீனத்திற்கு மாற்றாக நீங்கள் ஒன்றைத் தேர்வு செய்ய முடியுமென்று நாம் வைத்துக்கொள்வோம் - லெபனான், அல்லது ஐரோப்பா ஒரு உதாரணத்திற்கு அல்லது ஒரு இழப்பீடாக - அல்லது அவர்கள் திரும்பவும் உங்களை பாலஸ்தீனத்திற்கே கொண்டு வர முடியும் என்றால், எதை நீங்கள் தேர்வு செய்வீர்கள்?

நான் பாலஸ்தீனத்திற்குத் திரும்பிச் செல்வேன். பாலஸ்தீனத்திற்குத் திரும்பிச் செல்வதையே நான் விரும்புவேன். வேறெதையும் நான் ஏற்கமாட்டேன். லெபனானில், லெபனானியர்கள் அல்லாத ஒரு குடியிருப்பைக் கூட (tawteen) நான் ஏற்கமாட்டேன். குடியிருப்பைக் கூட ஏற்க மாட்டேன்.

நீங்கள் உடல்நலம் குன்றி இருந்தாலும், என்னுடன் அமர்வதற்கு ஒத்துக்கொண்டதற்கு உங்களுக்கு மிகவும் நன்றி சொல்ல நான் விரும்புகிறேன் அய்யா. *(Ya 'amm- paternal uncle-மொ.ர்)*

ஆம். உண்மையில் நான் உடல்நலம் குன்றியிருக்கிறேன். இல்லையெனில், நான் இன்னும் அதிக நேரத்தை உங்களுக்குத் தந்திருப்பேன்.

நீங்கள் சொல்ல விரும்புவதில், உங்களிடம் கேட்பதற்கு நான் மறந்துவிட்ட ஏதேனும் இருக்கிறதா?

என்ன விரும்புவது?

நாம் இதை (நேர்காணலை) முடிப்பதற்கு முன் நீங்கள் சொல்ல விரும்புவது ஏதேனும் இருக்கிறதா?

இன்ஷா அல்லா என்று நான் சொல்கிறேன். எங்களுக்கு வெற்றியைத் தருவதற்கு, எங்களுக்கு நல்ல செல்வத்தைக் கொண்டு வருவதற்கு, நாங்கள் பாலஸ்தீனத்திற்குத் திரும்பிப் போக வேண்டும் என்று எல்லாம் வல்ல இறைவனைக் கேட்கிறேன்.

இது எனது மிகவும் இறுதியான வேண்டுகோள்- நான் உயிரோடு இருக்கையில் நாங்கள் பாலஸ்தீனத்திற்குத் திரும்ப வேண்டும் என்பது. எனது பிள்ளைகளுடன் திரும்ப வேண்டும் என்பது. லெபனானில், சிரியாவில், ஜோர்டானில் உள்ள அனைத்துப் பாலஸ்தீனியர்களும் திரும்ப வேண்டும் என்பது - அவர்கள் அனைவரும் பாலஸ்தீனியத்திற்குத் திரும்ப வேண்டும் என்பது. மேலும் பாலஸ்தீனத்தில் ஓர் அரசை நாங்கள் உருவாக்க வேண்டும் என்பது எனது இறுதி வேண்டுகோள். இன்ஷா அல்லா, இன்ஷா அல்லா, இன்ஷா அல்லா.

இன்ஷா அல்லா.

தலிபா முகம்மது ஃபூடா
பாலஸ்தீனத்தில் சுஹ்மதாவில் 1929இல் பிறந்தவர்
அமிரா அஹ்மத் ஆல்வான் உடன் ஒரு நேர்காணல்
2003

45'10"–48'46"

அமிரா அஹ்மத் ஆல்வான்: 1936ஆம் ஆண்டு புரட்சியை நீங்கள் பார்த்திருக்கிறீர்களா?

தலிபா அஹ்மத் ஆல்வான்: ஆம், எனக்கு அது நினைவில் இருக்கிறது.

புரட்சிக்கு எதிராக மோதிய அரசியல் கட்சிகள் ஏதேனும் கிராமத்தில் இருந்தனவா?

இல்லை, அது எனக்கு நினைவில் இல்லை. புரட்சியாளர்கள் கிளம்பிச் சென்ற பின்னர், பிரிட்டிஷார் அங்கு வந்தார்கள், வீடுகளை அவர்கள் சேதப்படுத்திவிட்டு அவர்களைத் தேடினார்கள். புரட்சியாளர்கள் திரும்பினர், ஒவ்வொரு ஏழு அல்லது எட்டு நபர்களும் ஒரு கிராமவாசியின் வீட்டுக்குச் சென்று, மதிய உணவு அல்லது இரவு உணவு உண்பர் அல்லது உறங்குவர். அவர்கள் குழந்தைகளை நிறுத்தி வைத்து அவர்களிடம் சொல்வார்கள்: 'ஒருக்கால் இராணுவம் தென்பட்டால், தயவுசெய்து நீங்கள் ராஸ் அல் - அகாபா மீது ஒரு கண் வைக்க முடியுமா?' குழந்தைகள் சொல்லுவார்கள், 'மேகங்கள் உள்ளே வந்துகொண்டிருக்கின்றன!' ஆகவே புரட்சியாளர்கள் போய்விடுவார்கள். எங்கள் கிராமத்தில் ஏதேனும் கட்சிகள் இருந்தது பற்றி எனக்கு நினைவில் இல்லை. ஒருவேளை 'அக்கா' அல்லது 'ஹைஃபா' போன்ற மாநகரங்களில் அவர்கள் வைத்திருக்கலாம், ஆனால் எங்கள் கிராமத்தில் ஏதேனும் இருந்தது பற்றி எனக்கு நினைவில் இல்லை. நான் வெளியேறிய போது பதினான்கே வயதான சிறுமி.

பிரிட்டிஷாரால் உங்கள் தந்தை பிடிபட்டதாக நீங்கள் எனக்குச் சொன்னீர்கள்.

ஆம், பிரிட்டிஷாரால். அவர் 'அட்லிட்' டில் சிறை பிடிக்கப்பட்டார், 'அக்கா'வில், அவர்கள் அல்- ரமல் என்று அழைத்த சிறையில் வைக்கப்பட்டார்.

ஏன் அவர் சிறை வைக்கப்பட்டார்?

அவர் புரட்சியாளர்களுடன் இருந்தார். மேலும் அந்தச் சமயத்தில், குற்றம் சாட்டப்பட்டவர்கள்... அவர் மீது அவர்கள் குற்றம் சாட்டினர்... சாசாவில் இருந்து ஒருவர்.

அவர் புரட்சியாளர்கள் மத்தியில் இருந்தார் என அவர்களுக்குச் சொன்னது யார்?

அவரது மனைவி. அவர் கதவைத் தட்டிய போது - ஆனால் இது என்னைச் சிக்கலில் மாட்டுவதை நான் விரும்பவில்லை. அதிகமாகச் சொல்வது எதுவும் என் பக்கம் தவறாகிவிடுமா?

இல்லை, இல்லை.

ஒரு தலைவர் வருவார், எடுத்துக்காட்டாக, அபு ரபா, அபு காதிர், அபு இப்ரஹீம் அவர்களைப் போல் இங்கே பொறுப்பாக உள்ளவர்கள். ஒரு படைவீரனுக்கோ அல்லது ஒரு புரட்சியாளனுக்கோ அவர் ஆணைகளை இட்டுச் சொல்வார், 'போய் நமக்காக இன்னாரைக் கொண்டு வா, 'அவர் போய் அவர்களைக் கொண்டு வருவார். ஆகவே அவர் கதவைத் தட்டினார். அவள் அவரைக் கேட்டாள், 'யார் நீங்கள்?' அவர் பதில் சொன்னார், 'நான் அபு தாலிப்.' அவள் (அவள் கணவரிடம்) சொன்னாள், 'போகாதீர்கள், 'யா சலாமே', (*ya zalameh- man-* மொ.ர்) அவருடன் போகாதீர்கள்.' அவர் சொன்னார் 'இல்லை, அது அபு தாலிப், நான் அவருடன் போக விரும்புகிறேன். நான் வீட்டுக்குத் திரும்பி வர மாட்டேன்.' அவர்கள் வந்த போது, அவள் சென்று அவர்களிடம் புகார் கொடுத்தாள். ஓராண்டாக எனது தந்தையைக் காணவில்லை. அவர் சிரியாவில், 'மெலஹ்மா'வில் தங்கியிருந்தார். அரேபியர்கள் அவர்களது கோரிக்கைகளை வென்றுவிட்டார்கள் என்று அவர்கள் சொன்ன போது, மேலும் எனக்கு என்னவென்று தெரியவில்லை - இந்த கணம் எனக்கு நினைவில் இருக்கிறது - பெண்கள் உரக்கப் பேசத் துவங்கினர். ஏனெனில் சொல்லியபடி பிரிட்டிஷார் கிராமங்களில் இருந்து வெளியேறி விட்டனர். அவர்கள் வந்து அவரைக் கண்டித்தார்கள். அவர் திரும்ப வந்தார், உண்மையில், அவர் திரும்பி வந்து தங்கிவிட்டார். எனது தாய் அவருக்கு மெத்தையைக் கொண்டு வந்தார். பகற்பொழுதில் அவர் அவற்றை திரும்ப எடுத்து வந்து விட்டு, இரவில் கல்ட்-அல்-இஞ்சாஸ் என்று அவர்கள் அழைத்த ஒரு சிறு துண்டு நிலத்தில் இருந்த அவருக்கு மீண்டும் அவர்

அதைக் கொண்டு வந்து தருவார். அந்த இடத்தில் அதற்குள் அவர் தூங்குவார். சூரிய மறைவின் போது, மெத்தையையும், போர்வையையும் அவருக்குக் கொண்டு வருவார், காலையில் அவற்றை அவர் திரும்ப எடுத்துச் சென்றுவிடுவார். ஒவ்வொரு நாளும் இப்படியே. ஒருநாள், அவர் 'அஹ்மத் அல்- சலாமுன்' இன் தந்தையார், ஷேக் அப்துல்லாவின், அவரது ஆன்மா சாந்தி அடையட்டும், இடத்தில் உட்கார்ந்து கொண்டிருந்தார். அவர் அங்கேயே தூங்குவதையும் வழக்கமாகக்கொண்டிருந்தார்; அவர் வீட்டில் தூங்குவதற்குத் துணியமாட்டார். அவரது வீட்டில் அவர் தூங்கினார். ஓர் ஆள் வந்தான்... அந்தக் காலத் துவக்கத்தில் இருந்து எங்கு பார்த்தாலும் இலஞ்சம் புழங்கியது... தர்ஷிகாவில் அவரை அவன் கண்டித்தான், ஆகவே அவர்கள் வந்து அவரைக் கொண்டு சென்றார்கள். அந்த நேரத்தில் எனக்கு சுமார் ஏழு வயது ஆனது. அவர் நன்றாக நடத்தப்படவில்லை, அவரும் என்றும் நன்றாக நடந்துகொள்ளாதவராக ஆனார். 'எனது தந்தை சிறையில் இருக்கிறார், எனது தந்தை சிறையிலிடப் பட்டார்! பிரிட்டிஷார் அவரைக் கொண்டு சென்றார்கள், பிரிட்டிஷார் அவரைக் கொண்டு சென்றார்கள்!' அதுதான் நான் சொன்னது. அந்த நேரத்தில் அதை நான் அறிவேன்.

54'35"-1 மணி 11'44"

யூதக் குடியிருப்புகள் அல்லது 'குப்பனியாத்' ஏதாவது உங்கள் கிராமத்திற்கு அருகில் இருந்தனவா?

ஆம், எங்களுக்கு மிகமிக அருகில் இருந்த ஒன்று நஹாரிய்யா. அங்கே நஹாரிய்யா இருந்தது எனக்குத் தெரியும். சில நேரங்களில் மருத்துவ சிகிச்சை பெறுவதற்காக, துவக்கத்தில் அங்கே நாங்கள் போவது வழக்கம். (ஒரு பெண்) ஒரு மருத்துவரால் அவரது குழந்தைகள் பார்க்கப்பட வேண்டுமென்று அவர் விரும்பினால், அல்லது அவருக்கு வேறு ஏதாவது தேவைப்பட்டால், நாங்கள் நஹாரிய்யாவுக்குப் போவோம். நானே அங்கு சென்று மருத்துவ சிகிச்சை பெற்றுள்ளேன்.

நஹாரிய்யா, ஷாபுக்கு அல்லது சுஹ்மதாவுக்கு அருகில் இருக்கிறதா?

இல்லை. 'அக்கா'வுக்கு அருகில் நஹாரிய்யா இருக்கிறது. 'அக்கா'வில் இருந்து அது இன்னும் மேலே வடக்கில் இருக்கிறது.

அல்-காப்ரியைச் சுற்றி, அல்- பஸ்ஸாவைச் சுற்றி அதே சாலையில். கடற்கரையோரம்.

யூதக் குடியேற்ற வாசிகள் உங்களை எப்படி நடத்தினார்கள்?

நாங்கள் எப்போதும் அவர்களைப் பார்த்தது இல்லை, அவர்களும் வந்ததில்லை. சில நேரங்களில் அவர்களுள் சுமார், 20 அல்லது 30 பேர் வந்து ஒரு வரைபடத்துடன் தெருவுக்குத் தெரு நடந்து போய், அவர்களது மொழி நடையில் பாட்டுக்களைப் பாடுவார்கள், அவர்களது பாடல்களைப் பாடுவார்கள். மலைகள் இருக்கின்ற இடம் வரை போய் சுற்றித் திரிவார்கள், அவர்கள் தேவைப்பட்டால் பயன்படுத்த வைத்திருக்கும் ஒரு துண்டுச்சீட்டைப் பின்பற்றிச் சென்றார்கள்.

எப்போதாவது அவர்களுடன் பழகி இருந்தீர்களா? அவர்களுடன் பணி புரிந்தீர்களா?

இல்லை. எப்போதும் இல்லை. கிராமத்திற்குள் அவர்கள் நுழைந்தது கூட இல்லை. அவர்கள் நுழைய மாட்டார்கள். எனக்கு நினைவு தெரிந்தவரை அவர்கள் நுழைந்ததில்லை.

உங்கள் நிலத்தில் இருந்து ஒரு யூதர் எதையாவது வாங்கி இருக்கிறாரா?

இல்லை.

யூதர்கள் கிராமத்தைத் தாக்கியபோது, கிராமத்தினர் என்ன செய்தார்கள்?

நீங்கள் மஜித் அல்-க்ரம் பற்றிச் சொல்லுகிறீர்களா? கிராமத்தை விட்டு மக்கள் எப்போது சென்றார்கள்? நான் உங்களுக்குச் சொன்னதைப் போல, முதலில், தெய்ர் மற்றும் அல்-பினாவுக்கு நாங்கள் சென்றோம், அங்கிருந்து தப்பி ஓடினோம். பிறகு மஜித் அல்-க்ரம் சரண் அடைந்தது. ஆகவே அவர்கள் தங்கிவிட்டனர். நாங்கள் திரும்பி வந்தோம். அவர்கள் இளைஞர்களை ஒன்று திரட்டி 'ஹன்னானே'யில் (ஒரு குடியிருப்பு) அணி வகுத்து நிறுத்தினர்;[11] அதை அவர்கள் அங்கே வந்துவிட்ட குடியிருப்பு, மஜித் அல்-க்ரமின் குடியிருப்பு என அழைத்தனர். நான் சொல்லக் கூடாத எதையும் சொல்லிக்கொண்டு இருக்கிறேனா? எல்லாவற்றையும் உங்களுக்கு நான் சொல்லலாமா?

ஆம். எங்களுக்குச் சொல்லுங்கள்.

அவர்களுள் ஏழு அல்லது எட்டு பேரை அல்லது பத்தாகக் கூட இருக்கலாம், வரிசையாக நிறுத்தினர், எனக்கு நினைவில்லை. ஹன்னானேயில் அவர்களை வரிசைப்படுத்தினர். அவர்களின் கண்களைக் கட்டினர், குடியிருப்பின் (ஹன்னானே) சுவரை நோக்கி அவர்களின் முகங்களைத் திரும்பச் செய்து, அவர்கள் துப்பாக்கி ரவைகளால் அவர்களைத் துளைத்தனர். பள்ளிவாசல் ஜன்னலில் இருந்து நாங்கள் இதைப் பார்த்தோம்... எங்கள் கண்கள் முன்னே இளைஞர்கள் சரிந்து விழுவதைப் பார்ப்பது எவ்வளவு அவமானகரமானதும், கொடூரமானதும் என்பதை எண்ணிப் பாருங்கள். இங்கும் அங்குமாக அவர்களை அலைக்கழித்து இன்னொரு அணியை அவர்கள் வரிசைப்படுத்தினர். அவர்களது கண்களைக் கட்டினர். ஒரு நொடிக்குப் பிறகு, ஊதல் ஊதியது.

காருக்குள் இருந்த அந்த நபர், இதைப் போல் அவர் தன் கையை உயர்த்தினார். ஒரு கார் வந்தது - ஒரு வேன் *(Land)* அல்லது ஜீப், எனக்குத் தெரியாது. அது அப்போதுதான் வந்தது. அது மேற்கூரை இன்றி இருந்தது. அவர் தனது கையை உயர்த்தினார், அது நின்றது. காரில் இருந்தவர்களுள் ஒருவர் வெளியே வந்தார். அவர்களது மொழிநடையில் அவர் பேசத் தொடங்கினார் - அவர் என்ன சொன்னார் என்பது பற்றி எனக்கு எந்தக் கருத்தும் இல்லை. அதை உங்களுக்கு நான் சொல்ல முடியாது. அவர்களைப் பார்த்து விட்டு, அவர்களது கண்கட்டுக்களை அவிழ்க்க அவர் தொடங்கினார், கண்கட்டுக்களை அவிழ்ப்பதற்கு அவர்களிடம் அவர் சொன்னது பேர்ல் அது தோன்றியது. மஜித் அல்-க்ரம்மைச் சேர்ந்த ஹஜ் அபித் என அழைக்கப்பட்ட நபர் ஒருவர் அங்கிருந்தார். அவரை நன்கு அறிந்ததைப் போல் தோன்றியது. அவரைத் தழுவிய படியே அவர் சொன்னார், 'கபீபி ஹஜ் அபித்! கபீபி! நீ சாகிறாயா, ஹஜ் அபித்? நீ சாக மாட்டாய், ஹஜ் அபித்.' இறுக்கமாக அவரைக் கட்டி அணைத்தார்! அவரது வீட்டை - புரட்சியின் தலைவர்களுள் ஒருவர் அவர்- மற்ற புரட்சியாளர்களின் வீடுகளோடு அவர்கள் தகர்த்துவிட்டனர். அவர்களுள் ஒருவர் அபு மாலுஃப். அவரது வீட்டைப் புரட்சியாளர்கள் மக்களின் புகலிடம் என்று குறிப்பிடுவது வழக்கம். ஜெய்ஸ் அல்-இன்காத் கூட (அரேபிய விடுதலைப் படை) அங்கே மதிய உணவு அருந்தி உள்ளனர். யூதர்கள் நுழைந்த உடனேயே, அவரது வீட்டைத் தகர்த்தனர். பிறகு அவரைக் கொன்றனர். துப்பாக்கி ரவைகளால் துளைக்கப்பட்ட மற்றவர்களோடு அவரையும்

துளைத்தனர். ஹனானேயில் அவரைக் கொண்டு சென்றனர், மேலும் அபு மாலுஃப்பைத் துப்பாக்கி ரவைகளால், மற்றவர்கள் துளைக்கப்பட்டது போல, அவர்கள் துளைத்தனர். அவரும் மஜித் அல்-க்ரம்மைச் சேர்ந்தவர். அவரது வீட்டை அவர்கள் எரித்தனர்; அவர்கள் அதைத் தகர்த்தனர். அவரது வீட்டில் ஒரு தோட்டம் இருந்தது; அவர்கள் அதை எரித்தனர். செம்மறியாடுகள் அப்போதும் அங்கே இருந்தன. அவர்கள் உள்ளே சென்றனர், செம்மறியாடுகளும் அங்கிருந்தன. ஆனால் ஆயுதம் தரித்த அந்த நபர்கள் அன்று அவர்களுடைய ஆயுதங்களுடன் வெளியேறிவிட்டனர். கிராமத்தை விட்டு அனைவரும் தப்பி விட்டனர். எங்களைப் பொறுத்தவரை, நீங்கள் தெரிந்து கொள்ளுங்கள், மக்கள் அங்கேயே இருந்தனர். சிலர் வந்தனர், சிலர் சென்றனர். இரகசியமாக நாங்கள் பொருள்களைத் திரும்பக் கொண்டுவர, ஷாபுக்கு *(Sha'b)* போகத் துவங்கினோம். எதையாவது எடுத்துக்கொண்டு நாங்கள் போனோமா? இல்லை, ஒன்றையும் நாங்கள் கொண்டு போகவில்லை. மெத்தை மற்றும் போர்வை அத்துடன் மாற்றுத் துணிகளை மட்டும் விட்டுவிட்டோம். அவ்வளவுதான். நாங்கள் திரும்பி வரும் வரை என்று சொல்லி வைக்கோலுக்குள் எல்லாவற்றையும் மறைத்து வைத்தோம். எங்கள் அனைவரது வீட்டு உபயோகப் பொருள்கள் வைக்கோலுக்குள் மறைத்து வைக்கப்பட்டன. கடைசிப் பயணமாக நாங்கள் அங்கு சென்றோம. என மகன முன்னரே இறந்துவிட்டான். ஆனால் நாங்கள் அங்கு போய் எங்கள் சொந்த ஒலிவ மரங்களிலிருந்து ஒலிவப் பழங்களைப் பறித்தோம் - எங்களுக்குச் சொந்தமாக இருந்த ஒலிவ மரங்களில் இருந்து பறித்தோம். நாங்கள் அங்கே போவோம், அவர்கள் எங்களை விட்டு அவற்றைப் பறிக்கச் செய்வார்கள், அதற்குப் பிறகு எங்களுக்குக் கூலிப் பணம் தருவார்கள். எங்களுக்கு அவர்கள் கூலிப்பணம் தந்தார்கள். இங்கிருந்து துறைமுகத்திற்கு உள்ள அதே தொலைவுக்கு நாங்கள் நடப்போம். ஆனால் இங்கிருந்து ஜபல் தர்புல் வரை உள்ளதைப் போல, போகும் வழி மிகவும் செங்குத்தாக இருந்தது. இங்கே பள்ளத்தாக்கு இருக்கிறது, நீங்கள் சாலை வழியாகப் போக வேண்டும், பிறகு அங்கே ஒரு சரிவு வரும். நாங்கள் யூதர்களுக்காக ஒலிவப் பழங்கள் பறித்தோம்! எங்களுக்காக அல்ல. ஆனால் அவர்கள் எங்களுக்கு ஐந்து 'குரூஷ்' தருவார்கள். ஒரு நாள், நாங்கள் அங்கே சென்றோம். நாங்கள் சில பொருள்களைப் பெற விரும்பினோம் மேலும் எங்கள் துணிமணிகளைத் தூரத்தில் வைக்க விரும்பினோம் - எங்கள் அலமாரியைப் பெற்று விடுவோம்

என்று நம்பிக் கொண்டிருந்தோம். என் சொந்த அலமாரி. நான் ஓர் அலமாரியைச் சுமந்து வந்தேன்; மேலே அது இரண்டு இழுப்பறைகளைக் கொண்டது.

நாங்கள் கிராமத்திற்குள் நுழைந்த அந்த நிமிடமே, அது சுற்றி வளைக்கப்பட்டது. நாங்கள் கொஞ்ச நேரம் தங்கி இருந்தோம், நான் அந்த நபர் வந்ததையும் பிற அனைத்தையும் உங்களுக்குச் சொல்லிவிட்டேன். அவர்கள் ஆண்களை ஒன்று திரட்டுவதாகச் சொன்ன போது நாங்கள் வெளியே வந்துவிட்டோம். அவர்கள் திருமணம் ஆகாத ஆண்களை அழைக்கத் துவங்கி அவர்கள் அனைவரையும் ஒன்று சேர்த்தார்கள். சில பேருந்துகளை நிறுத்தினார்கள் மேலும் திருமணமாகாத ஆண்களைப் பார்த்து அவர்களின் கைகளை உயர்த்துமாறு கேட்கத் துவங்கினர். அவர்களிடம் சென்று சொன்னார்கள்: 'நீங்கள் திருமணம் ஆகாதவரா?' அவர் ஆம் என்று சொன்னால், அவரிடம் அவர் சொல்வார்: 'பேருந்துக்குள் போ.' 'நீ தனியாளா அல்லது திருமணம் ஆனவரா?' 'இல்லை, நான் தனியாள்தான், 'அவர் சொல்வார்: 'பேருந்துக்குள் போ.' 'பேருந்துக்குள் போ'. அவர்கள் திருமணம் ஆகாத அனைவரையும் பேருந்துக்குள் போக வைத்தனர். திருமணம் ஆகாத ஒவ்வொருவரும் தாங்கள் திருமணம் ஆனவர்கள் என்று சொல்லத் துவங்கினர். அதற்காக... ஏன் அல்லது எப்படி என்று கூட அவர்களுக்கு எதுவும் தெரியாது... ஒரு நபரிடம் வந்து அவர் சொன்னார், 'நீ திருமணம் ஆனவனா?' அவர் ஆம் என்று சொன்னார். அவர் பதிலளித்தார், 'அங்கேயே உட்கார்.' 'நீ திருமணம் ஆனவனா? அங்கேயே உட்கார்.' 'நீ திருமணம் ஆனவனா? அங்கேயே உட்கார்.' 'உனக்குக் குடும்பம் இருக்கிறதா?' அவர் ஆம் என்று சொன்னார். அவரிடம் அவர் சொல்வார்: 'அங்கேயே உட்கார்.' எது பற்றியும் எங்களுக்கு எந்த எண்ணமும் இல்லை. அவர்கள் அரேபிய யூதர்கள்; அவர்கள் அரபி பேசினார்கள். கேள்வி கேட்ட அந்த நபர் அரபி பேசினார்.

'அக்கா'விலும், 'ஹைஃபா'விலும் இருந்த யூதர்கள், எங்களைப் போல அரபி பேசினார்கள். தேசியவாதிகளான யூதர்கள். ஆம், அவர்களுள் பலரும் எங்களைப் போலவே அரபி பேசினார்கள். நான் ஹைஃபாவில் வாழ்ந்தேன், நான் ஹைஃபாவில் தங்கினேன், நான் ஹைஃபாவுக்குப் போவது வழக்கம், நான் ஹடேராவுக்குப் போனேன்,[12] நான் 'வாடி ருஷ்மிய்யா'வுக்குப் போனேன், ஏனெனில் எனது மைத்துனர்களும், எனது மைத்துனியும் அங்கே இருந்தார்கள், ஆகவே நாங்கள் போய், அவர்களுக்காக

அவர்களுடைய பொருள்களை எடுத்துக்கொண்டோம் மேலும் அவர்களுடன் தங்கியிருந்தோம்.

அவர்களுக்கு ஒரு தளம் மேலே இருந்தவர்கள், யூதர்கள். அவரிடம் அவள் சொன்னாள், 'நீங்கள், அவரிடம் ஏன் பேசிக் கொண்டிருக்கிறீர்கள்? அவர் முஸ்லீம் மக்கள் பேசுவது போல் பேசுகிறார்' - அவர் எப்போது தவறான ஒரு வார்த்தையைச் சொன்னாலும் அல்லது கொச்சையாகப் பேசினாலும். அவள் சொல்வாள், 'நீங்கள் முஸ்லீம் மக்கள் பேசுவதைப் போலப் பேசிக் கொண்டிருக்கிறீர்கள்.' அவர்கள், எங்களைப் போலவே அரபி பேசினார்கள்.

அவரிடம் அவர் சொன்னார், 'வா. நீ போகலாம்.' அவர் ஒரு யூதருடன் அவரை அனுப்பினார் மேலும் சொன்னார்: 'போ உனது குடும்பத்தை அழைத்துக்கொண்டு இங்கு வா. யல்லா! (போய் வா- மொ.ர்). அவர் போய் அவருடைய குடும்பத்தை அழைத்துக்கொண்டு வந்தார். யாரோ ஒருவர், 'நாங்கள் திருமணம் ஆனவர்கள்' என்று சொன்னால் அனைவரும் திருமணம் ஆனவர்கள் ஆகிவிடுவார்கள். சிலர் மியாரைச் சேர்ந்தவர்கள், மற்றவர்கள் ஷாபை, மஜீத் அல்-க்ரூமை, அல்- பிர்வாவைச் சேர்ந்தவர்கள், எங்கிருந்தோ சிலர். நான் உறுதியாகக் கூறுகிறேன், அல்-பிர்வாவில் இருந்து ஒரு நபர் வந்திருந்தார், அவர் அவரைக் கேட்டார்: 'நீங்கள் திருமணமானவரா?' அவர் ஆம் என்றார்... அல்-பிர்வா மக்கள் போகும்போது, அவர் வந்து எங்களிடம் ஷாபில் வாடகைக்கு வந்தார். எங்களுக்கு மாடியில் ஓர் அறையும், கீழே ஓர் அறையும் இருந்தன, எங்களுக்கு இடம் இருந்தது. அவர் வந்து வாடகைக்கு இருந்தார் - எங்களுடன் - தங்கவில்லை. அவர் வந்து சொன்னார், 'உங்களிடம் வாடகைக்கு நான் வரலாமா?' அவர் பதில் சொன்னார், 'இல்லை, நான் வாடகைக்கு விடவில்லை. வாடகை? இல்லை. தங்குங்கள்.. எங்களுடன் தங்குங்கள் கடவுள் விடுதலையைத் தரும் வரை, இன்ஷா அல்லா.' அவர் எங்களுடன் எங்கள் வீட்டில், எங்கள் குடும்பத்துடன், எங்கள் சொந்த வீட்டில் தங்கினார். நாங்கள் வெளியேறியபோது, மக்கள் வெளியேற வேண்டி வந்த போது, அவர்கள் வெளியே விரட்டி அடித்த போது, (யூதர்கள்) சொன்னார்கள்: 'நீங்கள் குடும்பத்தை அழைத்துக்கொண்டு இங்கு வாருங்கள்.' அவருக்கு மூன்று குழந்தைகள் இருந்தனர்: ஒரு மாதம் நிரம்பிய பையன் துணியில் சுற்றியபடி, அவனது தாயின் கரங்களில், இரண்டு வயது நிரம்பிய ஒரு பையன், ஐந்து வயது நிரம்பிய ஒரு பையன். அவர்கள் இந்த

மக்களைத் திரட்டிக்கொண்டு எனது சித்தப்பாவிடம் வந்தார்கள். அப்போது சரியாக நான் அங்கே நின்றுகொண்டிருந்தேன். அவர்கள் எனது சித்தப்பாவிடம் வந்தார்கள் - அவர்கள் இந்த மக்களுக்கு என்ன செய்யப் போகிறார்கள் என்பதைக் காணக் காத்துக்கொண்டிருந்தோம். அவர், அவரைக் கேட்டார்: 'நீ திருமணம் ஆனவனா?' அவர் சொன்னார், 'ஆம்.' 'உனக்கு குடும்பம் இருக்கிறதா?' அவர் சொன்னார், 'ஆம்.' அவர் சொன்னார், 'போய்க் குடும்பத்தை அழைத்துக் கொண்டு இங்கு வா.' ஆகவே நான் ஓடினேன், அவர்களை வீட்டுக்கு அழைத்துச் சென்றேன். நான் உள்ளே போனேன். சரியாக எனக்குப் பின்னால் அவர்கள் வந்தனர். அவளிடம் அவர் சொன்னார், 'கஸ்னா! வா, என்னுடன் நீ வர வேண்டும்.' என்னுடன் எனது மைத்துனி வசித்து வந்தாள். அவளுக்கு மூன்று பெண்கள். எனது மைத்துனர் அங்கே இருந்தான், அவனுக்குப் பதினொன்று அல்லது பன்னிரண்டு வயது இருக்கும். அவனது பெயர் ஃபாயத். அவர்களுடைய தாயுடன் ஒட்டிக் கொண்டார்கள்: 'யா, அம்மா, நீ போவதை நாங்கள் விரும்பவில்லை! நீ போவதை நாங்கள் விரும்பவில்லை!' அவர் திரும்பி என்னைப் பார்த்துச் சொன்னார்: 'நீ உன் எஜமானர் உடன் போ.'[13] நான் சொன்னேன்: 'இல்லை, அவர் எஜமானர் இல்லை!' அவர் சொன்னார்: 'நீ எஜமானர் உடன் போ!' அவர் எனக்கு முன்னால் துப்பாக்கியில் குண்டுகளைப் போட்டார். எனது மாமியார் வந்து சொன்னார், 'போ, உன் மாமனாருடன் போ.'

எங்களை எங்கு அழைத்துப் போகிறார்கள் என்பது பற்றி எங்களுக்கு எதுவும் தெரியவில்லை! அவர்கள் எங்கே இருந்தார்கள் அதுவும் தெரியவில்லை - ஆனால், எதைச் செய்தாலும், ஒலிவப் பழங்கள் பறிப்பதை விட அது சிறந்தது என நான் நினைத்தேன். நான் போக விரும்பினேன். அவர்கள் எங்களை அழைத்துச் சென்றனர், நாங்கள் இரவில் கிளம்பினோம்; பேருந்துகளில் எங்களைப் பயணம் செய்ய வைத்தார்கள். மூத்தவர்களை ஒரு ட்ரக்கில் பயணம் செய்ய வைத்தனர், நான் உறுதியாகக் கூறுகிறேன், அவர்கள் எங்களுக்கு முன்னால் போனார்கள். ஆண்களும் பெண்களும் பிரிக்கப்பட்டனர், பேருந்துகள் அவைகளின் வழியில் போய்க்கொண்டிருந்தன. எந்த நேரத்திலும் நாங்கள் ஒரு யூதக் குடியிருப்பை (*kubbaniyya*) அடைந்துவிடுவோம்... அல்- பிர்வாவுக்கும், மஜீத் அல்-க்ரூமுக்கும் இடையே நாங்கள் கடற்கரையை அடைவதற்கு முன்பே, அல்-லய்யாத்தில் சூரியன்

மறைந்தது. அல்-லய்யாத் என்ற சமவெளி அங்கு இருந்தது. இரவு முழுவதும் நாங்கள் பயணம் செய்தோம். எங்களுக்கு முன்னால் பேருந்துகள் போய்க்கொண்டிருந்தன, ட்ரக்கும் எங்களுக்கு முன்னால் இருந்தது, மேலும் மூத்தவர்களை ஏற்றிச் செல்லும் ட்ரக் முன்னே அதிகமான கார்கள் சென்றுகொண்டிருந்தன. அங்கு மிகவும் குளிராக இருந்தது! அது ஜனவரியை ஒட்டி இருந்தது. நாங்கள் போய்க்கொண்டிருந்தோம், மேலும் ஒவ்வொருமுறை ஒரு யூதக் குடியிருப்புக்கு அருகில் அல்லது யூதர்கள் வாழும் ஒரு சமவெளிக்கு வரும் போதும், அவர்கள் நிற்பார்கள், ஓர் ஊதலை ஊதுவார்கள், யூதர்கள் வெளியே வருவார்கள். அவர்கள் கையொலி எழுப்பி, பேருந்துக்குள் இருக்கும் போது எங்கள் மீது காறி உமிழ்வார்கள். இங்கு ஒரு பெண் புலம்புகிறாள், அங்கு ஒரு பெண் கதறி அழுகிறாள், இன்னொரு பெண் - கடவுளிடமே அதை விட்டுவிட்டோம், எங்களை எங்கே அழைத்துப் போகிறார்கள் என்று எனக்குத் தெரியவில்லை. எங்களை அவர்கள் எதுவரை அழைத்துப் போனார்கள்... இந்த இடங்களை எல்லாம் எனக்கு அவ்வளவு நன்றாகத் தெரியவில்லை. பேருந்துகள் நின்றன. அவர்கள் சொன்னார்கள்: "யல்லா (போகலாம்), கீழே இறங்குங்கள். யல்லா, மன்னர் 'அப்துல்லா'விடம் செல்லுங்கள்." ஜோர்டானின் முதல் மன்னர்... அந்தக் காலத்தில் மன்னர் அப்துல்லா, இப்போது இருப்பவர் அல்ல - இவருடைய தாத்தா! 'யல்லா! 'அபதுல்லா'விடம் செல்லுங்கள்'. எங்களை நோக்கிச் சுட்ட போது, நாங்கள் நடந்தோம். அவர்கள் சுடத் துவங்கிய போது, என்னுடன் இருந்த அந்த பெண், எங்களிடம் வாடகைக்கு இருந்த பெண், அல்-பிர்வாவில் இருந்து வந்த அந்த பரிதாபத்திற்குரிய பெண்... ஒரு கையில் தன் மகனைப் பிடித்துக்கொண்டிருந்தாள், அவளது தலையில் துணிகள் உள்ள ஒரு மூட்டையை சுமந்து வந்தாள் - அவர்களது மாற்றுத் துணிகளைப் பற்றி - எனக்குத் தெரியவில்லை, அவளது தலையில் இருந்தது என்னவென்று எனக்கு நினைவில்லை, அவள் தலையில் ஏதோ ஒன்றைச் சுமந்து வந்தாள். அவள் பையனின் கையை விடுவித்து விட்டு, தலையில் இருந்த துணியை இறுகக் கட்டிக் கொண்டு, அவளது இரு கைகளில் பச்சிளம் குழந்தையை அள்ளிக் கொண்டாள். நாங்கள் ஓடத் துவங்கினோம். அவள் பையனை மறந்து போனாள். அவளது மகனை மறந்தாள், அவனுக்கு இரண்டு அல்லது மூன்று வயது இருக்கலாம், இப்போதுதான் அவன் நடக்கத் தொடங்கி இருந்தான். எங்களுக்குப் பின்னே துப்பாக்கி ரவைகள் வெடித்தபடி இருக்க நாங்கள் ஓடத் துவங்கினோம்.

இங்கிருந்து அந்தக் குவிமாடம் (dome) இருக்கும் தூரத்திற்கு அதே அளவு, அல்லது இன்னும் சற்று அதிகமான தூரத்திற்கு நாங்கள் நடந்தோம். நாங்கள் வந்து சேர்ந்த போது, ஒவ்வொருவரும் தங்கள் உறவினர்களின் பெயர்களைச் சொல்லி அழைக்கத் துவங்கினர். அவர்கள் சொன்னார்கள், 'நில்லுங்கள். சிலர் மட்டும் போய் ஜோர்டானிய இராணுவத்தை அழைக்கட்டும்'! அல்-திஃபாசோ இராணுவத்தை அவர்கள் அப்படி அழைப்பதுதான் வழக்கம், அதை அவர்கள் தாழ்வாக நினைக்கவில்லை. எங்களை நோக்கிச் சுடத் துவங்கினர். எங்களை நிற்கும்படி அவர்கள் சொன்னார்கள். அந்த நபர் தனது மனைவிக்காகப் பார்த்துக்கொண்டு இருந்தார். பையனை அவர் காணவில்லை: 'பெண்ணே, பையன் எங்கே?' அவள் சொன்னாள், 'எனக்குத் தெரியவில்லை.' 'உனக்குத் தெரியாது என்று எப்படிச் சொல்கிறாய்?' அவள் சொன்னாள், 'எனக்குத் தெரியாது, அவர்கள் சுடத் துவங்கிய போது, அவன் என் கையைப் பிடித்துக்கொண்டிருந்தான், எங்கே தவறவிட்டேன் என்று...' அவனை அவள் தவறவிட்டு விட்டாள்.

அவர்கள் திரும்பிச் சென்று அவனைக் கண்டுபிடித்தனர். அவர்கள் திரும்பி வந்தனர், எங்களுக்குப் பின்னால் அவர்கள் இருந்தார்கள், அவன் உரத்த குரலில் அழுதுகொண்டிருந்ததை அவர்கள் பார்த்தார்கள். அவர்கள் அவனை அழைத்து, மஜீத் அல்-க்ரூம், ஹன்னானேக்கு, அவர்கள் இருந்த இடத்திற்கு - சதுக்கத்திற்குக் கொண்டு வந்தனர், அவர்கள் 'முக்தாரை'க் கூப்பிட்டனர். அவர்கள் சொன்னார்கள்' 'இந்தச் சிறுவனை நாங்கள் கண்டுபிடித்தோம், அவன் அங்கேயே விடப்பட்டு விட்டான்.' அவனைத் தெரிந்த ஆட்கள் இங்கே இருப்பார்கள் என்பது போல் தெரிகிறது... அவனது அத்தைமார்கள், அவனது தந்தையின் சகோதரிகள் அவனை விட்டிருக்கமாட்டார்கள். அவனை விட்டுப் போனவர்கள், சகோதரர் மனைவியும், குழந்தைகளும்தான். அவனது அத்தைமார்கள் இளையவர்கள், ஒருவேளை அவர், (அவர்களது சகோதரர்) இங்கிருந்து அவர்கள் போவதற்கு விரும்பியிருக்க மாட்டார், எனக்குத் தெரியவில்லை - அவர்கள் கிளம்பிப் போயிருக்க மாட்டார்கள். யார் அவனை அடையாளம் காண்பர்? நல்ல வேளை, அவனது அத்தைமார்கள். அவனைப் பெற்றுக்கொண்டார்கள். இதைப் பார்த்த சிலர், அவன் உண்மையில் அவர்களது மருமகன்தான் என உறுதிப்படுத்தினர்.

அவர்கள் அவனைக் கொண்டு சென்றனர். எங்களைப் பொறுத்தவரை, நாங்கள் வழி நெடுக வந்து சேர்ந்தோம்,

ஜோர்டானிய இராணுவம் வந்து எங்களை அழைத்துக் கொண்டார்கள். கிர்பத் உம் அல்-ஃபாம் என்று அழைக்கப்பட்ட ஒரு சமவெளிப் பகுதியில் எங்களைக் கொண்டு வைத்தார்கள், அது ஒரு கிர்பே[14] நாங்கள் அங்கு தங்கினோம். அவர்கள் எங்களுக்கு விறகுகளைக் கொண்டு வந்து தீமூட்டி, நாங்கள் கதகதப்பாக ஆகும் வரை அவைகளைத் தூண்டிவிட்டனர். குளிரால் நாங்கள் பல சுற்றுகள் துணியைச் சுற்றிக்கொள்ள வேண்டி இருந்தது! அடுத்த நாள் காலை வரை, கால்நடையாக, இங்கே இந்த இடத்திற்கும் நீர்த் தேக்கங்களுக்கும் இடையே உள்ள தூரத்திற்கு அங்கே நடக்க வைத்தனர். ஒலிவ மரங்களுக்குக் கீழே எங்களை அமர வைத்துவிட்டு எங்களுக்குக் காலை உணவைக் கொண்டு வந்தனர் - ரொட்டி மற்றும் பேரீச்சை பழங்கள் எது என்று எனக்குத் தெரியவில்லை. மேலும் சூரியன் மறையுமுன், அரா மற்றும் அராரா என்று அழைக்கப்பட்ட ஒரு கிராமம் வரை எங்களைக் கொண்டு சென்றார்கள். அவைகள் அருகருகே இருந்த இரண்டு கிராமங்கள்; அவைகள் ஒரு பள்ளத்தாக்கினால் மட்டுமே பிரிக்கப்பட்டு இருந்தன. ஒன்றுக்கொன்று நெருக்கமாக அவை இருந்தன. அவர்கள் சொன்னார்கள், 'இந்தக் கிராமம் அரா என்று அழைக்கப்படுகிறது மற்றும் இது அராரா.' எங்களைப் பள்ளிவாசல்களில் கொண்டு வைத்தார்கள். ஆண்களை ஒரு சமவெளிப் பகுதிக்கும், பெண்களை ஒரு சமவெளிப் பகுதிக்கும் கொண்டு சென்றனர் அந்தக் கிராமத்தில், பள்ளிவாசலில் சுமார் மூன்று நாள்கள் தங்கி இருந்தோம். பிறகு, எங்களை - எனக்கு நினைவில்லை, ஒரு ட்ரக்காக இருக்கலாம், ஆனால் பேருந்து இல்லை - அவர்கள் பயணம் செய்ய வைத்தனர். அதெல்லாம் எனக்கு நினைவுக்கு வருகிறது, ஒரு ட்ரக்தான் அது. ஜெனினுக்கு எங்களை அழைத்துச் சென்றார்கள். மேலும் அவர்கள் சொன்னார்கள்,

'இந்த ஊர் ஜெனின்.' ஜெனினுக்கு, ஒரு ஹோட்டலுக்கு, அல்லது அது என்னவென்று எனக்குத் தெரியாது, ஒரு 'ஹம்மம்'முடன் இருந்த இடத்திற்கு (hammam-பொதுக் குளியல் இடம்) எங்களை அழைத்துச் சென்றார்கள். அந்தப் பரிதாபத்திற்குரிய பெண், அவளது கைகளில் ஏந்தி வந்த அவளது ஒரு மாதக்குழந்தை இறந்து போனது - தனது மகனைத் தொலைத்துவிட்ட அந்தப் பெண். அவளது கைகளில் தவழ்ந்த ஒரு மாதக் குழந்தையும் இறந்துவிட்டது. அவள் சொன்னாள், 'யா வெய்லி (ya wayli - ஓ, துன்பமே எனக்கு என்று ஆகிவிட்டதே-மொ.ர்). எனக்கு மூன்று

குழந்தைகள் இருந்தனர். இப்போது இவன் ஒருவன் மட்டுமே எனக்கு எஞ்சி இருக்கிறான்?' அவள் அதிகமாக அழுதாள். சுமார் எட்டு நாள்களுக்கு நாங்கள் ஜெனினில் தங்கியிருந்தோம். நப்லஸுக்கு நாங்கள் சென்றோம். அங்கு எங்களுக்குக் கூடாரங்கள் தயாராக இருந்தன என்பதைக் கண்டறிந்தோம். நப்லஸின் ஊற்றுக்கும் எழுப்பப் பட்டிருந்த கூடாரங்களுக்கும் இடையில் சுமார் 100 மீட்டர்கள் தான் இருந்தன - திரா, முக்கியச் சாலை அவற்றை இணைத்தது. ஒரு கூடாரத்தில் அவர்கள் 12 அல்லது 13 பேர்களைத் தங்க வைத்தனர். சுமார் மூன்று மாதங்களுக்கு நாங்கள் அங்கே தங்கியிருந்தோம். அந்த நேரத்தில் நாங்கள் லிராட் அல்லது ஜஹாதியத் (தங்கக் காசுகளை ஜடைக்கு உள்ளே வைத்துப் பின்னப்படுவது) என்று நாங்கள் அழைத்த சிகை அலங்காரம் செய்தோம்; அவை அலங்காரப் பொருள்களாகப் பயன்பட்டன. எங்களிடம் பணம் இல்லை! எங்களிடம் பணம் அல்லது எதுவும் இல்லாமல் போனது. அவர்கள் எங்களுக்கு ரொட்டியும், பாலாடைக் கட்டியும் அது போன்ற பொருள்களையும் கொண்டு வந்தார்கள், அவர்கள் கிராமங்களுக்குப் போய் எங்களுக்கு ஒலிவ எண்ணெய் கொண்டு வந்தார்கள் - எனது மாமாவும், அங்கிருந்த மற்ற ஆண்களும் கொண்டு வந்தார்கள். நாங்கள் ஜார்ட் மற்றும் பசலி போன்ற கீரை வகைகளைத் தேடிப் போவோம். எங்களைச் சுற்றிலும் அங்கே தோட்டங்கள் இருந்தன. ஒருநாள், எங்களுடன் அங்கே ஒரு நபர் இருந்தார், அவருடைய மகன் அல்-கபிசிய்யாவில் இருந்தார் - வயது முதிர்ந்த அவரது பெயர் செய்த் அல்-மஹ்மூத் அபு முகம்மது. நாங்கள் நப்லஸ்ஸில் இருக்கிறோம் என்பதைத் தெரிந்துகொண்ட அவருடைய மகன், அவரை அழைத்துக்கொண்டு வருவதற்கு அல்-கபிசிய்யாவில் இருந்து ஒருவரை அனுப்பி இருந்தார். செய்த் அல்-மஹ்மூத்தும் எனது மாமாவின் உறவினர் தான்; அவர் அவரது தந்தை வழிச் சகோதரர். என் மாமா அவரிடம் சொன்னார், 'நானும் உங்களுடன் வருவதற்கு விரும்புகிறேன்.' ஆகவே சில எழுத்துப்பூர்வ வேலைகளைச் செய்தோம். நான் என் இடைவாருக்குள் வைத்து எடுத்து வந்த தங்கத்தை விற்றேன். மேலும் நாங்கள் சில எழுத்துப்பூர்வ வேலைகளைச் செய்தோம், ஒரு கட்டணத்தைச் செலுத்தினோம், நாங்கள் நப்லஸில் இருந்து ஜோர்டானுக்கு, டமாஸ்கஸுக்கு, அன்ஜாருக்கு வரும் வரை பயணம் செய்துகொண்டிருந்தோம். இதுவே எங்கள் கதை.

9

நான்கு கிராமங்கள், நான்கு கதைகள்: அல் - ஜலீலில் இன அழித்தொழிப்புப் படுகொலைகள்

சாலே அப்துல் ஜாவத்

(இந்த அத்தியாயம் அரபியில் இருந்து லின்ஸே மன்ஃபோர்டால் மொழிபெயர்க்கப்பட்டது)

> *'குற்றத்தின் பயங்கரம் ஒன்றே, தங்களை நிரபராதி எனச் சொல்லும் கொலையாளிகளை, உண்மை பேசும் பாதிக்கப்படுபவர்களை விட அதிகமாகத் தயக்கமின்றி நம்பும்படி செய்கிறது.'*
>
> *- ஹன்னா அரேண்ட்*[1]

இது அல்-ஜலீலில் (கலிலீ) வெவ்வேறு பகுதிகளில் இருக்கும் நான்கு பாலஸ்தீனிய கிராமங்களின் வரலாறு: சாலிஹா, அல-ஹுசைனிய்யா, சஃப்சாஃப் மற்றும் அய்லுத். இந்தக் கதை *1948*இல் போரின் போது, இளம் சிறுமிகளாக இருந்த தங்கள் கிராமங்களின் ஆக்கிரமிப்பை அனுபவித்து உணர்ந்த நான்கு பெண்களின் நேரடியான சாட்சியத்தை அடிப்படையாகக் கொண்டது. கிராமங்களுள் ஒன்று (தைபிரியாஸ் ஏரிக்கு வடக்கே அல்-ஹுலா சமவெளியில் இருந்த அல்-ஹுசைனிய்யா). *1948* மார்ச் நடுப்பகுதியில் யூத இராணுவ அமைப்பான 'ஹகானா'வால், அதாவது, *1948* இறுதியில் இஸ்ரேலிய இராணுவம் அமைக்கப்படுவதற்கு முன்பாக, ஆக்கிரமிக்கப்பட்டது. அல்-நஸிராவுக்கு (நாஸரேத்) நேரே வடக்கில் இருக்கும் அய்லுத், அதே ஆண்டு ஜூலை நடுவில் இஸ்ரேலிய இராணுவத்தால் ஆக்கிரமிக்கப்பட்டது. இதற்கிடையே, லெபனான் எல்லைக்கு அருகில் அமையப்பெற்ற சாலிஹா மற்றும் சஃப்சாஃப் இரண்டும் *1948* போரில் பின்னால் எடுக்கப்பட்டன. நாம், அல்-ஹுசைனிய்யாவில் நடந்த சம்பவங்களை மற்ற மூன்று

கிராமங்களோடு ஒப்பிட்டால், இஸ்ரேலிய இராணுவம், அது அமைக்கப்பட்டதற்குப் பின்பும் கூட, யூத துணை இராணுவ அமைப்புக்களால் தோற்றுவிக்கப்பட்ட பயங்கரவாத மரபைத் தொடர்ந்தது என்பதை நாம் காண முடியும். இது இஸ்ரேலிய இராணுவத்தில் கட்டுப்பாட்டின் அளவு நடைமுறைப்படுத்தப்பட்ட போதும் அல்லது அதனாலேயே தொடர்ந்தது.

இந்தக் கிராமங்களில் ஒவ்வொன்றின் ஆக்கிரமிப்பைத் தொடர்ந்த சில மணித்துளிகளில் அல்லது சில மணி நேரங்களில், குடும்ப இல்லங்கள் அழிக்கப்பட்டு படுகொலைகள் நிகழ்த்தப்பட்டன, அங்கு வீடுகளில் இருந்தவர்கள் அனைவரும் - தாய்மார்கள், தந்தைமார்கள், புதல்வர்கள், சகோதரர்கள், சகோதரிகள், கணவன்மார்கள் - என அனைவரும் கொல்லப்பட்டார்கள். பின்வரும் பக்கங்களில், நாம் பார்க்கப் போவதைப் போல, இது போன்ற பாரபட்சமற்ற மிருகத்தனமான கொலைகள், விதிவிலக்கு என்றில்லாமல் விதிமுறையை அமைத்தது. அது, எல்லைக்கு அப்பால் லெபனானுக்குள் கிராமத்தின் பெருவாரியான ஒரு வெளியேற்றத்தால் பின்தொடரப்பட்டது.

அய்லுத்தின், ஓரளவு வழக்கத்திற்கு மாறான நிகழ்வில், அல்-நஸிராவில் தஞ்சம் புகுந்த குடும்பங்களுள் சிலர் மட்டும் அவர்களின் கிராமத்திற்கு, அது முழுவதுமாக வெற்றிடமாக்கப்பட்ட பிறகு மீண்டும் திரும்பி அங்கே தங்க முடிந்தது.[2] அவர்கள் திரும்பிய அதேவேளையில், வெளியேற்றப்பட்டதற்கு ஓராண்டுக்குப் பிறகு, துண்டாடப்பட்டு சிதைக்கப்பட்ட ஒற்றைக் குடும்பங்களின் சோகம் வெளிக்கொணரப்பட்டது. மேலும் யார் வெளியேறினர், யார் எஞ்சி இருந்தனர் என்பது தெளிவாகியது: ஒரு சகோதரன் அல்லது மகன் அய்லுத்தில், ஒரு சகோதரன் அல்லது மகன் லெபனானில்; கணவர் ஒருவர் இங்கே, மனைவி ஒருவர் அங்கே. அவர்களுள் அனைவரும் வளர்ந்து ஆளாயினர். மேலும் பெரும்பான்மையினர் ஒருமுறை கூட மீண்டும் என்றும் சந்திக்காமலே இறந்து போயினர். வானொலியில் அல்லாமல் - அவர்களின் பிரியமானவர்கள் பற்றி - அவர்கள் கேள்விப்படக் கூட இல்லை![3]

நான்கு சம்பவங்களில் இரண்டில் (அல்- ஹுசைனிய்யா மற்றும் சாலிஹா) சிறுமிகள் படுகாயங்கள் அடைந்து, அவர்களின் விரல்களை இழந்தனர். முதல் சம்பவத்தில், சிறுமியும், அவளது குடும்ப உறுப்பினர்களும் வீட்டுக்குள் இருந்த போது அவளது வீடு தகர்க்கப்பட்டது. அதன் இடிபாடுகள் அந்த இளம் பெண்ணைத்

தாக்கியதால் அது நேர்ந்தது.[4] இரண்டாவதில், சாலிஹாவில் இருந்த வீடுகள் முற்றாக அழிக்கப்பட்டு, பொதுச் சதுக்கத்தில் ஒன்றாகக் குவிந்த குடும்பங்களைச் சுற்றிச் சூழ்ந்து பறந்து வந்த (எறி குண்டுகளின்) தெறிப்புகள் அங்கிருந்த சிறுமியைத் தாக்கியதால் நேர்ந்தது. இதன் விளைவாக இரண்டு இளம் பெண்களுக்கும் லெபனானில் மாதக்கணக்கில் தீவிர சிகிச்சை தேவைப்பட்டது.

ஆயினும், எந்தச் சிகிச்சைக்கும் குணமாகாத, எதிர்காலத்திலும் என்றுமே குணமாகாத காயம், படுகொலை ஏற்படுத்திய பேரதிர்ச்சி தான். நக்பாவுக்குப் பிறகு பல டஜன் ஆண்டுகளுக்குப் பிறகும் கூட, சாலிஹாவைச் சேர்ந்த 'கமீலா அல்-அப்த் தாஹிர்' இப்பவும் ஆழமாக அதிர்ச்சிக்கு உள்ளாகி இருக்கிறார். கமீலாவுடனான நேர்காணலில், அப்போது தன் எண்பதுகளில் இருந்த அவரது பதிவு செய்யப்பட்ட காணொளிக் காட்சியைக் காணும், கவனிக்கும் ஒருவர், அவரது உடல் மொழி, அவரது கண்களில் தெரியும் கடும் பார்வை மற்றும் சோகமான, துயரம் தோய்ந்த குரல் ஆகியவற்றில் இருந்து படுகொலைச் சம்பவங்களும், அவரது கற்பனை மிக்க குழந்தைப் பருவத்தின் இழப்பும் அவரது மனதில் கல்லில் செதுக்கியதைப் போல, ஆழப் பதிந்து இருப்பதைக் காண முடியும். அப்போதிருந்து அவர் இறக்கின்ற வரை செம்மறியாடுகளைப் போல வெட்டி சாய்க்கப்பட்ட டஜன் கணக்கான அழகான ஒன்றுமறியாத அப்பாவி இளைஞர்களின் உருவம் அவரை விட்டு என்றும் அகலவில்லை என்பதும் அதை மேலும் உறுதி செய்யும். 'எல்லா செம்மறி ஆடுகளும் கீழே வீழ்ந்து கிடப்பதை நீங்கள் பார்த்திருக்கிறீர்களா? செம்மறி ஆடுகளைப் போலத் தரையின் மீது இளைஞர்கள் சிதறிக் கிடந்தனர். அந்தப் படுகொலையை அவர் நினைவு கூர்ந்தார்; 'அது என்னை உருக்குலைந்து போகச் செய்தது, என்னைத் தீ சுற்றி வளைத்தது.'

அவருக்குள் உண்மையில் தோய்ந்திருந்த உருவம், ஆபத்தான நிலையில் படுகாயமுற்ற அவர், மிக மோசமாகக் காயமுற்று, அமைதியாக இரத்தம் சிந்திக் கொண்டிருந்த அவரது சகோதரனின் கையைப் பற்றியவாறு இருந்ததுதான். சாலிஹா கிராமத்தின் வீடுகள் அழிக்கப்பட்ட போது பறந்து வந்த தெறிப்புகளால் இருவரும் தாக்கப்பட்டார்கள். அதற்குப் பிறகு, ஒரே இடத்தில் நோக்கம் கருதி சுற்றி வளைக்கப்பட்ட இளைஞர்களின் கொலை நடந்தது. அந்தக் கொலைக்குப் பிறகு கிராமத்தில் இருந்து இராணுவம் வெளியேறியது.

கமீலா சொல்வதுபடி, 'படுகொலையின் முதல் நாள் அன்று இராணுவம் பின்வாங்கிய பிறகு, ஒருவரும் காப்பாற்றப்படவில்லை மேலும் ஒருவரும் புதைக்கப்படவும் இல்லை.' முன்னதாக, அச்சுறுத்தப்பட்டு இன்னும் அங்கு வசித்து வரும் குடியிருப்போர் (பெரும்பான்மையினர் பெண்கள், வெகு சிலர் முதியவர்கள்) இறந்தவர்களையும், காயமடைந்தவர்களையும் கிராமத்தின் பள்ளிவாசலுக்கு மட்டுமே ஏதோ ஓரளவுக்குக் கொண்டு செல்ல முடிந்தது. முதலுதவி வசதியோ அல்லது மருத்துவர்களோ கிராமத்தில் இல்லை, மேலும் காயமடைந்தவர்கள் அமைதியாக இறந்துகொண்டிருந்தனர். அச்சுறுத்தப்பட்டு அதிர்ச்சிக்கு உள்ளாக்கப்பட்ட பெண்கள், டஜன் கணக்கில் ஆண்களையும், சிறுவர்களையும் வெறுமனே புதைப்பதற்கும் கூட இயலாதவர்களாக இருந்தார்கள்.

கமீலாவின் நல்வாய்ப்பாக, அவரும் அவரது சகோதரரும் கிராமத்தின் ஓரத்தில் இருந்த ஒரு வீட்டுக்குக் கொண்டு போகப் பட்டார்கள், அங்கு அவர்களின் தாயோடு அவர்கள் சேர்ந்தனர். அவ்வாறு இல்லையெனில், அவர்கள் மூவரும் தீயில் அல்லது குண்டு வெடிப்பில் முன்னரே இறந்து போயிருக்கக்கூடும், அதுவே கிராமப் பள்ளிவாசலுக்குக் கொண்டு செல்லப்பட்டவர்களுக்கு நேர்ந்த கதி:

> இரண்டாவது நாள், இராணுவத் துருப்புகள் கிராமத்திற்குத் திரும்பி வந்தனர். பள்ளிவாசலில் இறந்து கிடந்த உடல்கள் மீது பெட்ரோலை ஊற்றி, பள்ளிவாசலை எரிப்பதற்கு முன், அதற்குள் - இறந்தவர் அல்லது காயம் பட்டவர்கள் - யார் இருக்கிறார்கள் என்பது பற்றிக் கவலைப்படாமல் தீ வைத்து எரித்தனர். பிறகு, கிராமத்தில் எஞ்சியிருந்த சிலரைப் பார்த்துச் சொன்னார்கள், 'இங்கிருந்து வெளியேறி விடுங்கள் இல்லையேல் உங்களை உயிரோடு நாங்கள் எரித்து விடுவோம்!' கமீலாவும் எஞ்சிய கிராமத்தினரும், துருப்புகள். அவர்கள் மிரட்டியபடி செய்துவிடுவார்கள் என்பதில் உடன்பட்டிருந்தார்கள், அவர்களை அது அச்சுறுத்தியது. 'இறந்தவர்கள், இறந்தவர்கள் தான். ஓர் இறந்த மனிதனுக்காக அவர்கள் என்ன செய்ய முடியும்? மாறாக, அவர்கள் யாரையாவது உயிரோடு எரித்தால்?'

எரிப்பதாலோ அல்லது வெடிப்பினாலோ வரும் இறப்பைத் தவிர்ப்பது என்பது எந்த வகையிலும் கமீலாவின் தனிப்பட்ட

துயரத்திற்கு முடிவல்ல. கிராமத்தின் வெளிப்புறப் பகுதியில் அவருடைய தாய் மற்றும் சகோதரருடன் ஒளிந்து கொண்டிருக்கும் படியாகத் தனித்து விடப்பட்டனர். அந்த வீட்டில், இரண்டு பெண்களும், முழுவதுமாக உதவியேதுமற்ற உணர்வுடன் அவர்களது பையனைப் பார்த்தவாறு இருந்தனர்: கமீலா அவரது சகோதரனை, கமீலாவின் தாய், அவரது மகனை (மேலும் பிரியமான குழந்தை), அவன் தன் கடைசி மூச்சை விடும்போது பார்த்தவாறு இருக்க மட்டுமே முடிந்தது. கமீலா செய்ய முடிந்தது எல்லாம் அவனைப் பற்றிக்கொண்டு அழுதது மட்டும்தான். 'எனது கைகளில், எனது சகோதரன், கமீலின் இரத்தத்தில் முழுவதும் நனைந்தவாறு, அவனை ஏந்திக் கொண்டிருந்தேன். இரத்தம் அவன் உடல் முழுவதும் இருந்து கசிந்துகொண்டிருந்தது.' அந்த இளைஞன், தனது முடிவு நெருங்கிக் கொண்டிருப்பதை உணர்ந்ததால் மிகவும் துயரத்தில் மூழ்கி இருந்தான். மேலும், சத்தமின்றி அழுதவாறு, மிக விரைவில் இறப்பதற்கு அவன் விரும்பவில்லை எனக் கூறினான். இரண்டு நாள்களாக, இரண்டு பெண்களும் அவனது இறந்த உடலை இறுகப் பிடித்தபடி, நம்ப இயலாத மற்றும் துன்பம் நிறைந்த ஒரு நிலையில் இருந்தனர். அவனது தாய் அழுதபடியே, அவன் அவர் சொல்லுவதைக் கேட்டுக்கொண்டிருப்பதைப் போல, அவனிடம் முனகினாள், 'கமீல்! எனது அன்பே, பிரியமான கமீல். இது உனது அம்மா. நாங்கள் எங்கும் போய்விடவில்லை. இங்கேயே தங்கி அழுவோம்.' இறுதியாக, இரண்டு பெண்களும் கிராமத்தை விட்டுத் தப்பி ஓடினர். அவளது நகர்வைத் தடுத்த கமீலாவின் காயத்தால், இது கடினமான ஒன்றாக நிரூபணம் ஆனது. துப்பாக்கிச் சூட்டின் போது, அவர் ஒரு துப்பாக்கி ரவையால் காயமுற்றார், அது அவரது முதுகெலும்புக்கு அருகே அங்கேயே தங்கிவிட்டது, மேலும் பத்தாண்டுகளுக்குப் பின்னர், அவரது உடலில் அந்தப் பகுதியில் அவர் வலியை உணர்ந்ததால், லெபனானில் எக்ஸ்-ரே எடுக்கப்பட்ட வேளை வரை, அது கண்டுபிடிக்கப்படவில்லை. மற்ற ஒவ்வொருவரையும் போலவே, அவர்கள் கமீலின் உடலை, அதைப் புதைக்காமல் அங்கேயே விட்டுச் சென்றனர்.

சாலிஹா கிராமத்தில் நடந்த படுகொலையும் விதிவிலக்கல்ல. இப்பவும் இந்தப் படுகொலை ஒரு விதிவிலக்கு, அதாவது 'யூதர் கரங்களின் தூய்மை'யை வலியுறுத்தும் பொது விதிக்கு எதிராக நடத்தப்பட்ட ஒரு சம்பவம் என ஏற்றுக்கொள்ளப்பட்டது. ஆனாலும், அதிகாரப்பூர்வ சியோனிசர் விவரிப்பு 1948 ஏப்ரலில்

நடந்த தெய்ர் யாசின் படுகொலையை ஒத்துக்கொள்கிறது.[5] எப்படியாகிலும், தெய்ர் யாசின் இரண்டு அமைப்புகளின் அதிருப்தி உறுப்பினர்களால் நடத்தப்பட்ட ஒரு படுகொலை: எட்ஸெல் மற்றும் லெஹி அமைப்புகள் அவை. 1990கள் வரை, பாலஸ்தீனியர்களே இந்த இரு படுகொலைகளில் மட்டும்தான் கவனம் குவித்தனர்: தெய்ர் யாசின் மற்றும் அல்-தவேயிமா. 1990களின் துவக்கத்தில், பாலஸ்தீன கிராமங்களை - இஸ்ரேலால் அழிக்கப்பட்டு, அவற்றின் குடிமக்கள் பலவந்தப்படுத்தப்பட்டு வெளியேற்றப்பட்ட பாலஸ்தீனிய கிராமங்களைப் - பற்றி ஆய்வு செய்யும் வண்ணம், பிர்ஜெய்ட் பல்கலைக்கழக ஆய்வு மையத்தின் இயக்குநராக எனது பணியைத் துவங்கினேன். அந்தச் செயல்முறைத் திட்டத்தின் (Project) மைய நோக்கமாக என்றும் படுகொலைகள் இருந்ததில்லை. எங்கள் ஆய்வுக்காக, எனது ஆய்வுக் குழுவும் நானும் இங்கும் அங்குமாக பத்து கிராமங்களை, சாட்சிகள் இருப்பின் அடிப்படையிலும், ஆதாரங்களைத் தொகுக்கவும், அதற்கான திட்டம் இடுவதற்கான காரணங்கள் கருதியும், தேர்ந்தெடுத்தோம். குழுவின் பணி, ஒரு பேரதிர்ச்சியை வெளிக்கொணர்ந்தது: பத்து கிராமங்களுள் ஐந்து கிராமங்களில், படுகொலைகள் நடந்தன என்று நாங்கள் கண்டுபிடித்தோம். 'தெய்ர் யாசின் படுகொலை: சட்டம், அது விதிவிலக்கல்ல' என்னும் தலைப்பில், 1996இல் 'அல் அய்யாம்' செய்தித்தாளில் (ரமல்லாவில் தயாரிக்கப்பட்டது) வெளியிடப்பட்ட ஒரு ஆய்வுக் கட்டுரையை நான் எழுதுவதற்கு இது என்னை உற்சாகப்படுத்தியது. அதற்குப் பிறகு, படுகொலைகள் பற்றி ஒரு தனியான, சொந்த செயல்முறைத் திட்டத்தை நான் துவங்கினேன். 2003இல், (இஸ்ரேல் ஆக்கிரமித்து அழித்த, பலவந்தமாக மக்கள் வெளியேற்றப்பட்ட 531 கிராமங்களுள்) 68 பாலஸ்தீன கிராமங்களில் நடைபெற்ற 68 படுகொலைகள் பற்றி வகைப்படுத்தும் விதமாகவும், தீர்க்கமாகவும் நான் ஆவணப்படுத்த முடிந்தது.[6]

2003இல் இருந்து கிடைத்த புதிய தகவலின் அடிப்படையில், ஆக்கிரமிப்பு செய்யப்பட்டு, அவற்றின் குடிமக்கள் பலவந்தமாய்த் தப்பியோடச் செய்யப்பட்ட பாலஸ்தீனிய நகரங்களிலும், கிராமங்களிலும் 100க்கும் குறையாத படுகொலைகள் நிகழ்த்தப்பட்டு உள்ளன என்று இப்போது நாம் கூற முடியும். இதன் பொருள், சராசரியாக, குடிமக்கள் துரத்தப்பட்ட ஒவ்வொரு ஐந்து கிராமங்களுள், ஒரு கிராமத்தில் ஒரு படுகொலை நடத்தப்பட்டுள்ளது. டஜன் கணக்கிலான கிராமங்கள் ஒரு

படுகொலையைப் பார்க்காததற்கான ஒரே காரணம், இஸ்ரேலியப் படைகள் வருவதற்கு முன்னரே அச்சத்தில் அவற்றின் குடிமக்கள் தப்பி ஓடிவிட்டனர். இதை ஒருவர் கருத்தில்கொண்டால், அந்த விகிதம் மூன்றில் ஒன்று அல்லது இரண்டில் ஒன்று என்ற அளவில் அதிகமாக இருந்திருக்கும். அது போன்ற நிகழ்வுகளில், இஸ்ரேலியத் துருப்புகளின் வருகையை, மற்ற கிராமங்களில் நடந்த படுகொலைகள் பற்றிய செய்தி முந்திக்கொண்டது, அதன் பொருள் ஒரு படுகொலைக்கு அங்கு ஒரு தேவை இல்லாமல் போயிற்று. இந்த 100 என்ற எண்ணிக்கை, படுகொலைகள் பெரிய அளவில் நடந்தன என்பதைக் கூறுகிறது. ஆய்வாளர்களுக்கும், நிபுணர்களுக்கும் இதற்கு முன் அறியப்படாத ஒன்றாக அது இருந்தது. படுகொலைகள், இன அழித்தொழிப்புக்கான ஓர் ஆயுதமாகப் பயன்பட்டன. இருப்பினும், பல்வேறு காரணங்களால், இந்த பெரிய எண்ணிக்கை உண்மையில் ஒரு குறைவான மதிப்பீடுதான். பூகோள ரீதியான பகுதிகள் இருந்தன. அவைகளைப் பொறுத்து எனது தகவல் இன்னமும் குறைவாகவே இருக்கின்றது. மேலும் அவை மீதான எந்தத் தகவலையும் குறிப்பாக தெற்கு பாலஸ்தீனத்தின் கிராமங்கள் மற்றும் நெகேவ் பகுதியில் ‘பெடோயின்’ முகாம்கள் போன்றவற்றில் எந்த வகையிலும் திரட்டுவதற்கு என்னால் இயலவில்லை. காஸா துண்டுப் பகுதியில் உயிர் பிழைத்தவர்கள் இருந்த போதும், 1995 இலிருந்து அங்கு சென்று அவர்களைக் காணமுடியவில்லை எனபதே இதற்கான காரணம். இந்தப் பகுதிகளில் ஒரு குறிப்பிடத்தக்க போர்க் குற்றங்கள் பெரும் அளவில் நடத்தப்பட்டன. ஏனெனில் அவைகள், காஸா இன்று இருப்பது போல், பாலஸ்தீனத்தின் எஞ்சிய பகுதிகளோடு ஒப்பிடும்போது, மிகக் குறைந்த அளவில் (அல்லது சிறிதுமின்றி) ஊடகங்கள் மற்றும் சர்வதேசக் கண்காணிப்பாளர்களால் அணுகப்பட்டன என்று நான் அனுமானிக்கிறேன். அத்துடன், அங்கு வாழ்ந்த மக்கள் குறைவான அளவில், நன்கு படித்தவர்கள். ஊடகங்களுக்கும் குறைவாக அறிமுகம் ஆனவர்கள். மேலும் அவர்களுக்கு என்ன நேர்ந்தது என்பது பற்றிப் பேசுவதற்குக் கொஞ்சமாக உடன்படுபவர்கள். அங்கு பெரும்பாலும் நிச்சயமாக, இரகசியமான படுகொலைகள், நடந்திருக்கும். அவை வெளிச்சத்திற்கு என்றும் வராது. ஏனெனில் என்ன நடந்ததென்பது பற்றி சாட்சி சொல்லுவதற்கு உயிர் பிழைத்தவர்களுள் ஒருவரும் இப்போது உயிருடன் இல்லை.

மேற்கத்திய ஆய்வாளர்களின் கவனத்தில் இருந்து தப்பிய இன்னொரு உண்மை, ‘நக்பா’வின் போது 531 பாலஸ்தீனக்

கிராமங்களின் உடைமைப் பறிப்பு மற்றும் அழிவு பற்றி நாம் பேசும்போது உதாரணமாக, தன்னுடைய நாட்டிலுள்ள கிராமங்களின் எண்ணிக்கையோடு ஒப்பிடும் ஒரு பிரெஞ்சு ஆய்வாளருக்கு, இதுபோன்ற எண்ணிக்கை குறைவானதாகத் தோன்றலாம். இருப்பினும், அதே ஆய்வாளர், இஸ்ரேலியப் படைகளால் அடிபணியச் செய்யப்பட்ட மற்றும் புதிய அரசின் எல்லைகளுக்குள் வீழ்ந்த அரேபியர்கள் கிராமங்களுள் எண்பது சதவீதத்திற்கும் அதிகமாக அந்த 531 கிராமங்கள் இருந்தன என்பதை அறிய முற்பட்டிருப்பாராயின், பாலஸ்தீனத்தில் இன அழித்தொழிப்பு மூலம் உண்டாக்கப்பட்ட துயரத்தின் அளவு வெளிப்படையாக இருந்திருக்கும்.

இந்த ஆய்வில் மேற்கொள்ளப்பட்ட நான்கு அரேபிய கிராமங்களில் செய்யப்பட்ட படுகொலைகள், பாலஸ்தீனிய சமூகத்தின் மீதான ஒரு முறைப்படுத்தப்பட்ட அழித்தொழிப்பின் ஒரு பகுதியாக நடத்தப்பட்டன. மேலும் இது கட்டமைக்கப்பட்ட, சர்வதேசச் சட்டங்கள் மற்றும் போர் ஒழுக்க விதிகளின் ஒட்டுமொத்த மீறல்கள் ஆகும்.

அவற்றுள் சில:

1. அவை எந்த இராணுவத் தேவையும் இல்லாமல் நடத்தப்பட்டன;

2. தீவிரமான போர்க்களத்தில் என்றில்லாமல் கொடுமையாக நடத்தப்பட்ட தாக்குதல்;

3. பொதுமக்களுக்கு எதிராக, கிராமம் சரணடைந்து போராளிகள் அவர்களின் ஆயுதங்களைத் தூக்கி எறிந்த பிறகு நடத்தப்பட்ட தாக்குதல்கள்;

4. கிராமத்தின் மீது இஸ்ரேலியப் படைகள் முழுக் கட்டுப்பாட்டை எடுத்த பிறகு. இந்தக் கட்டத்தில், சர்வதேசப் போர்ச் சட்டங்களின்படி, அவர்கள் 'ஆக்கிரமிப்புப் படைகளாக' ஆனார்கள். ஆகவே, 1907இன் (பிரிவு 3) 'ஹேக்' (Hague) மாநாட்டு விதிகள்படியும், அதைத் தொடர்ந்து நான்காவது ஜெனிவா மாநாட்டு விதிகள்படியும், அவர்கள் ஆக்கிரமிப்பை எதிர்க்கும் போதிலும் கூட, கிராமத்தில் உள்ள குடிமக்களின் பாதுகாப்புக்கு அவர்களே பொறுப்பேற்க வேண்டியவர்கள்.

பொதுவாக, ஒரு கிராமம் மூன்று பக்கங்களிலும் சுற்றி வளைக்கப்படும். பிறகு அதன் மக்களைக் கட்டாயத்திற்கு உள்ளாக்கி தப்பி ஓடச் செய்வதற்காக, துப்பாக்கிச் சூடு நடத்தப்படும். அதன் முடிவில் எஞ்சியுள்ள அரபுப் பகுதிகளை நோக்கிச் செல்லக்கூடிய ஒரு பாதுகாப்பான வழி அல்லது ஒரு நீண்ட பாதை திறந்து விடப்படும் (மத்திய பாலஸ்தீனத்தில், அந்த வழி கிழக்கில் மேற்குக் கரையின் திசையில் இருந்தது; மேலும் கிழக்கு அல்- ஜலீலில், சிரியாவை நோக்கி மேற்கு முகமாக இருந்தது). இஸ்ரேலியப் படைகள் வருகின்ற நேரத்தில், தப்பி ஓடாமல் அங்கேயே தங்கிவிட்டவர்கள், அவர்கள் அவ்வாறு போகும் வரை துன்புறுத்தப்பட்டனர். பெரும் பகுதியாக, இது போன்ற துன்புறுத்தல், இளைஞர்களின் ஒரு தேர்ந்தெடுத்த குழுவைக் கொல்வதையும் உள்ளடக்கியது - மேற்கொண்டு விளக்கம் தேவையற்ற ஒரு தெளிவான 'செய்தி'. 'உங்களுக்கு முன்னால் நீங்கள் இரண்டு விருப்பங்களைப் பெற்று இருக்கிறீர்கள்; மூன்றாவது விருப்பம் கிடையாது: ஒன்று நீங்கள் சாக வேண்டும் இல்லையெனில் நீங்கள் போக வேண்டும்'.

இருந்தபோதும், பெரும்பாலான படுகொலைகளில், இஸ்ரேலியப் படைகள் போர்க்குணம் மிக்க வயதுடைய இளைஞர்களையும், வயது வந்த ஆண்களையும் குறி வைத்தனர். பெண்களையும் குழந்தைகளையும் நீக்கிவிட்டனர். சில கிராமங்களில், குறிப்பிடத்தக்க எண்ணிக்கையில் வயதான மூத்தவர்களும், பெண்களும், குழந்தைகளும் கூடக் கொல்லப்பட்டனர். தனியாக என்று இல்லாமல் குறிப்பாக, இஸ்ரேலியப் படைகள் வீடுகளின் உள்ளே இருக்கும் கிராமத்தின் மூத்தவர்கள், பெண்கள், இன்னும் குழந்தைகள் என்று ஒருவரையும் கூட அவர்களுக்கு இடையே வேறுபடுத்திப் பார்க்காமல், அவற்றைத் தகர்த்திடும் வண்ணம், வீடுகளை அழிக்க வெடிகுண்டுகளைப் பயன்படுத்தும் போது, இந்தக் கொலைகள் நடந்தன.

மற்ற மூன்று கிராமங்களோடு ஒப்பிடுகையில் இது அல்-ஹுசைனிய்யாவுக்கான முறையாக இருந்தது. அதன் மக்கள் உறங்கும் போது விடியற்காலை ஒரு மணிக்கு அல்-ஹுசைனிய்யா தாக்கப்பட்டது.[7] இதுதான் இஸ்ரேலியப் படைகளுக்கு உகந்த நேரமாக இருந்தது. அது இரவுப் போருக்கு வரும்போது விஞ்சும் தன்மை பெற்றிருந்தது, மேலும் மற்ற அம்சங்களில் தகுதி மற்றும் எண்ணிக்கை ரீதியான மேலாதிக்கத்தையும் பெற்றிருந்தது. கிராமத்தின் முக்தார், உதுமான், நமது சாட்சி மரியத்தின் தந்தையும்,

யூதர்களின் நெருங்கிய ஒரு நண்பரும் ஆவார். அவர்களின் யூத அண்டை வீட்டுக்காரர்களுடன் இருந்த நெருக்கமான உறவில் இருந்து வந்த, இந்த இளம் பெண்கள் அனுபவித்த அதிர்ச்சியின் அந்தப் பகுதியை, நான் புரிந்துகொள்கிறேன். மங்கிய, உடைந்த குரலில் அவமானத்துடனும் வருத்தத்துடனும் மரியம் பேசுகிறார். அவர், உடைமைப் பறிப்புக்குப் பிறகு 60 ஆண்டுகள் ஆன பின்பும் கூட, இப்பொழுதும், அவரது குடும்ப வீட்டில் அவருடனும், அவரது சகோதரர்கள் உடனும் விளையாடிய அனைத்து யூதக் குழந்தைகளின் பெயர்களையும் நினைவுகூர்கிறார். அவரது தாய், அவரது கணவரின் யூத நண்பரின் மனைவிக்குப் புகழ்பெற்ற 'முஜாதரா' போன்ற பாலஸ்தீன உணவு வகைகளை எவ்வாறு சமைப்பது என்பதைச் சொல்லிக் கொடுத்ததையும், அவருக்கும் அவரது கிராமத்தினருக்கும் சிகிச்சை அளிக்கும் திறமை மிக்க யூத மருத்துவரின் பெயரையும் அவர் நினைவுகூர்கிறார். அவரது தந்தையின், அவரது வீட்டில் 'உரிய அரேபிய உபசரிப்பை' அனுபவித்த, யூத நண்பர்களின் பெயர்களையும் அவர் நினைவில் கொண்டு வருகிறார்.

ஒரு புறம், அவர் சற்று சங்கடப்படுவதாக உணர்கிறார். நக்பாவுக்கு முன்பாக உண்மையில் பொதுவான ஒன்றாக இருந்த இந்த மனித உறவுகளுக்காக வெட்கப்படுகிறார். மற்றொரு புறம், இந்தப் படுகொலை, அவரது அப்பாவித்தனமான மனதில், மனித நேயம் மிக்கவராக மட்டுமே இருந்த யூதர்களால் செய்யப்பட்டது. அவர்களுள் சிலர், அவரது சமூகத்தை முதுகில் குத்திய 'நண்பர்களாகவும்' இருந்தனர் என்பதையும் கூட அவர் உணர்ந்தார். இஸ்ரேலிய மூலாதாரங்கள், கிராம முக்தாரான அவரது தந்தையைக் கொன்றது பற்றி ஒரு தெளிவான கதையாடலைப் பின்பற்றுகின்றன. இஸ்ரேலியப் பதிவின்படி, அவருடைய உயிருக்காக அவரைத் தாக்கியவர்களை முக்தார் கெஞ்சினார், மேலும் ஆயுதம் தரித்திருந்த போதும், அவர்களிடம் நட்புணர்வுடனேயே இருந்தார். இருப்பினும், மரியம், சம்பவங்களின் இந்த விவரிப்பு குறித்து எதுவும் சொல்லவில்லை. அவரது கூற்றுப்படி, தாக்குதல்காரர்கள் வீட்டு முற்றத்தின் வழியே நுழைந்து, அவர்களது மூன்று பசுக்களை கொல்லப் புகுந்தனர். பிறகு, வீட்டைச் சுற்றிலும் வெடிகுண்டுகளை வைத்தபோது, அவர்கள் அவளைப் பார்த்துவிட்டதை அவர் கண்டார். ஒரு யூத ஆண், வீட்டிலுள்ள மற்றவருடன் இருப்பதற்கு வீட்டுக்குள் திரும்பிப் போகுமாறு அவரை நோக்கிக் கூச்சலிட்டான். அதன்

பின்தான் வெடிப்பு நிகழ்ந்தது. 'விடிவதற்கு முந்தைய நேரங்களில் நாங்கள் எங்கிருப்போமோ, அங்கு சிக்கி இருந்தோம். விடிந்து கிராமத்தினர் கலவரமடையத் துவங்கி, இடிபாடுகளில் இருந்து எங்களை வெளியே கொண்டுவரும் வரை, வீட்டுக்குக் கீழே புதையுண்டிருந்தோம். நான் பார்க்கும் வரை எனது இரு கால்களும், ஒரு பீப்பாயைப் போல வீங்கி இருந்தன. இரண்டாவது நாளில், எனது மூக்கில் இருந்தும், வாயில் இருந்தும் இரத்தம் வழிந்து கொண்டிருந்தது (உள்ளார்ந்த இரத்தக் கசிவு ஏற்பட்டிருப்பதை அது காட்டுகிறது), நான் மீண்டும் நடக்க முடிந்ததற்கு சரியாக ஆறு மாதங்கள் ஆனது.'

அல்-ஹுசைனிய்யா கிராமத்திற்கும், அதன் யூதக் குடியேற்ற அண்டை வீட்டார்களுக்கும் இருந்த நெருக்கமான உறவு தனிப்பட்ட ஒரு கதை அல்ல. கிராமத்து சிறுமி 'அமீனா அப்த் அல்-கரீம் அல்-வாகீத்' விளக்குவதைப் போல, 'அய்லூத்'திலும் இது உண்மையாக இருந்தது. இந்த உண்மை மிகவும் முக்கியமானது. ஏனெனில் இது அரேபியர்களுக்கும் யூதர்களுக்கும் இடையேயான ஒரு பண்டைக் காலத்திய, ஆழமாக வேரோடிப் போயிருந்த பகைமை பற்றிய கட்டுக் கதைக்கு எதிராகப் போகிறது. அக்கதை, 'மற்றவருக்கு' எதிராக மிருகத்தனத்தைப் பயன்படுத்துவதை நியாயப்படுத்தியது. அது சியோனிசப் பரப்புரையால் வளர்க்கப்பட்ட ஒரு கட்டுக்கதை, மீண்டும் மீண்டும் அதை ஒப்பித்ததோடு, காலம் செல்லச் செல்ல, அதன் விளைவாக எப்போதும் 1948இல் இருந்து தொடர்ச்சியாக இரத்தம் சிந்தப்படுகிறது. இந்தக் கருத்தாக்கம், அரேபிய உள்ளுணர்வுக்குள் ஊடுருவிப் போனது. மேலும் இரண்டு பக்கங்களிலும் சிந்தனையில் ஆதிக்கம் செலுத்தியது.

டஜன் கணக்கிலான மற்ற பாலஸ்தீனியக் கிராமங்களைப் போலவே அல்-ஹுசைனிய்யா மற்றும் அய்லூத்து மக்களும் அவர்களின் யூத அண்டை வீட்டுக்காரர்களோடு அமைதியாக ஒன்றிணைந்து வாழ்ந்தனர். அந்தக் கிராமங்களில் நடந்ததைப் போலவே, இந்த இரு கிராமங்களிலும் நடந்த தாக்குதல்கள், யூதக் குடியேற்ற வாசிகளால், பாலஸ்தீனியர்களை விரட்டி அடிக்கவும், கொல்லவும், அவர்களை நோக்கிய பாலஸ்தீனியர்களின் நேர்மறை அணுகுமுறையைப் பொருட்படுத்தாமல் எடுக்கப்பட்ட நடவடிக்கைகளை வெளிக்கொணர்ந்தன.

ஒரு பண்டைக் காலத்திய, ஆழமாய் வேரோடிப் போன பகைமை பற்றிய கருத்தாக்கம், ஒரு யூதக் கொலையாளியை, ஓர் இளம்

ஆணையோ அல்லது பெண்ணையோ நேருக்கு நேர் கண்ணால் பார்க்கும் போது கொலை செய்யத் தூண்டுவதற்கு இப்பவும் அது போதுமானதாக இல்லை. மற்ற கருத்துகளும், இயங்கு முறைகளும் அதை கவனித்துக்கொள்கின்றன: பாலஸ்தீனியர்களை மனிதாபிமானமற்ற முறையில் நடத்துவது, இரண்டு சமூகங்களையும், கலாச்சார வேறுபாடுகளையும் ஒன்றிணைக்கக் கொண்டு வரும் ஒவ்வொரு மானிடப் பண்பையும் நிராகரிப்பது போன்றவை. இவைகள்தான் கொலையைச் செய்வதற்கு எங்கும், எந்தக் காலத்திலும் அடக்குமுறையாளர்களால், பயன்படுத்தப்படும் இயங்கு முறைகள். இவையனைத்தும், முயற்சி செய்யப்பட்டு சோதிக்கப்பட்ட ஒரே மாதிரியான இயங்குமுறைகள் (mechanisms) ஆகும். யூதர்கள், உருஷ்யர்கள் மற்றும் நாடோடிகளுக்கு எதிரான ஜெர்மனியின் நாஜித் துருப்புகளால் பயன்படுத்தப்பட்ட இயங்கு முறைகள்; உள்நாட்டு மக்கள், பிலிப்பைன்ஸ் நாட்டு மக்கள் மற்றும் இறுதியாக ஈராக்கிய மக்களுக்கு எதிராக வட அமெரிக்கக் குடியேற்றத் துருப்புகளால் பயன்படுத்தப்பட்ட இயங்குமுறைகள்.

இதற்கு முன் எப்போதும் விவாதிக்கப்படாத பொதுவான ஒன்றை நான்கு சாட்சிகளும் விவாதிக்கின்றனர். உலகம் முழுவதும் பற்பல படுகொலைகளை நிகழ்த்தியவர்களைப் போல் இல்லாமல், இஸ்ரேலியப் படைகள், அவர்களுக்குப் பலியானவர்களைப் புதைப்பதற்கு, ஒரே படுகுழியில் அனைவரையும் புதைப்பதற்குக் கூட முற்றிலும் விரும்பவில்லை.

அல்- ஹுசைனிய்யாவில், சாலிஹாவில், சஃப்சாஃப் மற்றும் அய்லூத்தில் இதுதான் நடந்தது. சில நேரங்களில் படைவீரர்கள், இறந்த உடல்களைத் திறந்த வெளியில் அப்படியே விட்டுச் சென்றார்கள். அரிதாக இன்றி அடிக்கடி, அச்சுறுத்தப்பட்டு உயிரோடு வாழ்பவர்கள், தங்களைக் காப்பாற்றிக்கொள்ள தப்பி ஓடியதால், இறந்தவர்களைப் புதைப்பதற்கான வாய்ப்பை அவர்கள் பெறவில்லை. எப்போதாவது, லிட்டா நகரில் நடந்ததைப் போல, குடும்பங்கள் தங்கள் குழந்தைகளைப் புதைப்பதற்கு வாய்ப்பு அளிக்கப்பட்டனர். நகரில் தங்கியிருந்த இஸ்ரேலியத் துருப்புகள் நோய்வாய்ப் படக் கூடாது என்பதற்காக இது செய்யப்பட்டது. மக்கள் பெரும் எண்ணிக்கையில் கொல்லப்பட்ட சாலிஹா, சஃப்சாஃப் மற்றும் அல்- தவாயிமா போன்ற கிராமங்களில் இறந்தவர்கள், கிராமத்தில் ஒரு வீட்டில் அல்லது மசூதியில் உயிரோடு இருப்பவர்களோடு, ஒன்று சேர்க்கப்பட்டனர். பிறகு உயிருடன் இருப்பவர்கள் மற்றும் இறந்தவர்களோடு சேர்த்து, சிதைக்கப்பட்ட

அந்த வீட்டை அல்லது மசூதியை 'அனைவருக்குமான ஒற்றைப் படுகுழியாய்' மாற்றி, எரிக்கப்பட்டனர். மொத்தமாகத் தனியே எரிக்கப்பட்டதும் கூட நடந்தன. 'திரத் ஹைஃபா' கிராமத்தில் இருந்து வெளியேற்றப்பட்ட 28 வயது முதிர்ந்த பெரியவர்கள், அவர்களைக் கொண்டு வந்து சேர்த்த பேருந்தை விட்டு அவர்கள் இறங்கும் போது இவ்வாறு இறந்தனர். உடல்கள் கிணறுகளில் வீசப்பட்டன. சஃப்சாஃப், தெய்ர் யாசின் மற்றும் அல்-தவாயிமா ஆகிய கிராமங்களில் இதுதான் நடந்தது. அய்லுத், சாலிஹா மற்றும் சஃப்சாஃபில், படுகொலைகள் பல கட்டங்களில் தொடர்ந்தன. ஒவ்வொரு கட்டத்திலும், உயிர் தப்பிய பெண்கள் - ஒரு நீடித்த வேதனையுடன் - அவர்களுக்குப் பிரியமானவர்கள் (உடல்கள்), திறந்த வெளியில் விடப்பட்டு அல்லது தரை மட்டத்திற்குச் சற்று கீழே புதைக்கப்பட்டு, நாய்களாலும், வன விலங்குகளாலும் நாசமாக்கப்பட்டதைக் கண்கொண்டு பார்த்தனர்.

அமைதிச் சுவர்

சியோனிசர்கள், இதிலிருந்து எப்படித் தப்பிச் சென்றனர்? அவர்களின் கொடூரமான செயல்கள் மௌனமாக மறைக்கப்பட்டு இருந்தன, பல டஜன் கணக்கான ஆண்டுகளாக மறக்கப்பட்டு இருந்தன. உண்மையை மறைப்பதில் அவர்களுடைய வியக்க வைக்கும் திறமையை அவர்கள் வெளிப்படுத்தி இருந்தனர். அத்துடன் மட்டுமின்றி, இதையொத்த செயல்களைச் செய்த மற்ற காலனியவாதிகளோடு ஒப்பிடுகையில், முன்னெப்போதும் கண்டிராத வெட்கங்கெட்ட துணிச்சலையும் கூட வெளிக்காட்டினர். இந்த விஷயத்தில் ஈடுபடுவதை தவிர்ப்பதற்கு அவர்கள் விரும்பினர். மேலும் 1948 போரின் சியோனிசக் கட்டுக்கதைகளுள் ஒன்றாகிப் போன, 'யூதக் கரங்களின் தூய்மை' பற்றி இன்று வரை வலியுறுத்துவதற்கு அவர்களை அனுமதிக்கின்ற முழு அமைதிச் சுவர் ஒன்றைக் கட்டி எழுப்பினர். சில நேரங்களில் பாதிக்கப்பட்டவரே கூட, பல சிக்கலான காரணங்களுக்காக, இந்த 'அமைதி விளையாட்டுக்கு' உடந்தையாகி, அவரது கதையை வெளியிடக் கூடாது என முடிவு செய்தார். இதுதான் இதில் சோகமானது. அரேபிய அரசாங்கங்கள் ஒரு பிரச்சினையை எழுப்பினால், அது அவர்களின் குடிமக்கள் மத்தியில் கிளர்ச்சிக்கு அல்லது கொந்தளிப்புக்குக் காரணமாகும் என்பதால், அவ்வாறு செய்ய விரும்பவில்லை என்ற உண்மையையும் இந்தக் காரணங்கள் சேர்த்துக்கொள்கின்றன. பாதிப்புக்கு உள்ளான சிலர்,

வெளிப்படையாகப் பேசினால், அவர்கள் கொல்லப்படுவார்கள் என்ற அச்சம் இன்னும் இருக்கிறது என்பது இன்னொரு காரணமாக இருக்கிறது. உலகத்தில் நீதி அங்கே இல்லாமல் இருக்கிறது, மேலும் பிரச்சினைகளைப் பேசுவது என்பது ஓர் அங்குல வேறுபாட்டைக் கூட ஏற்படுத்தாது என்ற உணர்வும் மேலோங்கி இருக்கிறது.

முடிவு

சியோனிச இயக்கம், ஒரு தனித்த யூத இன மற்றும் கலாச்சார ரீதியில் ஒருபடித்தான அரசை பாலஸ்தீனத்தில், நவீன ஐரோப்பிய தேச அரசு என்ற மாதிரியைப் பின்பற்றி, அமைப்பதன் மூலம், யூதப் பிரச்சினையைத் தீர்ப்பதற்குத் தீர்மானித்தது. அந்தக் கணத்தில் இருந்து முன்கூட்டியே எடுக்கப்பட்ட ஒரு முடிவு தான் 1948 போரின் படுகொலைகள். சியோனிசம் இயல்பாக, வரலாற்றில் எந்த ஒரு வெளியேற்ற - குடியேற்றக் காலனிய திட்ட நடைமுறையைப் போலவே, இரத்தவெறி பிடித்த ஒன்றல்ல. ஆனால் அதன் சிற்பிகள், என்ன மாதிரியான நடவடிக்கைகளை அல்லது தந்திரங்களைக் கையாண்டாலும், வன்முறையற்ற வழிகளில் பெரும்பான்மையினராக இருக்கும் பூர்வீகக் குடிகளான பாலஸ்தீனர்களை வெளியேற்ற முடியாது; மேலும் பாலஸ்தீன பிரதேசத்தை முழுமையாகப் பிடிக்கவும் முடியாது என்று உணர்ந்தனர். அப்போது, அவர்கள் வன்முறையைத் தேர்ந்தெடுத்தார்கள். துவக்க கால குடியேற்றக் காலனிய திட்ட நடைமுறைகளைப் போல் இல்லாமல், இஸ்ரேலிய ஆக்கிரமிப்பு, இருபதாம் நூற்றாண்டின் இடைப்பகுதியில் நடந்தது: நூரம்பர்க் விசாரணைகளைத் தொடர்ந்து, செய்தி ஊடகங்களின் வருகைக்குப் பின்னர், இனப் படுகொலையை வரையறுத்து அதைத் தடுப்பதற்கான சர்வதேச சட்டங்களுக்கான ஒருங்கிணைந்த பிரச்சாரத்தின் இறுதிக் கட்டங்களுக்கு இடையே (இந்தப் பிரச்சாரம், 1948 டிசம்பர் 9ஆம் தேதி அன்று ஐ.நா. இனப்படுகொலை பற்றிய மாநாட்டின் ஏற்புடன் முடிந்தது) இந்த ஆக்கிரமிப்பு நடந்தது. இந்தக் காரணிகள், சியோனிசப் படைகளின் இறுதி நோக்கத்தை முறைப்படுத்தியது. அதேவேளையில், படுகொலைகள் மற்றும் அச்சுறுத்தல்கள் நன்கு-திட்டமிடப்பட்டு, கவனமாக ஒன்று திரட்டப்பட்ட நடைமுறை தான், அவர்கள் தொடர்ந்து நடத்திய முறைப்படுத்தப்பட்ட பாலஸ்தீன இன அழித்தொழிப்புக்கு மையமாக இருந்தது.

இந்தப் பக்கங்களில், சாட்சியத்தின் விவரிப்புகள் பதிவு செய்யப்பட்டதற்கு நன்றி, படுகொலைகள் மீதான ஒரு புதிய பார்வை நமக்குத் தரப்படுகிறது. அது மனனம் செய்து தகவலை மீண்டும் மீண்டும் ஒப்பிப்பது போல இல்லை. இரத்தமும், சதையும், இயற்கையான உணர்வுகளைப் பெருக்கும் மனிதாபிமானம் நிறைந்ததாக இருக்கின்றது.

பெரும்பாலான இஸ்ரேலிய வரலாற்றாளர்களுக்கு, அவர்கள் நாட்டுத் தலைமை, வரலாற்றில் திட்டமிட்டு நடத்திய சில மிகப் பயங்கரமான இன அழித்தொழிப்பை அறிந்திருக்கிறார்கள்.

1948இலிருந்து கொஞ்சமும் குறையாமல் தொடர்கின்ற ஒரு நக்பாவில், எண்ணற்ற அக்கிரமங்கள் பாலஸ்தீனிய மக்களுக்கு எதிராக நடத்தப்பட்டதையும், தொடர்ந்து நடத்தப்படுவதையும் கூட அவர்கள் அறிவார்கள். அந்த வரலாற்றாளர்களுள் பலரும் அவற்றை மறுப்பதற்கான இயங்கு முறைகளை (Mechanisms) வகுத்திருக்கிறார்கள். எந்தவொரு காலனிய வெளியேற்றல் - குடியேற்றல் திட்ட நடைமுறையின் ஒரு பகுதியாக பெரும்பாலானவை நடைமுறைப்படுத்தபட்ட போதிலும், இந்த இயங்கு முறைகளுள் சில தனித்துவம் வாய்ந்தவை. மேற்கண்ட பக்கங்கள், அவர்கள் மீதான இரக்கத்தைக் கொண்டு வருவதில் வென்றுள்ளனவா? சியோனிச இயக்கம் தோன்றியதில் இருந்து, அது பாலஸ்தீனியர்கள் மற்றும் அரேபியர்களிடம் இருந்து மனித நேயத்தைப் பறித்ததால், நான் அதிகம் சந்தேகம் கொள்கிறேன். முந்தைய ஆய்வுகளை அவர்கள் புறக்கணித்தது போல, இந்தப் பக்கங்களையும் புறக்கணிக்கக் கூடிய வகையில் அவர்களின் எதிர்வினை இருக்கலாம். இருந்த போதிலும், நக்பா பற்றிய உண்மைகளைப் புறக்கணிப்பது வரவர கடினமாகிக் கொண்டிருக்கிறது.

மனிதாபிமானமற்ற, அநீதியான கடந்த கால மற்றும் தற்காலக் காலனியக் கதையாடல்களுக்கு எதிராக நாம் போராடுவதைத் தொடர்வதால், வாய்மொழி சாட்சியங்களைக் கூர்ந்து கவனித்தலும், அவற்றை உறுதிப்படுத்துகின்ற, அனுபவப்பூர்வமான ஆதாரங்களும் மிகவும் முக்கியமானவையாக ஆகிறது.

கமீலா அல் - அப்த் தாஹிர்

பாலஸ்தீனம், சாலிஹாவில் 1933ஆம் ஆண்டு வாக்கில் பிறந்தவர்.
பஸ்ரா முக்ரபி உடன் ஒரு நேர்காணல்
அல் - முரேஜா, பெய்ரூட், 2004.

6'06"-16'16"

பஸ்ரா முக்ரபி: நீங்கள் இளம்வயதினராக இருந்தபோது, யூதர்களைப் பற்றி என்ன நினைத்தீர்கள்? அவர்களைப் பற்றி எப்படி உணர்ந்தீர்கள்?

கமீலா அல்-அப்த் தாஹிர்: என்ன சொல்லுகிறீர்கள், நாங்கள் இளம் வயதினராக இருந்த போதா? யூதர்கள் எப்போதும் அச்சுறுத்தும் படியே இருக்கிறார்கள்! நாங்கள் சிறுவர்களாக இருந்த போது, வீட்டுக்கு வெளியே எனது சகோதர, சகோதரிகள் போகும்போது, நாங்கள் சொல்வோம்: 'உங்களுக்குப் பின்னால் யூதர் வருகிறார்.' எனது சகோதரி குதித்தபடியே அலறுவாள்: 'ஆ! அவர்கள் என்னைப் பயமுறுத்தினார்கள்!' நாங்கள் சிறுபிள்ளைகளாக இருந்த போது நடந்தவை இவைதான். வேறு என்ன நடந்திருக்கக் கூடும்?

அவர்களிடம் 'யூதர் உன் பின்னால் வருகிறார்'? என்று ஏன் நீங்கள் சொன்னீர்கள். உங்கள் மனதில் அவர் எதை குறிப்பாக உணர்த்தினார்? அவர் எப்படி இருப்பார் என கற்பனை செய்தீர்கள்?

நாங்கள் மக்கள் சொல்லுவதை வழக்கமாகக் கேட்போம்: 'யூதர்கள் துரோகம் செய்பவர்கள், யூதர்கள் கொலையாளிகள், 'யூதர்கள்... அது போன்ற வகையில்.' மேலும் உண்மையில் அவர்கள் துரோகிகள். ஏனெனில் படுகொலை நடக்கும் போது... கவனியுங்கள், நான் கொஞ்சம் சிறுமியாக இருந்த போது, மறந்த ஒவ்வொன்றையும், உங்களுக்குச் சொல்ல வேண்டுமென நான் விரும்புகிறேன். ஆனால் படுகொலை நடந்தபோது, அவை எல்லாம் என்றும் மறக்க முடியாத சோகங்கள். அவை என்றும் மறக்கப்பட முடியாதவை. உங்களுக்கு நான் என்ன சொல்ல முடியும்... இல்லை... நான் பெரும்பாலும் எதைச் சொல்ல முடியும்?

படுகொலை எப்படி நடந்தது? உங்களுக்கு என்ன நேர்ந்தது?

நான் உங்களுக்குச் சொன்னது போல, சாலிஹாவை விட்டு வெளியேறினோம். நாங்கள் வெளியேறினோம், என் சகோதரன்,

நானும் ஒவ்வொருவரும் சொல்லிக்கொண்டிருந்தோம், 'ஓ, வாருங்கள், இது நடக்கப் போகிறது, அது நடக்கப் போகிறது.' யூதர்கள் ஒருவருடனும் பேசமாட்டார்கள் என்பதால் அவர்கள் நேரடியாக, 'சர்க்காசியர்களை' அவர்கள் சரண் அடைவதற்கு ஏற்ப அவர்கள் வழியில் அனுப்பினர்.⁸ இந்த நபர் இதை அந்த நபருக்குச் சொல்லுவார், அவர் அதை மற்றவருக்குச் சொல்லுவார், மேலும் ஒவ்வொருவரும் ஒழுங்கற்றவராக இருந்தார்கள். சிலர் ஓடிப் போனார்கள், மற்றவர்கள், யூதர்கள் நம்பிக்கைக்கு உரியவர்கள் அல்லர் என்று சொன்னார்கள். எங்களைப் பொறுத்தவரை, நாங்கள் வெளியே வந்து இடத்தை விட்டு அகன்றோம். நாங்கள் கோதுமையைக் கொண்டு வரச் சென்றதால், நாங்கள் போக முடிந்தது. அதை நாங்கள் சுமந்து வரும் போது, யூதர்கள் குண்டு வீசத் துவங்கினர். அவர்கள் வந்து விட்டனர், கிராம மக்கள்... கிராமத்திற்குள் நுழைந்தவர்கள் அரபி பேசினர்: 'நீங்கள் கிராமத்தில் இருந்தால், சரண் அடையுங்கள்.' சிலர் சரண் அடைந்தார்கள், மற்றவர்கள் சரண் அடையவில்லை. எனது சகோதரி...எனது இரண்டு மருமகன்கள், அவர்களுள் ஒருவர் - அவர்களுடைய தந்தை அவர்களை அணைத்தபடி இருந்தார், அவர்களின் தாய் நீண்ட காலத்திற்கு முன்பாகவே காலமாகி விட்டார். அவர்களுடைய தந்தை அவர்களை இந்தக் கையில் ஒருவரையும், அந்தக் கையில் இன்னொருவரையும் அணைத்தபடியே இருந்தார். அவர்கள், அவர்களைச் சுட்ட போது... ஒவ்வொரு நேரத்திலும், ஒருவர் வரும்போது, அவரிடம் சொன்னார்கள்: 'உட்கார்.' அவர்களைச் சுட்ட போது, அவர் இது போல் பின்னோக்கி, அவரது கைகளில் குழந்தைகளுடன் வீழ்ந்தார். ஒரு பையன் இந்தக் கையில் ஒரு பையன் அந்தக் கையில். இஸ்மாயில் மற்றும் யூசுஃப் ஆகிய அவர்கள் இருவரும் மிகவும் சிறியவர்கள். எப்படியோ, அவர்கள் வந்துவிட்டார்கள், மக்கள் சொன்னார்கள், 'யூதர்கள் இங்கே இருக்கிறார்கள், 'மேலும் அவர்கள் மக்களைச் சரண் அடையக் கூவினர் என்றனர், எனக்கு அது என்னவென்று தெரியாது, மேலும் அவர்கள் ஒருவருடனும் பேசமாட்டார்கள், அவர்கள் யாரையும் அல்லது எதையும் தாக்க மாட்டார்கள் என்றும் சொன்னார்கள். நான் என்னுடைய சகோதரனுடன் இருந்தேன், அவன் சொன்னான், 'சகோதரியே, உனது அத்தை ஷமாலி வீட்டுக்குப் போ, நாம் போவோம் மேலும் என்ன நடக்கிறது என்று பார்ப்போம்.' அவனிடம் நான் சொன்னேன், 'இல்லை, இப்போது வெளியே இருளாக இருக்கிறது', நான் சொன்னேன்: 'இல்லை, எனக்குப் போக துணிவு இல்லை. ஒரு யூதர் என்னைக் கண்டு

விட்டால், அவர் ஏதாவது சொல்லிவிட்டால், அவரிடம் நான் என்ன சொல்வது?' அவனை நான் கட்டிக்கொண்டேன், அவன் என்னைத் தள்ளிவிட்டான், நான் முடியாது, நான் எங்கும் போக முடியாது எனச் சொல்லிய வண்ணம் இருந்தேன். நாங்கள் வந்து விட்டோம் - ஒரு வீட்டின் முன், கவச வாகனங்கள் வரிசையாக நின்றுகொண்டிருந்தன. அங்கே நாங்கள் வந்தடைந்தோம். அவர்கள் எனது சகோதரனையும், அவனது நண்பனையும் உள்ளே விடுவதற்கு முன் சோதனை இட்டனர். அவர்கள், அவர்களை சோதனையிட்டு முடித்தபோது, அவன் நெருக்கமாக வந்து என் மீது அவனது கையை வைக்கப் போனான். நான் பயந்து போய் என் சகோதரனிடம் ஓடினேன். அந்த யூதன், அவன் நாசமாய்ப் போக என்னிடம் சொன்னான், 'ரூ!, கிளம்பு, ரூ.'[9]. அனைத்திற்கும் மேலாக, அவர்களை அவர்கள் அழைத்தபடி போய்க்கொண்டிருந்தனர். அவன் பேசுவதற்கு முயற்சி செய்துகொண்டிருந்தான். ஆனால் எப்படி என்று அவனுக்குத் தெரியவில்லை: நான் சொன்னேன், 'ரூ!', என்னால் முடியாது, நான் வெளியேற விரும்பவில்லை.' 'ரூ', அவன் என்னிடம் போகுமாறு சொல்லிக்கொண்டிருந்தான், நான் போகாமல் இருந்தேன். இறுதியாக, என் கையைப் பற்றி இழுத்துக் கத்தினான்: 'ம், கிளம்பு!' - அவனது கையால், இது போன்று பிடித்துக் கத்தினான். எனது சகோதரன் மற்றும் அவன் நண்பனுடன் என்னையும் தள்ளிவிட்டான். மக்களை அவர்கள் ஒன்று சேர்த்த இடத்திற்குள் நாங்கள் போய் அமர்ந்தோம். யாரோ ஒருவர், வரும் ஒவ்வொரு முறையும் அவரிடம் அவர்கள் சொன்னார்கள்: 'சாலிஹா ஜெஃப்ட்(*zeft*), சாலிஹா நல்லது இல்லை.' 'சாலிஹா' என்று அவர்கள் சொல்லவில்லை. அவர்கள் சொன்னார்கள்: 'நன்றாக இல்லை. சாலிஹா ஜெஃப்ட்.' அவர்கள் வந்து, கிராமத்தில் ஒரு துப்பாக்கி இருக்கிறது, ஆயுதங்களும் அங்கே இருக்கின்றன எனச் சொல்லத் துவங்கினர். மக்கள் புறப்பட்டனர் - மக்கள் அப்பாவிகளாக இருந்தனர், உண்மையில் அப்பாவிகள் - ஆயுதங்களை வைத்திருந்தவர்கள் அவற்றை யூதர்களிடம் ஒப்படைத்தனர். எனது கிராம மக்கள் மிகவும் அப்பாவிகளாக இருந்ததால், அவர்கள் கண்களுக்கு முன்னால் ஒரு யூதன் இறக்கும் ஒவ்வொரு முறையும், அவர்கள் 'கிர்பத்'துக்குச் செல்ல வேண்டும்... அந்தக் கிராமம் என்னவாக அழைக்கப்பட்டாலும் சண்டைகள் நடந்துகொண்டிருக்கும் 'அல்-மலிக்கியா'வில், கதாஸில் - அவர்களுக்கிடையே முதல் ஆளாக எனது சகோதரன் போக வேண்டும் - அவர்கள் துப்பாக்கிகளை மீட்டு வருவார்கள். அவர்களிடம் அவன் சொன்னான், 'துப்பாக்கிகளைக் கொண்டு

வந்து சரண் அடையுங்கள்.' ஒரு துப்பாக்கி வரும் ஒவ்வொரு முறையும், அவர்கள் அதை யூதர்களிடம் ஒப்படைத்தார்கள். யூதர்களுக்காக அவர்கள் துப்பாக்கிகளைச் சேர்த்தார்கள். அவற்றை அவர்கள் அடையாளம் கண்டு கொண்டனர். 'சாலிஹா ஜெஃப்ட்', அவர்கள் சொல்லத் தொடங்கியது இதுதான். ஒவ்வொரு முறையும் ஒருவர் வரும்போது, அவரை அவர்கள் சோதனையிட்டபின் சொல்வார்கள்: 'கிளம்பு, கிளம்பு!' ஒவ்வொருவரையும் அவர்கள் வெளியே விரட்டி அடித்தனர். இந்த இளைஞர்கள் போக வேண்டும், இளைஞர்களும், பெண்களும் ... உண்மையில், அங்கு சிறுமிகளே கிடையாது, ஒரு சிறுமி கூடக் கிடையாது. உண்மையை உங்களுக்குச் சொல்ல வேண்டுமெனில், ஒவ்வொருவரையும் அவர்கள் கீழே உட்கார வைத்தார்கள், மேலும் சொன்னார்கள்: முக்தாரின் வீடு எங்கே இருக்கிறது?' ஒருவர் சொன்னார்: 'அது இதுதான் என்று நான் நினைக்கிறேன்'. அது எனது சித்தப்பாவின் வீடு அல்ல; அது தவறான வேறு வீடு. அவர்கள் அதைத் தகர்த்தனர், பாறைகள், குட்டையை நோக்கிப் பறந்தன. முஸ்தஃபா அப்பாஸ் என்று ஒருவர் அங்கு இருந்தார்; அவர்கள் சென்று அவர் வீட்டைத் தகர்த்தனர். வீடுகளை அழிப்பதற்கு முன்னர் அவற்றை அவர்கள் சுற்றி வளைத்தனர். நாங்கள் அங்கே உட்கார்ந்துகொண்டு யோசித்தோம்: 'அன்பான கடவுளே...'- மிகவும் அச்சுறுத்தப்படுவோம் என்று நாங்கள் எதிர்பார்க்கவில்லை. அவர்கள் எங்களை வெளியேற்றவாவது செய்வார்கள் அல்லது எங்களை விட்டுவிடுவார்கள் என்று நாங்கள் நினைத்தோம், மேலும் ஒருவரும் எங்களுடன் பேசவில்லை. வந்த கடிதங்கள் சொன்னவை: 'சரண் அடையுங்கள், வெள்ளைக் கொடியை உயர்த்துங்கள்'. அது தான் பேசுவதைப் போல இருந்தது. உங்களிடம் எதிரிடையாக யார் சொன்னாலும், அவரிடம் சொல்லுங்கள்... ஏனெனில் ஒவ்வொரு சிறு சம்பவத்தையும் நான் நினைவில் வைத்திருக்கிறேன்.

கடிதங்கள் எங்கிருந்து வந்தன, ஹஜ்ஜே?

சர்க்காசியர்களிடமிருந்து. அவர்கள் சொன்னார்கள் - எனக்குத் தெரியாது. சிலர் சரி என்றனர், சிலர் முடியாது என்றனர். சிலர் சொன்னார்கள், 'அது சாத்தியமில்லை... இந்த யூதர்கள் என்றும் நம்பப்பட முடியாதவர்கள்'. இறுதியில், இந்த அனைவரையும் வரிசையில் அவர்கள் நிற்க வைத்தார்கள். மிகப் பல இளைஞர்கள், அவர்களை வரிசையில் நிறுத்தினார்கள் - அவர்களுள் ஒவ்வொருவரும்... சிலர் இரண்டு அல்லது மூன்று சகோதரர்கள். அவர்களை வரிசைப்படுத்தி நிற்க வைத்துப் பின் உட்கார

வைத்துச் சொன்னார்கள்: *'யல்லா! (Yalla!) தரைமீது உட்காருங்கள்'*. அவர்களுள் ஒருவரைக் கூட அவர்கள் எழுந்து நிற்க விடவில்லை. அனைவரும் தரை மேல் அமர்ந்தனர்; நான் அவர்களைப் பார்த்துக் கொண்டிருந்தேன். அங்கு ஏதோ ஒன்றைப் போல்... யல்லா, அந்த மக்கள் மீது, துப்பாக்கி ரவைகள் சிதற, சைகைகளை காட்டத் துவங்கினர். அது ஒருவரை அவரது தலையில் தாக்கியது. ஒருவரை அவரது நெஞ்சில் தாக்கியது, ஒருவரை... அவர்களுள் எஞ்சியவர்கள் உடனே எழுந்து வெளியேறிவிட்டனர். நாங்கள் தங்கி இருந்தோம், நாங்கள் அனைவரும் இன்னும் உயிருடன் தங்கி இருந்தோம். மசூதிக்குள் கொல்லப்பட்டவர்களை அவர்கள் அகற்றினர். அடுத்த நாள், யூதர்கள் வந்தார்கள், அவர்கள் அந்த மசூதியைத் தகர்த்தனர்... மசூதியை எரித்துவிட்டனர்.

கொல்லப்பட்டவர்களை யார் அகற்றினார்கள், ஹஜ்ஜே?

கிராம மக்கள். எங்கள் கிராமத்தினர்.கொல்லப்பட்டவர்களை யூதர்கள் எடுத்திருப்பார்கள் என்று நீங்கள் நினைத்தீர்களா? மக்கள் அவர்களை எடுத்துக்கொண்டு போய் மசூதிக்குள் வைத்தனர். அவர்கள் வந்து மசூதியை எரித்துத் தகர்த்தனர். அதன் கற்கள் பறந்து சென்று சாலிஹா குட்டையில் விழுந்தன. எனது சகோதரனையும், என்னையும் பொறுத்தவரை, அவர்கள் எங்களைக் கொண்டு சென்று, கிராமத்து எல்லையோரத்தில் இருந்த ஓர் ஒதுங்கிய வீட்டில் வைத்து விட்டனர். எங்களுடன், படுகொலையில் இழந்த தன் குழந்தைகளை எண்ணிச் சோகத்துடன் அழுதுகொண்டிருந்த ஒரு பெண்மணியும் வந்தார். அவரிடம் நான் சொன்னேன், 'தயவு செய்து, ஹராத் அல் - ஷர்க்கிய்யாவில் (கிழக்குப் பகுதி) எங்கள் சித்தப்பா வீட்டில் இருக்கும் எனது அம்மாவிடம் சென்று சொல்லுங்கள் - உங்கள் பிள்ளைகள் வரிசையில் நிற்கவைக்கப்பட்டு, சுடப்பட்டார்கள் என்று அவரிடம் சொல்லிவிடுங்கள்'. அந்தப் பெண்மணி சென்று விட்டார். அவர் என் அம்மாவிடம் சொல்ல அவர் வந்து விட்டார் - ஒரு தாய் எப்படி இருப்பார் என உங்களுக்குத் தெரியும். என் சகோதரன் ஓர் இளைஞன், நானும் இளம் வயதுப் பெண்... அவர் துக்கம் நிரம்ப அழத் துவங்கினார். அவர்கள் எங்களைக் கொண்டு வந்து ஓர் அறையில் வைத்தனர். அடுத்த நாள் அந்த யூதன் வந்தான். அவன் சொன்னான், 'பிறகு... அவர்கள் வந்து எங்களை எரிப்பதற்கு முன் எங்களுக்கு ஒரு கெடு வைத்தார்கள். எனது சகோதரனுடன் நான்கு நாள்கள், எனது காயங்கள் திறந்தபடியும், இரண்டு நாள்களாக என் சகோதரன் இறந்தபடியும் தங்கி இருந்தேன்; நான் வெளியேறுவதற்கு முன் இரண்டு நாள்களுக்கு முன் அவன் இறந்து விட்டான். இரண்டு

பகல்கள், இரண்டு இரவுகள் அவனது இறந்த உடலுக்கு அருகில் நான் இருந்தேன் - எனது சகோதரனின் தலைக்குப் பக்கத்தில் என் தலை. எனது சகோதரனை விட்டு நீங்கவே இல்லை.

அவரது இறந்த உடலுக்கு அருகில் நீங்கள் உறங்கினீர்களா?

ஆம், அவனது இறந்த உடலுக்கு அருகில் நான் படுத்து உறங்கினேன். அவன் இறந்துவிட்டான் என்று சொல்லாதீர்கள்!

தியாகியானாரா?

தியாகியானான். 'இறந்தார்' என என்றும் சொல்லாதீர்கள்! அவனுக்கு அருகில் நான் தங்கியிருந்தேன். இறுதியில் எனது தாய் கலவரமடைந்தார். அவர் சொன்னார், 'அவர்கள் வந்து நம்மை உயிருடன் எரித்துவிடுவார்கள், நீ வெளியே போய்விட வேண்டும் என்று நான் விரும்புகிறேன்'. அவரிடம் நான் சொன்னேன், 'இங்கேயே என்னைச் சாகவிடுங்கள்'. அங்கே உறைகள் இருந்தன, ஒரு சிறிய உறையை எடுத்து எனது இடுப்பைச் சுற்றி, ஓர் அரைக்கச்சினைப் போல (belt) அதைக் கட்டினார். நான்கு நாள்களாக உணவும் தண்ணீரும் இன்றி நான் இருந்தேன். யாரேனும் எனக்குத் தண்ணீர் தர வேண்டுமென்றால், அவர்கள் சொல்லி இருப்பார்கள், 'அவளுக்குத் தண்ணீர் நாங்கள் தந்தால், அவள் இறந்துவிடுவாள்'. என் தாய் ஓர் அரைக்கச்சை என்னைச் சுற்றிக் கட்டியவாறு, என்னை வெளியே கொண்டு வந்தார் மேலும் எனது சகோதரி, எனது தாய்வழி சித்தியை வெளியே கொண்டு வந்தார். ஆனால் நான் உட்கார்ந்துவிட்டேன், ஆகவே எனது தாய் (என்னைத் தூக்கி வர) என்னைச் சுற்றி ஓர் அரைக்கச்சையைக் கட்டினாள், நாங்கள் நடந்தோம் - எங்கே போகிறோம் என எனக்குத் தெரியாது. யரூனுக்கும், சாலிஹாவுக்கும் இடையே ஓர் இடம் இருந்தது. இஸ்ரேலிய வீரர்கள் அவர்கள் வழியில் இருந்தார்கள்: தொலைவில் இருந்து அவர்கள் வந்துகொண்டிருந்தனர். அவர்களது ட்ரக்கினை நிறுத்திவிட்டு, வெளியே வந்து, எங்கள் வழியை நோக்கி ஓடிவரத் துவங்கினர். எனது தாயிடம் நான் சொன்னேன், 'யா அல்லா! இங்கே சாவதற்கா இவ்வளவு தூரம் என்னைக் கொண்டு வந்தாய்? கொடும் மிருகங்களால் உண்ணப்படுவதற்குப் பதில், நீ அங்கேயே என்னைச் சாக விட்டிருக்கலாம்'. உண்மைதான்! அவர் சொன்னார், 'என் மகளே, இது உன் விதி'.

19'04"–22'42"

உங்களுக்கு நான் என்ன சொல்ல முடியும், கொல்லப்பட்டவர்கள்... ஆடுகள் சற்றே வீழ்ந்து கிடப்பதை நீங்கள் எப்போதாவது பார்த்திருக்கிறீர்களா?

அவர்களுள் அனைவரும் இளைஞர்கள், வீழ்ந்து கிடக்கும் ஆடுகள் அவர்கள் - சிலர் வயதானவர்கள், சிலர் நடுத்தர வயதினர், சிலர்... அவர்கள் அனைவரும்... யூதர்கள் சென்றுவிட்டனர், அவர்களுக்கு எது பற்றியும் எந்த எண்ணமும் இல்லை. ஒருவர் வருகின்ற ஒவ்வொரு முறையும், சாலிஹாவை நோக்கிக் காறி உமிழ்ந்து, அவர்கள் சொல்வார்கள்: 'ஹெய்டா ஜெஃப்ப்ட். சாலிஹா ஜெஃப்ப்ட்.' ஏனெனில் அவர்கள், அவர்களின் ஆயுதங்களை வெளியே கொண்டு வந்தார்கள். மக்கள் சாலிஹாவைச் சேர்ந்தவர்கள் ஆகவே அவர்களது ஆயுதங்களும் அங்கேயே இருந்தன - உதாரணத்திற்கு அங்கே அல்-நபி யுஷாவில் அல்லது அல்-மாலிக்கிய்யாவில் ஒரு சண்டை நடந்தபோது, யூதர்கள் ஒட்டு மொத்தப் பிரதேசத்தின் மீதும் படையெடுத்தார்கள். சாலிஹா மக்கள் போக வேண்டும். முழுவதும் அது இளைஞர்களைக் கொண்டிருந்தது. அவர்கள் பதட்டம் அடைந்தனர், அவர்களிடம் ஆயுதங்கள் இருந்தன. ஆயுதங்களை எடுப்பதற்கு அவர்களுக்கு அதிகமாக எதுவும் தேவைப்படவில்லை. எனது அன்புக்கு உரியவரே, நான் என்ன சொல்ல முடியும்... பல்வேறு உதாரணங்கள். அப்போதில் இருந்து, என்னை நம்புங்கள், இந்தக் கதைகளை எப்பொழுதெல்லாம் நான் சொன்னாலும், எனது இதயத்திலிருந்து இரத்தம் கொதித்துப் பாய்கிறது. நீங்கள் எனது சகோதரனைப் பற்றித் தெரிந்துகொண்டால்... அரிய மனிதர்களுள் ஒருவன் எனது சகோதரன்! அவன் மிகவும் இளையவனாக இருந்த போது, எப்போதும் ஹைஃபாவில் அவன் தங்குவது வழக்கம். அங்கே விழுந்து கிடந்த அவனது நீண்ட உடலைப் பார்த்து என் அம்மாவிடம் நான் சொன்னேன், 'அம்மா, இப்படி அவன் சாக வேண்டி வந்தது எவ்வளவு துயரமானது'. இதைப் போல் அவனது முடியை வருடிக் கொடுத்தேன். நாங்கள் அழுதோம், எங்களால் முடிந்தது அழுவது மட்டும்தான். நான் உங்களுக்கு - பாலஸ்தீனம் பற்றியும் சாலிஹா பற்றியும் என்ன சொல்வதற்கு நீங்கள் விரும்புகிறீர்கள்? ...சாலிஹா நாள்கள். முழுவதும் கவலைகளிலேயே சாலிஹா. அதுதான், எனது அன்புக்குரியவரே.

தர்ஷிகாவில் இருந்து வந்த அந்தப் பெண், உங்களைப் போல காயம் அடைந்தவர்களுள் அவரும் ஒருவரா? அவர் எங்கே சிக்கி இருந்தார்?

ஆம், அவரும் காயமடைந்தவர்களுள் ஒருவர், அவரை இடிபாடுகளின் கீழே இருந்து அவர்கள் வெளியே கொண்டுவந்தனர்.

இடிபாடுகளின் கீழே இருந்து, அவரை வெளியே கொண்டுவந்தனர்...

ஹஜ்ஜே, கிராமத்தில் உங்களை அவர்கள் ஒன்று குவித்து வைத்திருந்த போது, உங்கள் மீது துப்பாக்கிச் சூட்டை அவர்கள் துவங்குவதற்கு முன்னால், எவ்வளவு காலம் நீங்கள் ஒன்றாகத் தங்கியிருந்தீர்கள்?

எங்கள் மீது ரவைகளைப் பொழிவதற்கு முன்னால்?

ஆம்.

அவர்கள் போய் சில வீடுகளைத் தகர்த்து மேலும் சில வீடுகளைச் சூழ்ந்துகொண்டு அழித்துவிட்டுப் பின்னர் அவர்கள் வந்த அந்த நேரம், அது அரை மணி நேரமாக இருந்திருக்கலாம். அவர்கள் கிராமத்தை சுற்றிவரத் துவங்கினார்கள். ஒவ்வொரு இரண்டு வினாடிகளுக்கு ஒரு முறை எனது சகோதரன் என்னிடம் சொல்லிக் கொண்டிருந்தான், 'உனது சித்தி வீட்டில் தங்கிக் கொள்ள ஏன் நீ போகவில்லை?'

நான் சொன்னேன், 'நான் போக விரும்பவில்லை, நடு இரவில் யாராவது என்னைக் கண்டுபிடித்தால், அவரிடம் நான் என்ன சொல்வேன்?' அவன அமைதியாக இருந்தான், அதன் பிறகு சொன்னான், 'நீ ஒருத்திதான் என்னைக் கொல்லப் போகிறாய். எனக்கு முன்னால் உன்னிடம் ஒருவர் ஒன்றைச் சொன்னால் என்ன?, ஒருவர் உன்னைப் புண்படுத்தினால் என்ன?' என்னிடம் யாரேனும் என்ன சொல்வார்கள்? அவனிடம் நான் சொன்னேன், 'இப்படித்தான் நிலைமைகள் மாறிவிட்டன, காலாஸ்'. (காலாஸ்-போதும்).

அவர்கள் வீடுகளில் சோதனை இட்டார்களா, அவர்கள் இளைஞர்களைப் பிடித்தார்களா?

ஆம், அவர்கள், அவர்களுள் பலரையும் பிடித்தார்கள் - அவர்கள் வீடுகளுக்குள் புகுந்தார்கள்! அடுத்த நாள், காலை நேரத்தில், யூதர்கள் கிராமத்திற்குள் பெரும் கும்பலாகப் புகுந்தனர். அதைத் தொடர்ந்து அடுத்த நாள் - அவர்கள் கிராமத்திற்குள் மீண்டும் பெரும் கும்பலாகப் புகுந்தனர்! 'அது போல் எதையும் நான் பார்க்கவில்லை, நான் வீட்டில்தான் இருந்தேன்' என்று சொன்னது என் அம்மா' ஒருவரே. அவர் சொன்னார், 'கிராமம், யூதர்களால்

நிரம்பி இருந்தது'. என் அம்மா வீட்டை விட்டுப் போவார்; அவர் வந்து போவார். கிராமம் யூதர்களால் நிரம்பி இருந்தது என்று என் அம்மா சொன்னார். அந்த நேரத்தில் அவர்கள் அதை இஸ்ரேல் என்று அழைக்கவில்லை, 'யூதர்கள்' என்று அவர்கள் சொன்னார்கள்.

ஆகவே அவர்கள் உங்களைக் கிராமத்தில் ஒன்று சேர்த்தார்களா?

(அவர் ஆம் எனத் தலையாட்டுகிறார்).

யூதர்களிடம் பேசுவதற்கு யாரேனும் எப்போதாவது வந்தார்களா அல்லது உங்களுக்கு இடையே நடுவராகச் செயல்படுவதற்கு யாராவது வந்தார்களா?

ஆம், நயீம் இஸ்மாயில் என்று அழைக்கப்பட்ட ஒரு நபர் இருந்தார். அவர் சென்று அவர்களிடம் பேசினார். மேலும் சொன்னார், 'நாங்கள் சரணடைவோம், யார் சரண் அடையவில்லை என்றாலும், அவர்களை நாங்கள் கண்டுபிடிப்போம் மேலும் அவர்களை சரண் அடையச் செய்வோம்', மற்ற எல்லாவற்றையும் பேசினார். யூதர் தலைவன் சொன்னார்: 'இல்லை! ஒரு நாளில் இந்த ஒன்றைப் போல் ஒரு நூறு கிராமங்களின் மீது நான் படையெடுக்க முடியும். எதற்காகவும் நான் காத்துக்கொண்டிருக்க மாட்டேன்'. அவருடைய சொந்த வார்த்தைகளில் அவர் மிகவும் கொப்பளித்தார். அவர் காத்திருக்க மாட்டேன் என்று சொன்னார்.

23'00"–24'47"

கிராமத்தில் தங்கிவிட்ட - உங்களை அல்லாமல் - கிராமத்தை விட்டு நீங்கிய மக்கள் அங்கே இருந்தார்களா?

ஆம், மிகப் பலர். என் அன்புக்குரியவரே, மக்கள் பலர் வெளியேறினர், அதிகமான மக்கள் - மிகவும் கொஞ்சம் பேர் மட்டுமே தங்கினர். எனது மாமா வந்து, எனது சகோதரனிடம், நாங்கள் வெளியே நின்றுகொண்டிருந்தபோது, சொன்னார், 'கமீல், என் மருமகனே, உன் சகோதரியை அழைத்துக்கொண்டு போய்விடு!' என் சகோதரன் சொன்னான், (அதை நிராகரிப்பதைப் போல அவரது கையை எதிராக ஆட்டுகிறார்).

'அவர்களுள் யாரும் அஞ்சவில்லை'. நான் அச்சம் அடைந்தேன்! ஓர் ஆள் வந்தார், அவரது பெயர் நயீம் இஸ்மாயில், அவர் சொன்னார், 'கமீல், நான் சொல்லுவதைக் கேள், சென்றுவிடு'. அவர் கிராமத்தில் தங்கினார், அவர் தந்தையும் மற்ற எல்லோரும்

கிராமத்தில் தங்கிவிட்டனர். ‘சொல்வதைக் கேள், உனது சகோதரியை அழைத்துக்கொண்டு சென்றுவிடு’. என் சகோதரன் சொன்னான், ‘இவர்கள் எல்லாம் ஏன் இப்படி மிகவும் பயப்படுகிறார்கள் என்று எனக்குப் புரியவில்லை, கடவுளிடம் விட்டு விடுவது மிகச் சிறந்தது. நாம் எங்கே போவது? நமக்கு ஒருவரைக் கூடத் தெரியாது. எந்த கிராமத்திற்கு நாம் போக வேண்டும்?’ நயீம் இஸ்மாயில் சொன்னார்: ‘சென்றுவிடுங்கள்! கடவுளின் பூமி பரந்தது’. நாங்கள் வெளியே வந்தோம். மேலும் நாங்கள் மீண்டும் திரும்பி வந்தோம். எங்கள் விதி திரும்பி வந்து இந்தப் பயங்கரத்தால் பாதிக்கப்பட வேண்டுமென்று இருந்தது.

எங்கு நீங்கள் போனீர்கள்?

முதலில், நாங்கள் யரூனுக்குப் போனோம். பிறகு நாங்கள் மரூனுக்குத் திரும்பி வந்தோம். ஏனெனில் என் தாய்வழிச் சகோதரன் மரூனைச் சேர்ந்த ஒருவரைத் திருமணம் செய்திருந்தார்.[10] நீண்ட காலத்திற்கு முன்பிருந்து அவரது குடும்பத்தை எனது குடும்பம் அறிந்திருந்தது - அவர்கள் காலமாகிவிட்டார்கள். அவர்கள் நீண்ட காலத்திற்கு முன்பிருந்தே அவர்களை அறிந்திருந்தனர், ஆகவே அவர்களை நோக்கிச் சென்றோம். அவர்கள் சொன்னார்கள், ‘உங்களுக்குத் தேவையானதை நீங்கள் எடுத்துக்கொள்கிறீர்களா, உங்களுக்குத் தேவையான உணவுப் பொருள்கள் எதுவாயினும் நீங்கள் எடுத்துக் கொள்ளுங்கள்’. அவாகளை விட்டுக் கிளம்பும்போது, கழுதைகள் மீது பொதி ஏற்றப்பட்டன. வீட்டில், அவர்களை விட்டு உணவுப் பொருள்களை ஏற்றிக்கொண்டு கிளம்பினோம். அவற்றையோ அல்லது வேறெதையுமோ நாங்கள் அவிழ்க்கவில்லை. பிறகு நாங்கள் கிளம்பினோம் - எல்லாவற்றையும் அங்கேயே விட்டுவிட்டுக் கிளம்பினோம்.

34’04”-35’55”

(யூதர்கள்) இளைஞர்கள் யாரையேனும் கொன்றார்களா? அவர்கள் சாலிஹா எல்லையில் நின்றுகொண்டிருந்ததாக நீங்கள் சொன்னீர்கள். கிராமத்திற்குள் இருந்து வெளியேறிக் கொண்டிருந்த இளைஞர்களுள் யாரையாவது அவர்கள் கொன்றார்களா?

வெளியே வந்தவர்கள் இரவில் வெளியேறினர்; அவர்கள், ஒருவரும் அவர்களைப் பார்க்க விடவில்லை. ‘ஹயாத்’ (காலம் சென்ற) நயீம் இஸ்மாயில், அவர் சாந்தி அடையட்டும். இப்ரஹீம்

க்வாசிரா. நயீம் இஸ்மாயிலின் தந்தை அறைக்குள் அவரை வைத்திருந்தார். இந்த மற்றொரு நபர், அறையில் இருந்த அவரது பையனைப் பிடித்து அழைத்துக்கொண்டார் - அவருக்கு ஒரு மகன் இருந்தார். அவரது பெயர் மஹ்மூத் க்வாசிரா. அவரையும் அவர் பிடித்து அறைக்குள் வைத்துவிட்டார், ஆனால் அவர்கள் இருவரும் வெளியேறிவிட்டனர். அவர்கள் வெளியேறினார்கள், நான் அவரை அழைத்தபடி இருந்தேன் - 'அபு செய்த், உன்னைக் கெஞ்சுகிறேன். எனக்குக் கொஞ்சம் தண்ணீர் கொடு'. அவர் சொன்னார், 'இல்லை.' நான் இப்ரஹீம் க்வாசிராவிடம் கேட்டேன். அவர் சொன்னார், 'யா, இப்ராஹீம் க்வாசிரா, அலறிக்கொண்டிருக்கின்ற, படுகொலையில் இருந்து தப்பி வந்த இந்தப் பெண் யார் எனத் தெரிந்துகொள்ள நான் விரும்புகிறேன்'. அவர் என்னருகே நெருங்கி நெருங்கி வந்தார், நான் அவரிடம் சொன்னேன், 'அபு செய்த், தயவு செய்து எனக்குத் தண்ணீர் கொடுங்கள், நான் மிகவும் தாகமாக இருக்கிறேன்! என்னைத் தூக்கி இந்தக் குட்டையில், வீசிவிடுங்கள், இந்த 'யாம்'மைப் போல. முழுவதுமாகக் கொஞ்சம் என்னை வீசிவிடுங்கள்! அவர் சொன்னார், 'யா, அம்மா, என்னால் முடியாது'. அவர் சொன்னார், 'கடவுள் மீது ஆணை, நான் இப்ரஹீம் க்வாசிரா, தியாகிகளுக்கு இடையில், இந்தப் பெண்ணின் அலறலைக் கேட்பதை விட மிகவும் கடினமானது எனக்கு வேறு எதுவுமில்லை. 'இறந்தவர்களுக்கு இடையே' என்பதை அப்படி அன்று அவர் சொன்னார். சில நாள்களுக்குப் பிறகு, இப்ரஹீம் க்வாசிராவுடன் அவர் வெளியேறி, லெபனானை அவர்கள் அடைவதற்கு முன்பாக, அவர்களை, அவர்கள் (யூதர்கள்-மொ.ர்) சாலிஹாவில், அவர்கள் வெளியே வரும் வழியில் கொன்றனர். அவர்களைப் படுகொலை செய்தனர். ஒரு பறவை கூடக் குறுக்கே பறந்து போக முடியவில்லை.

ஆகவே காயம் அடைந்தவர்களுள் அவர்கள் இல்லையா?

இல்லை! அவர்கள் காயமடையவில்லை. அவர்கள் நடுநிலையாக இருந்தனர், அவர்கள் ஒரு பக்கம் நின்றுகொண்டிருந்தனர், மேலும் ஒவ்வொருவர் மீதும் துப்பாக்கி ரவைகளைப் பொழிந்தனர், ஆனால் அவர்கள் மற்றொரு பக்கம் இருந்தனர், ஆகவே அவர்கள் சுடப்படவில்லை, அவர்களுக்கு எதுவும் நேரவில்லை. வெளியே வந்தபோது, வழியில் அவர்கள் இறந்தனர். அவர்கள் இருவரும் வழியில் இறந்தனர்.

மரியம் உத்மான்

பாலஸ்தீனம், அல் - ஹுசைனிய்யாவில் 1937ஆம் ஆண்டு வாக்கில் பிறந்தவர்.

பஸ்ரா முக்ரபியுடன் ஒரு நேர்காணல்

பர்ஜ் அல் - ஷமாலி, சூர், 2004.

5'09"-9'20"

பஸ்ரா முக்ரபி: யூதக் குடியேறிகளிடம் நீங்கள் பொருள்கள் வாங்கும் வழக்கமுண்டா?

மரியம் உத்மான்: இல்லை, ஆனால் ஹராத் ஜுபாய்த்[11] என்று ஒரு கிராமத்தைப் பற்றி உங்களுக்குச் சொல்லியிருந்தேன், அக்கிராமம், காய்கறிகளையும், அவர்களுக்குத் தேவைப்படும் எதையும் அவர்களிடம் இருந்து வாங்குவது வழக்கம், மேலும் அவர்கள் எங்களைப் பார்க்க வருவது வழக்கம்; அவர்கள் மிகவும் அன்பாக இருந்தார்கள். ஆனால் அந்த இன்னொரு (ஹுலாட்டா) கிராமத்தில்[12], மருத்துவரிடம் ஒருவர் போக வேண்டிய தேவை ஏற்பட்டால், அவர்களைக் கிராமத்தின் நுழைவாயிலில் அவர்களின் நுழைவைத் தடுத்துவிடுவார்கள். அந்த நபர் ஓர் அரேபியராக இருந்தால், அவர்கள் அரபி பேசினால், மற்றவர்கள் அரபி பேசவேமாட்டார்கள். கிராமத்திற்கு இரண்டு நுழைவாயில்கள் மட்டும் இருந்தன, தெற்கு நுழைவாயில் மற்றும் வடக்கு நுழைவாயில். ஒவ்வொரு நுழைவாயிலிலும் அவர்கள் ஒருவரை ஒதுக்கி இருப்பார்கள். ஓர் அரேபியராகிய உங்களை அவர்கள் பார்த்தால், உங்களுக்காக ஒரேயொரு மருத்துவரை மட்டும் அவர்கள் ஏற்பாடு செய்வார்கள். அவர் மிகவும் புத்திசாலியான மருத்துவராக இருந்தார், அவரது அறை அநேக மரங்களுக்கு இடையில் இருந்தது. அனைத்து அரேபியர்களும் அவரால் சிகிச்சை அளிக்கப்பட்டார்கள், அதற்கு அவர்கள் பணம் தந்தார்கள்.

உங்களைத் தெரிந்திருந்த காரணத்தால், யூதர்கள், உங்களைப் பார்க்க வருவதில் கவனம் செலுத்துவார்களா அல்லது அந்த வருகைகள் ஒழுங்கற்றதாக இருந்தனவா?

அவர்கள் உங்களைத் தெரிந்தவர்களாக இருந்தால், அவர்கள் ஏதோ பெயருக்கு உங்களைப் பார்க்கக் கொஞ்ச நேரம் வந்துவிட்டுப் போய் விடுவார்கள்.

நீங்கள் அவர்களை வழக்கமாகப் பார்க்கப் போவீர்களா?

மிகவும் அரிதாக, ஆனால் நான் சொன்னது போல, அரேபிய யூதர்கள், வருவார்கள், மேலும் அரேபியர்கள் அவர்களைப் பார்க்கப் போவார்கள். அத்துடன் எங்கள் இளைஞர்கள், அவர்களுடைய நிலங்களில் வேலை செய்வார்கள், அவர்களுடைய பழத் தோட்டங்களுக்கு (bayyarat) நீர் பாய்ச்சுவார்கள், அவர்கள் நிலத்தை உழுவார்கள், அதில் பயிர் நடுவார்கள். மற்ற யூதர்கள், என்றுமே ஓர் அரேபியரை அவர்களுக்காக வேலை செய்வதற்கு அனுமதிக்கமாட்டார்கள்.

உங்களைப் பார்க்க வழக்கமாக வரும் யூதர்களுள், யாருடைய பெயர்களையாவது நீங்கள் நினைவில் வைத்திருக்கிறீர்களா?

மருத்துவரின் பெயரை நான் நினைவில் வைத்திருக்கிறேன், மேலும் அவர்களுடைய பண்ணைகளில் காவலராகப் பணிபுரிந்த ஒருவர் இருந்தார். அவரது பெயர், ஈசாக் ஃபரூக், அந்த மருத்துவர் பெயர் ரேமண்ட். அவர்களுடைய பெயர்களை மட்டும்தான் நான் அறிவேன். பிற்பகல் வேளையில், அவருடைய மனைவியையும், அவருடைய குழந்தைகளையும் கூட அவருடன் அழைத்து வருவார். அவருக்கு ஒரு சிறிய கார் இருந்தது. தினமும் வருவது இல்லை; 15 அல்லது 20 நாள்களுக்கு ஒரு முறை அல்லது ஒரு மாதத்திற்கு ஒரு முறை. அவர்கள், அவரது சிறிய காரில் வருவார்கள், சிறிது நேரம் எங்களைப் பார்ப்பார்கள் - அவர், அவரது மனைவி மற்றும் அவரது குழந்தைகள் - பிறகு சென்றுவிடுவார்கள். பண்ணைகளைப் பார்த்தபடியே, அந்தக் காவலரும் சிறிது நேரம் வருவார். நாங்கள் அருகருகே நிலங்களை வைத்திருந்தோம். யூதருடைய மனை இங்கே இருந்தது, அரேபியருடைய மனை அதற்கு அடுத்தாற்போல் வலது பக்கம் இருந்தது. ஒரு கோப்பை காஃபி சாப்பிட அவர் இங்கு வருவார், நாங்கள் செய்தியைப் பரிமாறிக்கொள்வோம், பிறகு அவர் சென்றுவிடுவார்.

அவருடைய குழந்தைகளுக்கு உங்கள் வயதிருக்குமா?

இல்லை, அவர்கள் மூத்தவர்கள். அவருக்கு மூன்று பெண்களும், இரண்டு பையன்களும் இருந்தனர்.

நீங்கள் ஒன்றாக விளையாடி இருக்கிறீர்களா?

இல்லை, எப்போதாவது அவர்களைப் பார்க்கச் செல்வோம். அவர்கள் இங்கு வருவார்கள் எனில், நாங்கள் ஒன்றாக விளையாடுவோம்.

உங்கள் வீட்டில் நீங்கள் ஒன்றாக விளையாடுவீர்களா?

ஆம், எங்கள் வீட்டில் நாங்கள் ஒன்றாக விளையாடுவோம்... ஆனால் அவர்கள் நல்ல அரபியில் பேசுவார்கள். அதைத் தவிர, வேறு அதிகமான நெருக்கம் இல்லை.

அவர்களுடைய பெயரை நீங்கள் நினைவுகூர்வீர்களா?

ஆம். மூத்த பெண் ரீனா என்றும், இடைப்பட்டவள் காபா என்றும், இளைய பெண் டூய்ரா என்றும் அழைக்கப்பட்டார்கள். அரேபியர்கள் போலவே இருந்தார்கள், அவர்கள் வீடுகளில் நாங்கள் சமைப்பது போலவே சமைத்தார்கள். உங்களைப் போலவே உண்ணவும், அருந்தவும் செய்தார்கள். பசுக்களில் பால் கறந்தனர், அவர்களது வீட்டில் சூளை இருந்தது, அதில் அவர்கள் ரொட்டியைச் சுடுவார்கள். நாங்களும் அப்படியே. அவருக்கு இரண்டு பையன்கள் இருந்தார்கள். மூத்தவன் ஷிமோன், இன்னொருவன் நகூம், அவன் மிகவும் இளையவன். ஒரு முறை நாங்கள் அவர்களைப் பார்க்கப் போனோம், அவரது பெண், நாங்கள் பிசைவது போலவே மாவு பிசைந்துகொண்டிருந்ததைப் பார்த்தேன். அவள் பிசைந்த மாவை வைத்திருந்தாள்.

மேலும் உட்கார்ந்து மாவைப் பிசைந்துகொண்டிருந்தாள். அவர்கள் பிறகு சூளையைப் பற்ற வைத்தார்கள், அவள் ரொட்டி சுடுவதற்குப் போனாள். வெளியில் இருக்கும் கல் அடுப்பிற்குள் (*taboun*) நீங்கள் செய்வதைப் போல அப்படியே அவர்கள் அதைப் புதைத்தனர். அவளுடைய அம்மா 'முஜாதரா' சமைத்துக்கொண்டிருந்தார். அவரைப் பார்க்கப் போகும் போது, அவர் என்னிடம் சொல்வார்: 'உங்கள் முஜாதரா மிகவும் சுவையாக இருக்கிறது; எங்களை விட நீங்கள் அதை மிக நன்றாக சமைக்கிறீர்கள். மிக நல்ல முஜாதராவை நாங்கள் செய்வதில்லை'.

நீங்கள் என்னிடம் உங்கள் தந்தை கிராமத்தின் முக்தார் என்று சொன்னீர்கள். இல்லையா?

ஆம், அவர் முக்தாராக இருந்தார்.

அல்-ஹுசைனிய்யாவுக்கு ஒரு விருந்தினர் வரும்போது அவர்கள் எங்கு தங்குவார்கள்?

அங்கு 'அட்டாவியா' (*atawiya*) இருந்தன - அவற்றை அவர்கள் என்ன சொல்லி அழைப்பார்கள் என்று எனக்குத் தெரியாது - ஒரு கிராமக் குழு. சிலர் தங்களது வீடுகளில் அவர்களை

உபசரிப்பார்கள், மற்றவர்கள், அவர்களிடம், 'முக்தாரின் வீடு அங்குதான் இருக்கிறது' என்று சொல்வார்கள். அவர்கள் வந்து, அங்கே தங்கி, உண்டு, அருந்தி, மதிய உணவும் சாப்பிடுவர். ஒரு பிரிட்டிஷ் நபர் மற்றும் இரண்டு இளம் அரேபிய நபர்களுடன் அங்கு அரசாங்க ரோந்தும் நடக்கும். காலையில் அவர்களும் அங்கு வருவார்கள், காலை உணவு உண்பார்கள், ஒரு மணி நேரமோ அல்லது அதற்கு மேலோ தங்கி இருந்துவிட்டுச் செல்வார்கள். பிறகு அவர்கள் திரும்பவும் மதியம் வந்து மதிய உணவு அருந்துவார்கள், அவர்களுடைய குதிரைகளுக்கும் உணவு ஊட்டுவார்கள்.

9'45"-10'29"

உங்களுக்கும், யூதர்களுக்கும் இடையேயான பிரச்சினைகளை எப்போது நீங்கள் கவனிக்கத் தொடங்கினீர்கள்?

பிரிட்டிஷார், விலகிக்கொள்ளத் துவங்கிய போது. அவர்கள் விலகிக்கொள்ளத் துவங்கி, யூதர்களிடம் பொறுப்புகளை ஒப்படைக்கத் ஆரம்பித்தனர். யூதர்கள் எங்களை வெறுக்கத் துவங்கினர்; அவர்கள் ஓர் அரேபியனை இனி பார்க்கவே முடியாது. பிரிட்டிஷார் முழுமையாக விலகிப் போய்விட்ட அந்த நாளில் இருந்து, கிராமத்திற்கு வெளியே ஒவ்வொரு நாளும், அவர்கள் பயிற்சி எடுப்பதை - இளைஞர்களும், பெண்களும் அதிகாலையில் வெளியில் பயிற்சி எடுப்பதை - நாங்கள் பார்க்கத் துவங்கினோம். மக்கள் என்ன சொன்னார்கள்? அவர்கள் சொன்னார்கள், 'அவர்கள் சுற்றுலாப் பயணிகள், தூய்மையான காற்றைச் சுவாசிப்பதற்காக அவர்கள் இங்கு வந்திருக்கிறார்கள்.' அவர்கள் பையன்களுக்கும் அது போலவே பெண்களுக்கும் பயிற்சி அளித்தார்கள். அதற்குப் பிறகு கொஞ்ச நாள்களில், அவர்கள் அரேபியர்கள் மீது பழி வாங்கும் நடவடிக்கைகளை எடுக்கத் துவங்கினர். ஓர் அரேபியரை எங்கு அவர்கள் பார்த்தாலும், அல்லது எப்பொழுதெல்லாம் ஓர் அரேபியர் அவர்களை நோக்கிச் சென்றாலும் அவரை வம்புக்கு இழுத்தார்கள். அரேபியர்களை அவர்கள் வெறுக்கத் துவங்கினர்.

13'15"-17'16"

கிழக்கில் இருந்தும், 'கிப்லா'வில் இருந்தும், மேற்கில் இருந்தும் அவர்கள் கிராமத்தைச் சுற்றி வளைத்தனர்.[13] வடக்குப் பக்கம் ஒரு சிறிதளவு திறந்தபடி இருந்தது. நாங்கள் எங்கு போக வேண்டும்?

இதைப் போன்ற அளவில் சுமார் பாதி அளவில் இருக்கும் இந்தக் கிராமமே மிகவும் சிறியது. கிராமக் காவலர்கள், துப்பாக்கி ரவைகளுக்கு அப்பால் ஓடும்போது இறந்தனர். அவர்களுள் சிலர் மறைவதற்கு ஓர் இடத்தைக் கண்டுபிடித்தவர்கள் பாதுகாப்பாக இருந்தனர். எல்லா வீடுகளையும், அவைகளுக்கு உள்ளே எது இருந்தாலும் அதையும் எரிக்கின்ற வரை அங்கிருந்து விட்டு, பிறகு கிளம்பிச் சென்றனர். ஹுசைன் ஜஃபாரின் வீட்டில் தூங்கிக்கொண்டிருந்தவர்களுள் சிலராக இருந்த புரட்சியாளர்களுள் ஒருவரையும் கூட அவர்கள் கொன்றனர். அவர் வெளியேற்றப்பட்டார் என்று அவர்கள் சொன்னார்கள் மேலும் அவர்களுடன் அவரைக் கொண்டு சென்றனர். இதுதான் நான் கேட்டது; அதில் வேறெதையும் நான் பார்க்கவில்லை. நான் எழுந்திருக்கவில்லை ஆனால் நான் கேட்டது அதை மட்டும் தான். அவர்கள் உள்ளே நுழைந்ததும், நான் எழுந்துவிட்டேன்; துப்பாக்கி வெடிக்கும் சத்தங்களை நான் கேட்டேன், அலறல்களை நான் கேட்டேன், அது அனைத்தையும் நான் கேட்டேன். காலையில் ஒரு மணி அளவில் அவர்கள் உள்ளே வந்தனர்.

ஆக, விழித்துக்கொண்டிருந்த ஒரு காவலர் அங்கே இருந்தார், மேலும் அவர்கள் அவரோடு மோதினர்...?

ஆம்! சுமார் அரை மணி நேரம், அல்லது ஒரு மணி நேரம் அவர்கள் மோதினார்கள், மழைத துளிகளைப் போலத் துப்பாக்கி ரவைகள் விழுந்துகொண்டிருந்ததை நீங்கள் பார்க்க முடியும். என் தந்தை வெளியே கிளம்பினார், என் அம்மா, அவர் எங்கே போகிறார் என்று அவரைக் கேட்டார். 'இந்தத் துப்பாக்கிச் சத்தங்கள் எல்லாம் என்ன என்பது பற்றி நான் பார்க்க விரும்புகிறேன்.' அவர் திரும்பி வந்தபோது, கிராமத்தின் மீது யூதர்கள் படையெடுத்துவிட்டனர் என்று எங்களிடம் சொன்னார். அம்மா சொன்னார், 'அப்படி என்றால், இந்தப் பிள்ளைகளை வெளியே அனுப்பிவிட்டு, வேறு எங்காவது நாம் போய்விடுவோம்'. அவர் சொன்னார், 'சாலையே அங்கு இல்லை. எங்கிருந்து நாம் போவது என்று நீ விரும்புகிறாய்?' வீட்டிலேயே இருப்போம். நிச்சயமாக, ஒன்றும் நடந்து விடாது. அவர் வீட்டுக்குள் வந்த சற்று நேரத்திற்கு முன்பே அதே வேளையில், யூதர்கள் கொல்லைப்புறத்தில் வந்திருந்தனர். எங்கள் கொல்லைப்புறத்தில், மூன்று பசுக்கள் இருந்தன, அவர்கள் அவற்றையும் கொன்றார்கள். அவை இறந்தன. அவர்கள் வீட்டில் நுழைந்தபோது - வீட்டின் மூலையில் ஓர் ஆவி விளக்கு எரிந்து கொண்டிருந்தது, அவர் சொன்னார், 'ஒருவேளை அவர்கள்

நம்மைப் பார்த்துவிட்டால் நாம் இந்த விளக்கை அணைத்துவிட வேண்டும்.' கதவு ஒருவகையில் மறைந்துகொள்ளுமாறு இருந்தது. அவரிடம் ஒரு சிறிய துப்பாக்கியும் இருந்தது, கதவுக்கு நேரே அவரே அழுத்தி அவர்களை நோக்கிச் சுடத் துவங்கினார். எனது அம்மா அவரை நோக்கி அலறினாள். அவள் சொன்னாள், 'யா, ஸலாமே, (அய்யோ, மனுஷா-மொ.ர்) நம்மீது பேரழிவைக் கொண்டு வந்துவிட்டீர்கள்!' அவர் என்ன செய்திருக்கக் கூடும்? வெளியே துப்பாக்கி ரவைகள் மழையாய்ப் பொழிந்துகொண்டு இருக்கின்றன. அவர் சொன்னார், 'இனி சாவு மட்டும்தான். நான் இறந்தே போகிறேன்.' கதவுக்கு அருகில் யூதர்கள் ஓர் ஓட்டையைப் போட்டுக்கொண்டிருந்தார்கள். கதவுக்கு அருகில்! அங்கே ஒரு கண்ணிவெடியை வைக்க அவர்கள் விரும்பினர். ஒருவரும் அவர்களைப் பார்க்காதவாறு அவர்கள் என்ன செய்தனர் என்பது உங்களுக்குத் தெரியுமா? அவர்கள் வீட்டுக்குள் வெடிப்பதற்காக பேரொலிக் குண்டுகளை வீசத் தொடங்கி இருந்தனர், ஆனால் அவற்றில் இருந்து வெளியே வந்த புகை உங்களைக் குருடாக்கி விடும். அந்த நேரத்தில் நான் விழித்து எழுந்தேன். எனது தந்தை வந்து அம்மாவிடம் சொன்னார், 'யா, மரா, அவர்கள் நம்மீது வீட்டைத் தகர்த்து விழச் செய்யப்போகிறார்கள். நீங்கள் எல்லாம் தியாகிகள் ஆகப் போகிறீர்கள், நீங்கள் சாகப் போகிறீர்கள். நாம் அனைவரும் இன்றிரவு சாகப்போகிறோம்.' முடிந்த வரையிலும் எங்களுக்காக அவர் மெத்தைகளை வெளியே இழுத்தார், இரண்டு உறைகளைக் கொண்டு வந்தார், மேலும் அவற்றை அஹமது, இராஷ்மியா மற்றும் என் மீது போட்டார். நாங்கள் தூங்கிக்கொண்டிருந்தோம். ரவைகள் எங்களைத் தாக்கும் என்ற அச்சங்கொண்டும், அவ்வாறு தாக்கினால், உறைகள் எங்களைப் பாதுகாக்கும் என்று எண்ணியும் அவற்றால் அவர் எங்களை மூடி மறைத்தார். ஒரு குண்டு கம்பளி வழியாகப் போகும் என்றால், அது ஆளை அடைந்துவிடாது என்றும் நினைத்தார். வீடு ஒட்டு மொத்தமாய்த் தகர்க்கப்பட்ட போது, அவர் கிட்டத்தட்ட அதை முடித்தார். என்ன நடந்தது, என்ன நடக்கவில்லை என்பது பற்றி எந்த எண்ணமும் எங்களுக்கு இல்லை. காலை வரை, அல்-ஷ"மில்[14] இருந்து, மருஸ்ஸில் இருந்து மற்றும் அம்யூகாவில் இருந்து கிராமத்தினர் வரும் வரை, நாங்கள் அங்கேயே கிடந்தோம். பக்கத்து கிராமமும் வந்து நாங்கள் உயிருடன் இருக்கிறோமா அல்லது இறந்துவிட்டோமா எனக் கேட்டனர். உண்மையில் நான் உணர்வுடன் இல்லை. எங்கே போவதென்று எனக்குத் தெரியாது. அங்கேயே உட்கார்ந்து அஹமதுவைப் பார்த்தேன், அவர்கள்

அவனை இறந்தநிலையில் வெளியே இழுத்தனர். இராஷ்மியாவை, உங்களுக்கு அவரைத் தெரியும், வெளியே கொண்டுவர அவர்கள் இன்னமும் சிரமப்பட்டுக் கொண்டிருந்தனர். மரம் மற்றும் உலோகச் சிதறல்களுக்கு இடையே இருந்து அவளது உடலை அவர்கள் வெளியே இழுத்துக்கொண்டிருந்தனர். இங்கே (அவர் தனது காலில் காட்டுகிறார்) அவர்கள் அந்த இடத்தில் கிழித்தனர், அவளது எலும்புகள் தெரிந்தன. ஒரு பெண்ணை அவர்கள் வெளியே இழுத்தனர்; அவளுக்குச் சுமார் எட்டு மாதங்கள் இருக்கும். எனது தாய் அவளைத் தூக்கி வைத்துக்கொண்டு அவளுக்கு தன் பாலை ஊட்டிக்கொண்டிருந்தார், ஒரு பாறைச் சிதறல் அவள் வாய் மீது விழுந்தது - அந்தப் பெண் இறந்து போனாள். எனது தாய் முற்றிலுமாக உருச் சிதைந்து போனார், மேலும் அவரது தந்தை பல ரவைகளால் தாக்கப்பட்டார் (அவர் தனது தலையை நோக்கிக் காட்டுகிறார்), அவரது முடி முழுவதுமாகப் பின்னி இருந்தது. எங்களோடு வசித்து வந்த எனது தந்தையின் உறவினர், அவரது மகளுடன் இருந்து வந்தார். கதவுக்கு அருகே அவர்கள் இறந்து கிடந்தனர். எங்கள் கதவுக்கு அருகில் அவன் ஒரு கண்ணி வெடியை வைத்தான் - ஓர் ஓட்டையை அதற்காகப் போட்டுக்கொண்டிருந்தான், அவள் கதவுக்கு அருகில் நின்றுகொண்டிருந்தாள்.

அவள் அவனிடம் சொன்னாள்: 'வல்லா யா கவாஜா, நாங்கள் எல்லாம் பெண்கள். எங்களிடையே ஆண்கள் யாரும் இல்லை. அங்கே எந்த ஓர் ஆளும் இல்லை.' - 'சரி. சரி.' அவளும் அவளது மகளும் 'சதைப் பிண்டமாக' உருமாறி இருந்தனர், அவர்களை 'பயாதிரில்' இருந்து (கதிரடிக்கும் மைதானத்தில் இருந்து - மொ.ர்) அவர்கள் முடிந்த அளவுக்குத் திரும்பக் கொண்டு வந்தனர். அவர்களது உடல்கள் இரண்டு மூன்று துண்டுகளாகச் சிதறியிருந்தன. அவளையும், அவளது வீட்டையும் அவர்கள் எரித்தனர்.

அவரது பெயர் என்ன?

அந்தப் பெண்ணின் பெயர் ஃபாத்திமா... அவருடைய தாயின் பெயர் ஆயிஷா. அவரது சகோதரியின் பெயர் ஸமீரா, அவளுக்குச் சுமார் எட்டு மாத வயது. அவர்கள் அனைவரும் இறந்தனர். காலையில் (கிராமத்தார்) அவர்கள் எங்களை வெளியேறச் செய்து வெவ்வேறு கிராமங்களுக்குச் சிறு சிறு குழுக்களாக எங்களைக் கொண்டு செல்லத் துவங்கினர். எங்களை மஜ்ஸுக்குக்

கொண்டு சென்றனர். அங்கே நாங்கள் சுமார் இரண்டு மாதங்கள் தங்கியிருந்தோம்.

21'50"–22'06"

அவர்கள் வீடுகளைக் குண்டு வீசித் தாக்கத் துவங்கிய போது, மக்கள் அவர்களது வீடுகளுக்குள் இருந்தார்களா?

வடக்கே இருந்தவர்களுள் சிலர், அவரது வீடுகளை விட்டு வெளியேறிய பிறகு, பள்ளத்தாக்கிற்குத் தப்பி ஓடிவிட்டனர். அவை தாக்கப்படும் என அவர்கள் அறிந்ததால், பள்ளத்தாக்கை நோக்கி அவர்கள் சென்றுவிட்டனர். அவர்கள் பாதுகாப்பாக இருந்தார்கள். வீட்டுக்குள் தங்கியிருந்த ஒவ்வொருவரும் இறந்து போயினர். வெளியேறியவர்களுக்கு மட்டுமே கடவுள் வாழ்வை நீட்டித்தார்.

26'00"–26'37"

நீங்கள் தாக்கப்படுவீர்கள் என்று அறிந்தீர்களா?

அவர்கள் என்னை வெளியே கொண்டு வந்தபோது, மதியம் வரை நான் சுய நினைவிலேயே இல்லை. மேலும் எனக்கு - நான் சிறிது பார்க்க முடிந்த போது, பிற்பகல் வரை - யாரையும் அல்லது எதையும் தெரியாது. அவர்கள் கிராமத்துக் கோடியில், ஒரு வீட்டில் கொண்டு போய் வைத்துவிட்டுச் சென்றது எனக்கு நினைவில் உள்ளது, மேலும் இறந்தவர்கள் மற்றும் காயமடைந்தவர்களைப் பார்ப்பதில் அவர்கள் பரபரப்பாகி விட்டார்கள். எனக்கு நினைவிருக்கிறது, ஒரே ஒரு வயதானவரைத் தவிர என்னைப் பார்க்க ஒருவரும் வரவில்லை. அவரிடம் நான் சொன்னேன், 'அம்மோ (*ammo*), எனக்குத் தண்ணீர் வேண்டும்.' நீங்கள் அறிவீர்கள், அவர் அப்துல்லா காசிம். அவர் சொன்னார், 'நான் உடல்நிலை சரி இல்லாமல் இருக்கிறேன், உனக்குத் தண்ணீர் எதுவும் நான் தர முடியாது.' நான் மீண்டும் மீண்டும் மயக்கம் அடைவதும், விழிப்பதுமாக இருந்தேன். மீண்டும் முறையாக நான் பார்க்க முடிந்ததற்கு ஒரு வார காலம் ஆகியது.

கலீதியா மஹ்மூத் யூனிஸ் மற்றும் ஜப்பார் முகம்மது யூனிஸ்

பாலஸ்தீனம், சஃப்சாஃபில், முறையே 1924 மற்றும் 1922 வாக்கில் பிறந்தவர்கள்

மஹ்மூத் ஷெய்டனுடன் ஒரு நேர்காணல்

அய்ன் அல் - ஹில்வே முகாம், செய்தா, 2003

19'30"-29'10"

மஹ்மூத் ஷெய்டன்: உங்கள் கிராமத்திற்கு, சஃப்சாஃபுக்கு, எந்த இராணுவம் வந்தது?

ஜப்பார் யூனிஸ்: *சிரிய நாட்டு இராணுவம். ஜெய்ஷ் அல்-இன்காத் (அரேபிய விடுதலைப் படை).*

அவர்களுடன் உங்கள் உறவு எப்படி இருந்தது? உதாரணத்திற்கு, அவர்கள் உங்களுக்கு ஆயுதங்களைத் தந்தார்களா?

ஜப்பார்: *இல்லை, என்றும் இல்லை.*

அவர்களோடு பணி புரிந்தீர்களா?

ஜப்பார்: *இல்லை, இல்லை. அவர்கள் எங்களுக்கு ஒரு துப்பாக்கி ரவையைக் கூட என்றும் தந்ததில்லை.*

கலீதியா: *யூதர்கள் அரக்கர்களைப் போலக் கிராமத்தில் நுழைந்தார்கள்.*

ஜப்பார்: *கிராம மக்கள் வெளியேறிவிட்டனர். சஃபாத் முழுவதும் வீழ்ந்தபோது, அது 1948 ஏப்ரல் மாதம். சஃப்சாஃப் மக்கள், கிராமத்தை விட்டு வெளியேறி லெபனானுக்குப் போனார்கள். 10 அல்லது 15 நாள்களுக்கு நாங்கள் அங்கே தங்கியிருந்தோம், பிறகு யூதர்கள் வெளியேறி அவர்களது நிலைகளுக்குத் திரும்பிச் சென்றார்கள். மக்கள் அவர்கள் அறுவடை செய்ததைக் கொண்டு செல்லவும், அவர்களது தானியங்களையும் மற்றவற்றையும் கொண்டு செல்லவும், திரும்பி வரத் துவங்கினார்கள்... உங்களுக்குத் தெரியும், அவர்கள் விவசாயிகள். அவர்கள் கிராமத்திற்குத் திரும்பி வந்து, முடிகின்ற வரை அவர்கள் அனைத்துப் பயிர்களையும் அறுவடை செய்தார்கள். ஒலிவப் (Olive season) பருவம் வந்தது, ஆகவே அவர்கள் ஒலிவப் பழங்களைப் பறிக்கத் துவங்கினர் மேலும் ஒலிவ அறுவடையின் போது, இப்படித்தான் ஒட்டு மொத்தக் கிராமத்தையும் யூதர்கள் தாக்கினர். எங்கள் கிராமத்தை*

மட்டும் அன்றி, ஒட்டு மொத்தப் பிரதேசத்தையும் அவர்கள் தாக்கினர். சஃபாத் முழுவதையும் தாக்கினர்.

கலீதியா: அனைத்திற்கும் துவக்கமாக அது இருந்தது - முதல் முறையாக யூதர்கள் உள்ளே வந்தனர்.

ஜப்பார்: அவற்றை யூதர்கள் தாக்கினார்கள், அந்தச் சண்டை இரண்டு நாள்களுக்குத் தொடர்ந்தது. இல்லை, ஒருநாள், ஓர் இரவு மட்டும். யூதர்கள் கிராமத்தில் நுழைந்தார்கள், அவர்களது வழியில் இருந்த ஒவ்வொன்றையும் அவர்கள் அழித்தார்கள். அதன்பிறகு, அடுத்த கேள்வி?

கிராமத்தில் அவர்கள் நுழைந்த போது, அங்கு வசித்தவர்கள் அப்பொழுதும் உள்ளே இருந்தார்களா அல்லது...?

ஜப்பார்: ஆம்.ஆம்.ஆம்... கிராமத்தில்தான் இருந்தார்கள்.

கிராமத்தில் இருந்த மக்களுக்கு அவர்கள் என்ன செய்தார்கள்?

ஜப்பார்: மக்களுக்கு அவர்கள் என்ன செய்தார்கள்?

ஆம்.

ஜப்பார்: என்ன சொல்கிறீர்கள், மக்களுக்கு அவர்கள் என்ன செய்தார்கள் என்றா?

அவர்கள் கிராமத்திற்குள் நுழைந்தார்கள் என்றுதானே நீங்கள் சொன்னீர்கள்...?

ஜப்பார்: யூதர்கள் கிராமத்தில் நுழைந்தார்கள்.

கலீதியா: அவர்கள் அதன் மீது படையெடுத்தார்கள்.

ஜப்பார்: அவர்கள் அதன் மீது படை எடுத்தார்கள். அவர்கள் அதன் மீது படையெடுத்த போது, மக்களுடைய வீடுகளில் அவர்கள் நுழைந்தனர், ஆண்களை வெளியே கொண்டு வந்து வரிசையில் நிற்க வைத்து அவர்கள் மீது துப்பாக்கி ரவைகளைப் பொழிந்தார்கள். அதுதான் நடந்தது. அவர்களுள் நானும் ஒருவன். நான் பொய் சொல்லவில்லை, நானும் அவர்களுள் ஒருவனாக இருந்தேன்.

ஓகோ, அப்படியா.

ஜப்பார்: இங்கே - இரண்டு (அவர் தனது காலைக் காட்டுகிறார்) குண்டுகள். அவைகள் இந்த இடத்தில் உள்ளே போய், இந்த இடத்தில் வெளியே வந்தன.

நான் பார்க்கிறேன், சற்று உங்கள் கையை நீங்கள் உயர்த்த முடியுமா?

(அவர் ஓர் ஆழமான தழும்பைக் காட்டுவதற்குத் தனது முழங்கையை உயர்த்துகிறார்).

கலீதியா: அவர் தலைக் குப்புற விழுந்தார்.

உங்கள் காலில் பட்ட காயம், அது கண்ணுக்குத் தெரிகிறதா? உங்களது கால் சட்டைகளை நீங்கள் உயர்த்த முடியுமா?

ஜப்பார்: அவைகள் அந்த அளவுக்கு உயரமாகப் போயின என்பதை நான் உறுதியாகச் சொல்ல முடியாது.

கலீதியா: இங்கே இருக்கிறது. பாருங்கள், இங்குதான் குண்டுகள் துளைத்தன. அவர் பார்க்கட்டும்.

(அவர் தனது கணவரின் முழங்காலைக் காட்டுகிறார்). இங்கே இருக்கிறது, பாருங்கள். அங்கே... அது பெரியது.

ஜப்பார்: அவை உள்ளே சிக்கிக்கொண்டன. என் சகோதரி அவைகளை ஓர் ஊசியால் வெளியே எடுத்தார்.

எவ்வளவு குண்டுகள்?

ஜப்பாரும், கலீதியாவும்: இரண்டு.

கலீதியா: இன்னொன்று அவர் பக்கத்தில் உரசிச் சென்றது. அவர்களை அவர்கள் கொன்ற போது -

அது எப்படி நேர்ந்தது என்று தயவுசெய்து விளக்குங்கள்.

கலீதியா: நான் எப்போது பேச முற்பட்டாலும்...

ஜப்பார்: அவர்கள் கிராமத்தின் மீது படையெடுத்து, அதன் ஒரு பகுதி வசித்தவர்கள் வெளியேறிய போது. யூதர்கள் நுழைந்த போது, கிராமத்தினர் வெளியேறுவதற்காக அவர்கள் சாலையைத் திறந்துவிட்டனர். சில யூதர்கள் அவர்களை வெளியேறும்படியும், சில யூதர்கள் அவர்களைத் தங்கும்படியும் அவர்களிடம் சொன்னார்கள். அவர்கள் மீண்டும் அழைத்து வந்த எங்களில் பலர்

கிராமத்திற்குத் திரும்பி, அல்-ஸமூரில் இருந்த ஷேக் இஸ்மாயில் அல்- நஸ்ராவின் வீட்டிற்குச் சென்றோம். அங்கு கொஞ்ச நேரம் தங்கியிருந்தோம். யூதர்கள் வந்தார்கள்: 'கிளம்புங்கள்! வெளியே வாருங்கள்!' எங்களை வெளியை விரட்டினார்கள். 'நீ, நீ மற்றும் நீ', பெண்களிடையே எங்களைப் பொறுக்கி எடுத்தனர், இன்னும் சற்று தூரத்தில் இருந்த இன்னொரு இடத்திற்கு, இன்னொரு வீட்டிற்கு எங்களைக் கொண்டு சென்றனர். இங்கே உள்ள விருந்தினர்களுக்கான சமூகக் கூடத்தைப் (*Diwan*) படம்பிடியுங்கள். அதற்கு அப்பால், இந்தக் கதவுக்கும் அந்த இடத்திற்கும் இடையே ஒரு கதவுடன் கூடிய சுவர் ஒன்று இருந்தது. அது பெண்களுக்கான வீடு. எங்களை ஒரு மல்பெரி மரத்திற்குக் கீழே கொண்டு சென்றனர், அந்த வீட்டை நோக்கியவாறு, ஒரு மல்பெரி மரம் இருந்தது. 'இங்கே வாருங்கள்! இங்கே வாருங்கள்!' அங்கே நாங்கள் சென்றோம். அவர்கள் சொன்னார்கள்: 'நீங்கள் என்ன வைத்திருக்கிறீர்கள்?' அவர்கள் எங்களைச் சோதனை செய்தனர், ஆனால் ஒன்றையும் கண்டுபிடிக்கவில்லை. நாங்கள் என்ன வைத்திருக்க முடியும்?' மலைகளில் சுற்றித் திரிந்த எங்களுள் பலர் என்ன வைத்திருப்பதாகச் சொல்ல முடியும்? அவர்கள் எங்களைக் கொண்டு சென்று, சோதனையிட்ட பின் எதையும் கண்டுபிடிக்கவில்லை. 'அங்கேயே நில்லுங்கள்!' எங்களுக்கு அவர்கள் கடைசி ஆள் வரை ஆணையிட்டனர். 22 இளைஞர்கள். எங்களைக் கதவைப் பார்க்குமாறு செய்தார்கள், எங்களுக்குப் பின்னால் அவர்கள் நின்றுகொண்டனர். எனது சகோதரி மகன் அவர்களைத் திரும்பிப் பார்த்துச் சொன்னான், 'கடவுளின் பெயரால், எங்களுக்குக் கருணை காட்டுங்கள்.' அவர்கள் சொன்னார்கள்: 'கழுதைகளே, நீங்கள் இங்கே பாருங்கள்! நீங்கள் நாய்கள்!'.

கலீதியா: அபு ஃபாசியின் சகோதரன்.

ஜப்பார்: எங்களை அவர்கள் சுட்டார்கள்; எங்கள் மீது துப்பாக்கிக் குண்டுகளைப் பொழிந்தார்கள்.

கலீதியா: அவருடைய சகோதரர் அங்கே இருந்தார்.

ஜப்பார்: மன்னிக்க வேண்டும். என்ன சொல்லுகிறீர்கள்?

கலீதியா: ஹாஜியின் சகோதரர். சகோதரர்கள் நீங்கள் இருவர்.

ஜப்பார்: அவர்கள் எங்களைச் சுட்டார்கள். அவர்கள் சுடும்போது, ஆண்கள் அனைவரும் உடனடியாக வீழ்ந்தனர்.

கலீதியா: ஓ, அந்தத் துயரம்...

ஜப்பார்: நான் விழுந்தேன் ஆனால் இரண்டு குண்டுகளால், இந்த இடத்தில், மட்டுமே நான் அடிபட்டேன் (அவரது முழங்கையை அவர் காட்டுகிறார்). நான் விழுந்த போது, எனது காலை அசைத்தேன், இறந்தவர்களுக்கு இடையே நான் படுத்துக் கிடந்தேன். ஹீப்ரு மொழியில், ஒரு யூதன், இன்னொருவனிடம் சொன்னான், 'அவன் இன்னும் உயிரோடு இருக்கிறான். மீண்டும் அவனைச் சுடுங்கள்'. அவன் என் மீது இரண்டு குண்டுகளைப் பாய்ச்சினான். இங்கே, எனது தொடைக்குள் அவை துளைத்துச் சென்றன. இரண்டு குண்டுகள். அவற்றை அவன் சுட்டான், அந்த இரண்டு குண்டுகளும் இங்கேயே தங்கிவிட்டன. இறந்த உடல்களுக்குக் கீழே படுத்தபடி, காலை முதல் சூரியன் மறையும் வரை அங்கேயே கிடந்தேன். கடவுள் என்னைக் காப்பாற்றினார். இரவு வந்தபோது, நான் இறந்த உடல்களுக்குக் கீழேதான் இருக்கிறேனா என வியப்புற்றேன். வீட்டிற்குள் நான் சென்றேன். குடிதண்ணீருக்காக அங்கே நான் தேடினேன். ஆனால் எதையும் நான் காணவில்லை. 'மஸ்தபே' (*mastabeh*) மேல் ஏறி மேலே போனேன், அவற்றை வழக்கமாக எப்படி அவர்கள் கட்டியிருப்பார்கள் என உங்களுக்குத் தெரியும் (அருஞ்சொற்கள் அகராதியில் பார்க்கவும்- மொ.ர்). மேலே பார்த்தபடி நான் போனேன், அங்கே ஒலிவப் பழங்களும் உலர்ந்த அத்திப் பழங்களும் இருந்தன. மெத்தையிலிருந்து உறையை உருவினேன், அதற்குள் போய், அதனால் என்னை மூடிக்கொண்டேன் பிறகு உறங்கிவிட்டேன். என்னைக் கூப்பிட்டபடியே எனது சகோதரி வெளியில் இருந்தாள். ஃபாத்திமா.

நீங்கள் எழுவதற்கு முன்னால் எவ்வளவு நேரம் இறந்த உடல்களுக்குக் கீழே கிடந்தீர்கள்?

ஜப்பார்: சூரிய உதயம் முதல் சூரியன் மறையும் வரை இறந்த உடல்களுக்குக் கீழே கிடந்தேன் - கடவுள்தான் எங்கள் காவலர். நான் அந்த இடத்தை விட்டு அகன்று தண்ணீருக்காக அலைந்தேன் ஆனால் எதையும் காணமுடியவில்லை. 'மஸ்தபே' மேல் சென்றேன், உலர்ந்த அத்திப்பழங்களும், ஒலிவப் பழங்களும் பிழிவதற்காகப் பரப்பி வைக்கப்பட்டிருந்தன. நான் ஒலிவப் பழங்கள் மீது அமர்ந்தேன்; அவற்றின் மீது ஒரு விரிப்பை வைத்தேன். அந்த விரிப்பின் மீது நான் படுத்தேன், ஒரு துணி உறைக்குள் நானே என்னை மூடிக்கொண்டு தங்கிவிட்டேன். சில தருணங்களுக்குப்

பிறகு, எனது மகன், அலி என்னைக் கூப்பிட்டான். அவனுக்கு ஆறு வயது. முகம்மது. 'யா, பா! யா, பா!' நான் சொன்னேன், 'மகனே! நான் இங்கே இருக்கிறேன்.' வெளியில் இருந்து அவன் கூப்பிட்டபடி இருந்தான். அவன் சொன்னதை நான் கேட்டேன். அவனை உள்ளே வருமாறு அவனிடம் கூறினேன்; அவன் உள்ளே வந்தான். நான் சொன்னேன், 'நீ எனக்குத் தண்ணீர் கொண்டு வருகிறாயா?' அவன் சொன்னான், 'அங்கு தண்ணீர் இல்லை.' நான் இன்னும் அங்கேயே படுத்துக் கொண்டிருந்தேன். அவனிடம் கேட்டேன் 'இந்த வீட்டில் யார் இருக்கிறார்கள்?' அவன் சொன்னான், 'எனது அத்தை ஃபாத்திமாதான் இருக்கிறார், மேலும் எனது அத்தை ஹிஸ்மாவும் அங்குதான் இருக்கிறார்', 'அது யார் என்று எனக்குத் தெரியவில்லை...

கலீதியா: அவனது தாய், அவனது தாய்.

ஜப்பார்: அவனது தாய்தான். அவரிடம் நான் சொன்னேன், 'ஒரு சொட்டுத் தண்ணீர், அதை விலைக்கு வாங்கினாலும், எனக்குக் கொண்டு வரவும்.' அங்கு தண்ணீர் இல்லை. நள்ளிரவில் அங்கு எதுவுமே இல்லை. ஆகவே நான் அங்கேயே படுத்துக்கிடந்தேன். என்றாலும் விரைவில் எனது சகோதரி வந்து சேர்ந்த பிறகு - 'யா, ஜப்பார்! யா, ஜப்பார்!' என்று அழைத்தாள் - நான் சொன்னேன், 'சகோதரியே, நான் இங்கே இருக்கிறேன், உள்ளே வா.' அவள் உள்ளே வந்து சொன்னாள், 'யல்லா, எழுந்திரு'. நான் சொன்னேன், 'நான் எங்கே போக வேண்டும் என்று நீ விரும்புகிறாய், என்னால் நடக்க முடியவில்லை.' எனக்கு என்ன நேர்ந்தது என்பது பற்றிய எந்த எண்ணமும் அவளுக்கு இல்லை. 'நான் நடக்க முடியாது.' அவள் சொன்னாள், 'பெண்கள் பக்கம் நான் உன்னைக் கொண்டு செல்கிறேன், உனது குழந்தைகளுக்காகவாவது உன்னைக் கடவுள் காப்பாற்ற முடியும்.' கடவுள்தான் நமது பாதுகாவலர்... வீட்டுக்குள் பெண்களின் இடத்தில், என்னை அவள் கொண்டு வந்தாள்.

கலீதியா: அது சிறிது தூரம்தான்...

ஜப்பார்: அது சிறிது தூரம்தான்; அது வெகு தூரம் இல்லை. இங்கிருந்து நீங்கள் சற்று நேரத்தில் நுழைந்து நேராக நடக்க வேண்டும். ஆகவே சிறிது நேரம் நான் தங்கியிருந்தேன், திடீரென்று யூதர்கள் தென்பட்டார்கள்: 'என்ன நடக்கிறது? நீ ஏன் இங்கே இருக்கிறாய்?' அவர்கள் அவரிடம் சொன்னார்கள், 'அவர் பசியாலும், தாகத்தாலும் இறந்துகொண்டிருக்கிறார், அங்கு உணவோ, வேறெதுவுமோ இல்லை. அவர்கள் சொன்னார்கள்,

‘சரி, உள்ளே செல்லுங்கள், உங்கள் இடங்களுக்குத் திரும்பிச் செல்லுங்கள்.’ அவர்கள் பெண்களை நுழைய விட்டார்கள்... இல்லை, உண்மையில், எனக்கு நானே முந்திக்கொண்டேன். அவர்கள் பெண்களை வெளியே வரச் செய்தார்கள். மேலும் நான் என் மனைவியிடமோ அல்லது வேறு யாரிடமோ சொன்னேன் என்று எனக்குத் தெரியவில்லை...

கலீதியா: உங்கள் சகோதரியிடம்.

ஜப்பார்: நான் எனது சகோதரி ஃபாத்திமாவிடம் சொன்னேன், ‘யூதர்கள் உள்ளே வருமுன், அங்கு காயம்பட்டவர்கள் இருக்கிறார்கள் என அவர்களிடம் சொல். அவர்கள், காயம் பட்டவர்களின் பெயர்களை உன்னிடம் கேட்டால், அவர்கள் வீட்டுக்குள் இருக்கிறார்கள் என்றும் வீட்டுக்குள் சுடப்பட்டுக் கிடக்கிறார்கள் என்றும் சொல்.’ கிணற்றுக்கு அருகில் எங்களுக்கு ஒரு வீடு இருந்தது, அங்கு செம்மறியாடுகள், வெள்ளாடுகள் மற்றும் பசுக்களை கொண்ட மந்தை ஒன்று இருந்தன. அங்குதான் நாங்கள் இருந்தோம். வீட்டைக் குண்டுகள் தாக்கிய போது, அவைகள் 50 ஆடுகளையும், 4 பசுக்களையும் கொன்றன. அவைகளை அது கொன்ற நேரத்தில், ‘கடவுளே எங்கள் பாதுகாவலர்’ எனச் சொல்வதற்கு மட்டுமே எனக்கு நேரம் இருந்தது. நாங்கள் அங்கு தங்கியிருந்தோம், குண்டுவீச்சு தீவிரம் அடைந்ததும், கிராமம் வரை சென்று விட்டோம். நாங்கள் இருந்த வீடுகள் கிராமத்திற்கும் கீழே, மேற்குப் பக்கத்தில், குடியிருப்புப் பகுதிகளில் இல்லாமலும் இருந்தன. கிராமத்திற்கு நாங்கள் திரும்பிப் போனோம், எனது மாமாவின் வீட்டில் தங்கினோம், மாரி அல்- ஹசனின் வீடு. அது எங்கிருக்கிறது என்று உங்களுக்குத் தெரியுமா? யூதர்கள் கிராமத்திற்குள் நுழையும் வரை நாங்கள் உள்ளே சென்று அங்கு தங்கியிருந்தோம். ‘வெளியே வா! வெளியே வா!’ நாங்கள் வந்தோம், யூதர்கள் அங்கு இருந்தார்கள், எங்கள் கிராமத்தில் வேறு யாரும் இல்லை. யூதர்கள் எஞ்சி இருந்தனர், கிராம மக்கள் வெளிக் கிளம்பிவிட்டனர். நாங்கள் வெளியேறி, அல்-ராஸ் அல்-அஹ்மர் சாலையைப் பிடித்தோம். மஹ்மூத் அல்-நஸ்ராவின் மகன், நயீஃப் அல்-மஹ்மூத்தைப் பார்ப்பதற்குச் சென்றோம். அவர் எங்களைக் கேட்டார், ‘எங்கே போய்க்கொண்டிருக்கிறீர்கள்?’ நாங்கள் சொன்னோம், ‘நாங்கள் வெளியேறிவிட விரும்பினோம். மக்கள் எல்லாம் எங்கே?’ அவர் சொன்னார், ‘அவர்கள் அனைவரும் இஸ்மாயில் அல்-நஸ்ராவின் வீட்டில், எனது மாமாவின் வீட்டில் இருக்கிறார்கள்.’ மீண்டும் ஒரு முறை நாங்கள் வெளியேறி,

இஸ்மாயிலின் வீடு நோக்கிச் சென்றோம். நாங்கள் உள்ளே சென்றோம், வீடு நிரம்பி இருந்தது. நாங்கள் உள்ளே சென்றோம், திடீரென்று யூதர்கள் தோன்றினார்கள். அவர்கள் எங்களை உள்ளே விட்டுச் சென்ற போது நாங்கள் உள்ளே போனோம், பிறகு யூதர்கள் வந்து சொன்னார்கள்: 'எல்லாரும் வெளியே வாருங்கள்! வெளியே வாருங்கள்!' அவர்கள் எங்களை வெளியே போகச் செய்தனர். அவர்கள் ஒரு ஆள், இரண்டு, மூன்று, நான்கு... எனத் தேர்வு செய்தனர் 'நீ, நீ, நீ, நீ.' அவர்கள் இளைஞர்களை வெளியே கொண்டு வந்து, இன்னொரு வீட்டுக்குக் கொண்டு சென்றனர். அந்த வீட்டுக்குள் நாங்கள் சென்ற போது அவர்கள் சொன்னார்கள், 'நீங்கள் என்ன வைத்திருக்கிறீர்கள்? யல்லா, இங்கே கொண்டு வாருங்கள்.' நாங்கள் வைத்திருப்பதாகச் சொல்வதற்கு என்ன இருக்கிறது? சுற்றி அலைந்ததும், வீட்டுக்குள் தங்கி இருந்ததும் அன்றி, அவர்கள் வேறென்ன செய்தார்கள்? நாங்கள் அவனுக்குப் பதில் அளிக்கவில்லை. ஒருவர் பின் ஒருவராக, அவர்களைப் பிடித்து, ஒவ்வொருவரையும் சோதனை இட்டனர், மேலும் சொன்னார்கள்: 'இங்கே போ, அங்கே போ, அங்கே போ, 'நாங்கள் எல்லாம் எழுந்து நிற்கும் வரையில். அவர்கள் வந்து எங்களுக்குப் பின்னால் நின்று கொண்டு, எல்லார் மீதும் குண்டுகளைப் பொழிந்தார்கள்.

அமீனா அப்த் அல் - கரீம் அல் - வாகீத்
பாலஸ்தீனத்தில் அய்லுத்தில் பிறந்தவர்
பஸ்ரா முக்ரபியுடன் ஒரு நேர்காணல்
அல் - புஸ் முகாம், சூர், 2003.

43'05"-44'02"

பஸ்ரா முக்ரபி: ஹஜ்ஜே! அந்த நேரத்தில் உங்களைச் சுற்றி யூதர்கள் யாரேனும் இருந்தார்களா?

அமீனா அப்த் அல்-கரீம் அல்-வாகீத்: ஆம், யூதர்கள் எங்களுக்கு நெருக்கமாக இருந்தார்கள். யூதர்கள் எங்களுக்கு நெருக்கமாக இருந்தார்கள்... எங்கள் வீடுகளுக்கு வருவதை வழக்கமாகக் கொண்டிருந்தனர், எங்கள் ஆட்களும் அவர்களைப் போய்ப் பார்ப்பார்கள். அவர்கள் 'ஹட்டா' (hata) வையும், 'இகல்' (igal) மற்றும் 'அஜாமிய்யா' (ajamiyya) வையும் அணிவார்கள். மேலும் அவர்கள் எனது மைத்துனர்கள் வீட்டுக்கு வருவது வழக்கம்.

அவர்களது மனைவிமார்களும் கூட வருவார்களா?

இல்லை, அவர்களது மனைவிமார்கள் வர மாட்டார்கள். அவர்கள் யூதர்கள்.

எந்தக் குடியிருப்பில் இருந்து அவர்கள் வருவார்கள்?

அவர்கள் 'கார்கர்' என்று அதை அழைப்பது வழக்கம்; அது எங்களுக்கு அருகில் இருந்தது. அவர்கள் அதை கார்கர் என்று அழைத்தனர். அது, எங்கள் கிராமத்திற்கு அடுத்தாற் போல எங்களுக்கு மிக நெருக்கமாக இருந்த குடியிருப்பு. அவர்கள் குதிரைகளில் சவாரி செய்தபடி எங்களைப் பார்க்க வருவது வழக்கம். அவர்கள் அரபியில் பேசினார்கள்.

உங்களுக்கு இடையே எந்தப் பிரச்சினைகளும் இல்லை, சரியா?

இல்லை, முன்னால் எந்தப் பிரச்சினைகளும் இல்லை. எந்தப் பிரச்சினைகளும் இல்லை, இறுதியில் அவை நடந்தன. எங்களுக்கு அவர்கள் எதிரிகள் ஆனதால், மோதல்களுக்குப் பிறகு அவர்கள் வருவதை நிறுத்தினர்.

51'33"-55'05"

நாங்கள் அல்-நஸிராவில் தங்கி இருந்தோம். அல்-நஸிராவில், ஆண்கள் இரவில் வெளியேறிவிட்டனர் மேலும் எங்கள் 'தார்ஷ்' (கால்நடை மந்தைகள்) வெளியே இருந்தன. அவர்கள் வந்து எங்கள் கிராமத்தைச் சுற்றி வளைத்து, 18 ஆண்களைக் கொண்டு போனார்கள். அவர்களை வரிசையில் நிறுத்தினர்...அவர்களை யூதர்களாகிய அவர்கள்தான் சுட்டார்கள். சிலரை அவர்கள் சுட்டார்கள். மேலும் எங்களிடம் அவர்கள் சொன்னார்கள், 'அவர்கள் உங்களுக்கு வேண்டும் என்றால், நீங்கள்தான் அவர்களைப் புதைக்க வேண்டும். பிற்பகல் ஐந்து மணிக்கு நாங்கள் திரும்பி வரும்போது, இங்கே இன்னும் உங்களில் யாரையேனும் பார்த்தால், உங்களை நாங்கள் சுட மாட்டோம், உங்களைக் கடைகளுக்குள் போட்டு, கடைகளையும், உள்ளே இருக்கும் அனைத்தையும் எரித்துத் தகர்த்துவிடுவோம்.' நாங்கள் அவர்களைப் (இறந்தவர்களை) பொறுக்கிக்கொண்டு போய் மசூதியில் வைத்தோம். மசூதியில் அவர்களை வைத்துவிட்டு, அல்-நஸிராவுக்குச் சென்றோம். அடுத்த நாள் காலையில் அவர்களைப் புதைப்பதற்கு நாங்கள் வந்தோம் ஆனால் நாய்கள் அவர்கள் உடல்களைத் துளைத்துக்கொண்டு போய், அவர்களைத் தின்று கொண்டிருந்தன. அவர்களின் எஞ்சிய பாகங்களை, எங்களால் முடிந்த அளவுக்குப் பொறுக்கி எடுத்து அவற்றைச் சடலங்களைப் போலப் புதைத்தோம். அவர்கள் வந்து கிராமத்தைச் சுற்றி வளைக்கின்ற வரை இது ஐந்து அல்லது ஆறு நாள்களுக்கு நீடித்தது. என் தந்தை வழி சகோதரனைப் பற்றி உங்களுக்கு நான் சொல்லி இருந்தேன், அவர் மிகவும் எளிய மனம் கொண்டவர். அவர் உயரமாகவும், மெலிந்தும் இருந்தார். நான்கு அல்லது ஐந்து ஆட்களால் அவர் கிராமத்தில் இருந்துகொண்டு செல்லப்பட்டு, அவர்களால் கொல்லப்பட்டார். அவர் இன்னும் உயிருடன் இருக்கிறாரா அல்லது இறந்துவிட்டாரா என்பது ஒருவருக்கும் தெரியாது. பதினொரு அல்லது பன்னிரண்டு நாள்களுக்குப் பிறகு, பறவைகளாலும், நாய்களாலும் அவர் உண்ணப்படுவது கண்டறியப்பட்டது. அவர்கள் போய், பொறுக்கி எடுத்து, திரும்பக் கொண்டு வந்து அவரைப் புதைத்தார்கள். இவர் எனது ஒன்று விட்ட சகோதரர். அவர் பெயர் திப். எனக்குத் தெரிந்தது அவ்வளவுதான்... எனது சித்தப்பா சாலிஹ் அங்கிருந்தார், எனது சித்தப்பா சாலிஹ் பற்றி நான் மறந்து போய்விட்டேன். ஆக, அவர்கள் அவரைச் சுற்றி வளைத்தனர். அபு அலி மறைந்து கொள்ளப் போய்விட்டார். எனது மைத்துனரையும், அவரது மனைவியையும் நான் 'கவாபி'யில் (khawabi) மறைத்து வைத்தேன்.

'கவாயிர்' (Qawayir) என நாங்கள் அழைத்த கவாபி எங்களிடம் இருந்தது. அதன் பிறகு, நாங்கள் 'குவ்வாரா' என்று அவற்றை அழைத்தோம். குவ்வாராவுக்குப் பின்னால் நாங்கள் அவரை மறைத்து வைத்தோம் மற்ற எல்லாப் பெண்களும் வெளியேறினர். அவர்கள் எங்கள் வீட்டைத் தகர்த்தனர், எனது மைத்துனர் வீட்டிற்குள் இருந்தார். அவர்கள், அபு அலியின் மாமாவின் வீடு, மேலும் அவருடைய மற்ற மாமாக்களின் வீடுகள், அபு அயாஷின் குடும்பக் கடைகளுள் மூன்று மற்றும் முக்தாரின் வீடு ஆகியவற்றைத் தகர்த்தெறிந்தனர். அவர்கள் அவற்றைத் தகர்த்தனர். அவற்றைத் தகர்த்த போது, பெண்களாகிய நாங்கள் உரக்கக் கத்தினோம்: 'இது எங்கள் வீடு! இது எங்கள் வீடு!' அவர்கள், வீடுகளுக்கான பொறுப்பாளரை அழைத்தனர். அவர்கள் வீட்டுக்குள் அல்லது கடையில் அல்லது அறையில் என யாரைப் பார்த்தாலும், அந்த இடத்தையும் அதற்குள் இருந்தவற்றையும் நாசம் செய்தனர். அபு அலியின் சகோதரர் அஹ்மது மீது ஒட்டுமொத்த வீடும் தகர்ந்து விழுந்தது. அவரைக் காப்பாற்ற நாங்கள் போனோம். ஆனால், அவர் பதிலளித்தார்: 'நான் உயிருடன் இருக்கிறேன்! நான் உயிருடன் இருக்கிறேன்! என்னை வெளியே கொண்டு வாருங்கள்!' நாங்கள் தேடிக் கண்டுபிடித்து அவரது சகோதரரை வெளியே கொண்டு வந்தோம். மேலும் அவர் இப்போதும் உயிருடன் இருக்கிறார். அவர் இப்பொழுது உயிருடன் பாலஸ்தீனத்தில் இருக்கிறார். அவரை நாங்கள் வெளியே கொண்டு வந்தோம். அபு அலி வந்தார், வீட்டுக்கு அருகில் இருந்த குகை ஒன்றில் மறைந்து கொண்டிருந்தார். குகையில் இருந்து வெளியே அவர் வந்த போது, அவர்கள் தங்களின் ஆயுதங்களை கிராமத்தை நோக்கிக் குறிவைத்திருந்தனர். மேலும் அவர்களுடைய பீரங்கிகளால் கிராமத்தை நோக்கித் தாக்க ஆரம்பித்தனர். தப்பியவர்கள் யாராயினும் தப்பித்தனர், தங்கியவர்கள் யாராயினும் கிராமத்தில் தங்கிவிட்டனர். எங்களைப் பொறுத்தவரை - நான், எனது மைத்துனி, எனது மாமியார் மற்றும் எனது மாமனார் ஆகியோர் - அல்-நசீராவுக்குச் சென்றோம். பாலஸ்தீனத்தில் இன்னும் இருந்த எனது கணவரும், அவருடைய சகோதரர் அஹ்மதுவும் வெளியேறி விட்டனர். அவர்கள் வெளியே படுத்து உறங்கினர்... அடுத்த நாள், அவர்கள் தங்களுடைய ஆயுதங்களை எடுத்துக்கொண்டும், அவர்களின் கால்நடை மந்தைகளை (tarsh) ஓட்டிக் கொண்டும் வெளியேறிவிட்டனர். இறுதியாக 'பின்ட் ஜுபெய்ல்' ஐ 'அபு அலி' வந்தடைந்தார்.

10
போரினை நினைவு கூர்தல்
லெய்லா பார்சன்ஸ்

'சிஜில் அல்-குலுத்' (Sijill al- Khulud) அல்லது 'நித்திய வாழ்வின் பதிவேடு' என்ற தலைப்பில் வந்த 'ஆரிஃப் அல்-ஆரிஃபின்' மிக முக்கியமான ஆறு தொகுதி நக்பா வரலாற்றின் இறுதித் தொகுதி, 1948ஆம் ஆண்டு போரின் போது, சண்டையில் வீழ்ந்த அரேபியப் போராளிகளைப் பற்றிய ஆதாரப் பதிவாக அது இருக்கிறது. முதல் 126 பக்கங்கள், பாலஸ்தீனப் போரில் இறந்தவர்களைப் பட்டியல் இடுகிறது. அல்-ஆரிஃப், அவர்களது பெயர்கள், எங்கிருந்து வந்தார்கள் மற்றும் எங்கே அவர்கள் இறந்தார்கள் என்பவற்றைக் கவனத்துடன் ஆவணப்படுத்துகிறார். எஞ்சிய 170 பக்கங்கள், சிரிய, எகிப்திய, ஜோர்டானிய, ஈராக்கிய மற்றும் லெபனானிய இராணுவங்களையும், அது போல அரேபியக் கூட்டமைப்பால் உருவாக்கப்பட்ட தன் முனைப்பு இராணுவமான 'ஜெய்ஷ் அல்-இன்காத்'தையும் (The Arab Liberation Army) உள்ளடக்கிய, அரேபிய இராணுவங்களில் இருந்து இறந்து போனவர்களைப் பட்டியல் இடுவதற்காக ஒதுக்கப்பட்டிருக்கின்றன. அத்துடன் சவுதி அரேபியா, ஏமன், சூடான், லிபியா, மொராக்கோ, அல்ஜீரியா மற்றும் துனிஷியாவில் வெகு தூரங்களிலுள்ள தங்கள் வீடுகளில் இருந்து தன்னிச்சையாக பாலஸ்தீனத்திற்குப் பயணித்துப் போரிட்டு அங்கே மடிவதற்கு வந்த தொண்டர்களும் கூடப் பட்டியல் இடப்படுகிறார்கள். ஆரிஃப் அல்-ஆரிஃப், 1947-49ஆம் ஆண்டுகளின் நிகழ்வுகள் இன்னும் பசுமையாக இருக்கும் போதே, போரைத் தொடர்ந்து வந்த ஆண்டுகளில் உடனடியாக 'அல்-நக்பா'வை எழுதினார்.

அவர் கொண்டிருந்த மரியாதையைக் குறிக்கின்ற வகையில், அல்-நக்பாவின் இறுதித் தொகுதியை போரில் இறந்தவர்களுக்கான பதிவிற்காக அவர் அர்ப்பணித்தார். அவர் அவ்வாறு அர்ப்பணித்தது, சியோனிச வெற்றியில் இருந்து பாலஸ்தீனத்தைக் காப்பாற்றப் போராடிய அந்த ஆண்களுக்காகவும், பெண்களுக்காகவும் மற்றும்

அந்தப் போராட்டத்தில் தங்கள் இன்னுயிரை ஈந்தவர்களுக்காகவும் தான்.

கமீல் அஹ்மத் பலாவி, முகம்மது அபு ரகாபா மற்றும் மஹ்மூத் அபு அல்- ஹெய்ஜா ஆகியோரின் காணொளிப் பதிவிடப்பட்ட விவரிப்புகளை ஆழமாகப் பார்க்கையில், 'ஆரிஃப் அல்-ஆரிஃப்'இன் நக்பா பற்றிய முறையான வரலாற்று நிகழ்வுகளின் தொகுப்பு, இந்த மூன்று மனிதர்களின் சொற்களை நான் மிக நன்றாகப் புரிந்துகொள்ள எனக்கு உதவியது. ஆகவே, நான் அது குறித்து ஈர்க்கப்பட்டேன். அல்-ஆரிஃபின் வரலாற்றில் அடங்கியிருக்கும், படைவீரர்களின் மீதான அவரது மரியாதையும், மற்றும் காலம், இடம் என இரண்டும் சார்ந்த நிகழ்வுகள் குறித்த அவரது நெருக்கமான விவரிப்புகளும், நிகழ்வுகளை அவை நடந்தவாறு காணொளியில் சொல்வதற்கு இந்த மூன்று பேர்களும் செலுத்திய முயற்சியைப் புரிந்துகொள்ள நமக்கு உதவுகின்றன. அந்த முயற்சிகளில் சில முக பாவனைகள், கைகளால் காட்டும் சைகைகள், ஓர் ஒளி நாடாவில் பதிவாகும் நேர்காணலில் மட்டுமே கண்டு கொள்ளக்கூடிய குரல் ஆகிய இது போன்ற சமிக்ஞைகள் மூலமும் தெரிவிக்கப்படுகின்றன. நேர்காணல் செய்பவரின் கேள்விகளுக்குப் பதிலாக, அவர்களது சொற்களும் வெளியே கொண்டு வரப்படுகின்றன. ஆனால் இந்த உரையாடல் ரீதியான அமைப்புமுறை, அவர்கள் அனுபவித்த சம்பவங்களின் வரலாற்று உண்மையை விளக்கமாகத் தெரிவிப்பதற்கான அவர்களது தேவையை மட்டும் தீவிரப்படுத்துகிறது. ஏனெனில், ஓரளவுக்கு, நேர்காணல் செய்பவரின் பல கேள்விகள் நக்பா பற்றிய மிகத் தாமதமான புரிதலில் இருந்து தோன்றுகின்றன. 'நக்பா'வின் தற்போதைய சித்திரிப்புகளில் இருந்து வரும் கேள்விகளைத் திசை மாற்ற மூன்று பேருமே போராடுகிறார்கள். மேலும் அவர்களின் நேரடியான பேரழிவின் அனுபவத்தை வலியுறுத்துகிறார்கள். யூதப் படைகளுக்கு எதிராகச் சண்டையிட்டு இறந்த பாலஸ்தீனியர்களுள் பலரும் 1948 கோடைக்காலத்தில் வீழ்ந்தனர். ஏப்ரல் மற்றும் ஜூலை மாதங்களுக்கு இடையே, யூதப் படைகள், ஹைஃபா, அக்கா, யாஃபா, அல்-நசீரா மற்றும் சஃபாத்தின் முக்கியமான பாலஸ்தீனியர்களின் மாநகரங்களையும், நகரங்களையும் வெற்றி கொண்டனர். அல்-ஜலீலில் நடந்த சண்டைகள் குறிப்பிடத்தக்க வகையில் தீவிரமானதாக இருந்தது. ஏனெனில் பாலஸ்தீனியர்கள், அவர்களுடைய மாநகரங்களுக்காகவும், நகரங்களுக்காகவும், கிராமங்களுக்காகவும், வடக்கு அல்-ஜலீலில், தர்ஷிகாவில், கோடை

காலத்தின் பெரும் பகுதியில் நிலைகொண்டிருந்த 'ஜெய்ஷ் அல்-இன்காத்'திடம் இருந்து ஆங்காங்கே கிடைத்த ஆதரவுடன், சண்டையிட்டனர். அபு ரகாபா, பலாவி மற்றும் அபு அல்-ஹெய்ஜா ஆகியோரது நேர்காணல்களில் இருந்து எடுக்கப்பட்ட பின்வரும் பகுதிகள், 1948ஆம் ஆண்டின் கோடையில் நடந்த சம்பவங்களையும், அவற்றின் பின்விளைவுகளையும் மையப் படுத்துகின்றன. 'அக்கா'வில் செல்வந்தர் குடும்பத்தில் இருந்து வந்த அபு ரகாபா, 1947 டிசம்பரில் யூதர்களுக்கும் அரேபியர்களுக்கும் இடையில் போர் துவங்கிய பின்னர் உடனே, 'ஜெய்ஷ் அல்-இன்காத்'தில் இணைந்தார். அவர் இடைநிலைப் பள்ளிக் கல்வியைப் படித்திருந்ததால், சிரியாவில் இருந்த 'க்வடானா' முகாமுக்கு ஓர் அதிகாரிக்கான பயிற்சிக்கு அவர் அனுப்பப்பட்டார்.

1947-48 குளிர்காலத்தில் ஆயிரக் கணக்கான தொண்டர்கள் ஜெய்ஷ் அல்-இன்காத்தின் அணிவரிசையில் இணைந்த போது, கைவசம், ஒரு சிறு எண்ணிக்கையிலான பயிற்சி பெற்ற அதிகாரிகள் மட்டுமே தொண்டர்களுக்குத் தலைமையேற்கும் பொறுப்பில் இருந்தார்கள் - போர்க்காலம் முழுவதற்கும், ஜெய்ஷ் அல்-இன்காத்தின் செயல்பாடுகளுக்குத் தடையாக இருந்த ஓர் அமைப்பு சார்ந்த பலவீனமாக இது இருந்தது. அபு ரகாபாவின் சொந்த நகரமான 'அக்கா', 17-18 மே மாதத்தில் யூதப் படைகள் முன் வீழ்ந்த போது, இன்னமும் அவருடைய பயிற்சியின் பாதி வழியில், 'க்வடானா'வில்தான் இருந்தார். அவரும் அவரது சக பாலஸ்தீனியப் பயிற்சியாளர்களும், யூதப் படைகள் வசம் அவர்களது நகரங்கள் வேகமாக வீழ்ந்துகொண்டிருக்கின்றன என்பதை உணர்ந்த போது, போரிடுவதற்காகப் பாலஸ்தீனம் திரும்புவதற்கு முயன்றனர்; இருப்பினும், ஹஜ் அமீன் அல்-ஹுசைனியே அங்கேயே தங்கி அவர்களுடைய பயிற்சியை முடிக்குமாறு அவர்களை அறிவுறுத்தினார். பலாவி, சஃபாத்தைச் சுற்றியிருந்த கிராமங்களில், ஜெய்ஷ் அல்- இன்காத்தில் ஒரு சாதாரண படைவீரனாகப் போரிட்டார். ஏப்ரல் 22-23இல் ஹைஃபா வீழ்ந்த பிறகு, அபு அல்- ஹெய்ஜா, 'அக்கா'விற்கும், 'சஃபாத்'திற்கும் இடையே முக்கிய சாலையில் இருந்த 'ஷாப்' கிராமத்திற்கு வெளியேறினார். அங்கே பெரிய அளவில்'ஷாப்' மற்றும் அதைச் சுற்றியிருந்த பகுதிகளில் இருந்த கிராமவாசிகளையும் உள்ளடக்கிய ஒரு சுதந்திரமான படைப் பிரிவில் அவர் சேர்ந்தார். அது ஜெய்ஷ் அல்- இன்காத்தின் வலுவூட்டல்களினால் எப்போதாவது பயன் அடைந்தது. அவர் போரில் பங்கு பெற்றார். மேலும் 1948 ஜூன்

மாதத்தில், யூதப் படைகளிடம் இருந்து 'பிர்வா' கிராமத்தை எவ்வாறு மீண்டும் கைப்பற்றினர் என்பதை நம் கவனத்தை கவ்விப் பிடிக்குமாறு விளக்குகிறார்.

அந்தக் கோடையில் நிலவிய குழப்பங்களையும், போர்க்களத்தில் செயலூக்கம் மிக்க தகவல் தொடர்பு இல்லாமை பற்றியும் தெரிவிப்பதில் இந்த மூன்று பேர்களுமே மனவேதனை அடைகின்றனர். அவர்களுடைய விவரிப்புகளில், யூதப் படைகளின் ஆயுதபலத்தின் மேலான நிலையும் முக்கியத்துவம் பெறுகின்றது. அபு ரகாபா, 'ஹகானா' (சியோனிச இராணுவ அமைப்பு) எவ்வாறு வான்வழியே அல்- ஜலீலைத் தாக்கியது என்பதையும் - 'பம் பம் பம்' (திடீர் பேரொலி-மொ.ர்) - விமான எதிர்ப்புப் பாதுகாப்புக் கருவிகள் இல்லாத போராளிகள் எவ்வாறு உடனடியாகக் கொல்லப்பட்டனர் என்பதையும் விவரிக்கிறார். அபு அல்- ஹெய்ஜா, எவ்வாறு யூதப் போர் வீரர்கள், ஆபத்து நிறைந்த இயந்திரத் துப்பாக்கிகளையும், வெடி மருந்துகளையும் அபரிமிதமாகத் தங்கள் கைகளில் வைத்திருந்தார்கள் என்பதையும், அதே நேரத்தில் ஓர் ஒற்றைத் துப்பாக்கியை வாங்குவதற்கு பாலஸ்தீனியக் கிராமவாசிகள், முழுமையாக 'ஒலிவத் தோப்பு' ஒன்றை விற்க வேண்டி இருந்தது என்பதையும் தொடர்பு படுத்துகிறார். இந்த மூன்று பேர்களும் அவர்கள் வசம் வைத்திருந்த அந்த ஆயுதங்கள் குறித்தும் கவனத்துடன் விவரிக்கிறார்கள். [illegible]லாவி, அவரது பிரிவைச் சேர்ந்த பளுமிக்க சிறு பீரங்கித் துப்பாக்கியின் வாய்ப் பகுதியைக் கரடு முரடான நிலப்பரப்பின் வழியாகப் பல மைல்கள் தூரம் அவரது சொந்தத் துப்பாக்கி, போர்வை அத்துடன் வேறு உணவுப் பொருள்களோடு சேர்த்து இழுத்துக் கொண்டு வந்த பிறகு, பாதுகாப்பாக அதை அவரது தளபதியிடம் *(Commanding Officer)* ஒப்படைத்ததை பற்றிப் பேசுகிறார். அபு அல்- ஹெய்ஜா, தெட்டத் தெளிவாக, பிரிட்டிஷாரால் தயாரிக்கப்பட்ட 'பிரென்' இயந்திரத் துப்பாக்கிகளையும், மேலும், மிகமிக முக்கியமாக, *1936-39* புரட்சியின் போது, ஒரு போராளியாக, பெரும் புகழ் பெற்று நன்கு அறியப்பட்ட கிராமத் தளபதி, 'அபு ஆசஃப்'ஆல் கொள்முதல் செய்யப்பட்ட 'டாங்கு- எதிர்ப்புத்' துப்பாக்கிகளையும் நினைவுகூர்கிறார்.

இந்த மனிதர்களின் விவரிப்புகளில், குடும்பத்தின் மீதான கவலையும் பரவிக் கிடக்கிறது. 'அக்கா' வீழ்ந்த பிறகு, பல மாதங்களாக, அவரது உறவினர்களுக்கு என்ன நேர்ந்தது என்பது குறித்து அபு ரகாபாவுக்கு எந்தக் கருத்தும் இல்லை. இறுதியாகப்

பல மாதங்களுக்குப் பிறகு, பெய்ரூட்டுக்கு அருகே பர்ஜ் அல்-பரஜ்னே முகாமில் ஒரு கூடாரத்தில் வசித்து வந்த, அவர்களைக் கண்டுகொண்ட போது, ஜெய்ஷ் அல்-இன்காத்திடம் இருந்து பெற்ற அவரது அதிகாரிக்கு உரிய ஊதியத்தில், அருகிலிருந்த ஒரு சிறிய அடுக்குமாடிக் குடியிருப்புக்கு அவர்களை அவர் கொண்டு வர முடிந்தது. அது போலவே, 'பலாவி'யும், போரின் முடிவில் லெபனான் நோக்கி அவர் போகின்ற வரை, அவரது குடும்பத்தின் கதி பற்றி ஒன்றும் அறியவில்லை, பிறகு 'பிந்த் அல்-ஜுபெய்ல்'இல் உண்பதற்கு ஏதுமின்றி, தண்ணீர் பெறுவதற்கும் பணம் தர வேண்டிய சூழ்நிலையில், அத்தி மரங்கள் கொண்ட ஒரு பழத்தோட்டத்தில் வாழ்ந்து வந்ததைக் கண்டார். காணொளியில், இந்தப் பழத்தோட்டத்தில் இருந்த அவரது குடும்பத்தினரின் ஒரு புகைப்படத்தை அவர் நேர்காணல் காண்பவரிடம் காட்டுகிறார். பாலஸ்தீனத்தில் உணவும் மற்ற செல்வாதாரங்களும் ஒரே அளவுக்குப் பற்றாக் குறையாக இருந்தன. அபு அல்-ஹெய்ஜா, அவருடைய மற்றும் அவரது நண்பர்களுடைய, கோடை அறுவடையை அவர்கள் இழந்து பட்டினி கிடக்க நேரிடும் என்ற அச்ச உணர்வை வெளிப்படுத்துகிறார். மேலும் அவரது படைப் பிரிவு, ஜூன் மாதத் துவக்கத்தில் இஸ்ரேலிய படை வீரர்கள் கிராமத்தை ஆக்கிரமித்த பிறகு, 'பிர்வாவை' விடுவிக்க எவ்வாறு கிராம மக்களோடு, படைகளை இணைத்தது என்பதையும் விளக்குகிறார். இஸ்ரேலிய இராணுவம் இன்னொரு தாக்குதலைத் தொடுத்து, ஜூன் முடிவில் கிராமத்தின் மீதான கட்டுப்பாட்டை மீண்டும் உறுதிப்படுத்தியதற்கு முன்னர், பழைய ஆட்டோமன் துப்பாக்கிகள், மண்வாரிகள் மற்றும் தடிக் கம்புகளை ஆயுதங்களாகக் கொண்டு, 'பிர்வா'வை மீண்டும் கைப்பற்றினர். மேலும் சுற்றியிருந்த நிலங்களை வெற்றிகரமாக மீட்டெடுத்தனர்.

ஆயுதங்கள், குடும்பம் பற்றிய கவலைகள், வென்றெடுக்கப்பட்ட கிராமங்கள், மீட்டு எடுக்கப்பட்டவை, பிறகு மீண்டும் இழந்தவை, மற்றும் உணவுப் பற்றாக்குறை ஆகியவை பற்றி - இந்த மூன்று பேர்களின் கவனம் நிறைந்த விவரிப்புகள், அவர்கள் நிகழ்வுகளை வெளிக்கொணர்கையில், அவற்றின் ஒழுங்கற்ற தன்மை மற்றும் குழப்பங்களைத் தெளிவாக எடுத்துக் காட்டுகின்றன. ஆயினும், அவர்களின் இளம் நேர்காணலாளர்கள், சில நேரங்களில் இவர்கள் தங்களின் நேரடியான அனுபவங்களின் விபரங்களைச் சொல்வதிலிருந்து விலகிச் செல்லுமாறு செய்கின்ற கேள்விகளை முன்வைக்கிறார்கள். அதற்குப் பதிலாக, அவை நக்பா பற்றிய

பரவலான கதையாடல்களைப் பேசுவதற்கு அவர்களைத் தூண்டுகின்றன. நாடு கடத்தப்பட்டு இருந்த காலத்தில் வளர்ந்த தலைமுறைகள் இன்று புரிந்துகொள்வதைப் போல, அரபு இராணுவங்களால் பாலஸ்தீனியர்களுக்கு இழைக்கப்பட்ட துரோகம், கிராமங்களில் நடந்த படுகொலைகள், மக்கள் தங்கள் வீடுகளில் இருந்து பெருந்திரளாகத் தப்பியோடியது போன்ற பரவலான பேசுபொருள்கள், நக்பாவின் கதையாடல் சார்ந்த அமைப்புமுறையின் மையமாக இருக்கின்றன.

நக்பாவின் ஊடே வாழ்ந்தவர்களின் இந்த விவரிப்புகளுக்கும், அவர்களின் நேர்காணலாளர்களின் கேள்விகளுக்கும் இடையே ஒலிக்கும் சுரபேதம், ஒரு தலைமுறை சார்ந்த இடைவெளியை வெளிக்கொணர்கிறது. உதாரணத்திற்கு, பலாவியின் நேர்காணல், 1948 மே மாதம் 10ஆம் தேதி அன்று 'சஃபாத்' வீழ்வது நோக்கி இட்டுச் சென்ற சஃபாத் மற்றும் சுற்றியிருந்த கிராமங்களில் நடந்த சண்டையில் அவர் ஈடுபட்டது குறித்த ஒரு விவரிப்பை இணைக்கிறது. அவர் திட்டவட்டமான தேதிகளைக் கொடுக்கவில்லை. ஆனால் ஆரிஃப் அல்-ஆரிஃபின் விளக்கமான வரலாற்றுடன், பலாவியின் விவரிப்பை நாம் ஒத்துப் பார்த்தால், மே முதல் வாரத்தில் நடந்த நிழ்வுகளைப் பற்றிக் குறிப்பிடுகிறார் என்பது தெளிவாகத் தெரிகிறது. அவரது படைப்பிரிவை, தர்ஷிகாவில் இருந்த அவர்களது தளத்திலிருந்து வெளியேறி, வடக்கு நோக்கி, லெபனானிய எல்லைக்கருகில் இருந்த ராஸ் அல்-அஹ்மர் கிராமத்திற்கு திரும்பிச் செல்ல ஆணையிட்ட ஜெய்ஷ் அல்-இன்காத்தின் உள்ளூர் தலைமை பற்றி விளக்குகிறார்,

பலாவி. வடக்கு நோக்கிய அவரது பயணத்தில் அவர் கடந்து போன ஒரு கிராமமாக, சில நிமிடங்களுக்கு முன்னதாக, அவர் சுருக்கமாகக் குறிப்பிட்ட சஃப்சாஃப் கிராமம் பற்றி ஒரு கேள்வியுடன் நேர்காணலாளர் திடீரெனக் குறுக்கிடுகிறார். நேர்காணலாளர், இந்தக் கேள்வியை அவரிடம் வேண்டுமென்றுதான் கேட்கிறார். ஏனெனில் படுகொலை நடைபெற்ற கிராமங்களுள் ஒன்றாக இன்று சஃப்சாஃப் நன்றாக அறியப்பட்ட ஒன்றாக ஆகியிருக்கிறது. ஆனால் பலாவி விவரிக்கின்ற நிகழ்வுகளுக்குப் பல மாதங்களுக்குப் பின்பு, அக்டோபர் இறுதி வரை, படுகொலை சஃப்சாஃபில் நடக்கவில்லை. இவ்வாறு, 'நீங்கள் வெளியேறிய பிறகு, சஃப்சாஃபில் என்ன நடந்தது என்பதை நீங்கள் கண்டறிந்தீர்களா?' என்று அவரை(ளை) நேர்காணலாளர் கேட்கும் வேளையில், நேரத்தை விரயம் செய்கிறார். குழப்பத்துடன் பலாவி, அவருக்கு ஏன் தெரியவில்லை

என்பதை விளக்க முற்படுகிறார்: ‘அந்த நேரத்தில் அங்கு எந்தச் சண்டையும் இல்லாமல் இருந்தது. யூதர்கள், சஃப்சாஃபுக்கோ அல்லது இந்தக் கிராமங்களுள் எதற்குமோ சென்றதில்லை. குடியிருந்தவர்கள், இப்பவும் அவர்களின் கிராமங்களில் இருந்தனர்.’ சிறிது நேரத்திற்குப் பின்னர், விரக்தியில் மீண்டும் நேர்காணலாளர், சஃப்சாஃப் குறித்த கேள்விக்குத் திரும்புகிறார்: ‘பாலஸ்தீனத்தில் நடந்துகொண்டிருந்த படுகொலைகள் பற்றி நீங்கள் கேள்விப்பட்டீர்களா?’ சில நொடிகளுக்குப் பின்னர், அவர்(ள்) மீண்டும் அழுத்தம் தருகிறார், ‘படுகொலைகள்! படுகொலைகள்!’ அதற்கு அவர் பதிலளிக்கிறார், ‘ஓ, நம்மிடம் இருந்து வெகு தூரத்தில் ஜெருசலேம் மாவட்டங்களிலும், அந்த மற்ற பகுதிகளிலும் படுகொலைகள் நடந்தன, படுகொலைகள் முதலில் அங்கு நடந்தன.’ மே மாதத் துவக்கத்தில், அல்-ஜலீலில் நடந்த நிகழ்வுகள் மீது பலாவியின் கவனம் இருந்ததால், அவர் ஏப்ரல் 9ஆம் தேதியன்று தெய்ர் யாசினில் நடந்த படுகொலையைப் பற்றித் தெளிவாகக் குறிப்பிடுகிறார். எரிச்சலுற்ற நேர்காணலாளர், பலாவியின் பெற்றோர்கள் பற்றி விசாரிப்பதற்கு ஆய்படுபொருளை மாற்றுகிறார்.

இந்தப் பரிமாற்றத்தைக் காணொளியில் கூர்ந்து கவனித்த வேளையில், நேர்காணல் செய்பவருக்கும், செய்யப்படுபவருக்கும் இடையிலான தூரத்தால், நான் பாதிக்கப்பட்டேன்: நக்பா காலத்தில் வாழ்ந்த அனுபவத்திற்குள் அவருடன் உரையாடும் இளைஞரைக் கொண்டு வருவதற்கு பலாவி முயற்சி செய்கின்றார். நேர்காணலாளருக்கு, படுகொலை சஃப்சாஃபில் மே அல்லது அக்டோபர் மாதத்தில் நடந்ததா என்பது உண்மையிலேயே முக்கியமில்லை. ஆனால், ஒரு சில நாள்களுக்குப் பிறகு படுகொலை செய்யப்படுவதற்காக மட்டுமே அவர் கிராமத்தினரை அங்கே விட்டு வரவில்லை என்பதை அறிந்திருந்த பலாவிக்கு, அந்தத் தேதி மிகப் பெரிய அளவுக்கான ஒரு விஷயமாக இருக்கிறது. ஒரு கட்டத்தில் நேர்காணலாளர், அப்பட்டமாகக் கேட்கிறார், ‘மக்கள் சண்டை போடுவதற்கு அர்ப்பணிப்போடு இருந்தார்கள் என்பது போல நீங்கள் உணர்ந்தீர்களா? நீங்களும் உங்களுடன் இருந்த அரேபியர்களும் சண்டை போடுவதில் தீவிரமாக இருந்தீர்களா?’ பலாவி, அவருக்கான கேள்வியை ஒரு குறுகிய நேர, சோர்ந்த மௌனத்துடன் சந்திக்கிறார்.

அபு அல்- ஹெய்ஜா, பலாவியை விடக் கொஞ்சம் வாய் திறந்து பேசுகிறவர். அவரது கதையை அவர் சோக ரசத்துடன் சொல்கிறார்.

சஃபாத்தின் வீழ்ச்சி பற்றிய அவரது விவரிப்பு, 'நாம் காலத்தே திரும்பிப் போவோம்' என்ற ஓர் உற்சாகக் குரலுடன் துவங்குகிறது. அந்த நேர மாறுதல், நிகழ்வதற்கு அனுமதிக்கும் வகையில் ஒரு நீண்ட அமைதிக்குப் பிறகு, அவர், 'ஷாப்' கிராமத்திற்கு அருகே, 'அக்கா- சஃபாத்' முக்கியச் சாலையில் அமைந்திருந்த மஜீத் அல்-கிரமுக்கு அருகே நடந்த ஒருபோரில் அவருடைய பங்கெடுப்பு பற்றி விளக்குகிறார். 1948 மே மாதத் துவக்கத்தில், யூதப் படைகள் சஃபாத்தை அடைவதிலிருந்து தடுப்பதற்காக, அந்தச் சாலையில் பாலஸ்தீனியர்கள் போரிட்டனர். அல்-ஜாமியா அல்-அரேபிய்யா (the Arab League)வின் உயர்மட்டத் தலைமையால், அவர்கள் சஃபாத்தில் இருந்து பின்வாங்குவதற்கு எவ்வாறு ஆணையிடப்பட்டார்கள் என்பதை அபு அல்-ஹெய்ஜா பின்னர் விளக்குகிறார். பலாவியைப் போல, அவரும் அவரது நண்பர்களும் பின்வாங்குவதற்கு ஆணையிடப் பட்டனர் என்றும், அந்த விஷயத்தில் சொல்வதற்கு ஒன்றுமில்லை என்றும் அழுத்தமாகக் கூறுகிறார். ஆனால் இந்த ஆணை ஏன் வழங்கப்பட்டது என்பதன் மேல், தனது கருத்தைச் சொல்வதற்கு அவர் மறுக்கிறார். அதற்குப் பதில், நேர்காணலாளரை நேரே பார்த்தபடி அவர் சொல்லுகிறார், 'எனக்காக இதை ஆய்வு செய்யுங்கள், இது தேசப் பற்றா அல்லது தேசத் துரோகமா? நீங்கள் ஒரு படித்த இளைஞர். மேலும் நீங்கள் உங்கள் ஆய்வைச் செய்திருப்பீர்கள் என நான் அனுமானிக்கிறேன்.' அரேபிய அமைப்புத் தலைவர்கள் அவர்கள் பங்கிற்குத் துரோகம் இழைத்திருக்கலாம் என்பதைக் குறிப்பாக உணர்த்துகிறார். ஆனால், அந்த உத்தேச ஆய்வைச் (hypothesis) சரி பார்ப்பதற்கான பொறுப்பை நேர்காணலாளருக்கு அவர் மாற்றுகிறார். நேர்காணலாளர், அவரது ஆய்வின் வழியாக, வரலாறு குறித்த மிகவும் முறையான, விரிவான புரிதலைப் பெறக்கூடும். இவ்வாறு, நிகழ்வுகள் 'நடந்த பிறகு' என்ற அனுகூலத்துடன் ஆய்வு செய்யும் கற்றறிந்த ஓர் ஆய்வறிஞரின் பரந்து விரிந்த பார்வை இல்லாமல், களத்திலிருந்து வரலாறை ஒரு சாதாரண போராளியாக அறிந்து கொள்ளும் அபு அல்-ஹெய்ஜாவை விடவும், நேர்காணலாளர் அந்தப் புரிதலைப் பெறுவதற்கான வாய்ப்புகள் இருக்கின்றன.

அபு ரகாபா, தனக்கு மிகவும் மேலே இருந்த 'முடிவெடுப்பவர்களிடம்' இருந்து அவரைப் பிரித்த தூரத்தை நேர்காணலாளருக்கு விளக்கவும் முயல்கிறார். நேர்காணலாளர், 'போர் புரிவதற்கான அரேபிய அமைப்பின் நோக்கத்தின் தீவிரத்தன்மையை நீங்கள்

உணர்ந்தீர்களா? அல்லது நீங்கள்... உணர்ந்தீர்களா?' என கேட்கத் துவங்கிய போது, அபு ரகாபா வேகமாகக் குறுக்கிட்டார்: 'அந்த நேரத்தில், நாங்கள் மிகவும் இளையவர்கள். நாங்கள் முதிர்ந்த அரசியல்வாதிகளாக இருக்கவில்லை, ஆகவே அவர்கள் ஜெய்ஷ் அல்-இன்காத்தை (Arab Liberation Army) உருவாக்கப் போவதாகச் சொன்ன போது, அவர்களை நம்பினோம். மேலும் அந்த அடிப்படையில் பயிற்சிக்கு நாங்கள் சென்றோம்.' ஆயினும், பலாவி மற்றும் அபு அல்-ஹெய்ஜாவைப் போலில்லாமல், அபு ரகாபா, பயிற்சியில் இருந்த அதிகாரியாக இருந்தார். மேலும் இவ்வாறாக, ஜெய்ஷ் அல்-இன்காத்தின் மத்தியத் தலைமைக்கு மிகவும் நெருக்கமாக இருந்தார். நேர்காணலாளர், பெரு நகரங்களும், கிராமங்களும் யூதப் படைகள் வசம் வீழ்ந்தன என்பதை அவர் ஒரு கணம் புரிந்துகொண்டார் என்ற உடனே, பாலஸ்தீனத்திற்குத் திரும்பி, போரிட ஏன் பயிற்சியைப் பாதியில் முடித்துக்கொண்டு அவர் வரவில்லையென அவரைக் கேட்டார். அப்போது, அபு ரகாபா, ஜெய்ஷ் அல்-இன்காத் மீதான கட்டுப்பாடுகள் மற்றும் களத்தில் படைகளின் சமநிலை குறித்த கடுமையான யதார்த்தம் ஆகியவற்றைப் பொறுமையாக விளக்கினார். அவர், யூதப் படைகள், அவர்களின் மிகப்பெரும் எண்ணிக்கை மற்றும் மிக உயர்ந்த ரக ஆயுதங்களுடன், பாலஸ்தீனிய நகரங்களையும், மாநகரங்களையும் மீட்டெடுப்பதற்கான ஒரு செயலூக்கம் மிக்க பரப்புரையை அரேபிய இராணுவம் செய்வதை இயலாத ஒன்றாக எவ்வாறு ஆக்கினர் என்பதை விளக்குகிறார். 'ஜெய்ஷ் அல்-இன்காத், கையில் கீழான ஆயுதங்களை வைத்துக்கொண்டு, எங்களுக்குச் சாதகமாக போரின் முடிவைத் திருப்ப முடியாமல் போனது.'

மூன்று விவரிப்புகள் முழுவதும், 1948இன் பேரழிவை விவரிக்க வேண்டியதன் சுமையைத் தாங்கும் ஆண்டுகளில் இருந்து கணிசமான ஒரு சோர்வை வெளிப்படுத்துகின்றன. அவர்கள் நேரடியாக அனுபவித்த நிகழ்வுகளுக்குச் சாட்சிகளாக, இந்த மூன்று பேர்களும் மதிப்பிடப்படுகிறார்கள். அதே நேரத்தில் அவர்களுடைய நேர்காணலாளர்கள், சில நேரங்களில், நக்பாவை, நிகழ்வுகள் நடந்து முடிந்த பிறகு, நீண்ட காலமாகப் புனைந்து எழுதப்பட்ட தேசிய- வரலாற்று வளமைகளுக்கு ஏற்ப விளக்குவதற்கு அவர்களை நெருக்குகிறார்கள். நேர்காணல் வடிவத்தின் மீதும், காணொளியில் பிடிக்கப்பட்ட உரையாடல் தருணங்கள் மீதும் நெருக்கமான கவனத்தைச் செலுத்துவது, இந்தப் பரிமாற்றங்களில்

செயல்படும், சிக்கலான தலைமுறைகளுக்கு இடையேயான இயங்குமுறையை, மிக நன்றாக நாம் புரிந்துகொள்ள நம்மை அனுமதிக்கிறது. இது மறுபுறம் நக்பா, தலைமுறைகள் தாண்டி அதன் பொருள் தொடர்ந்து வளர்வதற்கான ஒரு நிகழ்வு என்று, நமது புரிதலைச் செழுமைப்படுத்துகிறது. தொடர்ந்து வருகின்ற தேர்ந்தெடுக்கப்பட்ட பகுதிகளை, அவர்கள் தெரிவிக்கும் 'வாழ்ந்து அனுபவித்தவைகளுக்கான' மரியாதையுடன் படிக்க வாசகர்களை நான் ஊக்குவிக்கிறேன். 1948 ஜூன் இறுதியில், பிர்வா கிராமத்தை சியோனிசக் கட்டுப்பாட்டிற்குத் திரும்பக் கொடுத்ததை விவரித்த பிறகு, தன் கண்களில் கண்ணீருடன், அபு அல்-ஹெய்ஜா அவருடைய நேர்காணலாளரிடம் என்ன கூறுகிறார் என்பதை மனதில் கொள்ளவும் வாசகர்களை நான் தூண்டுகிறேன்: 'அல்-தாரிக் லா யர்ஹாம்'. வரலாறு கருணையற்றது.

கமீல் அஹ்மத் பலாவி

பாலஸ்தீனம், ஷாஃபா அம்ரில் 1928இல் பிறந்தவர்

அமீரா அல்வான் உடன் ஒரு நேர்காணல்

பதாவி முகாம், வடக்கு லெபனான், 2003

1 மணி, 10'50"-1 மணி, 25'40"

அமீரா அல்வான்: தர்ஷிகாவில் பயிற்சியை முடித்த பிறகு நீங்கள் எங்கு போனீர்கள்?

கமீல் அஹ்மத் பலாவி: *அவர்கள் கிராமத்திற்கு (காணொளிப் பதிவுத் திரைக்கு அப்பால் இருப்பவரை அவர் காட்டுகிறார்) அருகில், 'அல்-ராஸ் அல்-அஹ்மர்' என அழைக்கப்பட்ட ஒரு கிராமத்திற்குத் திரும்பிச் சென்றோம். கொஞ்ச நாள்கள் அங்கு தங்கி இருந்தோம். 'சீருடை அணியுங்கள்! சீருடை அணியுங்கள்!' என்று எங்களுக்கு ஆணை வந்தது, ஆகவே நாங்கள் சீருடை அணிந்தும், எங்கள் பொருள்களை எடுத்துக்கொண்டும், அவர்கள் கிராமத்தின் வழியாக சஃப்சாஃப் என்று அழைக்கப்பட்ட ஒரு கிராமத்திற்குச் சென்றோம்.[1] இங்கே இருக்கும் நமது நண்பர் சஃப்சாஃபை (ஒளிப்பதிவுக் கருவிக்குப் பின்னால் அவர் காட்டுகிறார்). அங்கே இரவு உணவை முடித்தோம். பிறகு கால் நடையாக சஃபாத்துக்குப் போனோம், மேலும் கிராமத்தின் மேற்குப் பகுதிக்கு அருகே இருந்த ஒரு பள்ளத்தாக்கு, 'வாடி அல்-லெய்மன்' என்ற பகுதியின் வழியாகச் சென்றோம். யூதக் குடியிருப்பு, கிப்லா[2] வின் திசையில், கிராமத்தின் மேற்குப் பகுதியில் அமைந்திருந்தது. யூதர்களின் குடியிருப்புக்கு அருகில் போய்விட்டோம், ஆனால் சிலர் கண்ணுக்குத் தெரிந்தார்கள், மற்றவர்கள் தெரியவில்லை. எங்கள் மீது குண்டு வீசினர், நாங்கள் அவர்கள் மீது குண்டு வீசினோம். சிறிது நேரத்திற்குப் பின்னர், எங்கள் அதிகாரி ஹிஷாம் அல்-ஆஸம், எங்களது முன்னணி நிலைகளுக்குப் பின்னே பாதுகாப்பு அரண் ஒன்றை அமைக்கச் சொன்னார். எங்களது வெடி குண்டுகளையும், ஒரு சிறு பீரங்கியையும், அவற்றைப் போன்று ஒன்று எங்களிடம் இருந்தது, அதை எடுத்தோம். அதை நாங்கள் எடுத்து, நாங்கள் பின்வாங்க வேண்டிய தேவை எழுந்தால், பாதுகாப்பு அணி வரிசையை ஏற்படுத்த எங்களுக்குப் பின்னால் வைத்தோம். பொருள்களை நாங்கள் கொண்டு செல்லவும், இறுதியாகத் தங்குவதற்குமான இந்த முழு நடவடிக்கையும், இரண்டு மணி நேரங்களை எடுத்துக் கொண்டது, அதன் பிறகு*

இறுதியில் நாங்கள் ஒரு நிலைக்கு வந்தோம். பொழுது விடிந்ததும், மக்கள் பின்வாங்கியதை நாங்கள் கண்டோம், ஆகவே நாம் என்ன செய்ய வேண்டும் எனக் கேட்டோம். எங்களுடைய சக போர்வீரர்கள் செய்ததைப் போல எங்களையும் அவர்கள் செய்யச் சொன்னார்கள். ஆகவே நாங்களும் பின்வாங்கினோம். சஃபாத்தில் இருந்த மருத்துவமனை நோக்கிச் சென்றோம், அதைக் கடந்து கீழே 'வாடி அல்-லெய்மன்'னுக்குள் சென்றோம், அதன் வழியாக நாங்கள் வெளியே சென்றோம். வாடி அல்-லெய்மனுக்கு நாங்கள் சென்ற உடனேயே, 'அதிப் அல்-ஷிஷாக்லி', சஃபாத்துக்குப் பெரும்பாலும் எதிர்த்திசையில் இருந்த 'மிருன்' என்று அழைக்கப்பட்ட ஒரு கிராமத்தைக் குறி வைத்து, ஒரு பீரங்கியுடன் மேற்கு முனையில் இருந்து, யூதக் குடியிருப்பின் மீது குண்டு வீசினார்.[3] அது ஒரு பயனற்ற முயற்சியாக இருந்தது. வாடி அல்-லெய்மனை நாங்கள் அடைந்த போது, கைவிடப்பட்ட ஒரு பிரிட்டிஷ் காவல் நிலையத்திற்குள் எங்கள் தளபதிகளைக் கண்டோம். எனது போர்வை, ஒரு துப்பாக்கி, துணைக் கருவிகள் மற்றும் வேறு சில பொருள்களையும் நான் சுமந்து சென்ற போதிலும், சிறு பீரங்கியின் வாய்ப்பகுதியையும் எனது தோளில் சுமந்து சென்றேன்; அதிகாரி, முகம்மது அல்-சராஜிடம் நானே நேரில் ஒப்படைக்கின்ற வரையில். அவர் அவரது, ஹமா கிராமம், அதன் மக்களைப் பற்றி என்னிடம் கேட்கத் துவங்கினார் - 'இன்னார் எப்படி இருக்கிறார்? இன்னாருக்கு என்ன நேர்ந்தது?'- ஆகவே அவரிடம் சொன்னேன், 'இந்த நபர் இறந்துவிட்டார், இன்னொருவர் காயம் அடைந்தார்.' நான் அவர்களோடு இருந்தது அவருக்குத் தெரியும், பிறகு அவர் என்னிடம் சொன்னார், 'நீ இப்போது உனது ஊதியத்தில் ஓர் உயர்வைப் பெறுவாய் மேலும் நீ ஓர் உயர் வரிசைப் படை வீரனாக (Corporal) ஆகி விட்டாய்.' அவர் எனக்கு இரண்டு பட்டைகள் அளித்தார் - அது புகைப்படத்தில் அங்கே உள்ளது - ஏனெனில் நான் சிறு பீரங்கியின் ஒரு பகுதியைக் கொண்டு வந்து கொடுத்தேன். அந்த நேரத்தில் நாங்கள் 70 சிரிய அல்லது லெபனானின் லைராக்களைப் பெறுவது வழக்கம், எனக்குத் தெரியவில்லை, அவர்கள் 90 லைராக்களைக் கொடுக்கத் துவங்கினர்.

தர்ஷிகாவில் இருந்து பின்வாங்க இந்த ஆணைகளை எல்லாம் உங்களுக்கு இட்டது யார்?

எங்கள் தளபதி! அந்த நபர்... அல்-ஷிஷாக்லி. அதிப் அல்-ஷிஷாக்லி.

ஏன்?

ஏனெனில்... யாரை எதிர்த்து எங்களைச் சண்டையிட நீங்கள் விரும்பினீர்கள், சுவர்களையா? யூதர்கள் உள்ளே போய், உள்ளுக்குள் மறைந்துவிட்டார்கள். இனிமேல் யாரும் கண்ணில் பட மாட்டார்கள், அது இரவு நேரம். பின்வாங்க எங்களுக்கு அவர் ஆணையிட்டார், நாங்கள் பின்வாங்கினோம். தர்ஷிகாவுக்கு நாங்கள் வந்தோம், தர்ஷிகாவில் இரவு உணவை உண்டோம், எங்கள் பின்வாங்கும் பயணத்தை இரவில், அல்-ராஸ் அல்-அஹ்மருக்குப் போகும் வழியில் தொடர்ந்தோம்.

தர்ஷிகாவில் இருந்து நீங்கள் திரும்பும் போது, கிராமத்தில் இளைஞர்கள் சண்டையிடுவதற்காகத் தங்கி இருந்தார்களா?

உண்மையில் அவர்கள் தங்கி இருந்தனர். அங்கேயே அவர்கள் தங்கி இருந்தனர்; அது அவர்களது கிராமம்.

அவர்களை ஏன் விட்டுச் சென்றீர்கள் என உங்களை அவர்கள் கேட்டார்களா?

இல்லை, எங்களை அவர்கள் கேட்கவில்லை ஏனெனில் ஒருவரும் உள்ளே நுழைய முடியாதபடி கிராமத்தை அவர்கள் காத்துக் கொண்டிருந்தனர் என்று அவர்கள் சொன்னார்கள். ஆகவே அங்கு தங்கி இருந்தார்கள். கிராம முக்தார் இடம் நாங்கள் பின்வாங்கப் போவதாகச் சொன்னோம். நாங்கள் பின்வாங்கினோம், நாங்கள் தங்கி இருந்த அல்-ராஸ் அல்-அஹ்மரை நோக்கி நாங்கள் திரும்பினோம்.

அங்கே உள்ள மக்களைப் பாதுகாக்கவும், ஆதரவாக இருக்கவும் நீங்கள் போனது பற்றியும், பின்வாங்கியதால், திடீரென அவர்களை விட்டு வந்தது பற்றியும் நீங்கள் எவ்வாறு உணர்ந்தீர்கள்?

இந்தச் சூழ்நிலையில் படைவீரர்கள் அதிகமாக எதுவும் செய்ய முடியாது. அவர்களுக்கு அதிகாரிதான் பொறுப்பாவார். அதிகாரி பின்வாங்க அவர்களுக்கு ஆணையிட்டால், அவர்கள் அதைச் செய்ய வேண்டும். அதிகாரியின் ஆணைகளுக்கு அவர்கள் அடிபணியாமல் இருக்க முடியாது.

அது ஒரு துரோகத்தைப் போன்றது என்று நீங்கள் உணர்ந்தீர்களா?

இல்லை, எங்களைப் போன்ற படை வீரர்கள் அதைப் போல உணரவில்லை. துரோகம் என்பது உயர் தளபதிகள், அதாவது மிகவும் உயர்ந்த பதவி வகிக்கும் அதிகாரிகளிடம் மட்டும் இருந்து வரும் முடிவாகும். நாங்கள் அப்படி உணரவில்லை. ஆயினும், யூதர்களும், கிராமவாசிகளும், த்ருஸ் இராணுவமும் எங்கள் கிராமத்தில் சண்டையிட்ட போது - நான் அங்கிருந்த போது - ஒரு உயர் பதவி வகித்த த்ருஸ் அதிகாரி, நான் உங்களுக்குச் சொல்லிக் கொண்டிருந்த கிராமத்திற்கு, அதாவது (கிர்பத்) அல்-கசாயிருக்குச் சென்றார். மேலும் அவரைப் பார்க்க அனுப்பி வைக்கப்பட்ட ஒரு யூதனால் அவர் பணம் கொடுக்கப்பட்டார். அவருக்கு அவன் பணம் கொடுத்தான். அவர்கள் ஷஃபா அம்ரில் இருந்து பின்வாங்கி லெபனானுக்குச் சென்று பின் கிராமங்களுக்குப் போனார்கள்.[4]

சண்டைக்கு மக்கள் தயாராக இருந்தார்கள் என்பது போல நீங்கள் நினைத்தீர்களா? நீங்களும், உங்களுடன் சேர்ந்து சண்டையிட்ட அரேபியர்களும், சண்டை போடுவது பற்றித் தீவிரமாக இருந்தீர்களா? தர்ஷிகாவை விட்டு வெளியேறுவதற்காக நீங்கள் பெற்ற ஆணையைத் தீவிரமான ஒன்றாகவோ அல்லது ஒரு முன்பே தயாரிக்கப்பட்ட திட்டம் என்பதாகவோ உணர்ந்தீர்களா?

இல்லை, அது போல் எதுவும் இருக்கும் என நாங்கள் நினைக்கவில்லை. எங்களை முன்னேறுங்கள் என்று அவர்கள் சொன்னார்கள், எதை நோக்கி முன்னேறுகிறோம் என்று எங்களுக்குத் தெரியாது. அது இரவு நேரம். காலையில், எங்கள் நிலைகளுக்கு நாங்கள் முன்னேறினோம். ஒரு குறிப்பிட்டுச் சொல்ல முடியாத நேரம் வரை, இந்த இடங்களிலேயே இருக்குமாறு அவர்கள் எங்களிடம் சொன்னார்கள். ஒற்றன், தளபதிகளுக்கு விமானம் எப்போது வரும், யூதர்கள் கோட்டைக்குள் இருந்து எப்போது வெளியே வருவார்கள் என்பதைச் சொன்னான். படைவீரர்கள் எதையும் அறியமாட்டார்கள். சீருடையணிந்து கொண்டு எங்களைத் தயாராகும்படி அவர்கள் சொன்னார்கள், ஆகவே நாங்கள் அடிபணிந்தோம்: நாங்கள் உடை அணிந்தோம், எங்கள் பொருள்களை எடுத்துக்கொண்டு புறப்பட்டோம். ஒற்றர்கள் ஆணைக்காகச் சென்றார்கள்; இது போன்ற விஷயங்கள் எதையும் நாங்கள் அறியவில்லை.

சஃப்சாஃபில் மற்றும் அல்-ராஸ் அல்-அஹ்மரில் உங்கள் அனுபவங்கள் எவ்வாறு இருந்தன?

நன்றாக இருந்தது, கொஞ்ச நாள்களுக்கு நாங்கள் அல்-ராஸ் அல்-அஹ்மரில் தங்கி இருந்தோம். சஃப்சஃபாவைக் கடந்து, சஃபாத்துக்குப் போனோம் மேலும் போய்க்கொண்டிருந்தோம்.

அல்-ராஸ் அல்-அஹ்மர் வாசிகளுடன் நீங்கள் ஒத்துழைத்தீர்களா?

அங்கே இருந்த மக்கள் எங்களுக்கு நல்லவர்களாக இருந்தார்கள். அவர்கள் உள்ளே படுத்துறங்க வீடுகளை எங்களுக்குத் தந்தனர். மேலும் எங்கள் உணவைத் தவிர மற்ற ஒவ்வொன்றும் இராணுவத்தால் அளிக்கப்பட்டது.

அல்-ராஸ் அல்-அஹ்மரின் இளைஞர்கள் உங்களுடன் ஒத்துழைத்தார்களா? அவர்களது கிராமத்தை அவர்கள் பாதுகாத்தார்களா?

அவர்கள் எப்படி ஒத்துழைக்க முடியும்? அல்-ராஸ் அல்-அஹ்மரில் போர் ஏதும் இல்லை, அங்கு யூதர்களும் இல்லை, அவர்கள் மிகத் தொலைவில் இருந்தார்கள். எங்கள் தலைமை எங்களை அல்-ராஸ் அல்-அஹ்மரில் நிலைகொள்ளச் செய்தனர். ஏனெனில் அது ஒரு பாதுகாப்பான இடம் என்பதில் அவர்கள் உறுதியாக இருந்தனர். அல்-ராஸ் அல்-அஹ்மருக்குப் பின்னர், நாங்கள் சஃபாத்துக்குச் சென்றோம், அது வீழ்ந்தது, ஆகவே லெபனானின் எல்லை ஓரம், பாலஸ்தீனத்தின் எல்லைகளுக்கு நாங்கள் சென்றோம். மக்கள் சிலர், வெளியே தூங்கினர், மற்றவர்கள் உள்ளே தூங்கினர். துருப்புகள் கலைக்கப்பட்டனர். மேலும் சில பேர், சஃபாத்தில் அடுத்த நாள் வரை காவலில் வைக்கப்பட்டு இருந்தனர்! அவர்கள் ஒரு ஜன்னலை உடைத்தனர், போர்வைகளைக் கொண்டு வந்தனர் - எங்களுடையவை, எங்களது இராணுவ முகாமில் இருந்து வந்தவை - அவைகளைக் கிழித்து, ஒன்றாக முடிந்து, ஜன்னலுக்கு வெளியே தப்பிச் செல்ல வீசினர். போர்வைகளைப் பிடித்தபடி அடுத்த பக்கத்தில் இருந்த மைதானத்தில் இறங்கி தப்பி ஓடினர். அடுத்த நாள் வரை அவர்கள் வரவில்லை. நாங்கள் லெபனானில் இருக்கும் ஒரு சிறு கிராமமான பிலிதாவில் இருந்தோம். எங்கள் படைப்பிரிவு சந்திக்கும் இடம் அங்கிருந்தது. படைப்பிரிவு முழுவதும் அங்கு வந்து, பெரும்பாலும் எல்லாப் படை வீரர்களும் திரும்பி வந்த போது, நாங்கள் பிண்ட் ஜுபெய்லுக்கும் பின்னர் 'மிருண்' நோக்கியும், 'யருன்' நோக்கியும் பயணமானோம். இவ்வாறு

யருனுக்கும், பிண்ட் ஜுபெய்லுக்கும் நாங்கள் போனோம், கார்களில் தங்கினோம், 'செய்தா'வை அடைந்தோம், பின்னர் டமாஸ்கஸுக்குச் சென்றோம். டமாஸ்கஸ் சாலையில் பயணம் செய்து அல்-மாஸாவை அடைந்தோம்.

நீங்கள் வெளியேறிய பிறகு சஃப்சாஃபில் என்ன நடந்தது என்பதைக் கண்டுபிடித்தீர்களா?

இல்லை. அந்த நேரத்தில் போர் எதுவும் இல்லை. யூதர்கள் சஃப்சாஃபுக்கோ அல்லது அந்த கிராமங்களுள் வேறெதற்கோ போகவில்லை. குடியிருப்பாளர்கள் இன்னும் அவர்களது கிராமங்களில்தான் இருந்தனர்.

கிராமங்களில் ஜெய்ஷ் அல்-இன்காத்தை அவர்கள் எவ்வாறு அழைத்தார்கள் என்று உங்களுக்குத் தெரியுமா?

மன்னிக்கவும்?

ஜெய்ஷ் அல்-இன்காத். கிராமத்தில் அதை அவர்கள் எவ்வாறு அழைத்தார்கள்?

அதை இராணுவம், விடுதலை இராணுவம் என்று அவர்கள் அழைத்தார்கள்.

அதற்கு வேறு பெயர் இருந்ததா?

(பதில் ஒன்றும் தரப்படவில்லை)

விடுதலை இராணுவம் என்று ஏன் அதை அழைத்தார்கள்?

ஏனெனில் அது யூதர்களிடமிருந்து அரேபியர்களைக் காப்பாற்றுவதற்கு, யூதர்களிடமிருந்து பாதுகாப்பதற்கு... என்று அது சொல்லப்பட்டது.

ஏன் பின்னாளில் அவர்கள் அதை 'தப்பியோடிய இராணுவம்' என்று அழைத்தார்கள்?

ஏனெனில், அது தோற்கடிக்கப்பட்டது. ஏனெனில், அதற்கு யூதப் படைகளுக்கு இருந்ததைப் போன்ற வலிமை இல்லை. அது எதிர்த்து நிற்கவும் முடியவில்லை, அதன் கடமைகளை நிறைவேற்றவும் முடியவில்லை. ஆகவே அது பின்வாங்கியது மேலும் அதைச் செய்த போது, அதைத் 'தப்பியோடிய இராணுவம்' என்று அவர்கள் அழைத்தார்கள்.

பாலஸ்தீனத்தில் நடந்துகொண்டிருந்த படுகொலைகளைப் பற்றி நீங்கள் கேள்விப்பட்டீர்களா?

எதைப் பற்றி?

அருகிலிருந்த கிராமங்களில் நடத்தப்பட்ட படுகொலைகள...?

உங்களுக்குத் தெரியுமா, எல்லாக் கிராமங்களிலும் பிரச்சினைகள் இருந்தன...

படுகொலைகள், படுகொலைகள்!

ஓ, அல்-குட்ஸ் மாவட்டங்களிலும் அந்தப் பகுதிகளிலும், நடந்த படுகொலைகள் எங்கள் கிராமத்தில் இருந்து வெகு தூரத்தில் நிகழ்ந்தவை. அங்கே முதலில் படுகொலைகள் நடந்தன. அவர்கள் எங்களிடம் சொன்னார்கள், 'அவர்கள் இந்த கிராமத்தைத் தாக்கினார்கள், பெண்களையும், பையன்களையும், குழந்தைகளையும் கொன்றார்கள்.' பின்னாள்களில், யூதர்கள் ஒரு கிராமத்தில் இருந்து அடுத்த கிராமத்திற்குப் போகத் துவங்கினர். சஃபாத் மாவட்டத்தில் இருந்த 'சாசா'வுக்கு அவர்கள் வந்த போது, மூன்று அல்லது நான்கு வீடுகளை அவர்கள் சூறையாடினர். கிராமங்களை யூதர்கள் முற்றுகை இட்டனர்; அவற்றைச் சூறையாடிவிட்டுத் தப்பியோடினர். ஆனால், சஃப்சாஃப், அல்-ராஸ் அல்-அஹ்மர் மற்றும் ஜிஷ் ஆகிய கிராமங்கள் அங்கே இன்னும் இருந்தன. அரேபியர்களை அச்சமூட்டி, அவர்களைத் தப்பியோடக் கட்டாயப்படுத்துவதற்குச் செய்யப்படும் ஒரு திகிலூட்டும் தந்திரமாக அது கருதப்பட்டது. இதையே மற்ற கிராமங்களில் இருந்த மக்களுக்கும் அவர்கள் செய்தார்கள்.

ஜெய்ஷ் அல்-இன்காத்தில் வெகு தொலைவில் இருந்த போது, உங்கள் பெற்றோர்களிடம் இருந்து எவ்வாறு நீங்கள் செய்திகளைப் பெற்றீர்கள்?

என் பெற்றோர்கள் தப்பியோடிய போது, குறிப்பாக எனது குடும்பத்தின் தலைவியாகிய எனது மாமியார், ஓடியபோது, நான் 'பிலிதா'வில் இருந்தேன். பிலிதா என்ற பெயருள்ள இந்தக் கிராமத்தைப் பற்றியும், அதன் குடியிருப்பாளர்கள் 'அல்-மட்டாவ்லே' (*al-Matawleh*) பற்றியும் உங்களுக்கு நான் சொல்லி இருந்தேன். நான் பிண்ட் ஜுபெய்லுக்குச் சென்றேன்; பாலஸ்தீனியர்கள், பிண்ட் ஜுபெய்லுக்கு வந்துகொண்டும், அங்கே மரங்கள் மற்றும் அது போன்ற பொருள்களுக்குக் கீழ் வாழ்ந்து

கொண்டும் இருக்கிறார்கள் என்று நான் கேள்விப் பட்டிருந்தேன். அங்கே நான் சென்றேன் மேலும் சமீபத்தில் நான் 90 லைராக்களை ஊதியமாகப் பெற்றிருந்தேன். அவர்களை நான் கண்டால், அவர்களுக்குப் பணத்தை அல்லது அவர்கள் விரும்பும் எதையும் வாங்கித் தருவேன் என்று எனக்கு நானே சொல்லிக்கொண்டேன். நான் அங்கு சென்றேன், அவர்கள் அத்தி மரங்களுக்குக் கீழே அமர்ந்திருப்பதைக் கண்டேன். அத்தி மரங்களுக்குக் கீழே... ஒரு வாயளவு தண்ணீரைக் கொண்டு வர அவர்கள் விரும்பினால், தண்ணீரின் உரிமையாளர்களோடு அவர்கள், நிறைய பணத்தோடு, சண்டை போட வேண்டியிருந்தது. பிண்ட் ஜுபெய்லில் இந்தப் புகைப்படத்தை நான் எடுத்தேன். அங்கேதான், அவர்களிடம் சென்ற போது, பிண்ட் ஜுபெய்லில் நான் இந்தப் புகைப்படத்தை எடுத்தேன். ஒரு சில நாள்கள் இருப்பதற்கு நான் பிலிதாவுக்குத் திரும்பினேன் அதன் பிறகு அங்கிருந்து போவதற்கான ஆணையை நாங்கள் பெற்றோம். நாங்கள் கார்களில் ஏறினோம், அவர்கள் டமாஸ்கஸுக்கு எங்களைக் கொண்டு வந்தனர்.

முகம்மது அபு ரகாபா

பாலஸ்தீனம், அக்காவில் 1929இல் பிறந்தவர்

மஹ்மூத் ஷெய்டன் உடன் ஒரு நேர்காணல்

பெய்ரூட், 2003

22'30"- 29'34"

மஹ்மூத் ஷெய்டன்: அல்-குட்ஸில் பள்ளியில் இருந்து பட்டம் பெற்ற பின் என்ன செய்தீர்கள்? வேலை செய்தீர்களா?

முகம்மது அபு ரகாபா: 'அக்கா'வில் உள்ள அல்-அஹ்லிய்யா இடைநிலைப் பள்ளியில் ஆசிரியராக மூன்றரை மாதங்கள் நான் பணிபுரிந்தேன். அங்கு ஓர் 'அஹ்லிய்யா' (தேசிய மதச்சார்பற்ற பள்ளி - மொ.ர்) பள்ளி இருந்தது. ஆனால் அது ஓர் அரசாங்கப் பள்ளி அல்ல. பாலஸ்தீனத்திற்கான பிரிவினைத் திட்டம் வெளியிடப்பட்ட பிறகு, அரபு அரசுகளின் பொதுத் தொண்டர் ஆய்வரகம் (*Arab States' General Volunteer Inspectorate*) பாலஸ்தீனிய அதிகாரிகளுக்கான பயிற்சியை ஏற்பாடு செய்வதற்குத் தீர்மானித்துள்ளது என்று அறிவிக்கும் விளம்பரம் ஒன்றைச் செய்தித் தாள்களில் நான் படித்தேன். அந்தப் பயிற்சி, ஒன்று பள்ளி இறுதி வகுப்பை முடித்தவர்களுக்கும் அல்லது இடைநிலைப் பள்ளியில் நான்காவது நிலையை முடித்தவர்களுக்கும் பொதுவாக இருந்தது. 'அல்-ஜாமியா அல்-காஹிரா'வில் நான் மருத்துவம் படிப்பதற்காக (கெய்ரோ பல்கலைக் கழகம்) விண்ணப்பித்து இருந்தேன். பள்ளி இறுதி வகுப்பில் எனது தரவரிசை நன்றாக இருந்ததால், நான் ஏற்கப்பட்டேன். உண்மையில் அவற்றின் நகல்களை நாங்கள் அனுப்பிவிட்டோம். அந்த நேரத்தில், அல்-காஹிராவில் மருத்துவம் படிப்பது அல்லது தேசியப் பணியில் சேருவது என்பதற்கிடையே எனக்குத் தயக்கம் இருந்தது. தேசியப் பணி தற்காலிகமாக இருக்கப் போகிறது. மேலும் ஓராண்டில் கடைசி ஆறு மாதங்கள் இருக்கப் போகிறது என்று நாங்கள் நினைத்தோம்; நாங்கள் பாலஸ்தீனத்தை விடுவித்து எங்கள் படிப்புக்கு மீண்டும் திரும்பிப் போவோம் என்றும் நினைத்தோம். சில காரணங்களுக்காக, நான் தேசியப் பணியில் சேர்வதற்குத் தேர்ந்தெடுத்தேன். எனது குடும்பம் முழுவதும் 'அக்கா'வில், நான் அதை விட்டுப் போகும் போது, தங்கி இருந்தது. அப்போது பாலஸ்தீனியர்கள், குறிப்பாக இளைஞர்கள் ஓர் அனுமதி (*permit*) இன்றி வெளியே செல்ல அனுமதிக்கப்படவில்லை. ஹஜ்

அமீனால் தலைமை தாங்கப்பட்ட பாலஸ்தீனிய தலைமை, மூன்று காரணங்களுள் ஏதேனும் ஒன்றைக் காட்டி அவர்கள் அனுமதி பெற்றால் ஒழிய ஒருவரையும் வெளியே செல்வதில் இருந்து தடுக்கும் படியான ஓர் ஆணையை அனைத்துத் தேசியக் குழுக்களுக்கும் அனுப்பியது: 'ஜிகாத்'தில் சேர்வது, உயர் கல்வியைத் தொடர்வது அல்லது பாலஸ்தீனத்தில் சிகிச்சை செய்யப்பட முடியாத கடுமையான ஓர் உடல்நலமின்மை என்னும் போது மட்டும் அனுமதி பெறலாம். நான் அனுமதிகளை வழங்கும் தேசியக் குழுவிற்கு[5] விண்ணப்பித்தேன், அவர்கள் எனக்கு அனுமதிக் கடிதம் ஒன்றைக் கொடுத்தார்கள். தேர்வுக் குழுவிற்காகவும் நாங்கள் காத்திருந்தோம். ஏனெனில் இந்தக் குழுவின் அதிகாரிகள், பின்னாளில் வருகின்ற மாணவர்களைத் தேர்வு செய்ய அனைத்து பாலஸ்தீன மாநகரங்களுக்கும் பயணம் செய்யும் ஒரு குழுவை நியமித்தது. பாலஸ்தீனத்தின் அனைத்துப் பகுதிகளையும் இந்தக் குழு பயணித்து முடித்தது ஆனால் 'அக்கா'வுக்கு வர இயலவில்லை ஏனெனில், ஹைஃபாவில் இருந்து அக்கா வரை சாலை தடுக்கப்பட்டு இருந்தது. குழு யாஃபாவுக்கு, அல்-திஃபாவுக்கு, அல்-கர்பிய்யாவுக்குச் சென்ற பின் அல்-குட்ஸுக்குத் திரும்பியது, இறுதியாக டமாஸ்கஸுக்கு. அது அக்கா வர முடியவில்லை. காலம் சென்ற எனது நண்பன், கடவுள் அவன் ஆன்மாவுக்கு அமைதி அளிக்கட்டும், 'ஜுஹாய்ர் ப்ரூம்'மும் நானும் 'அனுமதிக் கடிதங்களை' எடுத்துக்கொண்டு, அக்காவுக்குப் போய், நேரடியாக டமாஸ்கஸுக்கு இராணுவத் தலைமை அதிகாரியிடம் சென்றோம். அந்தக் குழு அவர்களிடத்திற்கு வராததால், நாங்கள் தொண்டு செய்ய அங்கு வந்தோம் என அவர்களிடம் சொன்னோம். எங்களிடம் அவர்கள் சொன்னார்கள், 'நீங்கள் வந்தது நல்ல செயல். 'அக்கா'வில் இருந்து ஒரு குழு எங்களுக்குத் தேவைப்படுகிறது.' ஏனெனில் 1948 மற்றும் 1967 ஆகிய இரு ஆண்டுகளுக்கும் இடைப்பட்ட காலத்தில் அனைத்து பாலஸ்தீன மாநகரங்களில் இருந்தும் அவர்கள் மாணவர்களை எடுத்து விட்டார்கள். எங்களை உடனே அவர்கள் எடுத்துக்கொண்டு, 'கடானா'வுக்கு[6] மாற்றினார்கள். நப்லஸில், ஜாமியா அல்-நஜா அல்-வடானிய்யாவில் (அல்-நஜா தேசியப் பல்கலைக் கழகம்) எனது காலத்தில் படித்த எனது நண்பர்களுள் ஒரு சிலரை நான் எதிர்கொண்டேன். அவர்களும் தன்னார்வத்துடன் வந்துள்ளனர். ஒருவர் ஹைஃபாவைச் சேர்ந்தவர், இன்னொருவர் அல்-கலீலைச் சேர்ந்தவர். இன்னொருவர் அல்-குட்ஸைச் சேர்ந்தவர், மற்றொருவர் நபுலஸைச் சேர்ந்தவர்... அது முற்றிலும் ஒரு

குழுவாக இருந்தது. அவர்களுள் ஒருவர், எடுத்துக்காட்டாக, சூபி அல்-ஜபி, அவர் பின்னாளில், 'ஜெய்ஷ் அல்-தஹ்ரீர் அல்-ஃபிலாஸ்தினி'யின் *(Palastine Liberation Army)* அல்-ஷுக்காரியின்[7] (அஹ்மத்) தலைமைக் காலத்தில், தளபதியாக வந்தார். பயிற்சிக் காலத்திலும், நப்லஸிலும் என இரண்டிலும் எனக்கு நண்பராக இருந்தார். இன்னொருவர், அலி புஷ்னக், அவர் அஹ்மத் ஜிப்ரிலின் உறவினர் மற்றும் வழிகாட்டி; அவரும் 'அல்-ஜபா அல்-ஷபிய்யா'வில்[8] அவருக்கு முந்தைய ஒரு தலைவராக ஆனார். எங்கள் நண்பர்களுள் பெய்ரூட்டில் இருக்கும் ஒரே ஒரு நண்பர் இப்ரஹீம் தவ்ஃபீக், அவர் மேல் பதவிகளுக்குச் சென்று, வங்கியில் அபு ராமியின் உதவியாளர் ஆனார். இந்த இடம் வங்கியாக இருப்பது வழக்கம், அங்கே அவரது அறை நேர் மேலே இருந்தது. ஜெய்ஷ் அல்- தாஹ்ரீரின் தளபதியாக இருந்த மிஷாப் அல்-புதெய்ரி, காஸாவைச் சேர்ந்த உத்மான் ஜாஃபர் ஹதாத், ஜெய்ஷ் அல்-தாஹ்ரீர் அல்-ஃபிலாஸ்தினியின் தலைவராக வந்தவர் அல்லது மாறாக, ஜெய்ஷ் அல்-தாஹ்ரி அல்-ஃபிலாஸ்தினியின் தலைமைத் தளபதியாக ஆனவர் முதலானோரும் அங்கிருந்தனர். அனைத்து பாலஸ்தீனிய மாநகரங்களிலும் இருந்து நாங்கள் வந்து, 'கடானா'வில் சந்தித்தோம் மேலும் போரிடுவதற்காக, நாங்கள் தீவிர இராணுவப் பயிற்சியை மேற்கொண்டோம். இந்தப் பயிற்சியின் போதுதான், ஹஜ் அமீனை நாங்கள் முதல் முறையாகச் சந்தித்தோம் அல்லது பார்த்தோம், ஏனெனில் ஏப்ரல், மே, ஜூனில், பாலஸ்தீனிய மாநகரங்கள் எதிரியின் கைகளில் விழத் துவங்கின.

அது எந்த ஆண்டு?

அது 1948. '48இல். இராணுவப் பயிற்சியின் போது நாங்கள் ஒரு கூட்டத்தை நடத்தினோம், எங்களை நாங்களே கேட்டுக் கொண்டோம்,'நமது மாநகரங்கள் எல்லாம் வீழ்ந்துகொண்டிருக்கும் போது, நாம் இங்கே என்ன செய்துகொண்டிருக்கிறோம்?' மே 18 அன்று வீழ்ந்த 'அக்கா'வைச் சேர்ந்தவன் நான், எனது பெற்றோர்கள் எங்கே இருக்கிறார்கள் என்று எனக்குத் தெரியாது! இங்கிருக்கும் அனைவரும், ஹைஃபா, யாஃபா, சஃபாத் மற்றும் தபாரிய்யாவிலிருந்து வந்த அனைவரும்... கவலைப்படத் துவங்கினர். எங்கள் பயிற்சியின் போது, இந்த அனைத்து மாநகரங்களும் வீழ்ந்துவிட்டன. ஆகவே நாங்கள் ஒரு வேலை நிறுத்தத்திற்கு ஏற்பாடு செய்தோம், ஒரு கூட்டத்தை நாங்கள் நடத்தி அவர்களிடம், நாங்கள் பயிற்சியை நிறுத்திக்கொண்டு

போரில்... படை வீரர்களாக இணைந்துகொள்ள விரும்புகிறோம் என்று கூறினோம். அந்த நேரத்தில், பயிற்சிக்கான நிதி அரேபிய அரசுகளின் கூட்டமைப்பால் வழங்கப்பட்டது, அது சிரியாவில் அமைக்கப்பட்டிருந்தது. மேலும் அதன் இயக்குநர் ஹாஸிம் அல்-கலீதி, கடவுள் அவர் ஆன்மாவுக்கு சாந்தி அளிக்கட்டும், அவர் அல்-குட்ஸைச் சேர்ந்தவர், பிரிட்டிஷ் இராணுவத்திலும் அதிகாரியாக இருந்தவர். அவருடைய உதவியாளர், வாஜிஹ் அல்-மதானி, பின்னாளில் அவர் மேஜர் ஜெனரல் வாஜிஹ் அல்-மதானி, பாலஸ்தீன விடுதலை இராணுவத்தின் முதல் தலைமைத் தளபதியானார் - அனைத்துப் பிரிவு இராணுவத்தின் தலைவர் அல்ல, ஆனால் 'அல்- ஷுக்கரி'யின் தலைமையின் போது தலைமைத் தளபதியாக இருந்தார். அனைவரும் ஆத்திரம் அடைந்தனர் ஏனெனில் நாங்கள் பட்டம் பெறுவதற்கு இன்னும் நான்கு மாதங்கள் மட்டுமே இருந்தன. எப்படி இருந்த போதிலும், ஒரு நாள் 'கடானா'வுக்கு ஹஜ் அமீன் வந்தபோது, நாங்கள் வியப்படைந்தோம். ஹாஸிம் அல்-கலீதி அவரை அறிவார்; எனக்குத் தெரிந்தவரை அந்த நேரத்தில் டமாஸ்கஸில் அவர் இருந்தார். அல்-கலீதி அவரிடம் சென்று சொன்னார், 'எங்களுக்கு ஒரு பிரச்சினை உள்ளது. தயவுசெய்து அதை நீங்கள்தான் தீர்க்கவேண்டும்.' ஆக, ஹஜ் அமீன் அல்-ஹுசைனி வந்து சேர்ந்தார் - எங்களைப் பார்வையிட்ட அவரது புகைப்படம் என்னிடம் இருக்கிறது, உண்மையில், அவர் மீது எங்களுக்கு அபரிமிதமான மரியாதை இருந்தது. அவர் முன்னால் நாங்கள் அணிவகுப்பை நடத்தினோம், அவர் எங்கள் முன்னால் பேசினார். நான் நினைவில் கொண்டு வந்ததைப் போல, அவர் சொன்னார், 'நம்மிடம் ஏராளமான படை வீரர்கள் இருக்கிறார்கள். ஆனால் நமக்கு அதிகாரிகள் தேவை. நீங்கள் அதிகாரிகளாகப் பட்டம் பெறுவதற்கான கடப்பாட்டை 'அரேபிய அரசுகள் கூட்டமைப்பு' கொண்டிருப்பதற்கு நீங்கள் அதிர்ஷ்டம் செய்திருக்க வேண்டும். பாதிக்கும் மேலான பயிற்சியை நீங்கள் முடித்துவிட்டீர்கள், பொறுமையாக இருந்து அதை முடியுங்கள்.' அவர் சொன்ன மூன்றாவது விஷயம், 'யூதரை எதிர்த்து நடத்தும் போராட்டம் நீண்ட நெடியது.' - அது 1948க்குப் பிறகு முடிந்துவிடும், அவ்வளவுதான் என்பதைப் போன்றது அல்ல - 'மேலும் இந்தப் போராட்டம் நீண்ட நெடிய ஒன்றாக இருக்கப் போவதால், ஒரு முறையான இராணுவப் பயிற்சி பெற்ற அதிகாரிகள் நமக்குத் தேவை.'ஆகவே நாங்கள் சரியென உணர்ந்து எங்கள் பயிற்சியை, நாங்கள் பட்டம் பெறும் வரை தொடர்ந்தோம்...

54’58”-1 மணி 02’13”

நாம் ஜெய்ஷ் அல்-இன்கத் பற்றிய நமது பழைய விவாதத்திற்குச் செல்வோம்; நீங்கள் என்னிடம், தானாக முன்வந்து, பட்டம் பெறுவதற்கு முன்பாக, அவர்கள் உங்களை தெற்கு லெபனானுக்கு, அல்-ஜலீல் அல்- அலா வீழ்ந்திடாத போது, அழைத்துச் சென்றதாக என்னிடம் கூறினீர்கள்...

ஆமாம்.

பிறகு ஏன் போரிடுவதற்கு நீங்கள் செல்லவில்லை?

அங்கே போர் அப்போது இல்லை...

மாறாக, கிராமங்களில் பாதியும் அல்லது முக்கியமான நகரங்கள் வீழ்ந்த பிறகும் ஏன் நீங்கள் சண்டையிடப் போகவில்லை?

நாங்கள் 64 பாலஸ்தீனிய அதிகாரிகள் ஒரு பயிற்சிப் பணியில் இருந்தோம். ஒரு யுத்தப் பணிக்கு நாங்கள் செல்ல விரும்பினால், 4000 படை வீரர்களை அழைத்துக்கொள்ள வேண்டியது அவசியமாகும்; ஒவ்வொரு அதிகாரியும், அவர்களைப் போரில் ஈடுபடச் செய்ய, 30 படைவீரர்களை அழைத்துக்கொள்ள வேண்டும். நாங்கள் இணைக்கப்பட்டிருந்த ஜெய்ஷ் அல்- இன்காத், இது போன்ற முடிவுகளை எடுக்க முடியவில்லை. அதிப் அல்-ஷிஷாக்லி, வாஸ்ஃபி அல்-தால் மற்றும் தளபதி சவுக்கத் ஷுகேய்ர் ஆகிய ஒவ்வொருவரும் முறையே அவர்கள் இருந்த பகுதியைக் காப்பாற்றும் வகையில் ஒரு பாதுகாப்புப் படைக்குழுவிற்குத் தலைமை ஏற்றனர், மேலும் அவர்கள் ஓரளவு அதைச் செய்ய முடிந்தது.[9] எங்களுக்கும், யூதர்களுக்கும் இடையே ஆயுதங்களின் எண்ணிக்கையிலும், பயிற்சியின் தரத்திலும் ஓர் இடைவெளி இருந்தது. எந்தப் பகுதிக்கும், அதை விடுவிப்பதற்கான தாக்குதல் பற்றிய திட்டம் குறித்து அவர்களுக்கு எந்த முன்அறிகுறியும் கிடைக்கவில்லை. உதாரணத்திற்கு, அல்-ஜிப் வீழ்ந்ததும் ‘அக்கா’வும் வீழ்ந்தது. தாக்குவதற்குப் போதுமான வலிமை கொண்ட, ‘அக்காவை’ மீட்பதற்கு ஒரு படையை உருவாக்கும் எந்த எண்ணமும் அங்கில்லை. போரைத் துவங்குவதற்கு ஒரு படையும் இல்லை. தர்ஷிஹாவின் முகடுகளை நாங்கள் அடையும் வரை குறிப்பிட்ட தந்திரங்களைப் பின்பற்றினோம் என்பது எனக்கு நினைவிருக்கிறது. அங்கிருந்த துருப்புகள் பாதுகாப்புத் தந்திரங்களைப் பின்பற்றினார்கள். மோசமான விஷயங்கள் என்னவெனில், அவர்கள் அரிதாகவே தாக்குதலை

எதிர்பார்க்கவும் அல்லது உண்மையான தாக்குதலைத் தடுக்கவும் செய்தார்கள். அதுதான் அங்கு நேர்ந்தது. ஒரு பகுதியை யூதர்கள் தாக்கும் போது, அவர்கள் விமானங்களுடனும், டாங்குகளுடனும் (பம் பம் பம் உடனும் என நூலில் குறிக்கப்பட்டுள்ளது - டாங்க் எழுப்பும் ஓசையை வைத்துச் சொல்லலாம் - மொ.ர்) வந்து, விமான எதிர்ப்புப் பாதுகாப்பு வசதி இல்லாத போராளிகளைக் கொன்றார்கள். பிறகு டாங்குகளை அவர்கள் அனுப்பி விடுவார்கள். தர்ஷிஹாவில் இருந்த போராளிகளுள், ஹம்தி அல்-சாலிஹ் என்று அழைக்கப்பட்ட ஒருவர், அங்கிருந்தார்; அங்கு நடந்த போர்களைப் பற்றிய விபரங்களோடு அவர் விளக்கும் நூல் ஒன்றை எழுதினார். அரபு அரசுகளுக்குத் தாக்குகின்ற நோக்கம் கிடையாது; அவர்கள் மிக அதிகமாக விரும்பியது எல்லாம், அவர்களுக்குச் சொந்தமாக இன்னும் இருக்கின்ற பகுதிகளைப் பாதுகாக்கவும், தக்கவைத்துக் கொள்ளவும் இயலுமாறு செய்வதுதான், இருப்பினும், துரதிர்ஷ்டவசமாக, அவ்வாறு செய்ய அவர்களால் இயலவில்லை. இவ்வாறாக, யூதர்கள் விமானங்கள், டாங்குகள் மற்றும் காலாட்படை வீரர்கள் ஆகியோரைக் கொண்டு தாக்குதலை நடத்தினார்கள். எங்களது பெரும்பாலான படைவீரர்கள், அவர்களின் கிராமங்களை விட்டுத் தப்பியோடி, லெபனானுக்குப் பின்வாங்கினர்.

இந்தப் பயிற்சியின் போது, அரேபிய அரசுகள் கூட்டமைப்பின் போர் புரிவதற்கான நோக்கம் குறித்த தீவிரத்தை நீங்கள் உணர்ந்தீர்களா? அல்லது நீங்கள்... உணர்ந்தீர்களா?

அப்போது நாங்கள் மிகவும் இளையவர்கள். நாங்கள் முதிர்ந்த அரசியல்வாதிகள் அல்ல, ஆகவே 'ஜெய்ஷ் அல்-இன்காத்'தை உருவாக்கப்போகிறோம் என்று அவர்கள் சொன்னபோது, அவர்களை நம்பி, அந்த அடிப்படையில் பயிற்சிக்கு நாங்கள் சென்றோம். ஜெய்ஷ் அல்-இன்காத்தின் ஒரு பகுதியாகவே நாங்கள் இருந்தோம் மேலும் எங்களது பயிற்சி - அதுவும் கூட அரேபிய அரசுகள் அமைப்பின் பகுதியே - ஜெய்ஷ் அல்-இன்காத்தின் வழிகாட்டலிலும், ஆதரவிலும் நடத்தப் பட்டது. அதே நேரத்தில், 'கடானா'வில் கம்பியில்லாத் தகவல் தொடர்பு மற்றும் பாலஸ்தீனியர்களுக்கான செவிலியர் பயிற்சி அமர்வுகளும் நடைபெற்றுக்கொண்டிருந்தன. பயிற்சியில் சுமார் 3000 சாதாரணப் படைவீரர்களும் இருந்தனர். அந்த நேரத்தில் அவர்கள் அனைவரும் 'கடானா'வில் இருந்தார்கள். ஆனால், அவர்கள் அனைவரும் போராளிகளாக மாறினாலும், கையில்

தரத்தில் தாழ்வான ஆயுதங்களை வைத்துக்கொண்டு போரின் தராசு முள்ளை எங்களுக்குச் சாதகமாகத் திருப்பி இருக்க முடியாது.

நீங்கள் வெளிநாட்டில் இருந்தபோது, பாலஸ்தீனம் முழுமையும் யூதர்களின் கைகளில் வீழ்ந்ததால், அதற்குப் பிறகு நீங்கள் 'அக்கா'வுக்குத் திரும்ப இயலவில்லை?

'அக்கா'வைக் கடைசி முறையாக நான் பார்த்தது, தர்ஷிஹாவுக்குப் போனபோதுதான் என்று நான் நினைக்கிறேன். நாங்கள் உயர்ந்த பாதுகாப்பு அரணகளுக்குள் சென்றோம், பாருங்கள்! மிகத் தொலைவில் இருந்து அங்கே இருக்கும் 'அக்கா'வை நீங்கள் பார்க்க முடியும். அந்த நேரத்தில் வேடிக்கையான விஷயங்களுள் ஒன்று, அல்-ஜாஸர் என்று அழைக்கப்பட்ட ஓர் உயர்ந்த கோபுரத்தைக் (மினாரா) கொண்ட மசூதி ஒன்று 'அக்கா'வில் இருப்பது எனக்குத் தெரியும். மேலும் அதை நான் பார்க்க முடியவில்லை, என்ன அநியாயம் பாருங்கள்! நான் கடுமையாகக் கத்தினேன், 'அவர்கள், கோபுரத்தைக் கூட அழித்துவிட்டார்கள்!' பாருங்கள்? என்னால் 'அக்கா'வைப் பார்க்க முடிந்தது ஆனால், அங்கு கோபுரம் இல்லை! அது நெஞ்சை உருக்குவதாக இருந்தது, நான் நம்பமுடியாத அளவிற்குப் பாதிக்கப்பட்டேன். பிறகு அந்தப் பயணம் முடிந்தது. அல்-ஜலீலில், எங்கள் சுற்றுப்பயணத்தின் போது பத்து அல்லது பன்னிரண்டு நாள்கள், தங்கியிருந்தோம், பிறகு நாங்கள் எங்கள் பயிற்சியை முடித்து பட்டம் பெறுவதற்காகத் திரும்பிச் சென்றோம். நீங்கள் பாருங்கள், இருப்பினும் நாங்கள் அதிகாரிகள் ஆகவில்லை, இன்னும் பயிற்சி அதிகாரிகளாகவே இருந்தோம்.

பின்னாளில் எவ்வாறு நீங்கள் உங்கள் குடும்பத்துடன் சேர்ந்தீர்கள் அல்லது மறுபடியும் இணைந்தீர்கள்? உங்கள் பெற்றோர்களுக்கு என்ன நேர்ந்தது, ஏன் அவர்கள் 'அக்கா'வை விட்டு வெளியேறினார்கள்? அவர்களது வெளியேற்றம் பற்றி உங்களிடம் அவர்கள் சொல்லியிருக்க வேண்டுமே!

ஆம், உண்மையில் சொன்னார்கள். ஹைஃபாவின் வீழ்ச்சி, பிறகு தபாரிய்யா மற்றும் சஃபாத் வீழ்ச்சிகளுக்குப் பொருள், பாதுகாப்புப் படைகளும், வெடி மருந்து ஆயுதங்களும் 'அக்கா'வில் பலவீனமாக இருந்தன என்பது. அதுதான் பெரும்பாலான குடியிருப்பாளர் தப்பி ஓடுவதில் சென்று முடிந்தது. அவர்களுள் எனது பெற்றோர்களும் இருந்தனர்; அவர்கள் எங்கு போனார்கள் என்பதை நான் அறியமுடியாதவாறு, அவர்கள் தப்பி ஓடி

விட்டனர். பின்னாளில், கடானாவில் பட்டம் பெற்றபோது, நான் ஒரு விடுப்பு எடுத்துக்கொண்டு லெபனானுக்கு வந்தேன். அவர்கள், எனது பெற்றோர் 'செய்தா'வில் இருப்பதாகச் சொன்னார்கள், ஆகவே நான் அங்கு சென்றேன், அங்கே இருந்தவர்கள் என்னிடம் சொன்னார்கள், 'இல்லை, 'அக்கா'வின் மக்கள் 'பர்ஜ் அல்-பரஜ்னே' யில் இருக்கிறார்கள்.' நான் பர்ஜ் அல்-பரஜ்னே சென்றேன், அவர்கள் முகாமில் இருப்பதாக என்னிடம் சொன்னார்கள். உண்மையில் பர்ஜ் அல்-பரஜ்னேயில் இருந்த முகாமில் கூடாரம் ஒன்றில் அவர்கள் தங்கி இருந்தார்கள். இரண்டு நாள்களுக்கு அவர்களுடன் நான் தங்கினேன், என்னுடைய இராணுவச் சீருடையை அணிந்து கொண்டிருந்தேன், மேலும் அந்த நேரத்தின் சாதகமான சூழ்நிலையை எனக்காக எடுத்துக் கொண்டேன். இன்றைய பருவநிலை போல அன்று இருந்தது, அது இலையுதிர் காலம். மேலும் சற்று மழையுடனும் இருந்தது. ஆகவே நான் அவர்களுக்கான கூடாரத்தைச் சரி செய்தேன், பல கனமான கற்களை ஆப்புகளின் மேல் நான் வைத்தேன் பிறகு கூடாரத்தைச் சுற்றிலும் ஒரு குழியை, அது கூடாரத்தை இன்னும் நன்றாக வலுவாக்கும் என எண்ணி, வெட்டினேன். எனது குடும்பத்தில் மற்றவர்கள், எனது சித்தப்பாக்கள் மற்றும் சின்னம்மாக்கள் ஓர் அடுக்ககத்தை எடுத்திருந்தார்கள். ஆகவே அவர்களையும் பார்ப்பதற்குச் சென்றேன், மேலும் நான் மிக அதிகம் நேசித்த எனது தந்தை வழி அத்தையார், இறந்து விட்டார் என்பதை அறிந்த போது நான் அதிர்ச்சி அடைந்தேன். 'அக்கா'வில் இருந்து வந்தவர், கடைசியாக வெளியேறியவர், லெபனானில் சுமாராக 10 அல்லது 15 நாள்கள் இருந்துவிட்டுப் பிறகு காலமாகிவிட்டார். எனது அப்போதைய குறைந்த ஊதியத்துடன் இருந்த நான் - நான் அதிகாரியாக வர இருந்த ஒரு பயிற்சி பெறுபவனாக இருந்தேன், இன்னும் முழுமையான அதிகாரிகளாக நாங்கள் ஆகவில்லை - எனது பெற்றோர்களிடம் சொன்னேன், 'ஓர் அறையை எடுத்துக் கொள்ளுங்கள்.' முகாமுக்குப் பதிலாக, ஓர் அறை. உண்மையில், 'அல்- சிபாய்'யில் இருந்த முகாமுக்கு அருகிலிருந்த ஒரு கட்டடத்தில் ஒரு குளியலறை மற்றும் சமையலறை கொண்ட ஓர் அறைக்கு முகாமில் இருந்து அவர்கள் நகர்ந்தார்கள். விடுமுறையில் இருந்தபோது, ஒரு வேறுபட்ட சூழ்நிலையில் இரண்டாம் முறையாக நான் திரும்பி வந்தேன், பிறகு நான் 'ஹம்சு'க்கு மாற்றப் பட்டேன். அங்கிருந்த தலைமைக்கு எனது குடும்பத்தை அங்கு கொண்டுவர ஒரு வேண்டுகோளைச் சமர்ப்பித்தேன், அனைத்து விவரங்களையும் அவர்களுக்குத் தெரிவித்தேன், அவர்களை

நான் அழைத்துக்கொண்டு வரலாம் என சொன்னார்கள். நான் ஹம்சுக்கு எனது தந்தை, தாய், சகோதரி மற்றும் இரண்டு திருமணம் ஆகாத சகோதரர்கள் ஆகியோரை அழைத்து வந்தேன். 'ஹம்சி'ல், ஒரு சாதாரண அடுக்ககத்தை நாங்கள் எடுத்துக்கொண்டோம், ஏனெனில் அந்த நேரத்தில், 230 'சிரிய' லைராக்களைக் கொண்ட எனது இராணுவ ஊதியத்தை அனைவருக்கும் தர வேண்டியதாக இருந்தது. பின்னாளில், நாங்கள் மிக அருமையான, அடுக்ககத்தை, அது இராணுவத்தைச் சேர்ந்தது, அதே வாடகைக்கு உள்ளதை யதேச்சையாகப் பார்க்க நேர்ந்தது, ஆகவே அங்கு நாங்கள் சென்று குடியேறினோம். எனது பெற்றோர்கள் ஆறு அல்லது ஏழு ஆண்டுகள் ஹம்சில் தங்கியிருந்தனர்.

மஹ்மூத் அபு அல் - ஹெய்ஜா
பாலஸ்தீனம், ஹைஃபாவில் 1928ஆம் ஆண்டு வாக்கில்
பிறந்தவர்
மஹ்மூத் ஷெய்டன் உடனான நேர்காணல்
பர்ஜ் அல் - பரஜ்னே, பெய்ரூட், 2003

59'17"-1 மணி 20'25"

மஹ்மூத் ஷெய்டன்: ஹைஃபாவை விட்டு ஏன் போனீர்கள் என்பதை தயவு செய்து எனக்கு சொல்லுங்கள்.

மஹ்மூத் அபு அல்-ஹெய்ஜா: ஹைஃபாவில் சண்டை தீவிரம் அடைந்தது. அவர்களது ஆயுதங்கள் கடும் சக்தி வாய்ந்தவை. பிரிட்டிஷார் திரும்பிச் சென்றுவிட்டார்கள், டாங்குகளிலிருந்து பீரங்கிகள் வரை இன்னும் மிக அதிகமான அவர்களது ஆயுதங்களை யூதர்களுக்குக் கொடுத்துச் சென்றனர்... நாங்கள் சொந்தமாக என்ன வைத்திருந்தோம்? அரிதாக ஒரு துப்பாக்கி. அது எதற்கு நல்லது? ஆகவே நாங்கள் வெளியேறினோம், ஹைஃபா வீழ்ந்தது.[10]

ஹைஃபாவை விட்டு நீங்கள் வெளியேறுவதற்கு முன்பான கடைசி தருணங்களை நீங்கள் நினைவு கூர்வீர்களா? நீங்கள் எங்கே இருந்தீர்கள், என்ன செய்தீர்கள்? ஹைஃபாவில் உங்கள் வீட்டை விட்டு வெளியேறுவதற்கு முன் நீங்கள் கண்டது என்ன என்பதை எனக்குச் சொல்லுங்கள்.

ஹைஃபாவில் எனது வீட்டை விட்டு நான் வெளியேறுவதற்கு முன்பு, சியோனிச எதிரிக்கு எதிராக ஒன்றுக்கு மேற்பட்ட சண்டையில் நாங்கள் இறங்கினோம், நாங்கள் சண்டையிட்டோம், மேலும் எங்களுள் சிலர் கொல்லப்பட்டார்கள். அவர்களுள் சிலரை நாங்கள் கொன்றோம். ஒரு சண்டை சமமாக இல்லை என்னும் சூழ்நிலையில் மட்டுமே இரு பக்கங்களில் ஒன்று சந்தேகத்திற்கு இடமின்றி ஒழிக்கப்படும். யூத ஆயுதங்கள் ஆபத்தானவை. இயந்திரத் துப்பாக்கிகளில் இருந்து கையெறி குண்டுகள் வரை, வெடிமருந்து ஆயுதங்கள் வரை என்பதுடன் அவை போன்ற இன்ன பிற... அதே நேரம், எங்களைப் பொறுத்த வரையில், உதாரணத்திற்கு 100 ஜினேவுக்கு ஒரு துப்பாக்கியை வாங்க வேண்டும் என நீங்கள் விரும்பினால், நீங்கள் ஒரு பெரிய ஒலிவ மரத் தோப்பினை முழுமையாக விற்றாக வேண்டும். ஒரு

பெரிய ஒலிவ மரத் தோப்பு, அல்லது ஒரு பெரிய அளவுக்கான நிலம் ஒற்றைத் துப்பாக்கியை வாங்குவதற்கு வேண்டும். 100 ஜினே! இது 10, 15, 20,000 டாலர்களுக்கு சமம். திரட்டுவதற்கு இது ஒன்றும் எளிதான தொகை அல்ல.

உங்களுடன் சேர்ந்து சண்டையிட்ட இளைஞர்கள் யார் யார்? உங்களுக்குத் தெரியுமா...?

ஓர் ஆளை நான் நினைவு கூறமுடியும், கடவுள் அவரது ஆன்மாவை வாழ்த்தட்டும், ஹைஃபாவில் மரணமுற்ற முகம்மது அல்- அமேயதி என அழைக்கப்பட்டவர். இன்னொருவர், அவரது ஆன்மாவையும் கடவுள் வாழ்த்தட்டும், அபித் ரஷீத் என்று அழைக்கப்பட்டவர், பெய்ரூட்டில் அவர் காலமானார். டமாஸ்கஸில் இறந்த ஒருவர் ஹசன் முஸ்தஃபா ஹுசைன் என அழைக்கப்பட்டவர்.

உங்கள் எதிர்ப்பு நாள்களில் ஒன்றாக இருந்து, இன்னும் உயிரோடு இருக்கும் யாரையேனும் நீங்கள் நினைவுகூர முடியுமா?

உண்மையைச் சொல்ல வேண்டும் எனில், அந்தப் பெயர்கள்... உண்மையில், அது 50, 60 ஆண்டுகள் ஆகின்றன. நாள்குறிப்புகள் இன்னும் இருக்கும் என்றால் மட்டுமே (அது முடியும்), ஆனால் துரதிர்ஷடவசமாக.... (இல்லை) ஹைஃபா வீழ்ந்த போது, சில ஆயுதம் தாங்கிய ஆட்கள் 'அக்கா'வில் அடைக்கலம் தேடினர். மேலும் பல சண்டைகள் அங்கே நடந்துகொண்டிருந்தன. நடவடிக்கைக்கான தளபதி... என்னிடம் பெயர்கள் இருக்கின்றன ஆனால் அவை மேல்மாடியில் இருக்கின்றன. ...அவர்களுள் இரண்டு பேர் இருந்தார்கள்: ஒருவர் 'அக்கா'வில் அல்- ஜாஸர் மசூதிக்கு எதிரே, காவல் நிலையத்தில் அமரர் ஆனார். மற்றொருவர் கோட்டையில் அமரர் ஆனார். யூதர்கள் முதலில் 'அக்கா'விற்கு வந்த போது, அவர்கள் கடல் வழியாக உள்ளே வந்தார்கள். எங்கள் இளைஞர்கள் அவர்களைத் தடுத்துத் திருப்பி அனுப்பிவிட்டனர். பிறகு மீண்டும் கடல் வழியாகவும், நகாரிய்யா வழியாகவும் வந்தனர், ஆனால் மீண்டும் அவர்கள் தடுக்கப்பட்டனர். அதன் பிறகு, மூன்றாவது முறையாக கடல் வழியே, நகாரியா சாலை மற்றும் 'தால் அக்கா' என அழைக்கப்பட்ட ஒரு சாலை வழியாகத் திரும்பி வந்தனர்.

அந்த நேரத்தில், ஹைஃபாவை விட்டு வெளியேறிய பிறகு நீங்கள் எங்கு போனீர்கள்?

'ஷாப்' க்கு.

நீங்கள் ஹைஃபாவில் இருந்து வெளியேறி நேரடியாக ஷாபுக்கா போனீர்கள்?

ஆம். ஷாபுக்கு.

உங்களுக்குத் தேதி நினைவிருக்கிறதா?

(எந்தப் பதிலும் தரப்படவில்லை)

சரி, நீங்கள் அகதிகளாக அக்காவில் இருந்து வந்து கொண்டிருந்ததைப் பார்த்த போது, 'ஷாப்' மக்கள் எப்படி அதை எதிர்கொண்டார்கள்? எனக்குச் சொல்லுங்கள். அவர்களின் இளைஞர்களுக்கும், அந்த மக்களுக்கும் அந்தச் சூழ்நிலை எதைப் போல இருந்தது?

இளைஞர்கள், ஷாப் நகரம் முழுவதுமாக, 10 அல்லது 15 துப்பாக்கிகள் 20 - அதிக பட்சம் - சொந்தமாக வைத்திருந்தனர். அவைகளுள் பலவும் முதல் மற்றும் இரண்டாம் உலகப் போர்களில் இருந்து எஞ்சியவை. 20 துப்பாக்கிகளுக்கும் குறைவாகவே அங்கு இருந்தன. அவர்களுடன் சுழல் முறையில் நகரைக் காப்பாற்றினோம்.

'ஷாப்'க்கு நீங்கள் வந்து சேர்ந்தபோது, பருவநிலை எப்படி இருந்தது? நீங்கள் வந்தது கோடையிலா அல்லது குளிரிலா?

கோடையில்.

அந்த நேரத்தில், ஷாப் மக்கள் குடியிருப்புக் காவல்களுக்கு ஏற்பாடு செய்துகொண்டிருந்தார்களா?

(அவர் தலையாட்டுகிறார்).

'ஷாப்' மக்களைப் பற்றி எனக்கு இன்னும் அதிகமாக நீங்கள் சொல்ல வேண்டுமென நான் விரும்புகிறேன். நீங்கள் அங்கு 15 இளைஞர்கள்தான் இருந்தார்கள் எனச் சொன்னீர்கள்.

அது துப்பாக்கிகளின் எண்ணிக்கை.

இந்த இளைஞர்கள் யார்? அவர்களின் பெயர்களை எனக்குச் சொல்லுங்கள், உங்கள் அனைவரையும் 'ஷாப்' இல் ஒன்றிணைத்தது யார்?

இப்ராஹீம் அல்-ஹஜ் அலி என்று அழைக்கப்பட்ட ஒருவர் இருந்தார், அபு ஈசாஃப் என்ற புனைபெயரால் அழைக்கப்பட்டவர், ஏனெனில் அவரது மகன் பெயர் ஈசாஃப். 1936ஆம் ஆண்டு புரட்சி செய்த மக்களுள் ஒருவர், ஒரு மாமனிதர். 'ஷாப்'புக்கு வெளியே அவர் இருந்தார். சூழ்நிலைகள் கலவரமடையத் துவங்கியவுடன், அவர் 'ஷாப்'புக்குத் திரும்பி வந்தார்.[11] அவருடன் நான்கு அல்லது ஐந்து துப்பாக்கிகளை அவர் கொண்டு வந்தார், ஒன்று பிரென் (Bren) பிரிட்டிஷ் இயந்திரத் துப்பாக்கி, ஒன்று FR ஜெர்மன் இயந்திரத் துப்பாக்கி. அவர் இரண்டு ஆயுதங்களையும் கொண்டு வந்தார். அவற்றின் நீளம் இந்தக் கதவில் இருந்து அங்கே உள்ள கதவு வரையும் இருந்தது, அவை டாங்கு எதிர்ப்புத் துப்பாக்கிகள் என்று அழைக்கப்பட்டன. டாங்குகளுக்காகப் பயன்படுத்தப்பட்ட ஏவுகணைகள், அவற்றின் குண்டுகள் 500 'டோஷ்கா'க்களை (Doshka-DShK) விட மிகப் பெரியவை, 800 டோஷ்காக்களுக்குச் சமமானவை. மிகப் பெரியவை ... மேலும் ஒரு சிறிய பீரங்கி, 40 (பீரங்கித் துப்பாக்கியின்) குழல் விட்டம் 40 அல்லது 60 ஆக இருக்கலாம்? ஆம், 60.

லெபனான் எல்லைகளுக்கு நெருக்கமாக, தர்ஷிஹாவுக்கு அருகில் 'கால் அட் ஜித்தின்'[12] (Qal 'at Jiddin) என்று அழைக்கப்பட்ட ஒரு கிராமம் இருந்தது. இந்தப் பகுதிகள் கிராம மக்களால் முற்றுகை இடப்பட்டு இருந்தன. அவர்கள் உணவுப் பொருள்களை உள்ளே கொண்டு வர விரும்பினர், ஆனால் நகாரிய்யா - அல்- கப்ரி நகரத்தின் வழியல்லாது வேறு எந்தச் சாலையும் இல்லை. நீங்கள் அதைக் கடந்து, தர்ஷிஹாவைக் கடந்தால், நீங்கள் 'கால் அட் ஜித்தின்' கிராமத்திற்குள் போகலாம். அந்தக் கிராமங்களுக்குச் செல்ல சிறு சாலைகள் இருந்தன. ஆனால் அல்- கப்ரி மக்கள் அவைகளை அடைத்திருந்தனர். பாலஸ்தீனத்தில், 'ஃபாஸா' (faza'a) என அழைக்கப்படும் ஒரு வழக்கம் இருந்தது. அதன் உதாரணம், சஃபாத்தின் கிராமம் ஒன்று சண்டையில் புகும் என்றால், சுற்றியுள்ள கிராமங்களில் இருந்து ஆண்கள் காப்பாற்றுவதற்கு வருவார்கள். இந்தச் சண்டையில், டாங்குகளை வைத்திருந்த 100க்கும் மேற்பட்ட இஸ்ரேலிய வீரர்களை அவர்களால் கொல்ல முடிந்தது. இன்று வரை, அதே பகுதியில், அந்தச் சண்டையின் நினைவாக, இஸ்ரேலியர்கள் வைத்துள்ள ஒரு சிலையை நீங்கள்

காண முடியும். அது இன்னும் அங்கே இருக்கிறது. ஒரு சமயம், 1948இல், ஒரு பாலஸ்தீன நடவடிக்கையின் போது உள்ளே சென்று அதை நாங்கள் தகர்த்து எறிந்தோம். அவர்கள் திரும்பவும் கட்டி எழுப்பினர். அந்த இடத்தில் ஒரு நினைவுச் சின்னமாக, ஒரே குவியலாகத் திரட்டப்பட்ட, எரிக்கப்பட்ட பேருந்து மற்றும் டாங்குகளின் எஞ்சிய பகுதிகளை அவர்கள் வைத்தார்கள். சஃபாத்தைத் தவிர வேறு எங்கும் அது நடக்கவில்லை. இவ்வாறு மே மாதம் 15 அன்று, ஜெய்ஷ் அல்- இன்காத் வெளியேறினர்... ஜெய்ஷ் அல்-இன்காத் பற்றி நாம் பேசப் போவதில்லையா?

அவர்கள் 'ஷாபு'க்கு வந்தார்களா என்பதை நான் தெரிந்து கொள்ள விரும்பினேன், 'ஷாப்' பற்றி இப்போது பேசுவோம்.

ஆனால், ஷாபுக்கு போக வேண்டி இருப்பதால், நாம் ஷெய்க் மஹ்மூத் அல்-தபாரி மற்றும் மன்னர் அப்துல்லாவுடன் அவரது சந்திப்பு பற்றிப் பேசியாக வேண்டும்.

மெத்தச் சரி.

ஷெய்க் மஹ்மூத், கிராம மக்களை ஒன்று திரட்டிக்கொண்டு வந்தபோது, அவரிடம் அவர்கள் சொன்னார்கள், 'நீங்கள் என்ன வகையில் தீர்மானித்தாலும், நாங்கள் உங்களைப் பின்பற்றுவோம். உங்கள் ஆணைகளுக்கு நாங்கள் என்றும் தலை வணங்கி இருக்கிறோம்.' அவர் என்னிடம் சொன்னார், 'நான் குழப்பத்தில் இருக்கிறேன். அவர்கள் எதிரிடையாகச் செய்து விட்டு, என்னை ஒரு துரோகி எனக் குற்றம் சாட்டுவார்கள் என நான் கவலைப்படுகிறேன். நான் (கிராமத்தாரிடம்) சொன்னேன், 'மன்னர் அப்துல்லா எனது நண்பர், அறிவுரைக்காக அவரை நான் கேட்கிறேன். ஜாமியா அல்-அரேபிய்யா இன்னும் இருந்த போது, அவருடன் நான் முன்பு படித்திருக்கிறேன். அந்த நேரத்தில் நான் அம்மானுக்குச் சென்று இளவரசர் அப்துல்லா, அல்லது மன்னர் அப்துல்லாவைச் சந்தித்தேன்.' அது நல்லதொரு ஆண்டாக இருந்தது, ஒலிவ மரங்கள், அவற்றின் கிளைகள் தரையைத் தொடுகின்ற அளவுக்கு மிக நன்றாகக் காய்த்து இருந்தன. இந்த உயரத்திற்கு கோதுமை... சோள வயல்கள் வழியே நடந்து செல்லும் ஒருவர், அவற்றுக்குள் மறைந்துவிடுவார். உண்மையிலேயே அது ஒரு நல்ல ஆண்டு. இவ்வாறாக, ஷெய்க் மஹ்மூத், மன்னர் அப்துல்லாவைச் சந்தித்து அவரிடம் சொன்னார்: 'மேன்மை தங்கிய மன்னர் அவர்களே, யூதர்கள் என்ன எல்லாமோ பேசிக் கொண்டிருக்கிறார்கள்.' மன்னர் சொன்னார், 'முட்டாளே,

ஷெய்க் மஹ்மூத், மே 15 நமக்குக் காத்திருக்கிறது.'[13] ஷெய்க் பதில் அளித்தார்: 'மேன்மை தங்கிய மன்னரே, கோதுமை அறுவடை செய்யப்பட இருக்கிறது.'[14] மன்னர் சொன்னார்: '(யூதர்கள்) அதை அறுவடை செய்தால், கதிரடிப்பதற்கு அவர்களுக்கு நேரம் இருக்காது, மேலும் அவர்கள் கதிரடிப்பைச் செய்துவிட்டால், அவற்றைத் தூற்றுவதற்குக் கூட அவர்களுக்கு நேரம் இருக்காது. பாலஸ்தீனத்திற்கு அரேபிய இராணுவங்கள் வந்துகொண்டிருக்கின்றன.' அது எப்படி என்று நான் சொல்லிக் கொண்டிருக்கிறேன். ஷெய்க் மஹ்மூத் சொன்னார், 'மேன்மை தங்கிய மன்னரே, மே 15 வரை நாங்களே எங்களைக் காப்பாற்றிக் கொள்ளக் கூடிய வகையில் அதற்கேற்ப எங்களுக்குக் கொஞ்சம் துப்பாக்கிகளைக் கொடுங்கள்.' மன்னர் பதில் அளித்தார்: 'ஷெய்க் மஹ்மூத், வீட்டுக்குத் திரும்பிப் போ, உறுதியாக நம்பு, மே 15 உடனடியாக வரப் போகிறது. இன்னும் சிறிது நாள்களில், நீ என்றுமே கனவிலும் பார்க்க முடியாத காட்சிகளைக் காணப் போகிறாய்.' ஷெய்க் மஹ்மூத் உண்மையில் புத்திசாலி மனிதர், ஆனால் மன்னருடன் யார் வேறுபட முடியும்? அவர் கிராமத்திற்குத் திரும்பிச் சென்றார், மூத்தோர்களைக் கூட்டி, அவர்களிடம் சொன்னார்: 'சகோதரர்களே, பாலஸ்தீனத்தை விடச் சதி மிகப் பெரியது. 'ஷாப்' கிராமத்தில் இருக்கும் எனது உறவினர்களை, எனக்காகச் சில வீடுகளைத் தயார் செய்வதற்குக் கேட்கப் போகிறேன். நான் செல்லப் போகிறேன். மேலும் என்னோடு இணைந்து அங்கு வர விரும்பக் கூடிய எவரும் மிகவும் வரவேற்கப்படுவார்கள்.' ஷாபுக்கு, அவருடைய சர்க்காஷிய நண்பர்களுள் சிலர் அவருடன் சென்றார்கள் என்பது எனக்கு நினைவில் இருக்கிறது. அது வீழ்கின்ற வரை, அந்தக் கிராமத்தில் அவர் தங்கி இருந்தார்.

சற்று காலத்தில் பின் நோக்கிச் செல்வோம்... சஃபாத் சண்டையின் போது, ஜெய்ஷ் அல்-இன்காத் இருந்தது, மேலும் அவர்களுள் யூதர்களை எதிர்த்துச் சண்டையிட்டவர்கள் வெற்றி பெற்ற வண்ணம் இருந்தனர். ஆகவே யூதர்கள், சஃபாத் நோக்கித் தங்கள் வழியைப் பார்க்க வேண்டியிருந்தது. அவர்கள் 'அக்கா' சாலை வழியாகப் போக வேண்டும், பிறகு சஃபாத் போவதற்கு முன் மஜித் அல்-க்ரும், அல்-ரம்யா, அல்-ஃபராடிய்யா மற்றும் இப்படிப் பல ஊர்கள் போயாக வேண்டும். நீங்கள் மஜித் அல்-க்ரும் பற்றிக் கேள்விப்பட்டிருக்கிறீர்களா, அதன் மக்களால் அவர்கள் தடுக்கப்பட்டார்கள். ஷாபுக்கு அருகில் இருக்கும் நகரம்

அது. உண்மையில், ஃபாஸா நடந்ததால் நாங்கள் அனைவரும் அதில் பங்கு கொண்டோம், யூதர்களுடன் சண்டையிட்டோம். அந்த சண்டையில் அவர்களை எரித்தோம், அவர்களுள் பெரும் எண்ணிக்கையினரைக் கொன்றோம்; அது ஒன்றும் மிகவும் மோசமானது அல்ல. அவர்கள் சஃபாத்துக்குள் வர இயலவில்லை. ஆனால் அரேபியக் கூட்டமைப்பின் பொதுத் தளபதியாக இருந்த மேன்மை தங்கிய மன்னர் அவர்களிடம் இருந்து, சஃபாத்தில் இருந்து பின்வாங்க வேண்டுமென்று எங்களுக்கு ஆணைகள் வந்தன. எனக்காக இதை ஆய்வு செய்யுங்கள், இது தேசப்பற்றா அல்லது தேசத் துரோகமா? நீங்கள் படித்த இளைஞர் அத்துடன் உங்கள் ஆய்வை நீங்கள் செய்திருப்பீர்கள் என நான் அனுமானிக்கிறேன். அதனால், சஃபாத், யூதர்களால் இன்னும் ஒருமுறை படையெடுக்கப்பட்டது.

நாங்கள் ஷாபில் தங்கினோம். அல்-பிர்வா என்று அழைக்கப்பட்ட மஜித் அல்-க்ரும் மற்றும் அக்காவுக்கு இடையிலே இருந்த, ஷாபுக்கு முன்னால் இருந்த ஒரு கிராமத்தில் தங்கினோம். யூதர்கள் அதன் மீது படையெடுத்தனர் மேலும் நான் உங்களுக்குச் சொன்னது போல, பயிர்கள் இந்த அளவுக்கு உயரமாக இருந்தது. அது நல்லதொரு ஆண்டாக இருந்தது. யூதர்களின் புல்டோசர்கள் அறுவடைக்குச் சென்றன. மேலும் எங்கள் விவசாயிகள் பற்றி என்ன சொல்வது? இந்தக் கணத்திற்காக அவர்கள் காத்துக் கொண்டிருந்தார்கள்... நாங்கள் இளைஞர் குழு ஒன்றை நிறுத்தினோம், அதில் ஒருவன் காயித் அபு அல்-ஹெய்ஜா, எனது உறவினன், அவனது துணிச்சலுக்காக, எனது பேரனுக்கு அவன் பெயரை நான் சூட்டினேன். எனது மகன்களுள் இறந்த ஒருவன் காயித் என அழைக்கப்பட்டான், கடவுள் அவனது ஆன்மாவை ஆசிர்வதிக்கட்டும், அவனது புகைப்படம் இங்கேயே உள்ளது. என் இன்னொரு மகனுக்கு ஒரு பையன் இருந்தான், அவனுக்கு காயித் என்று அவனது பெயரை வைத்தான். ஷாபினால் கட்டுப்படுத்தப்பட்ட பகுதியில் காவல் தளபதியாக (*Guard Commander*) காயித் அபு அல்- ஹெய்ஜா இருந்தார். சண்டை துவங்கியது, எங்கள் ஆயுதமணிந்த வீரர்கள் கலைந்தனர். 'அல்லாஹூ அக்பர்' என்ற ஆணையைக் கேட்டதும், சோள வயல்களின் ஊடாக அல்-பிர்வாவின் உச்சியை அடைகின்ற வரை பாய்ந்து சென்றோம். மிகவும் உக்கிரமானதொரு சண்டையில் நாங்கள் ஈடுபட்டோம், அந்தக் கிராமத்தை வென்றெடுத்தோம். அவர்களுள் பெரும் எண்ணிக்கையினரைக் கொன்று, அவர்களது

ஆயுதங்களையும் வெடிமருந்துப் பொருள்களையும், அது போலவே பெல்ஜியத்தில் தயாரிக்கப்பட்ட இரண்டு இயந்திரத் துப்பாக்கிகளையும் கைப்பற்றினோம். அத்துடன் ஒரு சிறு பீரங்கியையும் கைப்பற்றினோம். 'ஃபாஸா'வாக வந்தவர்களுள் சிலரும் அங்கிருந்தனர், அவர்கள் சஃப்பூரிய்யா மற்றும் பல்வேறு இடங்களில் இருந்தும் வந்திருந்தனர், மேலும் அவர்கள் சண்டையிட எங்களுக்கு உதவினர், அதை நான் மறுக்க முடியாது. ஓர் இரவு, யூதர்கள் எங்கள் மீது எதிர்த்தாக்குதல் நடத்தினர், கிராமத்தின் ஒரு பகுதியை அவர்கள் ஆக்கிரமிக்கவும் முடிந்தது. காலையில் சண்டை தீவிரம் அடைந்தது, மீண்டும் நாங்கள் சென்றோம், கணிசமான அளவுக்கு ஆதாயங்களை அடைந்தோம். அவர்களுள் மிகப் பெரிய அளவில் பலரைக் கொன்றோம், மீண்டும் கிராமத்தை விடுவித்தோம். மாலை வரை நாங்கள் சண்டையிட்டுக்கொண்டிருந்தோம்.

ஜெய்ஷ் அல்-இன்காத்தின் ஒரு பகுதி படைவீரர்களின் ஒரு குழு, மஜித் அல்-க்ரும் கிராமத்தில் நிலைகொண்டிருந்தது, மேலும் ஜபீர் என்ற பெயருடைய (கேப்டன்) அணித்தலைவர் தரவரிசையில் இருந்த, ஈராக்கைச் சேர்ந்தவர் அந்தப் பகுதியின் தலைவர். அவர் அதிப் அல்-ஷிஷாக்லி கட்டுப்பாட்டின் கீழ் இருந்தார். உங்களுக்கு அந்தப் பெயர்கள் நினைவில் இருக்கும்.

மாலையில், அல்லது மாறாக மாலைக்கு முன்னால் அல்லது பின்னால் 'அசர் ஜபீர்' எங்களிடம் வந்து சொன்னார், 'ஷாப் மக்களாகிய உங்களைக் கடவுள் ஆசிர்வதிக்கட்டும். நீங்கள், தேவைப் பட்டதை விடவும், அதிகமாகச் சாதித்துவிட்டீர்கள். 48 மணி நேரமாக நீங்கள் சண்டை இட்டுள்ளீர்கள், நீங்கள் ஓய்வெடுக்க வேண்டும். நீங்கள் கிராமத்திற்குத் திரும்பிச் சென்று ஓய்வெடுங்கள். நாங்கள் இங்கே தங்கி இருக்கிறோம்.' உண்மையில் அவர்கள் களைப்புடன் இருந்தார்கள். சண்டையின் போது, ஒரு துப்பாக்கியைச் சொந்தமாகக் கொள்ளாதவர்கள் கம்புகள், கோடரிகள் மற்றும் மண்வாரிகளைக் கொண்டு சண்டையிட்டனர். பெண்கள், தண்ணீர் வாளிகளைத் தூக்கிக் கொண்டும், ஊளையிடுவது போல் ஆத்திரமாகக் கத்திக்கொண்டும் (குலவையிட்டும்) ஆண்களுக்கு இடையே ஓடிக்கொண்டிருந்தனர். இந்த 'ஷாப்'பின் பெண்கள், அவர்கள் உரத்த குரலை எழுப்பிய வண்ணம் இருந்தார்கள் (அவர் பெருமூச்செறிகிறார்). ஷாபுக்கு, எங்கள் கிராமத்திற்குத் திரும்பிப் போனோம். இரண்டு மணி நேரத்திற்குப் பின்னர், அல்-பிர்வாவில் இருந்து குண்டுவீச்சுகள்

நடக்கத் துவங்கியது, அவை எங்களுக்கு எதிராக இயக்கப்பட்டன. அவர்களுக்குக் கிராமத்தை அவர்கள் ஒப்படைத்தனர். அவை உண்மையில், பொதுத் தளபதியின் ஆணைகள். வரலாறு கருணையற்றது ...எனது உயிருக்காக நான் அஞ்சவில்லை, எனக்கு 79 வயது ஆகிறது. மேலும் நீண்ட நெடுங்காலம் போதுமான அளவுக்கு நான் வாழ்ந்துவிட்டேன். எனது விருப்பம் ஒரு தியாகியாக வேண்டும். கடவுள் அருளால், எல்லைகள் வழியாகப் பாலஸ்தீனத்திற்குள் நாம் ஊடுருவதற்கு முடியும் என்பதற்கேற்ப, நமது தலைமை மையம் (base) தெற்கில் இருப்பதற்கு நான் விரும்புகிறேன். ஆனால், துரதிர்ஷ்டவசமாக, உங்களுக்குத் தெரியும், எல்லைப்புறப் பாதுகாப்பாளர்கள் அவர்களது பெயர்களைச் சொல்வதற்குத் தேவையொன்றும் இல்லை (அவர் பெருமூச்செறிகிறார்). நாங்கள் கிராமத்திற்குத் திரும்பிச் சென்று அதைக் காவல் காக்கத் துவங்கினோம்.

சேத் ஆட்ரக், ஏப்ரல் 1948இல் 'அக்கா'வில் இருந்து புறப்பாடு

பகுதி 4
தப்பி ஓடுதலும் நாடு கடத்தலும்

11

லிட்டா (Lydda) உடைமைப் பறிப்பு

லீனா ஜெய்யூசி

'லிட்டா' மற்றும் அதனுடன் இணைந்திருந்த இன்னொரு நகரமான 'ரம்லா' மீதான (லிட்டாவும், ரம்லாவும் இரட்டை நகரங்கள் - மொ.ர்) வெற்றியும் அத்துடன் 1948 ஜூலை 10க்கும் 14க்கும் இடையில் அந்த மக்களின் கட்டாய வெளியேற்றமும், பாலஸ்தீனிய பேரழிவுக் காலத்தின்போது, மக்களரவம் அற்றுப் (Depopualtion) போகச் செய்த மிகப்பெரிய ஒற்றைச் சம்பவத்தைக் கண்டது. இரண்டு மாதங்களுக்கு முன்னர், ஜஃப்பா (13 மே அன்று) வீழ்ந்தது. ஜஃப்பா மக்களுள் பெரும்பாலோரும், அதைச் சுற்றியிருந்த கிராமங்களில் இருந்த மக்களும், லிட்டாவில் அடைக்கலம் புகுந்தனர். இரண்டு நகரங்களில் இருந்தும், அங்கே அடைக்கலம் புகுந்த மக்களையும் சேர்த்து, வெளியேற்றப்பட்ட மக்களின் மொத்த எண்ணிக்கையின் மதிப்பீடு 50,000 இலிருந்து 70,000.[1] குறிப்பாக, லிட்டாவின் முடிவு, இங்கே விவரிக்கப்படுகிற புகழ்பெற்ற ஓவியர் 'இஸ்மாயில் ஷம்மூத்'[2] மற்றும் பாலஸ்தீன விடுதலைக்கான மக்கள் முன்னணியின்[3] நிறுவனர் 'ஜியார்ஜ ஹபாஷ்' ஆகியோரையும் உள்ளடக்கிய பாலஸ்தீனிய முக்கியப் புள்ளிகளால் சொல்லப்பட்ட அல்லது அவர்களைப் பற்றிச் சொல்லப்பட்ட கதைகளுள் பெரும்பாலானவைகளில் ஒரு திருப்பு முனையாகக் குறிக்கப்படுகிறது.

1948 பாலஸ்தீனப் போரின்[4] முதல் போர் நிறுத்தத்தின் முடிவில், ஜூலை 9 அன்று 'பென் குரியன்' (Ben Gurion) ஆணையின் படி ஏவப்பட்ட தாக்குதலான, 'டானி நடவடிக்கை'யில் (Operation Dani) லிட்டாவும், ரம்லாவும் குறி வைக்கப்பட்டன. 1947 நவம்பர் 29ஆம் தேதி[5] அன்று ஏற்றுக்கொள்ளப்பட்ட, ஐக்கிய நாடுகளின் பிரிவினைத் திட்டத்தில், பாலஸ்தீனிய அரபு அரசு என வரையறுக்கப்பட்ட அரசின் பகுதிகளாக அந்த இரண்டு நகரங்களும் தேர்ந்தெடுக்கப்பட்டதில் குறிப்பாக, அவற்றின் வீழ்ச்சி ஓர் அடையாளமாக இருந்தது. 'ஷம்மூத்'தின் விவரிப்பில் இருந்து எடுக்கப்பட்ட பகுதி சுட்டிக்காட்டுவதைப் போல, இந்த

ஐ.நா. தீர்மானம் - பெரும்பாலும் விமர்சன ரீதியாகவே - உள்ளூர் மக்களின் எதிர்பார்ப்புகளை உருவாக்கியது.[6]

இஸ்மாயில் ஷம்மூத், அந்தச் சோகம் நிறைந்த ஜூலை தினத்தன்று, அவரும் அவரது குடும்பத்தினரும், அவரது சமூகத்தினருடன் பலவந்தமாக வெளியேற்றப்பட்டனர். அந்த வேளையில், 18 வயதை அடையும் வரை, லிட்டாவில் பிறந்து வளர்ந்தார். ரெனீ குதிஹ், ரம்லாவில் பிறந்து வளர்ந்தார். அவர் ஹைஃபாவைச் சேர்ந்த வசதி நிரம்பிய ஒருவரைத் திருமணம் செய்துகொண்டார். பிறகு லிட்டாவும், ரம்லாவும் வீழ்வதற்கு முன்பு, 1948 ஏப்ரல் 22 அன்று ஹைஃபா வீழ்ந்த பின் பாலஸ்தீனத்தை விட்டு அகன்றார். திரளான காட்சிகளை முன்னிலைப்படுத்துகின்ற ஷம்மூத்தின் நினைவுகள், தனிப்பட்ட வாழ்வை விளக்குகின்ற குதிஹின் நினைவுகள் என இருவரும் ஒரு முழுமையான வாழ்வை நினைவுகூர்கிறார்கள்; பெரும்பாலும், அவர்களது சம்பந்தப்பட்ட வர்க்க அமைப்புகள் மற்றும் பாலின அடிப்படைகளில் இருந்து வெளிப்படுகின்ற ஒரு தெளிவான வேறுபாட்டுடன் அவர்களது சாட்சியங்கள் இருக்கின்றன. அவ்வாறு இருந்த போதும், இருவரது சாட்சியங்கள் மூலமாக, ஒரு நன்கு நிறுவப்பட்ட, முறையாகப் பார்க்கப்படாத ஆனால் நிறைந்த வாழ்வு முறையின் வலுவான அமைப்பு பற்றிய செய்திகள் மனச்சுமையோடு வெளிவருகிறது.

'ஷம்மூத்'துக்கு, மிக நீண்ட நேர்காணலில் (தற்போதைய பகுதியில் சேர்க்கப்படவில்லை) அவர் குறிப்பிடுவது போல, உயிர்த்துடிப்பு மிக்க சமூகக் கூடுகைகளின் (விருந்துகள், விடுமுறைக் கொண்டாட்டங்கள் மற்றும் சந்தைகள்) ஒலிகளும், வண்ணங்களும் அவர் மனதில் அழிக்கமுடியாத அடையாளத்தை விட்டுச் சென்றுள்ளன. மேலும் அவற்றைத் தனது ஓவியங்களில் அவர் வெளிப்படுத்தினார். அவருக்கு அது ஒரு வேரோடிப் போன, வெவ்வேறு வகைப்பட்ட ஆனால் ஒன்றிணைந்த சமூகத்தைப் பற்றிப் பேசுகின்ற, அந்தத் தருணங்களின் மகிழ்ச்சிகரமான எழுச்சியைத் தெரிவிக்க அவர் முயல்கிறார். அவருக்குச் சாதாரணமாக ரொட்டியைப் பெறுவது, 'குறிப்பாக ரொட்டியை மட்டுமே' பெறுவது ஒரு பெரும் பிரச்சினையாக இருந்த, நக்பாவுக்குப் பிந்தைய நாள்களுக்கு முற்றிலும் வேறான வாழ்க்கையின், ஒரு முழுமையைப் பெற்ற சமூகம் அது.

'குதிஹ்'ஹைப் பொறுத்தவரை, அது ஒரு வளமார்ந்த முதலாளிய வாழ்வின், பாரம்பரியங்களும், முழுமையுமே. மேலும் விரிந்தும்

பரந்தும் இருக்கும் அவ்வாழ்வின் வரையறைகள் தெளிவாக அவரால் நினைவுகூரப்படுகின்றன. அவரது தந்தையும், சித்தப்பாக்களும், நிலம், கடைகள் மற்றும் பல வியாபாரங்களுடன் ஜஃப்பா, ரம்லா மற்றும் லிட்டாவுக்கு இடையிலான ஓர் இலாபகரமான பேருந்துத் தடத்தைச் சொந்தமாக வைத்திருந்தனர். அவரது கணவர், ஹைஃபாவில் 'ஸ்பின்னிஸ்'ஸில் (பல்பொருள் அங்காடி) பணிபுரிந்தார். மேலும் அவரை (அவளை) ஆடம்பரம் மிக்க ஒரு ஆறு-வார தேனிலவுக்கு ஐரோப்பாவுக்கு அழைத்துச் சென்றார். 14 பொதிகள் (*packages*), வணிகப் பொருள்கள் மற்றும் நண்பர்களுக்கும், குடும்பத்தினருக்கும் பரிசுப் பொருள்கள் ஆகியவற்றை அங்கிருந்து எடுத்து வருமளவுக்கு மிகவும் வசதி படைத்தவராக இருந்தார். அவர(ள)து பெற்றோர்கள் வீட்டில் இருந்த மதிப்புமிக்க பொருள்களைப் பற்றித் திரும்பத் திரும்ப அவர்(ள்) குறிப்பிடுகிறார். அவரது தாயார் தயாரித்த அருமையான படுக்கைக்கு உரிய லினன், அவரது நான்கு குழந்தைகள் ஒவ்வொருவருக்கும் அவர்களது திருமண நாள்களில் கொடுப்பதற்காகச் சேர்த்து வைத்தவை; கையால் தயாரித்த அவர்களது பெயர்கள் வெட்டப்பட்ட பித்தளைப் பானைகளின் தொகுப்புகள். அவர், தன் சகோதரன் பெய்ரூட்டில் மருத்துவப் பள்ளியில் இருந்து பட்டம் பெற்றதை ஒட்டி எங்கும் நடந்த ஆடம்பர விழாக்களைப் பற்றியும், மேலும் ஹைஃபாவில் நடந்த தன் திருமணத்தைப் பற்றியும் கூட அவர் பேசுகிறார். அதே நேரத்தில், அவரது கதையாடல், பாலஸ்தீனிய செல்வந்தர் வகுப்புகளில், குறைவான வசதியுள்ள அவர்களது நெருங்கிய சமூகத்தாரை நோக்கிப் பாரம்பரியமாகக் கடைபிடிக்கப்படும் சாதாரணக் கடமைகளைப் பற்றியும் விளக்குகிறது. இது, அந்த நாள்களில் சமூக வாழ்க்கையில் இழையோடுகின்ற ஒரு குறிப்பிடத் தக்க அம்சம்.

பல்வேறு நக்பா கதையாடல்களில் இருப்பதைப் போலவே, வகுப்பு அடிப்படையிலான வேறுபாடு ஏதுமின்றி, துயர்நிறைந்த ஒரு சொற்றொடர், ஏதோ ஒரு வடிவத்தில் திரும்பவும் வருகிறது. 'எங்களுடன் நாங்கள் எதையும் கொண்டு செல்லவில்லை.' இங்குதான், 'ஒட்டுமொத்தத் திடீர் உடைமைப் பறிப்பின்' அதிர்ச்சியைக் காட்டும் நுட்பமான வெளிப்பாடு இருக்கிறது. இந்த இடத்தில்தான், ஷம்மூத் அமைதியாக, அவர்கள் கடந்து போகையில் ஒவ்வொருவரிடமும், அவர்களிடம் இருக்கும் உடைமைகளைப் பறிக்கும் நோக்கத்துடன் யூதப் படைகளால்

அமைக்கப்பட்ட சோதனைச் சாவடியில், தன்னுடைய கடவுச் சீட்டையும், சில குடும்பப் புகைப்படங்களையும் அவருடன் தக்க வைத்துக்கொள்ள முடிந்தது என்ற உண்மையை எண்ணிக் கொண்டாடுகிறார். இருப்பினும், ஷம்மூத் மற்றும் குதிஹின் விவரிப்புகள், உடைமைப் பறிப்புகளின் வெவ்வேறு வகையான வழிமுறைகளைக் காணும்படிச் செய்கின்றன. ஷம்மூத்துக்கு, லிட்டாவில் நடந்த வெளியேற்றம், ஒரு நோக்கம் கருதிய, வன்முறையிலான மக்கள் திரளின், அவர்களுடைய எதிர்பார்ப்பு மற்றும் விருப்பம் என இரண்டுக்கும் எதிரான வெளியேற்றம் எனத் தெளிவாக விவரிக்கப்படுகிறது. சம்பவங்கள் பற்றிய தன் முதல் சுய விவரிப்பில், அவர் 176 பேர்களை மரணமுறச் செய்த[7], அவர்களுள் பலர் 'சுவர்களின் மீது'[8] சிதறிக் கிடக்குமாறு செய்த, ஜூலை 11 அன்று லிட்டாவின் தமஷ் மசூதியில், யூதப் படைகளின் கைகளில் நடந்த கேவலமான படுகொலை பற்றி அவர் குறிப்பிடவில்லை. அவரும் அவரது குடும்பத்தினரும் அவர்கள் வீட்டில், யூதப் படைகள் நகருக்குள் நுழைந்த பிறகு முதல் மூன்று நாள்களுக்குத் தங்கியிருந்தனர். யூத வெற்றியை எதிர்த்த ஒவ்வொருவருக்கும் நேர்ந்த கதியின் செயல் விளக்கமே அந்தப் படுகொலை. ஆயினும், யூதத் துருப்புகள், ஜூலை 13 அன்று துப்பாக்கி முனையில், மக்களை அவர்களது வீடுகளில் இருந்தும், நகரில் இருந்தும் விரட்டிய முறையை விவரமாக ஷம்மூத் விளக்குகிறார். மேலும் லிட்டாவின் தெருக்களைக் குப்பையாக்கிக் கிடந்த மனித உடல்களைப் பற்றிப் பேசுகிறார். (இஸ்ரேலிய வரலாற்றாளர், 'பப்பே'யின் அறிக்கை படி 426 ஆண்கள், பெண்கள் மற்றும் குழந்தைகளென இறந்தவர்கள்)[9]. அவர்களின் விலையுயர்ந்த பொருள்களும், உடைமைகளும் பறிக்கப்பட்டு, குடும்பங்கள் ஓய்வின்றி மேலும் மேலும் தொடர்ந்து செல்ல கட்டாயப்படுத்தப்பட்டனர். யூதத் துருப்புகள், எரிக்கும் ஜூலை வெயிலில், அவர்களுடைய நீண்ட பயணத்தின் போது, வெளியேறுபவர் தண்ணீர் பெறுவதைக் கூட மறுத்தனர். ஷம்மூத், பலர் இறந்து விழுந்ததைப் பார்த்ததையும், குடும்பங்கள், புதைக்கப்படாமல் சாலையின் மீது அவர்களை விட்டுவிட்டுப் போவதற்குக் கட்டாயப்படுத்தப்பட்டதையும் பற்றிப் பேசுகிறார். பயணத்தில், மதிப்பீடு செய்யப்பட்டதில் 350 பேர் இறந்தனர்.[10] ஷம்மூத், இறுதியாக அவருடைய குடும்பத்துடன் காஸாவில் வந்து தங்கிவிட்டார். அவர் பின்னாள்களில், அந்தக் கட்டாயத்திற்கு உள்ளாக்கப்பட்டு, பேரழிவுக்குள்ளான வெளியேற்றத்தை வெளிப்படுத்தும் ஒரு நினைவுகூரத்தக்க தொடர் ஓவியங்களைப் படைக்க வேண்டியிருந்தது.

மறுபுறம், ஏப்ரல் 9 அன்று[11] நடந்த தெய்ர் யாசின் படுகொலை, ஏப்ரல் 22 அன்று நடந்த ஹைஃபாவின் வீழ்ச்சி போன்ற முந்தைய நிகழ்வுகளால் உண்டாக்கப்பட்ட பயத்தால் எழுந்த, குதிஹின் புறப்பாடு ஓரளவு எதிர்பார்க்கப்பட்டதுதான். பெய்ரூட்டில் அவரது சகோதரர் அறுவை சிகிச்சை பெற்றார் என்பதை திடீரெனக் கேள்விப்பட்டார். அந்த வேளையில், அவர் தன் கணவருடன் ஒரு வார இறுதியில் அவரது திருமணத்திற்குப் பிறகு, அவரது பெற்றோர்களின் வீட்டுக்கு முதல் அதிகாரப்பூர்வ வருகையை நிகழ்த்தச் சென்றார் (ஒரு பாரம்பரிய சடங்கு). கவலையடைந்த அவரது பெற்றோர்கள், அவ்வப்போது அவரைப் பார்த்து வருவது என்று தீர்மானித்தனர். மேலும் அவரைக் குடும்ப வீட்டுக்குப் பொறுப்பாக்கி விட்டுச்சென்றனர். அதேவேளை அவரது கணவர் ஹைஃபாவில் வேலைக்குத் திரும்பினார். ஹைஃபா வீழ்ந்த போது, அவரது பெற்றோர்கள் வீடு திரும்புவதற்கு மறுத்துவிட்டனர். குதிஹ், எவ்வாறு இதிலிருந்து மீண்டு வெளியே வந்து தனது குடும்பத்தோடு இணைவது என்று ஆழ்ந்த கவலை அடைந்ததால், பதட்டமும் குழப்பமும் நீடித்த காலம் தொடர்ந்தது. அவரது கணவரால் அவருக்கான கடவுச் சீட்டு ஒன்று பெறப்பட்டு, அது பிரிட்டிஷ் இராணுவத்தால் ஒப்படைக்கப்பட்ட உடன், அவர் தன்னுடைய இளைய சகோதரர்கள் மற்றும் அவர்களுடைய பணிப்பெண்ணுடன் பெய்ரூட்டுக்கு லிட்டா விமான நிலையம் வழியாகச் சென்றார். குதிஹ் சொல்கிறார், 'நாட்டை விட்டு வெளியேறிவிடுவதைப் பற்றியே ஒவ்வொருவரும் எண்ணிக்கொண்டிருந்தனர்.' ஷம்மூத் வெளிப்படுத்துகின்ற பார்வைக்கு முற்றிலும் வேறுபட்டதாக இது விளங்குகிறது.

இந்த வேறுபாடு, வர்க்க அமைப்பு, வெவ்வேறுபட்ட விருப்பங்கள், வாய்ப்புகள் மற்றும் அது தரும் நெருக்கம் ஆகியவற்றை எடுத்துச் சொல்கிறது. இது போன்ற வேறுபாடுகள் பாலஸ்தீனிய அனுபவத்திற்கு மட்டும் உரியதல்ல. மாறாக யுத்தத்திற்கும் அல்லது தாக்குதலுக்கும் உட்படுகின்ற அனைத்துச் சமூகங்களிலும் காணக் கூடியவைதான். இங்கு பார்க்கப்பட வேண்டியது, தாக்குதல்களும், வெளியேற்றங்களும் உச்சகட்டத்தை அடைவதற்கு முன்பே நடுத்தர மேல்தட்டு வர்க்கங்களைச் சேர்ந்த மக்கள், வெளியேறிவிட்டனர் என்பதுதான். அது மட்டுமின்றி, மேலும் அவர்கள் வெளியேறுவதற்கும், பிறகு தொடர்ந்து வரும் காலத்தில் வளம் பெறுவதற்கான வாய்ப்பைக் கண்டறிவதற்குமான

சாதனங்களையும் பெற்றிருந்தனர் என்பதுதான். வெளியேறிய முறை மற்றும் நேரம் குறித்த வேறுபாட்டை விடவும் சம்பவங்களைக் கணித்ததிலும், பார்த்ததிலும் இருந்த வேறுபாடுதான் மிகவும் ஆர்வம் ஊட்டக்கூடிய ஒன்று. என்ன நடந்துகொண்டிருக்கிறது, எது சாத்தியம், யார் என்ன செய்துகொண்டிருக்கிறார்கள் என்பன பற்றிய மக்களுடைய பார்வைகளை, வர்க்க அமைப்பு தான் உருப்பெறச் செய்யும். அதே சமயம், 1948ஆம் ஆண்டின் பல்வேறுபட்ட பிற சாட்சியங்கள், போராட்டங்கள், சண்டைகள், கடைசி நிமிடம் வரை அந்தரத்தில் தொங்கும் நிலை, பாதுகாப்பு ஏற்பாடுகள் ஆகியவற்றை விளக்குகின்றன. குதிஹ், ரம்லாவில், எந்தவொரு உண்மையான பிரச்சினையோ அல்லது வன்முறையோ இல்லை, 'நிலைமைகளைக் கலக்கமுறச்' செய்வதற்கும், வரவிருக்கும் தாக்குதல்கள் பற்றிய கதைகளைப் பரப்புவதன் மூலம் மக்களை அச்சுறுத்துவதற்கும் முயன்றது மக்கள் மட்டுமே எனக் கூறுகிறார். ரம்லாவின் எல்லையில் நிகழ்ந்த பெரும் குண்டு வெடிப்பை அவர் குறிப்பிடுகிறார். அதை அவருடைய பெற்றோர்கள் பெய்ரூட்டுக்குப் புறப்பட்டுச் சென்ற பிறகே அவர் கண்டறிகிறார். உண்மையில், ஏப்ரல் 4ஆம் தேதி இரவு, அங்கு - நக்சன் (*Nachson*) நடவடிக்கையின் ஒரு பகுதியாக[12] - ரம்லாவுக்குச் சற்று வெளியே, அல்-ஜிகாத் அல்-முகாதஸ்[13] அமைப்பின் பகுதித் தளபதி, 'ஷெய்க் ஹசன் சலாமா'வின் தலைமையகத்தின் மீது ஒரு யூதத் தாக்குதல் நிகழ்ந்தது.

நகரச் சந்தையில் 'இர்கூன்' அமைப்பு ஒரு வெடிகுண்டை வெடிக்கச் செய்த அதேவேளையில், பிப்ரவரியில் துவங்கி, ஆண்டின் துவக்கத்தில்[14] ரம்லாவின் மீது தாக்குதல்கள் நடந்தன.[15] ரம்லாவைச் சேர்ந்த ஆண்களை ஈடுபடுத்திய பல்வேறு தாக்குதல்கள், கிராமப்புறங்களைச் சுற்றிலும் நடந்தன. மேலும் பெரும்பாலான தாக்குதல்கள் தடுத்து நிறுத்தப்பட்டாலும் கூட, மே மத்தியில் நகரத்தின் மீதான தீவிரமான தாக்குதல்களை மீண்டும் துவங்கினர்.[16]

இந்த நிகழ்வுகளுள் சில நடைபெற்ற போது, குதிஹ், நகருக்கு வெளியே கூட இருந்திருக்கலாம். இருப்பினும் அவைகளைப் பற்றிய விபரங்களில் சிலவவற்றையாவது கேள்விப்பட்டிருக்க வேண்டும் என ஒருவர் எதிர்பார்க்க வேண்டும். மற்ற விஷயங்களைப் பற்றிப் பேசும்போது, அவர் விளக்குவதைப் போல, தன்னிலைக் (*first person*) கதையாடல்கள், வழக்கமாகக் கதைசொல்லியின் சமூகத்திற்குத்

தொடர்புடைய பிரச்சினைகளையும், நிகழ்வுகளையுமே தொடுகின்றன.

ஷம்மூத், முற்றிலும் வேறாக, பொதுச் சந்திப்புக்கள், அவர் பங்கெடுத்துக்கொண்ட குடியிருப்புப் பாதுகாப்புக் குழுக்கள் பற்றியும் பேசுகிறார். தீவிரமான சமூக ஒருமைப்பாடு மற்றும் ஒற்றுமையின் செயல் திட்டத்தில், நகரின் மேற்குப் பகுதியைச் சுற்றிலும் ஒரு 10-கிலோமீட்டர் நீள பாதுகாப்புக் குழியை லிட்டா மக்கள் அமைத்த தினத்தைப் பற்றியும் பெருமையோடு பேசுகிறார். சம்பவங்கள் மற்றும் மோதல்களில் வகித்த பங்குகளில், பெண்கள் பக்கம் இருந்த, ஒரு தொடர்ச்சியான, தெளிவான விழிப்புணர்வை விவரிக்கின்றார். அவர் குறிப்பாக, ஆண்களுக்கு, அவர்கள் வேலை செய்த போது உணவும், தண்ணீரும் கொண்டு வந்து தந்த நகரத்தின் பெண்களைப் பற்றிக் குறிப்பிடுகிறார். இவ்வாறாக, அவரைச் (குதிஹ்) சுற்றியிருந்த உலகைப் பற்றிய பார்வையை உறுதியாக அது (பாலினம்) உருவாக்கியிருந்தது. ஆயினும் குதிஹின் கதையாடல்களில், பாலினம் மட்டும் தனது 'இல்லாமைகள்' பற்றி எதையும் விளக்கவில்லை. அவர் வளர்ந்தும் வாழ்ந்தும் வருகின்ற, மிகவும் வேறுபட்ட சமூக மற்றும் வர்க்க நிலைகளில் உள்ள மக்கள் அறிந்திருந்த, சந்தித்த அல்லது ஈடுபட்ட அனுபவங்கள் மற்றும் நடைமுறைகளுள் பலவற்றில் இருந்தும் அவரைக் காப்பாற்றியிருந்தது அவரது நடுத்தர மேல்தட்டு வர்க்க உலகம். அவருடைய மிகப்பெரிய சுற்றிச் சூழலும் பார்வையின் வரம்பு, இந்த மேல்தட்டு நடுத்தர *(upper middle class)* வர்க்க உலகத்தால் வெளிப்படையாகக் கட்டப்பட்டுள்ளது.

ஷம்மூத் சியோனிசத்திற்கான பிரிட்டிஷார் ஆதரவைப் பற்றி விமர்சன ரீதியாகப் பேசுகிறார். மேலும் அவர்களுடைய சியோனிசச் செயல் திட்டத்திற்கு, வெளிப்படையான வசதி செய்து தருதலை, ஒரு 'சதித் திட்டம்' எனவும் வரையறுக்கிறார். அதேவேளையில் குதிஹ், அவர் குடும்பத்தினர் மற்றும் கணவரின் 'ஆங்கிலம்' மீதான ஈர்ப்பை ஒருமுறைக்கும் மேலாகப் பேசுகிறார். ஆயினும், அமைதியின்மையின் நிழல் அவரது கதையாடலுக்கு வண்ணம் பூசுகிறது: பல்வேறு இடங்களில், வெளியேறியதற்கான காரணங்களுள் ஒன்றாக, பாதுகாப்பிற்காக மக்களைத் தாற்காலிகமாக வெளியேறச் சொல்லிய வண்ணம், ரம்லாவின் தெருக்களில் ஒலிபெருக்கிகளுடன் சுற்றி வருகின்ற கார்களை அவர் குறிப்பிடுகிறார். அந்தச் செய்திகளுக்குப் பின்னே யார் இருந்தார்கள் எனக் கேட்கப்பட்டதற்கு, அவர்

சொல்கிறார்: 'பிரிட்டிஷ் அரசாங்கம்.' நக்பா கதையாடல்களில் திரும்பத் திரும்ப வரும் ஒரு பேசுபடு பொருளான, நகரை விட்டு டிரக்குகளில் வெளியேறும் மக்களை அதில் ஏற்றிவிட உதவி செய்யும் பிரிட்டிஷாரைப் பற்றியும் அவர் பேசுகிறார். இருந்த போதிலும், பிரிட்டிஷ் ஆட்சியின் கீழ், வாழ்க்கை 'மிகவும் மகிழ்ச்சி'யாக இருந்தது என்றும், ஒவ்வொன்றும் 'சரியாகப் போனது' என்றும் அவர் இப்பவும் கருதுகிறார். பதட்டமான, சில நேரங்களில் முரண்பட்ட உறவு நிலையில், காலனியச் சூழ்நிலைக்குள், வர்க்கம் மற்றும் தேசியப் பற்றும் இணைந்து வாழ முடிவதற்கான இந்த முரண்பாடான இடம் இங்கே சான்றாக இருக்கிறது. உண்மையில் கவனிக்கின்றவர், குதிஹின் குரலிலும், தயக்கம் நிறைந்த சொற்களிலும் ஒரு துரோகத்தின் உணர்வைப் பெரும்பாலும் கண்டறிய முடியும்.

ஷம்மூத்தின் கதையாடல், நம்பிக்கைத் துரோகம் என்னும் இழைகளால் பின்னப்பட்டது. நகர மக்கள் அருகிலிருந்த, லிட்டாவுக்குக் கிழக்கே இருக்கும் 'பெய்ட் ஷெமன்' யூதக் குடியிருப்பால், குடியேற்றக்காரர்கள் அமைதியை விரும்புகிறார்கள், தாக்க மாட்டார்கள் என்று உறுதி அளிக்கப்பட்டார்கள். ஆகவே அவர்கள் தாக்கப்படுவார்கள் என எதிர்பார்த்த மேற்குப் பக்கத்தில் குழியைத் தோண்டினார்கள். ஆனால் தாக்குதல்கள் கிழக்கில் இருந்தும், அத்துடன் பெய்ட் ஷெமனில் குவிக்கப்பட்ட துருப்புக்களிடம் இருந்தும் வந்தன. அரேபியக் கூட்டாளிகள் எனச் சொல்லப்பட்டவர்களிடம் இருந்து துரோகமும் வந்தது: லிட்டாவைப் பாதுகாத்துக்கொண்டிருப்பதாகச் சொல்லப்பட்ட ஜோர்டானிய படைப்பிரிவு - ஷம்மூத் விவரிப்பு விளக்கமுடியாத அளவுக்கு - தாக்குதலின் போது பின்வாங்கியது. உண்மையில், ஜோர்டானியப் படையினர், பின்வாங்குவதற்குப் படையின் 'கிலப் பாஷா' என்னும் பிரிட்டிஷ் தளபதியால் ஆணை இடப்பட்டனர்.[17] பெரும்பாலும் மிகவும் கொடுமையாக லிட்டாவின் மக்கள், ஷம்மூத் குறிப்பிடுவது போல, எதிர்பார்ப்போடு இருக்கின்ற அவர்களின் சொந்தப் பழக்கங்களால், மற்றவர்கள் முடிவுகளிலும், அறிவிப்புகளிலும் இருந்த அவர்களது நம்பிக்கையால், அவர்களது சொந்த அப்பாவித்தனத்தால் துரோகம் இழைக்கப்பட்டனர்.

குதிஹின் மற்றும் ஷம்மூத்தின் கதையாடல்களை அருகருகே உயர்த்திப் பிடித்த வண்ணம், 1948இல் பாலஸ்தீனியர்கள் உடைமைப் பறிப்பை நிகழ்த்திய பல்முனைச் செயல் திட்டம் பற்றிய நுண்ணறிவு நமக்குத் தரப்படுகிறது. ஒருபுறம் அங்கே

நேரடித் தாக்குதல்கள், பெருந்திரள் கொலைகள் மற்றும் வன்முறை சார்ந்த வெளியேற்றங்கள். தரைவழித் தாக்குதல்களுக்கு முன்பாக, லிட்டா மற்றும் ரம்லா இரண்டும் வான்வழி மூலம் குண்டுவீசப்பட்டன.[18] மேலும் மோஷே தயான், தாக்குதலின் முதல் நாளன்று லிட்டா வழியாக, அவருடைய இயந்திரத் துப்பாக்கியால் கண்மூடித்தனமாகச் சுட்டபடி, அவரது 'ஜீப்'பில் வேகமாக வந்தார்.[19] மறுபுறம், அச்சுறுத்தல், வதந்தி மற்றும் கலவரப் படுத்தும் எச்சரிக்கைகள் மூலம் அங்கே மிரட்டல்கள் - மக்கள் 'சூழ்நிலைகளைக் கலவரப் படுத்துதல்' என்ற குதிஹின் குறிப்பு மூலம் சுட்டிக் காட்டப்படுவது - போல மனவியல் ரீதியிலான யுத்த முறைகள். இது, 1948இன் வசந்த காலத்தில், 'தாலத்' திட்டத்துடன் (*Plan Dalet*) 'ஈகல் ஆலன்'னால் தொடங்கப்பட்ட 'வதந்திப் பிரச்சாரங்களின்' தொடர்ச்சியா?[20] உண்மையில், நேரடித் தாக்குதல், மனவியல் ரீதியான தந்திரங்களுக்கு அர்த்தத்தைக் கொடுத்தது.

இந்த சாட்சியங்களைப் பார்க்கும் போது, கேள்வி ஒன்று நம் நினைவுக்கு வருகிறது. அது நினைவு மற்றும் நினைவுபடுத்தல் குறித்த நெறிமுறைகளுடன் தொடர்புடையது. யூத வரலாற்றில், யூதர்கள் சுற்றி வளைக்கப்பட்டு, இறுதிக் கொடுமைகளுக்கு உள்ளாக்கப்பட்ட மிகமிக இருண்ட காலத்திற்குப் பிறகு சில ஆண்டுகளிலேயே இது நடந்தது என்பது எப்படி இருக்கிறது? யூத ஆண்களும், பெண்களும் (அவர்களுள் சிலர் சமீபத்தில் ஐரோப்பாவில் இருந்து வந்துள்ளனர்) மிகவும் கொடுமையாக, கூட்டமாக வீட்டை விட்டும், தேசத்தை விட்டும் விரட்டும் போது பாலஸ்தீனிய ஆண்கள், பெண்கள் மற்றும் குழந்தைகளிடம் இருந்து பொருள்களை, உடைமையை, பறிக்கச் செய்ய முடியுமென்பது எப்படி இருக்கிறது? அதிர்ச்சியின் 'நினைவு' எவ்வாறு இன்னொரு மக்கள் மீதான மனித நேயத்தை மறைக்கிறது? அதிர்ச்சியின் பாடம், எவ்வாறு முற்றிலும் விலக்கக் கூடிய வழியில் எதையும் தீர்மானிக்கிறது? அதுவே கேள்வியாகத் தொடர்கிறது.

இஸ்மாயில் ஷம்மூத்
பாலஸ்தீனம், லிட்டாவில் 1930இல் பிறந்தவர்
மஹ்மூத் ஷெய்டன் உடனான ஒரு நேர்காணல்
மலாப் அல் - பலாடி, பெய்ரூட், 2003

12'03"-18'35"

இஸ்மாயில் ஷம்மூத்: திருவிழாக்களில் (mawasim) மிகவும் புகழ் பெற்றவைகளுள் ஒன்று, ரம்லா மாநகரில் நடைபெறும் 'அல்-நபி சாலிஹ்' திருவிழா (mawsim).[21] லிட்டா மற்றும் ரம்லாவின் பகுதிகளில் இருந்தும், அது போலவே அக்கம் பக்கத்து கிராமங்களில் இருந்தும் மக்கள் கூட்டம் கூட்டமாக வருவார்கள். மேலும் வண்ண வண்ணக் கொடிகளைப் பிடித்துக்கொண்டு அவர்கள் அணிகளின் தலைமையில், முழக்கங்களை எழுப்பியபடியும், குறிப்பிட்ட மதப் பாடல்களைப் பாடிக்கொண்டும் வருவார்கள். அல்-ஜமி அல்-அப்யாத் மசூதியின் (வெள்ளை மசூதி) சதுக்கத்தில் அவர்கள் கூடுவார்கள், அந்த மசூதி இன்றும் இருக்கிறது. அதனுடைய கட்டடக்கலை சார்ந்த வடிவமைப்பு மிகவும் அழகாக இருந்தது. நாங்கள் ஏழாண்டுகளுக்கு முன், 1997இல், பாலஸ்தீனத்திற்குப் போகும் வாய்ப்பு கிடைத்தபோது அதை மீண்டும் பார்த்தோம். ஓர் அழகான கட்டடக் கலையுடனான மசூதி. 100 ஆண்டுகளுக்கு முன் மசூதி, பூகம்பங்களால் அழிக்கப்பட்டாலும், அந்தக் கோபுரம், அந்தச் சதுக்கத்தில் இன்னும் இருக்கிறது. மக்கள் அங்கே பாடுவதற்கும், 'தப்கே' நடனம் ஆடுவதற்கும், குதிரை மேல் சவாரி செய்வதில் போட்டியிடவும் மற்றும் எல்லா வகை நடவடிக்கைகளுக்காகவும் கூடுவார்கள். அது நன்கு பிரசித்தி பெற்ற ஒரு திருவிழா. அங்கே வெள்ளை நிற, வால்நட் மணமுள்ள 'ஹலாவா'வையும் களிமண் பானைகளில் விற்றார்கள்.

அல்-நபி சாலிஹ், நபி சாலிஹ் திருவிழாவில் கலந்துகொள்பவர்கள், வீடுகளுக்குத் திரும்பும்போது இந்த 'ஹலாவா'வுடன் திரும்புவார்கள். இந்தத் திருவிழா, இரண்டு, மூன்று அல்லது பெரும்பாலும் இன்னும் அதிகமான நாள்களுக்குத் தொடர்ந்து நடக்கும், எனக்கு நினைவில்லை.

இன்னொரு திருவிழா, அல்- மஜ்தல் மற்றும் யாஃபாவுக்கு இடையில் யாஃபாவுக்கு தெற்கே உள்ள இடத்தில் நடக்கும் அல்-நபி ரூபின். மத்திய பாலஸ்தீனத்தில், அது மிக மிகப் புகழ்பெற்ற திருவிழாக்களுள் ஒன்று. யாஃபா, லிட்டா, ரம்லா மற்றும் அதன்

கிராமங்களின் பகுதிகளில் இருந்து வரும் மக்களுக்கு அது, அவசியமானதொரு கோடை ஓய்விடமாக இருந்தது. மக்கள் அங்கு ஒரு மாதமோ ஒன்றரை மாதமோ அல்லது இரண்டு மாதமோ தங்கினர், கூடாரங்களை எழுப்பினர், சந்தைகளைத் துவங்கினர், அரங்குகள் மற்றும் சிற்றுண்டி அகங்களைத் திறந்தனர். உண்மையில் அது ஒரு பொழுதுபோக்கிற்கான, மகிழ்ச்சியான இடம். சில கூடாரங்கள், புகைப்படங்கள், ஓவியங்கள் மற்றும் வண்ண வடிவமைப்புகள் ஆகியவற்றால் அழகுபடுத்தப்பட்டன. மேலும் சில பேர், வைக்கோல் பாய்களால் ஆன சிறு குடில்களை அமைத்து, அந்த நேரத்தில் அவற்றில் தங்கினார்கள். துவக்கத்தில், ரூபின் பகுதி, மணற்குன்றுகளால் நிறைந்திருந்தது, அவற்றுள் மிகவும் புகழ்பெற்ற மணற்குன்று, தல் அல்-சுக்கர் என அழைக்கப்பட்டது, ஏனெனில் அதன் மணல், பிரகாசமான வெள்ளை நிறத்தில், வெள்ளை சர்க்கரைக்கு அவர்கள் அதை ஒப்பிடக்கூடிய அளவுக்கு இருந்தது. இந்தத் திருவிழாவின் போது, நாங்கள் மிகவும் மகிழ்ச்சியாக இருந்தோம். உதாரணத்திற்கு, வசந்த காலத்தில், அங்கு மற்ற திருவிழாக்களும் நடந்தன.

எங்கள் குடும்பம் எப்போதும் 'வாடி ஜிண்டாஸ்'ஸுக்குப் போவது எனக்கு நினைவில் இருக்கிறது. ஒரு முழு நாளும் குடும்பங்களை அங்கே கழிப்பார்கள்; அது சாதாரணமான ஒரு உலா போவது போன்றதல்ல மாறாக, அது ஒரு கூட்டு உல்லாசப் பயணம். அது ஒரு குடும்பத்திற்கானது மட்டுமல்ல; பல குடும்பங்களில் இருந்து, ஒவ்வொருவரும், குறிப்பாகப் பெண்களும், குழந்தைகளும் போவார்கள். நாங்கள் அங்கு போய் ஒரு நாள் முழுதும் இருப்போம். பள்ளத்தாக்கு வழியே இன்னும் சிறிது தண்ணீர் ஓடிக்கொண்டிருந்தது; குளிர்காலத்தில் அங்கு கடுமையாக மழை பெய்யும். ஆனால் குளிர்காலத்திற்குப் பிறகு, எப்போதும் சிறிது தண்ணீர் அங்கிருக்கும். மாறாக, வசந்தகாலத்தில், அது நன்கு செழிக்கும். எங்கள் நாட்டில் வசந்த காலம் மிகவும் அழகாக இருந்தது.

நாங்கள் கொண்டாடி மகிழும் இன்னொரு திருவிழா, அறுவடைத் திருவிழா. கோதுமை மற்றும் பார்லி பயிர்களை அவர்கள் அறுவடை செய்யும்போது அது நடக்கும். இந்தத் தருணத்தை மக்கள் கொண்டாடினார்கள். மேலும் அதை ஓர் 'ஈத்' பெரு நாளாகக் கருதினர். அந்த நாளில் அனைத்து வகை மகிழ்ச்சி தரும் நடவடிக்கைகளிலும் அவர்கள் கலந்து கொண்டார்கள்.

லிட்டாவில் நான் என்றும் மறக்க முடியாத இன்னொரு 'ஈத்,' லிட்டா ஈத். அது அவ்வாறு அழைக்கப்பட்டது, மேலும் அது எங்கள் கிறித்தவச் சகோதரர்களால் கொண்டாடப்பட்டது. பாலஸ்தீனத்தில், 'அல்-கிதிஸ் அல்-காதர்' திருச்சபை என்று அழைக்கப்பட்ட புகழ்பெற்ற திருச்சபை ஒன்று இருந்தது. ஆங்கிலத்தில், அதை அவர்கள், புனித ஜார்ஜ் திருச்சபை என்று அழைக்கிறார்கள். அங்கு புனித ஜார்ஜ் அல்லது அல்-காதர் அந்தத் திருச்சபையில் புதைக்கப்பட்டிருக்கிறார் என்று நம்பப்படுகிறது. ஆகவே 'லிட்டா ஈத்' என்று அழைக்கப்படும், அந்த நாளில் இந்தத் திருவிழாவை, இந்தத் தருணத்தைக் கொண்டாடுவதற்குப் பெரும்பாலும், பாலஸ்தீனக் கிறித்தவர்களில் அனைவரும் லிட்டாவுக்கு வருவார்கள். திருச்சபையில் துவங்கும் அது மகிழ்ச்சி நிறைந்த ஒரு கொண்டாட்டம். அதன்பிறகு மக்கள் வெளியே வந்து ஒலிவத் தோப்புக்குப் போவார்கள். ஒரு முழு நாளும் அவர்கள், நடனமாடியும், 'தப்கே' செய்த படியும், பாடிக் கொண்டும், பந்தயத்தில் ஈடுபட்டவாறும், உணவு மற்றும் தண்ணீரோடு அங்கே கழிப்பார்கள். பாலஸ்தீனிய பாரம்பரிய உடைகளில் ஒருவர் கற்பனை செய்ய முடிந்த அனைத்து வண்ணங்களும் இருந்தன. அவை, குறிப்பாகப் பாலஸ்தீன கிராமங்களில் இருந்து வரும் எங்கள் பெண்களுடையது. அவர்கள் பல்வேறு விதமான வேறுபட்ட இடங்களில் இருந்து வரும்போது, அதற்கேற்ப அந்தத் தருணங்களில் இருக்கின்ற உடைகள் வேறுபட்டதாக இருந்தன. நான் நினைவில் கொண்டிருப்பது அதுதான்.

51'42"-1 மணி 15'22

பாலஸ்தீனத்திற்கான ஐக்கிய நாடுகளின் பிரிவினைத் திட்டத்திற்குப் பிறகு, ஏதோ ஒன்று வித்தியாசமாக இருந்ததால், மக்கள் பதட்டம் அடையத் துவங்கியிருந்தனர். இந்தத் திட்டத்திற்கு எதிராகக் குழுக்கள் உருவாகத் தொடங்கின. வானொலியில் அவர்கள் கேட்ட செய்திதான் மக்களின் கவனம் ஈர்க்கப்படக் காரணம். அந்த நேரத்தில் பாலஸ்தீனத்தில் இருந்த வானொலிப் பெட்டிகள், குறிப்பாக லிட்டாவில் இருந்த வானொலிப் பெட்டிகள் பெரிதாக இருந்தன. அவை காரின் (மின்கலம்) பேட்டரிகள் போல் இருந்த பேட்டரியில் வேலை செய்தன. மக்கள், ஒவ்வொரு சிற்றுண்டி அகத்திலும் வானொலிப் பெட்டி இருந்ததால், சிற்றுண்டி அகங்களில் சமீபத்திய செய்திகளைக் கேட்கக் கூடினர். இவ்வாறு அங்கு மக்களிடையே ஒரு பரவலான ஆர்வம் இருந்தது. நான்

உங்களுக்குக் கூறியதைப் போல, பாலஸ்தீனிய அமைப்புகள் அந்த நேரத்தில் அவை இரண்டோ அல்லது அதற்கும் குறைவாகவோ அல்ல அதிகமாகவோ இருந்தனவா என்று எனக்கு உறுதியாகத் தெரியாது. ஆனால் அரேபிய உயர்மட்டக் குழு என்று ஒன்று இருந்தது, மேலும் 'இஸ்திக்லால் கட்சி' என்று ஒன்றும் இருந்தது.[22] பேரழிவு என்பது எங்கள் அனைவரையும் தாக்கப் போகிறது, அதை நாங்கள் அனைவரும் உணர்ந்தோம். ஆகவே எதிர்ப்பை உருவாக்கக் குழுக்கள் தோன்றத் துவங்கின என்று அனைவரும் புரிந்துகொண்டதால், அங்கே குழுக்கள் அமைப்பதில் அதிகமான போட்டிகள் இல்லை. இந்தக் குழுக்கள், தேசியக் குழுக்கள் என்று அழைக்கப்பட்டதாக என் நினைவில் இருக்கிறது. அவ்வாறு அவை ஏன் அழைக்கப்பட்டன என்று எனக்குத் தெரியாது. சரி, ஆகவே கேள்வி என்னவெனில், நாம் என்ன செய்ய வேண்டும்? அவர்கள் சந்திப்பார்கள். நான் இளைஞனாக இருந்தேன், ஆகவே இந்தக் கூட்டங்களில் நான் கலந்துகொள்ளவில்லை. ஆனால் நாங்கள் அந்தப் பகுதியில் அல்லது குடியிருப்பில் இரவில் காவல்புரிய வேண்டுமென்று அவர்கள் சொன்னார்கள். சரி, எங்களிடம் என்ன கேட்கப்பட்டது? நாங்கள் ஒரு தெருவில் இரண்டு அல்லது மூன்று பேர் கொண்ட குழுக்களாகக் காவல் புரிய வேண்டுமென்று கேட்டுக் கொள்ளப்பட்டோம். எந்தப் பயத்தில்? நாங்கள் எதற்காகப் பயந்தோம் என்று எனக்குத் தெரியாது. ஆகவே ஒரு குறிப்பிட்ட நேரம் வரை நாங்கள் அங்கிருப்போம். பக்கத்துக் குடியிருப்புகளில் உள்ளவர்கள் சுழற்சி முறையில் காவல் பணியை எடுத்துக் கொள்வார்கள்.

மஹ்மூத் ஷெய்டன்: நீங்களெல்லாம் காவலரா?

நான் அவர்களுள் ஒருவன். அதன் பின்னர் நாங்களும் ஆயுதங்களை எடுத்தோம். பிரிட்டிஷார் பாலஸ்தீனத்தை விட்டு வெளியேறுவதற்கு முன்பே, அதாவது 1948 மே 15க்கு முன்பே, இந்த ஆயுதங்கள், இங்கிருந்தன. நாங்கள் அழைப்பது போல பிரிட்டிஷ் துப்பாக்கிகள் என்னும் ஆயுதங்களையும் மற்ற ஆயுதங்களையும் பெட்டி பெட்டியாக வைத்திருந்தார்கள். மரப்பெட்டி, ஆக்ஸிஜனைப் பயன்படுத்திப் பாதியாக வெட்டப்பட்டு, அதிலுள்ள பொருள்கள் இரும்புத் துண்டுகளாக விற்கப்படும். ஆயுதங்கள் பின்னர் நகரத்திற்கு, லிட்டா மற்றும் மற்ற கிராமங்களுக்குக் கொண்டுவரப்பட்டு இரும்புத் துண்டுகளாக விற்கப்படும். ஆக்ஸிஜனால் துப்பாக்கி பாதியாக வெட்டப்படும்; மக்கள் அவற்றைக் கருமார்கள் அல்லது பற்ற வைப்பவர்களிடம்

(Welders) கொண்டு செல்வார்கள். அவர்கள் ஆக்ஸிஜனைப் பயன்படுத்தித் துண்டுகளை ஒன்றாகப் பற்றவைக்க முயல்வார்கள். ஆனால் அவைகள் பெரும் தரத்துடன் பற்ற வைக்கப்படவில்லை எனில், அது அழிவைத் தரக் கூடியதாக ஆகிவிடும். பின்னாளில் அவைகளைத் துப்பாக்கிகளாகப் பயன்படுத்துபவர்களுக்குப் பிரச்சினைக்குக் காரணமாகிவிடும். மற்றவர்கள் துப்பாக்கிகளைப் போலிகளாகப் பயன்படுத்துவார்கள்.

அந்தச் சமயத்தில் நான் காவலனாக இருந்தேன். ஆயுதங்களின் துண்டுகளை அவர்கள் எங்களுக்குக் கொடுப்பது வழக்கம். ஆனால் அவற்றை எப்படிப் பயன்படுத்துவது என்று எனக்குத் தெரியாது. அல்லது பயன்படுத்த நான் அஞ்சினேன். ஆனால் 16 அல்லது 17 வயதிருக்கும் போது, மற்றவர்களைப் போல் எனது கடமையைச் செய்ததில் நான் பெருமையாக உணர்ந்தேன். அந்த நேரத்தில் நடந்த மிக முக்கியமான நிகழ்வுகளுள் ஒன்று, லிட்டா மற்றும் ரம்லாவின் மக்கள் அவற்றின் மேற்கு ஓரங்களைச் சுற்றிலும் 10-கிலோமீட்டர் குழியை வெட்டியதுதான். ஏனெனில் முன்னரே நான் உங்களுக்குக் கூறிய அந்த இடத்திலிருந்து பக்கமாகக் கிழக்கு ஓரங்களில் எந்தக் குடியேற்றப் பகுதிகளும் இல்லை. அது லிட்டாவுக்கு வடகிழக்குப் பகுதிக்கு அருகில் இருந்தது. அது ‘பெய்த் ஷெமன்’ என்று அழைக்கப்பட்டது. இந்தக் குடியேற்றப் பகுதி துண்டிக்கப்பட்டது. ஏனெனில் அது அரேபியப் பகுதியில் அமைக்கப்பட்டிருந்தது. மிக நெருக்கமாக இருந்த மாநகரம் டெல் அவிவ், அவற்றுக்கு இடையே நல்ல தூரம் இருந்தது. அவர்களிடையே லிட்டாவின் மக்களும் இருந்தனர். ‘நாங்கள் அமைதி நிறைந்தவர்கள், இங்கு நாங்கள் வெள்ளைக் கொடிகளை உயர்த்திப் பிடிக்கிறோம், ஒருவரும் எங்களுக்குத் துயர் இழைக்காதீர்கள், நாங்களும் ஒருவருக்கும் துயர் தர மாட்டோம்.’ எனச் சொல்லிய வண்ணம், அந்தப் பகுதி மக்களிடம் இந்தக் குடியேற்றப் பகுதி அதன் பிரதிநிதிகளை அனுப்பியது. இந்த மக்கள் உண்மையிலேயே நேர்மையானவர்கள் என அவர்கள் கருதினர்; நாங்கள் எப்போதுமே எளிதாக ஏமாற்றப்பட்டோம். ஆகவே, எப்படியோ, மேற்குப் பகுதியிலிருந்து தாக்குவதற்கான ஆபத்தை நாங்கள் எப்போதும் எதிர்பார்த்தோம். ஒருநாள், ஒரு குழியைத் தோண்டுவதற்கு நாங்கள் அழைக்கப்பட்டோம். மேலும் ஆண்கள், பதின்பருவத்தினர், சிறுவர்கள் மற்றும் பெண்கள் என லிட்டா மற்றும் ரம்லாவின் மக்கள் ஒவ்வொருவரும், தௌரியா, ஃபாஸ், க்ரெய்க், காஸ்மா போன்ற அவர்களுடைய சொந்தக் கருவியோடு

வந்தனர். ஒரே நாளில் நாங்கள் ஒரு குழியை வெட்டினோம். அதன் நீளம் சுமார் 10 கிலோமீட்டர். அது மகத்தான நாள். மக்கள் திரட்சி மற்றும் ஒற்றுமை, பொதுவான ஓர் ஆபத்து பற்றிய அவர்கள் உணர்வு, பாதுகாப்பு பற்றிய அவர்கள் உணர்வு ஆகியவற்றை நீங்கள் உணர முடியும்; அதுதான் அவர்களை இதைச் செய்ய வைத்தது. என்னால் என்றும் மறக்க முடியாத காட்சிகளுள் அது ஒன்று. ஒவ்வொரு குடியிருப்பும் ஓர் அதிகாரியைக் *(marja)* கொண்டிருந்தது. எது நேர்ந்தாலும், இந்த அதிகாரியிடம் அதை நாங்கள் சொல்ல வேண்டும். எது நடந்தாலும், நடக்கப்போவது எதுவாக இருந்தாலும். லிட்டாவுக்கும், ரம்லாவுக்கும் பெரும்பாலும் மூன்று மாதங்களுக்கு முன்னதாக, யாஃபா வீழ்ந்தது என்பது நன்கறிந்த ஒன்று. ஏப்ரல் முடிவில் அது வீழ்ந்தது. லிட்டாவும், ரம்லாவும் அவர்கள் பெரும் ஆபத்தில் இல்லை என்பது உறுதியாக இருந்த போது, இரண்டும் பிரிவினைப்படி அரேபியப் பகுதியின் அங்கமாகக் கருதப்பட்டன என்பதை நான் சொல்ல வேண்டும். யாஃபாவும் அது யூதப் பகுதியின் நடுவில் அமைந்திருந்த போதிலும், யாஃபாவும் அப்படித்தான் கருதப்பட்டது; பிரிவினையின்படி யாஃபா மாநகரம் ஓர் அரேபிய நகரம். ஆனால் யாஃபா வீழ்ந்தது. லிட்டாவுக்கும், ரம்லாவுக்கும் ஜோர்டானிய இராணுவம் வந்தது. மேலும் இந்தப் பகுதியைக் காப்பதற்காக வந்தது என சொல்லப்பட்டது. ஆனால் ஒரு நாள் - மேலும் 1948 ஜூலை துவக்கத்தில் இது நேர்ந்தது - ஒன்று அல்லது இரண்டு நாள்கள், அல்லது லிட்டா வீழ்வதற்குப் பெரும்பாலும் சில மணி நேரங்களுக்கு முன்பு திரும்பி வருவதற்கான ஆணைகள் வந்தன. ஆகவே, மேற்குப் பகுதியிலிருந்து ஆபத்து எதிர்பார்க்கப்பட்டது. யாஃபா ஏப்ரல் இறுதியில் வீழ்ந்தது. லிட்டாவும், ரம்லாவும் வீழ்வதற்குச் சில மணி நேரங்களுக்கு முன்னர் ஜோர்டானிய இராணுவம், அல்லது ஜோர்டானிய படைகள், பிரிகேடு அல்லது பெரும்படைப் பிரிவு அல்லது அது எதுவாக இருப்பினும் பின்வாங்கியது. பின்வாங்குவதற்கான ஓர் ஆணையை அவர்கள் வரப் பெற்றார்கள். ஏன்? அது எங்களுக்குத் தெரியவில்லை.

லிட்டா மற்றும் ரம்லா இரண்டிலும், சூழ்நிலை உறுதியற்றதாக ஆகியது. மேலும் அங்குள்ள மக்களை ஓர் அச்ச உணர்வு கவ்வியது. என்ன நடந்துகொண்டிருந்தது? யூதர்கள் பிறகு யாஃபாவில் இருந்தும், டெல் அவிவில் இருந்தும் லிட்டா விமான நிலையத்தை அடையும் வரை, வடக்குப் பகுதியில் இருந்து நுழைந்தார்கள். அவர்கள் விமான நிலையத்திற்கு வந்து அதை

ஆக்கிரமிக்க முடிந்தது. அங்கிருந்து வெள்ளைக் கொடிகளை பறக்கவிட்ட, பெயிட் ஷெமன் குடியிருப்புக்குள் அவர்கள் பதுங்கி உள்ளே செல்லவும் முடிந்தது. ஒரு பெரும் எண்ணிக்கையிலான யூதப் படைகள், இந்தக் குடியிருப்பில் கூடினார்கள். மேலும் நான் நினைவுகூர்ந்ததைப் போல, லிட்டாவுக்கும் ரம்லாவுக்கும் எதிராக, எதிர்பார்க்கப்படாத கிழக்கு மற்றும் மேற்கு என இரண்டு பகுதிகளில் இருந்தும் போரைத் தொடுத்தனர். கிழக்குப் பகுதி, அரேபியர்களுக்கு ஒரு திறந்த வழியாக உருவாக்கப்பட்டிருந்தது. எப்படி இருப்பினும், அதுதான் நடந்தது... ஒரு சதித்திட்டம். 1967இல் நடந்ததைப் போல, மேற்கிலிருந்து வருவார்களென நாங்கள் எதிர்பார்த்தோம். ஆனால் அவர்கள் கிழக்கில் இருந்து அல்லது எதிர் மாறாக வந்தார்கள், அதே கதை தான். எப்படியாகிலும், இஸ்ரேலியப் படைகள் லிட்டா மற்றும் ரம்லா பிரதேசங்கள் வழியாக உள்ளே நுழைந்தார்கள். அந்த நேரத்திலும் கூட மக்கள்தொகை பலராலும் மிகுந்திருந்தன. ஏனெனில் லிட்டாவிலும், ரம்லாவிலும் அப்போது மக்கள் எண்ணிக்கை 1,00,000க்கும் குறையாமல் இருந்தது. சரியாகச் சொல்வது என்றால், 80,000க்கும் 1,00,000க்கும் இடையே மக்கள்தொகை இருந்தது. அவர்கள், லிட்டாவின் அல்லது ரம்லாவின் குடியிருப்போர் மட்டுமல்ல மாறாக, யாஃபாவில் இருந்தும் அல்லது யாஃபா மாவட்டத்தின் கிராமங்களில் இருந்தும், அல்லது லிட்டா, ரம்லா மற்றும் யாஃபாவுக்கு இடையே இருந்த கிராமங்களில் இருந்தும் வெளியேற்றப்பட்ட மக்களையும் சேர்த்துத்தான் அந்த மக்கள்தொகை இருந்தது. இரு நகரங்களும் குறைந்த பட்சம், எனக்குக் கிடைத்த தகவல்படி, லிட்டாவில் 1000 தியாகிகளைக் கொன்று, அதே எண்ணிக்கையில் ரம்லாவிலும் தியாகிகளைக் கொன்ற ஒரு போருக்குப் பின்னர் வீழ்ந்தன. அவர்கள் மேற்கில் இருந்தும் கிழக்கில் இருந்தும் நெருங்கி உள்ளே வந்தனர், இரண்டு நகரங்களும் வீழ்ந்தன.

உண்மையில் நாங்கள் வீட்டில் இருந்தோம்; எனக்கு இரண்டு அல்லது மூன்று வயது மூத்த ஒரு சகோதரர் இருந்தார், அது போல என் தந்தை, என் தாய் மற்றும் எனது இளைய சகோதரர்களும் இருந்தனர். எனது தந்தை மற்றும் தாயுடன் நாங்கள் ஏழு பேர் சகோதரர்கள். துப்பாக்கிக் குண்டுகளின் ஒலியையும், அங்கும் இங்குமாக நடந்த சண்டைகள் பற்றியும் நாங்கள் கேட்டுக்கொண்டிருந்தோம். மேலும் அதற்கு முன்னால் பல நாள்களாக அல்லது பல வாரங்களாகக் கூடத் தூக்கமின்றி

இருந்தோம். இரவில் நாங்கள் தூங்கவே முடியவில்லை ஏனெனில் எல்லையில் நடக்கும் தீவிரச் சண்டைகளை நாங்கள் கேட்போம். சாதாரணமாகக் கேட்கக் கூடிய எல்லைக்குள், அவற்றை நாங்கள் கேட்க முடிந்தது, மேலும் ஒரு பிரென் துப்பாக்கி, ஒரு ஸ்டென் துப்பாக்கி, ஒரு டம்மி துப்பாக்கி மற்றும் வேறு பலவற்றின் வேறுபட்ட ஒலிகளைப் புரிந்துகொள்ள நாங்கள் துவங்கினோம். அது எப்படி என்று உங்களுக்குத் தெரியும். எப்படியாகிலும், இரண்டு நகரங்களும் வீழ்ந்த போது, நாங்கள் வீட்டிலேயே தங்கி இருந்தோம். அங்கு எந்தவிதத் தகவல் தொடர்புச் சாதனங்களும் இல்லை. மேலும், தொலைபேசிகள் வீடுகளில் பரவலாக இல்லை. சாத்தியமான ஒரே தகவல் தொடர்புச் சாதனம், நீங்கள் உங்கள் பக்கத்து வீட்டுக்காரரிடம் சொல்ல வேண்டும், அவரது பக்கத்து வீட்டுக்காரரிடம் அவர் சொல்லுவார், இப்படியே வரிசையாகப் போகும்.

அடுத்த நாள், ஜூலை 10 அன்று- லிட்டாவும், ரம்லாவும் ஜூலை 9 அன்று வீழ்ந்தன. இஸ்ரேலியர்கள் எங்கள் கதவைத் தட்டி உள்ளே வந்தார்கள், எனது மூத்த சகோதரரைப் பார்த்தார்கள். அவரைக் கொண்டு சென்றார்கள். அவர்கள் கட்டாயப்படுத்தி அவரைக் கொண்டு சென்றனர். அவர்களிடம் எனது தந்தை சொன்னார், 'அவனிடமிருந்து எதை நீங்கள் விரும்புகிறீர்கள்?' ஆனால் உண்மையில், விவாதத்திற்கு அங்கு எந்த இடமும் இல்லை. மேலும் எனது சகோதரர் ஒன்றிரண்டு நாள்களாகக் காணாமல் போய் பிறகு அவர் வீட்டுக்குத் திரும்பினார். நாங்கள் பயங்கரமான அச்சத்தில் வாழ்ந்தோம், எங்களுக்குத் தெரியாது... என்ன நடந்து கொண்டிருக்கிறது என எண்ணிப் பார்க்க நாங்கள் முயன்றோம். எங்களுக்குத் தெரியாது. எனது சகோதரர் ஒன்றரை நாள்களுக்குப் பிறகு திரும்பி வந்தார். அவரையும், மற்ற அவரது வயதையொத்த இளைஞர்களையும் சாலைகளில், இஸ்ரேலியர்களின் பாதுகாப்பு அரண்களை உண்டாக்கும் பொருட்டு அவர்களை அழைத்துச் சென்றதாக அவர் எங்களிடம் சொன்னார். மணற்பைகளை நிரப்புவதற்காகவும், சில நேரங்களில் வீடுகளில் இருந்து வீட்டு உபயோகப் பொருள்களைக் கொண்டு தெருக்களில் தடைகளாகப் பயன்படுத்தி, எந்த ஒரு வலிமை வாய்ந்த தாக்குதலையும் தடுப்பதற்காகவும் அவர்களை இஸ்ரேலியர்கள் பயன்படுத்தினர்.

அந்த இரண்டு நாள்களிலும் துப்பாக்கிக் குண்டுகள் வெடித்தன. மேலும் எங்கே நடக்கிறது என எங்களுக்குத் தெரியாமலேயே மோதல்களும் கூட நடந்தன. எங்களிடம் வானொலிப் பெட்டி

இல்லை, தொலைபேசி இல்லை, நாங்கள் முற்றாகத் தனிமைப் படுத்தப்பட்டோம்.

1948 ஜூலை 13, கடைசி நாளான அன்று, வெளியே நடந்து செல்லும் மக்களின் இரைச்சலை நாங்கள் உணர்ந்தோம். மிகவும் அதிகமான மக்கள் நடந்து சென்றுகொண்டிருந்தனர். நாங்கள் அச்சமடைந்தோம்! நாங்கள் ஜன்னல் வழியே எட்டிப் பார்த்தோம், தெருக்கள் மக்களால் நிரம்பி இருப்பதைக் கண்டோம். சில கணங்களுக்குப் பிறகு, எங்கள் வீட்டுக் கதவு துப்பாக்கி முனைகளால் தட்டப்பட்டது. இஸ்ரேலியப் படை வீரர்கள்தான். நாங்கள் கதவைத் திறந்தோம், அவர்கள் சொன்னார்கள், 'வெளியே வா. எல்லாரும் வா வெளியே. எல்லாரும் வா வெளியே.' எங்கே, வெளியே? 'அனைவரும் வா வெளியே,' அவர்கள் எங்களை வெளியே போகச் செய்தார்கள். எங்களது வீடுகளை விட்டு வெளியேறி, லிட்டாவில் ஷகத் அல்-நவாயிர் என்று அழைக்கப்பட்ட ஒரு பெரிய சதுக்கத்தை நோக்கி நாங்கள் நடந்து சென்றோம். மக்களின், வெள்ளப் பெருக்கெடுத்து ஓடும் நதி போன்ற கூட்டத்தில் கலந்தோம். இதுபோன்ற நடவடிக்கை, ஆட்சி அதிகாரக் காலத்தில் பிரிட்டிஷாரால் நடத்தப்பட்டது. இதுபோன்ற நடவடிக்கைகள், 1936-39ஆம் ஆண்டுகளிலும் அதற்குப் பிறகும் பாலஸ்தீனியப் புரட்சியாளர்களுடன் சண்டைகளைத் தீவிரப்படுத்திய காலத்திலும் மேற்கொள்ளப்பட்ட நடவடிக்கைகளில் இருந்து வேறுபட்ட ஒன்றாக இல்லையென்று மக்கள் நினைவு கூர்ந்தார்கள். நாங்களும் இதை நினைவுபடுத்துகிறோம். மக்கள் அதிகாரப் பூர்வமாகக் கேட்டுக் கொள்ளப்பட்டார்கள் ...துப்பாக்கிளுடன் வந்து மக்கள் வீடுகளின் கதவுகளைத் தட்டிய படைவீரர்களுடன் மட்டுமின்றி, தெருக்களில் ஊரடங்கை அறிவித்த, இந்த அல்லது அந்த சதுக்கத்தில் மக்களைக் கூடுமாறு ஆணையிட்ட (அதிகாரப்பூர்வ) அறிவிப்பாளரோடு போகவும் கேட்டுக்கொள்ளப் பட்டார்கள். இந்தச் சதுக்கத்தில் நாங்கள் இருப்பதால், மக்கள் இந்த நடவடிக்கை ஒரே மாதிரியாகத்தான் இருக்குமென்று நினைத்தார்கள். இஸ்ரேலியர்கள் அல்லது யூதர்கள் எங்கள் வீடுகளுக்குள் புகுந்து, ஆயுதங்கள் மற்றும் புரட்சியாளர்களை, பிரிட்டிஷார் வழக்கமாகச் செய்ததைப் போலத் தேடினார்கள். மேலும் அந்த நாளின் முடிவில், மக்களிடம், 'உங்கள் வீடுகளுக்குச் செல்லுங்கள்.' என்று சொன்னார்கள். இந்த முறை, அது ஒரே மாதிரியாக இல்லை. இந்த முறை, லிட்டாவில் இருந்த

ஒன்றுக்கும் மேற்பட்ட சதுக்கங்களில் எங்களைக் குழுவாகப் பிரித்து, ஒரு குறிப்பிட்ட பாதையை அவர்கள் திறந்துவிட்டனர். உண்மையில், நாங்கள் ஆயுதமேந்திய சியோனிசர்களால் சுற்றி வளைக்கப்பட்டோம். கிழக்கு நோக்கி மக்கள் கூட்டத்தைச் செல்ல ஆணையிட்டனர்.

இயல்பாக, ஜூலை மாதம் வெப்பமாக இருக்கும். அங்கு தண்ணீரே இல்லை. அது ரமலான் காலம். குழந்தைகள் அலறவும் அழவும் துவங்கினர். ஏனெனில் ஒரு குழந்தைக்குத் தாகமாக இருந்தது, இன்னொன்று களைப்பாக இருந்தது, மக்கள் அவர்களுக்கென்று ஒதுக்கப்பட்ட பாதையில் கிழக்கு நோக்கி நெடுந்தூரம் நடந்தனர். லிட்டா மையத்தின் வழியாக நாங்கள் கடந்து சென்றோம், எனது இரு கண்களால், கடைகள் உடைக்கப்பட்டு அத்துமீறப்பட்டிருப்பதை நான் பார்த்தேன்; அவை கோடரிகளால் பிளக்கப்பட்டு, உள்ளே இருந்த அனைத்தும் தலைகீழாகச் சிதறிக் கிடந்தன. நடந்து செல்லும்போது, நாங்கள் தியாகிகளை, கொல்லப்பட்டவர்களை, இங்கொரு உடலும், அங்கொரு உடலுமாகப் பார்த்தோம். அங்கு கடும் வெயிலாக இருந்தது. நாங்கள் நடக்கத் துவங்கிய போது காலை சுமார் பத்து மணியாக இருந்தது. லிட்டாவை விட்டு வெளியேறத் துவங்கிய போது, 'ஹசுனா'வின் குடும்பத்தைச் சேர்ந்த பழத்தோட்டம் ஒன்று அங்கிருந்தது. எனது இளைய சகோதரர்களுக்குத் தாகமாக இருந்தது ஆகவே என் தந்தையிடமும், தாயிடமும், அங்கிருந்து தண்ணீர் கொண்டு வர முயற்சிக்கப் போகிறேன் என்று சொன்னேன். சாலை நெடுகிலும் படை வீரர்கள் நின்று கொண்டிருந்தனர் ஆனால் ஒவ்வொருவருக்கும் இடையே 20 மீட்டர்கள் அல்லது அது போன்ற இடைவெளி இருந்தது. ஆகவே அவர்களுக்கிடையே நான் மெல்ல நழுவி, பழத்தோட்டத்தில் இருந்த ஒரு பெரிய தண்ணீர்க் குட்டையை அடைந்தேன். அங்கு ஒரு தண்ணீர்க் குழாயைக் கண்டேன். தண்ணீர் அதிலிருந்து வரத் துவங்கும் வரை, அதைத் திறப்பதற்கு முயன்றேன். ஒரு வாளி அல்லது ஏதோ ஒன்றை எடுத்துத் தண்ணீரால் நிரப்பினேன். மக்கள் என்னைப் பார்த்தனர், ஒவ்வொருவரும் தண்ணீரை விரும்பினர். ஆகவே என்னை நோக்கி அனைவரும் ஓடி வந்தனர். வாளியை நிரப்பிக்கொண்டு, எனது பெற்றோருடன் சேர்ந்துகொள்ளச் சென்றபோது, ஒரு ஜீப் வேகமாக வருவதைப் பார்த்தேன். அது என்னருகே வந்ததும் சரியாக நின்றது. ஓர் அதிகாரி கீழே இறங்கி வந்து என் தலைக்கு முன் ஒரு துப்பாக்கியை வைத்தான்.

என்னிடம் அவன் சொன்னான், 'தண்ணீரை வீசி விடு, தண்ணீரை வீசி விடு, தண்ணீரை வீசி விடு!' தண்ணீரை வீசி விடு என்றால் என்ன பொருள்? ஒரு ஆள் எனது தலையில் துப்பாக்கியை வைத்துவிட்டான், நீங்கள் தண்ணீரைப் பற்றி நினைக்கும் போது, மற்ற ஒவ்வொன்றையும் மறந்துவிடுவீர்கள். உண்மையில், நான் தண்ணீரை வீசி விட்டேன். என்னை அவன் சுட்டுவிடவில்லை என்பதற்காக நான் கடவுளுக்கு நன்றி தெரிவித்தேன். அவன் என்னை வெளியே விரட்டினான். ஆகவே எனது பெற்றோரிடமும், சகோதரர்களிடமும் திரும்பிச் சென்றேன். மேலும் அவர்களுடன் நான் தொடர்ந்து நடந்தேன்.

இது ஒரு கடினமான நாள். சாலையின் நெடுகே நடந்த நானும், மக்களும் என்றும் மறக்க முடியாத நாள். களைப்பு, அச்சம், பீதி, பயங்கரம், இழப்பு, எவ்வளவு தூரம் எங்கே போகிறோம் என்பது தெரியாத வண்ணம்... எங்கள் முதுகுகளில் கொஞ்சம் துணிகளோடு மட்டும் நாங்கள் வெளியேறினோம். ஒருவரும் எதையும் கொண்டு வரவில்லை ஏனெனில் நாங்கள் இதை எதிர்பார்க்கவில்லை; கட்டாயப்படுத்தி எங்களை வெளியேற ஆணையிட்ட மக்களால், வியப்புக்கு உள்ளானோம். தாகத்தையும், பசியையும் பற்றிச் சொல்லத் தேவையில்லை. நாங்கள் கட்டாயப்படுத்தப்பட்டுக் கொண்டு செல்லப்பட்ட சாலை, ஒரு சாலையாகக் கூட இல்லை, அது மலைத்தொடர். கோடையில், எங்களது மலைகள் மஞ்சள் நிறமாகவும், வறண்டும், உலர்ந்தும், கரடுமுரடாகவும் இருக்கும்; அங்கு தண்ணீரோ, கிணறுகளோ மற்ற எதுவுமோ இருக்காது. மக்கள் தாகத்தால் இறந்துகொண்டிருந்ததை நானே எனது இரு கண்களால் பார்த்தேன். குழந்தைகள் அல்லது பெண்கள் அல்லது முதியோர்கள். அவர்களது குடும்பங்கள் அங்கேயே அவர்களை விட்டுவிடுவார்கள், கொஞ்சம் வைக்கோலை அவர்கள் மீது போட்டு மூடிவிட்டு, நடந்த வண்ணம் இருப்பார்கள். மக்கள் உறிஞ்சுவதற்காகவும், புல்லின் வேரிலிருந்து வரும் தண்ணீர்த் துளியால் உதடுகளை ஈரப்படுத்திக்கொள்ளவும், புல் தரைகளில் இருந்து புல்லைப் பிடுங்குவதை என் இரு கண்களால் பார்த்தேன்.

மூன்று, நான்கு அல்லது ஐந்து மணி நேரத்திற்குப் பிறகு, பிற்பகல் மூன்று அல்லது நான்கு மணி அளவில், கோடை முழுவதும் கூடத் தொடர்ந்து தண்ணீர் நிறைந்திருக்கும் இயற்கையான கிணறுகளுக்குப் பெயர் போன ஓர் இடத்தை நாங்கள் கண்டோம். உண்மையிலேயே, அந்தக் கிணறுகளுள் சிலவற்றைக் கண்டோம்; அவை இயற்கையானவை, மனிதர்களால் உண்டாக்கப்பட்டவை

அல்ல. அந்தக் கிணறுகளில் கொஞ்சம் தண்ணீர் எஞ்சி இருந்தது, அது சிவந்து, அடியில் களிமண்ணோடு கலந்திருந்தது. நூற்றுக்கணக்கான மக்கள் அவைகளை நோக்கி ஓடினர். சிலர் கயிறுகளைக் கண்டனர் அல்லது அவர்களது சட்டைகள் அல்லது கழுத்துப் பட்டிகள் அல்லது அவை போன்ற வேறெதையோ கிழித்து ஒன்றாக முடிந்து அவர்கள் வைத்திருந்த என்ன மாதிரிப் பாத்திரங்கள் ஆனாலும் அவற்றைக் கீழே இறக்கித் தண்ணீரால் நிரப்பினர். உண்மையில், அவற்றை அவர்கள் மேலே இழுக்கும்போது, அவை ஒன்றோடொன்று இடித்துக் கொண்டு, பாதி தண்ணீர் சிந்திவிடும். சிறிது தண்ணீரை நான் பெற முடிந்தது... சிவந்த தண்ணீர். அதனுடன் நான் ஓடினேன், மக்களும், குழந்தைகளும் என்னைப் பின் தொடர்ந்தனர். யாரைப் பற்றியும் நான் கவலைப்படவில்லை. நான் எனது தாய், தந்தை மற்றும் எனது சகோதரர்களைப் பற்றி மட்டும் கவலைப்பட்டேன். மேலும் அவர்கள் அதை அருந்த முடிந்தது. அது குழம்பியவாறும் சிவப்பாகவும் இருந்த போதிலும் கூட, அது புதிய தண்ணீராக இருந்தது. அதற்குள் என்ன இருந்தது என்பதைக் கடவுள் அறிவார். ஆனால், நாங்கள் எதை வேண்டுமானாலும் குடிப்போம் என்ற அளவுக்கு எங்கள் தாகம் மிகவும் அதிகமாக இருந்தது.

நான் என்றும் மறக்க முடியாத, ஹரூன் குடும்பத்தில் இருந்து வந்த ஒரு நபர் அங்கிருந்தார். லிட்டா மக்களுக்குத் தண்ணீர் திறந்துவிடுவதற்கு அவர் பொறுப்பாளராக இருந்தார், ஏனெனில் பகற்பொழுதில் குறிப்பிட்ட நேரங்களில் அவர்கள் தண்ணீர்க் குழாயைத் திறப்பது வழக்கம். இந்த மனிதர் மிகவும் தாகத்தில் இருந்தார். கிட்டத்தட்ட இறந்துகொண்டிருந்த கோவேறுக் கழுதை ஒன்றில் அவர் சவாரி செய்துகொண்டு வந்தார். அவர் அதை எங்கிருந்து பெற்றார் என்பது கூட எனக்குத் தெரியாது. அவர் ஓலமிடத் துவங்கினார், 'நண்பர்களே! லிட்டா மக்களே! உங்களுக்குத் தண்ணீர் தருவதில் 40 ஆண்டுகளை நான் செலவழித்திருக்கிறேன். நீங்கள் கடவுளின் நேசிப்பிற்கு ஆளாகிட, ஒரு வாய் தண்ணீர், கடவுளின் நேசிப்பிற்காக ஒரு வாய் தண்ணீரை எனக்குத் தாருங்கள்.'

எங்களைச் சுற்றிலும் இனிமேலும் அங்கே யூதர்கள் அதிகமில்லை என்னும் அளவிற்கு நாங்கள் நடந்துகொண்டிருந்தோம். மேலும் அது ஒரு பாதுகாப்பான பகுதி, ஓர் அரேபியப் பகுதியைப் போல நாங்கள் உணர்ந்தோம். நிலின் என்று அழைக்கப்பட்ட ஒரு நகரத்தின் வெளிப்புறப் பகுதியை அடையும் வரை நாங்கள்

நடந்துகொண்டிருந்தோம். நிலின் நகர மக்கள் அவர்கள் செய்ய முடிந்த எந்த உதவியையும் எங்களுக்குச் செய்வதற்கு ஓடி வந்தனர்; யார், ஒரு வீட்டு விலங்கை வைத்திருந்தாலும் சவாரிக்காக அதைத் தந்தார்கள், சிறிது ரொட்டி அல்லது ஒரு ஜாடி தண்ணீரை யார் வைத்திருந்தாலும், அவற்றைக் கொண்டு அவர்கள் காக்க முடிந்தவர்களைக் காப்பாற்றினர். அவர்கள் சொல்லுவது போல, வானமே எங்களது போர்வையாக, ஒலிவ மரத்தின் கீழே நாங்கள் தரையில் படுத்து உறங்கினோம். அப்போது நடு இரவு தாண்டியிருந்தது, சிலர் அப்போதும் நடந்து சென்ற வண்ணம் இருந்தனர். அடுத்த நாள், சூரிய ஒளியால் நாங்கள் விழித்து எழுந்தோம்; களைப்பால் நாங்கள் அதிகமாகத் தூங்கி விட்டோம். ஜோர்டானிய இராணுவ உந்து வண்டிகள் எங்களை நிலினில் இருந்து ரமல்லாவுக்குக் கொண்டு சென்றன. ஒருவர், செங்கல் அடுக்குவது போல, எவ்வளவு அதிகமான பேரை ஏற்ற முடியுமோ அவ்வளவு பேரையும் அவர்கள் வாகனங்களில் நிறைத்தார். ரமல்லாவில், நாங்கள் பள்ளிக்கூடங்களுக்கும், வேறு இடங்களுக்கும் அனுப்பப்பட்டோம். ஒரு பள்ளிக்கூடத்திற்குப் போவது எங்கள் விதியாக இருந்தது, அதன் பெயர் அதற்கு மேல் எனக்கு நினைவில் இல்லை, ஆனால் ரமல்லாவில் அது அனைத்துப் பெண்களுக்கான உயர்நிலைப் பள்ளி. 1997இல் பாலஸ்தீனத்திற்கு நான் சென்றபோது, உண்மையில், அதை நான் மீண்டும் பார்த்தேன். மேலும் அது எனக்கு நினைவிருக்கிறது. வேற்று மக்கள் 30 அல்லது 40 பேருடன் நெரிசலாக ஓர் அறையில் நாங்கள் இருந்தோம். படுப்பதற்கு ஓர் அறை இல்லை; நாங்கள் சம்மணமிட்டு உட்கார மட்டுமே முடிந்தது. பசி வாட்டியது, எப்படி நாங்கள் ரொட்டியைக் காண முடிந்தது என நாங்கள் வியப்படைந்தோம். அவசர நிவாரண உணவை அவர்கள் உள்ளே கொண்டு வந்தார்கள்: ரொட்டி, குறிப்பாக ரொட்டி... இங்கே இத்துடன் நாம் நிறுத்திக்கொள்வோம்.

ரெனி குதிஷ்

பாலஸ்தீனம், ரம்லாவில், 1925இல் பிறந்தவர்

மஹ்மூத் ஷெய்டன் உடன் ஒரு நேர்காணல்

வெர்துன், பெய்ரூட், 2011

22'46"-34'12"

ரெனி குதிஷ்: *எங்கள் வீடு மிகவும் அழகான வீடுகளுள் ஒன்றாக இருந்தது, எங்கள் வீடு நகரின் 'மையப்பகுதி' என இப்போது அவர்கள் அழைக்கும் பகுதியில் இருந்தது. சந்தைக்கு உள்ளே, ஆனால் அது, ஒரு கீழ்த் தளம் மற்றும் மேல்தளங்களுடன் ஒரு கோட்டையைப் போல் இருந்த வீடு. அதுவே ஒரு கதைதான். அதை அவர்கள் கட்டிய போது, கீழ்த் தளம் எனது தாத்தாவுக்காக, அதாவது என் தந்தையின் தந்தைக்காக. பாருங்கள், அவர் ஒரு கோதுமை வியாபாரி, ஒவ்வொரு நாளும் - அது அவசியம் - குறைந்த பட்சம், ஐந்து இல்லையெனில் ஆறு பேர் மதிய உணவுக்காக அவருடன் வீட்டுக்குத் திரும்பி வருவார்கள். இன்று உள்ளது போல் மேஜை விரிப்புகள் மற்றும் அது போன்ற பொருள்களுடன் அப்போது உணவு அருந்தும் மேஜைகள் கிடையாது. நீளமான மேஜையைப் (trestles) போல ஒன்று அவர்களிடம் இருந்தது. ஒரு 'நீள் மர மேஜை' என்றால் என்னவென்று உங்களுக்குத் தெரியுமா? இவைகளில் நாங்கள் சுமார் ஆறு, ஏழு, பத்து, கடவுளுக்குத்தான் தெரியும் என்று வைத்திருந்தோம். மரப்பலகை மேலே வரும், அதன் மேல் அவர்கள், ஒரு பிளாஸ்டிக் விரிப்பை வைப்பார்கள், மேலும் எப்படியாயினும் அவருடன் பலர் வருவார்கள். எனது பாட்டிக்கு, அதாவது என் தந்தையின் அம்மாவுக்கு அது ஒரு விஷயம் இல்லை. அவருக்குப் பழக்கமான பெண்மணி ஒருவர் இருந்தார். அவரது பெயர் கதீஜா, அவருக்கு உதவி செய்வதற்காக என்றே தனியாக அவர் வருவார். ஏனெனில் ஒவ்வொரு நாளும், ஒவ்வொரு நாளும், மக்கள் வருவார்கள், எங்கள் வீட்டில் உணவருந்துவார்கள் என்பது எதிர்பார்க்கப்பட்டது. அதிலிருந்து தப்பிப்பது கிடையாது. எனது தாத்தாவும், பாட்டியும் (Teta) கீழ்த் தளத்தில் தூங்கவும், வசிக்கவும் செய்வார்கள். கீழ்த் தளத்தில் ஒரு தோட்டம் இருந்தது. படுக்கை அறைகள், அறைகள், அறைகள், அழகான, பளிச்சிடும் மிகப் பெரிய அறைகள், உள்ளபடியே மரத்தாலான ஓர் அரேபியக் குளியலறை, தோட்டத்தில் சுவர்களில் அலமாரிகள். குறிப்பாக, பழத்தோட்டத்தில் இருந்து மரத்தை எங்களுக்குக் கொண்டு வர, அதற்குள் அவற்றை வெந்நீர் அடுப்புக்கு ஏற்றாற்போல்*

துண்டாக்கி, கொதிகலனுக்குள் அதை எப்படி வைப்பதென்று உங்களுக்குத் தெரியும், அது போல் அடுக்கி வைப்போம். எனது தாய் நீங்கள் கற்பனை செய்து பார்ப்பதை விடவும் மிக, மிக இரக்க குணம் நிரம்பியவர். அதாவது அவரது சிந்தனையும், மதமும் மக்கள்தான், அவ்வளவே. வாழ்க்கையில் அவர் கவலைப்பட்டது எல்லாம் மற்ற மக்களுக்காக. நாங்கள் கடவுளின் கருணையால் அபரிமித செல்வத்தைப் பெற்றிருந்தோம், அதை எங்களுக்கு அவர் வழங்கியிருந்தார். ஒருவருக்கு ஒன்று கொடுக்காமல் அவர் ஒரு சிறிது உணவைக் கூடத் தன் வாயில் போட மாட்டார். எடுத்துக்காட்டாக, நாங்கள் சமைப்போம், நாங்கள் பானைகள் வைத்திருந்தோம்... உங்களுக்குத் தெரியும், அவையனைத்தும் பித்தளையால் ஆனவை. மேலும் பாட்டியின் சமையலறை ஒரு நீண்ட மேஜையைப் போல இருந்தது, ஒரு பெரிய அடுப்பு, பானை வைப்பதற்கு ஏற்ப, வெற்று இடங்களுடன் இருந்தது. நாங்கள் அங்கே நிலக்கரியை வைப்போம், மேலே பானையை வைப்போம், அதாவது ஆறு, ஏழு பானைகள் அதன் மீது அங்கே அடுப்பின் மீது வைக்கப்பட்டிருக்கும். மதிய உணவுக்குப் பிறகு, அவர்கள் உணவு உண்டு முடித்த பிறகு, பக்கத்து வீட்டுக்காரர்கள் வருவார்கள். அவர்களது நிலைமை சற்று மோசமான ஒன்று. நாங்கள் அவர்களுக்குப் பானைகளைக் கொடுப்போம், எனது தாய் அவர்களிடம் சொல்வார், 'உள்ளே என்ன இருக்கிறதோ எடுத்துக் கொள்ளுங்கள், சுத்தமாக்கிக் கழுவி அவற்றை என்னிடம் திருப்பித் தந்துவிடுங்கள்.'

எங்கள் மக்களைப் பற்றி நாங்கள் சொல்லும் பல கதைகளில் இதுவும் ஒன்று. தினமும், பழத்தோட்டங்களில் இருந்து உற்பத்தியான அனைத்து வகைகளும் வந்துவிடும். நாங்கள் ஆரஞ்சுகளை மட்டும் பயிரிடவில்லை, மாறாக, ஆரஞ்சுகளில் உள்ள அனைத்து வகைகளையும், அதாவது அனைத்து வடிவங்களையும், வண்ணங்களையும் கொண்ட வகைகளைப் பயிரிட்டோம். அதே போல்'முலுக்கியா'வையும் (பாலஸ்தீனம் மற்றும் அரேபிய உலகில் புகழ்பெற்ற ஒருவகை கீரை- மொ.ர்) பயிரிட்டிருந்தோம்... அவர்கள் கோழிக் குஞ்சுகளையும், இளம் புறாக்களையும் வளர்த்தனர். தினமும், இந்த அனைத்துப் பொருள்களில் இருந்தும், நாங்கள் விரும்பும் எதையும் அவர்கள் எங்களுக்கு அனுப்புவார்கள். பைகளில், அட்டைப் பெட்டிகளில். எனது தாயார் பங்கிட்டுக் கொடுப்பார்கள். அவர் எங்களுக்குக் கொஞ்சம் வைத்துக்கொண்டு, எஞ்சியவற்றைப் பங்கிட்டுக்

கொடுப்பார். என் தந்தை வழி சித்தப்பாவின் குடும்பமும் வீட்டில் எங்களுடன் வசித்து வந்தது. எனது சித்தப்பா ஒரு மருந்தாளுநர்... அலெக்ஸ் குதிஹ், அவரை உங்களுக்குத் தெரியும் எனில், ஜீன் டி'ஆர்க் (தெரு) அருகில் மருந்தகம் ஒன்றைச் சொந்தமாக வைத்திருக்கிறார். அவரைக் கேளுங்கள், நான் உங்களுக்குச் சொல்லிக்கொண்டிருந்த அதே கதையை நீங்கள் கேட்பீர்கள்... அவர்கள் எங்களுடன், எனது தாயாருடன் 13 ஆண்டுகள் வசித்தார்கள், ஒரே வீட்டில் நாங்கள் வசித்தோம். எனது தாயார் எவ்வளவு பொறுமைசாலியாக இருந்தார் என்பதைக் கற்பனை செய்து பாருங்கள், அவருடைய மாமியாருடன் அவர் வாழ்ந்தார். இன்றிருப்பதை விட வித்தியாசமாக நீண்ட காலத்திற்கு முன்பாக மாமியார்கள் இருந்தனர், அவருக்கு எனது தாயார் என்றும் திரும்பப் பதில் பேச மாட்டார், இதை நீங்கள் நம்ப முடிகிறதா? எனது பாட்டி இறக்கும் நிலையில் இருந்தார். அப்போது, அந்த நாள்களில் நாங்கள் 'அறிவிப்பு விருந்து' (*Feast of Annunciation*) நடத்துவோம். மேலும் என் தாயாரும், அவரைச் சுற்றி அமர்ந்த பெண்களும் 'காக்' (பிஸ்கட் போன்ற ஒரு தின்பண்டம்) தயாரித்துக்கொண்டிருந்தார்கள். அந்த நேரத்தில் 'காக்'கை பேரீச்சை பழங்களுடன் சேர்த்துச்செய்தோம். மேல் தளத்தில் பரிதாபத்துக்குரிய பாட்டி இறக்கும் தருவாயில் இருந்தார். மருந்தாளுநரான எனது சித்தப்பா, அவர் என்ன விரும்புகிறார் என்று கேட்பதற்காக மேலே போனார். அவரிடம் அவர் கேட்டார், 'அம்மா, உங்களுக்கு என்ன வேண்டும்?' அவர் சொன்னார், 'நான் எதையும் விரும்பவில்லை, நான் விரும்புவது எல்லாம், ஃபட்வா (எனது தாயார்), மேலே வர வேண்டும், எனக்குத் திரும்பப் பதிலைச் சொல்ல வேண்டும்.' எனது தாயார் ஒரு முறை மட்டுமாவது பதில் சொல்ல வேண்டும் என்று அவர் விரும்பினார், அந்த அளவுக்கு அவர் பொறுமையாக இருந்தார். எனது தாயார் என்ன மாதிரி வளர்ப்பு முறையைப் பெற்றிருந்தார் பாருங்கள். அவர் குடும்பத்தை நேசித்தார், மரியாதையை விரும்பினார், இவை அனைத்தையும் அவர் நேசித்தார்.

எனது தாத்தாவும் பாட்டியும் இறந்த பிறகு, அங்கு எவ்வளவு செல்வம் குவிந்திருந்தது என்பதை அவர் கண்டார், ஆகவே ஆரஞ்சுகளை யார் எடுத்தார்கள், எலுமிச்சைகளை யார் எடுத்தார்கள், இந்தப் பொருள்களில் எதையேனும் யார் எடுத்தார்கள் என்பதில் எல்லாம் அவர் ஏன் கவனம் செலுத்திக் கொண்டிருக்க வேண்டும்? இதிலெல்லாம் அவருக்குப் பொறுமை

இல்லை, அவர் வீட்டைக் கவனிப்பதில் ஆழ்ந்த ஆர்வம் கொண்டிருந்தார். மாடியில் இருந்த தளம் வேறுபட்ட முறையில் இருந்தது, அது வரவேற்பறைகளையும், ஓர் உணவு அருந்தும் அறையையும் கொண்டிருந்தது. எங்கள் வாயிலில் இருந்து, மேல் மாடிக்கு நீங்கள் போனீர்கள் என்றால், நீங்கள் எங்கள் வீட்டுக்குள் ஓர் இரும்புக் கதவு வழியே உள்ளே நுழைவீர்கள். அதனுடைய சாவி இந்த அளவுக்குப் பெரியது, இவ்வளவு பெரியது! இவ்வாறு நீங்கள் மேலே போகும்போது பாதி வழியில், நாங்கள், என்னை மன்னியுங்கள், ஓர் அறையைப் போல, ஒரு கழிவறையும், ஒரு கழுவும் தொட்டியும் அமைத்திருந்தோம். ஒரு விருந்தினர் வந்து அவருக்குத் தேவைப்பட்டால், அவர் மேலே உள்ள எங்களது சொந்தக் குளியலறைகளுக்குப் போகமாட்டார். எனது தந்தை என்ன நினைத்தார், பரிதாபத்திற்குரியவர், அவர் திரும்பத் திரும்பத் தலையை உருட்டிக்கொண்டார், 'கீழே உள்ள சொத்தை வைத்துக் கொண்டு என்ன செய்வது, நான் அதை வைத்து என்ன செய்வது?' அவர் அதை என்ன செய்தார் என்பதை உங்களால் யூகிக்க முடியுமா? அவர் அதை மாற்றினார். அவர் அதை எல்லாம் பண்டகச் சாலைகளாக, கடைகளாக மாற்றினார். அவர் சொன்னார், 'நான் அதை யார் வாடகைக்குக் கேட்டாலும் அவர்களுக்கு வாடகைக்குவிடுவேன், மக்கள் வருவதும், போவதுமாக, கீழே உள்ள வீட்டைப் பாராமல் விட்டுவிடுவதற்கு நான் விரும்பவில்லை.' எனது தாயார் நினைத்தார், 'அவர் விரும்பியதால், அவர் விரும்பியதை அவர் செய்யட்டும்.' அவர் எப்படி அதைப் பார்க்க முடியும்? நாங்கள் நான்கு குழந்தைகள், அவருக்கென ஒரு பணிப்பெண், ஆர்மீனியாவைச் சேர்ந்தவராக இருந்தபோதும், அவர் எங்களுடன் 17 ஆண்டுகளாக வாழ்ந்து வந்தார். மேலும் எங்களுடன் அவர் வந்துவிட்டார்.

ஆகவே, அவர் வாடகைக்குவிட்டார், அன்பார்ந்த ஐயா! அவர்களிடமிருந்து வாடகை வாங்க விரும்பவில்லை என்ற அடிப்படையில் அவர் வாடகைக்கு விட்டார். ஏன்? இது புதிது. முதல் நபர், மிகச் சிறிய கடையைப் பெற்றவர், ஒரு தகர வேலை செய்பவர். ஏன் தந்தையார் அவரை விரும்பினார்? ஏனெனில் நாங்கள் அப்போது, சிறிய அழுத்தப்பட்ட ஜாடிகளில் (சிரிக்கிறார்) அல்லாது, தகர டப்பாக்களில் வெள்ளரிக்காயை ஊறுகாய் போடப் பதப்படுத்துவோம், நான் உங்களுக்குச் சொல்வது போல், ஒவ்வொன்றும் அபரிமிதமாக இருந்தன. நாங்கள் நிறையவே வைத்திருந்தோம். அப்போது நாங்கள்,

எரிவாயு வைத்திருக்கவில்லை, சரியா? நாங்கள் மண்ணெண்ணெய் அடுப்புதான் (*babor*) வைத்திருந்தோம். அந்த அடுப்பைச் சரிசெய்ய தினமும் ஒரு தகர வேலை செய்பவர் எங்களுக்குத் தேவைப்படுவார். அடுப்பு பழுது அடைந்துவிடும், அடுப்பு உடைந்துவிடும் மேலும் அடுப்பு... வேறு விஷயம் என்னவெனில், அந்த ஆளிடம் அவர் சொன்னார், 'இதோ பார், நான் எந்த வாடகைப் பணத்தையும் விரும்பவில்லை. நீ எனக்காக வீட்டு வேலைகளைக் கொஞ்சம் கவனித்துக்கொள், நீ எஞ்சிய பணம் எதுவும் வைத்திருந்தால்... உதாரணத்திற்கு, ஓராண்டுக்கு நான் உனக்கு 10 ஜினே தருவதாக வைத்துக்கொள்வோம். மாடியிலுள்ள வீட்டு உபயோகப் பொருள்களுக்காக எவ்வளவு செலவாகிறது என நீ பார், அதில் ஏதேனும் பாக்கி இருந்தால், அதை வைத்துக் கொண்டு எங்களுக்கு நீ பித்தளைப் பானைகளைச் செய்து கொடு.' பாருங்கள், அப்போது அவர்கள் எப்படி வழக்கமாக யோசித்திருக்கிறார்கள்? அவர் எனக்கும், என் சகோதரனுக்கும், நான் உங்களுக்குச் சொல்லி இருக்கிறேன், அவர் ஒரு மருத்துவர், பித்தளைப் பானைகளைச் செய்து கொடுத்தார், எனது சகோதரிக்கும்- அமெரிக்காவில் எனக்கு ஒரு சகோதரி உண்டு, இன்னொரு சகோதரனுக்கும் கூட - நீங்கள் பார்த்திருக்க முடியாது, அவர் நோயில் இறந்துவிட்டார் - எங்கள் ஒவ்வொருவருக்கும், அவர் பால் சுட வைப்பதற்கான மிகச் சிறிய ஒன்றில் இருந்து ஒரு முழு ஆட்டினை முழுவதும் உள்ளே அடைக்கும் ஒன்றின் அளவுக்குப் பானைகளைச் செய்து தந்தார். கடவுள் மீது சத்தியமாக, அவற்றின் மீது எங்கள் பெயர்கள் பொறிக்கப்பட்டிருந்தன.

நெய்யப்பட்ட துணிகளை விற்கும் வழக்கமுடைய ஒரு நபர் இருந்தார். அப்போது அவர்கள், படுக்கை விரிப்புகளை மாற்றித் தருவார்கள், அங்கு வசதியாகத் தூங்குவதற்கான மெத்தை, தலையணைகளோ, இந்தப் பொருள்களில் எதுவும் ஒன்றோ இல்லை, மென்பட்டு வலைத்துணி இருந்தது. அதிலிருந்து பஞ்சு மெத்தை உறைகள், கூடாரங்கள் மற்றும் இது போன்ற பொருள்களை... அவர்கள் தயாரிப்பார்கள். அவர் இதுபோன்ற துணிகளை விற்பவர். (எனது தந்தையார்) அவரிடம் சொன்னார், 'நீங்கள் மேல் மாடிக்குச் செல்லுங்கள்.' - எனது தாயாரிடம், அவரது பெயர் ஃபட்வா, செல்லுங்கள் - 'நீங்கள் மேலே மாடிக்குச் செல்லுங்கள், அவருக்கு என்ன வேண்டுமென்று கேளுங்கள், அதை மாடிக்கு அவரிடம் கொண்டு செல்லுங்கள்'; அவர் மாடிக்குப் படுக்கை விரிப்புகள், தலையணை உறைகள் மற்றும்

இது அதுவென அனைத்தையும் கொண்டு வந்து மாடியில் தருவார், 'நான் உங்களிடம் இருந்து எந்த வாடகையையும் விரும்பவில்லை.' வாடகைக்கு வந்த ஒவ்வொருவரிடம் இருந்தும் அவரது வியாபாரம் மூலம் நாங்கள் பயனடைந்தோம். அது ஓர் அருமையான யோசனை.

ஆனால் அங்கே பலவீனமான நிலையில் பக்கத்து வீட்டுக்காரர்கள் இருந்தார்கள், எனது தாயார் அவர்களை மிகவும் நேசித்தார், தந்தையிடம் அவர் சொன்னார், 'நாம் அவர்களுக்கு ஒரு மாதாந்திர ஊதியம் தரலாம்.'அவரது அனைத்துச் செல்வம் இருப்பினும், மேலும் ஏராளமான பணமும், பொருளும் அவர் வைத்திருந்தாலும், கட்டாயமாகச் செய்வது எதையும் அவர் விரும்பவில்லை. அவரிடம் அவர் சொன்னார், 'இதோ பார், ஒவ்வொரு முறையும் அவர்களுக்குத் தேவை இருக்கிறது, ஒவ்வொரு விருந்திற்கும், ஒவ்வொரு முக்கியமான பண்டிகைக்கும், நீ நினைக்கும் ஒவ்வொரு முறையும் அவர்களுக்கு நான் கொடுப்பேன்...' அந்தப் பெண்மணி, அவளுக்கு ஏழு குழந்தைகள். 'கொஞ்சம் எனக்குச் சொல், நான் அவர்களுக்குக் கொடுப்பேன், ஆனால் ஒவ்வொரு மாதமும் முதல் நாளில் எதுவாக இருப்பினும் அதைக் கொண்டு போய் அவர்களுக்குத் தர வேண்டுமென்ற கட்டாயத்தை என் மீது திணிப்பதில், நான் உன்னுடன் ஒத்துப்போக மாட்டேன்', எனறாா. எனது தாயார் புத்திசாலி. அவர் என்ன செய்தார் பாருங்கள்! அவர் பூ வேலைப்பாடுகள் நிறைந்த, இது போன்ற லினனால் நெய்யப்பட்ட ஆடைகளைக் *(athwab-singular is thawb)* கொண்டு வரத் துவங்கினார்... பக்கத்து வீட்டுக்காரப் பெண் நல்லவர், தூய்மையாகவும், நேர்த்தியாகவும், நிதானமாகவும் இருப்பார், அவர் பெயர் கூட அட்லா.[23] இரண்டு அல்லது மூன்று ஆண்டுகளுக்கு முன் அவரது பிள்ளைகளை டொரண்டோவில் நான் சந்தித்தேன். பெற்றோர்கள் குழந்தைகளைச் செல்லம் கொடுத்துக் கெடுக்கவில்லை எனில் அழகான ஒரு வளர்ப்பு முறை மிகப் பெரிய பலனைக் கொடுக்கிறது. ஆக அம்மா அவரிடம் சொன்னார், 'ஒரு மாத அடிப்படையில் நான் உனக்குப் பணம் கொடுக்கப் போவதில்லை, ஊம்!' - அவரது பெயர் எனக்குத் தெரியவில்லை, 'ஊம் பாஸிம்' ஆக இருக்கலாம் - 'ஆனால் நான் உனக்கு ஒரு வேலை தரப் போகிறேன், அது உனக்கு ஒரு பொழுது போக்காகவும் இருக்கும், மேலும் அதிலிருந்து நீ பயன் அடையலாம்.' அம்மா, அவர் விரும்பிய அனைத்தையும் அவர் (அட்லா) செய்து கொடுப்பதற்காக, தேவையான அனைத்தையும்

அவரிடம் கொண்டு தரத் தொடங்கினார், நூல் பெட்டிகளை விளிம்புத் (hemming) தையல் வேலைப்பாடுகளுக்காக அவரிடம் கொடுப்பார், எனது தாயிடம் அவர் யாசகம் பெறுவது போன்று அல்லது எங்களுக்குத் தொந்தரவு தருவது போன்று அவர் உணர்வதற்குப் பதிலாக, இது இவ்வாறு அமைந்தது. எங்களுக்காக அவர் சிலவற்றைச் செய்து கொடுப்பார், அவர் மகிழ்ச்சியாக, பொழுதைக் கழிக்கவும் செய்வார், மேலும் எங்கள் பக்கம், என் தந்தை கொடுப்பதற்கு எது கட்டாயம் எனக் கருதினாரோ, உங்களுக்குத் தெரியும், ஈத் பெருநாளுக்காக நீங்கள் பெறும் 'ஜகாத்', பரிசுப் பொருள்கள், மற்றும் அந்த உணவுப் பொருள்கள் அவற்றில் அவர் தவறியது இல்லை. ஒவ்வொரு நாளும் பழத்தோட்ட அறுவடை மூலம் பெறுகின்ற, பல வடிவங்களிலும், அளவுகளிலும் உள்ள பழங்களைப் பற்றி சொல்ல வேண்டியதில்லை. ஒவ்வொரு தனிப்பட்ட செடியையும் நாங்கள் வழக்கமாக நடுவோம், நீங்கள் நினைக்கக் கூடிய ஒவ்வொன்றையும், நாங்கள் நடுவோம்...

1 மணி 20'22"-1 மணி 25'08'

எனது பெற்றோர் பயணம் செய்தனர், பிறகு அவர்களது வீட்டில் தங்கி விட்டனர். அன்று ரம்லாவில் மிகப் பெரிய குண்டு வெடிப்பு நடந்தது, மேலும் என் கணவரும், என் பெற்றோரும் அங்கில்லை. நானும், பணிப்பெண் அந்தச் சிறுமியும் மட்டுமே இருந்தோம். அவள் இங்கே ஜிஸின் ஊரைச் சேர்ந்தவள், அவள் பெயர் பாதர். எனது பெற்றோர்கள் திரும்பி வரவில்லை. இரண்டு நாள்கள், ஹைஃபா வீழ்ந்தது, நிலைமை நம்பமுடியாத வேகத்தில் மோசமாகப் போனது! அவர்கள் திரும்பி வரவில்லை. நான் என் தந்தை வீட்டில் தங்கியிருந்தேன், என் சொந்த வீட்டுக்குத் திரும்பிப் போகவில்லை. என்னுடன் எதுவும் நான் எடுத்து வரவில்லை! ஓர் இரவு உடையும், கொஞ்சம் உள்ளாடைகளையும் மட்டுமே கொண்டு வந்திருந்தேன். ஏனெனில் நான் தங்குவதற்கு என்று வரவில்லை... தங்குவதற்கு என்று வரவில்லை. பாலஸ்தீனத்தில் எனது வீட்டில் இருந்து கொண்டு வந்த பொருள் இது மட்டுமே. இந்த நிலைமை முழுதும் நீண்ட காலத்திற்குத் தொடர்ந்தது, என் தந்தை எதையும் அவருடன் எடுத்துச் செல்லவில்லை, அவரது ஆவணங்கள், அல்லது பணம், எதையும் கொண்டு செல்லவில்லை... எதையும். இப்போது மருந்தகம் வைத்திருக்கும் எனது சித்தப்பாவுடன் அவர்கள் தங்கினர். 'அல்-மஸ்ரா'வில், அஸன் குடும்பத்திற்குச் சொந்தமான ஒரு அடுக்கக வீட்டை

அவர்கள் வாடகைக்கு எடுத்தனர். அங்கு கடிதங்கள், பேசுவதற்கு மற்றும் தொலைபேசி அழைப்புகளுக்கான வசதிகள் இருந்தன: நாங்கள் என்ன செய்ய வேண்டும்? முதல் பிரச்சினை, என் சகோதரி இன்னும், உண்டு - உறைவிடப் பள்ளியில்தான் இருந்தாள். என்னைப் பொறுத்த வரை, நான் குடும்ப வீட்டில் தனியாக இருந்தேன்; என் பெற்றோர்கள் அங்கே இருந்தனர், எனது கணவர் ஹைஃபாவில் இருந்தார். நாங்கள் அனைவரும் வெவ்வேறு இடங்களில் இருந்தோம். ஒருவரோடு ஒருவர் தொடர்பு கொள்ள எங்களுக்கு எந்த வழியும் இல்லை. அங்கு பேச்சு, பேச்சு, பேச்சு மட்டுமே. முதலில், அந்தச் சூழ்நிலையில் பாலஸ்தீனத்திற்குத் திரும்ப முடியும் என்பதற்கான எங்கள் நம்பிக்கைகளை எனது தந்தை தகர்த்தார். சூழ்நிலைகள், அமைதியாகிவிட்டால், அவர் வருவதாகக் கூறிவிட்டார், 'அங்குள்ளவர்கள் எல்லாம் தப்பியோடிக் கொண்டிருக்கும்போது, நான் எப்படி வர முடியும்?' அவர் திரும்பவே இல்லை.

எனது சித்தப்பா, மருந்தாளுநரும் அவரது குடும்பமும் முன்னரே வெளியேறிவிட்டனர். இந்தக் குண்டு வெடிப்பு நிகழ்வதற்கு முன்பே, அவர்கள் ரமலாவை விட்டு வெளியேறினர், அவர்கள், 'இல்லை, நாங்கள் இங்கே தங்குவதற்கு விரும்பவில்லை', என்று சொல்லிவிட்டனர். அவர்கள் ஒரு டிரக்கைக் கொண்டு வந்து, அவர்களுடைய வீட்டு உபயோகப் பொருள்களையும் மற்றவைகளையும் முழுவதுமாக அதில் ஏற்றிக்கொண்டு, லெபனானுக்கு நகர்ந்துவிட்டார். நான் சொன்னது போல, அல்-மாஸரில், அவர்கள் ஓர் அடுக்கக வீட்டை எடுத்துக்கொண்டு அங்கேயே தங்கினர். எண்ணற்ற விவாதங்களுக்கும், உரையாடல்களுக்கும் பின்னர், என் தந்தையும், தாயும் திரும்பி வருவதற்கான எந்த வழியும் இல்லை என்பதை நாங்கள் புரிந்து கொண்டோம், ஆனால் எனக்கும் என் சகோதரிக்கும் வர வேண்டியது என்ன? ரமல்லாவில் இருந்த பள்ளியில் இருந்து என் சகோதரி என்னிடம் அனுப்பப்பட்டாள். நான், ஹைஃபாவில் இருந்த என் கணவர், 'ஃபாஸி'க்கு என்ன நேரும்? என்று, கடவுள் கருணைக்காகக் காத்துக்கொண்டு தங்கியிருந்தேன். நான் எவ்வாறு போக முடியும்? எனக்குக் கடவுச்சீட்டு இல்லை, எனக்குக் கடவுச் சீட்டு இல்லை... பின்னாளில் லெபனானுக்குப் போக வேண்டுமென நான் விரும்பினால், எனக்குக் கடவுச்சீட்டு தேவையாக இருந்தது. ஆனால் என்னிடம் அது இல்லை. அவரால் முடிந்த அனைத்தையும் செய்தார். மேலும் 'ஸ்பின்னீஸ்' நிறுவனம்

லெபனானுக்கு நகர்ந்தபோது, எனக்கு ஒரு கடவுச் சீட்டை அனுப்புவதற்கு இராணுவத்திடம் அவர் ஏற்பாடு செய்தார். பிறகு நான் எனது சகோதரியையும், எங்களுடன் தங்கியிருந்த என் இன்னொரு சகோதரனையும் அழைத்துக்கொண்டு, லிட்டாவில் இருந்து விமானத்தில் ஏறினோம். என் தந்தையின் வீட்டை விட்டு வெளியேறினோம். என்னுடன் நான் எதையும் எடுத்து வரவில்லை. என்னுடன் வீட்டு வேலை செய்யும் வேலையாளை மட்டும் அழைத்து வந்தேன். யாஃபாவில் இருந்த என் சித்தப்பாவின் குடும்பம் - ரமலாவை விடவும் அதிகமான பிரச்சினைகள் அங்கிருந்தன - எங்கள் வீட்டில் தங்குவதற்கு வந்தது. அவர்கள் அதிர்ச்சி அடைந்தனர். அவர்கள் சுவர் அலமாரியைத் திறந்தனர், பாருங்கள், எல்லாப் பொருள்களும் அதற்குள் குவிந்து கிடந்தன... எங்கள் எல்லோருக்கும் லினன் விரிப்புகளை எப்படி என் தாயார் வழக்கமாகத் தயாரிப்பார் என்பதை நான் உங்களுக்குச் சொல்லி இருக்கிறேன். எங்கள் ஒவ்வொருவருக்கும் ஆறு விரிப்புகள், தலையணைகள், பஞ்சு மெத்தைகள் இருந்தன. அவர் எங்களது வருங்காலத்திற்காக ஒவ்வொன்றையும் தயாரித்திருந்தார். அத்துடன் பானைகள் மற்றும் உலோகத் தட்டுகள், பொருள்கள் வைக்கும் அறை, வெள்ளிச் சாமான்கள்... தெரிந்து கொள்ளுங்கள், நான் இப்போது பேசிக்கொண்டிருப்பவை எல்லாம் சாதாரணம், அது வீடு மட்டுமே. மேலும் சொத்துகள், பேருந்து நிறுவனம் - இந்தப் பேருந்துகள் அனைத்தையும் வைத்திருந்தோம், அவற்றுள் அறுபத்தெட்டு பேருந்துகள், எங்களுக்காக, தலால் குடும்பத்துடன் கூட்டாக இயங்கின. அவைகளைப் பற்றி நீங்கள் இங்கே கேள்விப்பட்டிருந்தால், தெரியும். அத்துடன் மற்றவைகள். அது ஒரு முறையான நிறுவனம், அது ரமலா - லிட்டா - யாஃபா பேருந்து நிறுவனம் என்று அழைக்கப்பட்டது. எங்களுடன் எதையும் நாங்கள் கொண்டு வரவில்லை.

1 மணி, 27'45" - 1 மணி 30'33'

மஹ்மூத் ஷெய்டன்: பொதுவாக ரம்லாவில் இருந்த நிலைமையை நீங்கள் விவரிக்க வேண்டுமென நான் விரும்புகிறேன். வீட்டுக்கு வெளியே என்ன நடந்துகொண்டிருந்தது?

நிலைமை எப்போதுமே ஆறுதல் தரக்கூடியதாக இல்லை. ஒவ்வொருவரும், குறிப்பாக தெய்ர் யாசின் படுகொலை நடந்த பிறகு, நிம்மதி இழந்தனர். நாட்டை விட்டு வெளியே போவதற்காக, பெண்களையும், சிறுமிகளையும் பெற்றிருந்த ஆண்களுள்

அனைவரும், எல்லாவற்றையும் அங்கேயே விட்டுவிட்டுப் போவதற்குத் தயாராக இருந்தார்கள். யாரும் மற்றவர்களைப் பார்ப்பதோ அல்லது எங்கும் வெளியே போவதோ இல்லை, அது போன்ற எதுவும் அங்கில்லை. நாங்கள் வீட்டிலேயே காத்துக் கிடந்தோம். நாட்டை விட்டு வெளியே போவது பற்றியே அனைவரும் சிந்தித்துக்கொண்டிருந்தனர். பாலஸ்தீனத்தில், அவரவர் வீடுகளில் தங்குவது பற்றி அவர்கள் இனியும் சிந்திப்பதாக இல்லை. லெபனானுக்கு என் சகோதரியும், நானும் விமானத்தைப் பிடிப்பதற்கு அவர்கள் ஏற்பாடு செய்தனர். யாஃபாவில் இருந்த எனது சித்தப்பா - எனக்கு இரண்டாவது சித்தப்பா ஒருவர் இருந்தார் - அவர் ‘சமி பிஷாரா’ என்று அழைக்கப்பட்ட இராணுவ மருத்துவ மனையைச் சேர்ந்த மருத்துவர் ஒருவருடன் சேர்ந்து வசிப்பதற்கு எங்கள் வீட்டுக்கு வருவதாக எங்களுக்கு உறுதி அளித்தார். அவர்கள் வீட்டை எடுத்துக்கொண்டனர். ஏனெனில் அது முழுவதும் அனைத்து வசதிகளும் கொண்டதாக இருந்தது. அவர்கள் யாஃபாவில் இருந்து வெளியேறினர் ஏனெனில் யாஃபா மற்றும் டெல் அவிவ் பற்றி உங்களுக்குத் தெரியும்... ஆனால் எனது சித்தப்பா, யாஃபாவில் ஒரு டிரக்கைப் பிடித்து, அவர்களுடைய அனைத்து உடைமைகளையும் கொண்டு வந்து சேர்த்துவிட்டார்.

நீங்கள் வெளியேறுவதற்கு முன தெயா யாசின் பற்றிய செய்தியை நீங்கள் எவ்வாறு அறிந்தீர்கள்?

நகர் முழுவதும் செய்தி பரவியது. வானொலி ஒலிபரப்பு மூலமாகவோ அல்லது எது மூலமாகவோ, அதை இப்போது நான் மறந்துவிட்டேன். ஆனால் மக்கள் இது போன்ற செய்திகளைச் சுற்றுக்கு விட்டனர். தெய்ர் யாசின் படுகொலை ஒரு வரலாற்றுச் சம்பவம். அது ஒரு முக்கியமான செய்தி, ஏராளமான மக்கள் இறந்தனர், அத்துடன் அது கோரமான ஒன்று. பெண்களது வயிறுகளை வெட்டினர்; அவர்கள் கர்ப்பிணிகளாக இருந்தனர். அவர்களில் சிலரை அவர்கள் கற்பழித்தனர் மேலும் இது போன்ற வெட்கங்கெட்ட செயல்களை அவர்கள் செய்தனர். ஆகவேதான் ஒருவரும் புகைப்படங்களையோ, நாற்காலிகளையோ அல்லது வீட்டையோ விரும்பவில்லை, அவர்கள் வெளியேறிவிட மட்டுமே விரும்பினர். ஆனால் எப்படிப் போவது என்பதை அவர்கள் அறியவில்லை. கார்கள், அறிவிப்பைச் செய்தபடி எங்கும் ஓடின: ‘15 நாள்களுக்கு மட்டும் வெளியே இருங்கள், நீங்கள் திரும்பிவிடலாம்.’ ஒலிப்பெருக்கிகள் மூலமாக அதை அவர்கள்

ஒலிபரப்பினார்கள்: ‘ஒரு சிறிது காலத்திற்கு மட்டும் வெளியே இருங்கள், பிறகு அனைத்தும் சாதாரண நிலைக்குத் திரும்ப வந்து விடும்.’

நீங்கள் இதைக் கேட்டீர்களா?

இதை நான் கேட்டேன். எனக்கு முன்னால் இப்போது உங்களை நான் பார்ப்பது போலவே இதை நான் கேட்டேன். ஒவ்வொருவரும் வெளியேறுவதற்கு மட்டுமே விரும்பத் துவங்கினர்.

கார்களில் இருந்து அறிவிப்பைச் செய்தவர்கள் யார்?

இதைச் செய்தது பிரிட்டிஷ் அரசாங்கம். யூதர்களின் உதவியுடன், யூதர்களின் ஒப்புதலோடு, அது மட்டும் நிச்சயம்.

1 மணி 44’49”-1 மணி 46’30”

நீங்கள் விமானத்தைப் பிடித்தீர்கள் என்று என்னிடம் சொன்னீர்கள்; வழியில் நீங்கள் ஏதேனும் பிரச்சினையை எதிர் கொண்டீர்களா?

இல்லை. அது மிகவும் குறைந்த தூரம்தான்.

எடுத்துக்காட்டாக, லிட்டாவுக்குப் போகும் வழியில் யூதர்கள் யாரையேனும் நீங்கள் பார்த்தீர்களா?

இல்லை.

லிட்டா மக்கள் இன்னும் அங்கிருக்கிறார்களா அல்லது முன்னரே வெளியேறிவிட்டார்களா?

அந்த நேரத்தில் யார் வெளியேறினர், யார் போகவில்லை, யார் ஒளிந்துகொண்டு இருந்தார்கள், யார் அவர்கள் வீட்டை விட்டு வெளியேறுவதற்கு அஞ்சி இருந்தார்கள் என்பதை நீங்கள் சொல்ல முடியாது. ஆம், உண்மையில் சில பேர் தெருக்களில் இருந்ததை நீங்கள் பார்க்கலாம், ஆனால்... முன்பே உங்களிடம் நான் சொல்லி இருக்கிறேன், சில நபர்கள் நிலைமைகளைக் கலக்கமடையச் செய்த அளவுக்கு அங்கு கொல்லப்படுதலோ அல்லது தாக்கப்படுதலோ நடைபெறவில்லை... சூழ்நிலைகளைக் கலக்கமடையச் செய்வது... நீங்கள் இங்கே வசிக்கிறீர்கள் என வைத்துக்கொள்வோம், யாரோ ஒருவர் சுற்றித் திரிந்து வந்து, ‘மக்களே, இன்று லிட்டா உங்களைத் தாக்கப் போகிறது,’ என்றும் இன்னும் பலவாறாகச் சொல்லிக்

கொண்டு வருவார். அச்சம் அடைந்தவர்கள் ஓடிவிடுவார்கள், ஆனால் அவர்கள் திரும்பி வந்துவிடலாம் என்று எண்ணியபடி, அவ்வாறு செய்வார்கள். அவர்கள் திரும்புவார்கள் என்று என்றுமே எண்ணியதில்லை. வீடுகள் வெறுமை ஆக்கப்பட்டன. அவர்கள் அவற்றை ஆக்கிரமித்துக்கொண்டார்கள். ஒரு சிறு குழந்தை கூட உங்களை ஏமாற்றி விடக்கூடிய அளவுக்கு எளிமையான திட்டம் இது.

நிலைமைகளைக் கலக்கமடையச் செய்த மக்கள் யார்?

அதைச் செய்தது பிரிட்டிஷ் அரசாங்கம்தான் என்று நாங்கள் கேள்விப்பட்டோம்; அவ்வாறு உண்மை என்று நீங்கள் என்றுமே அறிய முடியாது... நீங்கள் என்றும் சொல்ல முடியாது. பிரிட்டிஷ் ஆட்சியின் கீழ், நாங்கள் மிக மிக மகிழ்ச்சியாக இருந்தோம், நாங்கள் மிக மகிழ்ச்சியாக இருந்தோம், ஏனெனில் எல்லாமே சரியாகப் போய்க்கொண்டிருந்தது, ஆனால்... 'பல்ஃபோர் பிரகடனம்' வந்து, அயல் நாடுகளில் யூதர்களின் எண்ணிக்கை அதிகரித்த போது, அவர்களைக் கொண்டு வைப்பதற்கென்று அவர்கள் எந்த இடத்தையும் பெற்றிருக்கவில்லை, அவர்களை யாரும் விரும்பவும் இல்லை, ஆகவே பிரிட்டிஷார், 'பல்ஃபோர்', அவர்களுக்கு அளித்த வாக்குறுதிக்கு ஏற்ப, பாலஸ்தீனத்திற்கு அவர்களை அனுப்பி வைத்தனர்.

12

மனதின் வடுக்கள்: அதிர்ச்சி, பாலினம் மற்றும் நக்பாவின் எதிர்-நினைவுகள்

ரூபா சாலிஹ்

சுபியா சலாமா புகலிடம் அடைந்த சஃபாத்துக்கு வடமேற்கே ஏழு கிலோமீட்டர்களில் இருந்த சஃப்சாஃப், 1948 அக்டோபர் 30 அன்று வெள்ளிக்கிழமை அதிகாலையில், ஹகானா, ஸ்டெர்ன் மற்றும் இர்கன் சியோனிசத் துணை இராணுவப் பிரிவுகளால் தாக்கப்பட்டது. மிகமிகச் சிறிய உள்ளூர் எதிர்ப்புக் குழுவோடு சேருவதில் இருந்து அரேபிய இராணுவங்கள் விலகி நின்றன. போராளிகளும் கூடக் கிராமவாசிகளை, அவர்களே பாதுகாத்துக் கொள்ளுமாறு விட்டுவிட்டுப் பின்வாங்கிச் சென்றனர்.[1] அந்தக் கிராமம் எல்லாப் பக்கங்களில் இருந்தும் சுற்றி வளைக்கப்பட்டது. அன்றிரவு, 50க்கும் 70க்கும் இடைப்பட்ட ஆண்கள் சுடப்பட்டு ஒரே குழியில் புதைக்கப்பட்டனர். மேலும் பல பெண்கள் கற்பழிக்கப்பட்டு கொல்லப்பட்டனர். இந்தப் படுகொலையில் இருந்து சுபியா தப்பிப் பிழைத்தார்.

சற்று நேரத்திற்கு முன்னர், யூதப் படைகள் சுற்றியிருந்த கிராமங்களை ஒன்றன் பின் ஒன்றாகத் தாக்கிக் கொண்டு வந்ததால், போரின் கொடுஞ்சீற்றத்தில் இருந்து பாதுகாப்பைத் தேடி மற்ற பலரோடு அவரது சொந்த நகரத்தை விட்டுத் தப்பி இருந்தார். இன்று, கடும் பயத்தில், பெரும்பாலான கிராமத்தார்கள் வெளியே போனது எங்களுக்குத் தெரியும். சியோனிச இராணுவ அமைப்புகளால் பயன்படுத்தப்பட்ட பயங்கரத் தந்திரம், சைரன்கள், தீ, துக்கம், காதைத் துளைத்துக் கிறீச்சிடுகின்ற ஒலிகள் மற்றும் பெண்களின் புலம்பல் ஆகியவற்றின் கொடூரமான ஒலிகளை ஒலிபரப்புவது ஆகும். பாலஸ்தீனியர்கள் போகாமல் தங்கினால் என்ன நேரும் என்பதற்கான முன் எச்சரிக்கைகள் இவை.

சஃப்சாஃப் பாதுகாப்பாகத் தோன்றியது. மேலும் சுபியாவும், அவரது குடும்பத்தினரும் இரக்கத்துடன் வரவேற்கப்பட்டனர்.

தற்காலிகத் தங்குமிடமாக இருக்கும் என அவர்கள் எண்ணிய ஓர் இடமும் தங்குவதற்கு அளிக்கப்பட்டது. இருப்பினும் யூத இராணுவங்கள், விரைவில் சஃப்சாஃபை அடைகின்றன. குழப்பத்திற்கும், பெரும் அச்சத்திற்கும் இடையே, சுபியா உடனடிப் படுகொலையில் இருந்து தப்பி ஓட முயற்சிக்கிறாள். ஆனால் ஜெய்ஷ் அல்-இன்காத் (அரேபிய விடுதலை இராணுவம்) அந்தப் பகுதியில் ரோந்துப் பணி செய்துகொண்டிருக்கிறது. மேலும் கிராமவாசிகளைத் திரும்பவும் அனுப்பிக்கொண்டிருக்கிறது. சுபியாவின் மைத்துனி, நாஷா, சஃப்சாஃப் தாக்கப்பட்டுள்ளது என்பதை அறியாமல், வயலில் இருந்து வந்துகொண்டு இருக்கிறாள். கிராமத்தைச் சுற்றிலும் புதைக்கப்பட்டிருந்த ஒரு கண்ணி வெடியால், அவள் தன் காலை இழக்கப் போகிறாள். இந்த இடத்தில், சுபியாவின் நினைவு நிலைத்துவிடுகிறது: அவள் தனது தோள்களில் நாஷாவைச் சுமந்து சென்றுகொண்டிருக்கிறாள், குண்டு வெடிப்பில் இருந்தும், துப்பாக்கிச் சூட்டிலிருந்தும் வேகமாக, அவளை வெளியே கொண்டுசெல்ல வேண்டியது அவசியமாகிறது. ஆனால் சுபியா இளம்பெண், ஒரு குழந்தையை விடச் சற்றே பெரியவள். அவள் அவளது மைத்துனியின் காயமுற்ற உடலின் சுமையைத் தாங்க முடியாது. இந்தச் சிக்கல் நிறைந்த தருணத்தில், நாஷா, சுபியாவிடம், அவளை அங்கேயே விட்டுவிட்டுப் போய், பாதுகாப்பின்றி வீட்டில் சிக்கியிருக்கும் குழந்தைகளைக் காப்பாற்றும்படி கெஞ்சுகிறாள். இவ்வாறு சுபியா, ஓர் இக்கட்டான வாய்ப்பைச் சந்திக்க முற்படுகிறாள்: அவள் நாஷாவுடன் இருப்பதா அல்லது குழந்தைகளின் பாதுகாப்பிற்காக ஓடுவதா? 'இஸ்ரேல்' வேகமாக வந்து கொண்டிருந்தது. சுபியா, பாலஸ்தீனிய நகரங்கள் மற்றும் கிராமங்களின் அழிவு மீது அவர்கள் உருவாக்க இருக்கும் நாட்டினுடைய ஒன்றென யூத மக்கள் படையை நினைவுகூர்கிறாள். மேலும் நேரம் ஓடிக்கொண்டிருந்தது. சுபியா, அவளது காயம்பட்டுத் தளர்ந்துகொண்டிருக்கும் மைத்துனியைத் தரையின் மீது தனியாகக் கிடத்தியதையும், குழந்தைகளை நோக்கி ஓடியதையும் நினைத்துப் பார்க்கிறாள். அவள், யூதப் படைகள், நாஷாவை அவளது தாயின் கண்களுக்கு முன்னே கருணையின்றிக் குத்தியதைப் பார்ப்பதற்குப் பின்னால் திரும்புகிறாள், அவளது தாய், சோகத்தில் அந்த இடத்திலேயே இறக்கிறார்.

தப்பிப் பிழைத்த ஒருவர் எவ்வாறு வன்முறையின் அளவை, இழப்பு மற்றும் பாலஸ்தீனர்கள் நக்பாவின் போது அனுபவித்த அழித்தொழிப்பை மேலும் அதன் பின்விளைவுகளைத் தொடர்ந்து

அனுபவிப்பதைப் புரிந்துகொள்ளவும், நினைவுபடுத்தவும் செய்கிறார்? 1948 போர் பற்றிய இதுபோன்ற அச்சம் நிறைந்த நினைவுகளை, எந்தக் கண்ணாடிகளை மற்றும் அணுகுமுறைகளை நோக்குபவர், பயன்படுத்தக் கூடும்? 'The Drowned and the Saved' என்ற நூலில், 'பிரிமோ லெவி' அதிர்ச்சிதரத் தக்க நினைவுகளின் எந்த ஒரு மீள்நினைவும், மீள் விவரிப்பும் மோசடியின் பாதிப்புக்கு உள்ளாகும் என நமக்கு நினைவுபடுத்துகிறார். இருப்பினும், எங்கு குற்றவாளிகள் தங்கள், குற்றத்திலிருந்து விடுவிக்கப்பட வேண்டும் என்பதற்கான அவர்களுடைய தன்னுணர்வற்ற ஆசை, ஏமாற்றுவதற்கான ஊக்கத்தை அவர்களுக்கு அளிக்கிறதோ அங்கு, பாதிக்கப்பட்டவர்கள், விடுவிக்கப்படுகிறார்கள்: 'ஓர் அநீதியால் அல்லது ஒரு காயத்தால் பாதிக்கப்படும் யாரும், அவர் செய்யாத ஒரு குற்றத்தில் இருந்து தன்னை விடுவித்துக்கொள்ள பொய்களை விரித்துப் பேச வேண்டிய தேவையில்லை.'[2] இப்போதும், பாதிக்கப்பட்டவர்களின் நினைவு கூர்தல்கள், மற்ற வழிகளில் நிலைதடுமாறி போகக்கூடும். மிக மிகக் கொடுமையான, கடும் துன்பம் தரத்தக்க நிகழ்வுகளை விவரிக்கும் போது, அதிர்ச்சி குறித்த நினைவுகள், உணர்ச்சி அற்றதாகத் தோன்றவும், நம்பத் தகாதவையாக இருக்கவும் கூடும்; இருப்பினும், வினோதமான அல்லது சாதாரண கணங்களாகத் தோன்றுபவைகள் குறித்து, அவை தெட்டத்தெளிவாக விளக்குகின்றன. அதே அளவுக்கு, நாம் மீண்டு வந்த இடையூறுகள் பற்றிய மிக மிகக் கொடுமையான விவரங்களை வேண்டுமென்றே மறப்பதற்கும் நாம் உடன்படுகின்றோம்.

இந்தப் பின்னணிக்கு எதிராக - குறிப்பாக இயல்பு நிலைக்கு மீள்தல் மற்றும் நினைவு குறித்த கேள்விகளைப் பொறுத்தவரை - நான் சுபியா சலாமா மற்றும் அமீனா பானத் ஆகியோரின் நினைவுகளை முன் வைப்பேன். இந்தப் பெண்கள் நேரடியாகப் பார்த்ததும், அவற்றிலிருந்து தப்பிப் பிழைத்ததுமான நிகழ்வுகளை, அனுபவித்துக்கொண்டிருக்கும் தாங்க முடியாத வலியை விட்டுவிடுவதன் மூலமாகவே முழுவதுமாக நினைவுகூரப்பட முடியும். இருப்பினும், அவை மறக்கப்பட முடியாதவை, மறக்கப்படக் கூடாதவை. பாலஸ்தீனியர்களாக, அவர்கள் வன்முறைமிக்க பெருந்திரள் வெளியேற்றத்தைப் பொறுமையாகச் சகித்துக்கொண்டதுடன் மட்டுமின்றி, மூர்க்கத்தனமான படுகொலைகளைப் பார்க்கிறார்கள். அது மட்டுமல்ல மாறாக கொடுங்குற்றவாளிகளின் கண்ணோட்டத்திற்கு - மோசடி மற்றும் விடுபட்டவையின் வரலாறு என்னும் - கண்ணோட்டத்திற்கு

முன்னுரிமை தரும் வரலாற்றை அழிக்கிறார்கள். கடந்த கால அகதிகளாக அவர்களுடைய அவலநிலை தொடர்ந்து கொண்டிருக்கிறது. மேலும் அவர்களின் காயம் இன்னும் ஆறாத இரணமாகவே இருக்கிறது. அங்கே ஆறுதல் என்பது இல்லை. இவை யாவும் நக்பாவின் வாய்மொழி வரலாறுகளின் நியதி வழியாக என்பதை விடவும் அதிர்ச்சி தரத் தக்க நினைவுகளாகப் படிக்கப்பட வேண்டுமென்று நான் சொல்ல விரும்புகிறேன்.

அதிர்ச்சி என்னும் நூதன நிகழ்வு, நக்பாவின் தனிப்பட்ட நினைவுகளில் அது வெளிப்படுவதைப் போல், ஆழமான ஓர் ஆய்வையும் வேண்டுகிறது. ஏனெனில் அது வரலாற்று ரீதியான விசாரணையின் நமது பழக்கமான முறைகளை மீறவும், உறுதிப்படுத்தவும் என இரண்டையும் செய்கிறது. 'அதிர்ச்சி, எளிதாகக் கடந்த காலத்தின் பதிவாக மட்டும் வேலை செய்வதில்லை. மாறாக, இன்னும் முழுமையாக ஏற்கப்பட முடியாத ஓர் அனுபவத்தின் வேகத்தையும் துல்லியமாகப் பதிவு செய்கிறது' என அதிர்ச்சி பற்றி 'கேத்தி கெருத்' நமக்கு நினைவூட்டுகிறார். அதிர்ச்சியை நினைவுபடுத்தல், முரண்பாடாக, 'உணர்வு சார்ந்த நினைவுபடுத்தல் மற்றும் கட்டுப்பாட்டிற்கு பெரிதும் எட்ட முடியாமல்', இருக்கின்ற 'முற்றிலும் நுட்பமான மற்றும் துல்லியமான' பிம்பங்களை வெளிக்கொணர்கிறது.[3]

கதையாடல் சார்ந்த நினைவாக வெளிவருவதற்கு அதிர்ச்சி, வாய்மொழிச் சொற்களாக ஆக்கப்பட வேண்டும். அதாவது வரலாற்று ரீதியான செல்லுபடித் தன்மையின் நியதிகளை நிலை நிறுத்துகின்ற 'நினைவுபடுத்தலின்', ஓர் உணர்வுமிக்க, துடிப்பான வடிவமாக வருவதற்கு அதிர்ச்சி, வாய்மொழிச் சொற்களாக ஆக்கப்பட வேண்டும். மேலும் வரலாற்று நிகழ்வுகளை ஒட்டிய மிக நீண்டதொரு தற்போதைய உரையாடலுடன் ஒன்றிணைக்கப்பட வேண்டும். நக்பாவின் விஷயத்தில், இந்தப் புரிதல், பெரும்பாலும் பாலினம் சார்ந்த நுண்வரலாறு மற்றும் அதிர்ச்சி தரத்தக்க சம்பவங்களின் தனிப்பட்ட, வெறுமையான அம்சங்கள் குறித்த தன்னுணர்வில்லாத, தேசியவாத விதிமுறைகளில் கட்டமைக்கப்படுகிறது.

பாலஸ்தீனிய வெளியேற்றத்தின் ஒருங்கிணைந்த கதை, மென்மேலும் பரவலான அங்கீகாரத்தைப் பெற்றுவிட்டால், இந்த ஒருங்கிணைந்த அதிர்ச்சியின் அக உணர்வு சார்ந்த பரிமாணங்கள் தெளிவற்றதாகி விடுமா என்பதுதான் இங்கு விவாதமாக இருக்கிறது.

அலெசாண்ட்ரோ போர்ட்டெல்லி (*Alessandro Portelli*), வாய்மொழி வரலாறு, அது உண்மைகளைப் பற்றிக் கொஞ்சமாகவும், அவற்றின் பொருள் பற்றி அதிகமாகவும் நமக்குச் சொல்வதால், நினைவுபடுத்தலின் ஏனைய வடிவங்களில் இருந்து வேறுபடுகிறது என்று கூறுகிறார். வாய்மொழிப் பதிவுகளின் உண்மை சார்ந்த ஆர்வம், கதைசொல்லியின் அகமன உணர்வைச் சார்ந்திருக்கிறது: நடந்துவிட்டது என அவள் நம்பியதும், சம்பவங்களுக்கு அவள் கூறுகின்ற விளக்கமும், வரலாறு சார்ந்த உண்மைகளை உருவாக்குகின்றன.[4] பாலஸ்தீனிய அகதிப் பெண்களின் ஒற்றைக் கதைகள் - நில இழப்பு, வீடிழப்பு, அன்புக்குரியவர்கள் இழப்பு மற்றும் அடையாள இழப்பு - ஆகிய கூட்டு இழப்புகளின் தனிப்பட்ட அனுபவங்களை விவரிக்கின்றன. அது மட்டுமின்றி, வன்முறை யுத்தமும், ஆணாதிக்க அடக்குமுறையும் பல்வேறு விதமாக ஒன்றுடன் ஒன்று பின்னிப் பிணைந்துள்ள ஒரு சூழலில், வெளிப்படுகின்ற தனிப்பட்ட அதிர்ச்சிகளையும் கூடக் கூறுகின்றன. அவர்களின் அகமன உணர்வு சார்ந்த நினைவுகள், ஒரு குறிப்பிட்ட, எதிர்மறையான கதையாடலைத் தோற்றுவிக்கின்றன. அது தனி மற்றும் பொதுவெளிகளை (சமூகவியலின்படி, தனி வெளி, பெண்கள் மற்றும் குழந்தைகளுக்கானது; பொதுவெளி ஆண்களுக்கானது - மொ.ர்) பின்னிப் பிணையவும், அருகருகே ஆனால் வேறுபட்டு நிற்கவும் செய்கிறது.

சுபியாவும், அமீனாவும் பெண்ணின் மனத்துணிவு, உடல்சார்ந்த தாங்குதிறன் மற்றும் படைப்பாக்கத் திறன் பற்றிய மறைக்கப்பட்ட ஒரு வரலாற்றை வெளிச்சத்திற்குக் கொண்டு வருகின்றனர். அவரது கணவர், சண்டை துவங்கியதும், அவர்களுடைய இரண்டு சின்னஞ்சிறிய மகள்களுடன் அவரைச் சிக்கிக்கொள்ளுமாறு விட்டுவிட்டு, வேகமாக எல்லையை நோக்கி ஓடுகிறார். அப்போது, லெபனானிய எல்லைக்கு, அவர் பாதுகாப்பாகக் கொண்டு செல்லக்கூடிய சில உடைமைகளுடன், ஒரு கழுதை மற்றும் ஒட்டகத்தின் முதுகின் மேல் அமர்ந்து அவரைப் பாதுகாத்துக் கொண்டு செல்ல 'த்ரூஸ்' ஆட்களுக்குப் பணம் கொடுக்கிறார். அமீனா, மதிப்புமிக்க அவரின் ஆபரணங்களை - இரண்டு தங்கக் கைச் சங்கிலிகளை - அவரது கைக்குழந்தையின் தலையணைக்குள் நுணுக்கமாக மறைக்கிறார்; பிறகு எல்லையைக் கடப்பதற்கும், தாகத்துடன் இருக்கும் குழந்தைக்குத் தண்ணீர் கொண்டு வந்து தருவதற்கும் மாற்றாக அவரது தங்க நகையைக் கேட்கும் யூதப் படைவீரர்களுடன் பேரம் பேசுகிறார். பெண்களையும்,

குழந்தைகளையும் காப்பதில் வீரஞ்செறிந்த கதாநாயகர்களாக, ஆண்கள் எங்கும் நினைவுகூரப் படவில்லை; மாறாகக் கொல்லப் படாதவர்கள் எல்லாம், தங்கள் சொந்தப் பாதுகாப்புக்காக (அவரது கணவனைப் போல), ஓடிய பயங்கரக் கோழைகள். படுகொலையிலிருந்து தப்பிக்க முயன்ற குடும்பங்களுக்குப் பாதையைத் தடுத்தவர்கள் (அரேபிய இராணுவம்) அல்லது தாகத்தால் தவித்த குழந்தைகளுக்குத் தண்ணீர் தர மறுத்தவர்கள் (எல்லையில் ஒரு மனிதன்). வழி நெடுகிலும், அமீனா, இறப்பு மற்றும் அழிவின் வறண்ட நிலப்பரப்பைக் கவனமாகப் பார்க்கிறார். அவர், ஓர் அழுகிக்கொண்டிருக்கும் விலங்கின் இறந்த உடலை, அழுக்கடைந்த, இரத்தக்கறை படிந்த கிணற்றடியை, அடைவதற்கு ரொம்பவும் ஆழத்திலுள்ள, இருப்பினும் மிகவும் அரிதான கிணற்று நீரை, ‘கொதிக்கும் அரிசி’க்கு விலங்கின் உடலில் இருந்து வெளிவரும் புழுக்களை ஒப்பிட்டுக் காட்டியபடி, உறைந்து போகும் விளக்கத்தைத் தெளிவாகத் தருகிறார். அவருடைய சொந்தத் திறமை, அவரது தலைப்பாகையை விரித்து, கிணற்றின் அடிவரையில் விட்டு தண்ணீரில் அமிழ்த்தி எடுத்து அவரது கைகளில் சிறிது தண்ணீரைப் பிழிந்து விடத் தூண்டியது.

அமீனாவின் தாய்மை அனுபவம் என்பது இழப்புகள், முடக்கிப் போடும் துயரம், வெறும் தனிமை மற்றும் காத்திருப்பு ஆகியவற்றின் ஒரு தொடர்ச்சியே. அவரது இரண்டு பெண் குழந்தைகளும் அவரது கைகளில், பெயர் தெரியாத நோய்களால், முடிவில்லாத, பல ஆண்டுகள்- நீடித்த, தற்காலிகத் தங்குமிடங்களில் உள்ளும், வெளியிலுமான பயணத்தின் போது, இறக்கின்றனர். எப்படியோ அவர் இறுதியில், நாடு கடத்தப்பட்டு இருக்கையில் அவரது கணவருடன் மீண்டும் சேர்க்கப்பட்டார் என்று நாங்கள் கருதுகிறோம். இரண்டு ஆண்டுகள் போகின்றன. அவர் ஐந்து ஆண் குழந்தைகளுள் முதல் குழந்தையைப் பெற்றெடுக்கிறார். அவர்களுள் நான்கு பேர், 1982இல் லெபனான் மீதான இஸ்ரேலியக் கொத்துக் குண்டு வீச்சில் (*Carpet-bombing*) காணாமல் போவார்கள், அவர்களுடைய உடல்கள் என்றும் கண்டுபிடிக்கப்படவில்லை. பழைய நிகழ்வுகளின் ஒரு தொடர்ச்சியை நினைவுகூர்வதில் ஏற்படும் வேதனையை விடவும், இந்தப் பாதிப்பை நினைவுகூர்வது, அதிகமாக மிகவும் வேதனை நிறைந்ததாக இருக்கிறது, ஆனால் அமீனாவின் உடல், நினைவுகூர்கிறது; 71 ஆண்டுகளுக்கு முன், நோயுற்ற குழந்தைகளைக் கவனித்துக்கொண்டிருந்த போது, திரும்பத் திரும்ப காட்டிய சைகைகளை அவர் தானே

கண்டறிகிறார். இந்த நிகழ்வுகளின் ஒரு வரிசைக்கிரமமான விவரிப்பு, தெளிவாகச் சொல்வது என்பது இயலாத ஒன்று என நிரூபிக்கிறது; அதே சமயம், சுவர்களின் மீது சிதறிய அவரது கணவருடைய மூளையின், ஆழ்ந்த சோகமூட்டும், அச்சம் நிறைந்த கணநேரக் காட்சி, அவரது நினைவின் மீது ஆழ்ந்து பதிந்து கிடக்கிறது. இன்னொரு உணர்ச்சியூட்டும் உருவகம்: அமீனா, அவரது வாழ்க்கையுடன், ஸ்தூலமான மறைவுகளாகக் குறித்த பல்வேறு இழப்புகளையும், பிரிவுகளையும் தொடர்புபடுத்துகிறார்: 'அவர்கள் இறந்து போனார்கள், அவர்களை நான் பார்க்கவில்லை.' சில பிம்பங்களைச் சொற்களாகக் கொண்டு வரும் சுபியாவின் வழிமுறைகளும், அவர் மனத்தளவில் செய்ய முடியாததை, அவரது உடல் பதிவு செய்தது என்று விளக்குகிறது: சுபியா சுமந்து செல்ல வேண்டிய உடலின் பாரத்தை, உண்ணப்பட்ட உணவை, குழந்தைகளின் தாகம் மற்றும் உரத்த அலறல்கள் ஆகியவற்றை நாங்கள் புரிந்துகொள்கிறோம்.

1948க்கு முன்னர் பாலஸ்தீனத்தில் அமீனாவின் வாழ்க்கை ஓவியம், வெளிர் நிறங்களில் உயிர்த் துடிப்பு மிகுந்த ஒன்றாக இருக்கிறது. மேலும் அது கற்பனைக்கோ அல்லது உயர்வு நவிற்சிக்கோ அப்பாற்பட்டது. அவருடைய துவக்க ஆண்டுகள், உண்மைகளுக்கும், நிகழ்வுகளுக்கும் மட்டுமின்றி, அவரது கண்களில் அவை தாங்கிடும் பொருளுக்கும் வழியைத் திறக்கின்றன. அத்துடன் முற்றும் முழுவதுமான வாய்மொழி சாட்சியங்களாகவும் தோன்றுகிறது. 'ஷெய்க் தன்னூன்'னில், சமூக வாழ்க்கை பற்றிய அவரது அசாத்திய நினைவுகள், தெளிவாகத் தொகுக்கப்பட்டு, கடந்த காலத்தை நிகழ் காலத்தோடு ஒப்பிடுகின்ற ஒரு கதையாடலில் ஒருங்கிணைக்கப் படுகின்றன. அமீனா விளக்குகிறார், 'நாங்கள், இயல்பான முறையில் வாழ்ந்து கொண்டிருந்தோம் [....] ஒரு மெதுவான வாழ்க்கையை வாழ்ந்து கொண்டிருந்தோம்.' மனிதனின் உலகியல் சார்ந்த உணர்திறன், இயற்கை உலகின் தாள லயங்களோடு ஒத்திசைக்கப்பட்டது. மேலும் மனித வாழ்க்கையும், மனிதரில்லா மற்ற உயிர்கள் உடனான வாழ்க்கையும், கற்றாழையும், தர்பூசணியும் கருவில் உள்ள குழந்தைகளைப் போல், காக்கப்படும் அளவுக்கு இரண்டறக் கலந்திருந்தன. பாலஸ்தீனம் முழுவதும் கிராமங்கள் இரத்தம் சிந்தப்பட்டு, வேண்டுமென்றே வன்முறையால் அழிக்கப்பட்டன; இருந்த போதிலும், செய்யப்பட வேண்டிய இயல்பான வேலைகளை விளக்குகின்ற, விவசாய வாழ்க்கையின் லயங்கள் மற்றும் தேவைகள் குறித்த தெளிவான

நினைவுகளோடு, சுபியாவின் சஃப்சாஃப் படுகொலை பற்றிய மறு உருவகப்படுத்துதலும் இதுபோலவே ஒன்றாகக் கலந்திருந்தன. சுபியா, தனது குடும்பம் ஒலிவப் பழங்களை அறுவடை செய்ததையும், கோதுமை உடைத்ததையும் நினைவுகூர்கிறார். அவரால் உற்பத்தி செய்யப்பட்ட (ஒலிவ எண்ணெய்) கேலன்களின் அளவைக் கூட குறிப்பாகச் சொல்கிறார்.

அமீனாவுக்கு அவரது கிராமம், 'ஷெய்க் தன்னூன்' தாக்கப்பட்ட போது 18 வயது. மேலும் அவரது தாய் மாமனுக்கு அவரது பெற்றோர் மணம் முடித்துக் கொடுத்த போது 14 வயது. அவர் வேதனையுடன் நமக்கு எடுத்துக்காட்டுகிறார்: அவரது குழந்தைப் பருவம் முடிவுக்கு வந்து, குடும்ப வாழ்க்கை வந்ததைக் கண்டபொழுதில், அதிர்ச்சியிலும், வெட்கத்திலும் தன்னை மறைத்துக்கொள்ள ஓடுகிறார். அந்தச் சிறு பெண்ணின் உணர்வுகள் அல்லது ஆசைகள் குறித்து யாரும் அக்கறை கொள்ளவில்லை: 'நீ இத்துடன் விலகிப் போய்விட முடியாது!' அவரது தாய் கோபமாகப் பதிலுரைக்கிறார். அவரது மாமன் அவரை விரும்புகிறார். அந்தத் திருமணம் பேரம் எதுவும் பேசி முடிக்கப்படாத ஒன்று. கடுமையாகப் பாதிக்கப்பட்டு, ஏதும் செய்ய இயலாமல், பெரும்பாலும் அதிர்ச்சிக்குள்ளான, அமீனா, விரைவிலேயே உண்மையான அன்னைப் பருவத்திற்கும், குடும்பப் பொறுப்புகளுக்கும் அவரை அனுப்ப இருக்கும் வீட்டு வாழ்க்கையை நடித்து விளையாடுகிறார். அப்படியே அவருடைய நண்பர்களுடன், அவருடைய குழந்தைப் பருவ உலகத்திற்குள் மீண்டும் செல்கிறார். ஓர் அதிர்ச்சியான அனுபவத்தை ஒத்த வகையிலானது என, எதிர்பாராத இந்தக் குழந்தைப் பருவத்தின் அழிவு என்று அமீனா புரிந்துகொள்கிறார். இந்த இக்கட்டான நிலைக்கான காரணத்தைப் புரிந்துகொள்ள இயலாமல் அல்லது விரும்பாமல், அது கடவுளின் விருப்பமாக இருக்கக் கூடும் என்ற புரிதலில் அவர் நிம்மதி அடைகிறார்.

போருக்குப் பின்னர், சுபியா மற்றும் அமீனாவின் வாய்மொழி சாட்சியங்கள், அதிர்ச்சி தரும் நினைவுகளைச் சற்று தெளிவற்றதாக்குகின்றன. இவை முன்னால் நடந்த நிகழ்வுகளின் தொடர்ச்சியை மீண்டும் நடப்பதைப்போல (*flashbacks*) நினைவு கூர்பவையாக வெளிப்படுகின்றன, அவர்களின் சொற்கள், இப்பொழுதும் உணர்வற்றவையாக, தாக்குதல்களைத் தொடர்ந்து உடனடியாகப் பேசியதைப் போல், இருக்கின்றன. அமீனாவின் பழைய நிகழ்வுகளை மீண்டும் நினைவுகூர்வதில், தனிப்பட்ட

அதிர்ச்சியை இருவரும் எதிர்பார்த்தது போலப் போர், கட்டாயத் திருமணத்துடன் பின்னிப் பிணைந்திருக்கிறது. மேலும் அது கூட்டு அதிர்ச்சியாக இடம் மாற்றப்படுகிறது. திருமணம் அவரது குழந்தைப் பருவத்தின் வழக்கத்திற்கு முன்பான, கொடூரமான முடிவைக் குறிக்கிறது, அதே வேளையில், நக்பா, அவரது முழுமையான வாழ்க்கையின் அழிவாக இருக்கிறது. 'பிரிமோ லெவி'யின் ஆழ்ந்த ஆய்வைக் கருத்தில்கொள்ளும் போது, அந்த அதிர்ச்சி, அனுபவங்களுக்குப் பொருள் தரக் கூடிய ஒரு கட்டமைப்பு இருக்கும்போது, புரிந்துகொள்ளப்பட மட்டுமே முடியும்.

அல்லது முழுமையாகக் குணமடைந்த பிறகு, நோயின் உருவகத்தைப் பயன்படுத்துவதற்கு - இந்தப் பெண்கள் அனுபவித்த கொடுமைகள் இன்னும் முழுமையாக முறைப்படுத்தப்பட வேண்டுமென்பது தெளிவாக இருக்கிறது. உண்மையில், அமீனா மற்றும் சுபியாவின் வாய்மொழி விவரிப்புகள், அவர்களின் தற்போதைய வாழ்க்கைகளில் பெறுகின்ற காயங்களுக்கும், அல்லது அங்கீகாரத்திற்கும், இழப்பீட்டிற்கும் இன்னமும் காத்திருக்கும் வடுக்களுக்கும் சாட்சியம் அளிக்கின்றன. தேசியவாத அர்த்தங்களை உள்வாங்கிய தற்போதுள்ள வரலாற்று ஓவியம், அவர்கள் அனுபவித்ததன் பொருளை வரைவதற்கும், முறைப்படுத்துவதற்கும், அவர்களுக்கு அளிக்கப்பட்டதாக இருக்கிறது. ஆனால் இந்த ஓவியம் இரு வகையில் போதாமையுடனும், முடிக்கப்படாமலும் இருக்கிறது. பாலஸ்தீனிய சோகத்தின் தொடர்ந்துகொண்டிருக்கும் யதார்த்தம், விவரிப்பதால் அல்லது மறப்பதால் அதிர்ச்சியைக் குணப்படுத்துவதன் சாத்தியமின்மையைக் கோடிட்டுக் காட்டுகிறது. அது மட்டுமின்றி, கூட்டு மற்றும் தேசியப் பேரழிவின் மிகவும் முக்கியமான கதையாடல்களின் கீழ் சேர்க்கப்பட்ட, பெண்களின், பாலின மற்றும் அகமன உணர்வு சார்ந்த அனுபவங்களைத் துடைத்தெறிவதையும் கோடிட்டுக் காட்டுகிறது.

இருப்பினும், போர் நிகழ்வுகளின் உணர்வு சார்ந்த அனுபவங்களை விவரிக்கின்ற சாதாரண வாய்மொழி வரலாறுகளாக அவை இருக்கின்றன. அதை விடவும், அதிர்ச்சி தரும் நினைவுகளாக, அவற்றின் சொந்த விதிமுறைகளில் படிக்கப்படும், சுபியா மற்றும் அமீனாவின் விவரிப்புகள், 1948ஆம் ஆண்டின் மேலாதிக்க இஸ்ரேலிய விளக்கங்களைத் தகர்க்கின்றன. அத்துடன் மட்டுமின்றி, ஆண்- மயப் படுத்தப்பட்ட, பாலஸ்தீனிய தேசிய வரலாற்றின், வெளியேற்றம் மற்றும் உடைமைப் பறிப்பு பற்றிய

கூட்டுப் பரிமாணம் மீதான விளக்கத்தையும், கவனத்துடன் தகர்க்கிறது. இந்த முறைப்படுத்தப்படாத அதிர்ச்சி தரும் நினைவுகளில், எதிர்-வரலாறுகளாகக் காணப்படக் கூடியவற்றின் விதைகளை நாங்கள் காண்கிறோம். சுபியா மற்றும் அமீனா இருவரும் அவர்களுடைய அதிர்ச்சியை, தியாகத்தின் உருவகமாக அறியும்படி ஆக்குவதை எதிர்க்கிறார்கள். தனிப்பட்ட வரலாறுகள் அர்த்தத்தைப் பெறுவதற்கு அல்லது இழப்பதற்கு ஏற்பவும், மேலும் அதனுடன் அவை என்றும் ஒப்பீடு செய்ய முடியாத படியும், தேசிய அதிர்ச்சியை - நாட்டின் இழப்பை - ஒரு கருத்தாக்கமாக அளிக்கின்ற தேசியவாத பாரம்பரியத்திற்கு எதிராக அமீனா விளங்குகிறார். நேர் எதிராக, அமீனா, தன் குழந்தையைக் கொடூரமாக இழந்த ஒரு தாயின் மிகுந்த துன்பத்திற்கு இணையாக எதுவும் ஒப்பிடவோ அல்லது ஈடு செய்யவோ முடியாதென்று உறுதிபடக் கூறுகிறார். அவரது சொந்த கவித்துவ மற்றும் அரசியல் சார்ந்த வரிகளில் கீழ் வருமாறு சொல்கிறார்.

"எனது நாட்டை எனது குழந்தைகளுக்கு ஒப்பிட முடியும் என்று நான் உங்களிடம் சொன்னால், நான் பொய் சொல்லுகிறேன் என்று பொருள். ஒருவருடைய சொந்த ஆன்மாவை விடவும், ஒரு குழந்தை மிகவும் மதிப்பு வாய்ந்தது. ஒரு தாய், அவளது குழந்தையை விட மிகவும முக்கியமானவள் இல்லை. அவர்கள் சொல்லுவது போல, 'மரணம் என்னைச் சற்றே எடுத்துக்கொள்ளவும், எனது குழந்தையை விட்டு விடவும் நான் விரும்புகிறேன்.' எனது நாட்டைப் பொறுத்த வரை, நான் என்றும் மறக்க முடியாது, மேலும் அது எனது நினைவுகளில் இருக்கிறது. ஆனால் எனது குழந்தைகளைப் போல அந்த அளவுக்கு அல்ல. தியாகியாக இறந்து போன என் கணவரும் கூட, எனது குழந்தைகளைப் போல அந்த அளவுக்கு அல்ல. எனது குழந்தைகளைப் போல அந்த அளவுக்கு அதிகமாக, எனது சகோதரி கூட இல்லை. என் குழந்தைகளைப் போல அந்த அளவுக்கு, எனது சகோதரனும் இல்லை. இறந்து போன எனது மூத்த சகோதரனும், என் குழந்தைகளைப் போல அந்த அளவுக்கு இல்லை. அத்துடன் என் சகோதரி இறந்துவிட்டாள். மேலும் அனைவரும் இறந்து போனார்கள். ஆனால் அவர்களுள் ஒருவரும் எனது குழந்தைகளுக்கு ஒப்பாக மாட்டார்கள். ஏனெனில் எனது குழந்தைகள் என் இதயத்தில் இருந்து பிறந்தவர்கள்."

சுபியா சலாமா

பாலஸ்தீனம், அல் - ஜக்கிரிய்யாவில் பிறந்தவர்

பஸ்ரா முக்ரபி உடன் ஒரு நேர்காணல்

அய்ன் அல் - ஹில்வே முகாம், செய்தா, 2006

4'30"- 6'33"

பஸ்ரா முக்ரபி: உங்களிடையே பகைமை தொடங்குவதற்கு முன், நீங்கள் யூதர்களுடன் நண்பர்களாக இருந்தீர்களா?

சுபியா சலாமா: நாங்கள் அவர்களுடன் மிகவும் நெருங்கிய நண்பர்களாக இருந்தோம். நாங்கள் ஒருவரை ஒருவர் பார்க்கச் செல்வோம், ஒன்றாக உணவைப் பகிர்ந்துகொள்வோம், மேலும் எங்களுக்கிடையே எப்போதும் எந்தப் பிரச்சினைகளும் இல்லை. அந்த அளவுக்கு அவர்களுடன் நாங்கள் நெருக்கமான நண்பர்களாக இருந்தோம், ஆனால் எங்களிடையே பகைமை துவங்கிய போது, அந்த நட்பு முறிந்து போனது.

எந்த முறையில் நீங்கள் நண்பர்களாக இருந்தீர்கள்? உங்களுக்கு யூத நண்பர்கள் யாரேனும் இருந்தார்களா?

இல்லை. அவர்களுடன் தனிப்பட்ட நண்பராக நான் இல்லை. பெரியவர்கள், உதாரணத்திற்கு, என் மாமாவைப் போல் அவர்களுடன் நண்பர்களாக இருந்தார்கள். குழந்தைகளாகிய நாங்கள் அவர்களுடன் ஈடுபாடாக இருந்ததில்லை, ஆனால் என் மாமா, அவரது ஆன்மாவை வாழ்த்துகிறேன், அவர்களுடன் மிக நல்ல நண்பராக இருந்தார். அவர், தண்டுடன், முக்கோண வடிவ இலைகளைக் கொண்ட துளசிச் செடியைக் கொண்டு வந்து அவர்களிடம் அதை விற்பார், அவர்களுடன் அவர் மிக நல்ல நண்பராக ஆனார்.

நல்ல வாழ்த்துகளைத் தெரிவிப்பீர்களா அல்லது முக்கியமான தருணங்களில் ஒருவரையொருவர் சென்று பார்ப்பீர்களா?

மிகவும் இளைய குழந்தைகள் நாங்கள், வாழ்த்தமாட்டோம், பெரியவர்கள் வாழ்த்துவார்கள். முக்கியமான தருணங்களில், எனது மூத்த மாமா, அவர்களைச் சென்று பார்ப்பார். அவரது குழந்தைகள், எங்களை விட மூத்தவர்கள், அவர்களும் போவார்கள். ஆனால் குழந்தைகளுக்கு இடையில் எந்தவிதமான கலப்பும் இல்லை.

அந்த நேரத்தில், உங்களுக்கு இடையே பகைமை இருந்ததாக நீங்கள் உணர்ந்தீர்களா?

ஆம். நாங்கள் உணர்ந்தோம். அங்கு ஒரு யூதச் சிறுவன் இருந்தான். அவன் எங்களிடம் சொன்னான், 'விரைவில், நீங்கள் பார்ப்பீர்கள். யூதர்கள் சொல்வார்கள்: 'ஒரு முஸ்லிமைக் கொல்வதற்கு நாங்கள் பணத்தைத் தருவதற்குத் தயாராக இருக்கிறோம்.'

அவர்கள் எங்கு பணம் கொடுப்பார்கள்?

அமைப்புகள் மூலமாக யூதர்கள் கூட்டாகப் பணத்தைத் திரட்டினார்கள். அது போன்ற ஒன்று நடக்குமென்ற உணர்வு எங்களுக்கு இருந்தது.

ஏனெனில் அவர்கள் பணத்தைத் திரட்டிக் கொண்டிருந்தார்கள்?

ஆம். போர் ஒன்று வெடிக்குமென அவர்கள் அறிந்ததால், அவர்கள் பணத்தைத் திரட்டினார்கள். அவர்கள் அறிந்தார்கள், ஆனால் நாங்கள் அறியவில்லை. இது போல் எதுவும் நடக்கும் என்று எங்களுக்கு எந்த எண்ணமும் இல்லை, ஆனால் அவர்களுக்குத் தெரியும்.

22'17" - 37'11"

உங்களையெல்லாம் (நகரில் இருந்தும், சண்டையில் இருந்தும் வெளியே) அழைத்துச் சென்றது யார்?

எங்கள் விரிவடைந்த குடும்பம் அழைத்துச் சென்றது. என் குடும்பமும் என் மைத்துனர் குடும்பமும் என எங்களில் அனைவரும். எங்களில் ஒவ்வொருவரும் அவரவர் குடும்பத்தைக் கொண்டு சென்றனர். யூதர்களுக்கும், சஃபாத்துக்கும் இடையே இரவு முழுதும் சண்டை நடந்தது. விடியற்காலை, மக்கள் கூட்டங்கள் முழுவதும், திடீரென சஃபாத்தில் இருந்து தப்பி ஓடினர், சிலர் வெறுங்காலுடன், சில பெண்கள் அப்பவும் அவர்களுடைய இரவு உடையில் இருந்தவர்கள் ஓடினர். ஒருவரும் முறையான சாலைகள் வழியே செல்லவில்லை; நாங்கள் குழிகளைத் தாண்டிப் போக வேண்டியிருந்தது. தப்பி ஓடியவர்களோடு சேர்ந்து நாங்களும் தப்பி, 'ஜிஷ்' வந்து சேர்ந்தோம். நாங்கள் வந்து சேர்ந்த உடனேயே, ஜிஷ் மீது ஒரு விமானம் குண்டுவீசியது, மக்கள் சிதறி ஓடினர். காஃபர் பிரிமுக்கு வந்து சேரும் வரை நாங்கள் ஓடியபடியே இருந்தோம், அங்கு ஓர் ஆளின் வீட்டில் தங்கினோம். கடவுள்

அவரை ஆசிர்வதிக்கட்டும். அல்-ஜக்கிரிய்யாவில் இருந்து வந்த மற்றவர்கள் யாரும் இன்றி, எங்கள் குடும்பம் மட்டும் அவரது வீட்டில், காஃபர் பிரிமில் 15 நாள்களைக் கழித்தோம். பிறகு இங்கே லெபனானில், யரூனுக்கு நாங்கள் நகர்ந்தோம். காஃபர் பிரிம் எல்லையில் இருந்தது, ஆனால் யரூன் லெபனானில் இருந்தது. அங்கும் சுமார் 15 நாள்கள் நாங்கள் தங்கியிருந்தோம், பிறகு மக்கள், 'நாம் திரும்பிப் போகலாம்' என்று சொல்லத் துவங்கினர். மேலும் ஒவ்வொருவரும் திரும்பிப் போக விரும்பினர். நாங்கள் சமதளமற்ற சாலைகளைத் திரும்பவும் பிடித்தோம். மேலும் சஃபாத்தில் அத்தி மரங்களின் கீழ் தங்கினோம். சஃப்சாஃபில் அத்தி மரங்களின் கீழிருந்து பிறகு, சஃப்சாஃபில் இருந்த, 'எங்கள் உறவினர்கள்' (*akhwalna*) என எங்களை அழைத்த, மக்களின் உதவியுடன் ஒரு வீட்டுக்குச் சென்றோம்.

யாருடைய வீடு?

யூனிஸ் குடும்பத்தின் வீட்டில் தங்கினோம். எனது மைத்துனி, உடல் உறுதி மிக்கவர், அத்துடன் எனது கணவர். நான் அப்பவும் இளம்பெண்ணாக இருந்தேன், ஆகவே எங்கள் கிராமத்திற்குத் திரும்பிப் போக அஞ்சினேன். அவர்கள் வெளியே சென்று கொஞ்சம் கோதுமை அறுவடை செய்து அதை உடைப்பார்கள். ஒலிவப் பருவம் வரும்போது, அவர்கள் ஒலிவப் பழங்களைப் பறிப்பதற்குச் சென்று, ஒலிவப் பழங்களை நசுக்குவார்கள். 30 அல்லது 40 கேலன்கள் எண்ணெய் அறுவடை செய்தனர். மேலும் இன்னும் அவர்கள் முடிக்கவில்லை, எனவே சஃப்சாஃபில் நான் குடியிருந்த இடத்தில் அவர்கள் சேமித்து வைத்துவிட்டு மீண்டும் பறிப்பதற்குச் சென்றார்கள். சஃப்சாஃப் வீழ்ந்த போது, நான் குழந்தைகளைக் கவனித்து வந்தேன். அவர்களுள் நால்வர் எனது மைத்துனரின் குழந்தைகள், மற்ற நால்வரும் என் மைத்துனியின் குழந்தைகள். அவர்கள் அனைவரும், என் மாமியார், என் மைத்துனி மற்றும் நான் என எல்லாரும் சஃப்சாஃபில் இருந்தோம். அவர்கள் அல்-ஃபராடிய்யாவுக்குச் சென்றுவிட்டனர். அவர்கள் ஒலிவப் பழங்களையும், எண்ணெய்யையும் திரும்பக் கொண்டு வந்த அந்த இடத்தை விட்டுச் சென்றனர். அவர்கள் அல்-ஃபராடிய்யாவில் இருந்து, பிண்ட் ஜுபெய்லுக்குச் சென்று விட்டனர். நான் சஃப்சாஃபில் தங்கினேன். எனது மைத்துனி துண்டிக்கப்பட்ட காலுடன் வீட்டுக்குத் திரும்பி வந்தாள். அவளது கால் தகர்க்கப்பட்ட போது, அவள் கிராமத்திற்கும் திரும்பிப் போக முயற்சித்துக்கொண்டிருந்தாள். எனது மாமியார் வயதில் மூத்த

ஒரு பெண், என் மைத்துனர் மற்றும் மைத்துனியின் குழந்தைகள் அனைவரும் இளையவர்கள். என் மைத்துனியின் மகன், துளசித் தண்டைப் போன்ற சிறுவன். எங்களிடையே இருந்து அவர்கள் அவனை அழைத்துக் கொண்டார்கள். ஆகவே எனது மைத்துனியை நான் தோள்களில் சுமக்க வேண்டி வந்தது, ஆனால் நான் மிகவும் இளையவள், அவள் பெரிய உடம்போடு கனமாக இருந்தாள்; நான் அவளை நெடுந்தூரத்திற்கு எனது உடைகள் கிழிந்து போகும் அளவுக்குச் சுமந்து சென்றேன். நான் இங்கும் அங்குமாக ஓட முயற்சித்தேன். மேலும் அவர்கள் சொன்னார்கள், 'இஸ்ரேலியர்கள் இந்த வழியாக வந்து கொண்டிருக்கிறார்கள்.' துவக்கத்தில், நான் அவளைத் தப்பித்து ஓடும் ஒவ்வொருவருடனும் நாங்கள் சேர்ந்து ஓடுவதற்கு ஏற்ப, முதுகில் சுமந்து சென்றேன், ஆனால் ஜெய்ஷ் அல்-இன்காத் எங்களை வெளியேறுவதற்கு விடவில்லை. அது தடுக்கப்பட்டிருப்பதாக அவர்கள் சொன்னார்கள். ஆகவே நாங்கள் துவக்கத்தில் தங்கியிருந்த வீட்டுக்குத் திரும்பிப் போனோம், அது தாக்கப்பட்டது; ஜன்னல் வழியே நாங்கள் வெளியே வந்தோம். நாங்கள் வெளியேறினோம், ஆண்களோடும், குழந்தைகளோடும் பெண்கள் சுற்றிலும் அமர்ந்திருந்ததைக் கண்டோம், அவர்களுடன் அமர்ந்தோம். இரவு முழுவதும் சண்டை நடந்துகொண்டிருந்தது. எனது ஒன்றுவிட்ட சகோதரனின் மகனிடம் சொன்னேன், 'செய்க், துஆவு செய்து இந்த இடத்தை விட்டுப் போய்விடு. நீ தப்பி விடலாம். இங்கே தங்கியிருக்கும் நாங்கள் நலமுடன் இருப்போம்.' அந்தப் பையன் போகவில்லை, அவனுக்கு 18 வயது. அவர்கள் வந்தார்கள், மக்களைக் கொண்டு சென்றார்கள், அந்த முறை 40 ஆண்களைக் கொண்டு சென்றார்கள், வரிசையில் நிறுத்தி, அவர்களைக் கொன்றார்கள். அவர்கள் அவனையும் அதுபோல் என் மைத்துனியின் மகனையும் கொண்டு சென்றார்கள்; அவன் எங்கள் குடும்பத்தைச் சேர்ந்த இன்னொருவன்.

அவர்களது பெயர்கள் என்னென்ன?

அவர்களுள் ஒருவன் செய்த், இன்னொருவன் சாலிஹ்.

சலாமா?

ஆம். சலாமா. இல்லை அவர்கள் ஷாகின். செய்த் ஷாகின். எங்கள் குடும்பப் பெயரில் இருந்து அல்ல, மாறாக அவனது தாய், எங்களுள் ஒருவர், அவன் எனது ஒன்றுவிட்ட சகோதரன். செய்த் ஷாகின். இன்னொருவன் சலாமா. சாலிஹ் சலாமா. ஆகவே நாங்கள் வெளியேறி ஏழு நாள்கள் அந்த வீட்டில் தங்கினோம்,

அவர்கள் சுட்ட ஆண்களில் இருவர் இன்னும் உயிருடன் இருந்தார்கள், அவர்கள் பெண்களான எங்கள் இடையே தங்குவதற்குத் திரும்பவும் தவழ்ந்தபடியே வந்தனர். அவர்கள் காயமுற்று இருந்தனர்.

28'55'-33'54"

சஃப்சாஃபுக்குள் யூதர்கள் எவ்வாறு நுழைந்தனர்? உங்கள் கிராமத்திற்குள் நுழைந்தவர்கள் யூதர்கள் என்று நீங்கள் எப்படி அறிந்தீர்கள்?

அவர்கள் சற்றே வந்தனர். இங்கே நீங்கள் வந்தது போல், எனது வாயிற் படியில், அவர்கள் வாயிற் படியில் வந்து நின்றார்கள். என் மைத்துனி அவர்களைப் பார்த்த போது, எனது முதுகில் நான் சுமந்துகொண்டிருந்த அவள் சொன்னாள், 'தயவுசெய்து என்னைச் சற்றே வீசிவிட்டு வெளியேறு. போய் குழந்தைகளுடன் பாதுகாப்பாக இரு.' சாதாரணமாக, எங்கள் முன் அவர்கள் வந்தார்கள், ஆகவே அவளை அங்கே அப்போதே கீழே இறக்கி விட்டேன், அவர்கள் வந்து அவளைக் கொன்றனர். நான் திரும்பும் போது, அவளை அவர்கள் கத்திகளால் குத்திக்கொண்டிருந்ததை நான் பார்த்தேன்.

அவர்கள் பெண்ணைக் கத்திகளால் குத்திக்கொண்டிருந்தார்களா?

கத்திகளால் அவளைக் குத்திக்கொண்டிருந்தனர். துப்பாக்கிச் சூடோ, அல்லது வேறெதுவுமோ இல்லை. எனது மாமியார் அங்கேயேதான் நின்றுகொண்டிருந்தார், இதைப் போல் பார்த்துக் கொண்டு, அவளுக்கு முன் அவர் நின்றுகொண்டிருந்தார். அவரது மகளுக்காக, அந்தச் சோகத்தில் அவர் இறந்தார்.

அவரது மகள் பெயர் என்ன?

அவரது பெயர் நாஷா.

நாஷா சலாமா?

ஆம். நாஷா சலாமா.

ஆனால் அவர்கள் கத்திகளால் ஏன் அவரைக் கொன்றார்கள்?

அவளது காலினால்... அவளை ஒரு போராளி என அவர்கள் நினைத்தார்கள்.

அவரைக் கத்திகளால் அவர்கள் குத்துவதை நீங்கள் பார்த்தீர்களா?

ஆம், உண்மையில், அவர்கள் முன்னரே அவளைக் குத்திக் கொண்டிருந்த போது, நான் திரும்பிப் பார்க்க கொஞ்சமே எனக்கு நேரம் இருந்தது. ஆகவே நான், பாதுகாப்பை வேண்டி, குழந்தைகளை அழைத்துக் கொண்டு வெளியேறினேன்.

அவரை அதுபோல அவர்கள் கொல்வதைப் பார்க்கும் போது, நீங்கள் என்ன உணர்ந்தீர்கள்?

நான் என்ன உணர்ந்தேன் என்பதை எப்படி நீங்கள் நினைக்கிறீர்கள்? அது மிகவும் பயங்கரமான ஒன்று. அழுது கொண்டே எட்டு நாள்களைக் கழித்தேன். எனது தலையைத் தூக்கவில்லை, உணவு உண்ணவில்லை, நீர் அருந்தவில்லை. ஒரு சொட்டுத் தண்ணீர் கூட. இந்த எல்லா சின்னஞ்சிறு குழந்தைகளும் என்னுடன் அழுதபடி இருக்க, நான் என்ன உணர்ந்தேன் என்று எப்படி நீங்கள் நினைக்கிறீர்கள்? நான் மிகப் பெரும்... மிகப்பெரும் அளவில் பாதிக்கப்பட்டேன்.

அவரைக் கொல்வதை அவருடைய தாய் பார்த்தபோது...

அவருடைய தாய் அதைப் பார்த்த போது, அவர் கீழே விழுந்து இறந்தார். அவர்கள் இளைஞர்களை அழைத்துக்கொண்டு சென்ற போது, அது வேறுவிதமாக இருந்தது, ஏனெனில் அவர்களை அழைத்துப் போகவே அவர்கள் வந்தனர், ஆகவே அதை நாங்கள் முன்பே அறிந்துகொண்டோம். ஆனால், அவளைப் பொறுத்து, அவர்கள் அதற்கு முன்னால் அவளைத் தொட்டதில்லை. அவளது தாய், சோகத்தில், கொலையுண்ட அவளது மகளைப் பார்த்த மாத்திரத்தில் இறந்தார்.

ஆக, தாய் அவரது மகளைப் பார்த்துக்கொண்டே இறந்தார்...

அவர், அவளை அவர்கள் குத்துவதைப் பார்த்தபோது, அவரது மகளுக்காக இறந்துபோனார்.

அவரது தாயின் பெயர் என்ன?

அவருடைய பெயர் ரீமா.

ரீமா சலாமா?

ஆம்.

அவரைக் குத்துவதை எப்போது நீங்கள் பார்த்தீர்கள், நீங்கள் எங்கே போனீர்கள்?

நான் ஓடிக் கொண்டே, தொடர்ந்து ஓடிக் கொண்டே இருந்தேன். இஸ்ரேலியர்கள் வந்தார்கள், நான் அவர்களைப் பார்த்தேன். ஆகவே குழந்தைகளை அழைத்துக்கொண்டேன், அவர்கள் தங்களுடைய பாட்டியையும், அத்தையையும் விட்டுப் போக விரும்பவில்லை. நான் குழந்தைகளை அழைத்துக்கொண்டு நகரின் நடுப்பகுதி வரை நடந்தேன் மேலும் மற்ற பெண்களையும் ஆண்களையும் நான் கண்ட ஒரு வீட்டில் தங்கினேன். எனது மைத்துனியின் மகன் என்னுடன் இருந்தான்; அவன் ஓர் இளைஞன். அவர்கள் வந்து எங்களிடையே இருந்த அவனைக் கொண்டு சென்றார்கள். அவர்கள் எங்களிடையே இருந்த இன்னொரு இளைஞனையும் கூடக் கொண்டு சென்றார்கள்.

அவர்கள் இளைஞர்களை ஒன்றாகச் சேர்த்தார்களா?

அவர்களை ஒன்றாகச் சேர்த்து, பின் அவர்களை வரிசையில் நிறுத்தினார்கள், ஆனால் அவர்கள் எப்போது சுட்டுக் கொன்றனர் என்பதை நான் பார்க்கவில்லை.

அவர்கள் உங்களுக்கு வெகு தொலைவில் இருந்தனரா?

உண்மையில் மிகவும் தொலைவில் அல்ல, நகரத்தின் நடுவில் இருந்தார்கள். வரிசையில் நிற்கவைத்து அவர்களைக் கொன்றார்கள்.

அவர்கள் இளைஞர்களை அழைத்துப் போக வந்த போது, அவர்களைக் கொல்லப் போகிறார்கள் என்ற உணர்வு உங்களுக்கு இருந்ததா?

உண்மையில் எங்களுக்கு ஓர் உணர்வு இருந்தது. யூனிஸ் குடும்பத்தில் மூன்று சகோதரர்கள் இருந்தனர், மூன்று அழகான இளைஞர்கள். மூன்று இளைஞர்களும் இறந்தனர். ஒரு பெண்மணி, சஃப்சாஃபைச் சேர்ந்த அவரது ஒரே ஒரு சகோதரனுக்காக மிகவும் வருத்தத்தில் இருந்தார். ஆகவே அவர் தனது மேல் ஆடையைக் கழற்றி அவன் மேல் அதை வைத்தார், அவர் தனது கழுத்துத் துண்டை நீக்கி, அவன் மேல் அதை வைத்தார். அவர்கள் வந்து அவனைக் கொண்டு சென்றார்கள். அவர்கள் அவனைக் கண்டுபிடித்து அவனைக் கொண்டு சென்றார்கள்.

அவரது பெயர் என்ன?

பக்ரியா யூனிஸ்

அவரது சகோதரர் பெயர் என்ன?

எனக்குத் தெரியாது.

ஆக, அவர்கள்தான் அவரைக் கொண்டு சென்றார்கள்.

ஆம். அவர்கள்தான் அவனைக் கொண்டு சென்றார்கள்.

அவர்கள் வந்து பெண்களுக்கு இடையே சோதனை செய்தார்களா?

ஆம், பெண்களிடையே அவர்கள் சோதனை செய்தார்கள்; அவர்கள் வந்து பெண்களிடையே இருந்த அவனைக் கொண்டு சென்றார்கள்.

அவர்கள் பெண்களை ஒரு பக்கமும் ஆண்களை மற்றொரு பக்கமுமாகப் பிரித்தார்களா?

இல்லை, அவர்கள் பெண்களைப் பிரிக்கவில்லை. அவர்கள் எங்கள் எல்லாரையும் ஒரு வீட்டில் கொண்டு சேர்த்தார்கள், ஒவ்வொரு இளம் வயதினரையும் ஒருவர் பின ஒருவராகப் பொறுக்கி எடுக்கத் தொடங்கி, அவர்களைக் கொண்டு போய் விட்டனர். அவர்கள் ஆண்களை ஒரு வீட்டில் தனியாக வைக்கவில்லை. மக்கள் பயத்தின் காரணமாக ஒன்றாக ஒட்டிக்கொண்டு கிடந்தனர்.

நீங்கள் அந்த இளைஞர்களை அவர்கள் சுட்டதைக் கேட்டீர்களா?

உண்மையில் கேட்டோம். துப்பாக்கிச் சூடு, ஒரு மழைப் புயல் போல் ஒலித்தது.

துப்பாக்கிச் சூடு அல்லது உங்கள் மைத்துனி கொல்லப்பட்ட முறையில் கத்திகளால் என்பதை விடுத்து மற்ற சூழ்நிலைகளில் யாரேனும் கொல்லப்பட்டதாக நீங்கள் கேள்விப் பட்டீர்களா?

இல்லை, வேறெதையும் பற்றி நான் கேள்விப்படவில்லை. எல்லாமே துப்பாக்கிச் சூட்டின் மூலமே. நான் எனது மைத்துனி கத்தியால் குத்தப்பட்டது பற்றி மட்டும் கேள்விப்பட்டேன்.

இந்த இளைஞர்களை அவர்கள் சுட்டுக் கொன்ற பிறகு, கிராமத்தில் என்ன நடந்தது?

அவர்கள் சுட்டுக் கொன்ற பிறகு, பெண்கள் ஒன்றாகத் தங்கினர். அவர்களுள் சிலர், இரவு நேரத்தில் தப்பி ஓடினர், மேலும் அவர்களுள் சிலர், அவர்கள் சொன்னது போல, இறுதி வரை அங்கேயே தங்கிவிட்டனர். கிராமத்தில் எங்களைப் பாதுகாக்க, ஒரு காவலரை வைத்தனர். அவர் மூத்தவர்களை அழைத்துக்கொண்டு போய், (ஆட்டுக்கறியை) அவர்கள் வெட்டுவதற்கு விடுவார். மேலும் அவர்களுக்கு அவர் உணவைக் கொண்டு வருவார்.

அவர்கள் இளைஞர்களைக் கொன்ற பிறகு எவ்வளவு காலம் நீங்கள் தங்கியிருந்தீர்கள்?

நான் சஃப்சாஃபில் படுகொலைக்குப் பிறகு ஏழு நாள்களுக்குத் தங்கியிருந்தேன்.

அமீனா ஹசன் பனத்

பாலஸ்தீனம், ஷெய்க் தன்னூனில் 1931இல் பிறந்தவர்
பஸ்ரா முக்ரபி மற்றும் மஹ்மூத் ஷெய்டனுடன் ஒரு நேர்காணல்
பர்ஜ் அல் - பரஜ்னே, பெய்ரூட், 2003

2'00"-3'29"

அமீனா ஹசன் பனத்: நாங்கள் எந்தப் பழங்களையோ அல்லது எந்தக் காய்கறிகளையோ என்றும் வாங்கத் தேவையில்லாமல் இருந்தது. எங்களுடைய அனைத்துக் காய்கறிகளும் இயற்கையாகவே வளர்ந்தன, மேலும் நாங்கள் இயற்கையான முறையிலேயே வாழ்ந்து கொண்டிருந்தோம். நாங்கள் எந்த நோயையும் அறிந்ததில்லை; நாங்கள் எந்த இரசாயனங்களையோ அல்லது வேறெதையுமோ பயன்படுத்தியது இல்லை. நாங்கள் ஒரு நிதானமான வாழ்க்கையை வாழ்ந்தோம். நாங்கள் ஆபத்தான நோய்களைப் பற்றி என்றுமே கேள்விப்பட்டதில்லை. நாங்கள் எளிமையாக இருந்தோம், நாங்கள் மகிழ்ச்சியாக இருந்தோம். ஒரு நாள், அவர்கள் ஏன் சொன்னார்கள் என்று எங்களுக்குத் தெரியாது.'போர் வெடிக்கப் போகிறது, அங்கே பூசல்கள் வரலாம். ஒவ்வொரு தனி நபரும் ஒரு துப்பாக்கியை வாங்கி, ஒருவேளை நமக்கு ஏதேனும் நடந்தால், அவரவரைப் பாதுகாத்துக்கொள்ள, அதை வீட்டில் வைத்துக் கொள்ள வேண்டும்.' மூத்தவர்கள் சொன்னது அதுதான்.

பஸ்ரா முக்ரபி மற்றும் மஹ்மூத் ஷெய்டன்: உங்கள் குடும்பம் எவ்வளவு பெரியது? நீங்கள் எத்தனை பேர் சகோதரர்கள் மற்றும் சகோதரிகள்?

எனக்கு எவ்வளவு சகோதரர்கள் என்று நீங்கள் கேட்கிறீர்களா?

ஆம்.

அவர்கள் மூன்று பேர். அவர்களுள் ஒருவர் குருடர், அவர்கள், அவர் சிறுவனாக இருந்த போது, அவரது கண்ணில் அடித்து விட்டார்கள். அவர் இரண்டு கண்களிலும் பார்வையை இழந்து விட்டார். அவர் இப்பவும் எங்களுடன் இருக்கிறார். எனக்கு ஒரு சகோதரன். அவர் இன்னும் உயிருடன் இருக்கிறார். எனது மூத்த சகோதரர் இறந்துவிட்டார், நான் அவரைப் பார்க்கவில்லை. எனது தாயார் இறந்துவிட்டார், நான் அவரைப் பார்க்கவில்லை. எனது

தந்தை இறந்து விட்டார், அவரை நான் பார்க்கவில்லை. எனக்கு இரண்டு சகோதரிகள் உண்டு, அவர்கள் இறந்துவிட்டார்கள். அவர்களை நான் பார்க்கவில்லை. லெபனானில் இப்போது நான் மட்டுமே இருக்கிறேன். எனக்கு ஒரு சகோதரன் இல்லை, தாயும் இல்லை, தந்தையும் இல்லை, எப்போதும் ஒருவருமே இல்லை. இங்கு லெபனானில், எனக்கு ஒரு மகன் மட்டும் உண்டு, மேலும் இரண்டு மகள்களும் இருக்கிறார்கள். வேறொருவரும் இல்லை. 1982இல் எனது நான்கு மகன்களும் காணாமல் போயினர். எனது கணவர் வீட்டிலிருந்த போது ஒரு ஏவுகணை அவரது தலையில் வந்து தாக்கியது. அவரது மூளை தரையில் சிதறியது, நாங்கள் அவரைப் புதைத்துவிட்டோம். எனது காணாமல் போன மகன்களை எதிர்பார்த்து, நான் அங்கேயே இருந்தேன்.

9'05"-15'40"

உங்கள் கிராமத்தில் பெண்கள் வீட்டுக்கு வெளியே வேலை செய்தார்களா?

ஆம். தங்கள் சொந்த நிலங்களில். விவசாயிகள் (fellahin) அவர்களுடைய நிலங்களில் வேலை செய்வார்கள். ஆனால் நகரங்களில் உள்ள மக்கள் விவசாயிகள் அல்லர். அவர்கள் விவசாயிகளான எங்களிடம் இருந்து வாங்கிக்கொள்வார்கள். என் தந்தை எனக்காக அத்திப்பழங்கள் பறிப்பது வழக்கம், அவற்றை நான் 'அக்கா'வுக்குக் கொண்டு செல்வேன். இரண்டு பெட்டிகள் நிறையும் அளவுக்கு, அவர் கற்றாழைப் பழங்களை அறுவடை செய்வார். அவற்றை ஒரு கழுதை மேல் எனக்காக ஏற்றுவார், அதை ஓட்டிக் கொண்டு, அனைத்தையும் நகரத்திற்குக் கொண்டு செல்வேன். அங்கு எங்களுக்கு எந்தப் பயமோ அல்லது எந்த ஆபத்தோ என்றும் கிடையாது.

நீங்களாகவே போவீர்களா?

ஆம், நான் போவேன். இல்லை, அதைப் போலவே மற்ற மக்களும் அங்கு போய்க்கொண்டிருந்தார்கள். ஆனால் நான் தாமதமாக வந்தாலும், அவர்களை விடப் பின்னால் வந்தாலும், நான் கவலை அடைய மாட்டேன். எப்போதும் மற்ற மக்கள் எனக்குப் பின்னால் வந்துகொண்டிருப்பார்கள். ஷெய்க், அதிகாலை (Fajr prayer) தொழுகைக்கு அழைப்பு (adhan) விடுத்தவுடன், நாங்கள் கீழே 'அக்கா'வுக்குப் போவோம். காலை பத்து மணிக்கு நாங்கள் விற்று

விட்டுப் பிறகு நாங்கள் திரும்புவோம். நாங்கள் காரில் அல்லது வேறெதிலோ சுற்றிக்கொண்டிருக்க மாட்டோம்.

எப்படி?

நாங்கள் எங்கள் கழுதைகளை ஓட்டிக்கொண்டு போவோம், எனது மொழிக்காக மன்னியுங்கள்.[5] கழுதைகள் மேல் எங்களது பெட்டிகளை ஏற்றுவோம் அவற்றைக் கீழே கொண்டு வருவோம். உதாரணத்திற்கு, எங்கெல்லாம் தெருக்கள் இருக்கிறதோ, நாஹ்ர், அல்-கப்ரி, அல்-மஜ்ரா மற்றும் அல்- மன்ஷிய்யா... அங்கு கார் வரும். எங்கள் குடும்பத்தில் முகம்மது பனத் அபு ரஷீத் என்று உறுப்பினர் ஒருவர் இருந்தார். அவர் அல்- ரஷிடிய்யாவில் வசித்து வந்தார், ஆனால் அவர் காலமாகிவிட்டார், அவரது குழந்தைகள் இன்னும் அங்கே இருக்கிறார்கள். அவர் ஒரு பொருள்கள் ஏற்றும் டிரக்கை வைத்திருந்தார். ஒரு முறை பயணம் செய்ய அவர் கட்டணம் வசூலிப்பார், கிராமத்தில் சுமைகளை ஏற்றி அனைத்துப் பொருள்களையும் 'அக்கா'வுக்குக் கொண்டு வருவார் மேலும் பொருள்கள் விற்பனைச் சந்தையில் அவற்றைப் பார்வைக்கு வைப்பார். நான் உள்பட கிராமத்தில் உள்ளவர்கள், எங்களது பெட்டிகளை வெளியே இழுத்து வைப்போம், மக்கள் வருவார்கள், அவர்களிடம் நாங்கள் சொல்வோம், 'எங்கள் வெண்டைக்காய் சிறந்தது... உங்கள் வெண்டைக்காய் சிறந்தது... உங்கள் தக்காளிகள்... உங்கள் கற்றாழைப் பழங்கள்... உங்கள் அத்திப் பழங்கள்... சிறந்தவை.' பாலஸ்தீனத்தில், நாங்கள் இப்படித்தான் வாழ்ந்து வந்தோம்.

உங்கள் நகரில் நீங்கள் என்ன வளர்ப்பீர்கள்?

நாங்கள் அனைத்தையும் வளர்ப்போம். நான் உங்களுக்குச் சொன்னது போல, எங்கள் உற்பத்தியில் ஒரு பகுதியாகக் கற்றாழைப் பழங்கள் இருந்தன, அத்திப்பழங்கள் எங்கள் உற்பத்தியில் ஒரு பகுதியாக, அதைப் போலவே ஒலிவ எண்ணெயும் ஒரு பகுதியாக இருந்தன. எனது தந்தைக்கு எவ்வளவு ஒலிவத் தோப்புகள் இருந்தன என்பதை நான் உங்களுக்குச் சொன்னால், நீங்கள் என்னை நம்ப மாட்டீர்கள். எவ்வளவு துண்டு நிலங்கள்... சூரிய ஒளியில் இந்த அளவுக்குப் பெரிதாக வளர்ந்திருக்கும் ஒரு தர்ப்பூசணியை என் தந்தை பார்த்த வேளையில், அவர் தரையில் ஆழமாகக் குழியைத் தோண்டி, அதனுடைய மேல் பக்கத்தை மூடாமல் விட்டுவிட்டு மீதிப் பகுதியைப் புதைத்துவிடுவார். அதன் மீது நாங்கள் புல்லைப் போட்டு, அது சூரிய ஒளியிலிருந்து

வேகமாகப் பழுக்காமல் காப்பதற்காக, மூடி விடுவோம். பிறகு தரையிலிருந்து அதை வெளியே கொண்டு வருவோம், அது இந்த அளவுக்குப் பெரிதாக இருக்கும். நாங்கள் அந்த தர்பூசணியை ஒரு பிரயாணப் பையில் (*khurj*) வைக்க முயற்சிப்போம், அதனுடைய வாய்வழியாகக் கூட அது உள்ளே போக முடியாது. 'குர்ஜ்' என்றால் என்னவென்று உங்களுக்குத் தெரியாது, இல்லையா?

இல்லை, எனக்குத் தெரியும்.

நாங்கள் அதனுள் தர்பூசணியை வைப்போம், அது அதன் அடிவரை கூட உள்ளே போக முடியாது. சோளத் தாள்கள் கூட இருக்கும். நீங்கள் சோளம் வளர்க்கிறீர்கள், நான் வளர்க்கவில்லை என வைத்துக்கொள்வோம். அல்லது நீங்கள் தர்பூசணி வளர்க்கிறீர்கள், நான் வளர்க்கவில்லை அல்லது அது போல அத்தியையும் என வைத்துக்கொள்வோம். நான் உங்களிடம் வந்து உங்களுடைய உற்பத்திப் பொருள்களில் இருந்து கொஞ்சம் பறித்துக் கொள்வேன். நீங்கள் வந்து, 'நன்றாகச் சாப்பிடுங்கள்' என்பதைத் தவிர வேறெதுவும் சொல்லமாட்டீர்கள். ஒரு பேச்சுக்கு, நீங்கள் தர்பூசணி வைத்திருக்கிறீர்கள், என்னிடம் இல்லை என்று வைத்துக் கொள்வோம், மேலும் நான் பொறுக்கி எடுப்பதற்காக அங்கே வந்தால், நீங்கள் அதற்காக என்னிடம் எந்தப் பணமும் கேட்க மாட்டீர்கள். காட்டு வெள்ளரிக்காய்கள், தக்காளிகள்... நான் ஒரு கூடையை எடுப்பேன், ஒரு சகோதரரின் செடிகளில் இருந்து தக்காளிகளைப் பறிப்பேன். நீங்கள் நிலச் சொந்தக்காரர்களாக இருந்து, நான் பறிப்பதை நீங்கள் பார்த்தால், என்னிடம் எதையும் நீங்கள் சொல்லமாட்டீர்கள். என்னிடம் அதிகமாக அவை இல்லையென்று நீங்கள் அறிந்தாலும், நீங்கள் எதுவும் சொல்ல மாட்டீர்கள். நாங்கள் மிகுந்த உபரியுடன் வாழ்ந்தோம். நாங்கள் உட்கார்ந்து ஒரே உணவைப் பங்கிட்டு உண்போம். எல்லா அண்டை வீட்டுக் காரர்களும், கிராமத்துப் பெண்களும் ஒன்றாக அமர்ந்துகொண்டு, ஒவ்வொரு பெண்மணியும் எதைக் கொண்டு வந்தாலும், அதை உங்களுக்குக் கொடுப்பார்கள். ஏழு அல்லது எட்டு பெண்கள் வட்டமாக இங்கே உட்கார்ந்திருப்பார்கள், அங்கே இன்னொரு வட்டம், இன்னொரு குடியிருப்பில் இருக்கும், இன்னொரு குடியிருப்பில் இன்னும் ஒரு வட்டம். அவர்கள் இப்படித்தான் உட்கார்ந்தார்கள்... ஒரு பொதுவான மேசையைச் சுற்றிலும். உங்கள் அண்டைவீட்டுக்காரரை நீங்கள் ஒரு புதிய ஆள் என நினைக்க மாட்டீர்கள். ஒரே நகரம், ஒரே சகோதரர்களும், சகோதரிகளும். அந்த முறையில் இன்று நாம்

வாழ்கிறோமா? இல்லை. இங்கே சகோதரர்கள் கூட ஒருவரை மற்றவர் கொல்வதைப் பொருட்படுத்த மாட்டார்கள். இங்கே நாங்கள் ஒடுக்கப்பட்டு வாழ்ந்துகொண்டிருக்கிறோம். இங்கே 23 ஆண்டுகளாக இருந்து வருகிறோம் என்று உங்களிடம் சொன்னால் என்ன ஆகப் போகிறது? முழு முகாமுக்கும் நாங்கள் ஒரு சொட்டுக் குடிநீர் கூடப் பெறவில்லை. மேலும் இந்த முகாம் முழுவதிலும், நேரடியாகக் குடிநீரைப் பெறும் ஒரு வீடு கூட இல்லை. நாங்கள் தண்ணீரை வாங்க வேண்டி இருக்கிறது. இது 23 ஆண்டுகளாக நடக்கிறது.

ஹஜ்ஜே, உங்கள் நகரில் மிக மிக அதிகமான நில உடைமைக் குடும்பங்கள் யார் யார்?

ருஸ்தம் குடும்பம். அவர்கள் பெயர், ருஸ்தம் அப்த் அல்-ஆல்; அவர்கள் சொந்தமாக நிலம் வைத்திருப்பது வழக்கம். ஒரு விவசாயியாக இருப்பதை ஒரு ஏழையாக இருப்பதோடு நாங்கள் ஒருங்கிணைப்பதில்லை. நான் எனது தந்தையுடைய துண்டு நிலங்களை எண்ணிப் பார்த்தால், அவற்றை நான் இன்னமும் நினைவில் வைத்திருக்கிறேன், நீங்கள் என்னை நம்பமாட்டீர்கள். அது முன்னால் ஏழை எனச் சொல்லப்பட்ட எனது தந்தை. உண்மையில் அவர் ஏழை அல்ல, நிதி அளவில் அவர் ஏழை. எனது தந்தைக்கு உதவி செய்ய இளைஞர்கள் இல்லாமல் அவர் தனியாக இருந்தார். ஏனெனில், பையன்கள் பிறக்கின்ற வரை, முதலில் நாங்கள் அனைவரும் நான்கு புதல்விகள்... அவருக்கு உதவி செய்ய ஒருவரும் இல்லை. எல்லா நிலங்களிலும் சாகுபடி செய்ய அவருக்கு இயலவில்லை. அவரது தேவைகளுக்கு ஏற்ப அவர் பயிரிட்டார்.

சாகுபடி செய்வதில் கிராமத்தினர் ஒருவருக்கு மற்றவர் உதவி செய்வார்களா?

உண்மையில், அவர்கள் செய்வார்கள். யார் அறுவடை செய்தாலும்... உங்கள் கோதுமையை நீங்கள் அறுவடை செய்வதாகக்கொள்வோம், நான் உங்களுக்கு முன்னால் செய்து முடித்துவிட்டால், நான் அங்கு வந்து உங்களுக்கு உதவி செய்வேன். அதைப் போல் நான் இன்னமும் ஒலிவப் பழங்கள் பறித்துக்கொண்டிருக்கிறேன் ஆனால் நீங்கள் எனக்கு முன்னால் முடித்துவிட்டீர்கள் என்று சொன்னால், நீங்கள் இங்கே வந்து எனக்கு உதவி செய்வீர்கள். எங்கள் குடும்பம் ஒரு வீட்டைக் கட்டியது, எங்களிடம் எந்த ஒற்றைச் சக்கரத் தள்ளுவண்டியும்

இல்லை. கட்டடத் தொழிலாளி யாராக இருந்தாலும், வந்து எனக்கு உதவி செய்வார். 1948இல் இப்படித்தான் அவர்கள் இருந்தார்கள். நான் திரும்பிச் சென்றேன், நான் மூன்று முறை திரும்பிச் சென்றிருக்கிறேன். யாருக்கு ஒரு வீடு கட்ட வேண்டிய தேவை ஏற்பட்டாலும், அதற்கான பணம் ஏதும் இல்லை என்றால், நகரில் ஒரு மாலை சந்திப்பு எப்போது நடந்தாலும், மக்கள் ஒரு வரவேற்பறையைக் *(a Diwan)* கட்டுவார்கள். 'திவான்' என்பது ஒரு பெரிய வரவேற்பறையைப் போன்றது, அங்கே மக்கள் சோஃபாக்களைக் கொண்டு வந்து போடுவார்கள்.

புதியவர்கள், யாரையும் தெரியாதவர்கள் வருவார்கள். அது போலவே வழி தவறிய அல்லது தாமதமாகத் தங்களது 'விருந்து அழைப்பாளர்களை'க் *(hosts)* காண வரும் விருந்தினர்களும் வருவார்கள். அவர்கள் இதை அந்த வரவேற்பறையில் 'ஊர்ப் பெரியவர்களைச் சந்தித்தல்' *(madafeh)* என அழைப்பார்கள். இந்தச் சந்திப்பு பற்றிய உதாரணம், ஒருவர், 'மக்களே! 'உம் அஜீஸ்' ஒரு வீடு கட்ட விரும்புகிறார், அவரி(ளி)டம் போதுமானது இல்லை' என்று சொல்லும்போது தெரியும். மூன்று அல்லது நான்கு கட்டுமானத் தொழிலாளர்கள், முன்வந்து சொல்வார்கள், 'நாளை நாங்கள் அங்கே இருப்போம்.' அவர்கள் பாறைகளைக் கொண்டு வருவார்கள். 'நாளை நாங்கள் உதவி செய்யப் போகிறோம்.' 'இன்னார் நாளை சிமெண்ட் கொட்டுவதற்கு விரும்புகிறார்.' நாங்கள் உதவி செய்யப் போவோம். அவர்கள் சிமெண்டைக் கலந்து ஐந்து அல்லது ஆறு ஏணிகளை வைப்பார்கள். பிறகு, ஆண்கள் தொட்டிகளை ஒருவரது தோளில் சுமந்து வருவார்கள், பெண்கள் தங்கள் தலைகளில் அவற்றைச் சுமந்து வருவார்கள். இவ்வாறு தன்னுடைய வீட்டுக்கு சிமெண்ட் கொட்ட தேவைப்படுபவர் யாராக இருந்தாலும், அவர்களுக்கு அவர்கள் உதவுவார்கள். இரண்டு அல்லது ஐந்து அறைகள் அங்கே தேவைப்பட்டாலும், அவர்கள் உதவுவார்கள். ஒவ்வொன்றிலும் இப்படித்தான் நாங்கள் ஒருவருக்கு ஒருவர் உதவி செய்துகொள்வோம். பிரிட்டிஷார் எங்களது நகரில் இருக்கும்போதும், நாங்கள் ஒன்றாக இருந்தோம். பாலஸ்தீனத்தில் பிரிட்டிஷ் மக்கள் இருந்தார்கள், அவர்களை எனக்கு நினைவில் இருக்கிறது. மேலும் நகாரிய்யாவில் இருந்து (கிர்பத்) ஜிட்டினுக்குப் போகும் யூதர்களும் அங்கே இருந்தார்கள். எங்கள் நகரம் வழியே அவர்கள் கடந்து போனார்கள். ஒரு குழந்தையை அவர்கள் பார்த்தால் சொல்லுவார்கள்: 'வா, வா.' அந்தக் குழந்தை அவர்களிடம் போகும், அவனை அவர்கள்

தூக்கிக் கொண்டாடுவார்கள், அவனை முத்தமிட்டு, அவனுக்கு பிஸ்கட் அல்லது இனிப்பு கலந்த பாதாம் மிட்டாய் அல்லது பணத்தைக் கொடுப்பார்கள். ஆகவே, ஒவ்வொரு முறையும் மலைப் பகுதிகளிலுள்ள தன் சொந்த நகரமான ஜிட்டினுக்குப் போகும் ஒரு யூதரை நாங்கள் பார்ப்போம், எங்களுக்கு பிஸ்கட் அல்லது இனிப்பு கலந்த பாதாம் மிட்டாய் அல்லது ஒரு காசு அவர் எங்களுக்குத் தருவதற்கு ஏற்ப அவரை நோக்கி நாங்கள் ஓடுவோம், மேலும் நாங்கள் மகிழ்ச்சியாக இருப்போம். அவர் எங்களைத் தூக்கி முத்தம் இடுவார். அது ஒரு சிறுவனாக இருந்தாலும், ஒரு சிறுமியாக இருந்தாலும் அது முக்கியம் இல்லை.

அந்த நேரத்தில் அங்கே எந்தப் பகைமையும் இல்லை?

அங்கே எந்தப் பகைமையும் இல்லை. குறிப்பிட வேண்டியது, யூதர் எங்கிருந்து, எப்போது வந்தாலும், நான் சொன்னது போல, அவரை நோக்கிக் குழந்தைகள் ஓடுவார்கள். இளையவர்களும், மூத்தவர்களும் அவரை வரவேற்று ஓர் அரேபியர் போலவே அவருக்கு அவர்கள் வணக்கம் தெரிவிப்பார்கள். அவர்களுடன் சேர்ந்து நாங்கள் ஒன்றாக வாழ்ந்து வந்தோம். டெல் அவிவ் அங்கிருந்தது, நஹாரிய்யா அங்கிருந்தது. நான் நஹாரிய்யாவில் பிறந்தேன். யூதர்கள் அங்கு வாழ்ந்து வந்தனர். அரேபியர்களுக்கும், யூதர்களுக்கும் இடையே எந்தப் பகைமையும் இல்லை. 1948இல், பாலஸ்தீனத்தில் யூதர்கள் இன்னும் இருந்தார்கள், சரியா? நல்லது, யூதப் பெண்களை மணம் முடித்த பாலஸ்தீனிய ஆண்கள் பலர் இருந்தனர். ஆனால் ஒரு பாலஸ்தீனியப் பெண் என்றும் ஒரு யூத ஆண்மகனைத் திருமணம் செய்து கொண்டதில்லை.

29'45"- 32'44"

ஆக, அப்போது, அவர்கள் உங்கள் கிராமத்தினருள் ஒருவரை ஒரு புதியவருக்குத் திருமணம் புரியச் செய்தார்கள், அது ஒரு பிரச்சினையாக இல்லை, சரியா?

ஆம். நான் செய்க் தன்னூரனைச் சேர்ந்தவள், 'அம்கா'வில் நான் திருமணம் செய்துகொண்டேன். யாரை நான் திருமணம் செய்தேன்? என் தாயைச் சேர்ந்த என் மைத்துனனை. நான் எனது கணவரின் மைத்துனி, அவரது தந்தை வழி அத்தையின் மகள், அவர் எனது மாமன் மகன், என் தாயின் சகோதரன். எனது மாமா அங்கு வந்தார். அவர் அங்கு வந்து சொன்னார், 'நான் இந்தப்

பெண்ணை விரும்புகிறேன்” என்றார், என் தாயார் என்னை அவருக்குக் (கணவருக்கு) கொடுத்தார்...

கடவுள் மீது சத்தியமாகச் சொல்கிறேன், எனது தந்தை என்னைக் கொடுத்த போது, எனக்கு எந்த எண்ணமும் இல்லை. நான் பார்த்தது எல்லாம், அவர்கள் (*Fatiha*) குர்-ஆனின் முதல் சுராவைப் படிப்பதற்கு வந்தார்கள். ஒரு ஆண்களின் குழு நுழைந்தது. எனது தாயார் சொன்னார், ‘போய் உடை அலங்காரம் செய்துகொள்.’ நான் கேட்டேன், ‘ஏன்?’ நான் விளையாடிக் கொண்டிருந்தேன், நான் 14 வயதே நிரம்பிய பெண்; எனது தோழி, அவளது பெயர், ஃபாத்திமா அல்-கலீத், அவளுடன் விளையாடிக் கொண்டிருந்தேன், அங்கே நிஹயா அல்-ஹனீலும் இருந்தாள். அவர் [என் தாயார்] சொன்னார், ‘உன் ஃபடிஹாவைப் படிப்பதற்கு மக்கள் வந்து கொண்டிருக்கிறார்கள்.’ ‘என் ஃபடிஹாவைப் படிப்பதற்கா?’ அவர் சொன்னார், ‘மக்கள் வந்து கொண்டிருக்கிறார்கள், உன் மைத்துனன் உன்னை திருமணம் செய்துகொள்ள விரும்புகிறார், மக்கள் உன் ஃபடிஹாவைப் படிப்பதற்கு வந்துகொண்டிருக்கிறார்கள்.’ அவர் அதைச் சொல்லும் போதே, அவர்கள் வாயிற்படி வழியே வந்து கொண்டிருந்தார்கள். கதவுக்குப் பின் குதிரைத் தீனிப்பைகள் இருந்தன; (*dawab*) குதிரைகள், அவற்றிலிருந்து தவிட்டைத் தின்பதற்காக, அங்கே அவற்றை வைத்தனர். நான் எழுந்து நின்றேன், நான் அதிர்ச்சியடைந்த நிலையில் இருந்தேன், ஆகவே கதவுக்குப் பின் சென்று மறைந்துகொள்ளப் போனேன். நான் யாரையும் பார்க்க விரும்பவில்லை, கதவுக்குப் பின் மறைந்து கொண்டேன். அவர்கள் கேட்கத் துவங்கினர், ‘மணப்பெண் எங்கே?’ முன்னரே அவளைப் பார்க்க விரும்புகிறோம், அவள் யாரைப் போல் இருக்கிறாள் என நாங்கள் அறிய விரும்புகிறோம். யாராவது இன்னொரு ஊரில் இருந்து ஒருத்தியை எடுப்பதற்கு விரும்பினால், நிச்சயமாகச் சொந்த ஊரில் இருந்து எடுக்கும் ஒருத்தியை விட அவள் சிறந்தவளாகவே இருக்க வேண்டும் என அவர்கள் சொன்னார்கள். நான் அழகாக இருக்கமாட்டேன். எனது சகோதரிகள் மிக அழகானவர்கள். நான் அழகில்லை. ஆனால் என் மாமா அங்கு வந்து சொன்னார், ‘நான் அமீனாவை விரும்புகிறேன். அவள் துடிப்பும், சுறுசுறுப்பும் மிகுந்தவள். நான் எனது மகனுக்காக அவளை விரும்புகிறேன்.’ ஆகவே என் தாயார் என்னைக் கொடுத்துவிட்டார். மணப்பெண்ணாகிய நான், மறைந்தபடி ஒவ்வொன்றையும் கவனித்துக்கொண்டிருந்த போது, ‘மணப்பெண் எங்கே?’ என அவர்கள் கேட்டபடியே

இருந்தனர். ஃபாடிஹாவைப் படித்து முடித்ததும், வெளியே கிளம்பினர், அவர்கள் என்னைப் பார்க்கவில்லை, நானும் அவர்களைப் பார்க்கவில்லை. நான் வெளியே வந்ததும், என் தாயார் கேட்டார், 'நீ எங்கே இருந்தாய்?' நான் சொன்னேன், 'நான் தீனிப்பைகள் இருந்த இடத்தில் மறைந்திருந்தேன்.' அவர் சொன்னார், 'நீ வேறெங்கும் இத்தோடு போகவில்லை. நீ ஏன் மறைந்துகொண்டாய்?' நான் சொன்னேன், 'நான் யாரையும் பார்க்க விரும்பவில்லை.' சத்தியமாக நான் சொல்கிறேன், அது எனது திருமண நாள், மேலும் என் பெண் நண்பர்கள் அங்கே இருந்தார்கள், கற்றாழைப் பழம் இருந்தது. நான் அவர்களைப் பற்றிச் சொல்லி இருக்கிறேன், நிஹயா மற்றும் ஃபாத்திமா, இந்த நண்பர்களுடன் நான் சென்றேன். இப்போது இதை நான் சொல்வதை அவர்கள் கேட்க முடியும் என நான் நம்புகிறேன். நாங்கள் போய், கற்களால் ஆன வீடு ஒன்றைக் கட்டினோம்- வீடு போன்ற தோற்றம் கொண்டது. நான் ஒரு வீட்டை, நானே கட்டினேன், அதற்கும் மேலே அவள் கட்டினாள், மேலும் அவள் அதைப் போன்ற ஒன்றைக் கட்டினாள், நாங்கள் பாறைகளை எடுத்தோம், நான் சொன்னேன், 'இது என் மகன்', அவள் சொன்னாள், 'இது என் மகள்...'. நாங்கள், கற்களை வைத்து விளையாடியதன் மூலம், அடுத்தடுத்து மூன்று வீடுகளைக் கட்டினோம், எனது கைகள் மற்றும் பாதங்கள் மேல் மரு தோன்றி இருந்தது, அது எனது திருமண நாள். மதியம் என்னை அழைத்துக் கொண்டு போக அவர்கள் வந்தனர். மக்கள், என்னை மணமகள் ஆக்கிட வந்தனர், என் தாயார் என்னைக் காண முடியவில்லை. அவர் எனது சகோதரியிடம், 'போய் அவளைக் கூப்பிட்டு வா, அவள் எங்கே இருக்கிறாள் என்று பார்.' என் சகோதரி மேல் தளம் வரை சென்று என்னைக் கூப்பிட்டபடி இருந்தாள். அப்போது நான் மறுபுறம் எனது நண்பர்களுடன் புல்லின் மீது வீடு கட்டி விளையாடிக்கொண்டிருந்தேன், ஏனெனில் நான் சிறு பெண்ணாக இருந்தேன். பத்து வயதுடைய மற்றும் ஒன்பது வயதுடைய இன்றைய தலைமுறைகள், நாங்கள் அறிந்ததை விடவும் அதிகமாக அறிந்திருப்பார்கள். உங்களைப் பொறுத்தவரை, நாங்கள் கடவுள் விருப்பத்தின் கீழ் இருந்தோம். எப்படி என்று எங்களுக்குத் தெரியாது, தெரிந்துகொள்ளவும் நாங்கள் விரும்பமாட்டோம்.

33'57"–35'00"

ஹஜ்ஜே, எவ்வளவு காலம், யூதர்களின் சண்டைகள் துவங்குவதற்கு முன், 'அம்கா'வில் நீங்கள் தங்கியிருந்தீர்கள்?

மூன்று ஆண்டுகளுக்கு அங்கு தங்கியிருந்தேன்... மூன்று அல்லது நான்கு ஆண்டுகள். பாலஸ்தீனத்தை விட்டு வெளியேறிய போது எனக்கு 18 வயது ஆனது தெரியும். 14 வயதில் நான் திருமணம் செய்துகொண்டேன்.

நீங்கள் வெளியேறுவதற்கு முன் என்ன நடந்தது? உங்கள் வீட்டை விட்டு வெளியேறச் செய்த நிகழ்வு என்ன?

எங்கள் மீது தொடுக்கப்பட்ட போர்தான், அன்புக்குரியவர்களே. அவர்களை எதிர்த்து நாங்கள் போரிட்டதால், எங்களுக்கு எதிராக டாங்குகள் வந்தன, அவர்கள் நகரத்தின் மீது படையெடுத்த போது, நாங்கள் விட்டுச் செல்ல ஏதுமில்லை. அவர்கள் நகர் மீது குண்டு வீசத் துவங்கினார்கள், அவர்கள் வீடுகளை எரித்தனர், அவர்கள் குண்டுகளை வீசினர், அவர்களுக்கு எதிராகச் சண்டையிட்ட கிராமம் முழுமையின் மீதும் குண்டு வீசியதற்குப் பிறகு, அவர்கள் புல்டோஸர்களைக் கொண்டு வந்து நகர் முழுவதையும் தரை மட்டமாக்கினர்.

அவர்கள் புல்டோஸர்களைக் கொண்டு வந்த போது, நீங்கள் எங்கு இருந்தீர்கள்?

நாங்கள் த்ரூஸ் பகுதிகளில்- ஜாட், யானூ மற்றும் யர்க்காவில்- இருந்தோம். இவைகள் த்ரூஸ் நகரங்கள். த்ரூஸ் பிரிவினர், அமைதியாக இருந்தார்கள், அவர்கள் போரிடவில்லை. அவர்களது நகரங்களில் நாங்கள் தஞ்சம் அடைந்தோம். எல்லைப்புறங்கள் மூடப்படும் என்பதைக் கேள்விப்பட்டதும், நாங்கள் த்ரூஸ் பகுதிகளில் இருந்து வெளியேறி, எல்லைகளை நோக்கிச் சென்றோம்...

35'54"-40'56"

உங்களுடன் ஆண்கள் வந்தார்களா?

இல்லை, ஆண்கள் எல்லைப்புறங்கள் மூடப்படுவதற்கு முன்பே, அவற்றைக் கடந்து தப்பி ஓடிவிட்டனர். அவர்கள் ஓட்டம் எடுத்தனர்; அவர்கள் விட்டுச் செல்ல வெடிமருந்துச் சாதனங்கள் ஏதுமில்லை. எனக்கு இரண்டு மகள்கள்- எனது கணவர் அவர்களுள் ஒருத்தியைக் கூட அவர் கொண்டு செல்லவில்லை. என்னையும்

விட்டுவிட்டு அவர் போய்விட்டார். நாங்கள் எல்லைகளை அடைந்தவுடன், எங்களிடம் அவர்கள் சொன்னார்கள், ‘இவையெல்லாம் லெபனானின் எல்லைகள், இதன் வழியாக நீங்கள் போகலாம். இவை பாலஸ்தீனத்துடன் எல்லைகளைக் கொண்டுள்ளன, நாங்கள் திரும்பிப் போய் விடுவோம்.’ நாங்கள் லெபனான் எல்லையில் இருந்து சென்றோம். முதலில், அவர்கள் எங்களை, எல்லையில் ஒரு தெருவில் இறக்கிவிட்டனர். ஆயுதம் தரித்த யூதரை என் மகள் பார்த்த போது, அவள் அச்சமடைந்து அழத் துவங்கினாள். எவ்வளவு அழகானவர்கள் அவர்கள். நீங்கள் பார்க்க முடிந்தால், எவ்வளவு அழகானவர்கள் என் மகள்கள் என்பது தெரியும். நான் அழகற்றவளாக இருந்த போதிலும், அவர்களுடைய தந்தை அழகானவர். அந்தச் சிறுமி அழத் துவங்கினாள், ஆகவே யூதர் என்னிடம் சொன்னார்: ‘அம்மா.’ அந்தத் தெரு பாலஸ்தீனத்தில் இருந்தது- லெபனானின் எல்லை. நான் சொன்னேன், ‘அப்படியா?’ என்று சொல்லி இது போல் இருந்தேன் (முகத்தின் மேல் தலை முக்காட்டை இழுத்துக் கொள்கிறார்) அவர் சொன்னார், ‘அழாதே குழந்தையே, ஏன் அவள் அழுகிறாள், இந்தக் குழந்தை, ஏன் அவள் அழுகிறாள்?’ அவரிடம் நான் சொன்னேன், ‘கவாஜா (எஜமானே), அவள் குடிப்பதற்குத் தண்ணீர் வேண்டும் என்கிறாள்.’ அவன் தண்ணீர் பாட்டில் அருகே சென்று பார்த்து (வலது இடுப்பில் தட்டுகிறார்) சொன்னார், ‘தண்ணீர் இல்லை. நீங்கள் இங்கேயே காத்திருங்கள், நான் போய் தண்ணீர் கொண்டு வரட்டுமா?’ நான் இது போல் லெபனானிய எல்லைகளை நோக்கிப் பார்த்தேன், மக்கள் ஒட்டகங்கள் மற்றும் கழுதைகள் மீது நிறைய தண்ணீரைக் கொண்டு செல்வதைப் பார்த்தேன். ஆகவே அவரிடம் நான் சொன்னேன், ‘கவாஜா (எஜமானே), நீங்கள் கடவுளுக்கு உதவி செய்வதாக, எனக்கல்ல, கடவுளுக்கும் குழந்தைக்கும் உதவி செய்வதாக இருந்தால், என்னைப் போவதற்கு அனுமதியுங்கள். நான் அங்கே போகிறேன், அங்கே தண்ணீர் இருக்கிறது, நான் குழந்தையைக் குடிக்கச் செய்கிறேன்.’ அவர் என்ன பதில் சொன்னார்? அவர் இது அது என்று எதையோ சொன்னார், ‘உக்து அராப், உக்து அராப், உக்து அராப். எல்லா அரேபியர்களும் நல்லவர்கள் அல்லர்.’ அங்கே எங்களைக் கொண்டு வந்து சேர்த்த த்ரூஸ்களும் ஓர் ஒட்டகத்தின் மீது சில பொருள்களை ஏற்றினர். கொஞ்சம் குருணை மற்றும் கொஞ்சம் கோதுமை, இரண்டு போர்வைகள் மற்றும் ஒரு மெத்தை ஆகியவற்றை, அங்கே எங்களைக் கொண்டு வந்த இரண்டு த்ரூஸ்கள் ஏற்றினர்.

அவர்கள் ஒட்டகத்தைச் சூழ்ந்து கொண்டு அதை அவர்கள் சோதனை இட்டனர். நான் 70 பாலஸ்தீனிய லைராக்களையும், இரண்டு சுருள் தங்கக் கைச் சங்கிலிகளையும் வைத்திருந்தேன். என் பெண்ணின் தலையணைக்கு உள்பக்கம் அவற்றை ஒளித்து வைத்திருந்தேன், அது இந்த அளவுக்கு இருந்தது, பிறகு சலவைத் தொட்டிக்கு அடியில் வைத்தேன், அதன் மேல் அவளை உட்கார வைத்திருந்தேன். அவர்கள் வந்து சொன்னார்கள், 'சிறுமியைத் தூக்குங்கள்.' நான் அவளை அகற்றினேன், அவர்கள் தலையணையின் உறையைக் கிழித்தார்கள். அதற்குள் என்ன இருக்கிறது எனப் பார்க்க விரும்பினர், ஆனால் அவர்கள் இன்னும் உள்பக்கத்தைக் கிழிக்கவில்லை. குழந்தைக்கு ஓர் உதவியாக எனக்கு கொஞ்சம் தண்ணீரைக் கொண்டு வர நான் கேட்டுக் கொண்ட - அந்த யூதன் திரும்பி வந்த போது, என்னிடம் அவன் சொன்னான், 'நீங்கள் கொண்டு வந்த எல்லாத் தங்கத்தையும் இங்கே விட்டுவிடுங்கள், அப்படியானால் குழந்தை போக முடியும். யல்லா (சீக்கிரம் கிளம்புங்கள்), விட்டுவிடுங்கள், குழந்தையுடன் செல்லுங்கள். எல்லாத் தங்கத்தையும் விட்டுவிடுங்கள், நீங்கள் போகலாம்.' அவனிடம் நான் சொன்னேன், 'கடவுள் உன்னை ஆசிர்வதிக்கட்டும், கவாஜா. உம்மைக் கடவுள் இரட்சிக்கட்டும், கவாஜா.' அவர்கள் ஒட்டகத்தின் மேல் பொருள்களை வைத்தார்கள், நாங்கள் புறப்பட்டோம். எங்களிடம் இருந்து ஒரு பைசா கூட அவர்கள் எடுக்கவில்லை. அவர்கள் எங்களை அவமானப்படுத்தவில்லை, எங்களை அவர்கள் அடிக்கவும் இல்லை, எதுவுமே இல்லை. அந்த எல்லையில் நிலைமை அப்படி இருந்தது. நாங்கள் 'அய்தா அல்-ஷாப்'புக்குப் போனோம். அய்தாவில், நாங்கள் அச்சத்தாலும், தாகத்தாலும் சாகும் அளவுக்கு வெந்து போனோம். நாங்கள் உட்காருவதற்குப் போனோம், அவர்கள் ஓர் சிற்றறையை உருவாக்கி, அத்தி மரத்தில் இருந்து ஒருவரும் பறிக்காமல் இருக்க, அதைக் காவல் காத்தனர். நாங்கள் அந்த அறைக்குள் சென்றோம், அது முழுக்க உன்னிகள் இருப்பதைக் கண்டோம். நாங்கள் அதை விட்டு வெளியே வந்து, பெண் பிள்ளைகளோடு வெயிலில் உட்கார்ந்தோம். அவர்களுள் ஒரு சிறுமி தாகத்துடன் இருந்தாள், நானும் தாகத்துடன் இருந்தேன். நாங்கள் தேடிப் பார்த்தோம், ஒரு கிணறைப் பார்த்தோம், அதன் பக்கத்தில் ஒரு வெள்ளாடு இறந்து கிடந்தது. நான் சத்தியமாகச் சொல்கிறேன், அதற்குள் இருந்த புழுக்கள் வெந்த அரிசியைப் போல் நெளிந்து கொண்டிருந்தன. நாங்கள் அந்தக் கிணறைத் திறந்தோம், அடியில்

ஒரு குட்டையளவு தண்ணீர் இருந்ததைக் கண்டோம். நாங்கள் குடிக்க விரும்பினோம், ஆனால் கிணற்றின் ஆழத்தை எங்களால் எட்ட முடியவில்லை. எனது மைத்துனியும் நானும், எங்கள் கழுத்துத் துணிகளை எடுத்து என் பெண்ணின் போர்வையோடு ஒன்றாகக் கட்டினோம், நாங்கள் அவற்றை அடியில் இருந்த தண்ணீர்க் குட்டைக்குள் நனைத்தோம், பிறகு அவற்றை இது போன்று ஒரு தட்டில் முறுக்கினோம். தண்ணீர் வந்தது. மழை பெய்கையில், தண்ணீர் எப்படி ஆகும் என்பது உங்களுக்குத் தெரியும், கலங்கலாக, சிவப்பு நிறத்தில்... நான் கடவுள் மீது சத்தியம் செய்கிறேன், அதை நாங்கள் குடித்தோம். ஆனால் பிள்ளைகளுக்கு அதை எப்படித் தருவது? நான் அருகிலிருந்த ஒரு வீட்டுக்குள் சென்றேன், அவரிடம் நான் சொன்னேன்... நான் உள்ளே சென்றேன்.. கதவின் மேல் நான் தட்டினேன், அவர் சொன்னார், 'என்ன ஆயிற்று உங்களுக்கு, நீங்கள் யார் அம்மா?' அவரிடம் நான் சொன்னேன், 'நான் பாலஸ்தீனிய நாட்டைச் சேர்ந்தவள். கடவுள் உங்களை ஆசிர்வதிப்பார், சகோதரரே, கடவுள் உங்கள் ஆயுளை நீட்டிக்கட்டும், உங்கள் பெயர் என்ன?' அவர் சொன்னார், 'எனது பெயர் அபு கமீல்.' நான் சொன்னேன், 'கடவுள் உங்கள் குழந்தைகளைக் காப்பாற்றட்டும், அபு கமீல், தயவுசெய்து, இந்தப் பரிதாபத்திற்குரிய பெண்கள் குடிக்கக் கூடிய அளவுக்கு, நீங்கள் எனக்கு ஒரு ஜாடியில் கொஞ்சம் தண்ணீர் கொடுக்க முடியுமா?' அவர்கள் தாகமாக இருக்கிறார்கள், அவர்கள் சிறுமிகள், மேலும் எனக்கு முன்னால் இறந்து கொண்டிருக்கிறார்கள்:

'என்னிடம் அவர் சொன்னார், 'சீ, சீ, போ வெளியே, போ, போ, போ', நான் அவரிடம் சொன்னேன், 'சகோதரரே, ஏன், நான் உங்களுக்கு என்ன செய்துவிட்டேன்?' அவர் சொன்னார், 'நீங்கள் பாலஸ்தீனியர்கள், நாங்கள் உங்களை வரவேற்கவில்லை. உங்களை நாங்கள் வரவேற்கவில்லை, நீங்கள் தூய்மை அற்றவர்கள்.' நான் சொன்னேன், 'இல்லை, என் சகோதரரே, சத்தியமாகச் சொல்கிறேன் நாங்கள் எதுவுமே செய்யவில்லை. கடவுளுக்குச் செய்யும் உதவியைப் போல, நீங்கள் எனக்குக் கொஞ்சம் தண்ணீர் தரலாம்.' அவர் என்னிடம் சொன்னார், 'நான் உனக்குத் தர மாட்டேன்.' நான் சொன்னேன், 'நான் உங்களுக்கு ஒரு ஜாடி எண்ணெய் தந்தால், நீங்கள் எனக்கு ஒரு ஜாடி தண்ணீர் தருவீர்களா?' அவர் சொன்னார், 'வேறு யாரும் ஒலிவப் பழங்களைத் தொடவில்லை என நீ சத்தியம் செய்வாயா?' நான் அவரிடம் சொன்னேன், 'நான் சத்தியம் செய்கிறேன், அதைப் பறித்து, அதைப் பெரிய

பாத்திரத்திற்குள் இட்டு நசுக்கிப் பிழிந்து, அதை இங்கே கொண்டு வந்தது நான்தான்.' ஆக, ஒரு ஜாடி எண்ணெய்யை அவருக்கு நான் கொடுத்தேன், சத்தியம் செய்கிறேன், அவர் ஒரு ஜாடி தண்ணீர் எனக்குக் கொடுத்தார். அய்தா அல்-ஷாப்'பில் நாங்கள் 13 நாள்கள் தங்கி இருந்தோம், பிறகு 'ஜுவாயா'வுக்கும், பிறகு அங்கிருந்து 'ஹே அல்- மஸ்லாக்'கிற்கும் சென்றோம். சத்தியமாகச் சொல்கிறேன், நாங்கள் தொடர்பில் இருந்தோம், அவரைப் பற்றி விசாரிப்போம் மேலும் அவர் எங்களைப் பார்க்க அய்தா அல்-ஷாபில் இருந்து 'ஹே அல்-மஸ்லாக்'கிற்கு வந்தார், அது போல நாங்களும் அவரைப் பார்க்கப் போனோம். நாங்கள் நண்பர்கள் ஆனோம். ஒரு ஜாடி தண்ணீர் அவர் தந்தார், நான் அவருக்கு ஒரு ஜாடி ஒலிவ எண்ணெய் தந்தேன். அன்புக்குரியவர்களே, நாங்கள் கடுமையாகப் பாதிப்படைந்தோம்.

48'51"-50'06"

நீங்கள் பாலஸ்தீனம் நோக்கி, அல்லது உங்கள் குழந்தைகள் வசித்த... அல்லது உங்கள் சகோதரர்கள் வசித்த ஷெய்க் தன்னூன் நோக்கி உங்கள் ஏக்கத்தை வெளிப்படுத்தி இருக்கிறீர்களா? அதாவது, நான் சொல்வது என்னவெனில், அவர்களுக்கு என்ன நேர்ந்தது என்பது பற்றி நீங்கள் அறிந்திடாத உங்கள் குழந்தைகளின் அழிவாக இருப்பினும்...

எனது குழந்தைகளின் நினைவு நிலைத்திருந்தது என்னும் அதே முறையில்... எனது நாடு பற்றிய நினைவு, என் குழந்தைகளைப் பற்றி நான் சுமந்திருந்த நினைவுக்குச் சமமாக ஆகாது என்ற போதிலும், எனது நாட்டை நான் என்றும் மறக்க மாட்டேன். எனது தேசத்தை என்றும் நான் மறக்க மாட்டேன். எனது சொந்த ஊரை நான் என்றும் மறக்க மாட்டேன். எனது நாட்டை விட வேறெங்கும் நான் புதைக்கப் படுவதை நான் விரும்பவில்லை, ஏனெனில் அங்குதான் என் சகோதரன், என் தாய், என் தந்தை மற்றும் என் சகோதரி எல்லாம் புதைக்கப்பட்டு இருக்கிறார்கள், நான் அவர்களுடன் இருக்க வேண்டும். எனது நாட்டை என் குழந்தைகளுடன் ஒப்பிடுவதாக நான் உங்களுக்குச் சொன்னால், நான் பொய் சொல்கிறேன் என்று பொருள். ஒருவரது சொந்த ஆன்மாவை விட ஒரு குழந்தை மிகவும் மதிப்பு மிக்கது. ஒரு தாய், அவளது குழந்தையை விட முக்கியமானவள் அல்ல. அவர்கள் சொல்வது போல், 'மரணம் என்னை எடுத்துக்கொள்ளவும், எனது குழந்தையை விட்டுவிடவும் மட்டுமே நான் விரும்புகிறேன்.'

எனது நாட்டைப் பொறுத்தவரை, நான் அதை என்றும் மறக்க முடியாது, அது என் நினைவுகளில் எப்போதும் இருக்கிறது, ஆனால் எனது குழந்தைகளைப் போல் அந்த அளவுக்கு அல்ல. தியாகியாக மறைந்த எனது கணவரும் கூட, என் குழந்தைகளைப் போல அந்த அளவுக்கு அல்ல. எனது சகோதரி கூட, என் குழந்தைகளைப் போல் அந்த அளவுக்கு அல்ல, என் சகோதரனும், என் குழந்தைகளைப் போல் அந்த அளவுக்கு அல்ல. இறந்து போன என் மூத்த சகோதரன், என் குழந்தைகளைப் போல் அந்த அளவுக்கு அல்ல. என் சகோதரி இறந்தாள், அவர்கள் அனைவரும் இறந்தனர், ஆனால் அவர்களுள் ஒருவரும் என் குழந்தைகளுக்கு ஒப்பாக இல்லை. எனது குழந்தைகள் என் இதயத்தில் இருந்து பிறந்தனர்.

1 மணி 26'43"-1 மணி 27'38"

'ஜுவாயா'வில் நாங்கள் வந்து சேர்ந்த போது, பருவநிலை மாற்றம் எங்களைக் கவலை அடையச் செய்தது. என் மூத்த மகளின் தலை வீங்கத் துவங்கியது. அவள் மூன்று வயதானவள். அவளுடைய தலை, கைகள் மற்றும் கால்கள் வீங்கி விட்டன, மேலும் அவள் இறந்தாள், அவளுக்குச் சிகிச்சை செய்ய என்னிடம் பணமில்லை. மற்றொரு பெண், அவளது வாயில ஒரு நோய வந்து இறந்துபோனாள். நாங்கள் ஹே அல்- மஸ்லக்கிற்கு வந்து சேர்ந்தோம், இங்கு ஹே அல்-மஸ்லக்கில் நான், என் குழந்தைகளைப் பெற்றெடுத்தேன். எனது மூத்த மகன் 1950இல் பிறந்தான். நான் 1948இல் வெளியேறினேன். இளைஞர்களாக அவர்களை நான் வளர்த்தேன், இப்போது அவர்கள் திருமணம் ஆனவர்கள். நான் இழந்தவர்களை மீண்டும் காணவில்லை. அவர்களோடு நான் இருந்தபோது, ஒரு கணத்தில் அவர்கள் விட்டுவிட்டுப் போனார்கள். இங்கே நான், 23 ஆண்டுகளுக்குப் பின்னர், இப்போதும் தேடிக்கொண்டு இருக்கிறேன். இன்னும் அழுதுகொண்டும் தேடிக்கொண்டும். எனக்கு ஒவ்வொன்றும் நேர்ந்த பின்பும், நான் இன்னும் எழுந்து நிற்க முடிகிறது என்பது நல்ல விஷயம், இன்னும் பார்க்க முடிகிறது என்பதும் நல்ல விஷயம், இன்னும் எனக்கு மூளை இருக்கிறது. அத்துடன் இன்னும் வரவும் போகவும் என்னால் முடிகிறது.

1 மணி 28'46"-1 மணி 29'07"

ஏன் நீங்கள் [பாலஸ்தீனத்தில் உங்கள் பெற்றோருடன்] தங்கவில்லை? என்னிடம் நீங்கள் சொன்ன போது...

எனக்குத் திருமணம் ஆகிவிட்டதே, அன்புக்குரியவரே.

உங்கள் கணவர் உங்களை விட்டுப் பிரிந்து சென்றுவிட்டார் என்று நீங்கள் சொல்லவில்லையா?

எனக்குத் திருமணம் ஆனது, நான், தன்னூன் கிராமத்தைச் சேர்ந்தவள், அம்காவில் திருமணம் ஆனது. போர் துவங்கி, டாங்குகள் எங்கள் மீது ஏவுகணைகளுடன் குண்டு வீசிய போது, அவர் ஓடிப்போனார். அவர் வெளியேறியதை நான் பார்க்கவே இல்லை. அவருக்கு முன்னால், அவரது தாயார் ஓடினார், அவரது தாயையும், சகோதரர்களையும் அவர் அழைத்துக்கொண்டு, லெபனானுக்கு வந்தார், நான் அப்பவும் பாலஸ்தீனத்தின் உள்ளே இருந்தேன்.

13

உற்றுக் கேட்டலின் அரசியல்

சிந்தியா க்ரீச்சட்டி

பெய்ரூட்டின் தெற்குப் புறநகர்ப் பகுதியில், பர்ஜ் அல்-பரஜ்னே முகாமில், அவரது வீட்டில் வண்ணமயமாக வடிவமைக்கப்பட்ட படுக்கையின் ஓரத்தில் ஃபாத்திமா ஷாபான் உட்கார்ந்திருக்கிறார். அவ(ள்)ர், கறுப்பு வண்ணத்தில் சிறிய வெள்ளைநிறப் புள்ளிகளால் வடிவமைக்கப்பட்ட நீள் அங்கியை (*abaya*), அணிந்திருக்கிறார். அவருக்குப் பின்னால் இருக்கும் தந்த நிறத் திரைச்சீலை, சாம்பல் வண்ணப் பூக்களால் அலங்கரிக்கப்பட்டிருக்கிறது. அவரது இடது கை, ஒரு வெள்ளை நிறச் சிறுமெத்தை (*cushion*) மீது இருக்கிறது. ஃபாத்திமா, 'அக்கா'வின் எல்லைக்குட்பட்ட பகுதியில், 'அல்-ஜிப்'பின் கடற்கரைக் கிராமத்தில் பிறந்தார். அவர், பாலஸ்தீனத்தில் அவரது வாழ்க்கையையும் அனுபவத்தையும் விவரிக்கிறார். அன்றாட நிகழ்வில் இருந்து எடுக்கப்பட்ட முழுமையான காட்சி விளக்கம், பழக்கப்பட்டவையாகத் தோன்றுகிறது - அவரது படுக்கையில் முதிய பெண் (*a hajjeh*) ஒருவர் அமர்ந்திருந்தார் - ஆனால், அவர் கூறுகின்ற தெளிவான கதைகள், இடம் மற்றும் காலத்தில் இடைவெளிகளைக் கொண்டிருக்கின்றன. ஃபாத்திமா மிகச் சிறப்பான கதைசொல்லியாக இருக்கிறார். உங்களை எவ்வாறு கண்ணீர் வரக்கூடிய அளவுக்குச் சிரிக்க வைக்க முடியும் என்பதையும், அவரது மனவலியை எவ்வாறு உங்களுடன் பகிர்ந்து கொள்ள முடியும் என்பதையும் அவர் அறிந்திருக்கிறார். தன் திருமணத்தன்று அவர் எப்படிக் காட்சி அளித்தார் என்பதையும், கிராம வசந்த விழாவில் இருந்து திரும்பும் வழியில் அவரது கணவரின் சித்தப்பா அவரைத் தன் கழுதையின் கடிவாளங்களால், ஒருமுறை அடித்ததையும் அவர் விவரிக்கிறார். ஃபாத்திமாவின் கதைகள், அன்பு, ஆசை மற்றும் வன்முறையை, இசை மற்றும் நாட்டியம், கவிதை மற்றும் மரணத்தைப் பற்றிப் பேசுகின்றன.

ஃபாத்திமா, 15 குழந்தைகளைப் பெற்றவர், அவரது கணவர் அலி அஹ்மது அல்-ஹஜ்ஜுக்கு புகழ் அஞ்சலி செலுத்துகிறார். இன்னும் 13 வயது ஆகாத போது, (அவரது குடும்பம் பரிசுப்

பொருள்களை நீதிபதிக்கு (qadi) கையூட்டாகக் கொடுத்து, அவரது மார்பகங்களை, அவரைப் பார்ப்பதற்கு வயதானவராக ஆக்க, துண்டுகளால் நிறைத்த பிறகு, அவர் திருமணம் செய்துகொள்ள வற்புறுத்தப்பட்டார். இருந்த போதிலும், 60 ஆண்டுகளாக, கணவன் மனைவியாக அனைத்துச் சூழ்நிலைகளிலும் ஒன்றாக வாழ்ந்த அவர்களது வாழ்க்கை பற்றி அவர் பெருமையாக இருப்பதாகத் தோன்றுகிறது. அவரது கணவரின் கடின உழைப்பை விளக்குகிறார். கால்நடைகள், பழத்தோட்டங்கள் மற்றும் அவர்கள் குத்தகைக்கு எடுத்த நிலங்கள் ஆகியவற்றைக் கவனித்துக்கொள்ள அவர் வாடகைக்கு அமர்த்திய விவசாயிகளைப் பற்றியும் அவர் விவரிக்கிறார். அல்-ஜிப் நிலப்பகுதியை விட மிக வளமான நிலப்பகுதியும், மத்தியதரைக் கடலை விட வளம்மிக்கக் கடலும் எங்கும் இல்லை. அவை ஃபாத்திமாவின் விவரிப்புகளில் முக்கியமான அம்சங்களாகின்றன. அவர் 1948இல், மீன்பிடிக்கச் சென்று திரும்பும் கடலில் வாழும் மனிதர்கள் மற்றும் கடலில் மூழ்கியவர்கள் பற்றிய கதைகளை மீண்டும் சொல்கிறார்.

'என்னுடைய சகோதரர்களுள் ஒருவர் படகுகளில் வெளியறினார். படகுகளில் வெளியேறியவர்கள் சுடப்பட்டனர். அவர்கள் கடலிலேயே இறந்தனர்', அவர் சொல்லுகிறார். மேலும் அவர், அல்-ஜிப்பின் கடற்கரை நிலஅமைப்புகள் பற்றியும் கருத்தைக் கவரும் வண்ணம் விளக்குகிறார்: தண்ணீருக்கருகில் கல் வீடுகள், கிராம மசூதி, கடற்கரையில் யூசுஃப் குடும்பத்திற்குச் சொந்தமான ஒரு பழங்கால ஒலிவ எண்ணெய் பிழிகின்ற செக்கு ஆகியவை. குடும்ப வாழ்க்கை பற்றிய தெளிவின்மை சிலவற்றை வெளிப்படுத்துகிறார். திருமணங்களில் வழக்கமாகப் பாடப்படும் விதத்தில் பாடல்களை ஒப்பிக்கிறார். மேலும் இறந்தவர்களை நோக்கிப் பிரார்த்தனை செய்கிறார். 'கடவுள் அவர்களது ஆன்மாக்களுக்கு அமைதி அளிக்கட்டும்', அவர் திரும்பத் திரும்பச் சொல்கிறார். பெண்களுக்கு நெருக்கமான உலகங்களை அவர் மீட்டுருவாக்கம் செய்கிறார். மேலும் அவர் மீதும், அவருக்குத் தெரிந்த பெண்கள் மற்றும் சிறுமிகள் மீதும் சுமத்தப்பட்ட ஆணாதிக்க வன்முறையைக் கண்டனம் செய்கிறார். அவரது, பிரிட்டிஷ் ஆட்சி அதிகாரக் காலத்தின் போது, ஆண்கள் மற்றும் பெண்களின் காலனிய எதிர்ப்புப் போராட்டம் பற்றிய பாராட்டுதலும் அதே அளவுக்குத் தனிப்பட்ட ஒன்று. கடற்கரை இருப்புப் பாதை சாலைகளில் சியோனிசப் போராளிகளை எதிர்த்து அவரது கிராமத்தைச் சேர்ந்த, அவருக்குத் தெரிந்த

மக்களின் ஆயுதம் ஏந்திய போராட்டங்களைப் புகழ்ந்தபடி நினைவுகூர்கிறார். மேலும் 1948 மே 14 அன்று பாலஸ்தீனத்தில் இருந்து, ஒன்பது நாள் வயதுடைய அவரது புதிதாகப் பிறந்த மகளுடன், அவரது வெளியேற்றம் உண்டாக்கிய துடிதுடிக்கச் செய்யும் வலியை, அவரது விவரிப்பை உற்றுக் கேட்போர் மனதில் தூண்டுகிறார்.

ஃபாத்திமாவின் கதையாடலை உற்றுக் கேட்பது, எல்லா விஷயங்களிலும், அல்-ஜிப்பை உருவாக்கிய மக்கள் மற்றும் இடங்களையும், 'நக்பா'வை நடந்து கொண்டிருக்கின்ற ஒரு செயல்முறையாகக் குறிப்பதையும் ஆழப் பதிய வைப்பது என்பதாகும். 'கடற்கரையில் இருந்த ஒலிவ எண்ணெய் ஆட்டும் செக்கிற்கு நான் வழக்கமாகப் போவேன். நீங்கள் தெரிந்து கொள்ளுங்கள், அவ்வாறு போவது இரவுப் பனிக்குப் பிறகுதான். நீங்கள் பழைய வீடுகளைக் கடந்து கடற்கரை நோக்கிப் போவீர்கள், அங்குதான் நாங்கள் எண்ணெய் செக்கை வைத்திருந்தோம்', என்று அவர் சொல்கிறார்.[1] அவர் அளிக்கும் கதைகள், அவை உண்மையில் நடந்த காலம், சமூக - அரசியல் மற்றும் சுற்றுப்புறவியல் சார்ந்த சூழல்களில் இருந்து சுதந்திரமானவையாக விளங்குகின்றன; அச்சூழ்நிலைகளால் விளக்கமாகத் தீர்மானிக்கப் படுபவையாகவும் விளங்குகின்றன. பாத்திரங்கள் பற்றிய ஆழமான இவரது விவரிப்பு (layering), தனிப்பட்ட அனுபவங்களின் மீட்டெடுப்பை (ஓர் உறவினரின் மரணம், ஓர் இளம்பெண்ணின், அவளது எதிர்காலக் கணவனை எதிர்கொள்ளல், மாத விலக்கு பற்றிய நீதிபதியின் கேள்விகள்), பல வாழ்நாள் காலங்களின் தொடர்ச்சியான உயிர்த்துடிப்புடன் (ஃபாத்திமாவின் அனுபவங்களில் இருந்து மட்டுமின்றி, பாலஸ்தீனத்திலும், லெபனானிலும் இருந்த மற்றவர்களின் அனுபவங்களில் இருந்தும் எடுக்கப்பட்டவை) இணைந்து சாத்தியமாக்குகிறது. அவை இரண்டும், அவற்றின் சொந்த முறைகளில் விளக்கப்பட முடிகிறது என்பதாலும், மேலும் அல்-ஜிப் சூழலுடன் தொடர்பு படுத்திப் புரிந்துகொள்ளக் கூடியதாக இருப்பதாலும், இந்தக் கதைகள் அவற்றின் மீதே ஈர்ப்பை உண்டாக்குகின்றன. மேலும் உற்றுக் கேட்பவர்பால் மாற்றத்தை ஏற்படுத்துகின்றன. அல்-ஜிப் உடனான, நமது உள்ளார்ந்த, அறிவுப்பூர்வமான மற்றும் உணர்வு வயப்பட்ட உறவுகளைக் கட்டி எழுப்பிய பின்னர்தான், நாங்கள் ஃபாத்திமாவின் கதையாடல்களை முழுவதுமாக உள்வாங்கிக் கொள்ளவும், விளக்குவதற்கும் வருகிறோம்.

ரோஸ்மேரி செய்க் நோக்குவது போல, புத்தகங்களில் வரலாற்றை ஒருவர் படிக்கையில், வரலாற்றை உணர்வது கடினமாகிறது[2]. அவரது சொந்த வாழ்ந்த அனுபவத்தில் இருந்து பேசுவதால், ஃபாத்திமாவின் நினைவுகள் கூர்மையாகவும், தெளிவாகவும் இருக்கின்றன; அவை நிகழ்வுகளை 'உண்மை' ஆக்குகின்றன; மேலும் உற்றுக் கேட்பவரை உணர வைக்கவும் செய்கின்றன.[3] உற்றுக்கேட்பவர்களை இன்னொரு இடத்திலும், காலத்திலும் ஆழ்த்துகின்ற இந்தக் கதை சொல்லும் முறை, 'மறைக்கப்பட்ட, ஒடுக்கப்பட்ட அல்லது ஒதுக்கப்பட்ட கதையாடல்களை வெளிச்சத்திற்கு'க் கொண்டு வருவதை விடவும் அதிகமாக வினைபுரிகிறது.[4] அதிகாரப்பூர்வக் கதையாடல்களில், பெண்களின் குரல்கள் 'வரலாற்றைச் சொல்பவர்களாக'ப் புதிய சூழலில் பதிவு செய்யப்படுகிறது. இதன் மூலம், ஃபாத்திமாவின் கதை, வரலாற்றை உருவாக்குவதற்கென உண்டாக்கப்பட்ட சில கருதுகோள்களுக்கும், அதை மறுவிவரிப்பு செய்வதற்கான அதிகாரம் அளிக்கப்பட்டவர்களுக்கும், அது எவ்வாறு சொல்லப்பட வேண்டும் என்பதற்கும் சவால்விடுகின்றது.[5] இருந்த போதிலும், குரல் ஒடுக்கப்பட்ட, புறக்கணிப்பட்ட பெண்களின் அனுபவங்களை அது மீட்டெடுக்கிறது. அத்துடன் அதற்கும் மேலாக ஃபாத்திமாவின் விவரிப்பு, இன்னொரு வகை உற்றுக் கேட்டலுக்கான களத்தை அமைக்கவும் செய்கிறது. இது ஆழமான மாற்றத்தை உண்டாக்கக் கூடியதாகவும், தவிர்க்க இயலாத சார்புத்தன்மை உடையதாகவும் விளங்குகிறது. குரலின் தனித்தன்மைகளுக்கும், தகவல் தரும் செயலுக்கும் கவனத்தைச் செலுத்தக் கூடிய ஓர் 'உற்றுக் கேட்டல்' இதுவாகும். மேலும் ஸ்தூல முறைகளில் மட்டுமின்றி, சுயமாகப் பார்ப்பது என்பது மறைந்து, கதை சொல்லல் வழியாகவும், அனுபவப் பகிர்வின் வழியாகவும் ஈடுபாடுகொள்ளச் செய்யும் வழிகளை ஏற்கத்தக்க ஒன்றாகவும் இந்த 'உற்றுக் கேட்டல்' அமைகிறது.

இந்தக் கதைகளின் பன்முகத் தன்மை மற்றும் செறிவான பொருள்களைப் புரிந்துகொள்வதற்கு, அது, கதை சொல்லியிடம் ஒரு குறிப்பிட்ட இசைவான முறையை வேண்டுகிறது. ஃபாத்திமாவை நான் உற்றுக் கேட்கையில், நான் வியப்படைகிறேன். எந்த அளவுக்கு, நம்மைத் தூண்டுகிற வகையில் உற்றுக் கேட்பவர்களாக, வாய்மொழி ஆவணத்தை, நாம் பங்கு பெறச் செய்ய வேண்டும்? மக்கள், இடங்கள் மற்றும் பொருள்கள் ஆகியவற்றுடன் நமது உறவுகளின் மறுகட்டமைப்பை ஏற்கச் செய்வதற்கேற்ப இதை

நாம் எவ்வாறு செய்ய வேண்டும்? நெருக்கமான, தனித்த, உள்ளார்ந்த மற்றும் எளிமைப்படுத்தப்படக் கூடிய ஒரு பங்கு பெறும் முறையை நான் தேடுகிறேன் - அது, வரலாறு மற்றும் அரசியல் ஏற்படுத்திய காயங்களும், அது போலவே ஒரு குழுவால் பகிரப்பட்ட கூட்டு நினைவுகளின் செயல்பாடுகளும் - அகமன உணர்வை வடிவமைப்பதில் மேலும் ஃபாத்திமாவின் கதைகளைப் போன்ற - கதைகளின் ஊடும், பாவுமான பகுதியாக ஆகின்றன என்பதை விமர்சன ரீதியாக அடையாளம் காணவும் வேண்டிய ஒன்று. இந்த உற்றுக் கேட்டலின் அரசியலை மிக நன்றாகப் புரிந்துகொள்ள 'எட்வர்டு சேத்'தின் 'உடன்பட்டு ஒன்றிணையும் தருணக்' கோட்பாட்டினை நோக்கி நான் திரும்புகிறேன் - அது, ஒரு தனித்துவம் மிக்க செயல்திறன், அதே நேரம் நெருக்கம் மிகுந்த தனிப்பட்ட, ஒன்று சேர்க்கப்பட்ட, கூட்டாகத் திகழும் ஒரு நிகழ்வு. மேலும் சிக்கலான சமூக-வரலாறு மற்றும் அரசியல் சார்ந்த செயல் முறைகளால் வெளிப்படுத்தப்பட்ட ஒன்று.[6] இசைக்குழுவின் சூழலில், இசைக்கப்படும் இசையை உற்றுக் கேட்பது, சிந்தனையையும் மனக்கிளர்ச்சியையும் உருவாக்குகிறது.[7] எடுத்துக்காட்டாக, ஒரு குறிப்பிட்ட சக்திவாய்ந்த 'இசைத் துக்கடா', பார்வையாளர்களான நாம் உட்கிரகித்த ஓர் ஒருங்கிணைந்த அனுபவத்தை ஒட்டு மொத்தமாக மாற்றிவிடுகிறது. நாம் கேட்ட கடைசித் துக்கடாவால், நமக்காக எவ்வாறு அது இசைக்கப்பட்டது. மேலும் எவ்வாறு நாம் அதை எதிர் கொண்டோம் என்பதில் நாம் ஆழமாகப் பாதிக்கப்பட்டுவிடுகிறோம். அதே முறையில்தான் ஆவணத்தில் இருந்து எடுக்கப்படும் ஒரு வாய்மொழி வரலாற்று நேர்காணலை உற்றுக்கேட்பதும் நம்மைப் பாதிக்கிறது. அதன் விளைவுகள் செறிவு மிக்கவை, உள்ளார்ந்தவை, அரிதானவை, நிலைகுலையச் செய்பவை, ஒருங்கிணைந்தவை, ஒழுங்கமைக்கப்பட்டவை மேலும் தனிப்பட்டவை. இந்த முறையில், உற்றுக் கேட்டல் ஓர் ஒத்திசைக்கும் முறையாக மொழியை, பேச்சினை மற்றும் பொருளை முந்தவும், மிஞ்சவும், உருவாக்கவும் கூடச் செய்கிறது.

அரபு மொழியில், 'உற்றுக் கேட்பது' என்ற வினைச்சொல்லுக்கு மூன்று பொருள்கள் இருக்கின்றன. ஒலியை உணர்தல், பொருளை அறிந்துகொள்ளல் மற்றும் பதில் அளித்தல். ஃபாத்திமாவை உற்றுக் கேட்டல் என்ற செயல், சொல்லுக்குச் சொல் நேரடிப் பொருள் உடையது, உருவகம் சார்ந்தது, மேலும் முறைமை சார்ந்தது என்று இங்கே நான் சொல்ல விரும்புகிறேன். பார்ப்பதைப் போலன்றி,

உற்றுக் கேட்டல், என்பது துண்டு துண்டான, ஒன்றிணைந்த, மேலும் சிறிது சிறிதாகத் திரட்டப்பட்டவை (சொற்றொடர்களை) நோக்கி கவனம் செலுத்தும் ஒரு முறையாகும். அது மௌனங்கள் மீது அக்கறைகொள்ளும் ஓர் இணக்கமான முறை: காலம் மற்றும் இடத்தில் ஏற்படும் இடைவெளிகளும், முறிவுகளும், பார்ப்பதற்கு வெவ்வேறாகத் தோன்றுகின்ற செவிவழி மற்றும் கண்வழி என இரண்டின் கூறுகளைப் பிரிக்கவும் அல்லது ஒன்றாகச் சேர்க்கவுமான பணியைச் செய்கின்றன. (படம் என்பது காட்சி வழி மௌனம்). ஃபாத்திமாவின் நேர்காணல் இது போன்ற முறிவுகளால் குறிக்கப்படுகிறது. அவரது குடும்பம், எதிர்காலக் கணவர் மற்றும் மைத்துனர் மைத்துனிகள் அவரை 'அக்கா'வுக்கு அவரது திருமண விழாவிற்காக (katb al-kitab) அழைத்துச் சென்றதை அவர் விவரிக்கும் போது, அவருடைய குடும்பம் கையூட்டு கொடுத்த நீதிபதி(qadi) உடனான உரையாடலை அவர் மீண்டும் நடித்துக் காட்டுகிறார்.⁸ எவ்வாறு அந்த நீதிபதி, அவர் திருமணத்திற்கான வயதைவிட மிகவும் இளமையாகத் தோன்றுவதைப் பார்த்த வண்ணம், அவருக்கு என்ன வயது ஆகிறது என்றும் அவர் சுத்தம் செய்தாரா என்றும் கேட்டதை நினைவுகூர்கிறார். 'நேற்றுதான் நாங்கள் விரிப்புகளைச் சுத்தம் செய்து, படுக்கையைச் சரி செய்தோம்!' அவரிடம் சொன்னதை நினைவுகூர்கிறார். கொஞ்சம் கொஞ்சமாகப் பார்ப்பதற்குப் பொருத்தமற்றதாகத் தோன்றும், இந்தக் கதையாடலின் சிதறல்கள், அவர் பகிர்கின்ற அனுபவங்களுக்குச் சூழலையும், அர்த்தத்தையும் அளிக்கின்றன. ஷாரியத் மற்றும் வழக்கமான சட்டம் என இரண்டிலுமாக வேரோடி இருந்த நீதிபதியின் கேள்விகளின் முக்கியத்துவத்தை பின்னோக்கி மட்டுமே நாங்கள் புரிந்துகொள்கிறோம். அவர் சுத்தம் செய்துவிட்டாரா என்று அவரைக் கேட்டதில், அவர் உடலைச் சுத்தம் செய்வது பற்றி விசாரித்துக்கொண்டிருந்தார், அது பெண்கள் மாதவிலக்கிற்குப் பிறகு செய்ய வேண்டிய நீராடி சுத்தம் செய்துகொள்ளும் சடங்கு.⁹ அவரது இளம் வயதுப் பருவம், 'அந்த நேரத்தில் ஏதும் அறியவில்லை' என்று ஃபாத்திமா ஒத்துக் கொள்கிறார்.

உற்றுக் கேட்டலின் பொருள் பதில் அளித்தலும் கூட என்றால், பிறகு வாய்மொழி வரலாறுகளுக்கு எப்படி நாம் பதில் அளிப்பது? 'ரோஸ்மேரி செய்க்' மூலம் '*Voices: Palastinian Women Narrate Displacement (2007)*' (குரல்கள்: பாலஸ்தீனியப் பெண்கள் வெளியேற்றத்தை விவரிக்கிறார்கள்- மொ.ர்) என்ற நூலில் பதிவு

செய்து வெளியிடப்பட்ட 'உம் ஃபாரிஸ்'ஸின் (ஹலிமா ஹகூனா) கதைகளை நான் நினைவு கூர்ந்தேன். 'செய்க்'கின் 'உம் ஃபாரிஸ்' உடனான இது போன்ற ஒரு வாய்மொழி வரலாற்றுச் சந்திப்பு செவிவழியாகப் பதிவு செய்யப்படும் போது, காட்சிவழி உணர்தல், அதன் நேரடிப் பொருளில், நிராகரிக்கப்படுகிறது. இந்த நிராகரிப்பு, சக்தி வாய்ந்தது ஏனெனில், ஒரு கேமராவின் பார்வையைச் சாத்தியமற்றதாகச் செய்துவிடுகிறது என்ற உண்மையின் வெளிப்பாடுகளுக்கான வழியை அது உருவாக்குகிறது. செய்க், 'உம் ஃபாரிஸை', 'சுறுசுறுப்பான தோற்றத்துடன் இருந்த ஒரு மகிழ்ச்சி ததும்பும் முகத்தை உடைய பெண்' என்று வர்ணிக்கிறார்.[10] இந்தச் சுருக்கமான அறிமுகத்திற்கு அப்பால், காஸா நகரில் 1998 ஏப்ரல் 12இல் பதிவுசெய்யப்பட்ட உரையாடலின் போது, 'செய்க்' இடம் 'உம் ஃபாரிஸ்' என்ன சொல்கிறார் என்பது மட்டுமே எங்களுக்குத் தெரியும். 'உம் ஃபாரிஸ்', அவர் 'அரசியல் சார்ந்த பாதிப்புகளை' பற்றிப் பேச விரும்பவில்லை என்று தயக்கத்துடன் சொல்லியவாறு துவங்குகிறார். அதற்குப் பதிலாக, அவர் தன்னுடைய 'தனிப்பட்ட பாதிப்புகளை'ப் பகிர்ந்துகொள்ள விரும்புகிறார்.[11] நேர்காணல் நேரத்தில், ஐ.நா. நிவாரணம் மற்றும் பணிகள் முகமையில் (UNRWA) பணிபுரிந்து வந்த 'உம் ஃபாரிஸ்' அல்-ஷாதி முகாமில் இருந்து சமீபத்தில் வெளியேற்றப்பட்டிருந்தார். மேலும் அவர் தனக்கெனவும் அவரது இரண்டு குழந்தைகளுக்காகவும் ஒரு வீட்டைத் தனது சொந்தக் கைகளால் மீண்டும் கட்டுவதில் குறிப்பிடத்தக்க திறமை, நேரம் மற்றும் பணத்தைச் செலவழித்தார்.

'உம் ஃபாரிஸ்'இன் மிகப் பெரும்பான்மையான வேதனை தரத்தக்க நினைவுகள் 1978 மற்றும் 1998க்கும் இடையில் காஸா, பாக்தாத், ஜெனிவா, டமாஸ்கஸ், செய்தா மற்றும் படாவி போன்ற வெவ்வேறுபட்ட இடங்களுக்கும், நகரங்களுக்கும் சென்ற அவருடைய நாடோடிப் பயணங்களைக் குறிக்கின்றன. இந்தக் காலத்தில், அவர் ஒரு விடுதலைப் போராட்ட வீரரும், அவர் திருமணம் செய்துகொண்ட 'ஃபடா'வின் ஓர் உயர்பதவி உறுப்பினரான அவருடைய கணவருடன், 1978இல் ஈராக்கிற்குச் சென்றார். இந்தத் திருமணத்தின் மூலம் அவர் இரண்டு குழந்தைகளைப் பெற்றார்: யூசுஃப், 1979இல் பாக்தாத் மருத்துவ நகரத்தில் பிறந்தார், முகம்மது, காஸாவில் அல்-ஷிஃபா மருத்துவமனையில், 1981இல் அவர் பிறந்தார். இரு மகன்களும் சிசேரியன் அறுவை சிகிச்சை மூலம் பிறந்தனர். 1991இல், உம் ஃபாரிஸ், அப்போது அபு நிடால் அமைப்பின் கைகளில்

சிக்கி அவரது கணவர் கொலையுண்டதைத் தொடர்ந்து ஒரு விதவையாக, அவரது இரண்டு குழந்தைகளுடன் தெற்கு லெபனான் நகரமான 'செய்தா'வில் இருந்து வலுக்கட்டாயமாக வெளியேற்றப்பட்டார். அங்கிருந்து, அவர் வடக்கு லெபனானில் படாவி முகாமிற்குச் சென்றார், அங்கு அவர் அடையாள ஆவணங்களைப் போலியாகத் தயாரிக்க முடிந்தது, அவைகளுடன் 1998இல் தனது இரண்டு குழந்தைகளுடன் தனது சொந்த ஊரான காஸாவுக்குத் திரும்பினார்.

உம் ஃபாரிஸின் பெரும்பாலான பயணங்கள், முகம்மது பிறந்ததற்குப் பிறகு, அவருக்கு நேரத் துவங்கிய, உயிருக்கு ஆபத்தான உடல் சீர்கேடுகளால், எடுத்துச் சொல்லப்படுகின்றன. காஸாவில் இருந்து அவர் திரும்பியதைத் தொடர்ந்து, பாக்தாத்தில் அவர் அறுவைச் சிகிச்சைக்கு உட்பட்ட போது, அவரது இரண்டாவது சிசேரியன் அறுவை சிகிக்சைக்குப் பின், 'அவரது வயிற்றின் உட்பகுதியில் பஞ்சும், வலைத்துணியும் *(cotton and gauze)* விடப்பட்டிருக்கிறது' என மருத்துவர்கள் கண்டுபிடித்தனர்.[12] முன்னரே, ஈரான்-ஈராக் போரினால் மிகுந்த துன்பம் மற்றும் நெருக்கடியின் கீழ் பணிபுரிந்துகொண்டிருந்த, பாக்தாத் மருத்துவ நகரில் இருந்த பணியாளர்கள், உரிய கவனம் செலுத்த முடியாமல் போனது. உம் ஃபாரிஸின் கணவர், அவருக்கிருந்த தொடர்புகள் மூலம், சுவிட்சர்லாந்துக்கு அவரை மாற்றுவதற்கு ஏற்பாடு செய்தார். அவருடைய உடல்நிலை, சிகிச்சையைத் தொடர்ந்து முன்னேற்றமடையத் துவங்கியது. அப்போது அவர் 35 கிலோ எடை இருந்தார். பெருங்குடல் அறுவையையும் சேர்த்து பல அறுவைச் சிகிச்சைகளுக்கு உட்பட்டார். மருத்துவப் பிழை, 'உம் ஃபாரிஸின்' முக்கிய உறுப்புகள் மீது அவரது 'வயிறும், குடலும் கெட்டு அழுகும் அளவுக்கு' மிக அதிகமான அழுத்தத்தை ஏற்படுத்தியது, ஏனெனில், 'உள்ளே தங்கியிருந்த இந்த அந்நியப் பொருள், இரத்தத்துடனும், உறுப்புக்களுடனும் எதிர்வினை புரிந்து அனைத்து உறுப்புகளையும் அழிக்கும் வகையில் உறைந்து கட்டியானது'.[13] காஸாவில் இருந்து பாக்தாத் மற்றும் அதற்கும் அப்பால், உம் ஃபாரிஸின் அவரது உடல் சார்ந்த நோய்களுக்கும், அதைப் போலவே வெளியேற்றம், நாடு கடத்தல் மற்றும் புலம் பெயர்ந்த அனுபவங்களுக்கும் அவரது உடம்பே சான்றாக அமைந்தது.

பதிவின் ஒரு கட்டத்தில், கடினமான அறுவைச் சிகிச்சைகளின் வரிசைக் கிரமமான, அவரது நினைவூட்டலுக்கு இடையே, உம்

ஃபாரிஸ் திடீரென உரையாடலை முறித்துக்கொள்கிறார். ஒரு நீண்ட மௌனம் தொடர்கிறது. 'நீங்கள் எனது அடி வயிறை வந்து பார்ப்பீர்களா? 'செய்க்'கை அவர் கேட்கிறார். ஓர் அமைதியான நீண்ட தருணம் தொடர்கிறது. இந்த அமைதியில், செய்க்கின் கரத்திற்காக அவர் நெருங்குவதை நான் கற்பனை செய்கிறேன். நான் பார்க்க முடியவில்லை, ஆனால் அமைதியை உற்றுக் கேட்பதில், உம் ஃபாரிஸ் அவரது தழும்புகளைக் காட்டுவதற்குத் தன் ஆடைகளைத் தளர்த்துகிறார் என்று உள்ளுக்குள் உணர்கிறேன். இந்த உடனடி கணத்தில், செய்க்கின் எதிர்வினை (என்னுடையதும் கூட), அலறலாக வெளிப்பட்டது: 'ஓ... அதுவா... அவையெல்லாம் இந்த அறுவை சிகிச்சைகளால்தானா? அது உங்கள் இதயத்திற்கு நேரடியாகச் செல்கிறது'.[14] செய்க்கின் எதிர்வினை, சுர பேதமாகத் தோன்றியது: அது தழும்புகளை மருத்துவ அடையாளங்களாக அல்லது அறிகுறிகளாகப் பார்ப்பதில், அனுபவப்பூர்வமாகவும்; தந்த அனுபவத்திற்கு உயிர் கொடுத்ததாகவும், அல்லது அந்தத் தழும்புகள், உம் ஃபாரிஸின் வாழ்க்கை, அவரது வேட்கை, அவரது சோகமயம் பற்றி என்ன சொல்கின்றன என இரு வகையான சுர பேதம். பிணிசார்ந்த நோயறிதலின் (அறிகுறிகளுக்கும் நோய்க்கும் இடையே வரையறுக்கப்பட்ட தொடர்புகளில் இருந்து அர்த்தத்தை நிறுவுவதற்கு முயற்சிக்கின்ற ஒன்றைப் போல்) மருத்துவ மொழி எதை விலக்குகிறது, அதாவது, உடல் சார்ந்த உணர்வுக்கும், சமூகம் சார்ந்த உளவியல் உணர்வுக்கும் இடையேயான தொடர்ச்சியை விலக்குகிறது என்பதை அது எடுத்துக்காட்டுகிறது.[15] அவரது தொப்புளில் இருந்து அவரது இதயம் வரை, நேரடியான, உடல் உறுப்புகள் சார்ந்த, உடற்கூறியல் தொடர்பான இணைப்புகளின் தையல் ஒன்றின் மூலம் செல்கின்ற 'உம் ஃபாரிஸ்'இன் தழும்புகள், ஊடுருவிப் பரவிய, துன்பமிகு அடிவயிற்று அறுவை சிகிச்சைகளின் ஓர் நேரடிக் கண்கூடான நினைவூட்டலாக இருக்கின்றன. இருப்பினும் நீண்ட, ஆழமான 'உம் ஃபாரிஸ்'இன் அடிவயிறை இரண்டாகப் பிரிக்கின்ற 'நடுக்கோட்டுக் கீறல்' அடையாளம் (*midline incision- laparotomy incision-* மொ.ர்) அவரது சொந்த மனத் திருப்தியையும் குறிக்கிறது. மேலும் பெரும்பாலும் இதைத்தான் 'செய்க்' கும் தெளிவு படுத்துகிறார்.

இணக்கமான ஒரு முறையாக, உற்றுக் கேட்டலுக்கு முன்னுரிமை தருவது என்பது, ஆவணத்துடனான எங்கள் அனுபவத்தின் எதிர்பாராத சாத்தியப்பாடுகளை நிலை நிறுத்திக்கொள்வதாகும். சில பாலஸ்தீனிய வாய்மொழி வரலாறுகளின் உருவகச் சொற்கள்,

விலை மதிப்பில்லாத சட்டகங்களை அளிக்கின்றன, அதன் வழியாக 1948க்கு முன்னதான பாலஸ்தீனத்தில் விவசாயிகளின் சமூக ஒழுக்கம் சார்ந்த பொருளாதாரங்கள் பற்றி நாம் எண்ணிப் பார்க்கவும், நினைவுக்கும் அதிர்ச்சிக்கும் இடையேயான உறவுகளை ஆய்வு செய்யவும், அல்லது தேசியவாதக் கதையாடல்களுக்குப் பெண்கள் உடல்களின் மையத் தன்மையைக் கேள்விக்கு உட்படுத்தவும் வேண்டும். மாறாக, உம் ஃபாரிஸ் மற்றும் ஃபாத்திமா போன்ற கதை சொல்லிகள், கவனம் மிக்க உற்றுக் கேட்டலை நடைமுறைப் படுத்துவதில் நம்மை அறிவுறுத்தவும் செய்கின்றனர். வரலாறில் உறுதியாக வேரோடியிருக்கும் வாழ்ந்த அனுபவங்களின் யதார்த்தத்தை மிக ஆர்வத்துடன் புரிந்துகொள்வதற்கு நம்மைச் செயல்படுத்தவும் செய்கின்றனர். இந்தக் கதைகள் குறைந்த பட்சம் இரண்டாகப் பிரிக்கின்ற மூன்று சமூக-அரசியல் சார்ந்த காலச்சார்பு நிலைகளுக்குள் *(temporalities)* விரிகின்றன: தொடர்ந்து கொண்டிருக்கும் நக்பா வாய்மொழி வரலாற்று நேர்காணலின் தருணம், உற்றுக் கேட்பவர் மேலும் ஆவணத்தை எதிர்கொள்ளும் தருணம். தெளிவாக, ஒரு நேர்காணலாளரின் இருப்பு, கதை சொல்லப்படும் முறைகளை முக்கியமாகப் பாதிக்கிறது. இந்தக் கதையாடல்கள், உருக்கொள்வதற்கு ஒரு குறிப்பிட்ட சூழல் என்பது அதே அளவுக்கு முக்கியமானது; அது கதை சொல்லும் பாணியை மாற்றுகிறது. மேலும் அது எழுப்பும் அதிர்வொலிகளை பண்படுத்துகிறது.

'உம் ஃபாரிஸ்'இன், அரசியல் அல்லாது, அவரது தனிப்பட்ட பாதிப்புகளைப் பற்றிப் பேசுவதற்கு அவரது விருப்பத்தைத் தெரிவித்த துவக்க உரையே, அரசியல் பாதிப்புகளில் இருந்து தனிப்பட்ட பாதிப்புகளைப் பிரிப்பதற்கான சமிக்ஞையைத் தெரிவிக்கிறது. உம் ஃபாரிஸ், இந்த வேறுபாட்டை மறைமுகமாக எதிர்க்கிறார்- வாய்மொழி வரலாறுகள், குறிப்பாகப் பெண்களின் விவரிப்புகள், தெளிவற்றதாகிப் போகிறது என்ற ஒன்றை எதிர்க்கிறார். அவருடையதைப் போன்ற தனிப்பட்ட கதைகள் பொதுவாக பதிவுசெய்யப்படுவதில்லை. ஏனெனில் அவை, வரலாறாக எழுதுவது சார்ந்த வரையறுக்கப்பட்ட நெறிமுறைகளுக்கு (தேசியவாதச் சட்டகங்கள், தாய்நாடு பற்றிய நினைவுகள், ஒரு முகாமில் அகதியாக இருக்கையில் ஏற்படும் அனுபவம்), அப்பால் அமைந்து இருப்பதாகத் தோன்றுகின்றன என அவர் சொன்னாலும், செய்க் போன்ற வாய்மொழி வரலாற்றாளர்கள், அவைகளைப் பார்ப்பதில்லை

என்றும் அவர் கருதுகிறார். இவ்வாறு இருந்த போதிலும் (அல்லது பெரும்பாலும் இதன் காரணமாக), அவர் காஸாவில் அவரது சிக்கலான மகப்பேறின் போதும், அதற்குப் பிறகும் பல ஆண்டுகளாக எவ்வாறு பாதிக்கப்பட்டார் என்பதை விவரிக்கையில் அவர் முனைப்புடன் இருக்கிறார். அது போலவே, ஃபாத்திமாவின் விவரிப்பில், தனிப்பட்ட மற்றும் அரசியல் சார்ந்த பாதிப்புகள், முழுவதுமாக இரண்டறக் கலந்துள்ளன. 1948க்கும் முன்பான பாலஸ்தீனத்தின் 'அழிந்துவிடுமாறு அச்சுறுத்தப்பட்ட' பண்பாட்டுப் பழக்கவழக்கங்கள் பற்றிய, நேர்காணலாளர் ஜிஹாத் அல்-அலியின் சுட்டிக் காட்டுதல்களுக்குப் பதிலாக, ஃபாத்திமா, அவர் நினைவிற்கொண்ட கிராமியப் பாடல்களைப் பாடுகிறார்; 1930களின் கலீலியில் இருந்த பாரம்பரிய மருந்தினைப் பற்றிப் (ஒலிவ எண்ணெய் அனைத்தையும் குணப்படுத்துகிறது) பேசுகிறார்; மணப்பெண், தன் திருமண நாளன்று பெறும் பரிசுகளை விவரிக்கிறார்; அல்-ஜிப்பைச் சுற்றியிருந்த விவசாயிகள் நட்ட ஒவ்வொரு பயிரையும், மரத்தையும் பட்டியலிடுகிறார்; மேலும் அவரது கிராமத்தில் இருந்த ஆண்களின் வியாபாரங்கள் மற்றும் வேலைகளை வரிசைப்படுத்துகிறார். இந்த விபரங்களுக்கு இடையேயும், வழியேயும், அவரது திருமணம் மற்றும் அவருக்கென அவரே உருவாக்கிய உலகம் பற்றிய நினைவுகளைத் தெரிவிப்பதற்கான ஆசையால் உந்தப்படுகிறார். அதனால், ஃபாத்திமா, கடலில் இருந்து பிரிக்க முடியாத வாழ்க்கை, அல்-ஜிப்பின் ஒலிவ மரத் தோப்புகள், கடற்கரையோர இருப்புப் பாதைத் தடங்கள், கலிலீயில் தர்ஷிகாவுக்கு அருகில், அல்-ஜிப் பாலத்தில், ஹகானாவின் தோல்வி ஆகியவற்றை விவரிக்கிறார். கிராமத்தில் குடும்பத்தில் ஏற்படும் பிணக்குகள் மற்றும் லெபனானின் மாறிவரும் சமூக மற்றும் அரசியல் காட்சியை 'டயர்'இல் அல்-பஸ்ஸில், அய்ன் அல்-ஹில்வேயில், 'செய்தா'வில் மற்றும் பர்ஜ் அல்- பரஜ்னேயில் அவர் அனுபவித்த விதத்தை விவரிக்கிறார்.

இந்தக் கட்டுரையைத் தொடர்ந்து வரும் கேள்விகள், உற்றுக் கேட்பவர்களின் பொறுப்புணர்வு மீது மட்டுமின்றி பாலஸ்தீனம் மற்றும் பாலஸ்தீனிய மக்கள் பற்றி ஓர் 'உற்றுக் கேட்டலின் அரசியல்' என்ன சொல்லும் என்பதன் மீதும் கூட அக்கறை கொள்கின்றன. வாய்மொழி வரலாறு, கருத்து வளர்ச்சிக்கான ஒரு முறையாக, சமூக- வரலாறு சார்ந்த சூழல்களில் தீர்மானகரமாக ஆழ்ந்து பதியப்பட்டுள்ளது.[16] அதன் ஆபத்துகள் நன்கு அறியப்பட்டவை - தவறான சித்திரிப்பு (அகதி பற்றிய ஒரே மாதிரியான சித்திரிப்பு,

பாதிக்கப்படுகின்ற மக்களை நேர் எதிராக வேறுபடுத்திப் பார்ப்பது), இனவியல் காப்பு (வரலாறுகளையும், அழிந்துகொண்டிருப்பதாகப் பார்க்கப்படும் பண்பாட்டுப் பழக்க வழக்கங்களையும் பதிவு செய்தல்), தனிப்பட்ட மற்றும் நெருக்கமான அனுபவத்தின் மறுகட்டமைப்பு (அங்கே, எடுத்துக் காட்டாக, மிகப் பரந்த, மிகப் பெரும்பான்மையினரின் அக்கறைகளோடு இணைக்கப்பட்ட, கூட்டுக் கதையாடல்களைக் கட்டமைக்கும் முயற்சிகள், பிடிவாதம் நிறைந்தவை அல்லது அடக்குமுறையிலானவை என்று கருதப்படுகின்றன). இருப்பினும், நான் சொன்னது போல, இணக்கத்தைக் கொண்டு வரும் ஒரு முறையாக, உற்றுக் கேட்டல், ஆளுமைமிக்க கதையாடல்களின் வரையறைகளை கவனத்துடன் பரிசீலிக்கவும், அவற்றைக் கடந்து போகவும் என இருவகையில் நம்மை அனுமதிக்கிறது. ஒத்திசைவான உற்றுக் கேட்டல் வரலாறு பற்றிய நமது புரிதலை ஆழப்படுத்துகின்ற, தனிப்பட்ட மற்றும் அரசியல் சார்ந்த பாதிப்புகளை இரண்டறக் கலக்கச் செய்கின்ற மூன்று வழிகளைப் பற்றி நாம் சிந்திக்க முடியும். கதை சொல்லுதல், நாமும் பிறரும் இணைந்துவிடுவதால், தனிமைப்படுதலுக்கு எதிராக வேலை செய்கிறது: ஃபாத்திமா, கோழிக் குஞ்சுகளை, ஆப்ரிகாட் பழங்களை, அவரைத் திருமணம் செய்துகொள்ள அனுமதித்த நீதிபதிக்கு அவரது குடும்பம் பரிசாகத் தந்த மீனைப் பற்றிச் சொல்லும் போது, நாங்கள் ஃபாத்திமாவுடன் இருக்கிறோம். நிகழ்பவற்றை உருவாக்கும் கடந்தவைகளை விளக்கியவாறும், அதே வேளையில் கடந்தவற்றில் இதுபோன்ற பல நிகழ்வுகளை மீட்டுருவாக்கம் செய்தவாறும் கதைகள் காலங்கடந்து வாழ்கின்றன. பல்வேறு காலச்சார்பு நிலைகளை ஒன்றிணைக்கின்றன.

ஃபாத்திமா, அவரது திருமணத்தில் உட்கார்ந்தது போல, நேர்காணலாளருக்காக உட்காரும் போது, கடந்த காலம் பற்றி அவர் கற்பனை மட்டும் செய்யவில்லை; நினைவுகூர்கையில், ஓர் இளம் மணப்பெண்ணாக, அவரது திருமணத்தை, அவரது இப்போதைய நிலையில் இருந்து அப்போதைய நிலையில் இருப்பதாக, கற்பனையில் அனுபவிக்கவும் செய்கிறார். இறுதியாக, கதைகள் எதிர்வினைகளை வெளிக்கொணர்கின்றன. எவ்வாறு ஒரு கதை முடிந்தது (அவரைத் தாக்கிய, ஃபாத்திமாவின் கணவரின் மாமாவுக்கு என்ன நேர்ந்தது?), அல்லது எது விடப்பட்டது என்பதில் வெளிவர (we are left to wonder) வேண்டிய செய்தியைப் பெறுவதில் நாங்கள் தோல்வி அடைந்தோம். 'இப்போது எங்கு

வசிக்கிறீர்கள்?' என்று நேர்காணலாளர் கேட்கும் போது, ஃபாத்திமா, தன்னிச்சையாக 'அல்-ஜிப்' என்று பதிலளிக்கிறார். நேர்காணலாளர் குறுக்கிட்டு வற்புறுத்துகிறார், 'இல்லை, இல்லை ஹஜ்ஜே. இப்போது நீங்கள் எங்கு வசிக்கிறீர்கள்?' அதற்கு ஃபாத்திமா, படுக்கை மேலே அவரது உள்ளங்கையை அழுத்தியவாறு, பதிலளிக்கிறார், 'ஆ இப்போதா?' பர்ஜ் அல்-பரஜ்னே இல். அல்-ஜிப், கடலுக்கு உள்ளே இருந்தது, ஆனால் பர்ஜ் அல்-பரஜ்னே கற்றாழைகள் நிறைந்த ஒரு பாலைவனமாக இருந்தது!' ஃபாத்திமா மற்றும் உம் ஃபாரிஸின் இது போன்ற வாய்மொழி வரலாறுகள் - கல்வியாளர்கள் அல்லது தொழில்முறை ஆய்வறிஞர்களுக்கு மட்டுமல்ல மாறாக, முதலும் முக்கியமுமாக, ஷாபான் மற்றும் ஹசுனாவின் விரிவடைந்த குடும்பங்களின் உறுப்பினர்களுக்கும் (அவர்கள் எங்கே இருக்கிறார்கள்?), காஸா மற்றும் அல்-ஜிப்பைச் சேர்ந்த மற்ற நண்பர்களுக்கும், குடும்பங்களுக்கும், லெபனானிலும் அண்டை நாடுகளிலும் முகாம்களில் வாழ்கின்ற பாலஸ்தீனியர்களுக்கும், பாலஸ்தீனத்தில் இருப்பவர்களுக்கும், புலம்பெயர்ந்த சமூகத்தின் உறுப்பினர்களுக்கும், உலகம் முழுதும் இருந்து உற்றுக் கேட்பவர்களுக்கும் கூட - செறிவூட்டுமாறும், உள்ளத்தை உருக்குமாறும் பொருள் நிறைந்ததாக, கற்கக் கூடியதாக, ஆர்வத்தைத் தூண்டுவதாக, மனதைத் தொடுவதாக இருக்கின்றன. உற்றுக் கேட்டல் என்பது - ஒலியை உணர்வதாக, பொருளைப் புரிந்துகொள்வதாக, எல்லாவற்றுக்கும் மேலாக, எதிர்வினை புரிவதாக (எவ்வாறு?) - தனிப்பட்டவற்றையும், அரசியல் சார்ந்தவற்றையும் இரண்டறக் கலக்க வைக்கின்ற, ஒருவரது வாழ்ந்த அனுபவத்தை நோக்கிக் கவனம் செலுத்துகின்ற மற்றொரு வழியாகும்.

ஃபாத்திமா ஷாபான்

பாலஸ்தீனம், அல் - ஜிப்பில் ஏறத்தாழ 1928இல் பிறந்தவர்.
ஜிஹாத் அல் - அலி உடனான ஒரு நேர்காணல்
அல் - பஸ் முகாம், லெபனான், 2003

2'07"-5'10"

ஜிஹாத் அல்-அலி: ஹஜ்ஜே, அல்-ஜிப் பற்றி எனக்கு நீங்கள் சொல்ல நான் விரும்புகிறேன். நீங்கள் சகோதர, சகோதரிகள் எத்தனை பேர், உங்கள் தந்தை பிழைப்புக்கு என்ன செய்தார்?

ஃபாத்திமா ஷாபான்: நாங்கள் நான்கு சகோதரிகள், இரண்டு சகோதரர்கள். நாங்கள் வெளியேறிய போது, என் சகோதரர்களுள் ஒருவன், படகுகளில் கடல் வழியாகப் போனான். படகுகள் மூலம் சென்றவர்கள் சுடப்பட்டார்கள். அவர்கள் கடலில் இறந்துவிட்டனர். மற்றவர்களைப் பொறுத்தவரை... எனது கணவர், தொழிலாளிகளுடன் வேலை செய்யப் போய்விட்டார். நாங்கள் நிலத்தை குத்தகைக்கு விட்டிருந்தோம்; எங்களுக்கு பழத்தோட்டங்கள் மற்றும் விவசாயிகள் இருந்தனர். அவர் வேலைக்குப் போனார், அவரிடம் இருந்து நிலத்தை குத்தகைக்கு எடுத்திருந்த விவசாயிகளுள் இருவரை அழைத்துக்கொண்டார். அவர்கள் நஹாரிய்யா சாலையோரம் சென்றுகொண்டிருந்தனர். நஹாரிய்யா உங்களுக்குத் தெரியுமா? அது இன்னும் கொஞ்சம் முன்னால் இருந்தது. அல்-முக்தார் என்று அவர்கள் வழக்கமாக அழைக்கும் ஒரு பழத்தோட்டம் அங்கே இருந்தது. அங்கே அவர் சென்றார், ஆனால் யூதர்கள் அவரைப் பிடிக்கவில்லை. அவருக்கு முன்னால் மக்கள் கொல்லப்பட்டிருந்தனர், ஆகவே அவர் திரும்பிப் போனார். அவரது விவசாயிகளையும், பசுக்களையும் அங்கு கொண்டு சென்றார். நாங்கள் குத்தகைக்கு விட்டிருந்த பழத்தோட்டத்தில் அவற்றைக் கட்டிப் போட்டார், நான் தனியாக இருந்தேன். ஒன்பது நாள்களுக்கு முன்னர் நான் பிரசவித்து இருந்தேன். நான் என்ன செய்வது? எனது குழந்தைகளை அழைத்துக்கொண்டு வெளியேறினேன், ஒரு பெண்ணை அடித்துக்கொண்டும், அவரை நோக்கிக் 'கடிமா' எனக் கத்திக் கொண்டும் இருந்த ஒரு ஆளைப் பார்த்தேன். 'கடிமா! கடிமா!' அவள் ஒரு விவசாயப் பெண்மணியைப் போல உடை உடுத்தி இருந்தாள். 'கடிமா! கடிமா!' அவர்கள் கிணறை அடைந்த போது, அவர் அவளைச் சுட்டார். அவளைச் சுட்டதும், நான்

அச்சம் அடைந்தேன். அவரிடம் நான் சொன்னேன், 'எனக்குக் குழந்தைகள் இருக்கின்றார்கள்.' எனது மகன் அஹ்மது நான்கு வயதானவன், என் மகள் இரண்டு வயது ஆனவள், நான் ஒன்பது நாள்களுக்கு முன்னர் ஒரு பெண்ணைப் பெற்றெடுத்தேன்.

ஹஜ்ஜே, நீங்கள் திருமணம் செய்வதற்கு முன்பாக ... நீங்கள் இளமையாக இன்னும் வீட்டில் இருந்தபோது, உங்கள் தந்தை என்ன செய்தார்?

எனது தந்தை உயிரோடு இல்லை; நாங்கள் சிறுவர்களாக இருந்த போதே அவர் இறந்துவிட்டார். அவர் இறக்கும்போது, எங்களுக்கு வயது மூன்று.

அவர் இறப்பதற்கு முன், பிழைப்புக்கு என்ன செய்தார்?

அவர் ஒரு விவசாயி (*fellah*). நாங்கள் விவசாயிகளாக (*fellahin*) இருந்தோம், பிழைப்புக்கு நிலங்களில் நாங்கள் வேலை செய்தோம் - பழத்தோட்ட வேலை, விவசாய வேலை - இப்படித்தான் நாங்கள் பண்ணை வேலை செய்தோம். அங்கே 'கவாஜா' (*Khawaja*) அல்லது அந்த வகை மக்கள் கிடையாது; நாங்கள் எளிய விவசாயிகள் (*fellahin*). (தலைக்குட்டை அணிந்து கயிறால் தலையைச் சுற்றிக் கட்டிக்கொள்ளும் (*hata and igal type*) வகையினர்). இளம் பெணகள் அவர்கள் தலையில் எதுவும் அணியமாட்டார்கள். ஆனால் எங்களுள் மற்றவர்கள் 'ஹட்டா மற்றும் ஈகல்' அணிந்தார்கள்.

உங்கள் தந்தை எவ்வாறு காலமானார்?

என் தந்தையை எனக்கு நன்கு நினைவில் இல்லை, எனக்கு சுமார் மூன்று வயது இருக்கும், எனக்கு நினைவுகூர முடியாது. எனது குடும்பம் என்னைத் திருமணம் செய்துகொடுத்தது , என் சகோதரர்கள் என்னைத் திருமணம் செய்துகொடுத்தது போன்ற விஷயங்களை நான் நினைவுகூர்கிறேன் - ஆக, நான் திருமணம் செய்விக்கப்பட்டேன்.

நீங்கள் இளமையாக இருந்த போது, எவ்வாறு விளையாடுவீர்கள்?

நாங்கள் இளமையாக இருந்த போது, 'லா அவிட்' (*la awit* - சிறுவர்கள் விளையாட்டு) விளையாடினோம். 'ஜி வெய்தா'வை (*zi wayta*) மேலே விட்டெறிவதன் மூலமாக, நாங்கள் அதை விளையாடுவோம், மேலும் அங்கே பெண்கள் பள்ளிக்கூடம் இல்லாததால், அதைப் பிடிப்பதில் நாள் முழுதும் கழித்தபடி இருப்போம்.

ஜி வெய்தா என்றால் என்ன?

பாறைகள். பாறைகளை நாங்கள் தனித்தனிச் சில்லுகளாக உடைத்து, அதைக்கொண்டு விளையாடுவது வழக்கம். நாங்கள் 'கயிறு தாண்டும்' (skipping rope) விளையாட்டை விளையாடுவோம். கடற்கரைக்கு நாங்கள் போவது வழக்கம். அங்கு நீங்கள் குதிக்கக் கூடிய அளவிற்கு ஓர் உயரமான தளம் இருக்கும்; காலை வேளைகளிலும், பிற்பகல்களிலும் தினமும் நாங்கள் அங்கே போவோம். நாங்கள் கடற்கரையில் விளையாட்டுகளை விளையாடுவோம், நாங்கள் 'தவாபின்' (tawabin) விளையாடுவோம். அதற்குப் பிறகு வீடு திரும்புவோம். இவ்வாறு நாங்கள் விளையாடுவோம் - அதாவது பெண்களாகிய நாங்கள். பையன்களைப் பொறுத்தவரை, அவர்களுக்கு அவர்களுடைய பள்ளிக்கூடம் இருந்தது. அது அரசாங்கத்தைச் சேர்ந்ததாக இருந்தது, அவர்கள் பையன்களுக்கு மட்டுமே கல்வி கற்பித்தார்கள்; அவர்கள் சிறுமிகளுக்குக் கற்பிக்கவில்லை. இறுதியில் - நாங்கள் கிளம்புவதற்கு இரண்டு ஆண்டுகளுக்கு முன்னர்தான் - சிறுமிகளுக்கு அவர்கள் கற்பிக்கத் துவங்கினார்கள். கல்வி கற்பதற்கான பருவத்தில் நாங்கள் இல்லை. அந்த நேரத்தில், முன்னரே நாங்கள் பெரியவர்களாக வளர்ந்துவிட்டோம். பிறகு நாங்கள் பாலஸ்தீனத்தை விட்டு ஓடிவிட்டோம்.

11'14'-13'55"

உங்களைத் திருமணம் செய்துகொள்ள உங்கள் கணவர் எப்படி அனுமதி பெற்றார் என்பதை எங்களுக்குச் சொல்லுங்கள், எவ்வாறு அவர் உங்களைச் சந்தித்தார்?

அவரை எனக்கு அறவே தெரியாது. அவர் என்னை விட மூத்தவர், அவர் எனது குடும்பத்துடன், என் சகோதரர்களுடன், என் தாயுடன், என் சகோதரிகளுடன் பேசினார். அது பற்றி அவர் பேசினார், அது நடந்தது. நான் அப்பொழுதும் வயது வந்தவள் அல்ல.

நீங்கள் சொந்தமா?

இல்லை, நாங்கள் சொந்தக்காரர்கள் இல்லை, ஆனால் அவர் எங்கள் கிராமத்தைச் சேர்ந்தவர். அவர்கள் என்னை அழைத்துச் சென்றபோது, நான் இளம் வயதுடன் இருந்தேன். எனது திருமணச் சடங்கை (Katb al-kitab) நடத்துவதாகச் சொல்லப்பட்ட ஆள்,

எனது கணவரிடம் சொன்னார், 'அவளது திருமண ஓலையை நான் எழுதவில்லை'. என் கணவர் அவரை ஏன் என்று கேட்டார். அவர் பதில் சொன்னார், 'அவள் ஒரு சிறு பெண், அவளது திருமணத்தை நான் எவ்வாறு நடத்த முடியும்?' அவர் அபு சாலிஹ் அல்-ஜமீல், அவரது ஒன்றுவிட்ட சகோதரர். அவர் சொன்னார், 'ஆகவே, நீ எனது சகோதரனாக இருந்தால் என்ன! அவள் ஒரு சிறு பெண்.' எனக்கு *13* வயதுக்கு மூன்று மாதங்கள் கழிவு. 'எப்படி அவளது திருமணச் சடங்கை நான் செய்ய முடியும்? 'அக்கா'வுக்கு அவளை அழைத்துச் செல்'. ஆகவே அவர்கள் என்னை 'அக்கா'வுக்கு அழைத்துச் சென்றார்கள். எனது மார்பகத்தின் மீது ஒரு துண்டை வைத்தார்கள், எனது இடுப்பைச் சுற்றி ஒரு அரைக் கச்சை (*belt*) சுற்றினார்கள், உயரமான குதிகால் காலணிகளை என்னை அணியச் செய்தார்கள், எனது மார்பில் எனக்குப் பெரிய மார்பகங்களாகத் தெரிவதற்காகச் சில பொருள்களைத் திணித்தனர். ஒரு பீப்பாய் போல நான் பெரியவளாக ஆனேன்! பிறகு அவர்கள் என்னை எனது சகோதரி, எனது தாய் மற்றும் எனது சகோதரனுடன் 'அக்கா'வுக்கு அழைத்துச் சென்றனர். ஷெய்க்கின் வீட்டுக்கு என்னை அவர்கள் கொண்டு வந்தனர். ஆனால் அவருக்கு அவர்கள் இலஞ்சம் கொடுத்தனர்! அடக் கடவுளே, அந்த ஷெய்க், அந்த முஃப்தி (*Mufti* - இஸ்லாமிய நீதிபதி, ஷாரியத் சட்டத்தின்படி ஃபட்வா அல்லாத தீர்ப்புகளைச் சொல்ல அதிகாரமுள்ளவர் - மொ.ர்) எவ்வளவு எளிதாக இலஞ்சத்திற்கு உள்ளாக்கப்பட்டார். அவருக்கு ஒரு கூடை மீன், இரண்டு கோழிக் குஞ்சுகள், ஒரு பெட்டி ஆப்ரிகாட் பழங்கள் ஆகியவற்றை அவர்கள் கொண்டு வந்து அவற்றை அவரிடம் கொடுத்தார்கள். அவருக்கு அவர்கள் இலஞ்சம் தந்தனர் - அந்த நேரத்தில் நான் அறியவில்லை. நாங்கள் அந்தக் 'காதி' (*qadi*) வருவதற்காக, கிழக்கு நோக்கி இருந்த சம தளத்தில், 'அக்கா'வில் காத்திருந்தோம். எங்களை ஒரு கட்டிலில் உட்கார வைத்தார்கள். அவர்கள் அழைத்தார்கள், 'ஏ, பெண்ணே!' முக்தார், முக்கியமானவர்கள், சாட்சிகள் மேலும் திருமணத்திற்கு அதிகாரப் பூர்வ அனுமதி அளிப்பவர்கள் அனைவரும் ஒன்றாக வந்துவிட்டனர். அவர்கள் சொன்னார்கள், 'எனது சகோதரனே, இது போன்ற சிறுவயது பெண்களுக்குத் திருமணச் சடங்குகள் செய்யக்கூடாது என்று நான் (நாங்கள்) உங்களுக்குச் சொன்னேன் (சொன்னோம்) இல்லையா?' என் கணவர் பதில் சொன்னார், 'அய்யா (*ya sidi*), இப்போது அவளிடம் உங்கள் கேள்விகளைக் கேளுங்கள்.' என்னிடம் அவர் சொன்னார், 'பெண்ணே, எழுந்திரு, நட.' நான் எழுந்து நடந்தேன். அவர் கேட்டார், 'உனக்கு

என்ன வயது ஆகிறது?' நான் அவருக்குச் சொன்னேன், நீங்கள் நம்பினாலும், நம்பாவிட்டாலும் எனக்கு இருபது வயதாகிறது.' நம்பினாலும், நம்பாவிட்டாலும் (jawz wa fard) இருபது வயது! 'காதி' வியப்படைந்தார். அவர் கேட்டார், 'நீ சுத்தம் செய்தாயா?' நாங்கள் அப்போதுதான் சுத்தம் செய்து, புதிய விரிப்புகளைப் போட்டிருந்தோம். நான் சொன்னேன், 'நாங்கள் விரிப்புகளை சுத்தம் செய்து நேற்றுதான் படுக்கைகளைச் சரி செய்தோம்!' அவர் எனது கணவரிடம் சொன்னார்: 'அபு ஷமி, தாண்டு கயிறுடன் விளையாடுகின்ற, படுக்கை லினன் விரிப்பை அவள் சுத்தம் செய்து, படுக்கைகளை விரிக்கிறேன் என்று சொல்கின்ற ஒரு சிறு பெண்ணை நீங்கள் அழைத்து வந்திருக்கிறீர்கள். 18 வயதுள்ள ஒரு பெண்ணை அழைத்து வருவதற்கு உங்களிடம் நான் சொன்னேன், இல்லையா?' அவர் (என் கணவர்) சொன்னார், 'அய்யா, உங்களுக்குத் தெரியும், இப்படியேதான் நடக்கிறது.' இந்த ஆளுக்கு முன்னரே இரண்டு முறை திருமணம் ஆகிவிட்டது, இருவரும் அவரை விட்டுவிட்டுப் போய்விட்டார்கள், ஆகவே அவர், இந்தச் சிறிய பெண் அவருடன் இருந்து விடுவாள் என நம்பிக்கொண்டிருந்தார். காதி சொன்னார், 'சரி, அய்யா' - யாரோ ஒருவர் வந்து அவருடைய காதில் முணுமுணுத்தார். அவர் சொன்னார், 'உங்கள் கையை இங்கே வையுங்கள். ஆனால் நீங்கள் இரண்டு ஆண்டுகளுக்குப் பிறகே அவளைத் திருமணம் செய்து கொள்ள முடியும்.' அவர் சொன்னார், 'உங்கள் ஆணையின் படியே, அய்யா.' இரண்டு மாதங்களுக்குப் பின்னர், அவருக்கு என்னை அவர்கள் திருமணம் செய்து கொடுத்தார்கள்! நான் அபு இஹாபைப் பெற்ற போது - என் மகன், அஹ்மது - எனக்கு அப்போதுதான் 14 வயது ஆனது.

ஷெய்க் யார் என்று உங்களுக்கு நினைவிருக்கிறதா?

அது ஷெய்க் யூசிஃப். எங்கள் முக்தார், அல்-சாடிய்யாவைச் சேர்ந்த அபு ஷமி. நாங்கள், விவசாயிகளுக்கான ஒரு முக்தாரைப் பெற்றிருந்தோம், சாடிய்யாவுக்கு என்று ஒரு முக்தார். அல்-சாடிய்யாவுக்கான முக்தாருடன் நாங்கள் இருந்தோம், ஏனெனில் எனது கணவர் அல்-சாடிய்யாவைச் சேர்ந்தவர், என் கணவரின் அம்மாவும் அல்-சாடிய்யாவைச் சேர்ந்தவர். எங்கள் திருமணம் அதிகாரப்பூர்வமாக ஆக்கப்பட்டது, அதுபோலவே எங்கள் விதியும்.

16'27"-19'27"

உங்கள் திருமணம் பற்றி எங்களுக்குச் சொல்லுங்கள்.

என் திருமணம்? கடவுள் உங்களுக்கு உதவட்டும்! அவர்கள் என்னைத் திருமணம் செய்து கொடுத்தார்கள், அவர்கள் எனக்கென ஒரு திருமண ஏற்பாட்டைத் திட்டமிட்டனர். நாற்காலிகளை அவர்கள் கொண்டு வந்தனர், இன்னும் ஒரு சோஃபாவில் கட்டாயப்படுத்தி என்னை உட்கார வைத்தனர், என்னைச் சுற்றிலும் அலங்காரப் பொருள்களை வைத்தனர் - இங்கே, அங்கே மேலும் எனக்குப் பின்னால் - ஒரு சோஃபாவில் அவர்கள் உட்கார வைத்தார்கள். என்னிடம் சொன்னார்கள், 'அங்கேயே உட்கார்' - நான் சிறு பெண்ணாக இருந்தேன். 'உட்கார், உனது கைகளை இது போல் வை. அசையாதே, இது போல் உட்கார்!' நான் உட்கார்ந்து எனது கைகளை இது போல் வைத்தேன். 'இந்தக் கைக்குட்டையை வை!' (அவருடைய முழங்கால்கள் மீது அவரது கைகளை வைக்கிறார்). நான் கைக்குட்டையை வைத்தேன். இன்னும் என்னால் உட்கார முடியவில்லை. சிறுமிகள் என்னிடம் வந்து சொன்னார்கள், 'வா, எங்களுடன் வந்து விளையாடு!' நான் விளையாடப் போவதற்காக இருக்கையை விட்டு எழுந்து போனேன்! நான் கலாத் (Kalat) விளையாடினேன்.[17] நான் குதித்து ஓடி கலாத் விளையாடப் போனேன். 'அடக்கடவுளே, இது உனது திருமண விழா! (Katb al-kitab!) நீ ஒரு மணப்பெண், இப்பவும் நீ அப்படியே நிற்க வேண்டும்! அதற்குப் பதிலாக நீ கலாத் விளையாடுகிறாய்?' நான் என்ன செய்வது? நான் அதை விட்டுவிட்டுப் போனேன். மேலும் அவர்கள் என்னைத் திரும்பவும் அங்கு கொண்டுவந்து விட்டார்கள். அங்கு ஒரு வயதான பெண்மணி இருந்தார், அவர் சொன்னார்: 'கடவுளே உன்னுடைய திருமண வைபவம் இது! எவ்வாறு நீ திருமணம் செய்து கொள்ளப் போகிறாய்?' அந்த நாற்காலியில் அவர்கள் என்னை உட்கார வைத்தார்கள். நான் அங்கேயே உட்கார்ந்தேன். கொஞ்ச நேரத்திற்குப் பிறகு, என்னைப் பார்க்குமாறு செய்யத் துவங்கினர் - மணப்பெண்ணாகப் பார்க்கும்படி அவர்கள் செய்வது வழக்கம். நான் எவ்வாறு தோன்ற வேண்டும்? அவர்கள் சொன்னார்கள், 'உன்னைப் பார்க்குமாறு தோன்ற, நீ இது போல் எழுந்து நிற்க வேண்டும்.' இது போல் எனது உடையையும், நகைகளையும் அணிந்துகொண்டு நேராக நான் எழுந்து நின்றேன். நகைகளைக் கைகளால் பற்றி ஆட்டத் துவங்கினேன். 'அங்கே அப்படியே உட்கார், அடக்கடவுளே!' நான் நகைகளை, இப்படியும்

அப்படியுமாக, எனது கைகளைப் பார்த்தவாறு, இங்கும் அங்கும் பார்த்தவாறு, எனது நகங்களைப் பார்த்தவாறு இருந்தேன். நான் ஒரு குழந்தையாகவே இருந்தேன், ஆனால் மிக அதிகமாக அணிந்திருந்தேன். 'கீழே உட்கார்!' நான் உட்கார்ந்தேன். 'இப்படிப் பார்த்தபடி உட்கார்!' அப்படிப் பார்த்தபடியே உட்கார்ந்தேன். அவர்கள் சொன்னார்கள், 'இங்கே உனது கையை வை' (அவரது மார்பின் மீது அவரது கையை வைக்கிறார்), ஆனால் அதற்குப் பதிலாக, நான் எனது கைகளை மேலே தூக்கினேன். 'இந்தப் பக்கம் திரும்பு', ஆனால் நான் மற்றொரு பக்கம் திரும்பினேன். என் தாயார், அவரது ஆன்மா சாந்தி அடையட்டும், அவர் சொன்னார், 'உன்னை வைத்துக்கொண்டு நான் என்ன செய்வது? கொஞ்சம் உட்கார்ந்து உனது தலையை உன் கையின் மீது வை.' ஆகவே நான் உட்கார்ந்து அதைச் செய்தேன். நான் என்ன செய்வது? நான் உட்கார்ந்தேன்! எனது சகோதரி வந்தாள் (பாடத் துவங்குகிறார்): ஏ விஹா (*Eh wiha*), உன் தலையை உயர்த்து, எல்லாவற்றையும் விட உன்னுடைய தலை உயர்ந்து இருக்கிறது![18] ஏ விஹா அந்தக் கண் உன்னைக் காப்பாற்றுகிறது - எனது குரல் இன்று கரகரப்பாக இருக்கிறது: 'ஏ விஹா உனது தலையை உயர்த்து, எல்லாவற்றையும் விட உன் தலை உயர்ந்திருக்கிறது! ஏ விஹா அவர்கள் என்ன சொன்னாலும், நீ பரிபூரணமாகவே இருக்கிறாய்! ஏ விஹா உன் தலையை உயர்த்தி, உன் சகோதரனிடம் சொல், ஏ விஹா உன் பட்டினை எனக்குக் கொடு, பார் மக்கள் எவ்வாறு நன்றாக உடை உடுத்தி இருக்கிறார்கள்!' அவர்கள் எனக்காகக் குலவை இட்டார்கள். ஒரு பெண்மணி என்னிடம் வந்து சொன்னார் - அவர் என்ன சொன்னாள், 'பிரியமானவளே'!? நான் மறந்து விட்டேன்! 'ஏ விஹா கடவுள் உன்னை ஆசிர்வதிக்கட்டும், ஒன்று! ஏ விஹா இரண்டாவது ஒன்று, இரண்டு! ஏ விஹா மேலும் மூன்றாவது ஒன்று ஒரு நீல நிற முத்து... ஏ விஹா அது உன் மீது விழும் கெட்ட கண்ணைத் தடுக்கிறது!'[19] அங்கே நான் உட்கார்ந்த போது அவர்கள் குலவை இட்டனர். இன்னொரு பெண்மணி என்னிடம் வந்து சொன்னார்: 'ஏ விஹா ஆப்ரிகாட் கிளை தொங்கியது! ஏ விஹா 'டார்ட்' (புளிப்புச் சுவையுடைய பழவகை), இன்னும் அது பழுக்கவில்லை! ஏ விஹா வந்து பார், ஓ மக்களே! ஏ விஹா புதிதாகத் திருமணமானவர்களை ஒன்றாக வந்து பாருங்கள்!' அவர்கள் எனக்காகக் குலவை பாடினர்! நான் வேறென்ன உங்களுக்குச் சொல்ல முடியும்? பிறகு அவர்கள் திருமண ஊர்வலத்தை (*zafeh*) வெளியே கொண்டு வந்தார்கள்: 'உங்கள் பெண்ணை நாங்கள் அழைத்துக்கொண்டோம், உங்களின்

அன்பிற்கினிய பெண்ணை நாங்கள் அழைத்துக்கொண்டோம்! 'உங்கள் பெண்ணை நாங்கள் அழைத்துக்கொண்டோம், உங்களின் அன்பிற்கினிய பெண்ணை நாங்கள் அழைத்துக்கொண்டோம்! அவளை நாங்கள் அழைத்துக்கொண்டோம் மேலும் நாங்கள் இந்தத் திருமணத்திற்காக, எங்கள் பசுக்களை விற்கக்கூட இல்லை!' - எனது கணவரின் சகோதரர்கள் இதைப் பாடிக்கொண்டு வந்தார்கள். 'அவளை நாங்கள் அழைத்துக்கொண்டோம்; மேலும் எங்களுடைய பசுக்களை நாங்கள் விற்கக்கூட இல்லை! நாங்கள் கடன்பட்டவர்களுக்கு நடுவே உள்ள கடன்காரர்கள் அல்ல!' அவர்கள் எனக்காகக் கையொலி எழுப்பினர், ஊர்வலத்தில் என்னைத் தூக்கி வந்தனர்.

46'31"-52'43"

நாங்கள் வழக்கமாக மிகுந்த வளம் உடையவர்கள். உங்களுடைய மகனுக்குத் திருமணம் செய்ய விரும்பினால், அதற்கு என்ன பொருளென்று உங்களுக்குத் தெரியுமா? நீங்கள் நான்கு, ஐந்து அல்லது ஆறு செம்மறி ஆடுகளைக் கசாப்பு செய்ய வேண்டும். ஏழு நாள்கள் திருமணம் மற்றும் நடனத்திற்காக, மக்களை நீங்கள் அழைக்க வேண்டும். 'மார்குக்' (*marquq*) ரொட்டிக்கு ஒரு நாள் முழுதும் நீங்கள் மாவு பிசைய வேண்டும். நான்கு, ஐந்து, ஆறு சாஜ் (*saj* - புளிப்பில்லாத தட்டை ரொட்டி - மொ.ர்) உடனடியாக, கடுமையாக வேலை செய்து ரொட்டியை உப்ப வைக்க வேண்டும். அனைத்துக் கிராமங்களுக்கும் நீங்கள் சமைக்க வேண்டும், அவர்களை அழைக்க வேண்டும் - அல்-பஸ்ஸா, அல்-கப்ரி, தர்ஷிஹா, மிகப் பெரிய கிராமங்கள். அவரது வீட்டுக்கு அழைக்கப்பட வேண்டும். ஒரு வாரம் நீங்கள் - எட்டு நாள்கள்! - மக்களுக்காகச் சமைத்தவாறு, செலவழிக்க வேண்டும். இது இனிமேல் நடக்காது. திருமணங்கள் சற்றே ஓர் அவசரத்தில் நடக்கின்றன. ஒரு துண்டு கேக், திருமணம் முடிகிறது. 'மிஸ்மர்' ஒன்றின் மூலம் (*mizmar* - ஷெனாய் போன்ற ஊதுகின்ற இசைக் கருவி - மொ.ர்) ஒருவர் இரண்டு இசைக் குறிப்புகளை வாசிக்கிறார், அத்துடன் அது முடிகிறது. டாஃப் (*daff*) ஓய்கிறது, காதலர்கள் பிரிகிறார்கள்.[20] அந்தக் காலத்தில், விஷயங்கள் இப்போது போல் இல்லை.

மணப்பெண், அவரது திருமணத்திற்குப் பின் எங்கு வசிப்பார்?

அவரது பெற்றோர்களுடன், அவரது கணவருடன். அவர்களுக்கு வீடுகள் இருந்தன.

அவருடைய மைத்துனர், மைத்துனிகளுடன் என்று சொல்கிறீர்களா?

அவருடைய மைத்துனிகளுடன். சில பேரின் வீடுகள் வளைவுகளின் மேல் கட்டப்பட்டிருந்தன. எனது வீடு இந்த அளவுக்குப் பெரியது, அது அடுத்த வீடு வரைக்கும் நீட்டிக்கப்பட்டது, அது வளைவுகளின் மேல் கட்டப்பட்டது. அவளுக்கென்று அவர்கள் ஒரு மூலையை அமைத்திருந்தனர், அவள் மைத்துனியின் வீட்டில் தங்குவாள். அவளுக்கென்று அவர்கள், ஒரு கழிப்பறை அலமாரியையும், உறைகளுடன் ஒரு மெத்தையையும் வைத்தார்கள், அங்குதான் அவள் படுத்து உறங்க வேண்டும். அவள் தனியாக உறங்குவாள், அவர் தனியாக உறங்குவார். நான் எனது மைத்துனிகளுக்கு அருகில், ஒருத்தி ஒரு பக்கமும், இன்னொருத்தி மறுபக்கமுமாக உறங்கினேன். தனது மெத்தை உறையைஅவள் இங்கே வைப்பாள், மற்றவள் உறையை அங்கே வைப்பாள், தங்களுக்கு இடையே உறைகளை அவர்கள் வைத்துக் கொண்டார்கள். பழைய வீடுகளில் பகலிலும் இவ்வாறுதான் இருக்கும். பின்னாள்களில், இளைஞர்கள் திருமணம் செய்து கொண்டபோது, அவர்கள் தங்கள் வீடுகளைக் கதிரடிக்கும் களங்களில் (*bayadir*) மணல் மீது கட்டினார்கள் - ஓர் அறை, இரண்டு அறைகள் - மேலும் மக்கள் அங்கே வசித்தார்கள். அது மிகவும் ஆடம்பரமாக இருந்தது. பழைய வீடுகளில், அவர்கள் ஒன்றாக வாழ்ந்தார்கள். நான் எனது மைத்துனியுடன் வசித்து வந்தேன்: நான், எனது மைத்துனி, எனது மாமியார் - அவரது தாயாரும் கூட. ஒரு வீட்டில் நாங்கள் நான்கு பெண்கள் இருந்தோம். நான் இந்த மூலையில், அவள் அந்த மூலையில், இன்னொருத்தி இன்னுமொரு மூலையில். ஒருத்தி தவறு செய்யும் போது, அவர்களுள் இருவரும் அடிக்கப்படுவார்கள். சில நேரங்களில் எங்களுள் மூன்று போர்களும், அல்லது எங்களுள் நால்வரும் அடிக்கப்படுவோம். நான் சத்தியமாகச் சொல்லுகிறேன். இந்தக் கதையை உங்களுக்கு நான் சொல்லுகிறேன். ஒரு விடியற்காலை, எங்கள் வீட்டில் தண்ணீர் பிடிப்பதற்காகச் சென்றேன். நான் எனது மகன் அஹமதுவைப் பெற்ற போது, என் பெற்றோர்களின் வீட்டில் தங்கியிருந்தேன். நான் விடியற்காலை, ஆறு மணி வாக்கில், கிளம்பி விட்டேன், நான் ஜாடியை எடுத்துக் கொண்டு கிணற்றுக்குப் போனேன். நான் நடந்து சென்றபோது, எனது செருப்பு தடுக்கி விழுந்துவிட்டேன். ஒரு பாறை மீது தடுக்கி விழுந்தேன், என் தலை மீது ஜாடி விழுந்தது. நான் இன்னும் தரை மீதே கிடந்தேன், எனது தலையை இடது பக்கமும், வலது

பக்கமும் இது போல் திருப்பினேன். எனக்குப் பின்னால் நான் யாரைப் பார்த்தேன்? என் கணவரின் தந்தை வழி சித்தப்பா. அவர் ஒரு கழுதையை ஓட்டிக்கொண்டு வந்தார். நான் அவரை, எனது மாமாவைத் திரும்பிப் பார்த்தேன். நான் விழுந்துவிட்டேன், ஜாடி உடைந்துவிட்டது, நான் தண்ணீர் இல்லாமல் வீட்டுக்குத் திரும்பினேன். எனது கணவரின் சித்தப்பா (எனக்கு மாமா), அவரது கழுதை மேல் ஏறி நான் எனது வீட்டுக்குள் நுழைகின்ற வரை என்னைப் பின் தொடர்ந்து வந்துகொண்டிருந்தார். நான் வீட்டுக்குள் சென்றேன் - 'ஸன்ஸளாகத்' (zanzalakht- பூச்செடி வகை-மொ.ர்) போன்ற மரங்கள் எங்கள் வீட்டில் இருந்தன. 'ஹிஷ்!' கழுதையை அவர் நிறுத்தினார், கடிவாளத்தை எடுத்தார் - என் மகள் அமீனா வயிற்றில் இருக்க நான் கர்ப்பிணியாக இருந்தேன் - நான் தரையில் விழுகின்ற வரை, எல்லை ஏதுமின்றி, என்னை அடிக்கத் துவங்கினார். பிறகு கழுதை மேலேறி சென்று விட்டார். நான் என்ன குற்றம் செய்தேன்? அதை நான் என்றும் தெரிந்து கொள்ளவில்லை. நான் என்ன செய்தேன்? என்னைத் தவிர அங்கே வேறு யாரும் இல்லை, நான் அவரை நோக்கித் திரும்பிச் சிரித்தேன். இரண்டு மாதங்கள் கடந்தன. மாதுளைப்பழப் பருவம் வந்தது. திடீரென்று, இந்தக் கழுதை... ஜாடியை நிரப்புவதற்கு நான் நடந்து போய்க்கொண்டிருந்தேன் - நான் செருப்பு போடுவதை வழக்கமாக வைத்திருந்தேன் ஆனால் இப்போது அதை நிறுத்தி விட்டேன் - நான் கிணற்றுக்கு வெறுங்காலுடன் நடந்து சென்றேன், ஆகவே ஜாடி என் தலை மீது விழவில்லை. மீண்டும் ஒருமுறை, என் மாமா, அவர் கழுதை மீது ஏறி என்னை பின்தொடர்ந்து வந்துகொண்டிருந்தார். என்னைக் கட்டுப்படுத்த முடியாதபடி நான் நடுங்கத் துவங்கினேன். அந்தக் காலத்தில், ஒரு பெண் தனது மைத்துனிகளுக்காகப் பயப்படுவார்; இன்று யாரும் பயப்படுவதில்லை. நான் போய் வீட்டுக்குள் உட்கார்ந்தேன். அவர் அதட்டலாக என்னைக் கூப்பிட்டார், 'வ்லே, (wleh - மரியாதைக் குறைவான சொல்) இங்கே வா!' அவர் சொன்னார், 'இந்தக் கூடையை எடு!' நான் கூடையை எடுத்தேன். 'இந்த நாற்காலியைக் கொண்டு வா, இந்த நாற்காலியைக் கொண்டு வா!' அதை நான் கொண்டு வந்தேன். 'வந்து என் பக்கத்தில் உட்கார்.' நான் உட்கார்ந்தேன். இன்னொரு அடிவாங்க நான் பயந்தேன், பெரும்பாலும் நான் அதனால் செத்தேவிடுவேன். இங்கே உட்கார் என்றார், நான் உட்கார்ந்தேன். அவர் சொன்னார், 'இந்தக் கத்தியைக் கொண்டு வா' - இல்லை, மிகவும் கூர்மையான கத்தி. மிகமிகக் கூர்மையான கத்தியை நான் கொண்டு வந்தேன். 'இந்த

தட்டைக் கொண்டு வா.' நான் தட்டைக் கொண்டு வந்தேன். 'இங்கே உட்கார்.' நான் உட்கார்ந்தேன். அவர் ஷலாபி (shalabi) வகையைச் சேர்ந்த ஒரு மாதுளம்பழத்தை உடைத்துப் பிளந்தார். அவர் சொன்னார், 'இங்கே பார், ஒரு விதை வெளியே விழுந்தாலும், இந்தக் கத்தியால் உனது தலையை வெட்டிப் போட்டுவிடுவேன்.' நான் எதையும் நினைக்காமல் மாதுளம்பழத்தைத் தின்றேன். நாங்கள் அனுபவித்த அடக்குமுறையைப் பார்த்தீர்களா? நான் அதைத் தின்றேன். அவர் சொன்னார், 'உன்னைக் கடந்த முறை ஏன் அடித்தேனென்று உனக்குத் தெரியுமா?' நான் சொன்னேன், 'எனக்கு எப்படித் தெரியும்? ஏனெனில் நான் ஜாடியை உடைத்தேன், மாமா! அதனால் என்னை நீங்கள் அடித்தீர்கள். இப்போது என்ன? நான் எதுவும் செய்யவில்லை. ஜாடி இதோ இருக்கிறது.' அவர் சொன்னார், 'இல்லை! என் காதைப் பிடித்து அவர் இழுத்தார். பறவைகளைப் போன்ற வடிவில் இருக்கும் தங்கக் காது வளையங்களை நான் அணிந்திருந்தேன். இது போல் என் காதைப் பிடித்து இழுத்து, அவர் சத்தமாகச் சொன்னார், 'நீ எங்கே இருக்கிறாய்?' நான் சொன்னேன், 'மாமா, நான் சரியாக உங்கள் முன்னால்தான் இருக்கிறேன்.' அவர் சொன்னார், 'ஞாபகம் வைத்துக்கொள், நீ ஜாடியை உடைத்தாய், உனக்குப் பின்னால் திரும்பிப் பார்த்துச் சிரித்தாய். அடுத்த முறை, உன் காதைப் பிய்த்து விடுவேன்.' நான் சொன்னேன், 'மாமா, நீங்கள் விரும்பியது போல், நான் இனிமேல் ஜாடியை உடைக்க மாட்டேன்.' அவர் சொன்னார், 'இல்லை, அது ஜாடியைப் பற்றியது இல்லை. நாங்கள் வேறு பத்து ஜாடிகளைக் கொண்டு கூட அதை மாற்றிவிடுவோம். ஆனால் அடுத்த முறை, நீ திரும்பிப் பார்த்துச் சிரிக்கக் கூடாது! நான் சொல்வது உனக்குப் புரிகிறதா?' நான் சொன்னேன், 'இல்லை, எனக்குப் பின்னால் நீங்கள் மட்டும்தான் இருந்தீர்கள் என்பதால் நான் சிரித்தேன்.' அவர் சொன்னார், 'இல்லை, அது என்னைத் தவிர வேறு யாரேனும் இருக்கக் கூடும். ஒரு பெண் - ஒரு சிறுமி - திரும்பிப் பார்த்து, சிரித்து, அவள் பற்களைக் காட்டினால், அவளை ஒருவனும் என்றும் மதிக்கமாட்டான்.' கடவுள் எனக்கு உதவி செய்யட்டும்... நான் சொன்னேன், 'இல்லை, மாமா, நான் சிரிக்க மாட்டேன், எனது பற்களையும் காட்ட மாட்டேன்.' அந்த அடி என்பது சாகும் அளவுக்குக் கொடுமையாக இருந்தது - இதைப் பற்றி நீங்கள் என்ன சொல்கிறீர்கள்? இன்று யாராவது என்றாவது இதைச் செய்வார்களா? அன்றைய தினத்தில், அவர்கள் எப்படி இருந்தார்கள் பாருங்கள்?

உங்கள் மாமா உங்களை அடித்த போது, உங்கள் கணவர் என்ன செய்தார்?

ஒன்றுமே செய்யவில்லை! அவர் வந்து, நான் களைத்துப் போய், உறைகளுக்கு அடியில் தூங்கிக்கொண்டிருந்ததைப் பார்த்தார். அவர் சொன்னார், 'உனக்கு என்ன ஆனது?' நான் சொன்னேன், 'என் மாமா என்னை அடித்துவிட்டார், உங்கள் சித்தப்பா என்னை அடித்துவிட்டார்.' அவர் சொன்னார், 'அப்படியா, நீ என்ன செய்தாய்?' நான் சொன்னேன், 'நான் ஜாடியை உடைத்துவிட்டேன்.' அவ்வாறு செய்ததால், அவர் என்னை அவமானப்படுத்திக் கழுதையின் கடிவாளத்தால் என்னை அடித்தார். என் மகளைச் சுமந்து நான் கர்ப்பிணியாக இருந்தேன். அவள் இறந்துவிட்டாளா அல்லது உயிருடன் இருந்தாளா என்பது எங்களுக்குத் தெரியாது.

இதைப் பற்றி நீங்கள் என்ன நினைக்கிறீர்கள், அதை நீங்கள் சரி என்கிறீர்களா அல்லது அதை எதிர்க்கிறீர்களா?

இல்லை, நான் அதைச் சரியென்று சொல்லவில்லை. இது அடக்குமுறை! இதை என்னிடம் அவர் அன்போடும் அமைதியான சொற்களிலும் விளக்கியிருக்க முடியும். 'என் மருமகளே, நீ சிரித்தாய், ஜாடியையும் உடைத்துவிட்டாய். அடுத்த முறை, திரும்பிப் பார்த்துச் சிரிக்காதே.' ஆனால் அதற்குப் பதிலாக சாகும் அளவுக்கு அடிப்பது என்றால்? நான் பாதி சாகும் அளவுக்கு அவர் என்னை அடித்தார்! கழுதையின் கடிவாளத்தால்! அவர் கடிவாளத்தைக் கழட்டி எடுத்து என்னை அடிக்கத் துவங்கினார். நான் மயங்கிக் கீழே விழும் வரை, எனது கைகளில் எனது மகன் இருந்தான் என்பதை இனிமேல் உணர முடியாது என்ற நிலை வரும்வரை அவர் என்னை அடித்தார். இந்தப் பேச்சை நீங்கள் சரி என்கிறீர்களா? இது வெறும் பேச்சல்ல. இது ஒரு குற்றம். இன்றைய நாள்களில், ஒரு பெண்ணை அடிப்பதற்குப் பதிலாக, அவளிடம் நீங்கள் விளக்குவீர்கள். அந்தக் காலத்தில் அவர்கள் விளக்கியது இல்லை. அவர்களுக்கு நல்ல பக்கங்களும் இருந்தன, மோசமான பக்கங்களும் இருந்தன. எங்களுக்கு அப்படித்தான் அன்றைய சூழல் இருந்தது.

சுமார் 1945இல் பாலஸ்தீனம் - ஃபவத் செய்க் நண்பர்களுடன்

பின்னுரை:
பாலஸ்தீனிய ஆய்வுகளில் வாய்மொழி வரலாறு

ரோஸ்மேரி செய்க்

மற்ற ஓரங்கட்டடப்பட்ட விளிம்புநிலை குழுவினர்களுக்கு வாய்த்ததைப் போலவே, பாலஸ்தீனிய வாய்மொழி சாட்சியத்தின் திட்டச் செயல்முறைகள், பாலஸ்தீனத்தின் நிரந்தரக்குடிகளுள், பல நூற்றாண்டுகளாக (மேலும் 1948 வரையிலும்) அறுதிப் பெரும்பான்மையினராக அமைந்த பாலஸ்தீன விவசாயிகளின் (fellahin) குரல்களை வெளியே கொண்டு வருவதற்கும், மேலும் பாதுகாப்பதற்கும் முக்கியமான ஒரு கருவியாய் விளங்குகின்றன.

- நூர் மசாலா[1]

ஒரு பாலஸ்தீனிய அரேபியக் குடும்பத்திற்குள் திருமணமாகிச் சென்ற முதல் ஆண்டின் போது, அரபு மொழி பேசும் உலகத்தின் வெவ்வேறுபட்ட பகுதிகளுக்கு இடையேயான தகவல் தொடர்பைச் சாத்தியமாக்குகிற, அரேபிய மொழியின் செவ்வியல் வடிவமான, ஃபஸ்-ஹா (*fus-ha*) உடன் இணக்கமாக ஆவதற்கு உளப்பூர்வமான ஒரு முயற்சியை நான் மேற்கொண்டேன். ஆயினும், அதன் சிக்கலான இலக்கணமும், அறிவார்ந்த மொழிச் செறிவும் (*professorial resonance*) வேகமாக என்னைத் தோற்கடித்தது. கடினமின்றி பிரெஞ்சு, ஜெர்மனி மற்றும் இத்தாலிய மொழிகளை நான் கற்றுக் கொண்டேன், ஆனால் அரபி மொழி எனக்கு மிகவும் பெரிதாகத் தெரிகிறது. திருமணம் மூலமாகவும், ஓர் இதழியல் பயிற்சியாளராகவும், எதிர்கால மானுட இயலாளராகவும் அரேபியப் பகுதியில் வாழ்க்கையை கழிக்க வேண்டிய ஏற்பாட்டைச் செய்துகொள்ள வேண்டிய ஒருவரான எனக்கு, இது முக்கியமானதொரு பின்னடைவாக இருந்தது. பாலஸ்தீனியர்களைப் புரிந்துகொள்வதற்கும், அத்துடன் அவர்களால் புரிந்துகொள்ளப்படுவதற்குமான தேவையைக் கொஞ்சமும் தைரியமற்ற வகையில் தள்ளி வைத்து, நான் லெபனானில் முகாம்களில் இருந்த பாலஸ்தீனிய அகதிகள்

குறித்த எனது அணுகுமுறையை, ஆங்கிலம் பேசக் கூடிய மக்கள் இருக்கும் UNRWA (ஐ.நா. நிவாரணம் மற்றும் பணிகள் முகமை) மருத்துவமனையைச் சுற்றித் திரிவதன் மூலம் துவங்கினேன்.

அண்டைக் கிழக்கில் பாலஸ்தீனிய அகதிகளுக்கான ஐ.நா. நிவாரணம் மற்றும் பணிகள் முகமையின் அலுவலகங்களில் இருந்து கல்வி, சுகாதாரம் மற்றும் வளர்ச்சியில் அதன் திட்டங்களை வெளியிடுவதற்கு, முகமையால் தயாரிக்கப்பட்ட ஆவணங்களை நான் வீட்டுக்கு எடுத்து வந்தேன். வரலாற்றில் ஆர்வமுள்ள, ஆனால் ஐரோப்பா அல்லாத உலகத்தை விலக்கிய பள்ளிக்கூட புத்தகங்களைக் கொண்ட ஒருவருக்கு, பாலஸ்தீனிய அகதிகள் ஒரு புதிர்தான். அவர்கள் எங்கிருந்து வந்தார்கள்? ஏன் அவர்கள் வெளியேறினர்? UNRWA இன் துண்டுப் பிரசுரங்களில் இதில் எதுவும் விளக்கப்படவில்லை. இந்த அச்சிடப்பட்ட உரைகளில் அகதிகள் வருகை, விளக்கப்பட முடியாததாக, விவரிக்கப்பட முடியாததாக, இவ்வாறு அழைப்பு (host countries) நாடுகளில் அவர்களது மறுகுடியேற்றத்தை மிகவும் நிரந்தரமான ஒன்றாக ஆக்கியவாறு, அது ஒரு தேசியப் பேரழிவை ஒத்திருந்தது. அது உருவாக்கப்பட்ட நாள்களில் இருந்து, UNRWA, 'மிர்ட்டில் விண்டர்' (Myrtle Winter) என்னும் ஓர் ஒப்பற்ற புகைப்பட நிபுணரின் சேவைகளில் இருந்து பயன் அடைந்தது, ஒரு வயதான மூதாட்டியின் முகம், தனது தலைக்குட்டைத் துணியை அவருடைய வாய்க்குள் வைத்தபடி இருக்கும் கைகள் ஆகிய விண்டரின் புகைப்படம் பாலஸ்தீனிய அகதிகளைப் பிரதிநிதித்துவப்படுத்த மிகவும் பயன் படுத்தப்பட்டிருக்கிறது.

ஒரு நல்ல புகைப்படம் ஓராயிரம் சொற்களுக்கு இணையான மதிப்பு மிக்கது. அப்படியென்றால், அது, பேச்சையும் தேவையற்றதாகத் தோன்றுமாறு செய்வதன் மூலம், அதை முடக்கிவிடுகிறது. புகைப்படத்தின் நபரோ/பொருளோ ஓர் ஓரங்கட்டப்பட்ட மக்கள் குழுவின், பேசாத ஆனால் பேசப்படுகின்ற உறுப்பினராய் ஆகும் போது, குறிப்பாக இது வழக்கமாகிறது. ஓரங்கட்டப்பட்டதன் வரலாற்றுக் காரணங்கள், அவை தற்போதைய பாதிப்பிற்கான அனுதாபத்தைக் கோருவதன் மூலம் இடமாற்றம் செய்யப்பட்டு அழிக்கப்படுகின்றன.

பாலஸ்தீனம் பற்றிய அனைத்துக் குறிப்புகளும், UNRWA இன் சிற்றேடுகளிலும், படச்சுருள்களிலும் நீக்கப்பட்டிருப்பது குறித்து மற்றவர்கள் எழுதி இருக்கிறார்கள்.[2] UNRWA

பள்ளிக்கூடங்கள், ஐ.நா.வின் பண்பாட்டு உரிமைகள் மீதான தீர்மானம், குழந்தைகளுக்கு, அவர்கள் சார்ந்துள்ள சமூகத்தின் வரலாறு பற்றிய அறிவைப் பெறுவதற்கான உரிமைக்கு ஒப்புதல் அளித்திருந்த போதிலும், பாலஸ்தீனிய வரலாறைக் கற்பிப்பது இல்லை.[3] முதல் மற்றும் இரண்டாம் தலைமுறை அகதிகள் அவர்களுடைய குழந்தைகளுக்குப் பாலஸ்தீனத்தைப் பற்றிச் சிலவற்றைச் சொன்னார்கள், ஆனால் அவர்களுடைய அறிவு உள்ளூர் குறித்தவையாக இருப்பதற்கே வாய்ப்பு இருந்தது; பல அகதிகள் சொல்வதற்கேற்ப, இந்த விவரமும் இனி எப்போதும் சொல்லப்படுவதில்லை. குழந்தைகளுக்கான பாலஸ்தீனிய வரலாற்று நூல்கள் இல்லாமை, வெளியேற்றத்தைத் தொடர்ந்து பல பத்து ஆண்டுகளின் வாய்மொழி வரலாறுகள் பற்றிய தொழில்முறை வரலாற்றாசிரியர்கள் மத்தியிலான பொதுவான புறக்கணிப்பால் உள்ளடக்கப்பட்டிருக்கிறது. கலிலீயில் இருந்து வந்த அகதிகளுக்கென்ற வரையறையோடு 'நஃபீஸ் நஸ்ஸால்' மூலம் செய்யப்பட்ட தனியான ஓர் ஆய்வு மட்டும் விதிவிலக்காக இருக்கிறது.[4]

1970களின் துவக்கத்தில், லெபனானில் இருந்த முகாம்கள் PLO கட்டுப்பாட்டில் இருந்தபோது, நஸ்ஸால் அவரது ஆய்வை நடத்தினார்; லெபனானிய இராணுவத்தின் 'டியூக்ஸிம் ப்யூரோ'வின் (Deuxieme Bureau) ஆட்சியின் கீழ் அவை இருந்ததை விடவும் இப்போது அவற்றை அடைவது மிகவும் எளிதாக இருந்தது. 1971இல் ஒரு முதுகலை ஆய்வுக் கட்டுரைக்காக, லெபனானில் பாலஸ்தீனிய அனுபவம் குறித்த ஆய்வைத் தொடங்கிய போது, அதே நல்வாய்ப்பு நேரம் எனக்கும் வாய்த்தது. எனது மாமியாரின் உறவினர், 'த்பயா' (Dbaya) முகாமில் வசித்த 'உம் ஜோசஃபை'ச் சென்று பார்த்தது, 1948க்கு முந்தைய பாலஸ்தீனத்தின் கிராமிய வாழ்க்கை குறித்த விவரங்களை எனக்குச் சொல்ல உதவியது. அவரது கிராமம், அல்-பஸ்ஸா, ஒப்பீட்டளவில், புகையிலை சாகுபடி செய்ததன் மூலம், செல்வாதாரம் மிக்கதாக இருந்தது. மேலும், 'அக்கா'வுடன் கடற்கரைக் கிராமங்களை இணைத்த துவக்க கால போக்குவரத்து வளர்ச்சியினால் பயன் அடைந்தது. உம் ஜோசஃபின் மாமனார், கிராமத்தின் முக்தாராக இருந்தார், அத்துடன் அவரது பெரிய கல் வீட்டில், உம் ஜோசஃப், அவரது கணவர், கணவரின் ஆறு சகோதரர்கள் மற்றும் அவர்களது மனைவிமார்கள் உடன், தனி அறையில் வசித்தார். அல்-பஸ்ஸா, முஸ்லீம் சிறுபான்மையினரைக் கொண்ட கிராமமாக

இருப்பினும், லெபனானிய அதிகாரிகள், த்பயா முகாமில் கிறித்தவ பாலஸ்தீனியர்கள் மட்டுமே தங்க முடியும் என உத்தரவிட்டனர், கிராமத்தின் முஸ்லீம்களை அய்ன் அல்- ஹில்வே அல்லது ரஷிடிய்யாவுக்கு அனுப்பினர். 'உம் ஜோசப்' உடன் நான் தங்கி இருந்தபோது ஒரு முறை, 1948க்கு முந்தைய ஒரு முஸ்லீம் குடியிருப்பிலிருந்து, அவர்களது உறவைக் கொண்டாடும் வகையிலும், அத்துடன் ஒரு விருந்துக்கும் அவருக்கு வருகை புரிய அழைப்பு வந்தது. இது போன்ற சிறிய முக்கியமான வழிகளில், முதல் தலைமுறை அகதிகள், லெபனானிய பிரிவினைவாதத்தைத் தூக்கி எறிந்தனர்.

துணிச்சலுடன் முகாம்களுக்குள் சென்று, அங்கே நான் நண்பர்களை உருவாக்கியது, அரபு மொழியுடன் இருந்த என்னுடைய பிரச்சினையை தீர்த்தது. அரேபியப் பேச்சுவழக்கு மொழியான, தரஜ் (Daraj), வெவ்வேறு உச்சரிப்புகளை, மேலும் இனரீதியாகக் குறிப்பாக அமைகின்ற சொற்றொடர்களை வளர்த்தெடுப்பதில் 'ஃபஸ்-ஹா'வில் இருந்து மாறுபட்டதாக இருக்கிறது. இதைவிடவும் மேலாக, இறுக்கமான, 'ஃபஸ்-ஹா'வைவிட, பேச்சு வழக்கு அரபு மொழி கற்பதை எளிதாக ஆக்கும் முக பாவனைகள், கை சைகைகள் மற்றும் உடல் அசைவுகளின் செறிவான ஒரு தொகுப்பால் அரேபியப் பேச்சு வழக்கு மொழிகள் ஒரு சேர அமைந்திருக்கின்றன. பேச்சு வழக்கிலான அரபு மொழி, உடல்வழி சேர்க்கையாக, உணர்வுப் பூர்வமான (வரவேற்பு, உபசரிப்பு, உவகை, வெறுப்பு, கோபம்) வெளிப்பாடுகளை வேண்டுகிறது. அதே வேளையில், ஃபஸ்-ஹா மற்ற அனைத்து செவ்வியல் மொழிகளைப் போல அவற்றை உள்ளடக்கச் செய்கிறது.

ஒரு வெளியாளிடம் பேசுகின்ற பாலஸ்தீனிய அகதிகள், நக்பா தொடர்பான உணர்வுகள் குறித்து அழுத்தம் கொடுப்பதற்கு முன்னுரிமை தருகிறார்கள், லெபனானிலுள்ள அகதிகள் (அல்லது ஜோர்டானில் அல்லது சிரியாவில்) இவ்வாறு செய்வதில்லை. நான் அடிக்கடி சொல்லப்பட்டு இருக்கின்றேன், 'எங்கள் நாட்டிலேயே செத்துப் போவது என்பது எங்களுக்கு மிகச் சிறந்த ஒன்றாக இருந்திருக்கும்.' அவர்களது வாழ்க்கைக் கதைகளைப் பற்றி அவர்களிடம் நான் கேட்டபோது, பல வயதான மூத்த அகதிகள், இந்த அறிவிப்போடுதான் சொல்லத் துவங்கினார்கள். 1989 முதல் 1994 வரை தொடர்ந்த ஒரு பதிவிடும் திட்டச் செயல்முறை, கூட்டாக இணைந்து முன்பே தயாரிக்கப்பட்ட கதையாடல்,

சதியின் விளைவாக பாலஸ்தீன இழப்பின் அரசியல் மற்றும் அரேபியச் சார்பு, பாலஸ்தீனியத் தலைமையின் தோல்விகள் அத்துடன் அடைக்கலம் தந்த நாட்டில் மோசமான நடத்துமுறை ஆகியவற்றை உள்ளடக்கிய ஒன்றைப் பின்பற்றும்.

1982 படுகொலைக்குப் பிறகு உடனே 'ஷட்டிலா'வுக்குப் பலமுறை வருகை புரியத் துவங்கினேன். அது ஒரு சாதகமான காலம் அல்ல. என்னிடம் பேசுவதற்கு ஒருவரும் விரும்பவில்லை. நான் ஏன் அங்கு இருந்தேன் என்பதை ஒருவராலும் புரிந்துகொள்ள முடியவில்லை. என்னுடைய மிகமிக எளிமையான கேள்விக்குக் கூட, 'நீங்கள் அறிந்துகொள்ள ஏன் விரும்புகிறீர்கள்?' என்றே பதில் அளிக்கப்பட்டது. 'உம் மஹ்மூத்' மட்டும் இல்லையென்றால், என்னால் எந்த முன்னேற்றத்தையும் அடைந்திருக்க முடியாது, அவர் எளிதாக என்னை ஏற்றுக்கொண்டார். ஏனெனில் அவர் உதவி செய்த இன்னொரு ஆராய்ச்சியாளரின் நண்பராக நான் இருந்தேன். முகாமில், சிறிது சிறிதாக 'உம் மஹ்மூத்'தின் நண்பராக நான் அறியப்பட்டதால், அவநம்பிக்கை தளர்ந்தது. நான் வீடுகளுக்கு அழைக்கப்பட்டேன். படுகொலையின் மூர்க்கத்தனம், முரண்பட்ட (எதிர்வினைகளை) உணர்வுகளை உருவாக்கி இருந்தது: அச்சம், தயக்கம், ஆனால் ஆக்கிரமிப்பாளர்களுக்கு எதிராக வெளிப்படையாகப் பேசியாக வேண்டிய தேவை. அரசியல் சார்ந்த பிரதிநிதித்துவம் பறிக்கப்பட்ட சூழலில், குரல் மட்டுமே வன்முறைக்கும், லெபனானில் விலக்கத்திற்கும் எதிரான ஒரே ஆயுதமாகப் பாலஸ்தீனியர்களுக்கு இருந்ததாகத் தோன்றியது. அதே வேளையில், இனப்படுகொலைக்கு எதிராகச் சாட்சியமளித்தல், ஒரு மதிப்பு மிக்க மானுடவியலின் நீட்சியாக எனக்குத் தோன்றியது.

ஆகவே 'உம் மஹ்மூத்'தை, நான் ஒரு 'மாரா நஷிட்டா'வாக (*mara nashita*- செயலூக்கமுள்ள, அரசியல் மயப்படுத்தப்பட்ட ஓர் இல்லத்தரசி) பார்க்கத் துவங்கினேன். அவருடைய நாள் ரொட்டிக்காக மாவைப் பிசையும் போது முற்பகல் 4 மணிக்குத் துவங்கும், பிறகு அதை அவர் சுருள்களாக உருட்டியதும், அவரது மூத்த மகள் அதை ஃபர்னில் (*furn*) அதாவது சமூக அடுப்பில் சுடுவதற்காக, மரப்பலகையில் வைத்துத் தன் தலை மீது சுமந்து செல்வார். அடுத்ததாக, குடும்பத்தின் குழந்தைகளைத் தெருவில் இருக்கும் ஒரு தொட்டியில் இருந்து தண்ணீரைக் கொண்டு வந்து, சிறு அடுப்பில் சூடாக்கி, அதைப் பயன்படுத்திக் குளிப்பாட்டுவார் (16 வயதுக்கும் கீழுள்ள 9 குழந்தைகள் - புதிதாகப் பிறந்த ஒன்று

ஆகியோரைக் குளிப்பாட்டுவது இலேசான காரியம் அல்ல). குளியல் முடிந்ததும், குழந்தைகளுக்குத் தின்பண்டங்களைத் தயார் செய்து பின் பள்ளிக்கூடத்திற்கு அனுப்ப விரைவுபடுத்துவார். பிறகு அன்றைய உணவுக்காகப் பொருள்களை வாங்குவதற்கு 'சப்ரா' சந்தைக்கு ஒரு முறை செல்வார். குழந்தைகள் மதிய உணவை உண்ணும் போது, அவர் என்னை அண்டை வீட்டார்களையும், நண்பர்களையும் பார்ப்பதற்கு அழைத்துச் செல்வார். இந்தப் பயணங்கள், முகாமுக்கு அப்பாலும் லெபனானியர்களையும், அத்துடன் 'டாம்' (Dom) குடும்பங்களையும் உள்ளடக்கி அமையும். அவர்களுடைய மகள்களுக்கு 'உம் மஹ்மூத்' படிக்கக் கற்றுக் கொடுத்தார். அவர் அரசியலில் கூர்மையான ஆர்வத்தைக் கொண்டிருந்தார். மேலும் அவரது பயணங்களில் சில, அவரது கணவர் தொண்டராக இருந்த அரசியல் ஸ்தாபனத்தைச் சேர்ந்த குடும்பங்கள் நோக்கியும் இருந்தன. உம் மஹ்மூத் பற்றி நான் எடுத்த புகைப்படங்கள், அவர் ரொட்டி தயாரிப்பதை, சந்தையில் பொருள்கள் வாங்குவதை, (அனைத்திலும் மிகமிக அதிகமாக அவரது பண்பு ரீதியான) அவரது மிகவும் இளமையான குழந்தைக்குப் பாலூட்டும் போது, புரட்சிகரச் செய்தித்தாள் 'அஸ்-சஃபீர்' படிப்பதைக் காட்டுகின்றன.

நக்பா பற்றிய இருட்டடிப்பு

எனது நூல், *Palestinians: From Peasants to Revolutionaries (1979)* (பாலஸ்தீனியர்கள்: விவசாயிகள் முதல் புரட்சியாளர்கள் வரை - மொ.ர்), பெரிய அளவில் வாய்மொழி வரலாற்று ஆய்வுகளை வெளிக் கொணர்ந்தது என்று நான் சொல்ல முடியாது.[5] பாலஸ்தீனியர்கள் உடனான வாய்மொழி வரலாறுகள், இப்போது அரபு மக்களுடையதை விடவும் மிகவும் மிதமிஞ்சியதாக இருந்த போதும், அவை வெளிவருவதற்குத் தாமதமாயின.[6] வாய்மொழி வரலாறுகள் பெரும்பாலான அரேபியப் பல்கலைக்கழகங்களில் கற்பிக்கப்பட்டதில்லை, மேலும் இப்பவும் கற்பிக்கப்படுவது இல்லை. நக்பாவின் அதிர்ச்சி தரத்தக்க விளைவு, இந்த இருட்டடிப்பில் ஒரு பங்கைச் செலுத்தியது. இந்தப் புதிரான நிகழ்வு பற்றிய மனவியல் சார்ந்த விளக்கத்தைப் பாலஸ்தீனிய அறிஞர் 'சலீம் தமரி' முன் வைத்தார்:

> மக்கள் அதைப் பற்றி உண்மையில் பேச விரும்பவில்லை என்னும் அளவிற்கு அதிர்ச்சிக்கு உள்ளாகி இருந்தனர் என்பது மட்டுமே எனது விளக்கம். 1948இல் அவர்களுக்கு

என்ன நேர்ந்தது என்பது பற்றி, குடும்பங்கள், மிகமிக நெருக்கமான உறவு முறைகளிலும், பேசுவதற்குத் தயக்கம் காட்டினர் என்பதை நான் அறிவேன். இன்று வரை முக்கியமான தகவல்களை வைத்திருக்கும் மக்களுடன் எனக்குச் (தகவல்களைப் பெறுவதில்) சிரமம் இருக்கிறது.[7]

'ஷட்டிலா' முகாமில் நக்பா நினைவுகளைப் பதிவு செய்வது குறித்த கண்ணோட்டங்கள் பற்றிய ஓர் ஆய்வில், செயல்முறைத் திட்டத்திற்கான எதிர்ப்பை ஆலன் (Allen) குறிப்பிடுகிறார்.[8]

பெரும் மானுடப்பேரழிவு எதுவும் நினைவு நாளாகப் பின்பற்றப்படுவதைப் போல, நக்பா பின்பற்றப்படுவதில்லை என்பதைச் சொல்லாமல் அது செல்கிறது. உண்மையிலேயே, உலகு தழுவிய விழிப்புணர்வில் இருந்து நக்பா மறைக்கப்படுவதற்கான முக்கியக் காரணியாக மானுடப் பேரழிவு குறித்த (Holocaust) நினைவேந்தலின் வல்லமை இருக்கிறது. வடக்கு உலகத்தின் கல்விமுறைகள் மீதான உலகளாவிய ஆளுமை, மத்திய கிழக்கு குறித்த பாடநூல்களில் கூட நக்பா பற்றிய தகவல்கள் முழுமையாக இடம்பெறச் செய்வதை இயலாததாக ஆக்கிவிடுகிறது. மானுடப் பேரழிவை மையப்படுத்திய மனித உரிமைகள் குறித்த பாடத் திட்டங்களைப் பரப்புவது என்பதை முக்கியமான சட்டமீறலாக ஆக்கியது, நக்பாவை மறைத்தலுக்கான இன்னொரு காரணியாக அது இருக்கிறது. மானுடப் பேரழிவு பற்றிய கற்பித்தலை இந்த 'இணைப்பு' பொதுமைப்படுத்துகிறது, அது ஒரு பாலஸ்தீனிய சூழலில் பிரச்சினைக்குரியதாக இருக்கக் கூடும். 'எந்த மனித உரிமைகள் குறித்த பாடத்திட்டமும், மானுடப்பேரழிவின் உண்மைகளையும், அதன் பாடங்களையும் சேர்க்காமல் நிறைவுறாது', என UNRWA இன் கள இயக்குநர், 'ஜான் ஜிங்', 2009இல் காஸாவில் பாடத்திட்டத்திற்குள் அந்தப் பாடம் இணைக்கப்பட்ட போது கூறினார்.[9] ஜிங், ஹிரோசிமா முதல் கம்போடியா மற்றும் ருவாண்டா வரை, அதே அம்சத்திற்காக நக்பாவையும் உள்ளடக்கிய 'மனித வரலாற்றில் காயங்கள் மற்றும் கறை'களின் மற்ற மறுத்தல்களை மனிதப் பேரழிவின் மறுத்தலோடு ஒப்பிட்டார் - மனிதப் பேரழிவு என்றில்லாமல், நக்பாவைக் கற்பிக்க UNRWA க்கு எந்த அதிகாரமும் இல்லை என்பது மிகவும் புத்திசாலித்தனமான, அதே நேரத்தில் நேர்மை அற்ற கருத்தாகும்.

நக்பாவை இருட்டடிப்பு செய்தது, ஐரோப்பியக் கண்ணோட்டத்தின் முறைகளில் வேண்டுமென்றே திட்டமிடப்பட்ட, ஒரு காலனிய

நடவடிக்கை. அதை விடவும், அது சியோனிச, 'பாலஸ்தீனக் கையகப்படுத்தலை', பாதிப்புக்கு உள்ளானவருக்கான (யூதர்களுக்கு - மொ.ர்) ஒரு நியாயமான பரிசாக உருவாக்குவதற்கும், மேலும் கிழக்கு அரேபியாவின் மீதான மேற்கத்திய மேலாதிக்கத்திற்கு ஆதரவு தருவதற்கும் உதவியது.[10] மானுடப் பேரழிவு குறித்த நினைவேந்தலின் வல்லமை, இன்னொரு கட்டடத்தின் மேல் கட்டப்படும் ஒரு கட்டடம், முன்னதாக உருவாக்கப்பட்ட வரலாறைப் புதைத்துவிடுவதைப் போல, நக்பாவை மட்டுமின்றி மானுடப் பேரழிவையும், நக்பாவுக்கும் இடையிலான காரண காரியத் தொடர்பையும் இருட்டடிப்பு செய்துவிடுகிறது.[11] உண்மையில், பாலஸ்தீனிய கிராமமான தெய்ர் யாசின் நிலங்களின் மீது அமைந்திருக்கும் மிகப் பெரிய அளவிலான 'மானுடப் பேரழிவு அருங்காட்சியகம்', 'யாத்வஷேம்', அதன் படுகொலை மற்றும் பேரழிவின் வரலாறை, அது பற்றி முன்னரே அறிந்தவர்களுக்கு மாறாக, அனைவருக்கும் காணமுடியாத ஒன்றாக ஆக்கிவிடுகிறது.[12] 'யாத்வஷேம்', '62 மில்லியன் (6 கோடியே 20 இலட்சம்-மொ.ர்) பக்கங்கள் கொண்ட ஆவணங்கள், 2,67,000 புகைப்படங்கள், ஆயிரக்கணக்கான படங்கள் மற்றும் காணொளிப் பதிவிடப்பட்ட சாட்சியங்கள்... அத்துடன் 3.2 மில்லியன் (32 இலட்சம்) மானுடப் பேரழிவில் பலியானோர் பெயர்களுடன்... அருங்காட்சியகங்களுக்கு, கண் வழி ஆதாரங்களுக்கு, ஆவணக் காப்பகங்களுக்கு, நினைவுச் சின்னங்களுக்கு, சிற்பங்கள் மற்றும் நினைவகங்களுக்குச் செல்லும் மரங்களடர்ந்த நடைபாதைகளோடு பரந்து விரிந்து கிடக்கும் ஒரு மாபெரும் கட்டட வளாகம்'[13]. 1951இல் அமைக்கப்பட்ட 'க்ஃபார் (Kfar) மனநல மருத்துவமனை', படுகொலையின் போது அழிக்கப்பட்ட இல்லங்களை உள்ளடக்கி இருக்கிறது. தெய்ர் யாசினில் இறந்தவர்களுடைய சமாதிகள், அறியப்படாமலும், குறிக்கப்படாமலும் இருக்கின்றன.

நக்பாவை இருட்டடிப்புச் செய்ய இஸ்ரேலியர்கள் எடுத்த நடவடிக்கைகளில், அரசு நிதி உதவியை விலக்கிக்கொண்டது குறித்த வேதனையைக் குறிக்கும் சொல்லைப் பள்ளிக்கூடப் புத்தகங்களில் பயன்படுத்துவதைத் தடுக்கின்ற ஆணைகளும் இருக்கின்றன.[14] நக்பா நினைவு நாள் அன்று ஆர்ப்பாட்டக்காரர்களை அகற்றவும், மேலும் நக்பா நினைவுகளைப் பதிவு செய்கின்ற 'ஜோக்ராட்' (Zochrot) என்ற ஓர் இஸ்ரேலிய தன்னார்வத் தொண்டு அமைப்பை முற்றுகையிட்டு முடக்குவதற்கும் காவல்துறையின் வலிமை பயன்படுத்தப்பட்டிருக்கிறது.[15] இருப்பினும், இஸ்ரேலிய

அதிகாரப்பூர்வத் தடையை விட மிகவும் வலிமை வாய்ந்ததாக அதிகாரப்பூர்வமற்ற அமெரிக்க இருட்டடிப்பு இருக்கிறது. 'லைலா அபு-லுகோத்' மற்றும் 'அஹ்மத் சாதி' சுட்டிக் காட்டுவது போல, 'வலிமை வாய்ந்த நாடுகள் அவற்றைக் கேட்பதற்கு விரும்பவில்லை என்பது அவர்களுடைய கதைகளைச் சொல்வதற்கும், அவர்களுடைய நினைவுகளைப் பொதுவெளியில் கொண்டு வருவதற்குமான திறமையைப் பலவீனப்படுத்தும் காரணியாக இருக்கிறது.'[16] ஆராய்ச்சி அடிப்படையிலான பாலஸ்தீனிய ஆய்வுகளை 1990கள் வரையிலும் அமெரிக்கப் பல்கலைக்கழக அச்சகங்கள் பிரசுரித்து வெளியிடத் துவங்கவில்லை. இதுவரை தணிக்கைக்கு உள்ளாகி இருந்த நக்பா என்ற சொல் அதன் முக்கிய தலைப்பாகப் பயன்படுத்தப்பட்ட, 2007இல் 'அபு-லுகோத்' மற்றும் 'சாதி' யின் வெளியீடான, '*Nakba: Palastine, 1948, and the Claims of Memory*' (நக்பா: பாலஸ்தீனம், 1948 மற்றும் நினைவு மீதான உரிமை கோரல்கள்) என்பது முழுமையான, 'விவரிப்பதற்கான அனுமதி' குறித்த ஒரு திருப்புமுனையாக அமைந்தது.

1995இல், பெய்ரூட் பல்கலைக்கழகத்தில் இருந்த ஓர் ஆய்வறிஞர், மேலும் இந்தத் தொகுதியின் பங்களிப்பாளர்களுள் ஒருவராக இருக்கும் சாலிஹ் அப்துல் ஜாவத் (*Saleh Abdel Jawad*), '*Race against Time*' என்று அவர் அழைத்த ஓர் ஆராய்ச்சித் திட்ட செயல்முறைக்கு (*Project*) ஆதரவளிக்க, ஒரு பாலஸ்தீனியப் பண்பாட்டு நிறுவனத்திற்கு ஒரு வேண்டுகோள் விடுத்தார். அது 1948க்கு முந்தைய பாலஸ்தீனம் அத்துடன் நக்பா பற்றிய நினைவுகளைப் பதிவு செய்வதற்கு வாய்மொழி வரலாற்றைப் பயன்படுத்தும். பின்னாட்களில் பதிவு செய்யப்பட்டவைகளை விடவும், துவக்க ஆண்டுகளில் பதிவு செய்யப்பட்ட நக்பா கதையாடல்கள், மிகப்பெரிய அளவில் உடனடி ஈடுபாடும், ஆதாரத்துடனான விவரங்களையும் கொண்டவையாக இருக்கும். மேலும், 1948 'போர்' பற்றிய சியோனிசக் கூற்றுகளை, எடுத்துக்காட்டாக, அவை பாலஸ்தீனியர்கள் அவர்களுடைய சொந்தத் தலைவர்களிடம் இருந்து வந்த ஆணைகளின் கீழ் வெளியேறினார்கள் என்ற கூற்றை மறுப்பதற்கான அடிப்படையை அளித்திருக்கும்.[17] பிள்ளைகளுக்கும், 'நீங்கள் ஏன் வெளியேறினீர்கள்?' என்று அவர்களுடைய பெற்றோர்களிடம் வைக்கும் குற்றம் சுமத்தும் கேள்விக்குப் பதில் கிடைத்திருக்கும். துரதிர்ஷ்டவசமாக, 'அப்துல் ஜாவத்'தின் முன்மொழிவு நிதியுதவியைப் பெறவில்லை.

விரிவாக்கம்

அதிக எண்ணிக்கையிலான முக்கிய வாய்மொழி வரலாற்று முயற்சிகள், தேசிய நிறுவனங்களால் விடப்பட்ட இடைவெளியை ஓரளவுக்கு நிரப்பின. குறிப்பாக: பாலஸ்தீனிய சமூகம் பற்றிய ஆராய்ச்சி மற்றும் ஆவணப்படுத்துவதற்கான மையத்தால் (CRDPS) மேற்கொள்ளப்பட்ட 'பிர்ஜெய்ட்'டின் (Birzeit) 'அழிக்கப்பட்ட கிராமங்கள்' இன் தொடர்கள்; நக்பாவின் 50 வது ஆண்டு நிறைவை நினைவூட்டும் விதமாக வந்த 'அல்- ஜனா'வின் திரட்டு(1998); 2000இல் 'சாலிஹ் மன்சூர்'ஆல் துவக்கப்பட்ட 'Palestine Remembered' (பாலஸ்தீனம் நினைவுறுத்தப்படுகிறது) என்ற வலைத்தளம்;[18] அத்துடன் லெபனானில், 2002 முதல் 2008 வரை, 144 கிராமங்கள் மற்றும் நகரங்களில் இருந்து 500க்கும் மேற்பட்ட உயிர்பிழைத்து இருப்போரிடம், டயானா ஆலன் மற்றும் மஹ்மூத் ஷெய்டனால் பதிவு செய்யப்பட்ட நக்பா ஆவணம். இந்த நக்பா ஆவணம், உள்ளூர் பாலஸ்தீனியர்களை நேர்காணலாளர்களாகப் பணித்தது. ஆண்களைப் போல் சம எண்ணிக்கையில் பெண்களையும் நேர்காணல் காணப்படுபவர்களாகக் கொண்டும், 1948க்கு முந்தைய, நக்பாவின் போதான பாலஸ்தீன வாழ்க்கைகள் மற்றும் அடைக்கலம் தந்த நாட்டில் அகதிகளை வரவேற்றல் மீது கவனம் குவித்த விவரிப்புகளுடனும் அது செய்யப்பட்டது. அதன் விரிவான மற்றும் ஆழமான விவரிப்பில் நக்பா ஆவணம், இன்று வரையிலான பாலஸ்தீனிய வரலாறுக்கு, மிகமிக ஆதாரம் சார்ந்த பார்வையை அளிக்கிறது. படமாக்கப்பட்ட முதல் பாலஸ்தீனிய வாய்மொழி வரலாற்று ஆவணம் இதுதான், மேலும் அதன் காணொளிவடிவப் பரிமாணத்தால் ஒரு சிறிய பகுதி என்றில்லாமல், அதன் பொருண்மை, மானுட அளவில் அனைவரின் கவனத்தையும் ஈர்க்கும் வகையில் இருக்கிறது: வெறும் அதிகாரப்பூர்வ வரலாறு என்றில்லாமல் மாறாக அதன் பொருள், ஒருங்கிசைந்த அனுபவமாக இருக்கிறது. (ஆலன், 2000 களின் துவக்கத்தில் ஹார்வார்டு பல்கலைக் கழகத்தில், உருவாக்கப்பட்ட 'புலன்சார்ந்த இனக் குழுவியல்' (Sensory ethnography) பாரம்பரியத்தில், ஒரு ஆவணப்படத் தயாரிப்பாளர் என்ற தனித்த வேலையைச் செய்து வந்தார்). ஷெய்டன் மற்றும் ஆலனின் திட்டச் செயல்முறை, ஒரு வழியாக, 'மிர்ட்டில் வின்டர்' பிம்பத்தின் உள்ளக் குமுறலைத் திரும்பவும் பேசுகிறது. அந்த விஷயம் பேசப்படுவதற்காகப் போதுமான காலத்திற்கு அங்கு தங்கி விடுகிறது.

பாலஸ்தீனிய வாய்மொழி வரலாறைப் பயன்படுத்தும் அறிஞர்களின் அணிவரிசை, 1990களில், 2000களில் மற்றும் 2010களின் போது, குறிப்பாக சாம் பகூர்,[19] யெஸித் செய்க்,[20] ரண்டா ஃப்ரா,[21] ரோஸ்மேரி எஸ்பர்,[22] சாலிஹ் அப்துல் ஜாவத்,[23] முஸ்தஃபா அப்பாஸி,[24] ஸினா காண்டூர்,[25] ஃபெய்ஹா அப்துல்லாதி,[26] மேலும் கர்மா நபுல்சி மற்றும் அப்துல் ரசாக் தக்கிரித்தி[27] ஆகியோரையும் உள்ளடக்கிப் பெரிதாக வளர்ந்தது. மேற்கத்திய கல்வியாளர்கள் சமூகத்தில், பாலஸ்தீனியர்கள் மீதான 'தெரிவுநிலையை' (visibility) அதிகப்படுத்திய அளவுக்கு அக்கறை காட்டிய அறிஞர், ஷெர்னா பெர்ஜர் க்லக் (Sherna Berger Gluck). கலிஃபோர்னியா மாநிலப் பல்கலைக்கழகத்தில் பெண்கள், தொழிலாளர் மற்றும் இனவியல் வரலாறுகள் குறித்து கவனம் குவித்த அவருடைய ஆவணங்கள், வாய்மொழி வரலாற்றை ஆவணப்படுத்தலில் ஒரு மாதிரியை உருவாக்கியது.[28] பாலஸ்தீனிய வாய்மொழி வரலாற்றில் மிகப்பெரும் அளவில் ஆர்வத்தை விரிவுபடுத்திய ஓர் ஆய்வு, 'ராச்சேல் டேவிஸ்' (Rochelle Davis) இன் '*Palestinian Village Histories: Geographies of the displaced*' என்ற நூல், இந்தத் திரட்டில் பிரதிநிதித்துவப்படுத்தப்பட்ட இன்னொரு அறிஞர்[29] டேவிஸ், அவருடைய ஆய்வுக்கு, நாடு கடத்தப்பட்டவர்களாக அல்லது அகதிகளாக வந்த கிராம உறுப்பினர்களுடனான குரல் பதிவுகளை அடிப்படையாகக் கொண்டார். இந்தக் காலத்தில் ஆராய்ச்சி, முகாம்களில் இருந்த அகதிகள், UNRWA, அடைக்கலம் தந்த நாட்டு நிலைமைகள் மற்றும் எதிர்ப்பு இயக்கத்தின் தோற்றம் ஆகியவற்றின் மீது கவனம் செலுத்த முற்பட்டது. மிக மிகச் சமீபத்தில், நஹ்லா அப்தோ மற்றும் நூர் மஸாலா ஆகியோரால் தொகுக்கப்பட்ட '*An Oral History of the Palestinian Nakba*' (2018)வின் வெளியீடு, உடைமை பறிக்கப்பட்ட மற்றும் ஒடுக்கப்பட்ட மக்களின் அனுபவங்களைப் பொது வெளியில் வெளிக்கொணர்வதற்கு ஒரு வழிமுறையாக வாய்மொழி வரலாற்றின் பயன்பாட்டை உறுதி செய்ததுடன் மேலும் அதிகரிக்கச் செய்தது.[30]

தத்துவமாக்கல்

என்னைப் போன்ற வாய்மொழி வரலாற்று ஆசிரியர்கள், ஒரு தலைப்பு அல்லது ஒரு குறிப்பிட்ட மானுடக் குழுவிற்காக உற்சாகத்தால் ஆட்கொள்ளப்பட்டு, சிறிதளவு தத்துவார்த்தத் தயாரிப்புடன் களத்தில் புக முயல்கிறோம். என் சொந்த

விஷயத்தில், எனக்கும் என் பாலஸ்தீன பேச்சாளர்களுக்கும் இடையே பண்பாடு சார்ந்த மற்றும் வர்க்கம் சார்ந்த வேறுபாடுகள் இருந்தன என்பதை நான் உணர்ந்தேன். ஆனால் எவ்வாறு இது எனது கேள்விகளுக்கான அவர்களது பதில்களைப் பாதிக்கும் என்பதையும், அல்லது எவ்வாறு மக்களது கதையாடல்களை நான் புரிந்துகொள்வதை எனது பண்பாட்டுப் பின்னணி பாதிக்கும் என்பதையும் நான் ஊகிக்கவில்லை. வெளி உலகத்திற்கு, குறிப்பாக பிரிட்டிஷ் அரசாங்கத்திற்கு நான் ஒரு செய்தி ஊடகமாக இருப்பேன் என்று மக்கள் நம்புகிறார்கள் என்பதை நான் உணர்ந்தேன். உண்மையில், சில நேரங்களில் நான் பேசுவதற்காக நிறுத்துகிற தள்ளுவண்டி வியாபாரி, அபு முகம்மது, இங்கிலாந்துக்குப் பயணம் செய்யப் போவதை அறிந்தபோது, ஷட்டிலாவின் சுகாதாரப் பிரச்சினைகள் பற்றி பிரிட்டிஷ் பொதுமக்களை நான் அறியச் செய்வதற்கு, இதமாக என்னைப் பணித்தார். ஒரு சமூக ஆராய்ச்சியாளராக எளிதாகவும், தாராளமாகவும் ஷட்டிலா மக்களையும் அவர்களது வாழ்க்கை நிலைகளையும் அணுக முடிந்ததற்குக் கைமாறாக, நான் இதற்குக் கடமைப்பட்டிருக்கிறேனா என்பதைக் கருதாமல், எனது குறிப்புப் புத்தகத்தில் நான் பொதுவாகக் குறிக்கக்கூடிய ஒரு நியாயமான வேண்டுகோள்தான் அது. 'லின் (Lynn Abram) ஆப்ரம்'மின் மிகச் சிறந்த 'Oral History Theory' (வாய்மொழி வரலாற்றுக் கோட்பாடு) ஐப் பயன்படுத்தி 2014இல், வாய்மொழி வரலாற்றைக் கற்பிக்கத் துவங்கும் வரை என்றில்லாமல், எனக்குள் நானே இயல்பாக வகுத்துக்கொண்ட கட்டுப்பாட்டின் ஒழுக்கம் மற்றும் அரசியல் சார்ந்த சிக்கல்களைப் புரிந்துகொள்ளத் துவங்கினேன்.[31]

'An Oral History of the Palestinian Nakba' (2018) வில், 'அப்தோ' (Abdo), முற்போக்கு மேற்கத்திய பெண்ணியலாளர் இடையே தற்போது இருக்கும் 'குறுக்குவெட்டுவாத' (Intersectionality) கருத்தை, அது உள்நாட்டுப் பெண்களை ஒதுக்குகிறது என்ற அடிப்படையில் எதிர்க்கிறார். நிலத்தையும், மானுடப் படுகொலையையும் அவரது ஆய்வின் மையமாக வைப்பதன் மூலம், அவர் ஒரு காலனிய எதிர்ப்பு சார்ந்த பெண்ணியத்தின் தேவையை வலியுறுத்துகிறார். அது குடியேற்றக் காலனிய வாதத்தை, உள்நாட்டுப் பெண்களைப் பொறுத்தவரை, நிலத்திற்கும் அவர்களுக்குமான முக்கிய உறவு என்பதால், முதன்மையான மானுடப் படுகொலையாக வரையறுக்கிறது.[32] 'மசாலா', பெரும்பாலான வரலாறுகள் 'வலிமை மிக்கவர்களால், வெற்றி

பெற்றவர்களால், காலனியவாதிகளால்' எழுதப்படுகின்றன என்று கூறுகிறார். ஆகவே இவ்வாறு 'புதிய மேலாதிக்க - எதிர்ப்பு நிலைக் கதையாடல்களை வெளிப்படுத்துவதற்கான, மேலும் பாலஸ்தீனத்தில் புதிய விடுதலைவாத, காலனிய நீக்கம் பற்றிய இலட்சியங்கள் வகுக்கப்படுவதற்கான தேவையிருக்கிறது' என்றும் நமக்கு நினைவூட்டுகிறார்.[33] நக்பா உயிர் பிழைத்தோர் உடனான வாய்மொழி வரலாற்றுப் பணி, 'தொழில் ரீதியாக வரலாறெழுதுவதைப் பழக்கப்படுத்துவது மட்டும் அல்ல, அது விடுதலைக்கான ஓர் ஆழமான அறவொழுக்கச் செயல் மற்றும் உண்மை, நீதி, சமத்துவம், மீட்சி மற்றும் மிகச் சிறந்த ஓர் எதிர்காலத்திற்கான ஒரு போராட்டமும் ஆகும்'[34] நாட்டின் வரலாறையும், பாலஸ்தீன மக்களையும் அணுகுகின்ற இவர்களும் வேறு சமகாலத்திய அறிஞர்களும், துவக்க கால எழுத்தாளர்களை விட மிகவும் தன்னெழுச்சியான, விமர்சனம் சார்ந்த மற்றும் 'மூன்றாம் உலகவாதி'யின் அணுகுமுறையை ஏற்பதற்கு இசைகின்றனர். எடுத்துக்காட்டாக, பாலஸ்தீனம்/ இஸ்ரேல் பற்றிய சமீபத்திய ஓர் ஆய்வு, 'Trans Intifada' (2018), பாலஸ்தீனியர்களின் தேசிய இயக்கத்திற்கு ஓர் எதிர்- தேசிய இயக்கமாக இருப்பதை விடவும் மாறாக, இஸ்ரேல் - உலக மேலாதிக்கத்திற்கான அமெரிக்க ஐக்கிய நாடுகளின் தேடுதலில், ஒரு முக்கியத் தளமாக இருக்கிறது எனக் கருதுகிறது.[35]

நிறைவுரை

பாலஸ்தீனிய வாய்மொழி வரலாறுகள் குறித்த உள்ளார்ந்த ஆர்வமும், அத்துடன் மத்திய கிழக்கின் தற்கால மற்றும் எதிர்கால வரலாற்றுக்கு அவற்றின் பங்களிப்பும், அவற்றின் வெளியீட்டை நியாயப்படுத்துகின்றன. மானுடத் துன்பத்தின் நிகழ்வுப் பதிவுகளாக, அவை காலனிய சியோனிசச் செயல்முறைத் திட்டத்தை நோக்கிக் குற்றம் சுமத்தும் விரலைக் காட்டுகின்றன. மேலும் 1948க்குப் பிந்தைய பாலஸ்தீனிய அரசியல், பொருளாதாரம் மற்றும் பண்பாடு சார்ந்த வீரியச் செயற்பாட்டை விளக்குவதில் நெடுந்தூரம் செல்கின்றன. ஒரு மானுடவியல் பார்வையில் இருந்து, அவை 'வீடு' என்பதன் பல்வேறுபட்ட பொருள்களை உள்ளடக்கிய ஓர் ஒற்றை ஆவணத்தை (Palimpsest) உருவாக்குகின்றன. ஏனெனில் தனித்த அமைப்பில் இருந்து, தேசியச் சட்டகத்திற்கு மாறுகின்ற செயல் முறையில், குடும்பம் மற்றும் உள்ளூர்க் குடியிருப்பு என்ற வாழ்ந்த நினைவுகளில் இருந்து ஓர் அபகரிக்கப்பட்ட

'தாய்நாடு' என்பதன் சுருக்கமான பார்வைகளாக வளர்ச்சி அடைகின்றன. இந்த நீடித்த பிரிவின் மூலமாக, இவைகள் அரசியல் மயம் ஆகின்றன. பல்கலைக்கழகப் பாடத்திட்டங்களையும் பாடநூல்களையும் உள்ளடக்கி, பெரும்பாலும் மத்திய கிழக்கின் மேற்கத்திய ஆய்வுகளில் இருந்து நீக்கப்பட்ட நக்பா கதைகள், அந்தப் பகுதி பற்றிய நமது புரிதலுக்கு ஒரு இன்றியமையாத மானுடப் பார்வையை மீட்டெடுக்கிறது. அத்துடன் மட்டும் இன்றி, மத்திய கிழக்கின் வரலாறு பற்றிய அறிவு மற்றும் அதைக் கற்பிப்பதன் மேலான ஏகாதிபத்திய மேலாதிக்கத்தை அழிக்கின்றன. மீண்டும் 'மசாலா'வை மேற்கோள் காட்ட வேண்டும்:

> நக்பாவின் பேரதிர்வு, பாலஸ்தீனிய தேசிய அடையாளத்தையும், நினைவுகளையும் இரண்டு முரண்பட்ட வழிகளில் பாதிக்கிறது. ஒருபுறம், நக்பா, அதிகமான பாலஸ்தீனிய சமூகத்தின் அழிவுக்கும், பாலஸ்தீனிய மக்களின் கலைப்புக்கும், சிதறுண்டு போவதற்கும் இட்டுச் சென்றது. ஆனால், அண்டையில் இருக்கும் அரபு நாடுகளுடனான மோதல் மற்றும் புறக்கணிப்பில் இருந்து, நக்பா, ஒரு தனித்துவமான எதிர்த்து நிற்கிற பாலஸ்தீனிய அடையாளத்தின் தெளிவான உருவாக்கத்திற்கும், நினைவுபடுத்தலுக்கும் அத்துடன் கூட்டிணைவிற்கும் கூட இட்டுச் சென்றது. ...1948கு நீண்டகாலம் முன்பாகவே ஒரு பாலஸ்தீனிய தேசிய அடையாளத்தின் உருவாக்கம் வேரூன்றியிருந்த போது, ஒரு வலிமையான, தெளிவாக வரையறுக்கப்பட்ட, முக்கியமான சம காலத்திய பாலஸ்தீனிய அடையாளத்தைத் திரட்டுதல் மற்றும் மறுகட்டமைப்பில், நக்பா ஒரு முக்கிய நிகழ்வாக இருந்தது என்பதில் எந்தச் சந்தேகமும் இல்லை.[36]

பங்களித்தோரும் மொழிபெயர்ப்பாளர்களும்

பங்களித்தோர்

சாலிஹ் அப்துல் ஜாவத் (Saleh Abdel Jawad) பாலஸ்தீனம், பிர்ஜெயிட் *(Birzeit)* பல்கலைக்கழகத்தில் வரலாறு மற்றும் அரசியல் விஞ்ஞானப் பேராசிரியராக இருக்கிறார், 1981இல் இருந்து அங்கே அவர் பணியாற்றுகிறார். சியோனிசம், நக்பா, பாலஸ்தீனிய தேசிய இயக்கம் மற்றும் பாலஸ்தீனிய கூட்டு நினைவு குறித்து விரிவாக அவர் வெளியிட்டுள்ளார். மிகச் சமீபத்தில், அவருடைய ஆராய்ச்சி பாலஸ்தீன இன ஒழிப்பின் போது நடந்த சியோனிசப் படுகொலைகளின் பரவலான நிகழ்வுகளை ஆவணப்படுத்தி உள்ளது.

சல்மான் அபு சிட்டா (Salman Abu Sitta) பாலஸ்தீனத்தின் நிலம் மற்றும் மக்களின் ஆவணப்படுத்தலுக்கு என அர்ப்பணிக்கப்பட்ட, இலண்டன், பாலஸ்தீன நிலச் சங்கத்தின் நிறுவனரும், தலைவரும் ஆவார். பாலஸ்தீனம் குறித்து, 'Atlas of Palestine 1917-1966' என்ற தொகுப்பு நூல் (இலண்டன்: பாலஸ்தீன நிலச் சங்கம், 2010) மற்றும் Mapping My Return: A Palestinian Memoir (New York: American University of Cairo Press, 2016) உள்பட ஆறு நூல்களின் நூலாசிரியர்.

டயானா ஆலன் (Diana Allen) மாண்ட்ரீல், மாக்கில் (McGill) பல்கலைக் கழகத்தில், மானுடவியல் துறை மற்றும் சர்வதேச வளர்ச்சி பற்றிய ஆய்வுகளுக்கான கல்வி நிறுவனத்தில் இணைப் பேராசிரியராக இருக்கிறார். அவர் ஓர் ஆவணப்படத் தயாரிப்பாளராகவும், 'நக்பா ஆவணத்தின்' இணை - நிறுவனராகவும் இருக்கிறார். அவருடைய இனவியல் வரலாறு, Refugees of the Revolution: Experiences of Palestinian Exile (Stanford, CA: Stanford University Press, 2014) MEMO பாலஸ்தீன கல்விசார் நூல் பரிசையும் (2014), அமெரிக்க மானுடவியல் சார்ந்த சங்கத்தின் மத்திய கிழக்குப் பிரிவு பரிசையும் (2015) வென்றது (2015).

இராச்சேல் டேவிஸ் (Rochelle Davis) ஜியார்ஜ் டவுன் பல்கலைக்கழகத்தில், சமகாலத்திய அரேபிய ஆய்வுகளுக்கான

மையத்தில் மானுடவியல் இணைப் பேராசிரியராக இருக்கிறார். அவரது முக்கிய ஆராய்ச்சி, 'பலவந்தமான புலம்பெயர்வு, போர் மற்றும் மோதல்' குறித்தது. அவரது முதல் நூல், *'Palestinian Village Histories : Geographies of the Displaced' (Stanford, CA: Stanford University Press, 2011)*, பாலஸ்தீனிய அகதிகள் இன்று, 1948 போரில் அழிக்கப்பட்ட, அவர்களது கிராமங்களின் வரலாறுகளை எவ்வாறு எழுதுகிறார்கள் என்பது பற்றிக் குறிப்பிடுகிறது.

தியாலா ஹம்ஸா *(Dyala Hamza)* மாண்ட்ரீல் பல்கலைக்கழகத்தில் அரேபிய வரலாற்று இணைப் பேராசிரியராக இருக்கிறார். *'The Making of the Arab Intellectual : Empire, Public Sphere and the Colonial Coordinates of Selfhood' (Abingdon: Routledge, 2013)* என்ற நூலின் பதிப்பாசிரியர், *'Muhammad Rashid Rida ou le Tournant Salafiste' (Paris: CNRS Editions, 2020)* நூலின் ஆசிரியர், மேலும் *CSAAME, REMMM, Egypte - Monde arabe, Princeton University Press and Oxford University Press* உடன் சேர்ந்து அதை வெளியிட்டுள்ளார். அவரது இப்போதைய செயல்முறைத் திட்டம் *(Project), Mandate Pan - Arabism and Palestine* பற்றி ஆய்வு செய்கிறது.

லீனா ஜெய்யூசி *(Lena Jayyusi)* துபாய், சையத் *(Zayed)* பல்கலைக்கழகத்தில் கௌரவப் பேராசிரியராக இருக்கிறார், மேலும் *Global Media and Communication*இன் ஆசிரியர் குழுவில் பணிபுரிகிறார். *Jerusalem Interrupted: Modernity and Colonial Transformation 1917-the Present (Interlink publications, 2015)* என்ற நூலின் பதிப்பாசிரியர், அது *MEMO* பாலஸ்தீன நூல் பரிசை வென்றது. இவர் ஊடகங்கள், பண்பாட்டு ஆய்வுகள், ஆவணப்படம், நினைவுக் கதையாடல்கள் மற்றும் தகவல் தொடர்பு, தர்க்க அறிவு குறித்த மொழியியல் குறித்து எழுதி வருகிறார்.

சிந்தியா க்ரீச்சட்டி *(Cynthia Kreichati)* மாண்ட்ரீல், மக்கில் பல்கலைக்கழகத்தில் *PhD* ஆய்வு மாணவர். மருந்தாளுநராகப் பயிற்சி பெற்ற இவர், பெய்ரூட் அமெரிக்கப் பல்கலைக்கழகத்தில் சமூகவியலில் முதுகலைப் பட்டம் பெற்றிருக்கிறார், மேலும் பொது சுகாதாரத் தளத்தில் பணி புரிந்தார். இவரது தற்போதைய ஆராய்ச்சி, 'லெபனானில் லித்தானி நதி மற்றும் அதன் மக்கள் பற்றிய இனவியல் வரலாறு' குறித்தது.

ஜேக்கப் நோரிஸ் *(Jacob Norris)* *UK*, சஸ்ஸெக்ஸ் பல்கலைக்கழகத்தில் மத்திய கிழக்கு வரலாற்றில், முதுநிலை விரிவுரையாளர். இவரது

முதல் நூல், *'Land of Progress: Palestine in the Age of Colonial Development, 1905-1948 (Oxford: Oxford University Press, 2013).* இவரது தற்போதைய ஆய்வு பத்தொன்பது மற்றும் இருபதாம் நூற்றாண்டுகளில் பெத்தலேகத்தின் வரலாறு நோக்கிச் செல்கிறது.

லெய்லா பார்சன்ஸ் *(Laila Parsons)* மாண்ட்ரீல், மக்கில் *(McGill)* பல்கலைக்கழகத்தில் பேராசிரியராக இருக்கிறார். அங்கு இவர் பாலஸ்தீன வரலாறுடன், நவீன மத்திய கிழக்கின் வரலாற்றையும் கற்பித்து வருகிறார். *1948* போர், உள்நாட்டுப் போரில் கலகப் *(Rebel)* படைவீரர்கள், கதையாடலின் இடம் மற்றும் நவீன மத்திய கிழக்கின் வரலாற்று சரிதையில் வாழ்க்கை வரலாறு குறித்து விரிவான படைப்புகளை வெளியிட்டுள்ளார்.

ரூபா சாலிஹ் *(Ruba Salih)* இலண்டன் பல்கலைக்கழகத்தில், மானுடவியல் மற்றும் சமூகவியல் துறை, கிழக்கத்திய மற்றும் ஆப்பிரிக்க ஆய்வுகளுக்காகப் பள்ளியில் இடைநிலைப் பேராசிரியராக *(Reader)* இருக்கிறார். அவருடைய ஆராய்ச்சி ஆர்வமும், எழுத்தும் ஐரோப்பா முழுதும், மத்திய கிழக்கு மற்றும் வட ஆப்பிரிக்கா, அத்துடன் பாலஸ்தீனப் பிரச்சினை, அகதிகள் மற்றும் புலம்பெயர்ந்தோர் பற்றிய தேசம்விட்டு வெளியேறிய புலம்பெயர்வு மற்றும் பாலினம் ஆகியவற்றை உள்ளடக்குகின்றன.

ரோஸ்மேரி செய்க் *(Rosemary Sayigh)* இவர் வாய்மொழி வரலாற்றாசிரியர், மானுடவியலாளர், *'Palestinians: From Peasants to Revolutionaries' (London:Zed, 1979); 'Too Many Enemies: The Palestinian Experience in Lebanon' (London: Zed, 1994; al - Mashriq 2015); and the 'eBook Voices: Palestinian Women Narrate Displacement' (al - Mashriq, 2007)* ஆகிய நூல்களின் ஆசிரியர். இவர் பெய்ரூட் அமெரிக்கப் பல்கலைக்கழகத்தில், அரபு மற்றும் மத்திய கிழக்கின் ஆய்வுகளுக்கான மையத்தில் *(CAMES)*, வருகை விரிவுரையாளராக இருந்தார்.

ஷெரின் செய்க்கலி *(Sherene Seikaly)* சாண்டா பார்பரா, கலிஃபோர்னியா பல்கலைக்கழகத்தில், வரலாற்று இணைப்பேராசிரியராக இருக்கிறார், மேலும் *'Men of Capital: Scarcity and Economy in Mandate Palestine' (Stanford, CA: Stanford University Press, 2016)* நூலின் ஆசிரியர். அவரது *'From Paltimore to Beirut: On the Question of Palestine'* என்னும் நூல் வடிவ செயல்முறைத் திட்டம் *(Book Project)*, மருத்துவம் மற்றும் இனத்தின் உலகளாவிய வரலாறாக இருக்கிறது.

அமிரா சில்மி (Amirah Silmi) இவர் பிர்செய்ட் பல்கலைக்கழக பெண்களுக்கான ஆய்வுகளின் நிறுவனத்தில் துணைப் பேராசிரியர். பெர்க்லி-கலிஃபோர்னியா பல்கலைக்கழகத்தில், 'சொல்லாட்சியில்' இவர் முனைவர் (PhD) பட்டம் பெற்றவர், 'பிர்செய்ட்' இலிருந்து 'பாலினம் மற்றும் வளர்ச்சி'யில் முதுகலை பட்டம் பெற்றவர். இவருடைய ஆராய்ச்சி, காலனிய சொல்லாடல், காலனிய எதிர்ப்பு மற்றும் புரட்சிகர படைப்பு, அழகியல் மற்றும் பெண்ணியத் தத்துவம் ஆகிய களங்களில் செல்கிறது.

டெட் ஸ்வீடன்பெர்க் (Ted Swedenburg) அர்க்கன்சாஸ் பல்கலைக்கழகத்தில், மானுடவியல் பேராசிரியராக இருக்கிறார். இவர், *'Memories of Revolt' : The 1936 – 39 Rebellion and the Palestinian National Past (Minneapolis, MN : University of Minnesota Press, 1995)* என்ற நூலின் ஆசிரியர்; *'Palestine, Israel and the Politics of Popular Culture'* என்ற நூலை ரிபெக்கா L. ஸ்டெயின் உடனும், *'Displacement, Diaspora, and Geographies of Identity' (Durham, NC: Duke University Press, 1995)* என்ற நூலை ஸ்மெடர் லெவீ உடனும் அவற்றின் இணைப் பதிப்பாசிரியராக எழுதியவர்.

அலெக்ஸ் விண்டர் (Alex Winder) பிரவுன் (Brown) பல்கலைக்கழகத்தின் மத்திய கிழக்கு பற்றிய ஆய்வுகளுக்கான மையத்தில், அமைந்திருக்கும் பாலஸ்தீன (பிரிட்டிஷ்) ஆட்சி அதிகாரம் குறித்த பணியைச் செய்யும் ஒரு வரலாற்றாசிரியர் மற்றும் *Jerusalem Quarterly*இன் தலைமைப் பதிப்பாசிரியர். 2016இல், அரபு மொழியில், வெளியிடப்பட்ட *'Between Jaffa and Mount Hebron: The Diaries of Muhammed Abd al – Hadi al – Shrouf (1943–1962)'* என்ற நூலைத் தொகுத்து அறிமுகம் செய்தவர்.

மஹ்மூத் ஷெய்டன் (Mahmoud Zeidan) லெபனானில் அய்ன் அல் – ஹில்வே முகாமில் பிறந்த ஒரு பாலஸ்தீன அகதி. கல்வி மற்றும் மனித உரிமைகள் குறித்த நிபுணராக, பாலஸ்தீனிய, ஈராக்கிய மற்றும் சிரிய அகதிகளுடனான வாய்மொழி வரலாற்றில் விரிவான அனுபவத்தை அவர் பெற்றார். மஹ்மூத், 2006 இஸ்ரேலியக் குண்டுவீச்சின் போது, அடிமட்ட மக்கள் பற்றிய ஆவண ரீதியான முயற்சி எனப்படும், நக்பா ஆவணம் மற்றும் லெபனான் மீதான லென்ஸ் (Lens) ஆகிய படைப்புகளின் இணை – நிறுவனர்.

(வரிசை எண் 1, 2, 8, 14, 15, 16இல் உள்ளவர்களைத் தவிர மற்ற அனைத்துப் பங்களிப்பாளர்களும் பெண் கல்வியாளர்கள் என்பது குறிப்பிடத்தக்கது-மொ.ர்)

மொழிபெயர்ப்பாளர்கள்

ஹோடா அத்ரா (Hoda Adra) ஒரு வசன கவிதைக் கவிஞர் மற்றும் படத் தயாரிப்பாளர். அவர் லெபனானில் பிறந்து, சவூதி அரேபியாவில் வளர்ந்து, மாண்ட்ரீலில் குடியேறியவர். அவரது பணி, எதிர்ப்பு மற்றும் சுயமுனைப்பு படைப்பாக எழுதுவதில் வேரோடி இருக்கிறது. அது சிதைக்கப்பட்ட வாய்மொழி வரலாறுகளையும், பெண்கள் அமைப்புகளில் இருந்து வந்த இயக்க அடக்குமுறைகளையும் வெளிக்கொணர்வதற்கான வாய்மொழி மற்றும் உடற்கூறு சார்ந்த விசாரணையை மேற்கொள்கிறது.

ரய்யா பட்ரன் (Rayya Badran) பெய்ரூட்டைச் சேர்ந்த எழுத்தாளர் மற்றும் மொழிபெயர்ப்பாளர், அவருடைய படைப்புகள் பல்வேறு உள்நாடு மற்றும் சர்வதேச வெளியீடுகளில் முக்கிய அம்சங்களாக விளங்குகின்றன. அவர், 2014 முதல் பெய்ரூட் அமெரிக்கப் பல்கலைக்கழகத்திலும், Academie Libanaise de Beaux - Art இலும், நுண்கலைகள் மற்றும் கலை வரலாற்றுத் துறையில், சமகாலத்திய கலை மற்றும் ஒலி ஆய்வுகள் பற்றிய படிப்புகளைக் கற்பிக்கிறார்.

லின்ட்சே மன்ஃபோர்ட் (Lindsay Munford) சுய - பகுதி நேர மொழி மற்றும் ஆராய்ச்சி நிபுணர், ஓர் உருஷ்ய மற்றும் அரபி மொழி வல்லுநர். பிரிட்டிஷ் அரசாங்கத்திற்காக மற்றும் ஓமனில் ஒரு சர்வதேசச் சட்ட நிறுவனத்திற்காக அவர் பணி புரிந்தார். இப்போது கல்வித்துறை, ஆராய்ச்சி, பெரு நிறுவன நலன் சார்ந்த விசாரணைகள் மற்றும் மனித உரிமைகள் வக்காலத்து ஆகியவற்றில் அவரது வாடிக்கையாளர்களுக்கு பிரிட்டனில் அவரது வீட்டில் இருந்து உதவி செய்கிறார்.

(மேற்கண்ட மூவரும் பெண்கள்-மொ.ர்)

குறிப்புகள்

அறிமுகம்

1. 'கான்ஸ்டான்டின் ஜுராய்க்'கின் நூல், *'Ma'na al - Nakba' (Beirut: Dar al-Ilm-lil-Malayyin, 1948)* எட்டு ஆண்டுகளுக்குப் பிறகு ஆங்கிலத்தில், *The Meaning of the Disaster (Beirut, Khayat's College Book Cooperative, 1956)* என்ற நூலாக மொழிபெயர்க்கப்பட்டது.

2. ஜுராய்க் போன்ற தலைசிறந்த அரேபிய அறிவுஜீவிகளின் முற்போக்கான, நவீன பாலஸ்தீனிய/ அரேபிய விவரிப்புகள் மீதான 'ஃபிரான்சஸ் ஹஸ்ஸோ'வின் ஆய்வுக் கட்டுரை, எவ்வாறு இந்தப் பிரதிகளின் வடிவம், 'பாலஸ்தீனிய தப்பியோட்ட'த்திற்கான ஒரு காரணமாக, பெண்களின் கௌரவத்தைக் காப்பது என்ற கருத்தை விவரிக்க முடியவில்லை என்பதை ஆய்வு செய்கிறார். *'Modernity and Gender in Accounts of the 1948 and 1967 defeats', International Journal of Middle East Studies, 32 (2002) : 491-510.*

3. 'நக்பா' என்ற சொல், 1920இல், பிரிட்டிஷ் மற்றும் ஆதரவுப் படைகளின் கைகளில் அரேபிய உடைமைப் பறிப்பு பற்றி விவரிக்கவும் பயன்படுத்தப்பட்டது. ஜார்ஜ் அன்டோனியஸின் செவ்வியல் படைப்பு, *The Arab Awakening (1938)*இல், அவர் எழுதுகிறார்: 'அரேபிய வரலாற்று ஏடுகளில் 1920ஆம் ஆண்டு என்பது ஒரு கெட்ட பெயரைக் கொண்டது: அது பேரழிவின் ஆண்டாகக் குறிக்கப்படுகிறது *('Am al - Nakba')*. 'சான் ரெமோ மாநாட்டின் முடிவுகள், சிரியா முழுவதன் பிரெஞ்சு ஆக்கிரமிப்பு, வெளித்தோற்றத்தில் கூடத் தன்னாட்சி அரசாங்கம் என்பதையும், பாலஸ்தீனத்தில் தீவிரமான சியோனிச விரிவாக்கக் கொள்கையின் தோற்றத்தையும் மறுக்கின்ற ஓர் அடிப்படையில் ஈராக்கில் பிரிட்டிஷ் கட்டுப்பாட்டை உறுதிப்படுத்துதல்' ஆகியவற்றுக்கு நேரடியான பதில் இது. *George Antonius, The Arab Awakening (Phoenix, AZ: Simon Publications, 2001 [1938]), 312.*

4. *Elias Sanbar, 'Out of Place, Out of Time', Mediterranean Historical Review 16(1) (2001), 1.*

5. 1918இல் ஆட்டோமன் பேரரசின் வீழ்ச்சியைத் தொடர்ந்து, 'லெவாண்டின்'*(Levantine)* பிரதேசத்தைப் பிரெஞ்சு மற்றும் பிரிட்டிஷ் ஆட்சி அதிகாரப் பகுதிகளாக - இரகசியமாக உருவாக்கப்பட்ட சைக்ஸ்- பிகாட் *(Sykes - Picot)* ஒப்பந்தத்திற்கு ஏற்ப - செய்யப்பட்ட பிரிவினை, அரேபிய தேசியப் பெருவிருப்பங்களைத் தோல்வி அடையச்

செய்தது, மேலும் பாலஸ்தீனத்தையும், டிரான்ஸ்ஜோர்டானையும் பிரிட்டிஷ் கட்டுப்பாட்டின் கீழ் கொண்டு வைத்தது. 'ரசீத் காலித்'தின் *The Hundred Years' War on Palestine: A History of Settler Colonialism and Resistance, 1917-2017 (London: Metropolitan Books, 2020)* ஐப் பாருங்கள்; James Barr's *A Line in the Sand* (London: Simon & Schuster, 2011); Bernard Regan's *The Belfour Declaration* (London: Verso, 2018); and Antonius, *The Arab Awakening.*

6. 'இலான் பாப்பே'இன் *'The Ethnic Cleansing of Palestine* (Oxford: Oneworld Publications, 2006).
7. ஜோசஃப் மாசாத், 'Resisting the Nakba', *The Electronic Intifada*, 16 May 2008, https://electronicintifada.net/ content/resisting-nakba/ 7518.
8. Noura Erakat, *Justice for Some: Law and the Questine of Palestine* (Stanford, CA: Stanford University Press, 2019).
9. கலீதி, *The Hundred Years' War on Palestine.*
10. எட்வர்டு சேத், *The Questine of Palestine* (New York: Times Books, 1979), 9.
11. 1948 பாலஸ்தீனிய அகற்றல் மற்றும் மனிதாபிமான ஆட்சிமுறையை வடிவமைத்த இனம் சார்ந்த வளர்ச்சிப் போக்குகள் குறித்து 1948 முதல் 1951 வரை, மேலும் அறிய 'செய்ரா வடசாரியா' வின் *'The Racial Politics and Humanitarianism and Return in Palestine'* மற்றும் *Onati Socio - Legal Series, Governing the Political: Law and the Politics of Resistance (Gipuzkoa: Onati International Institute for the Sociology of Law, forthcoming, 2020)*
12. PLO வுக்கும் (பாலஸ்தீன விடுதலை அமைப்பு), இஸ்ரேலிய அரசாங்கத்துக்கும் இடையேயான இந்த உடன்பாடுகளின் தொகுப்பு, பாலஸ்தீனிய சட்ட ஆலோசனை சபையையும், இடைக்கால பாலஸ்தீனிய ஆணையத்தையும் (Authority) நிறுவியது, அது ஐந்து ஆண்டுகளுக்குள், தன் ஆட்சி செய்யும் அரசாங்கத்தை அமைக்க வேண்டும் என்று சொல்லப்பட்டது. ஒரு நடைமுறை சார்ந்த தீர்வை அளித்ததாகச் சொல்லி, 'ஆஸ்லோ' (Oslo) செயல்முறைத் திட்டம், இறுதியில் முக்கியமான பிரச்சினைகளை ஒத்தி வைத்தது- குறிப்பாக பாலஸ்தீனிய அகதிகள் குறித்த பிரச்சினை - மேலும் மையமான பாலஸ்தீனிய உரிமைகளை உயர்த்திப் பிடிக்கும் சர்வதேச சட்ட ரீதியான இயங்குமுறைகளைச் சிதைக்க முற்பட்டது. ஓர் ஆழமான முறிக்கக் கூடிய மற்றும் தனிமைப்படுத்தும் விதமாக, அந்த ஒப்பந்தங்கள், பாலஸ்தீனியப் புரட்சி என்ற பதாகையின் கீழ் முப்பது ஆண்டுகளாக நடந்த 'கூட்டு ஒன்று திரட்டல்' இயக்கத்தை முடிவுக்குக் கொண்டு வந்தன, மேலும் பாலஸ்தீனிய அகதிகளில் பெரும்பாலோரை உரிமையேதும் அற்றவர்களாக ஆக்கின.
13. பாலஸ்தீனிய வாய்மொழி வரலாற்று ஆவணம், https://libraries.aub.edu. lb/ poha/(accessed 3 October 2019).
14. மேற்கொண்டு விவரங்களுக்கு, Doug Boyd, 'OHMS: Enhancing Access to Oral History for Free', *Oral History Review* 40(1) (2013): 95-106 பார்க்கவும்.

15. இந்தத் திரட்டில் சேர்க்கப்பட்ட நேர்காணல்கள், விரைவில் ஆங்கிலத் துணைத் தலைப்புகளுடன் நக்பா ஆவண வலை தளத்தின் வழியாக *www.nakba - archive.org* இல் கிடைக்கும்.

16. *James Agee and Walker Evans, Let Us Now Praise Famous Men (London: Penguin, 2006), 10.*

17. எட்வர்டு சேத், *After the Last Sky: Palestinian Lives (New York: Columbia University Press, 1999), 4.*

18. எடுத்துக்காட்டாக, ரோஸ்மேரி செய்க், *From Peasants to Revolutionaries: A People's History (London: Zed Books, 1979);* நஃபீஸ் நாஸல், *Palestinian Exodus From the Galilee (Beirut: Institute for Palestine Studies, 1978);* ஆரிஃப் அல் - ஆரிஃப், *al - Nakba: Nakbat Bayt al - Maqdis wal - firdaws al - mafquad [The Catestrophe: The Catesteophe of Jerusalem and the Lost Paradise] (Beirut: Institute for Palestine Studies, 2013); and* இலான் பாப்பே, *The Ethnic Cleansing of Palestine (Oxford: Oneworld Publications, 2006).*

19. எடுத்துக்காட்டாக, நூர் மஸாலா, *The Palestine Nakba: Decolonising History, Narrating the Subaltern, Reclaiming Memory (London: Zed Books, 2012);* லெய்லா அபு - லுகோட் மற்றும் அஹ்மது ஜாதி *(eds), Nakba: Palestine, 1948, and the Claims of Memory (New York: Columbia University Press, 2007); and* நூர் மஸாலா மற்றும் நஹ்லா அப்தோ *(eds), An Oral History of Palestinian Nakba (London: Zed Books, 2018).*

20. *Mladen Dolar, A Voice and Nothing More (Cambridge, MA: MIT Press, 2006), 13.*

21. *(Hana Sleiman and Kaoukab Chebaro)* ஹனா ஸ்லெய்மன் மற்றும் கவ்காப் ஜெபரோ, *1944*இல், *66* விழுக்காடு பாலஸ்தீனிய சமூகம், வேளாண் சமூகமாக இருந்தது, கல்வி அறிவு மட்டங்கள் சுமார் *15* விழுக்காட்டில் இருந்தது என்று குறிப்பிடுகிறார்கள். *'Narrating Palestine: The Palestinian Oral History Archive Project, 'Journal of Palestine Studies 47 (2) (Winter 2018), 66.*

22. *See Mayssoun Soukarieh, 'Speaking Palestinian: An Interview with Rosemary Sayigh', Journal of Palestine Studies 38 (4) (Summer 2009): 12 - 28.*

23. *Soukarieh: 'Speaking Palestinian'.*

24. டயானா ஆலனின், *'Refugees of the Revolution: Experiences of Palestinian Exile (Stanford, CA: Stanford University Press, 2014), 202* ஐப் பார்க்கவும்.

25. இந்த நடவடிக்கைகள் குறித்த மேலும் தகவலுக்கு, *www.palestineremembered.com; http:// al - jana.org/programs.activities/active - memory/; and http://learnpalestine.politics.ox.ac.uk* ஐப் பார்க்கவும்.

26. *UNRAW*இன் பதிவு செய்யும் கோப்புகளின்படி, லெபனானில் பாலஸ்தீனிய புலம்பெயர்ந்தோர்களில் *144* நகரங்களும், கிராமங்களும் பிரதிநிதித்துவப் படுத்தப்படுகின்றன.

27. பெரும்பாலான நேர்காணல்கள் முகாம்களில் நடத்தப்பட்ட அதே வேளையில், நடுத்தர வர்க்க மற்றும் மேட்டுக்குடி பாலஸ்தீனியர்களும், இந்தச் செயல்முறைத் திட்டத்தின் பிந்தைய கட்டத்தின் போது நேர்காணல் செய்யப்பட்டனர்.

28. குடும்பங்கள் மற்றும் முகாம் சமூகங்களுக்குள் இந்த வரலாறுகளின் பாதுகாப்பிற்குப் பங்களிக்கும் ஒரு முயற்சியில், நாங்கள் நேர்காணல்கள் மற்றும் மதிப்புமிக்க ஊடுகதிருக்கு உட்பட்ட (scanned) குடும்ப ஆவணங்களைப் பங்குபெற்றவர்களுக்காக ஒரு நகலும் எடுத்தோம்.

29. ரோஸ்மேரி செய்க், ஜாபர் சுலைமான் போன்ற கல்வியாளர்கள் மற்றும் மோட்டெஸ் தஜானி (Moatez Dajani)யின் அமைப்பான, அல் - ஜானாவும் லெபனானில் முகாம்களில் இருந்த அகதிகளுடன் நேர்காணல்களை ஒலி வடிவத்தில் பதிவு செய்த வேளையில் காணொளி பயன்படுத்தப்படவில்லை.

30. Lena Jayyusi, 'Iterability, Cumulatively, and Presence: The Relational Figures of Palestinian Memory', in Lila Abu - Lughod and Ahmed Sa'di (eds), Nakba: Palestine, 1948, and the Claims of Memory (New York: Columbia University Press, 2007, 110.

31. அமீனா பானத், 2005, ஆகஸ்டு 23 அன்று மஹ்மூத் ஷெய்டனால் நேர்காணல் செய்யப்பட்டார். 49:49-50:06.

32. அபு அம்மர்: யாசர் அராஃபத்தின் 'குன்யா' அல்லது புனைபெயர்.

33. எட்வர்டு சேத், *After the Last Sky: Palestinian Lives* (New York : Columbia University Press, 1999), 32.

34. Vadasaria, '1948-1951', 23.

35. Hoda Adra, personal communication, 13 May, 2020.

36. Adra, personal communication, 13 May, 2020.

37. Roland Barthes, *The Responsibility of Forms* (Berkeley, CA: University of California Press, 2003), 256.

38. Mladen Dolar, பூஜா ரங்கனின் 'Audibilities: An Introduction', *Discourse* 39(3) (Fall 2017), 281இல் மேற்கோள் காட்டப்படுகிறார்.

39. Lisa Stevenson, 'Sounding Death, Saying Something', *Social Text* 130, 35(1) (March 2017), 73.

40. Verne Harris, 'The Archival Silver: Power, Memory, and Archives in South Africa', *Archival Science* 2 (1-2) (2002), 84.

41. வால்டர் பெஞ்சமின், *Illuminations* (New York: Schocken Books, 2007 [1968], 91.

42. பெஞ்சமின், *Illuminations*, 87.

43. பெஞ்சமின், *Illuminations*, 94.

44. Ann Laura Stoler, *Duress: Imperial Durabilities in Our Times* (Durham, NC: Duke University Press, 2016), 26.

45. ஆலன், *Refugees of the Revolution Experiences*, 51.

அத்தியாயம் 1

1. பிரிட்டிஷார்- கல்வி, பொதுச் சுகாதாரம், தொல்லியல், ஆய்வுகள் மற்றும் இன்னோரன்ன - நிர்வாகத் துறைகளை, பாலஸ்தீனத்தில் ஆட்டோமன் நிர்வாகத்தை அகற்றுவதற்கு உருவாக்கினர். ஆட்சி அதிகார அரசாங்கத்தின் காவல்துறை மற்றும் இராணுவம், வரிவிதிப்பு, கல்வி மற்றும் பொதுச் சுகாதார நிர்வாகப் பிரிவுகளில் பெரிதும் பாதிப்புக்கு உள்ளாகினர். கல்வி மற்றும் மதம் குறித்த ஆட்சி அதிகாரத்தின் நிர்வாகம் குறித்த விவரங்களுக்கு, A.L.Tibawiஇன், 'Religion and Educational Administration in Palestine of the British Mandate', Die Welt des Islam's, 3 (1) (1953): 1 - 14 நூலைப் பார்க்கவும்.

2. J.V.Shaw (ed.), A Survey of Palestine Prepared in December 1945 and January 1946 for the Information of the Anglo- American Committe of Inquiry, 2 vols and supplement (Washington, DC: Institute for Palestine Studies, 1991), Vol.1, 147 - 58. பாலஸ்தீனத்தின் கடைசி மக்கள்தொகைக் கணக்கெடுப்பு 1931இல் நடத்தப்பட்டது. 1944இல், கிராமப்புற மக்கள்தொகை 8,72,090 (6,93,820 முஸ்லீம்கள், 1,38,220 யூதர்கள் மற்றும் 27,760 கிறித்தவர்கள்) ஆகவும், நகர்ப்புற மக்கள்தொகை 8, 25, 880 ஆகவும் கணக்கிடப்பட்டது. இந்தக் கணக்கீடுகளின் படி, பாலஸ்தீனத்தின் நகர்ப்புற மக்கள்தொகை, 1931க்கும் 1944க்கும் இடையே 97 விழுக்காடுகள் அதிகரித்தது, அதே வேளையில், கிராமப்புற மக்கள்தொகை 52 விழுக்காடுகள் அதிகரித்தது.

3. பதினெட்டாம் நூற்றாண்டில், ஜபல் நப்லஸ் பிரச்சினையுடனான இந்த உள்ளார்ந்த தொடர்பை, பெஷாரா தவுமனி (Beshara Doumani) விளக்குகிறார்: மத்திய தரைப்பகுதி முழுவதும், அதற்கு அப்பாலும் ஒலிவ எண்ணெய் சோப்புத் தொழில் மேலாதிக்கம் செய்ததைச் சாத்தியமாக்கியது நகரத்தின் சுற்றுப்புறங்களில் பெரிய அளவிலான ஒலிவ எண்ணெய் உற்பத்தியில் தான். பெஷாரா தவுமனி, Rediscovering Palestine: Merchants and Peasants in Jabal Nablus, 1700 - 1900 (Berkely, CA: University of California Press, 1995).

4. இந்தக் காலத்தில், ஒன்றுதிரட்டப்பட்ட அரசியல் நடவடிக்கையின் மீதான ஓய்வற்ற பிரிட்டிஷாரின் அடக்குமுறை, நக்பாவின் போது எதிர்ப்பதற்கான பாலஸ்தீனியரின் வலிமையை அழித்தது.

5. 1948இல் அழிக்கப்பட்ட அவர்களுடைய கிராமங்களைப் பற்றி பாலஸ்தீனியர்களால் எழுதப்பட்ட கிராமிய நூல்களில் இந்த ஆதாரப் பதிவுகள் மீண்டும் வெளியிடப்பட்டது. ராச்சேல் டேவிஸின், Palestinian Village Histories: Geographies of the Displaced (Stanford, CA: Stanford University Press, 2010). நூலைப் பார்க்கவும்.

6. பிளேபில் (Blaybil), அந்நிய ஆதிக்கம் மற்றும் அதிகரிக்கும் யூதக் குடியிருப்பாளர் குடியேற்ற அதிகரிப்புக்கு எதிராக நடந்துகொண்டிருக்கும் மக்கள் திரட்சியின் ஒரு தீவிரமான நிகழ்வான Thawrat al - Buraq அல்லது 'புராக் எழுச்சி' (Buraq Uprising)

பற்றிக் குறிப்பிடுகிறார். 1917இல் பிரிட்டிஷாரின் இராணுவ ஆட்சி துவக்கத்தில் இருந்தே அதை எதிர்த்தும், பிறகு 1920 சான் ரெமோ மாநாட்டில், ஐரோப்பியத் தலைவர்களின் பிரிட்டனுக்கு ஆட்சி அதிகாரத்தை அளித்ததற்கும், ஆட்சி அதிகாரக் காலத்திற்காகவும், ஒன்றுதிரண்ட பாலஸ்தீனிய எதிர்ப்பு தொடர்ந்தது.

7. 'இஸ் அல் - தின் அல் - குவாசம்' - சிரியாவில் பிறந்த ஒரு செல்வாக்கு மிக்க கல்வியாளர், ஆசிரியர் மற்றும் புரட்சிகரவாதி - இத்தாலிய, பிரெஞ்சு, பிரிட்டிஷார் மற்றும் சியோனிச ஆக்கிரமிப்புக்கும், 1910களில் இருந்து இறுதியாக, 1935இல், பிரிட்டிஷ் படைகளால் சண்டையில் அவர் கொல்லப்படுவது வரையில், அரேபிய உலகில் அடக்குமுறைக்கும், காலனியமயப் படுத்தலுக்கும் எதிரான கூட்டு எதிர்ப்பை ஒன்று திரட்டினார். பாலஸ்தீனத்தில் அவர் கட்டிய மக்கள் இயக்கம், 1936 - 39 புரட்சியின் பிரதான ஒன்று திரட்டும் சக்தியாக இருந்தது.

8. மட்டாவ்லே (Matawleh): தெற்கு லெபனானில், 'ஜபல் அமீல்'இல் இருந்து வந்த ஷியா சமூகங்கள் உடனான தொடர்புகொண்டது.

அத்தியாயம் 2

1. அப்துல்லா அல்-அவால் இபின் அல்-ஹுசைன் (அப்துல்லா I), 1921 முதல் 1946 வரை, பிரிட்டனிடம் இருந்து ஜோர்டான் விடுதலை அடைந்த வேளையில், 'டிரான்ஸ்ஜோர்டான்'இன் அமீராக ஆட்சி செய்தார்; பிறகு ஜோர்டான் மன்னராக, 1951இல் அவரது படுகொலை வரை இருந்தார்.

2. ஹஜ் அமீன் அல் - ஹுசைனி (c. 1897-1974): ஜெருசலேம் மேல்தட்டு வர்க்கத்தில் இருந்து வந்த பாலஸ்தீனிய தேசியவாதத் தலைவர். 1921இல் ஆட்சி அதிகார அதிகாரிகளால் ஜெருசலேமின் மாபெரும் முஃப்தியாக நியமிக்கப்பட்டு, தொடர்ந்து வந்த பல பத்தாண்டுகளில் அவர் ஒரு முக்கியமான அரசியல் புள்ளியாக இருந்தார்.

3. அல்-மாமுன்: 813 - 33 வரை அப்பாசித் கலீஃபா அரசை (Abbasid Caliphate) ஆண்ட ஒரு புகழ்பெற்ற அறிஞர்.

அத்தியாயம் 3

1. எவ்வாறு காலனிபடுத்தப்பட்டவர்களை, காலனிபடுத்தியவர்கள் குழந்தைகள் போல நடத்தினர் என்பது பற்றிய ஒரு விரிவான விளக்கத்திற்கு, 'Frantz Fanon, Black Skin, White Masks (New York: Grove Press, 1967) என்ற நூலைப் பார்க்கவும்.

2. வேளாண் குடிப் பெண்களுக்கும், கூலித் தொழிலாளருக்கும் இடையே இருந்த உறவைப் பற்றிய மிகவும் முழுமையான ஒரு விவாதத்திற்கு, எடுத்துக்காட்டாக, Maria Mies, 'Patriarchy and Accumulation on a World

Scale (London: Zed Books, 1986)' ; மேலும் *Maria Mies and Veronika Bennholdt- Thomsen, 'The Subsistence Perspective: Beyond Globalized Economy (London: Zed Books, 2000)*' ஆகிய நூல்களைப் பார்க்கவும்.

3. தெற்கு லெபனானில், பிலிடா ஒரு கிராமம்; அதன் நிலங்கள் பாலஸ்தீனத்தில் கடாஸ் வரையில் நீண்டிருந்தன, 1948இல் இவை ஆக்கிரமிக்கப்பட்டிருந்தன. வடக்கு கலிலீயில் பாலஸ்தீனிய கிராளங்களுடன் பிலிடா மக்கள் நட்புடனான, வணிக மற்றும் வேலை சார்ந்த உறவுகளைக் கொண்டிருந்தனர். ஹம்தாவின் கதையில், 'நபி யுஷா' விழாவில் கலந்துகொள்ள தெற்கு லெபனானியக் கிராமங்களில் இருந்து பெண்கள் வந்தார்கள். ஆனால் பிரிட்டிஷாரின் விமான நிலையத்தைக் கட்டுவதற்கு மட்டுமே வேலைக்கு வந்தவர்களாக பிலிடா பெண்களை அவர் குறிப்பிடுகிறார். ஆயினும் அவரது கதை, பிரிட்டிஷ் எஜமானர்களால் லெபனானியப் பெண்கள் நடத்தப்பட்டதிலும், அவர்களது ஊதியத்திலும் இருந்த வேறுபாடுகளைப் பற்றி அவர் குறிப்பிடவில்லை. அது போன்ற வேறுபாடுகள், யூதர்கள் மற்றும் பாலஸ்தீனிய தொழிலாளர்கள் இடையே அரேபியத் தொழிலாளர்கள் வேலைக்குக் கொண்டுவரப்பட்ட போது இருந்தன. ஹம்தா, பெண்களின் இரண்டு குழுவினர்கள் இடையே ஆடையிலும், உடுத்தும் உடையிலும் இருந்த வேறுபாடுகளை அதிகம் முன்னிறுத்துகிறார்.
4. 'அல் - நபி யுஷா'வின் மக்கள் ஷபானின் பதினைந்தாவது நாளில் (முஸ்லீம் நாள்காட்டியில் எட்டாவது மாதம்) ஒரு திருவிழாவை நடத்துவார்கள். அது அல்-ரம்லா மாவட்டத்தில் நடக்கும் அல் - நபி ரூபினின் திருவிழாவை ஒத்ததாக இருக்கும்; *Walid al - Khalidi (ed.)*இன் '*All That Remains : The Palestinian Villages Occupied and Depopulated by Israel in 1948 (Washington, DC: Institute for Palestinian Studies, 1992)*' ஐப் பார்க்கவும். *al - Nabi Rubin and al - Nabi Yusha* திருவிழாக்கள் குறித்து அறிய, மேலும் 'ஆண்ட்ரூ பேட்டர்சன்'னின், '*A Preliminary Report on Three Muslim Shrines in Palestine*', *Levant 28 (1) (1996)* ஐயும் பார்க்கவும்.
5. 1948க்கும் 1956க்கும் இடையே பலமுறை கிராத் அல் - பக்காரா கிராமத்தினர் வெளியேற்றப்பட்டு, 1956இல் இறுதியில் அழிக்கப்பட்டிருந்தாலும், அந்தக் கிராமத்தில் நடந்த ஒரு படுகொலை ஆவணப்படுத்தப் படவில்லை, அதன் கதை, சியோனிசக் கூட்டத்தாரால் படுகொலை செய்யப்படுவார்கள் என்ற அச்சத்தினால், ஜெய்ஸ் அல்-இன்காத்தால், அந்த மக்கள் கிராமத்தை விட்டு விலகிப் போகச் சொல்லப்பட்டார்கள் என்பதுதான் 'அராப் அல்-ஜுபாய்த்தின் உடைய' கதையாக அது இருக்கிறது. கிராத் அல் - பக்காராவின் வெளியேற்றம் குறித்த மேல் விவரங்களுக்கு, '*Dan Rabinowitz and Sliman Khawadle*இன் '*Demilitarized, Then Dispossessed: The Kirad Bedouins of the Hula Valley in the Context of Syrian-Israeli Relations*', *International Journal of Middle East Studies 32 (4) (2000): 511-30.*
6. *Frantz Fanon, The Wretched of the Earth, trans. Charles Lam Markmann (New York: Grove Press, 2004).*

7. 1936 புரட்சியைத் தலைமை தாங்கிய தில் விவசாயிகள் பிரதான சக்தியாக இருந்தார்கள், அதே வேளையில் நகர நடுத்தர வர்க்கங்களும், அத்துடன் பூர்ஷ்வாக்களும் அதில் இணைவதற்குத் தயங்கினர், மேலும் புரட்சி முடிவுக்கு வந்த போது, பல பொருளாதாரக் காரணங்களுக்காக, பலர் நிம்மதி அடைந்தனர். *Ghassan Kanafani*இன் *'1936 - 1939 Revolt in Palestine (London: Tricontinental Society, 1980)* ஐப் பார்க்கவும்.

8. அவரது *'Black Skin White Masks'*இல் ஃபானான், காலனிமயப் படுத்தப்பட்ட கறுப்பு ஆண்களுக்கு, வெள்ளை காலனிப்படுத்திய பெண்களை திருமணம் செய்து கொள்வதில் இருந்த ஆர்வத்தையும், வேட்கையையும் விவரிக்கிறார்.

9. ஹைஃபாவில் அரேபிய மற்றும் யூதத் தொழிலாளர்களுக்கு இடையே வேலை நிலைமைகள் மற்றும் உறவுகள் சம்பந்தமாக அறிவதற்கு, எடுத்துக் காட்டாக, *'Zachary Lockman'*இன் *Comrades and Enemies: Arab and Jewish Workers in Palestine, 1906– 1948 (Berkely, CA: University of California Press, 1996)* ஐப் பார்க்கவும்.

10. அரேபிய வினைச் சொல் *sarab (to leak)* என்பது பொதுவாக, இஸ்ரேலியர்களுக்கு பாலஸ்தீனிய நிலங்களை விற்ற கூட்டாளிகளின் நடவடிக்கைகளைப் பற்றி விவரிக்கப் பயன்படுகிறது.

11. காசன் கனாஃபனி *(Ghassen Kanafani)*, பாலஸ்தீனியப் புரட்சியின் பிந்தைய நிலைகளில், புரட்சியாளர்கள், பிரிட்டிஷ் காலனிய வாதிகளை அவர்களது முக்கிய எதிரியாகக் குறி வைத்திருந்தனர் என்று விவாதிக்கிறார். ஆயினும், புரட்சியை நசுக்குவதற்கான பணியை பிரிட்டிஷார் சியோனிசப் படைகளுக்குத் தள்ளிவிட்டதன் மூலம், பதில் கொடுத்ததாகவும் காட்டுகிறார், சியோனிச தன்னார்வப் பாதுகாப்புப் படை ஒன்று அமைக்கப்படுவதுடன் தொடங்கிய நடைமுறை அது மேலும் 1947 - 48இல் சியோனிசக் கையகப்படுத்துதலுக்கான வழியை உண்டாக்கிய வண்ணம், 1940களிலும் அது தொடர்ந்தது. கனாஃபனியின், *'1936 - 39 Revolt in Palestine'* ஐப் பார்க்கவும். கம்யூனிஸ்டு கட்சியின் சியோனிசக் கிளையைத் தவிர்த்து (அடிக்குறிப்பு 12 ஐப் பார்க்கவும்), பிரிட்டன், சியோனிசத்தை, அதன் ஏகாதிபத்திய செயல்முறைத் திட்டத்தில் ஒரு முக்கியக் கருவியாகப் பயன்படுத்தியது என்பதுதான், பாலஸ்தீனியக் கம்யூனிஸ்டு கட்சியின் நிலையாக இருந்தது.

12. முகம்மதுவின் நிலை இங்கு மிகவும் ஆர்வம் மிக்க ஒன்றாக இருந்தது. ஏனெனில் அது பாலஸ்தீனிய கம்யூனிஸ்டு கட்சியின் சியோனிசக் கிளைக்கு, அதன் அரேபியக் கிளையுடன் இருப்பதை விடவும் மிகவும் நெருக்கமாக இருக்கிறது. பாலஸ்தீனிய கம்யூனிஸ்டு கட்சி பாதிப்புக்கு உள்ளாகியிருந்த தத்துவார்த்த மற்றும் அரசியல் சார்ந்த முரண்பாடுகளையும், தெளிவின்மைகளையும் கூட அது பிரதிபலிக்கிறது. மஹர் அல் - ஷரீஃப் விளக்குவது போல்:

‘பாலஸ்தீனத்தில் இருந்த கம்யூனிஸ்டுகள், சியோனிச இயக்கத்தை பூர்ஷ்வா யூதர்களின் நலன்களைப் பிரதிநிதித்துவப்படுத்துவதாகவும், ஏகாதிபத்தியத்திற்கு எதிரான அரேபிய இயக்கங்களின் போராட்டத்தை நசுக்குவதற்கு, பிரிட்டிஷ் ஏகாதிபத்தியத்தின் கைகளில் ஓர் ஆயுதமாகவும் பார்த்தார்கள். ஆனால், அரேபிய பாலஸ்தீனிய மக்கள் நலன்களுக்கும், அவர்களுடைய உயிர் வாழ்தலுக்கும் கூட இந்த இயக்கத்தால் ஏற்படும் ஆபத்தை காணத் தவறினார்கள்’.

மஹர் அல் - ஷரீஃபின், ‘அல் - ஹிஸ்ப் அல் - ஷுயி அல் - ஃபலாஸ்தினி வா அல் - மஸாலா அல் - க்வாமிய்யா அல் - அரேபிய்யா ஃபி ஃபிலாஸ்தின் 1930 - 1933’, ஷுஉன் ஃபலாஸ்தினிய்யா 113 (1981), 22 ஐப் பார்க்கவும். காஸன் கனாஃபனி, அல் - ஷரீஃப், அத்துடன் முகம்மது தக்ரூப் ஆகியோர், பாலஸ்தீனத்தில் புறவய யதார்த்தத்தை ஆய்வு செய்வதற்கும், புரிந்துகொள்வதற்கும் திறமையின்றி பாலஸ்தீனியக் கம்யூனிஸ்டுகள் இருந்தார்கள் என்று ஒத்துக்கொள்கிறார்கள் - மிகமிக முக்கியமாக, நிலத்தின் மீதான போராட்டம் முடிந்துவிட்டது மேலும் முக்கியமாக அது ஒரு விவசாயி, ஒரு தொழிலாளர்கள் போராட்டத்திற்கு எதிராக இருந்ததைப் போல இருந்ததென்ற உண்மையைப் புரிந்துகொள்ளும் திறமையின்றி இருந்தார்கள். 1936 புரட்சியை ஆதரிக்க அவர்கள் முடிவு செய்தபோது கூட, புரட்சியைத் தொழிலாளர்கள் வழிநடத்த வேண்டும். மேலும் விவசாயிகள்தான், அதன் இயக்கு விசையென்று கருதினார்கள். ஆயினும், அல் - ஷரீஃப், தக்ரூப் ஆகிய இருவரும் காட்டுவது போல், பாலஸ்தீனத்தில் இருந்த கம்யூனிஸ்டுகள் ஒரு புறம், கட்சிக்குள் இருந்த ஒரு தெளிவற்ற வடிவில், ஏகாதிபத்தியம் குறித்து கவனத்தைத் திருப்ப விரும்பிய சியோனிஸ்டுகளுக்கும், அதே வேளையில் இரண்டு குழுவினராக இருந்த தொழிலாளர்கள் இடையே இருந்த முரண்பாடுகளையும், மோதல்களையும் புறக்கணித்த வண்ணம், யூத மற்றும் பாலஸ்தீனிய தொழிலாளர்களைத் திரட்டுவதற்கும் இடையில் போராட வேண்டி இருந்தது, பாலஸ்தீனத்திற்குள் சியோனிசக் குடியேற்றத்தை எதிர்த்துப் போராடவோ அல்லது ஹகானாவில் இருந்த குழுவைக் கலைக்கவோ அவர்கள் மறுத்தனர் அதே வேளையில் கட்சிக்கும், சுதந்திரக் கட்சிக்கும் இடையிலான கூட்டையும் மறுத்தார்கள்; முகம்மது தக்ரூபின், ‘கிரா ரஹீனா ஃபி அல் - மசிராட் அல்- முத்தாரிஜா லில் - ஹிஸ்ப் அல் - ஷுயி அல் - ஃபலஸ்தானி: ரிஹ்லா ஃபி தகாலிஸ் அல் - அர்ஷிஃப் அல் - சிரி லில் - கோமிண்டர்ன்’, மஜாலட் அல் - திரஸ்ஸத் அல் - ஃபலஸ்தானிய்யா 67 (2006): 149 - 170 ஐப் பார்க்கவும். இன்னொரு புறம், பாலஸ்தீனிய தேசிய இயக்கத்தில் மிகவும் முற்போக்கு கட்சியாக இருந்த சுதந்திரக் கட்சியுடன் அவர்களாகவே அணி சேர்ந்தவாறு, அரேபிய விடுதலை இயக்கத்தில் கம்யூனிஸ்டுகள் சேர முடியும் என்று நம்பியவர்களும் அங்கே இருந்தார்கள். ஆயினும், கட்சியில் இருந்த பாலஸ்தீனியர்கள் அரேபிய தேசியக் குழுவை (*Arab National League*) அமைத்த போது, 1940களில், கட்சியில்

போராட்டம் பற்றிய பார்வையிலும், அது பற்றிய கவனத்திலும் முக்கிய மாற்றம் வந்தது. அல் - ஷரீஃப் சொல்லுவதுபடி, அந்தக் குழு, அரேபியக் கம்யூனிஸ்டு கட்சியாக உருவாக்கப்படவில்லை, மாறாக, அரேபியக் கம்யூனிஸ்டுகளால் தலைமை ஏற்கப்பட்ட ஓர் இடதுசாரி தேசிய விடுதலை இயக்கமாக உருவாக்கப்பட்டது. அந்தக் குழு, ஒரு ஜனநாயகத் தேசிய விடுதலை செயல்முறைத் திட்டத்தை ஆதரித்தது; அதன் முக்கியக் குறிக்கோள், 'நாட்டை காலனியத்தில் இருந்தும், சியோனிசத்தில் இருந்தும் மீட்பது' என்பதாக இருந்தது. *'Usbat al - Thaharur al - Watani wa al - Masa'la al - Qawmiyya al - Arabiyya fi Filastin 1943 - 1948', Shu 'un Falastiniyya 108 (1980), 78* ஐப் பார்க்கவும். சியோனிசத்தை முக்கிய எதிரியாக அறிவித்தபோது, யூத சமூகத்தினரின் நலன்களில் இருந்து சியோனிசத்தின் நலன்களைப் பிரித்தவாறு, யூத சமூகத்தில் இருந்து வேறுபட்ட நிலையை அது எடுத்தது, தக்ரூப், அல் - ஷரீஃப் ஆகிய இருவரும் மிகச்சிறந்த ஒன்று என எண்ணிய பிரிவு அது.

13. தனிப்பட்ட மற்றும் அரசியல் சார்ந்த நிலைகளுக்குத் தனிமனிதன் மற்றும் சமூகம் சார்ந்த நிலைகளுக்கு (மதம், பொருளாதார நடவடிக்கை மற்றும் குடிமை உரிமைகள்) இடையேயான பிரிவு பற்றிய மார்க்ஸின் விமர்சனத்தைத் தனிப்பட்டவர் மீதான என் விமர்சனம் தொடர்கிறது. மார்க்ஸைப் பொறுத்தவரை, இந்தப் பிரிவு, அரசியல் நிலையை ஒரு சுருக்கமான வகையாக மாற்றிவிடுகிறது, ஓர் கூட்டிணைவான அரசியல் பிரச்சினை மற்றும் அடக்குகின்ற, சுரண்டுகின்ற உறவுகளை வெளிப்படுத்துதல் எனப் புரிந்துகொள்ளப்படுவதற்கும் மாறாக, அங்கே பொருளாய்த வாழ்க்கை, தனிப்பட்ட பொருளில் புரிந்துகொள்ளப்படுகிறது. *'On the Jewish Question', in Robert Tucker (ed.), The Marx - Engels Reader (New York: W.W. Norton and Company, 1978), 26 - 52* ஐப் பார்க்கவும்.

14. லிட்டானி நதி மேல் குறுக்கே கடந்து போகும் முக்கிய இடம் காஸ்மியா பாலம் (*Qasmiya Bridge*), சூருக்கு (டயர்) வடக்கே கடற்கரைச் சாலையில் பெய்ரூட்டுக்குத் தெற்கில் சுமார் 50 கிலோமீட்டர்களில் அது உள்ளது. 2006 ஜூலை 12 அன்று இஸ்ரேலிய வான்வழித் தாக்குதலால் அது அழிக்கப்பட்டது.

15. அல் - நபி யுஷா: தீர்க்கதரிசி யுஷாவின் (ஜோஸுவா) மயான பூமி மீது எழுப்பப்பட்ட புண்ணியத் தலம், பதினெட்டாம் நூற்றாண்டின் பிற்பகுதியில், ஒரு மசூதி மற்றும் புண்ணிய யாத்திரீகர்களுக்காக 'வருகை புரிவோர்' கட்டடத்துடன் ஒரு கிராமமாக விரிவுபடுத்தப்பட்டது. கடாஸ் மற்றும் அல் - நபி யுஷா இரண்டும் முதல் உலகப் போருக்குப் பின்னர், (1916 சைக்ஸ்- பைகாட் இரகசிய ஒப்பந்தத்தை ஒட்டி) பிரெஞ்சு காலனியப் படைகளால் ஆக்கிரமிக்கப்பட்ட ஏழு பாலஸ்தீனிய கிராமங்களுள் அடங்கும், மேலும் அவை 1923இல் பிரிட்டிஷ் ஆட்சி அதிகாரக் கட்டளையின் கீழ் மாற்றப்பட்டன.

16. ஸியாரத் அல் - நுஸ்ஃப் [மின் ஷாகர் ஷாபான்] : இஸ்லாமிய நாள்காட்டியின் எட்டாவது மாதமான ஷாபான் மாதத்தில் பாதிவழிப் புனித யாத்திரை.

17. *jukh: felt; balashin, faramil:* ஹம்தா, பாரம்பரியமாகத் திருமணங்களுக்கும், விழாக்களுக்கும் அணியப்படும் 'தாப்' (*thawb*) மற்றும் சிறிய பொருத்தமான தலையணியைப் பற்றிக் குறிப்பிடுகிறார் போலும்.

18. ஹம்தா, இன்று வரை இன்னும் இருக்கின்ற சஃபாத்தின் அஹ்மத் கூரிக்குச் சொந்தமான ஹுலா அரபுப் பேருந்து நிறுவனத்தைக் குறிப்பிடுகிறார். இது போன்ற ஒரு தாக்குதல், *Benny Morris*இன் '*1948: A History of the First Arab- Israeli War (New Haven, CT: Yale University Press, 2009), 105*'இல் விவரிக்கப்படுகிறது.

19. கிராத் அல் - பக்காரா மற்றும் அல் - கன்னாமா ஆகிய இரு நகரங்களும் 'குர்தீஷ் பெடோயின்' குடியிருப்புகள், அங்கே இடையர்கள் முறையே பசுக்களையும் செம்மறி ஆடுகளையும் கவனித்துக் கொண்டார்கள்.

20. 'ஒரு வெள்ளிக்கிழமைக்கும், ஒரு வியாழக்கிழமைக்கும் வேறுபாடு காண முடியாத ஒரு முட்டாள்' என்பது தன்னிலை மறந்த அல்லது குழப்பத்தைச் சுட்டிக்காட்டும் பொதுவான அரேபியச் சொற்றொடர்.

21. அப்துல்லா அல் - அஸ்பா (அபு அல் - அபித்): *1936 - 39* புரட்சியின் போது சஃபாத் மாவட்டத்தில் அவரது செயல்களுக்காகப் புகழ்பெற்ற காலனிய எதிர்ப்புத் தளபதி. 1937இல் சுற்றி வளைக்கப்பட்டு பிரிட்டிஷ் படைகளால் கொல்லப்பட்டார்.

22. 1948க்கு முந்தைய வரைபடங்களில், அபு ஸுவேட்டினா (*Abu Zuwaytina*), மல்லாஹா கிராமத்திற்கு வெளிப்புறத்தில் இருக்கும், அராப் அல் - ஸுபாய்த் (*Arab al - Zubayd*)க்குச் சற்று கீழே காணப்படுகிறது.

23. '*Athroun*', *Marun al - Ras*க்கு அருகில் இருக்கும் '*Aitaroun*' கிராமத்தின் முன்னாள் பெயர்.

24. *athra: misstep, stumble, blunder.* '*Athroun*' கிராமத்தின் பெயரை ஒட்டிய சொல் விளையாட்டு. 'ஒரு பொருள் பன்மொழி'.

25. *Aravi and Yehudi:* அரபு மற்றும் யூதர் என்பதற்கான ஹீப்ரு சொல்.

26. *Kham:* ஹீப்ரு சொல்லான 'ஹகாம்' (*hakam*) ஐக் குறிக்கின்ற அரபிச் சொல் போலும், அது ஒரு முனிவர் அல்லது (ஸ்பானிஷ் யூத மதத்தில்) ஒரு கடவுள் என்பதைக் குறிக்கிறது.

அத்தியாயம் 4

1. ஜியாதே (*Ziadeh*), *Idha at al - Quds (Jerusalem Calling, Palestine Broadcasting Service, 1936 - 1948), Idha at al - Sharq al-Adna (Voice of Britain, Near East Broadcasting Company, 1942 - 1956), the BBC Arabic Service,* மேலும் பெய்ரூட், பஹ்ரைன், குவெய்த் மற்றும் மக்ரீபையும் உள்ளடக்கிய பல இடங்களில் இருந்த அரேபிய ஒலிபரப்பு நிலையங்களால்,

ஒலிபரப்பு செய்யப்பட்ட எண்ணற்ற நிகழ்ச்சிகளிலும், உரைகளிலும் பங்களித்தார். செய்க் *(Sayigh)*, இஸ்ரேலிய ஒலிபரப்பு மேற்பார்வையை நிறுவனமயப் படுத்தியதில் முக்கியப் பங்காற்றினார். அவர், *1977* முதல் *1982* வரை தினமும் வெளியிடப்பட்ட செய்தி மடலான, பாலஸ்தீனிய ஆய்வு மையத்தின், *daily Monitor of Israeli Broadcasts*, ஐயும் மேற்பார்வை செய்தார்.

2. ஜியாதே, *al - Muqtataf* மற்றும் *al-Hilal* போன்ற ஆரம்பக்கால *'Nahdawi'* செய்தித்தாள்களுக்கும், அத்துடன் மிகவும் முக்கியமான, போருக்கு இடையிலான, எகிப்திய செய்தித்தாள்களான *'Hasan Zayat'*இன் *al - Risala* மற்றும் அஹ்மத் அமீனின் *al - Thaqafa* ஆகிய செய்தித்தாள்களுக்கும் கட்டுரைகளை எழுதினார். *1950*களில், செய்க், *al - Nahar* மற்றும் *al - Usbu' al - Arabi* அத்துடன் *al - Hayat* மற்றும் *al - Thaqafa al - Arabiyya* வுக்கும் பங்களித்தார். *1960* களிலும், *1970* களிலும் *PLO* ஆய்வு மையத் தலைமையகத்தில் திங்கள் இதழான *'Shu un Filastiniyya'*வை அவர் மேற்பார்வையிட்டார். *1970*களில், அவர், *'Centre for Arabic Unity Studies'*இன் *al - Mustaqbal al - Arabi*, *'Arab Institute for Research and Publications'*இன் *'Qadaya Arabiyya'* மற்றும் எண்பதுகளின் துவக்கத்தில், அரேபியக் குழுவின் *(Arab League) 'Shu un Arabiyya'* ஆகிய இதழ்களின் ஆசிரியராகவும் இருந்தார். அவர் பங்களித்த கடைசி இதழ்களுள் ஒன்று *as - Safir*.

3. நக்பா பற்றிய அரசியல் உரையாடலை முறைப்படுத்திய இதுபோன்ற கதையாடல்கள் மற்றும் முக்கிய அரசியல் பிரதிகளுக்கு இடையே, 'கான்ஸ்டான்டின் ஜுராய்க்'கின் *Ma'na al - Nakba (Beirut: Dar al - Ilm - lil - Malayyin, 1948)* உம் ஒன்று. எட்டு ஆண்டுகளுக்குப் பின்னர், அது ஆங்கிலத்தில், *'The Meaning of the Disaster (Beirut: Khayat's College Book Cooperative, 1956)'* என மொழிபெயர்க்கப்பட்டது.

4. அல் - பஸ்ஸா, 'ஏக்கர்' *(Acre)*க்கு வடக்கே இருக்கும் பாலஸ்தீனிய நகரம், இருமுறை படுகொலைக்கு உள்ளானது. *1948* மே *14* அன்று, *'Palmach'* படைகளின் தாக்குதலுக்குப் பின்னர், சியோனிசர்கள் முன் வீழ்ந்தது. அந்தக் கிராமம் தீக்கிரை ஆக்கப்பட்டு தரைமட்டமாக்குவதற்கு முன், குடியிருந்தவர்கள், தேவாலயத்தில் சுற்றி வளைக்கப்பட்டு, பலவந்தமாக வெளியேற்றப்பட்டனர் அல்லது சுட்டுக் கொல்லப்பட்டனர். ஒரு வீடு, ஒரு புதைக்கும் இடம் *(a maqam)* மற்றும் ஒரு தேவாலயம் மட்டுமே இன்றும் எஞ்சியிருக்கின்றன. பத்தாண்டுகளுக்கு முன்னர், *1938 - 39*இல், அல் - பஸ்ஸாவும், அதையொத்த 'ஹல்ஹுல்' நகரமும் பிரிட்டிஷ் எதிர்க்கிளர்ச்சி நடவடிக்கையின் மிருகத்தனமான தாக்குதல்களுக்கு உள்ளாகின. மாத்யூ ஹ்யூக்ஸின் *'The Histories of the Atrocities at the Palestinian Villages of al - Bassa and Halhul, 1938 - 39', Small Wars and Insurgencies 20 (3 - 4) (2009): 528 - 50* ஐப் பார்க்கவும். அல் - பஸ்ஸாவின் சமூக வாழ்க்கை குறித்து, ரோஸ்மேரி செய்க்கின் *(ed.), Yusif Sayigh: Arab Economist and Palestinian Patriot (Cairo, American*

*University in Cairo Press, 2015)*இல் வந்த செய்க்கின் சகோதரரின் கவரக்கூடிய நினைவுகளில் பார்க்கலாம்.

5. *Elizabeth Brownson 'Colonialism, Nationalism and the Politics of Teaching History in Mandate Palestine', Journal of Palestine Studies 43(3) (2014): 9 – 25; and Rachelle Davis, 'Commemorating Education: Recollections of the Arab College in Jerusalem, 1918 – 1948'.Comparative Studies of South Asia, Africa and Middle East 23 (1) (2003): 190 – 204.* அந்த நேரத்தில் இரண்டே இரண்டு பொது உயர்நிலைப் பள்ளிகளுள் ஒன்றான அரபிக் கல்லூரி மட்டுமே ஆட்சிக் கட்டளை *(Mandate)* அதிகாரிகளால் நிறுவப்பட்ட இடைநிலைக் கல்வி நிறுவனமாகும். 1944 முதல் தொடர்ந்து, 'ரஷிடிய்யா கல்லூரி'யும் (1905இல் ஆட்டோமன் ஆட்சியின் கீழ் தொடக்கப் பள்ளியாக நிறுவப்பட்டது) மெட்ரிகுலேஷனுக்குப் பிந்தைய, பாலஸ்தீனம் இடைநிலைத் தேர்வுக்கு இட்டுச் செல்லும் ஈராண்டுப் படிப்பை அளித்தது.
6. பிரிட்டிஷ் ஏகாதிபத்தியக் கல்வியின் முதுகெலும்பைச் செவ்வியல் வரலாறு உருவாக்கியது, மேலும் 'ஜியாதே', ஆட்சிக்கட்டளைக் கால கல்வி இயக்குநரான ஜெரோம் ஃபார்ரெலை *(Jerome Farrel)* ஒரு ரோமானிய வரலாற்று வல்லுநராக விவரிக்கிறார். 1936இல் ஹம்ப்ரி பவுமன் *(Humphrey Bowman)*க்குப் பின்னால் தொடர்ந்து இயக்குநராக வருவதற்கு முன், அவருக்குக் கீழ் பணிபுரிந்த ஃபார்ரெல், கல்வித்துறையின் மாபெரும் திட்டத்தை மேற்பார்வையிட்டு, ஜியாதேவுடன் ஓர் ஆதரவுடனான நட்பை வளர்த்தார்.
7. நேர்காணலில், ஜியாதே, அரேபிய உலகிற்குள், பாலஸ்தீனிய நிலை பற்றிய (அரசியல்) விவாதங்களில், ஒரு கூப்பி மற்றும் வரலாறு சார்ந்த கண்ணோட்டத்தில் இருந்து அந்தத் தலைப்பை வெளிக்கொண்டு வந்த போதும், அவர் ஒருபோதும் ஈடுபட்டதில்லை என்று சொல்கிறார். அவரது நினைவுக் குறிப்புகளில், ஒன்றுபட்ட *(UAR)* அரேபியக் குடியரசின் *(1958 – 61)*, தோல்விக்குப் பிறகு உள்ளான சிக்கலைப் பற்றியும், மேலும் அரேபியிசம் மற்றும் பாலஸ்தீனியப் பிரச்சினை குறித்து அவரது தொடர்ந்த மௌனம் பற்றியும் அவர் விவரிக்கிறார். *Nicola Ziadeh*இன் *Ayami: Sira Dhatia (London: Hazer, 1992), Vol.2, 255* ஐப் பார்க்கவும்.
8. பாலஸ்தீனிய தேசியக் கவுன்சில், 1964இல் நிறுவப்பட்டதில் இருந்து பாலஸ்தீனிய மக்களின் இறையாண்மை மிக்க சட்டமன்ற அமைப்பாக அது இருந்து வருகிறது.
9. யூசிஃப், முனீர், தவுஃபிக், ஃபெய்ஸ் மற்றும் மேரி செய்க் ஆகியோரின் சகோதரர் அனிஸ்; 'ரோஸ்மேரி செய்க்'கின் மைத்துனர்.
10. 1965இல் PLO வால், நிறுவப்பட்ட பாலஸ்தீன ஆய்வு மையம் (PRC), இஸ்ரேலியர்களால், அவர்களுடைய 1982 லெபனான் படையெடுப்பைத் தொடர்ந்து திட்டமிட்ட வகையில் கொள்ளை அடிக்கப்பட்டது. அதன் நூலகமும், ஆவணக் காப்பகமும்,

பாலஸ்தீனியப் புரட்சியை (பற்றிய செய்திகளை) அற்றுப் போகச் செய்யும் முயற்சியில், துடைத்தெறியப்பட்டது. 1983இல், ஒரு கார் குண்டு, 14 பேர்களைக் கொன்றும், 107 பேர்களைக் காயமடையச் செய்தவாறும் அந்த மையத்தை அழித்தது. PRC மையம் மூடப்பட்டது, பிறகு சைப்ரஸுக்கு இடமாற்றம் செய்யப்பட்டது. PLO ஆவணம் குறித்து, 'ஹனா ஸ்லெய்மான்'இன் *'The Paper Trail of a Liberation Movement', Arab Studies Journal 24(1) (2016): 42 - 67* ஐப் பார்க்கவும்.

11. அனைத்துக் கல்வி, சமூகம் மற்றும் பொருளாதாரம் சார்ந்த பின்னணிகளை உடைய ஆராய்ச்சியாளர்களைப் பயிற்றுவிப்பதிலும், ஆதரவளிப்பதிலும் PRCஇன் ஈடுபாட்டை வலியுறுத்தும் செய்க், புறவய யதார்த்தப் பகுப்பாய்வு, நடுவுநிலைமை மற்றும் பேச்சு சுதந்திரம் முதலானவற்றை வளர்த்தெடுத்தார். அனிஸ் செய்க்கின், *Anis Sayigh 'an Anis Sayigh (Beirut, Riyad al - Rayyis, 2006), Chapter 5* ஐப் பார்க்கவும்.

12. பதினொரு பாகங்கள் கொண்ட *Palestine Encyclopaedia* குறித்து அனிஸ் செய்க்கின், *Anis Sayigh 'an Anis Sayigh, Chapter 5* ஐப் பார்க்கவும்.

13. டமாஸ்கஸ் மசூதிகளிலும், *takaya,* முன் பயிற்சி ஏதும் இல்லாமல், சாவதற்கு அனுப்பப்படுவதற்கு முன்னர் புதிதாக ஆட்டோமன் இராணுவத்தில் சேர்ந்தவர்கள் வைக்கப்பட்டிருந்த தேவாலயங்களிலும் கடினமான ஒரு தேடுதலுக்குப் பிறகு, ஜியாதேயும் அவரது தாயும், பார்ப்பதற்கு அந்தப் பையனை மட்டுமே உள்ளே அனுமதித்த ஒரு மசூதியில் அவரது தந்தையைக் கண்டுபிடித்தனர். தொடர்ந்து அவரது தந்தை காணாமல் போன போது, அவர்கள் நகரத்தின் மருத்துவமனைகளில் நம்பிக்கையின்றி தேடிப் பார்த்தனர் - அதை ஜியாதே, புதைப்பதற்காகக் காத்துக் கிடந்த உடல்கள், சிதைந்து போவதைத் தாமதம் செய்யக் குளிர்ந்த நீரில் மூழ்கடிக்கப்பட்டு, மிதக்கும் ஊறுகாய்களைப் போலக் கிடந்ததை அதிர்ச்சி தரத்தக்க தெளிவான விவரங்களுடன் நினைவு கூர்கிறார் - அவரது தந்தை இறந்துவிட்டார், மேலும் அவர் புனித ஜார்ஜின் கிறித்தவக் கல்லறையில் புதைக்கப்பட்டுவிட்டார் என்பது தெரிவிக்கப் படுவதற்காக மட்டும் இவ்வாறு கூறுகிறார்.

14. 1972இல், உலகம் முழுவதும் இருந்த பாலஸ்தீனிய அறிவு ஜீவிகளையும், செயல்பாட்டாளர்களையும் திட்டமிட்டுத் தீர்த்துக் கட்டுவதற்காக, ஒரு மிருகத்தனமான இயக்கத்தை இஸ்ரேல் தொடங்கி வைத்தது. 1972இல், அவரது கேட்புத் திறனையும், பார்வையையும் பழுதடையச் செய்த, அவரது இடது கையில் மூன்று விரல்களையும் சிதறிப் போகச் செய்த ஒரு கடித வெடிகுண்டினால் 'செய்க்' பாதிப்புக்கு உள்ளானார்.

15. 43'07"இல் செய்க் நேர்காணலைப் பாருங்கள். 1930 களின் நடுவில் வெடித்த அரேபியப் புரட்சிக்குப் பின்னர், யூதர்களுக்கும் அரேபியர்களுக்கும் இடையிலான ஒருவரோடு ஒருவரின் தொடர்பும், இரண்டறக் கலந்து இருந்ததும், 'கலந்து வாழ்ந்த நகரங்களில்' நின்று போனது. ஆயினும்,

'அரேபியர்களுக்கு இடையே உறவுகள் மிகவும் வலிமையுடன் இருந்தன. மேலும் அரேபியர்களிடையே எந்தப் பிரிவினைவாத உணர்வும் இல்லை. அவ்வாறு இருக்குமெனில் அது வெவ்வேறுபட்ட பிரிவுகளாய் இருந்த கிறித்தவர்கள் இடையேதான் இருந்தது, மாறாக முஸ்லீம்களுக்கும் கிறித்தவர்களுக்கும் இடையில், ஒரு குறிப்பிட்ட அளவுக்கு பாலஸ்தீனியர்கள் இடையே இன்று இருப்பது போல், இல்லை என்று நான் உறுதியாகச் (*uqsim wa u 'akid*) சொல்வதுடன் சான்றும் அளிக்கிறேன்'.

செய்க், லெபனானியப் பிரிவினைவாதம் குறித்து '*Lubnan al- Ta 'ifi (Beirut: Dar al - Sira al - Fikri, 1955)*' என்ற நூலை எழுதியுள்ளார்.

16. ஜியாதேயின் நேர்காணல் 4 மணி 58'13'இல் பார்க்கவும். (*Supreme Muslim Council*) உச்ச முஸ்லீம் குழுவின் தலைவராக வருவதற்கு ஹஜ் அமீனுக்கு எதிரான வெற்றிபெற இயலாத போட்டிக்குப் பிறகு, ஆட்சிக் கட்டளை அதிகாரிகள், இஸ்லாமிய நீதி மன்றங்கள் மற்றும் அரேபிய பொதுக் கல்விக்கான முதன்மை ஆய்வாளராக 'செய்க் ஹுசம் அல் - தின் ஜரல்லா'வை (1884 - 1954) நியமித்தார்கள்.

17. *A member of Greek Orthodox Patriarchate of Antioch and All the East, a Christian community of which the Apostles Paul and Peter are considered co - founders.*

18. 'லெவண்டைன் புரொட்டஸ்டண்டிசம்' (*Laventine Protestantism*) பற்றியும், பாலஸ்தீனத்தில் ஸ்காட்டிச மதப்பிரச்சாரச் சபையுடனான அவரது குடும்பத்தினரின் தொடர்பு பற்றியும் 'செய்க்' சொன்னதும், சொல்லாததும் அவரது நேர்காணலின் மிகவும் ஆர்வம் ஊட்டக்கூடிய அம்சங்களில் ஒன்றாக இருந்தது. திபேரியாஸ் ஃபக்கான (*Tiberias*) மதப் பிரச்சாரச் சபைகளின் விரிவான திட்டத்தை அவர் சொல்கிறார், அங்கே அவரது தந்தை மதகுருவாக(*Pastor*) இருந்தார். மேலும் அங்கே 1885இல் 'ஸ்காட்டுகள்' கலிலீ மருத்துவ மிஷனையும் (*Sea of Galilee Medical Mission*), மிகப் பெரிய வட்டாரத் தலைமைக் குருவிற்கான இல்லத்தையும் (*Rectory*) அமைத்தனர். அதில்தான் 'செய்க்' வளர்ந்தார் (அங்குள்ள மைதானங்கள், பெய்ரூட் வளாகத்தில் உள்ள அமெரிக்கப் பல்கலைக்கழகத்தை விடவும் மிகப் பெரியதாக இருந்தன என்று அவர் சொல்கிறார்). இந்த வளர்ச்சிகள், கெடுதல் தரும் 1858இன் ஆட்டோமன் நிலச் சட்டத்தால் சாத்தியமாக்கப்பட்டது, அது, (முன்னதாக, உள்ளூர் பாலஸ்தீனிய பழக்க வழக்கங்களுக்கு ஏற்ப நிர்வகிக்கப்பட்ட) பொதுவான நிலத்தை, வாங்கக்கூடிய தனியார் சொத்தாக மாற்றுவதற்கான வழி வகையைச் செய்தது. ஆட்டோமன் நிலச்சீர்திருத்தம், இவ்வாறாக ஜெருசலேம் நகரச் சுவர்களுக்கு வெளிப்புறத்தில் எழுப்பப்பட்ட முதல் கட்டடங்களுள் ஒன்றான ஆயர் கோபட் (*Bishop Gopat School*) பள்ளியைக் கட்டுவதற்கு உதவியது. 1917இல் பாலஸ்தீனத்தை ஆக்கிரமித்ததை ஒட்டி, பிரிட்டிஷ் காலனிய அதிகாரிகள், 1858 சட்டத்தை முழுமையாக நடைமுறைப்படுத்தினர். *Frantzman et al*இன், '*The Anglican Church in*

Palestine and Israel: Colonialism, Arbization and Land ownership', Middle Eastern Studies 47: 101 - 126 ஐப் பார்க்கவும்.

19. மிகவும் மதிக்கத்தக்க ஒரு கல்வியாளரும், வரலாற்றாளரும், நக்பா நடைபெற்ற போது இலண்டனில் படித்துக்கொண்டிருந்தவருமான திபாவி (*Tibawi*) குறித்த ஜியாதேயின் அப்பட்டமான அலட்சியம், உண்மையில் குறிப்பிடத்தக்கது. ஜியாதேயைப் போலன்றி (அவர் நேர்காணலில் பாலஸ்தீனிய இஸ்லாமியப் பள்ளிகள் பற்றி விவாதிப்பதற்காகத் தேவையைப் புறக்கணிக்கிறார்), திபாவி, 'கட்டாடிப்' (*katatib*) என்று அழைக்கப்படுகிற, குர் - ஆனை படிக்கவும் எழுதவும் கற்றுத் தருகிற, மேலும் அவரே சென்று வந்த கிராமத் தொடக்கப் பள்ளிகளின் நிலை குறித்து கவலைப்பட்டார். திபாவியின், *'Religion and Educational Administration in Palestine of the British Mandate', Die Welt des Islam's 3 (1) (1953): 4 - 6; and Arabic and Islamic Garland: Historical, Educational and Literary Papers presented to Abdul - Latif Tibawi (London: Islamic Cultural Centre, 1977), 11 - 13* ஐப் பார்க்கவும்.

20. முதல் வெளிப்பாடு அனிஸ் செய்க்கின், *(38'40"*க்கு நடந்த நேர்காணல்), இரண்டாவது ரோஸ்மேரி செய்க்கின் (யுசிஃப் செய்க், *4*).

21. 'செய்தா' (*Sayda*) வலைதளத்தில் ஆண்கள் மற்றும் பெண்களின் தேசிய சுவிசேஷகப் (*Evangelical*) பள்ளியின் (*NGEIB*) 'முக்கியப் புள்ளிகள்' பக்கத்தில் அனிஸ் செய்க் இல்லாதது பற்றி கருத்தில் கொள்க. *NGEIB*, ஜெரார்ட் நிறுவனத்தில் இருந்து வளர்ந்த ஒன்று, *1947* நவம்பர் *30* அன்று ஆயர் கோபட் பள்ளி மூடப்பட்ட பிறகு, செய்க், இப்பள்ளிக்கு மாற்றப்பட்டார், அங்கிருந்து *1949*இல் அவர் பட்டம் பெற்றார். *NGEIB*, 'வரலாறு', *www.neigb.edu.lb/history/ (2020* மே *1* அன்று அணுக முடிந்தது) ஐப் பார்க்கவும். ஜியாதேயின், வாழ்க்கைச் சரிதம், மற்ற வகையில் குறிப்பிடத்தக்க வலைதளமான 'பாலஸ்தீனிய பயணங்கள்'இல் இல்லாமல் இருப்பது பற்றியும் கருத்தில்கொள்ள வேண்டும், அந்த வலைத்தளம், ஒரு 'நிகழ்நிலை இணைய முகப்பு (*online portal*), உண்மை - அடிப்படையிலான விவரிப்புகளைக் கொண்ட, வாழ்க்கைச் சரிதங்கள், நிகழ்வுகள் மற்றும் கண்டறிய முடியாத கதைகள் (...) என பாலஸ்தீனிய அனுபவத்தின் பன்முகத் தன்மைகளை உள்ளடக்கியது. ஒரு செயல்பட்டுக் கொண்டிருக்கும் செயல்முறைத் திட்டமாக, பாலஸ்தீனம் குறித்து ஜியாதேயின் செயல்பாடற்ற நிலைப்பாட்டின் காரணமாக, ஜியாதேயின் வாழ்க்கையை ஆவணப்படுத்துவதில் ஆணித்தரமாக அது முன்னிலைப் படுத்தவில்லை. *https://paljourneys.org/en/timeline/biographies (accessed 1 May 2020)*ஐப் பார்க்கவும்.

22. *1920*களின் துவக்கத்தில், அரபுக் கல்லூரியின் அறிக்கைகள், எதிர்ப்பையும், உணர்ச்சி மிகுந்த காலனிய எதிர்ப்புச் சொற்பொழிவுகளை ஆற்றுகின்ற, அரேபிய சாரணர் அமைப்புகளை ஒருங்கிணைத்த மேலும் வேலை நிறுத்தங்களைச் செய்வதற்கு ஏற்பாடு செய்த 'தார்விஷ் அல் - மிக்தாதி (*1897 - 1961*) (*Darwish al - Miqdadi*)

போன்ற நல்ல அறிமுகமான ஆசிரியர்களுடன் ஒன்று திரட்டலையும் இணைத்தன. காலனிய நிர்வாகிகள், பாடத் திட்டங்களைக் கட்டுப்படுத்திய போதிலும், தேசியவாதக் கல்வி, பாடத் திட்டத்திற்கு அப்பாற்பட்ட செயல்பாடுகள் என்னும் போர்வையில் அவற்றைத் தொடர்ந்தது. ஆசிரியர்கள் கண்டிப்பான கண்காணிப்புக்கு உட்படுத்தப்பட்டனர். மேலும் ரொம்பவும் அழிவு வேலையில் ஈடுபடுவதாகக் கருதப்படுபவர்கள் வெளியேற்றப்பட்டனர். பதவி இறக்கம் செய்யப்பட்டனர் அல்லது வேலையிலிருந்து விலக்கம் பெற்றுச் செல்ல வற்புறுத்தப்பட்டனர். (செய்க்கின் நேர்காணலில் விவரிக்கப்படும் பள்ளி இயக்குநர், தலாத் செய்ஃபி, மேலே சொல்லப்படுவதில் ஒரு உதாரணம்). 'பிரவுன்சன்'னின், *'Colonialism, Nationalism and Politics of Teaching History in Mandate Palestine'*, 15 ஐப் பார்க்கவும்.

23. டயானா ஆலனின் அறிமுக அத்தியாயத்தில் இருந்து இந்த விளக்கச் சொல்லை நான் கடன் வாங்கினேன்.

24. இலான் பாப்பேயின், *'The Rise and Fall of a Palestinian Dynasty: The Husaynis, 1700-1948 (Berkeley, CA: University of California Press, 2010), 137.* ஆயர் கோபட் பள்ளி துவக்கத்தில் யூதர்களிடையே கிறித்தவத்தை வளர்ப்பதற்கான இலண்டன் சங்கத்தின் ஒரு தூதுவனாக இருந்தது, மேலும் 1841இல் நிறுவப்பட்ட ஜெருசலேம் கூட்டு ஆங்கிலோ - பிரஷ்ய பிராட்டஸ்டன்ட் ஆயர் மாவட்டத்தின் ஓர் ஆரம்பச் செயல்முறைத் திட்டம் அது. பள்ளியின் வரலாறு, உள்ளூர் கிறித்தவர்களுக்கு இடையில் (முக்கியமாக ஆர்த்தோடாக்ஸ்) மதப் பிரச்சாரப் பணி மற்றும் தேவாலய மதப் பிரச்சாரச் சங்க ஆதரவு *(Church Mission Society)* மீதான நம்பிக்கை குறித்து அப்துல் லத்தீஃப் திபாவியின் *'Arab Education in Mandatory Palestine (London: Luzac, 1956)* ஐப் பார்க்கவும்.

25. *Walid Raghib Khalidi, 'al - Kulliyya al - Arabiyya fi al - Quds: Khalfiya Tarikhiyya wa Nadhra Mustaqbaliyya', Majalat al - Dirasat al - Filastiniyya 11(44) (2000): 136 - 148.*

26. எட்வர்ட் சேத் (1935 - 2003) மிகச் சிறந்த பாலஸ்தீனிய பொதுவெளி அறிவுஜீவி, கல்வியாளர் மற்றும் ஆசிரியர். அவருடைய முக்கியமான வெளியீடுகளில் *'Orientalism'* (1978) மற்றும் *'Culture and Imperialism* (1993) ஆகியவை அடங்கும். 1977இல் இருந்து 1991 வரை, அவர் பாலஸ்தீனிய தேசியக் குழுவின் ஓர் உறுப்பினராகப் பணியாற்றினார் (பாலஸ்தீனத்திற்கு உள்ளேயும் வெளியேயும் இருக்கும் அனைத்து பாலஸ்தீனர்களையும் பிரதிநிதித்துவப்படுத்தும் வெளிநாட்டில் இயங்கிய பாராளுமன்றம்).

27. கலீல் அல் - சக்காகினி (1878 - 1953), அரபுக் கல்லூரியின் முதல் இயக்குநர் (1919-1920), பாலஸ்தீனிய உயர் ஆணையராக ஒரு சியோனிச யூதரான, ஹெர்பர்ட் சாமுவேல், நியமனமான பிறகு, பணியிலிருந்து தானே விலகினார்: அந்தக் காலத்தில் பல்வேறு

அறிவுசார்ந்த பணிகளில் துடிப்புடன் செயல்பட்ட அவர், ஒரு தொலைநோக்குப் பார்வை கொண்ட கல்வியாளர், எண்ணற்ற அரங்கங்களில், நிறுவப்பட்ட இலக்கிய மன்றங்களில் மற்ற பாலஸ்தீனியர்களுடன் அரசியலை விவாதித்தார்.மேலும் கிரீஸ் ஆர்த்தோடாக்ஸ் திருச்சபைக்குள் அரபுமயப்படுத்தும் இயக்கத்தின் தலைமைப் பொறுப்பில் பங்கெடுத்தார். *Davis, 'Commemorating Education: Recollections of the Arab College in Jerusalem, 1918 - 1948', 192.*

28. *கலீல் அப்துல்லா தோத்தா (1886 - 1955), அரபுக் கல்லூரியின் இரண்டாவது இயக்குநர் (1920 - 1925), அவர் ஹீப்ரு பல்கலைக்கழகத்தைத் திறந்து வைப்பதற்காக, பாலஸ்தீனத்திற்கு லார்டு பல்ஃபோர் (Lord Balfour) வருகை தந்த பின்னர் பதவி விலகினார். அவர் ஒரு பாலஸ்தீனியக் கல்வியாளர், வழக்கறிஞர், நூலாசிரியர். அவரது நூல், விடுதலையில் மற்றும் முன்னேற்றத்தில் கல்வியின் பங்கு குறித்து வலியுறுத்தியது.*

29. *அந்த நேரத்தில் அரேபியக் கல்வியாளர்களால் மதிக்கப் பெற்றவராக, பெஸ்டாலோஸ்ஸி (Pestalozzi) (1746 - 1827) இருந்த போதிலும், ஜியாதே, மாண்டிசோரி குறித்துப் பேசுகிறார்.*

30. *இஸ்கந்தர் அல் - குரி அல் - பெய்ட்ஜாலி (1888 - 1973) ஒரு பாலஸ்தீனிய பன்மொழி அறிந்த மொழிபெயர்ப்பாளர், பத்திரிகையாளர், கவிஞர், எழுத்தாளர் மற்றும் வழக்கறிஞர், ரஷ்யப் பள்ளியில் கல்வி கற்ற அவர் அங்கேயே அரபு மற்றும் இறையியலைக் கற்பித்தார்.*

31. *அல் - முக்காட்டம் (al - Muqattam) என்பது கெய்ரோவின் கோட்டை அமைந்திருக்கும் ஒரு மலையின் பெயர்.*

32. *தாஹா ஹுசைனின், 1926இல் வெளியிடப்பட்ட'On Pre - Islamic Poetry', முந்தைய இஸ்லாமிய மற்றும் இஸ்லாமியச் சட்டத்தின் (பண்டைய அரேபியக் கவிதைகள் மற்றும் குர் - ஆனின் பகுதிகளின்) நம்பகத்தன்மை மீது விமர்சனம் சார்ந்ததாக இருந்தது. இந்த நூல் பெரும் சலசலப்பை ஏற்படுத்தி, கெய்ரோ பல்கலைக்கழகத்தில் ஹுசைனின் பதவியை இழக்க வைத்தது. இறுதியில் அவர் பணியில் மீண்டும் அமர்த்தப்பட வேண்டி வந்தது. ஆனால் அவரது நூல் எகிப்தில் தணிக்கைக்கு உள்ளானது.*

33. *அப்த் அல் - ரஹ்மான் புஷனக் (1913 - 1999), ஒரு பாலஸ்தீனிய எழுத்தாளர், மொழி பெயர்ப்பாளர், BBC ஒலிபரப்பாளர், பின்னாளில் அரபு வங்கியின் மேலாளர். நக்பா வரையிலும் ஜெருசலேமில் உள்ள அவரது முன்னாள் கல்லூரியில் கற்பிக்க வருவதற்கு முன், அரபுக் கல்லூரியில், பெய்ரூட் அமெரிக்கப் பல்கலைக்கழகத்தில், கேம்பிரிட்ஜ் பல்கலைக்கழகத்தில் அவர் கல்வி கற்றார். ஈஷாக் மூசா அல் - ஹுசைனி (1904 - 1990) ஒரு பாலஸ்தீனிய எழுத்தாளர், விமர்சகர், கலை இலக்கிய ஆர்வலர், மொழிபெயர்ப்பாளர் மற்றும் கல்வியாளர். ஜெருசலேம் மற்றும் மத்திய கிழக்கின் பல்வேறு நிறுவனங்களில் அவர் கல்வி கற்றார். பிறகு அவற்றுள் சிலவற்றில் கற்பித்தார். ஜமீல் அலி, அரபுக் கல்லூரியில் கணக்குப் பேராசிரியராக இருந்தார்.*

34. *sarf wa nahw:* வினைச்சொற்களின் திரிபு மற்றும் சொற்களின் ஏற்ற இறக்கம் அத்தோடு சொல் திரிபுகளையும் உள்ளடக்கிய அரேபிய இலக்கண விதிகள், *(sarf or tasrif)* மற்றும் *(nahw or i'rab).*

35. *Kana wa akhawatuha:* அரேபிய இலக்கணத்தில், *kana* மற்றும் அதன் 'சகோதரிகள்.' ஒரு சொற்றொடரில் நுழைக்கப்பட்டால், இந்த வினையெச்சங்கள், எழுவாய் அல்லது செயப்படுபொருளை இரண்டாம் வேற்றுமை உருபாக மாற்றுகின்றன.

அத்தியாயம் 5

1. இந்த எண்ணிக்கைகள் முழுதும், ஒரு 16 - பாகத் திரட்டாகத் தொகுக்கப்பட்ட, பிரிட்டிஷார் நாடுகளின் கூட்டமைப்புக்கு *(League of Nations)* தந்த அறிக்கைகளில் இருந்தும், பாலஸ்தீன காவல்துறையின் நிர்வாகப் பிரிவு அறிக்கைகளில் இருந்தும் எடுக்கப்பட்டு இருக்கின்றன: Robert L. Jarman (ed.), *Palestine and Transjordan Administration Reports, 1918 - 1948* (Slough: Archive Editions, 1995).

2. பிரிட்டிஷ் பேரரசில், அயர்லாந்து, தெற்காசியா மற்றும் ஆஃப்பிரிக்காவையும் உள்ளடக்கிய பல இடங்களில் இருந்து, காலனிமயப் படுத்தப்பட்ட மக்கள்தொகைகளை ஒடுக்குவதில் அனுபவம் பெற்ற பிரிட்டிஷ் 'வல்லுநர்'களையும், அதிகாரிகளையும் பாலஸ்தீனக் காவல்துறை அழைத்து வந்தனர். பாலஸ்தீனக் காவல் துறைக்கும், சியோனிசத் துணை இராணுவத்தினருக்குமான மிகமிக இழிவான கூட்டமைப்பாக, 1936 - 39 புரட்சியின் போது 'சிறப்பு இரவுக் காவல் அணிகள்' *(Special Night Squads)*இன் அமைப்பு இருந்தது. Laleh Khalili, 'The Location of Palestine in Global Counterinsurgencies', *International Journal of Middle East Studies* 42 (2010): 413 - 433.

3. John L. Knight, 'Securing Zion? Policing in British Palestine, 1917 - 39', *European Review of History* 18(4) (2011): 523 - 43; and Charles Smith, 'Communal Conflict and Insurrection in Palestine', in David M. Anderson and David Killingray (eds.), *Policing and Decolonisation: Nationalism, Politics, and the Police* (Manchester: Manchester University Press, 1995), 62 - 83.

4. David Ben - Gurion, 'Britain's Contribution to Arming the Haganah', in Walid Khalidi (ed.), *From Haven to Conquest: Readings in Zionism and the Palestine Problem until 1948* (Washington, DC: Institute for Palestine Studies, 2005), 372 - 74; Martin Kolinsky, 'The Collapse and Restoration of Public Security', in Michael J. Cohen and Martin Kolinsky (eds.), *Britain and the Middle East in the 1930s: Security Problems, 1935 - 39* (London: Palgrave Macmillan, 1992), 157

5. David Cesarani, 'The War on Terror that Failed: British Counter - Insurgency in Palestine 1945 - 1947 and the "Farran Affair"', in Mathew Hughes (ed.),

British Ways of Counter - Insurgency: A Historical Perspective (New York: Routledge, 2013), 73 - 96.

6. Khalili, 'Locstion of Palestine in Global Counterinsurgencies'; and Georgina Sinclair, *At the End of the Line: Colonial Policing and the Imperial Endgame, 1945 - 80* (Manchester: Manchester University Press, 2010).

7. See, for example, Itamar Radai, *Palestinians in Jerusalem and Jaffa in 1948: A Tale of Two Cities* (New York: Routledge, 2016), 43 - 44.

8. On the historiography of the Palestine Police, see Yoav Alon, 'Bridging Imperial, National, and Local Historiographies: Britons, Arabs, and Jews in the Mandate Palestine Police', *Jerusalem Quarterly* 75 (2018): 62 - 77.

9. பிரிட்டிஷ் அதிகாரிகள், வேலைவாய்ப்பு மற்றும் நியமனங்கள் என இரண்டையும், பாலஸ்தீனிய, குறிப்பிட்ட குடும்பங்களின் உறுப்பினர்களை நம்பத் தகுந்த இடைத்தரகர்களாக வளர்த்தெடுக்கவும், ஒருங்கிணைந்த தேசிய ரீதியான திரட்டலைச் சிதைப்பதற்கு இந்தக் குடும்பங்களின் இடையிலான பகைமையைப் பற்ற வைக்கவும் பயன்படுத்தினர். ரஷீத் கலீதியின், *'The Iron Cage: The Story of the Palestinian Struggle for Statehood* (Boston, MA : Beacon Press, 2006), அத்தியாயம் 2 மற்றும் 3 ஐப் பார்க்கவும்.

10. இந்தப் போக்குகள், ஆக்ஸ்போர்டு, புனித அந்தோணி கல்லூரியில் மத்திய கிழக்கு மைய ஆவணக் காப்பகத்தில், பெட்டிகள் 1 - 12, MECA GB 165 - 0365இல் நடைபெற்ற, ஆட்சி அதிகார முடிவில் பணியாற்றிய அரேபியக் காவலர்களின் சுமார் 750 பணிப் பதிவு அட்டைகளின் ஓர் ஆய்வை அடிப்படையாகக் கொண்டவை.

11. பிரிட்டிஷ் அதிகாரிகள், 1936இல் ஒரு புதிய குற்றவியல் தண்டனை அவசரச் சட்டத்தைத் துவக்குகின்ற வரையிலும் ஆட்டோமன் தண்டனைச் சட்டத்தை பாலஸ்தீனக் குற்றவியல் சட்டமாக, அதனுடன் புதிய அவசரச் சட்டங்களைத் துண்டு துண்டாகச் சேர்த்த வண்ணம், தொடர்ந்தார்கள். ஆட்சி அதிகாரத்தின் (Mandate's) குற்றவியல் சட்ட அமைப்பில், நீதிபதிகளாக, வழக்கறிஞர்களாக மற்றும் காவலர்களாகப் (வாதிகள், பிரதிநிதிகள் மற்றும் சாட்சிகளாகக் குறிப்பிடவில்லை) பங்கு பெற்றார்கள், ஆனால் ஆட்சி அதிகாரக் கட்டமைப்பு, சட்டம் இயற்றல் குறித்த எந்தத் தகவலையும் அவர்களுக்கு அளிக்கவில்லை.

12. அரேபியக் காவலர்களை, அதிலும் குறிப்பாக 1936 - 39 புரட்சியின் போது, குறிவைத்தல் தொடர்பாக, Hillel Cohen, *Army of Shadows: Palestinian Collaboration with Zionism, 1917 - 1948* (Berkeley, CA: University of California Press, 2008) ஐப் பார்க்கவும்.

13. எடுத்துக்காட்டாக, Alex Winder, 'With the Dregs at the Sambo Caf': The Shrouf Diaries, 1943 - 1962', *Jerusalem Quarterly* 54 (2013): 37 - 41 ஐப் பார்க்கவும்.

14. சரோனாக் குடியிருப்பு ஜெர்மானிய பிராட்டஸ்டண்ட் திருச்சபை காக்கும் மாவீரர்களால் ஆட்டோமன் ஆட்சியின் கீழ் நிறுவப்பட்டது. பிரிட்டிஷ் காலனியப் படைகள், *1917*இல் ஆரம்பத்தில் அவர்கள் திடீரெனத் தாக்கி, ஆக்கிரமித்த இடத்தின் மீது ஒரு பாலஸ்தீன நடமாடும் காவல் நிலையத்தை உள்ளடக்கிய ஒரு வளாகத்தை அமைத்தனர்.

15. மெனாஹெம் பெகின், *1943* முதல் *1948* வரை, ஹகானாவின் ஒரு சியோனிசத் துணை இராணுவத்தின் பிளவுபட்ட குழுவான 'இர்கன்'இன் தளபதியாக இருந்தார். இர்கன் மற்ற சியோனிசக் குழுக்களுடன் இணைந்து- பாலஸ்தீனியர்களுக்கு எதிராக (*1948* ஆகஸ்டு *9* தெய்ர் யாசின் படுகொலையையும் சேர்த்து) வேண்டுமென்றே, இரக்கமற்ற வன்முறையை நிகழ்த்தினார்கள்; மேலும் பாலஸ்தீனத்தில் பிரிட்டிஷ் இராணுவம் மற்றும் பொதுமக்கள் இலக்குகளுக்கு எதிராகத் தாக்குதல்களை நடத்தினார்கள் ('அகா' விவரிப்பதைப் போன்ற தாக்குதல்). *1977*இல் பெகின் இஸ்ரேலியப் பிரதமராகத் தேர்ந்தெடுக்கப்பட்டார்.

16. 'அகா' இங்கே பாலஸ்தீன தபால் மற்றும் தந்தி நிறுவனம் பற்றிக் குறிப்பிடுகிறார். அந்தச் சம்பவத்தில், அவர் விவரிக்கிறார், இர்கன் இந்த நிறுவனத்தைச் சேர்ந்த ஒரு வாகனத்தைக் (*van*) கடத்தினார்கள், பிறகு சரோனா காவல்துறை முகாமில் அதை வெடிவைத்துத் தகர்த்தனர்.

17. *1947* ஏப்ரல் *25* அன்று நடந்த இந்தத் தாக்குதல், அந்த இடத்தில் குண்டு வீச்சில் காயமடைந்த இன்னொருவர் பிறகு இறந்ததுடன், நான்கு காவலர்களைக் கொன்றது.

அத்தியாயம் 6

1. எடுத்துக்காட்டுகளாக, *Michael Provence, 'Ottoman Modernity, Colonialism, and Insurgency in the Interwar Arab East', International Journal of Middle East Studies 43 (2011): 205 - 225; and Leila Parsons, The Commander: Fawzi al - Qawuqji and the Fight for Arab Independence, 1914- 1948 (New York: Farrar, Strauss and Giroux, 2016)* ஐப் பார்க்கவும்.

2. எடுத்துக்காட்டுகளாக, *John Harte, 'Scouting in Mandate Palestine'. Bulletin of the Council for British Research in the Levant 3 (1) (November 2008): 47 - 51; and Issam Khalidi, 'Body and Ideology: Early Athletics in Palestine (1900 - 1948); Jerusalem Quarterly 27 (Summer 2006): 44 - 58.*

3. *Ted Swedenborg, Memories of Revolt: The 1936 - 1939 Rebellion and the Palestinian National Past (Minneapolis, MN: University of Minnesota Press, 1955).*

4. பாலஸ்தீனிய கதை சொல்லலில் பல்வேறு விதமான வடிவங்களில் பயன்படுத்தப்பட்ட கதையாடல் உருவகங்கள் பற்றிய ஆய்வுகளுக்கு,

Nadia R. Sirhan, Folk Stories and Personal Narratives in Palestinian Spoken Arabic: A Cultural and Linguistic Study (London: Palgrave Macmillan, 2014); and Ibrahim Muhawi and Sharif Kanaana, Speak, Bird, Speak Again: Palestinian Arab Folktales (Berkeley, CA: University of California Press, 1989) ஐப் பார்க்கவும்.

5. நேர்காணலின் துவக்கத்தில், மர்யம் அவரது கணவர் யூசுஃப் தாஹாவைக் குறிப்பிடுகிறார்.

6. பினய் ப்ரித் (*B'nai , B'rith*), ஒரு USஇல் அமையப்பெற்ற யூதத் தோழமைச் சங்கம், ஆட்டோமன் ஆட்சியின் கீழ் கெய்ரோ, அலெக்ஸாண்டிரியா, ஜெருசலேம் மற்றும் சஃபாத்தையும் உள்ளடக்கிய அரேபிய நகரங்களில் தங்கும் விடுதிகளைத் திறந்தார்கள். ஆட்சி அதிகாரக் காலத்தின் போது, பின்னர் ப்ரித், மற்ற நடவடிக்கைகளுக்கு இடையே, கீழ் கலிலீயில் இரண்டு குடியிருப்புகளை அமைத்தவாறு பாலஸ்தீனத்தில் விரிவடைந்தது.

7. 'சலாம்' என்பது 'உன்னை அமைதி தழுவட்டும்' என்ற பொருளில் வரும் ஓர் அரேபிய வாழ்த்து, மேலும் வழக்கமான பதில் சொல்லும் முறையாகும்.

8. *Ma'souba: the Arabic name for kibbutz Matzuva* (பிரமிடுகள் குவியல் போல் இருக்கும் இஸ்ரேலியக் குடியிருப்புகளைக் குறிக்கும் அரேபியப் பெயர்).

9. காலனியப் பதிவுகளும், அரபுப் பருவ இதழ்களும், 1938 செப்டம்பர் 6ஆம் தேதி, ஒரு பிரிட்டிஷ கவச வாகனம், கிராமத்தின் அருகே கண்ணி வெடி ஒன்றில் மோதி, நான்கு படை வீரர்கள் கொல்லப்பட்டதற்குப் பிறகு, 'அல் - பஸ்ஸா'வுக்கு எதிராக நடந்த காட்டுமிராண்டித் தனமான அடக்குமுறைக்குச் சாட்சியமாக இருக்கின்றன. அந்தப் பகுதியில் நிலை கொண்டிருந்த 'இராயல் உல்ஸ்டர்' (*Royal Ulster Regiment*) படைப்பிரிவு, கிராம் மக்களை அச்சுறுத்த கிராமத்திற்குச் சென்றது, அல் - பஸ்ஸாவை எரித்துத் தரை மட்டம் ஆக்கியது, மேலும் ஒரு பேருந்துக்குக் கீழ் வேண்டுமென்றே ஒரு குண்டுவெடிப்பை நிகழ்த்தி, சுமார் 50 பேரைப் படுகொலை செய்தது. மாத்யூ ஹ்யூக்ஸின் '*Britain's Pacification of Palestine (Cambridge: Cambridge University Press, 2019), 330 - 334*' ஐப் பார்க்கவும்.

10. (*kouseh*) கௌசே: பிரிட்டிஷ் பீரங்கிகள் மற்றும் அதிக விட்டமுடைய பீரங்கிக் குழாய்க் குண்டுகள், அவை 1000 பவுண்டுகளுக்கும் அதிகமான எடையுள்ளவை பற்றிக் குறிப்பிடுகிறது. சிறை முகாம்கள் - நிரந்தரச் சிறைகள் மற்றும் சித்திரவதை மையங்கள் ஆகியவற்றுடன் கூடுதலாக, ஆட்சி அதிகாரப் படைகள், பாலஸ்தீனம் எங்கும் அவற்றை நிறுவினர்- இராணுவத் தளங்களில் அமைக்கப்பட்டு, பிரிட்டிஷ் இராணுவ அதிகாரிகளால் நடத்தப்பட்டன. 'அப்த் அல் - ரஹ்மான், சா'அத் அல் - தின்' 'அக்கா'வுக்குச் சற்று வடக்கே இருந்த மோசமான நெருக்கடி மிகுந்த 'மஸ்ரா' (*Mazraa*) முகாமில்

காவலில் வைக்கப்பட்டிருக்கலாம். ஆட்சி அதிகாரத் தடுப்புக் காவல் நடைமுறை பற்றி இன்னும் அதிகமாக அறிய, ஹ்யூக்ஸின் 'Britain's Pacification of Palestine', 235 - 252 ஐப் பார்க்கவும்.

11. தபோயா (Daboya): ஆட்சி அதிகார ஆவணங்களிலும், நிர்வாக ரீதியான அறிக்கைகளிலும், ஒரு முக்கோண துண்டு நிலமாக, விவரிக்கப்பட்டுள்ளது, அது 'ராஸ் அல் - நகுரா' சாலையில் 'அக்கா'வுக்கு வடக்கே இருக்கிறது, அங்கே காலனிய அரசாங்கத்தின் கால்நடை இன விருத்திப் பண்ணை, அதன் கால்நடை வளர்ப்புப் பண்ணை மற்றும் வேளாண் நிலையத்திற்கு அடுத்ததாக அமைந்திருந்தது. இந்த இடங்கள் முழுவதும் ஏக்கர் கணக்கிலான தொழுவங்களையும், சேமிப்புக் கிடங்குகளையும் கொண்டிருந்தது; மேலும் பாலஸ்தீனிய அரசியல் கைதிகளின் பலவந்தப்படுத்தப் பட்ட உழைப்பைப் பெரிதும் சார்ந்திருந்தன.

அத்தியாயம் 7

1. Husayn Ali Lubani, Mua'jam al - Aghani al - Sha'biyat al - Filastinniyya (Beirut: Maktaba Lubnan Nashirun, 2007).
2. David McDonald, My Voice is My Weapon: Music, Nationalism, and the Poetics of Palestinian Resistance (Durham, NC: Duke University Press, 2013), 54 - 55; and Ted Swedenburg, Memories of Revolt: The 1936 - 39 Rebellion and the Struggle for the Palestinian National Past (Fayetteville, AR: University of Arkansas Press, 2003), 72 - 73.
3. McDonald, My Voice is My Weapon, 43 - 46.
4. Samih Shabeeb, 'Poetry of Rebellion: The Life, Verse and the Death of Nuh Ibrahim during the 1936 - 39 Revolt', Jerusalem Quarterly 25 (2006): 65 - 78.
5. Nimr Hasan Hijab, Al - Sha'ir al - Sha'bi al - Shahid Nuh Ibrahim (Amman: Dar al - Yazuri, 2006).
6. Swedenborg, Memories of Revolt.
7. Laila Parsons, The Commander: Fawzi al - Qawuqji and the Fight for Arab Independence 1914 - 1948 (New York: Hill & Wang, 2016).
8. Ibid. See also Charles Anderson, 'From Petition to Confrontation: The Palestinian National Movement and the Rise of Mass Politics, 1929 - 1939', PhD diss. New York University, 2013.
9. Parsons, The Commander. See also Matthew Hughes, Britain's Pacification of Palestine: The British Army, The Colonial State, and the Arab Revolt, 1936 - 1939 (Cambridge: Cambridge University Press, 2019).
10. Al - Layyeh: the bend in the road at Bal'a. A non - standard transliteration is used here, to preserve the rhyme.

11. *See Parsons, The Commander; Anderson, 'From Petition to Confrontation'; and Subhi Mohammed Yasin, Al - Thawra al - Arabiya al - Kubra fi Filastin, 1936 - 1939 (Cairo: Dar al - Katib al - Arabi, 1959).*

12. *Nabil 'Awda, 'Al - Sha 'ir al - Tha'ir Farhan Salam', Majalat Anhar al - Adabiya, www.anhaar.com/ar/?/p=3829 (accessed 1 May 2020). See also Nimr Sirhan, Mawsu 'at al - Fulklur al - Filastini, Vol.2 (Amman: E.P.F. Bayader-Jordan, 1977).*

13. *Swedenburg, Memories of Revolt; and Hughes, Britain's Pacification of Palestine.*

14. *Sonia Nimr, 'A Nation in a Hero: Abdul Rahim al - Hajj Mohammed and the Arab Revolt', in Mark LeVine (ed.), Struggle and Survival in Palestine/ Israel (Berkeley, CA: University of California Press, 2012).*

15. நாடுகளின் கூட்டமைப்பு (*League of Nations*) காலனிய ஆட்சி அதிகாரத்திற்கு இன்னும் ஒப்புதல் தர வேண்டியிருந்த போது, பிரிட்டிஷ் லிபரல் அரசியல்வாதி ஹெர்பர்ட் சாமுவேல், *1920*இல் பாலஸ்தீனத்தின் முதல் உயர் ஆணையராக நியமிக்கப்பட்டார். அவர் சியோனிசத்தின் ஒரு தீவிர ஆதரவாளர்.

16. உண்மையான தேதி *1930* ஜூன் *17*.

17. மார்ட்டினி - ஹென்றி துப்பாக்கி, *1871*இல் இருந்து பிரிட்டிஷ் பேரரசின் படைகளுக்குச் சாதாரணமாக வழங்கப்பட்ட ஒன்று, மேலும் *1918* வரை தென்னாப்பிரிக்கா, ஆப்கானிஸ்தான், அரபு உலகம் மற்றும் அதற்கு அப்பாலும் இருந்த உள்ளூர் மக்களைப் பணிய வைப்பதற்குப் பயன்படுத்தப்பட்டது.

18. *The Isra of the Prophet Adnan:* மெக்காவில் இருந்து ஜெருசலேமுக்கு, 'புராக்' என்னும் பறக்கும் குதிரையின் முதுகில் ஏறி முகம்மது நபி சென்ற இரவுப் பயணம்; குர் - ஆனின் *17* ஆவது அத்தியாயத்தில் அறிமுகப்படுத்தப் பட்டது.

19. *Al - Qahtan:* இஸ்லாமுக்கு முன் சுமார் *3000* ஆண்டுகளுக்கு முன் 'மஷ்ரிக்'இல் இருந்த அரபுப் பழங்குடியினரின் பண்டைய மூதாதையர்.

20. *1917*, நவம்பர் *2* அன்று சியோனிசக் கூட்டமைப்பிற்காக அனுப்பப்பட்ட ஒரு கடிதத்தில், பிரிட்டிஷ் அயல்துறைச் செயலாளர், ஆர்தர் ஜேம்ஸ் பல்ஃபோர், 'யூத மக்களுக்கான ஒரு தேசிய இல்லத்தை பாலஸ்தீனத்தில் அமைத்துக்கொள்வதற்கான' அவரது அரசாங்கத்தின் ஆதரவை உறுதிப் படுத்தினார்'. பேரரசு விருப்பத்தின் ஓர் அறிக்கையாக, பல்ஃபோரின் அறிவிப்பு, பிரிட்டனின், *30* - ஆண்டு பாலஸ்தீன ஆக்கிரமிப்புக்கு முன்கூட்டிய அறிகுறியாக ஆனது.

21. *Zaqqum:* :ஜகன்னம்'மில் (*Jahannam*) (நரகத்தில்) வளர்கின்ற ஒரு மரம், குர் - ஆனின் *37* ஆவது அத்தியாயத்தில் குறிப்பிடப்பட்டுளளது.

22. *Zlut* எதைக் குறிக்கிறது என்பது தெளிவாக இல்லை.

23. 'சுரத் அல் - ஃபில்'லின் (*'The Elephant'*), இரண்டாம் பகுதி, குர் - ஆன் *105:1- 5* (சஹீஹ் சர்வதேச மொழிபெயர்ப்பு).

24. இஸ்லாமிய இறையியலில், கடவுளால் இதுவரை உருவாக்கப்பட்ட மிகச் சிறந்த பொருள்களுள் ஒன்றாகக் கருதப்படுகிற, சுவர்க்கத்தின் மிகமிக உயர்ந்த மட்டத்தில் அமைக்கப்பட்ட, உயர் ஆசனம், அல்லது கடவுளின் ஆசனம் (*arsh*).

அத்தியாயம் 8

1. *1923 - 26*, பாலஸ்தீனிய நிர்வாகம் குறித்து, நாடுகளின் கூட்டமைப்புக் கவுன்சிலுக்கு பிரிட்டிஷ் அரசாங்கத்தால் கொடுக்கப்பட்ட ஆண்டறிக்கைகளில் விளக்கப்பட்ட படி (பாலஸ்தீனப் பிரச்சினை குறித்து ஐ.நா. தகவல் அமைப்பு வழியாக எடுக்கப்பட்டது). 'சஹர் ஹுனெய்தி'யின் *'A Broken Trust: Herbert Samuel, Zionism and the Palestinians, 1920- 1925 (New York:I.B. Taurus, 2001)* ஐயும் பார்க்கவும்.
2. *See Justin McCarthy, The Population of Palestine: Population History and Statistics of the Late Ottoman Period and the Mandate (New York: Columbia University Press, 1990)*
3. *See details of recently revealed files in Matthew Hughes, Britain's Pacification of Palestine: The British Army, the Colonial State and the Arab Revolt, 1936 - 1939 (Cambridge: Cambridge University Press, 2019).*
4. *Hughes, Britain's Pacification of Palestine, 281 - 288.*
5. *Hughes, Britain's Pacification of Palestine: on cooperation in intelligence, see 295 - 306; dressed in British Uniforms, 301; cooperation with Haganah, 91 - 92; and translation, 297 - 304.*
6. *See, for example, Hansard, Parliamentary Debates (Commons) on Jewish Terrorism (28 January 1947, Vol. 432 col. 772 - 6; 31 January 1947, Vol.432 col. 1300- 58; etc.)*
7. *This handwritten document was gratefully received from the family of a British soldier.*
8. *UN DAG- 13/3.3.1:10.*
9. *C.N. Ezard, HM Consul General, Haifa to Foreign Office, 12 July 1950, covering letter 17 July 1950, in Robert L. Jarman (ed.), Israel, Political and Economic Reports 1948 - 1953: Israel under the Premiership of David Ben Gurion, 1948- 1953, Vol. 3: 1950 (Cambridge: Cambridge Archive Editions, 1950), 447-508.*
10. *Schmeisser: a German MP 40 sub - machine gun.*
11. ஹன்னானே, ஒரு நீரூற்றை (*Ein al - Hannaneh*) உள்ளடக்கிய 'அக்கா' மாவட்டத்தில் 'ஷாப்' (*Sha'b*)இன் ஒரு குடியிருப்பு, அந்த நீரூற்று, பாறைச் சுவரில் துளைத்தெடுக்கப்பட்ட ஒரு பழைய நீரூற்றிலிருந்து

பொங்கி வருகிறது. 1940களில் இருந்து வரும் பாலஸ்தீன நில அளவை வரைபடங்களின் படி, ஒரு பள்ளிவாசலும், அந்த நீரூற்றுக்கு (Ein al - Hannaneh) வெகு அருகில் காணப்படுகிறது.

12. ஹடேரா (Hadera) : ருஷ்யாவில் இருந்தும், கிழக்கு ஐரோப்பாவில் இருந்தும் வந்த ஒரு சியோனிசக் குடியேற்றக் குழுவான 'ஹொவேவெய் ஜியான்'இன் (Hovevei Zion) உறுப்பினர்களால் 1890இல் 'அக்கா' மாவட்டத்தில் நிறுவப்பட்ட ஒரு யூதக் குடியிருப்பு.
13. khawaja: 'ஐயா'வை ஒத்த மரியாதையான பட்டம். யூதப் படை வீரன், அவளது கணவனை அழைப்பதாக எண்ணிக்கொள்கிறான்.
14. கிர்பே (khirbeh) : நேரடியான பொருள் 'அழிவு'; வழக்கமாக, கண்ணுக்குத் தெரியக் கூடிய கட்டடக்கலை அம்சங்களுடன் இருக்கும் ஓரிடத்தைக் குறிக்கிறது (இடிந்து போன சுவர்கள், கிணறுகள், இன்னோரன்னவை). சில பாலஸ்தீனிய கிராமங்கள் இதுபோன்ற பாழடைந்த இடங்களில் அல்லது அவற்றுக்கு அருகில் அமைந்து, அவற்றின் பெயர்களால் அழைக்கப்பட்டன. Walid al - Khalidi (ed.), *All That Remains: The Palestinian Villages Occupied and Depopulated by Israel in 1948* (Washington, DC: Institute for Palestinian Studies, 1992) ஐப் பார்க்கவும்.

அத்தியாயம் 9

1. Hannah Arendt, *The Origins of Totalitarianism* (New York: Harcourt Brace, 1966), 439.
2. 1948இல் இஸ்ரேலியப் படைகளால் ஆக்கிரமிக்கப்பட்ட பதினொரு மாநகரங்கள் மற்றும் நகரங்களுள், அல் - நசிரா (நாசரேத்), உலகம் முழுதும் உள்ள கிறித்துவர்களுக்கும், வாடிகனுக்கும் அதனுடைய மத ரீதியான உயர்நிலை காரணமாக, மட்டுமே அழிவு, இடமாற்றம் மற்றும் கொள்ளையில் பாதிக்கப்படாத நகரமாக இருந்தது. பென் குரியன், அவருடைய இராணுவத்திற்கு, அந்த நகரம் மற்றவற்றைப் போன்ற அதே முடிவைச் சந்திக்கக் கூடாதென்று கண்டிப்பான ஆணையை இட்டார், ஏனெனில் கிறித்துவ உலகுக்கு அது கோபத்தை உண்டாக்கும். அல் - நசிரா மற்றும் அதன் முக்கியத்துவம் பற்றி அதிக விவரங்கள் அறிய, 1948 படுகொலைகள் பற்றிய எனது விரிவான ஆய்வைப் பார்க்கவும்: சலே அப்துல் ஜாவித், 'Zionist Massacres: the Creation of the Palestinian Refugee Problem in the 1948 War', in Eyal Benvenisti, Chaim Gans and Sari Hanafi (eds), *Israelis and Palestinian Refugees* (Berlin: Springer, 2007), 59 - 127.
3. இஸ்ரேலை ஒரு சாதகமான சூழ்நிலையில் படம் பிடித்துக் காட்டுவதை நோக்கமாகக் கொண்டு, பிரச்சார இயக்கத்தின் ஒரு பகுதியாக, இஸ்ரேலிய வானொலி, 1950களில் அறிமுகப்படுத்தப்பட்டது. நிகழ்ச்சிகள் அரேபிய மொழியில் இருந்தன, மேலும் அவை

இஸ்ரேலிலேயே தங்கிவிட்ட, தங்கள் சொந்தக் குரல்களில் பதிவு செய்யப்பட்ட வாழ்த்துச் செய்திகளை, தங்களுடைய சொந்த நாட்டைவிட்டு தப்பியோடிய அவர்களின் பிள்ளைகளுக்கு அனுப்பிக்கொண்டிருந்த குடும்ப உறுப்பினர்களைப் பற்றியதாக இருந்தன. ஒரு செய்தி வழக்கமாகக் குடும்பத்தில் பிறப்புகள் மற்றும் திருமணங்கள் பற்றிய சமீபத்திய குடும்பச் செய்திகளை உள்ளடக்கியிருந்தது... அரேபிய உலகில் இருந்த இஸ்ரேலிய உளவுப் பிரிவினருக்குச் சங்கேதச் செய்திகளை அனுப்புவதையும் இந்த நிகழ்சிகள் வழக்கமாகக் கொண்டிருந்தன.

4. இஸ்ரேலிய இராணுவத்தின் இந்த விருப்பமான நடைமுறை அரசு உருவானதற்குப் பின் தொடர்ந்தது; இது 1950 களின் நடுவில், சிறிய நகரமான கல்கில்யா (Qalqilya), கபியா கிராமம் (Qabiya) மற்றும் மேற்குக் கரையில் வேறு இடங்களிலும் நடந்தது.

5. இஸ்ரேலியப் படைகளின் கொள்கை வழி நெறிமுறைகள் (Code of Ethics), யூதர்களின் ஆயுதங்கள் தற்காப்புக்காக மட்டும், கண்டிப்பாக இராணுவத் தேவையினால், ஆயுதம் தாங்கிய படைகளுக்கு எதிராகப் பயன்படுத்தப்படுகிறது ஆனால் என்றும் குடிமக்களுக்கு அல்லது போர்க் கைதிகளுக்கு எதிராகவோ பயன்படுத்தப்பட்டதில்லை மேலும் எதிர்ப்பக்கம் பயன்படுத்தப்படும் வன்முறையின் அளவுக்குச் சரிசமமாக வன்முறை இருக்குமென்ற கொள்கையை/ கட்டுக்கதையைத் தொடர்ந்து முன்வைத்தன. இந்தக் கொள்கையின் கட்டுக்கதை சார்ந்த பண்பு குறித்து, Avi Shlaim, 'The Debate about 1948', International Journal of Middle East Studied 27 (3) (1995): 287 - 304; and Benny Morris, 1948: A History of the First Arab - Israeli War (New Haven, CT: Yale University Press, 2008) ஐப் பார்க்கவும்.

6. எனது ஆய்வு ஜெர்மனி, ஹெய்டன்பர்க்கிலுள்ள பழமையான மாக்ஸ் ப்ளங்க் (Max Planck Institute) நிறுவனத்தால் வெளியிடப்பட்டது. இஸ்ரேல் குறித்த எந்த விமர்சனம் மீதும் இந்த நிறுவனம் கவனத்துடன் இருந்தது என்ற உண்மை இருந்தபோதும், படுகொலைக் கொடுமைகள் காரணமாக இது வெளியிடப்பட்டது. எனது ஆய்வில் கொடுக்கப்பட்ட எண்ணிக்கை அல்லது படுகொலைகளின் விவரங்கள் மீதான உண்மைத் தன்மையை, ஆய்வின் சில அம்சங்கள் விமர்சனத்திற்கு உட்பட்ட போதிலும், ஒரு இஸ்ரேலிய வரலாற்றாசிரியர் கூட மறுக்கவோ அல்லது கேள்விக்கு உட்படுத்தவோ இல்லை. உண்மையில், அந்தப் பகுதிகளில் போதுமான அளவுக்கு (பயன்படுத்தப்பட்ட) மொழியின் வேகம், அந்த நிறுவனம் மற்றும் ஒரு இஸ்ரேலிய வரலாற்றாசிரியராக இருந்த அந்த இதழின் ஆசிரியர் ஆகியோரின் வற்புறுத்தலால் குறைக்கப்பட்டது.

7. 1948 மார்ச் நடுவில், அந்தக் கிராமம் சற்றே சில நாள்கள் இடைவெளியில், இரண்டு தாக்குதல்களால் பாதித்தது. இரண்டாவது தாக்குதலின் போது நடத்தப்பட்ட படுகொலை, கிராமத்தின் டஜன் கணக்கான குடிமக்களின் உயிர்களைப் பறித்தது, அந்தக் கிராமம்

சிறியதாக இருந்தபோதும், ஒரு முக்கியமான போக்குவரத்து மையமாக இருந்தது.

8. *Circassians*: அல் - அப்த் தாஹிர், 1948இல் இஸ்ரேலிய இராணுவத்திற்குச் சரணடைந்து, அந்தக் கிராமத்திலேயே இருப்பதற்கு அனுமதிக்கப்பட்ட ரிஹானிய்யாவின் (சாலிஹாவுக்கு அருகிலுள்ள ஒரு கிராமம்) சர்க்காஸிய சமூகத்தைக் குறிப்பது போல் இருக்கிறது.

9. *ruh*: அந்த யூத ஆள், தனக்கு அரேபிய மொழியறிவு சிறிதும் இல்லை என்பதை விளக்கும் வகையில் ஆண்பால் ஒருமையைப் பயன்படுத்தி கமீலாவைத் தவறுதலாக அழைக்கிறார்.

10. Marun al - Ras, தெற்கு லெபனானில் ஒரு கிராமம்.

11. அல் - ஹுசைனிய்யாவுக்கு அருகிலுள்ள ஒரு கிராமமான அராப் அல் - ஜுபாய்த்துக்கு (Arab al - Zubayd) வெகு அருகிலுள்ள ஒரு யூதக் குடியிருப்பைக் குறிக்கிறார் போலும்.

12. அல் - ஹுசைனிய்யாவுக்கு அருகிலுள்ள Hulata, a kibbut, நேர்காணலில் முன்னரே குறிப்பிடப்பட்டுள்ளது.

13. கிப்லா (qibla): மெக்காவில் காபா இருக்கும் திசை தொழும் போது, முஸ்லீம்கள், அதை நோக்கித் திரும்ப வேண்டும். அல் - ஹுசைனிய்யாவில், கிப்லா தெற்கு நோக்கி இருக்கிறது.

14. மரியம், சஃபாத் துணை மாவட்டத்தின் இன்னொரு கிராமமான 'அல் - ஷுனா'வைக் குறிக்கக்கூடும்.

அத்தியாயம் 10

1. சஃப்சாஃப், 'ஹிராம் நடவடிக்கை'யின் (Operation Hiram) போது, ஆக்கிரமிக்கப்பட்டது (29 - 31 அக்டோபர் 1948), மேல் கலிலீயில் இருந்து அரேபியப் படைகளை வெளியேற்றுவதற்கான பாதுகாப்புப் படைகளின் இறுதித் தாக்குதல் அது. 1948 அக்டோபர் 29 அன்று, அந்தக் கிராமத்தில் இஸ்ரேலியப் படைகள், ஒரு பயங்கரமான படுகொலையை நிகழ்த்துவதற்குச் சில மாதங்களுக்கு முன்பாக, பலாவி (Bal'awi), அந்தப் பகுதியை விட்டகன்றார்.

2. இந்த இடத்தில் கிப்லா மேற்கு நோக்கி இருக்கிறது.

3. (Adib al - Shishakli) அதிப் அல் - ஷிஷாக்லி (1909 - 64) : 1948 போரின் போது ஒரு முக்கியமான சிரிய தளபதி.

4. Shafa 'Amr: 1948 ஜூலை 8 மற்றும் 12க்கும் இடையே, சியோனிசப் படைகள் முன் (ஓரளவுக்கு, த்ரூஸ் கூட்டணியின் விளைவாக வீழ்ந்த ஒரு பெரிய கிறித்தவ, த்ரூஸ் மற்றும் முஸ்லீம்களின் நகரம்.

5. அரேபிய உயர்மட்டக் குழு அல்லது உயர் தேசியக் குழு, உள்ளூர் தேசியக் குழுக்களால் மாவட்ட, துணை மாவட்ட, கிராம மட்டங்களில் பிரதிநிதித்துவப் படுத்தப்பட்டது. அபு ரகாபா, 'ஏக்கர்' (Acre) தேசியக் குழுவை குறிக்கிறார் போல் இருக்கிறது.

6. அரேபிய விடுதலைப் படையின் முக்கியமான பயிற்சித் தளம், டமாஸ்கஸ் அருகில், கடானா (*Qatana*) இராணுவ முகாம்களில் இருந்தது. பல பாலஸ்தீனிய அதிகாரிகள் அங்கு பயிற்சி அளிக்கப்பட்டனர்.

7. அஹ்மத் ஷுகாய்ரி (1908–1980): பாலஸ்தீன தேசியக் குழுவை (PNC) - 1964இல் பாலஸ்தீனிய மக்களின் இறையாண்மையுடன் கூடிய சட்டம் இயற்றும் அமைப்பு - அமைப்பதில் பெரும் பங்காற்றிய பாலஸ்தீனப் பிரதிநிதி. 1966இல் மூன்றாவது PNC அமர்வில், பாலஸ்தீனிய விடுதலை இராணுவம் (PLA), அதிகாரப்பூர்வமாக அறிவிக்கப்பட்டது.

8. அஹ்மத் ஜிப்ரில், 1968க்கு முன்பு ஜோர்டானில், அல் - ஜபா அல் - ஷபிய்யா லி - தஹ்ரிர் ஃபிலாஸ்டினில் (பாலஸ்தீன விடுதலைக்கான மக்கள் முன்னணி) ஒரு இராணுவத் தலைவராக இருந்தவர்.

9. போரின் போது (*Wasfi al – Tal*) (1919 – 71) வாஸ்ஃபி அல் - தால் மற்றும் (*Shawkat Shuqari*) (1912 – 82) சவ்கத் ஷுகாரி ஆகிய இருவரும் முறையே ஜோர்டான் மற்றும் லெபனானைச் சேர்ந்த முக்கியத் தளபதிகள். அவர்கள், அல் - ஷிஷாக்லி போல, பெரும் திறமை பெற்றவர்களாக மதிக்கப்பட்டவர்கள்.

10. பிரிட்டிஷ் படைகளின் நெருங்கிய ஒருங்கிணைப்பில், மாநகரின் அரபுக் குடியிருப்புகள் மீது, ஹகானாவின் ஒரு விரிவான தாக்குதலைத் தொடர்ந்து 1948 ஏப்ரல் 22 அன்று ஹைஃபா வீழ்ந்தது.

11. 1948இன் ஒரு தலையாய உள்ளூர் பாலஸ்தீனிய தளபதி மற்றும் மாவீரன் அபு ஈசாஃப் (*Abu Is'af*). அவரது தலைமையகம் 'ஷாப்'இல் இருந்தது. 1948 டிசம்பரில் போர் முடிந்த பிறகு, சியோனிசப் படைகள் ஷாபுக்குத் திரும்பினர், மேலும், அந்தக் கிராமத்தினரை - அவர்களது கிராமம் முதன்முதலில் சுற்றி வளைக்கப்பட்ட போது, ஜூலையில் தப்பி ஓட பலவந்தப்படுத்தப்பட்டு ஓடி அதன் பின்னர் கிராமத்திற்குத் திரும்பிய கிராமத்தினரை - அவர்கள் வெளியேற்றினர்.

12. (*Qal' at Jiddin*) கால் அத் ஜித்தின்: ஒரு சிலுவைப்போர் வீரனின் அழிக்கப்பட்ட கோட்டை, அதைச் சுற்றிலும் 'கிர்பத் ஜித்தின்' கிராமம் அமைக்கப்பட்டது. அது உக்கிரமான சண்டை நடந்த, பாலஸ்தீனிய வெற்றிக்கான இடம், அதற்கு வெகு அருகில் இருந்த யூதக் குடியிருப்பான யெஹியம் (*Yehi'am*) நோக்கி ஒரு பாதுகாப்புப்படை சென்றுகொண்டிருந்த போது, 1948 மார்ச்சில் தாக்கப்பட்டு தோற்கடிக்கப்பட்டது.

13. 1948 மே 15: பிரிட்டிஷ் படைகளின் விலக்கத்தைத் தொடர்ந்து, அரேபியப் படைகள் பாலஸ்தீனத்தில் நுழைந்த நாள் (பாலஸ்தீனத்திற்கான பிரிட்டிஷ் ஆட்சி அதிகாரக் கட்டளை மே 15 நள்ளிரவு முடிவுக்கு வந்தது)

14. 1948ஆம் ஆண்டின் அறுவடை.

அத்தியாயம் 11

1. Ilan Pappe, *The Ethnic Cleansing of Palestine* (Oxford: Oneworld Publications, 2006), 156. See also Donald Neff, 'Expulsion of the Palestinians- Lydda and Ramleh in 1948', *Washington Report on Middle East Affairs* (July- August 1994), www.wrmea.org/1994 - july - august/middle - east - history - expulsion - of - the - palestinians - Lydda - and - ramleh - in - 1948.html.

2. 1930இல் பிறந்த, ஷம்மவுத்(Shammout), பாலஸ்தீனத்தின் தலைசிறந்த ஓவியர்களுள் ஒருவர். அவரது முதல் கண்காட்சி- 1953இல், காஸாவில்- லிட்டாவுக்கு வெளியே பலவந்தப்படுத்தப்பட்ட பயணத்தால் ஈர்க்கப்பட்டது, அவரது படைப்பு முழுவதும் ஒரு தலைப்பு வெவ்வேறு வழிகளிலும் மீண்டும் மீண்டும் வெளிப்பட்டது. 1965இல், PLO க்குள் அவர் கலைகள் மற்றும் தேசியக் கலாச்சார இயக்குநராக ஆனார். 1969இல், பாலஸ்தீனிய கலைஞர்கள் சங்கத்தின் முதல் பொதுச் செயலாளராகத் தேர்ந்தெடுக்கப்பட்டார், 1971இல், அரபுக் கலைஞர்கள் சங்கத்தின் பொதுச் செயலாளராகவும் தேர்ந்தெடுக்கப்பட்டார்.

3. 1925இல், லிட்டாவில் ஒரு கிறித்துவக் குடும்பத்தில் பிறந்த ஹபாஷ் (Habash), 1948 போரின் போது, பெய்ரூட் அமெரிக்கப் பல்கலைக்கழகத்தில் ஒரு மருத்துவ மாணவராக இருந்தார். யூதத் தாக்குதல் நேரத்தில், அவர் லிட்டாவில் இருந்தார், காயம்பட்டவர்களுக்குச் சிகிச்சை அளிக்க, கள மருத்துவமனைகளில் பணி புரிந்தார், மற்ற அனைவருடன் அவரும் பலவந்தமாக வெளியேற்றப்பட்டார். 1951இல், அவர் இளம் அரேபியர்களின் ஒரு குழுவில் ஒருவராக பெய்ரூட்டில் இருந்தார், அரேபிய தேசியவாதிகள் இயக்கத்தை (MAN) அவர் நிறுவினார், 1956இல் அதன் முதல் மாநாடு அறிவிக்கப்பட்டது. 1967 போரில் அரபுத் தோல்விக்குப் பிறகு, ஹபாஷ், பாலஸ்தீன விடுதலைக்கான இடது சாரி மதச்சார்பற்ற மக்கள் முன்னணியை நிறுவி அதற்குத் தலைமை தாங்கினார், ஆயுதம் தாங்கிய போராட்டத்திற்கு அர்ப்பணித்துக்கொண்டார். லிட்டாவின் வீழ்ச்சி மற்றும் அங்கே அவரது அனுபவங்கள் பற்றிய ஒரு விவரிப்புக்கு, அவரது நினைவுக் குறிப்புகள், *al - Thawariyun La Yamuntun Abadan* (Beirut: Dar al - Saqi, 2009), 27 - 30 ஐப் பார்க்கவும்.

4. 1948 போரின் முதல் போர் நிறுத்தம் ஜூன் 11க்கும் ஜூலை 8க்கும் இடையில் வந்தது. அந்த நேரத்தில், முன்னரே சுமார் 3, 00, 000 பாலஸ்தீன அகதிகள் அங்கே இருந்தனர் - கலிலீயில் இருந்து அரேபியர்களை வெளியேற்றும் நோக்கத்துடன் வந்த 'டேலட் (Dalet) திட்டத்தின்' யூத இராணுவ நடவடிக்கைகளின் விளைவு. அரேபியர்கள் அகதிகளின் திரும்பி வருதலைக் கேட்டுக்கொண்டிருந்ததால், யூதத் தலைமை இதைத் தடுக்க, அப்போது வெறுமையாக்கப்பட்ட கிராமங்கள் பலவற்றை அழிப்பதற்குப் போர் நிறுத்தத்தை சாதகமாகப் பயன்படுத்திக்கொண்டனர். இந்தப் போர் நிறுத்தம், இனத்

துடைத்தெறிப்பின் முதல் அலையின் முடிவையும், இரண்டாம் அலையின் துவக்கத்தையும் குறித்தது, அது லிட்டாவுக்கும், ரம்லாவுக்கும் எதிரான 'டானி நடவடிக்கை'யின் ஏவுதலைக் கண்டது. பென்னி மாரிஸின், 'The Birth of the Palestinian Refugee Problem Revisited (Cambridge: Cambridge University Press, 20004) ஐப் பார்க்கவும். டேலட் திட்டம் குறித்து, வாலித் கலிதியின், 'Plan Dalet. Master Plan for the Conquest of Palestine', Journal of Palestine Studies 18(1) (Autumn 1988) : 4 – 33 காணவும்.

5. பாலஸ்தீனத்தில் இருந்து விலகிக்கொள்ள அது விரும்பியது என்ற பிரிட்டிஷ் அரசாங்க அறிவிப்பையும், பாலஸ்தீனம் குறித்த ஐ.நா. சிறப்புக் குழுவின் (UNSCOP) ஓர் அறிக்கையையும் தொடர்ந்து, 1947 நவம்பர் 29 அன்று ஐ.நா., தீர்மானம் 181 ஐ ஏற்றுக்கொண்டது, அது ஓர் அரபு மற்றும் யூத அரசு என்ற பாலஸ்தீனப் பிரிவினையை அறிவித்தது. அந்த நேரத்தில், மக்கள்தொகையில் மூன்றில் இரண்டு பங்காக இருந்த பாலஸ்தீனிய அரேபியர்களுக்கு, கட்டளைக்குட்பட்ட பாலஸ்தீனத்தில் 43 விழுக்காடுகள் ஒதுக்கப்பட்டது. மூன்றில் ஒரு பங்காகவும் (அவர்களுள் பெரும்பாலோர், முந்தைய முப்பது ஆண்டுகளுக்குள் குடியேறியவர்கள்), 7 விழுக்காடு நிலத்தைச் சொந்தமாகவும் கொண்டிருந்த யூதர்களுக்கு, நாட்டின் 56 விழுக்காடு நிலம் ஒதுக்கப்பட்டது. பெரும்பாலும், முன்மொழியப்பட்ட யூத அரசின் மக்கள்தொகையில் பாதிப் பேர் (45 விழுக்காடு) அரேபியர்களாக இருப்பார்கள். ஜெருசலேம் மாநகரம் சர்வதேசமயமாக்கப்பட்டது. இந்தத் திட்டத்தை யூத முகமை (Agency), ஏற்றுக்கொண்டது, ஆனால் பாலஸ்தீனிய அரேபியர்கள், 1917இல் பிரிட்டிஷார் பாலஸ்தீனத்தை ஆக்கிரமித்து, கடந்த முப்பது ஆண்டுகளாக அவர்கள் கோரி வந்த, அவர்களது சுய - நிர்ணய உரிமையின் மறுப்பாக அதை நிராகரித்தனர்.

6. See also Morris, The Birth of the Palestinian Refugee Problem Revisited, 425.

7. Pappe, The Ethnic Cleansing of Palestine, 167.

8. 'Yerachmiel Kahanovich, Palmach Soldier', Zochrot, https://zochrot.org/en/testimony/5435 (accessed 1 May 2020).

9. Pappe, The Ethnic Cleansing of Palestine, 167. See also Morris, The Birth of the Palestinian Refugee Problem Revisited, 426.

10. Spiro Munnayyar, 'The Fall of Lydda', Journal of Palestinian Studies 27(4) (Summer, 1998): 80 – 98.

11. தெய்ர் யாசின் கிராமம், 1948 ஏப்ரல் 9 அன்று இர்குன் படைகளால் செய்யப்பட்ட ஒரு கொடூரமான படுகொலை நடந்த இடம், பாலஸ்தீனிய குடிமக்கள் இடையே பீதியைக் கிளப்பியதில் அது மையமாக இருந்தது. Daniel McGowan and Marc H.Ellis (eds.), Remembering

Deir Yassin: *The Future of Israel and Palestine* (New York: Olive Branch Press, 1998).

12. Operation Nachson was the first operation of Plan Dalet. See Pappe, *The Ethnic Cleansing of Palestine*, 87 - 91.

13. Avi Shlaim, 'Istael and the Arab Coalition in 1948', in Rogan and Avi Shlaim (eds.), *The War for Palestine: Rewriting the United States and the Israeli-Palestinian Conflict History of 1948* (Cambridge: Cambridge University Press, 2001), 79 - 103. See also Munayyar, 'The Fall of Lydda'.

14. Arnon Golan, 'Lydda and Ramle: From Palestine- Arab to Israeli Towns, 1948-67', *Middle Eastern Studies* 39(4) (October 2003): 121 - 139. See also Pappe, *The Ethnic Cleansing of Palestine*.

15. Pappe: *The Ethnic Cleansing of Palestine*, 169.

16. Golan, 'Lydda and Ramle', 124. See also Morris, *The Birth of the Palestinian Refugee Problem Revisited*, 423 - 24.

17. Pappe, *The Ethnic Cleansing of Palestine*, 166.

18. Munayyar, 'The Fall of Lydda', 188; and Morris. *The Birth of the Palestinian Refugee Problem Revisited*, 425.

19. Morris, *The Birth of the Palestinian Refugee Problem Revisited*, 426; and Munayyar, 'The Fall of Lydda', 82.

20. Morris, *The Birth of the Palestinian Refugee Problem Revisited*, 251 and 523.

21. Mawasim (plural of mawsim): seasonal festivals, typically involving pilgrimages to maqamat (shrines) where religious and popular celebrations were held. The maqam to al - Nabi (the Prophet) Salih is located in al - Jami al - Abyad (the White Mosque) in Ramla.

22. Istiqlal (Independence Party) இஸ்திக்லால் (விடுதலை) கட்சி: பாலஸ்தீனிய அரசியலில் குறிப்பிட்ட குடும்பங்களின் மேலாதிக்கத்தை ஈடுசெய்ய பல்வேறு கட்சிகள் தோன்றிய வேளையில், 1930 களின் துவக்கத்தில், ஒரு முற்போக்கான கட்சி நிறுவப்பட்டது. இஸ்திக்லால், பாலஸ்தீனத்தில் பாராளுமன்ற அரபு ஆட்சியையும், மேலும் சியோனிசம் மற்றும் பிரிட்டிஷ் ஆட்சி அதிகாரக் கட்டளை ஆகிய இரண்டுக்கும் துடிப்பான எதிர்ப்பையும் அறிவித்தது. 1936 பாலஸ்தீனிய பொது வேலை நிறுத்தத்திற்கு மாற்றாக உருவாக்கப்பட்ட ஆறு கட்சிகளின் கூட்டணியான அரேபிய உயர் மட்டக் குழு, ஹஜ் அமீன் அல் - ஹுசைனியால் பெரிதும் ஆட்கொள்ளப்பட்டது.

22. 'அட்லா' (Adla) என்ற பெயரின் பொருள், நேர்மை, சமச்சீரானது, நேரானது.

அத்தியாயம் 12

1. *நஃபீஸ் நஸ்ஸல், சஃப்சாஃப் படுகொலை பற்றித் தெரிவிக்கின்ற அவரது வாய்மொழி வரலாற்று நூலில், இஸ்ரேலியப் படைவீரர்கள் சஃப்சாஃபுக்குள் சூரிய உதயத்தை ஒட்டிய நேரத்தில் நுழைந்து, கிராமத்தின் வடக்குப் பகுதியில் ஓரிடத்தில் வரிசையாக நிற்குமாறு கிராமத்தினருக்கு ஆணையிட்டனர் என்று குறிப்பிடுகிறார். ஒரு கிராமவாசி பின்வருமாறு கூறுகிறார்:*

   நாங்கள் வரிசையில் நின்றபோது, ஒரு சில யூதப் படைவீரர்கள், நான்கு பெண்களுக்கு, அவர்களுக்குத் தண்ணீர் கொண்டு வருவதற்காக, அவர்களுடன் கூடவே வருவதற்கு ஆணையிட்டனர். பதிலாக, அவர்களை எங்களது காலியாக இருந்த வீடுகளுக்கு அழைத்துச் சென்று அவர்களைக் கற்பழித்தனர். எங்கள் ஆட்களில் சுமார் 60 பேரை, எங்கள் முன், அவர்களது கண்களைக் கட்டி, ஒருவர் பின் ஒருவராகச் சுட்டுக் கொன்றனர். படைவீரர்கள், அவர்களது உடல்களைக் கிராம ஆற்றின் சிமெண்ட் மூடி மேல் வீசி எறிந்து அவற்றின் மீது மண்ணைக் கொட்டி மூடினர்.

   பிந்தைய நாள்களில், இஸ்ரேலியத் துருப்புகள், கிராமத்திற்கு, அங்கு குடியிருந்தோரிடம், நடந்ததை அவர்கள் மறந்துவிட வேண்டுமென்றும், அவர்களது வீடுகளில் அவர்கள் தங்கிக்கொள்ளலாம் என்றும் சொல்லியபடி வருகை புரிந்தனர். ஆனால் அவர்கள் இரவின் போர்வையின் கீழ் லெபனான் நோக்கி, ஒரே நேரத்தில் சுமார் நான்கு பேர் என்றபடி, சஃப்சாஃப் காலியாகும் வரை வெளியேறத் துவங்கினர். ஆஃபீஸ் நஸ்ஸல், The Palestinian Exodus from Galilee, 1948 (Beirut: Institute for Palestine Studies, 1978), 95.

2. *Primo Levi, The Drowned and the Saved (London: Abacus, 1989), 26.*
3. *Cathy Caruth, Trauma: Explorations in Memory (Baltimore, MD: Johns Hopkins University Press), 151.*
4. *Alessandro Portelli, 'The Peculiarities of Oral History', History Workshop Journal 12 (1) (Autumn 1981): 96 - 107.*
5. *'hmar' என்ற சொல்லும் (கழுதை) ஓர் 'அவமானம்'தான்.*

அத்தியாயம் 13

1. *இங்கே (Tal) 'தால்', ஒரு குன்று அல்லது சிறு மலையை மற்றும் 'அல் - ஜிப்'பின் (al - Zib) தொல்பொருள் ஆராய்ச்சி சார்ந்த 'தால்' ஐக் குறிக்கிறது. அல் - ஜிப் பற்றிய அவரது விவரிப்பில், ஃபாத்திமா 'தால்' என்ற சொல்லை நகரின் மிக மிகப் பழமையான, மிகவும் பண்டைக்கால பகுதியைக் குறிக்கப் பயன்படுத்துகிறார்.*
2. *அழுத்தம் மூல நூலில் இருக்கிறது.*

3. Mayssun Soukarieh, 'Speaking Palestinian: An Interview with Rosemary Sayigh', *Journal of Palestine Studies* 38(4) (2009), 18.
4. Nur Masalah, 'Decolonizing Methodology, Reclaiming Memory: Palestinian Oral Histories and Memories of Nakba', in Nahla Abdo and Nur Masalah (eds.), *An Oral History of the Palestinian Nakba* (London: Zed Books, 2018), 8.
5. Rosemary Sayigh, 'Palestinian Camp Women as Tellers of History, *Journal of Palestinian Studies* 27(2) (1998): 42 - 58.
6. Edward Said, *Musical Elaborations: The Wellek Library Lectures at the University of California, Irvine* (New York: Columbia University Press, 1991).
7. சேத், கூட்டிணைவான தருணம், உற்றுக் கேட்டலுக்கும் ஒரு வலிமை வாய்ந்த சமூக இடத்தை உருவாக்குவதற்கும் இடையே உறவுகளை உருவாக்குகிறது என்றும் ஒரு தொடர்ச்சியான சமூக - அரசியல், கலாச்சாரம், தொழில்நுட்பம் மற்றும் வரலாறு சார்ந்த நடைமுறைகளின் விளைவாக வந்தது தான் இந்தக் கூட்டிணைவு என்றும் கூறுகிறார்; மேலும் கூட்டிணைவை ஏற்றுக்கொள்வது, அழகியல் மற்றும் சமூக அனுபவங்களின் குறிப்பிட்ட ஏற்பாடுகள் மீதும், சார்ந்து வருகின்ற ஒரு விளைவாக இருக்கிறது என்றும் கூறுகிறார்.
8. ஃபாத்திமா, செய்க், காதி, மற்றும் முஃப்தி (Shaykh, qadi, and mufti) என்ற சொற்களை ஒன்றுக்கு மாற்றாக இன்னொன்றைப் பயன்படுத்துகிறார். இந்த மனிதர் உண்மையில் ஒரு காதியாக (இஸ்லாமிய நீதிமன்ற நீதிபதி) இருந்தார் என்பது சாத்தியமாக இருக்கிறது. காதி மற்றும் முஃப்தியின் பணிகளின் இடையே இருக்கும் வேறுபாடுகள் மற்றும் ஒருமைப்பாடுகள் குறித்து, Brinkley Messickஇன், 'The Judge and the Mufti', மற்றும் Rudolph Peters and Peri Bearman (eds.) ஆகியோரின், 'Ashgate Research Companion to Islamic Law (London: Routledge, 2016), 73 - 92 ஆகிய நூல்களைப் பார்க்கவும்.
9. பிரிட்டிஷ் ஆட்சி அதிகாரக் கட்டளையின் கீழ், பாலஸ்தீனத்தில் இருந்த முஸ்லீம் சமூகங்களின் அடிப்படைக் குடும்ப சட்ட முறையாக அமைந்த, ஆட்டோமன் குடும்ப உரிமைகள் சட்டம் (1917), ஒரு குறைந்த பட்ச திருமண வயது ஆண்களுக்கு 18 ஆகவும், பெண்களுக்கு 17 ஆகவும் வலியுறுத்துகிறது. ஆயினும், ஒரு 'காதி', இருபாலரும், பாலியல் ரீதியாக முதிர்ச்சி அடைந்தவர்களாக இருப்பது உறுதி செய்யப்பட்டால், அதைவிடக் குறைந்த வயதிற்கும் அனுமதி அளிக்க முடியும். எடுத்துக் காட்டாக, Judith E. Tucker, 'Revisiting Reform: Women and the Ottoman Law of Family Rights, 1917', *The Arab Studies Journal* 4(2) (1996): 4 - 17ஐப் பார்க்கவும்.
10. Rosemary Sayigh, '"Umm Faris", Sheikh Radwan, Gaza City, April 12', in 'Voices: Palestinian Women Narrate Displacement (Al Mashriq, 2007), http://almashriq.hiof.no/palestine/300/301/voices/Gaza/halimahassouna.html (accessed 1 May 2020).

11. *Ibid.*
12. *Ibid.*
13. *Ibid.*
14. *Ibid.*
15. *Byron J.Good and Mary - Jo Delvecchio Good, 'Toward a Meaning - Centred Alalysis of Popular Illness Categories: "Fright Illness" and "Heart Distress" in Iran', in Anthony J.Marsella and Geoffrey M. White (eds.), Cultural Conceptions of Mental Health and Therapy: Culture, Illness and Heeling, Vol.4. (Dordrecht: Springer, 1982), 141 - 66.*
16. *For a detailed discussion of Palestinian Oral Historiography, see, for instance, Nur Masalha, 'Decolonizing Methodology, Reclaiming Memory: Palestinian Oral Histories and Memories of the Nakba', in Nahla Abdo and Nur Masalha (eds.), An Oral History of the Palestinian Nakba (London: Zed, 2018), 6 - 39.*
17. அந்தக் காலத்தில், சிறுமிகள் இடையே காணப்பட்ட பெரிதும் புகழ்பெற்ற ஒரு விளையாட்டு, காலத் (*kalat*), (*kal* என்பதன் பன்மை), விண்ணில் சிறு பாறைத் துண்டுகளை வீசி எறிந்து அவற்றை ஒரு கையால் பிடிப்பது என்பதை ஈடுபடுத்திய விளையாட்டு. பலவிதங்களில் அது விளையாடப் பட்டது ஆகவே பன்மை வடிவம்.
18. *Eh wiha...* பெண்களால் பெரிதும் மேம்படுத்தப்பட்டு திருமணவிழாவில் மணப்பெண் வளமாக வாழ வாழ்த்திப் பாடப்படும் சொற்றொடர்கள், அதைத் தொடர்ந்து (*ululating*) கூட்டுக் குலவையிடுவார்கள், ஜல்கவுட்டா (*zalghouta*) என்று அறியப்பட்ட ஒரு நடைமுறை இது.
19. இந்த விளக்கத்தின் முதல் இரண்டு பாடல்களும், மோனையை நிரப்பும் பணியை மட்டும் செய்கின்றன.
20. வேறொன்றும் இனி பயன் தராது என்னும் போது, ஒரு பழமொழியின் நேரடி மொழிபெயர்ப்பு பயன்பட்டது.

பின்னுரை

1. *Nur Masalha, 'Decolonizing Methodology, Reclaiming Memory: Palestinian Oral Histories and Memories of the Nakba', in Nahla Abdo and Nur Masalha (eds), An Oral History of the Palestinian Nakba (London: Zed Books, 2018), 9.*
2. *See Stephanie Latte - Abdallah, 'La part des absents: Les images en creux des refugies palestiniens', in Stephanie Latte - Abdallah (ed.), Images aux frontieres: representations et constructions sociales et politiques: Palestine, Jordanie 1948- 2000 (Beirut: Institut francais du Proche - Orient, 2005).*

3. Resolution on Cultural Rights: A/RES/44/25.
4. Nafez Nazzal, The Palestinian Exodus from Galilee, 1948 (Beirut: Institute of Palestine Studies, 1978).
5. Rosemary Sayigh, Palestinians: From Peasants to Revolutionaries (London: Zed Press, 1979).
6. Rosemary Sayigh, 'Oral History, Colonialist Dispossession, and the State: The Palestinian Case', Settler Colonial Studies 5(3) (2015): 193-204.
7. Salim Tamari, 'Special Issue on Oral History, Al - Jana: The Harvest (Beirut: Arab Resource Center for Popular Arts [ARCPA], 2002), 57.
8. See Diana Allan, 'The Politics of Witness: Remembering and Forgetting 1948 in Shatila Camp', in Ahmad Sa'di and Lila Abu - Lughod (eds), Nakba: Palestine, 1948, and the Claims of Memory (New York: Columbia University Press, 2007), 274.
9. Donald MacIntyre, 'UN to Teach Children about Holocaust in Gaza Schools', The Independent, 23 October 2011.
10. See Edward Said, The Question of Palestine (New York: Times Books, 1979), 29.
11. Michel Rolph Trouillot, Silencing the Past: Power and the Production of History (Boston, MA: Beacon Press, 1995).
12. Daniel McGowan and Marc Ellis (eds), Remembering Deir Yassin; the Future of Israel and Palestine (New York: Olive Branch Press, 1998).
13. Nur Masalha (ed.), Catastrophe Remembered: Palestine, Israel and the Internal Refugees (London: Zed Books, 2005), 6-7.
14. 'Israel Bans "Catastrophe" Term from Arab Schools', Reuters, 22 July 2009; in 2011, Israeli law criminalised Nakba commemoration.
15. Hagai Matar, 'Police Besiege, Arrest Activists Planning to Commemorate Nakba', +972, 26 April 2012.
16. Ahmad Sa'di and Lila Abu - Lughod (eds), Nakba: Palestine, 1948, and the Claims of Memory (New York: Columbia University Press, 2007), 11.
17. Erskine B. Childers, 'The Other Exodus', The Spectator, 12 May 1961.
18. See 'Mission Statement', Palestine Remembered, 7 April 2007, www. www.pal - estineremembered.com/MissionStatement.htm; and see 'Nakba's Oral History Interviews Listing', Palestine Remembered, www.palestineremembered. com/ OralHistory/Interviews - Listing/Story1151.html.
19. Staughton Lynd, Sam Bahour and Alice Lynd (eds), Homeland: Oral Histories of Palestine and Palestinians (New York: Olive Branch Press, 1997).
20. Yezid Sayigh, Armed Struggle and the Search for State: The Palestinian National Movement (Oxford: Oxford University Press, 1997).

21. Randa Farah, 'UNRWA in Popular Memory al - Baqa Refugee Camp', CER-MOC A History within History: Humanitarian Aid and Development (CER-MOC: Amman, October 1998).

22. Rosemarie Esber, 'The 1948 Palestinian Exodus from Haifa', The Arab World Geographer 6(2) (2003): 112-41, and Rosemarie Esber, Under the Cover of War: The Zionist Expulsion of the Palestinians (Alexandria, VA: Arabicus Books and Media, 2008).

23. Saleh Abdel Jawad, 'The Creation of the Arab Refugee Problem in the 1948 War', in Eyal Benvenisti et al. (eds), Israel and the Palestinian Refugees (Berlin: Springer, 2007).

24. Mustafa Ahmad Abbasi, 'The End of Arab Tiberias: The Arabs of Tiberias and the Battle for the City in 1948', Journal of Palestine Studies 37(3) (2007): 6-29.

25. Zena Ghandour, A Discourse on Domination in Mandate Palestine (New York: Routledge, 2010).

26. Faiha Abdulhadi, Living Memories: Testimonies of Palestinians' Displacement in 1948 (Ramallah: Al Rowat, 2017).

27. Nabulsi and Takriti' project, 'The Palestinian Revolution', is an online teaching resource that explores Palestinian revolutionary thought and practice. See: learnpalestine.politics.ox.ac.uk

28. Sherna Berger Guck, 'Advocacy Oral History: Palestinian Women in Resist - ance', in Sherna B. Gluck and Daphne Patai (eds), Women's Words· The Feminist Practice of Oral History (New York: Routledge, 1991).

29. Rochelle Davis, Palestinian Village Histories: Geographies of the Displaced (Stanford, CA: Stanford University Press, 2010).

30. Nahla Abdo and Nur Masalha (eds), An Oral History of the Palestinian Nakba (London: Zed Books, 2018).

31. Lynn Abrams, Oral History Theory (London: Routledge, 2010).

32. Nahla Abdo, 'Feminism, Indigenous and Settler Colonialism: Oral History, Memory and the Nakba', in Nahla Abdo and Nur Masalha (eds), An Oral History of the Palestinian Nakba (London: Zed Books, 2018), 58.

33. Masalha, An Oral History of the Palestinian Nakba, 7.

34. Masalha, An Oral History of the Palestinian Nakba, 7.

35. Denjal Jegic, Trans/Intifada: The Politics and Poetics if Intersectional Resistance (Heidleberg: Universitatsverlag, Winter 2018).

36. Masalha, An Oral History of the Palestinian Nakba, 31-32.